ಪತ್ರಿಕೋದ್ಯಮದ ಪಲ್ಲಟಗಳು

ಪತ್ರಿಕೋದ್ಯಮ ಹಾಗೂ ಸಮೂಹ ಸಂವಹನ ವಿದ್ಯಾರ್ಥಿಗಳಿಗೆ /ವಿಶ್ಲೇಷಕರಿಗೆ /ಪ್ರಾಧ್ಯಾಪಕರಿಗೆ / ಮಾಧ್ಯಮ ಆಸಕ್ತರಿಗೆ ಸೂಕ್ತ ಮಾರ್ಗದರ್ಶಿ

ಪ್ರೊ. ಎ.ಎಸ್. ಬಾಲಸುಬ್ರಹ್ಮಣ್ಯ

ಬಹುರೂಪಿ
ಎಂಬೆಸಿ ಸೆಂಟರ್, 111, ಮೊದಲನೇ ಮಹಡಿ, ಕ್ರೆಸೆಂಟ್ ರಸ್ತೆ,
ಕುಮಾರ ಪಾರ್ಕ್ ಈಸ್ಟ್, ಬೆಂಗಳೂರು–560 001
ದೂರವಾಣಿ: 7019182729

106

PATRIKODYAMADA PALLATAGALU
A Collection of Analytical Essays on Media by
Veteran Media Scholor
Prof **A S BALASUBRAMANYA**
balasubramanya52@gmail.com | 94483 71831

Published by **Bahuroopi**
Embassy Centre, 111, First Floor, Crescent Road,
Kumarapark East, Bangalore 560 001
editor@bahuroopi.in
Mobile | WhatsApp Book Store: **70191 82729**
online book store : **bahuroopi.in**

ISBN: 978-81-969988-4-4
First Edition: July 2024
Pages: 208 | Price: Rs. 270

Cover and Inside Design: **Bahuroopi**

Printed by
Repro India ltd., Mumbai

ಅರ್ಪಣೆ

ಪತ್ರಿಕೋದ್ಯಮ ಕಲಿಕೆಯಲ್ಲಿ ಸ್ಫೂರ್ತಿಯ ಸೆಲೆಯಾಗಿ,
ವಿದ್ಯಾರ್ಥಿಗಳ ಹಿತಚಿಂತಕರಾಗಿ
ಹಾಗೂ ಆದರ್ಶ ಗುರುಗಳಾಗಿ
ಮಾರ್ಗದರ್ಶನ ನೀಡಿದ

ಡಾ.ನಾಡಿಗ ಕೃಷ್ಣಮೂರ್ತಿ
ಅವರ ನೆನಪಿಗೆ

ಜಾಗತಿಕ ಗ್ರಾಮದಲ್ಲಿ...

ಮಾನವ ಸಂಘಜೀವಿ. ಯಶಸ್ವಿ ಸಂವಹನ ಕಲೆಯಿಂದ ಮಾತ್ರ ಆತನ ಪರಸ್ಪರ ಅವಲಂಬಿತ ಜೀವನ ಸಫಲತೆಯನ್ನು ಕಾಣಲು ಸಾಧ್ಯ. ಸನ್ನೆ, ಸೂಚನೆಗಳಿಂದ ಆರಂಭವಾದ ಆತನ ಸಂವಹನ ಕಲೆ, ವರುಷಗಳು ಉರುಳಿದಂತೆ ಭಾಷಾ ಬೆಳವಣಿಗೆಯಲ್ಲಿ ಸ್ಪಷ್ಟತೆಯ ಮಜಲನ್ನು ಪ್ರವೇಶಿಸಿತು. ಮುಂದಿನ ಮಹತ್ವದ ಹೆಜ್ಜೆ, ಆಲೋಚನೆಗಳನ್ನು ದಾಖಲಿಸುವ ಲಿಪಿ ಅಭಿವೃದ್ಧಿ. ಶಿಲೆ, ಮರದ ಹಲಗೆ, ತಾಮ್ರದ ತಗಡು, ವಸ್ತ್ರ, ಕಪ್ಪೆಚಿಪ್ಪು, ಬಿದಿರು ಮುಂತಾದ ಸಾಧನಗಳನ್ನು ಬಳಸಿ ಸುತ್ತಲಿನ ವಿಕಸನಗಳು ದಾಖಲೆಗೊಂಡವು. ಹದಿನೈದನೆಯ ಶತಮಾನದ ಮುದ್ರಣ ತಂತ್ರಜ್ಞಾನ ಕಲೆಯ ವೃದ್ಧಿ, ಸಂವಹನ ಇತಿಹಾಸದಲ್ಲಿ ಬಹುನಿರ್ಣಾಯಕ. ಮುದ್ರಣ ತದನಂತರ ಛಾಯಾಗ್ರಹಣ, ಸಿನಿಮಾ, ಬಾನುಲಿ, ಟೆಲಿವಿಷನ್ ಹಾಗೂ ನೂತನ ಅಂತರ್ಜಾಲ ಆಧಾರಿತ ಸಂವಹನ ವಿಶ್ವವನ್ನೇ ಜಾಗತಿಕ ಗ್ರಾಮವಾಗಿ ಪರಿವರ್ತಿಸಿವೆ.

ಶಾಸನ, ತಾಮ್ರದ ತಗಡು, ತಾಳೆಗರಿ, ಪತ್ರ ಬರವಣಿಗೆಗೆ ಸೀಮಿತವಾಗಿದ್ದ ದೇಶದ ಸಂವಹನ ಕಲೆಗೆ ಬದಲಾವಣೆ ತಂದವರು ಕ್ರಿಶ್ಚಿಯನ್ ಮಿಷನರಿಗಳು. ಭಾರತದಲ್ಲಿ 1556ರಲ್ಲಿ ಆಧುನಿಕ ಮುದ್ರಣ ಕಲೆ ಪರಿಚಯಿಸಿದ ಅವರು ಕರಪತ್ರ, ಕಿರುಹೊತ್ತಿಗೆ ನಂತರ ಪುಸ್ತಿಕೆಗಳನ್ನು ದೇಶ ಭಾಷೆಗಳಲ್ಲಿ ಮುದ್ರಿಸಿ, ಓದುವಿಕೆ ಮೂಲಕ ಜ್ಞಾನ ವಿಕಸನದ ಹೆಬ್ಬಾಗಿಲನ್ನೇ ತೆರೆದರು. ಇದರಿಂದ ಹೊಸ ನಾಗರಿಕತೆಯ ಪರಿಚಯ ವಿಭಿನ್ನ ಬದಲಾವಣೆಗಳಿಗೆ ಇಂಬು ನೀಡಿತು. ನಮ್ಮ ದೇಶದಲ್ಲಿ ಪತ್ರಿಕಾ

ಮುದ್ರಣ 1780ರಲ್ಲಿ ಆರಂಭವಾಗಿ ಇಂದು ವಿಶ್ವದ ಎರಡನೇ ಅತಿದೊಡ್ಡ ಪತ್ರಿಕಾ ಪ್ರಕಟಣೆ ದೇಶವಾಗಿ ಹೊರಹೊಮ್ಮಿದೆ. 188 ವಿವಿಧ ಭಾಷೆಗಳಲ್ಲಿ ಹೊರಬರುವ ದೈನಿಕಗಳು ಮತ್ತು ನಿಯತಕಾಲಿಕೆಗಳು ವಿಶ್ವದ ಬೃಹತ್ ಪ್ರಜಾಸತ್ತೆಯ ರಕ್ಷಣೆಯಲ್ಲಿ ಮತ್ತು ಅಸಾಮ್ಯ ಭಿನ್ನಾಭಿಪ್ರಾಯಗಳನ್ನು ದಾಖಲಿಸುವ ಮಹತ್ತರ ಮಾಧ್ಯಮ.

1921ರಲ್ಲಿ ಶುರುವಾದ ಬಾನುಲಿ ಪ್ರಸಾರ ಇಂದು 1115 ಕೇಂದ್ರಗಳ ಮೂಲಕ ನಾಡಿನ ಬಹುತೇಕ ಎಲ್ಲರನ್ನು, ತಮ್ಮ ವೈವಿಧ್ಯಮಯ ಕಾರ್ಯಕ್ರಮಗಳ ಮೂಲಕ ರಂಜಿಸುತ್ತಿವೆ. ಮಾಹಿತಿ ನೀಡುತ್ತಿವೆ. ದೇಶದ ಅಭಿವೃದ್ಧಿಯಲ್ಲಿ ಮಹತ್ತರ ಪಾತ್ರ ನಿರ್ವಹಿಸುತ್ತಿವೆ. 1959ರಲ್ಲಿ ದೇಶಕ್ಕೆ ಕಾಲಿರಿಸಿದ ಆಧುನಿಕ ದೂರದರ್ಶನ ಮಾಧ್ಯಮ, ಮನರಂಜನೆ ಮತ್ತು ಮಾಹಿತಿ ನೀಡುವ ಅತಿದೊಡ್ಡ ಜನಪ್ರಿಯ ಮಾಧ್ಯಮವಾಗಿ ಹೊರಹೊಮ್ಮಿದೆ. ವಿಭಿನ್ನ ಕಾರ್ಯಕ್ರಮಗಳನ್ನು ಪ್ರಸಾರ ಮಾಡುವ ಮೂಲಕ ಈ ಪರಿಣಾಮಕಾರಿ ಶ್ರವ್ಯ-ದೃಶ್ಯ ಮಾಧ್ಯಮ ದೇಶದಲ್ಲಿಂದು ಅತಿಹೆಚ್ಚು ಜನರನ್ನು ಮುಟ್ಟುತ್ತಿದೆ.

ಜಗತ್ತಿನ ಅಧಿಕ ಕಥಾಚಿತ್ರಗಳನ್ನು ನಿರ್ಮಿಸುವ ನಮ್ಮ ದೇಶ, ಸಿನಿಮಾ ನಿರ್ಮಾಣದಲ್ಲಿ ಮುಂಚೂಣಿಯಲ್ಲಿದೆ. ಸುಮಾರು 9,500 ಪರದೆಗಳ ಮೂಲಕ, ಹಾಗೂ ಟಿವಿ, ಕಂಪ್ಯೂಟರ್, ಮೊಬೈಲ್ ಪರದೆಗಳ ಮೂಲಕ ಪ್ರೇಕ್ಷಕರಿಗೆ ಭರಪೂರ ಮನೋರಂಜನೆ ನೀಡುತ್ತಿವೆ. ಕೇಂದ್ರ ಸಿನಿಮಾ ಪ್ರಮಾಣಪತ್ರ ಮಂಡಳಿಯ (CBFC) 2021ರ ವರದಿಯ ಪ್ರಕಾರ 18,138 ವಿಡಿಯೋ ಹಾಗೂ ಸಿನಿಮಾಗಳು ಪ್ರದರ್ಶನಕ್ಕಾಗಿ ಪ್ರಮಾಣಪತ್ರ ಪಡೆದವು. ಇವುಗಳಲ್ಲಿ 1230 ವಿದೇಶಿ ಕಥಾ ಮತ್ತು ಕಿರುಚಿತ್ರಗಳು ಸೇರಿವೆ. ದೇಶದ 20ಕ್ಕೂ ಹೆಚ್ಚಿನ ಭಾಷೆಗಳಲ್ಲಿ ಕಥಾಚಿತ್ರಗಳು ನಿರ್ಮಾಣವಾಗುತ್ತಿವೆ. ಪ್ರಮುಖವಾಗಿ ಹಿಂದಿ, ತೆಲುಗು, ತಮಿಳು, ಕನ್ನಡ, ಮಲಯಾಳಂ, ಮರಾಠಿ ಮತ್ತು ಗುಜರಾತಿ ಭಾಷೆಗಳಲ್ಲಿ ಕಥಾಚಿತ್ರಗಳು ತಯಾರಾಗುತ್ತವೆ. ಓಟಿಟಿ ವಾಹಿನಿಗಳು ವಿಸ್ತಾರಗೊಳ್ಳುತ್ತಿದ್ದಂತೆ ಬಹುಭಾಷೆಗಳಲ್ಲಿ ಸಿನಿಮಾ ವೀಕ್ಷಣೆ ಸಾಧ್ಯವಾಗುತ್ತಿದೆ. ಡಬ್ಬಿಂಗ್ ಇಲ್ಲವೇ ಉಪಶೀರ್ಷಿಕೆ ಬಳಸಿ, ಪ್ರಾದೇಶಿಕತೆಯ ಸೊಗಡನ್ನು ಇಡೀ ವಿಶ್ವಕ್ಕೆ ಪರಿಚಯಿಸಲು ಇಂದು ಸಾಧ್ಯವಾಗುತ್ತಿದೆ.

ಎಲ್ಲ ಪರಂಪರಾಗತ ಮಾಧ್ಯಮಗಳನ್ನು ಒಗ್ಗೂಡಿಸಿ ಪಸರಿಸುತ್ತಿರುವ ಅತ್ಯಾಧುನಿಕ ತಾಂತ್ರಿಕ ಆವಿಷ್ಕಾರ ಅಂತರ್ಜಾಲ. ಈ ಜಾಲಕ್ಕೆ ಮಾರುಹೋಗದವರಿಲ್ಲ. ಅಕ್ಷರ, ದೃಶ್ಯ, ಶ್ರವ್ಯ ಮತ್ತು ವಿಶೇಷ ಚಮತ್ಕಾರಗಳ ಮೂಲಕ ಇದು ಜಗತ್ತಿನ 500 ಕೋಟಿ ಜನರನ್ನು ಆಕರ್ಷಿಸಿದೆ. ಅಂದರೆ ಜನಸಂಖ್ಯೆಯ ಶೇ. 63. 2021ರ ಮಾಹಿತಿಯ ಪ್ರಕಾರ ದೇಶದ 64.6 ಕೋಟಿ ಜನ ಅಂತರ್ಜಾಲವನ್ನು ಬಳಸುತ್ತಿದ್ದಾರೆ. ನಗರ ಪ್ರದೇಶದ 29.4 ಕೋಟಿ ಮತ್ತು ಗ್ರಾಮೀಣ ಭಾಗದ 36.2 ಕೋಟಿ ಇದರಲ್ಲಿ ಸೇರಿದ್ದಾರೆ. ಬಹುಪಾಲು ಬಳಕೆದಾರರು ಸ್ಮಾರ್ಟ್‌ಫೋನ್ ಮೂಲಕ ಲಭ್ಯವಿರುವ ಅಂತರ್ಜಾಲ ಸೇವೆಯ ಸದುಪಯೋಗ ಪಡೆಯುತ್ತಿದ್ದಾರೆ.

ಉಳಿದಂತೆ ಕಂಪ್ಯೂಟರ್ ಹಾಗೂ ಟ್ಯಾಬ್ ಮೂಲಕ ಈ ಸೇವೆಯನ್ನು ಬಳಸುತ್ತಿದ್ದಾರೆ. ಅಂತರ್ಜಾಲ ಸಂಪರ್ಕದ ಮೂಲಕ ಟಿವಿ, ಓಟಿಟಿ ಹಾಗೂ ಬಾನುಲಿ ಕೇಂದ್ರಗಳ ಸೇವೆಗಳನ್ನು ಉಪಯೋಗಿಸಲು ಈಗ ಸಾಧ್ಯವಾಗಿದೆ.

ಮಾಧ್ಯಮ ಕ್ಷೇತ್ರದಲ್ಲಿ ವಿದೇಶಿ ಬಂಡವಾಳ ಹೂಡಿಕೆಗೆ ದೇಶದ ನೂತನ ಆರ್ಥಿಕ ನೀತಿ ವೇಗವರ್ಧಕವಾಗಿ ಕೆಲಸ ಮಾಡಿದೆ. ಅತಿಹೆಚ್ಚು ಯುವಜನ ಸಂಖ್ಯೆ ಹೊಂದಿರುವ ಭಾರತ, ವಿಶ್ವದ ಬೃಹತ್ ಮಾರುಕಟ್ಟೆಗಳಲ್ಲಿ ಒಂದಾಗಿದೆ. ದೇಶದ ಮಾಧ್ಯಮ ಕ್ಷೇತ್ರ ಇಂದು ವಿಸ್ತೃತವಾಗಿ ಬೆಳವಣಿಗೆ ಕಂಡಿದೆ. ಈ ನಿಟ್ಟಿನಲ್ಲಿ ಮಾಧ್ಯಮ ಕ್ಷೇತ್ರದ ಬೆಳವಣಿಗೆಗಳ ವಿಶ್ಲೇಷಣೆ ಅಗತ್ಯವಾಗಿದೆ. ವಿಶೇಷವಾಗಿ ಪ್ರಾದೇಶಿಕ ಭಾಷೆಗಳಲ್ಲಿ ಸಮಕಾಲೀನ ಮಾಧ್ಯಮಗಳ ವಿಕಾಸ ಹಾಗೂ ವೃದ್ಧಿಯ ಆಶಯಗಳ ದಾಖಲೆ ಅಪೇಕ್ಷಣೀಯ.

ನನ್ನ ಪತ್ರಿಕೋದ್ಯಮ ಕಲಿಕೆ 1970ರಲ್ಲಿ ಆರಂಭ. ಮೈಸೂರಿನ ಮಹಾರಾಜಾ ಕಾಲೇಜಿನ ಬಿ.ಎ. ಪತ್ರಿಕೋದ್ಯಮ ತರಗತಿಗಳಲ್ಲಿ ಪತ್ರಿಕೆಗಳ ಇತಿಹಾಸ ಮತ್ತು ಪತ್ರಿಕೋದ್ಯಮದ ವಿವಿಧ ಆಯಾಮಗಳ ಉಪಕ್ರಮಿಕೆ ಇಂದಿಗೂ ಮುಂದುವರೆದಿದೆ. ಆ ಕಲಿಕೆಯ ಮೊದಲ ಗುರು ಡಾ. ನಾಡಿಗ ಕೃಷ್ಣಮೂರ್ತಿ ಅವರು. ಮುಂದಿನ ಐದು ವರ್ಷಗಳ ಅವಧಿಯಲ್ಲಿ ಅವರ ಮಾರ್ಗದರ್ಶನ ಮಹತ್ತರ ಪ್ರಭಾವ ಬೀರಿತು. ಮಾನಸಗಂಗೋತ್ರಿಯಲ್ಲಿ ಎಂ.ಎ. ಪದವಿಯ ಅಭ್ಯಾಸದ ಎರಡು ವರ್ಷಗಳ ಅವಧಿಯಲ್ಲಿ ನನ್ನ ಬವಣೆಗಳನ್ನು ಮನಗಂಡು ಕ್ಯಾಂಪಸ್ ಕ್ಯಾಂಟೀನ್‌ನಲ್ಲಿ ನನಗೆ ಉಚಿತ ಊಟಕ್ಕೆ ವ್ಯವಸ್ಥೆ ಮಾಡಿದ್ದ ಅವರ ಮಹದುಪಕಾರವನ್ನು ನಾನು ಸದಾ ಸ್ಮರಿಸುವೆ. ಮೊದಲ ದರ್ಜೆ ಮತ್ತು ಮೊದಲ ರ್‍ಯಾಂಕ್ ಪಡೆದು ನಾನು ಎಂ.ಎ. ಪಾಸು ಮಾಡಿದೆ. ಅವರ ಜನ್ಮಶತಮಾನೋತ್ಸವ ಅಂಗವಾಗಿ ಬರೆದ ಲೇಖನದಿಂದ ಈ ಹೊತ್ತಿಗೆಯ ಪಯಣ ಆರಂಭ.

ಈ ಸಂಗ್ರಹದಲ್ಲಿರುವ ಬಹುತೇಕ ಲೇಖನಗಳು ಪತ್ರಿಕೆಗಳನ್ನು ಕುರಿತವುಗಳಾಗಿವೆ. ಕಳೆದ ಮೂರು ವರ್ಷಗಳ ಅವಧಿಯಲ್ಲಿ ಬೇರೆ ಬೇರೆ ಪತ್ರಿಕೆಗಳಲ್ಲಿ ಪ್ರಕಟವಾಗಿರುವ ಲೇಖನಗಳು, ಬದಲಾಗುತ್ತಿರುವ ಪತ್ರಿಕೋದ್ಯಮದ ಆಯಾಮಗಳ ಮೇಲೆ ಬೆಳಕು ಬೀರುತ್ತವೆ. ಡಿಜಿಟಲ್ ತಂತ್ರಜ್ಞಾನದ ಅಗಾಧ ಪ್ರಭಾವಗಳಿಂದಾಗಿ ಪತ್ರಿಕೆಗಳು ಹೊಸ ಸವಾಲುಗಳನ್ನು ಎದುರಿಸುತ್ತಿವೆ. ಪತ್ರಿಕೆಗಳ ಪ್ರಸಾರ ಇಳಿಮುಖವಾಗುತ್ತಿದೆ. ಜಾಹಿರಾತು ಆದಾಯ ಕ್ಷೀಣಿಸುತ್ತಿದೆ. ಕೃತಕ ಬುದ್ಧಿಮತ್ತೆ ಪತ್ರಿಕಾಲೋಕ ಪ್ರವೇಶ ಮಾಡಿದೆ.

ಈ ಎಲ್ಲ ಮಾರ್ಪಾಡುಗಳ ನಡುವೆಯೂ ನಮ್ಮ ದೇಶದ ಪತ್ರಿಕೆಗಳು ಎದೆಗುಂದದೆ ಮುನ್ನುಗ್ಗಿವೆ. ಆದರೆ ದಿನದ 24 ಘಂಟೆಯೂ ಮಾಹಿತಿ ನೀಡುವ ಮೊಬೈಲ್ ಮತ್ತು ಟಿವಿ ವಾಹಿನಿಗಳು ಓದುಗರ ಮೇಲೆ ಎಷ್ಟರಮಟ್ಟಿಗೆ ಪತ್ರಿಕೆಗಳ

ಮೇಲಿನ ಅವಲಂಬನೆಯನ್ನು ದೂರ ಮಾಡಬಲ್ಲವು ಎಂಬುದು ಕೌತುಕದ ಸಂಗತಿ. ಪ್ರಸಕ್ತ ಪತ್ರಿಕಾ ಓದುಗರ ಆಸಕ್ತಿಗಳನ್ನು ಗಮನದಲ್ಲಿರಿಸಿ ಯುವಪೀಳಿಗೆಯನ್ನು ಪತ್ರಿಕೆಗಳತ್ತ ಸೆಳೆಯುವುದು, ಪತ್ರಿಕಾ ಪ್ರಕಾಶಕರಿಗೆ ಬಹುದೊಡ್ಡ ಸವಾಲು. ಆನ್‌ಲೈನ್ ಪತ್ರಿಕಾ ಓದುಗರಿಂದ ಆದಾಯ ನಿರೀಕ್ಷೆ ಮತ್ತು ಜಾಹಿರಾತು ಗಳಿಕೆ ಕೂಡ ಮಹತ್ವದ ಅಂಶಗಳಾಗಿವೆ.

ಮುಂದುವರಿದ ದೇಶಗಳಲ್ಲಿ ಪತ್ರಿಕೆಗಳ ಸ್ಥಿತಿ ಗಂಭೀರವಾಗಿದೆ. ಅನೇಕ ಬೃಹತ್ ನಗರಗಳಲ್ಲಿ ಕೇವಲ ಒಂದು ಇಲ್ಲವೇ ಎರಡು ಪತ್ರಿಕೆಗಳು ಮಾತ್ರ ಹೊರಬರುತ್ತಿವೆ. ಕೆಲವು ಪತ್ರಿಕೆಗಳು ವಾರದಲ್ಲಿ ಎರಡು ಇಲ್ಲವೇ ಮೂರು ಸಲ ಮಾತ್ರ ಪ್ರಕಟವಾಗುತ್ತಿವೆ. ಉಳಿದಂತೆ ವೆಬ್ ಜಾಲತಾಣದಲ್ಲಿ ಸುದ್ದಿಯನ್ನು ಓದಿಕೊಳ್ಳಿ ಎಂದು ಓದುಗರಲ್ಲಿ ಮನವಿ ಮಾಡುತ್ತಿವೆ. ನೂರಾರು ವರ್ಷಗಳ ಇತಿಹಾಸ ಹೊಂದಿರುವ ಸಮುದಾಯ ಪತ್ರಿಕೆಗಳು ಕಣ್ಮರೆಯಾಗುತ್ತಿವೆ. ಸ್ಥಳೀಯ ಮಟ್ಟದಲ್ಲಿ 'ಸುದ್ದಿ ಮರುಭೂಮಿ' ಸೃಷ್ಟಿಯಾಗುತ್ತಿದೆ. ಹಲವಾರು ಸ್ವಯಂ ಸೇವಾಸಂಸ್ಥೆಗಳು ಮತ್ತು ದಾನಿಗಳು ಸಮುದಾಯ ಪತ್ರಿಕೆಗಳ ನೆರವಿಗೆ ಧಾವಿಸಿದ್ದಾರೆ. ಈ ಪ್ರಯತ್ನಗಳು ಪತ್ರಿಕೆಗಳ ಮಹತ್ವವನ್ನು ಮತ್ತೆಮತ್ತೆ ಸಾಬೀತುಪಡಿಸುತ್ತಿವೆ. ಈ ವಿಷಯಕ್ಕೆ ಸಂಬಂಧಿಸಿದ ಹಲವು ಲೇಖನಗಳು ಈ ಕೃತಿಯಲ್ಲಿವೆ. ಭವಿಷ್ಯದಲ್ಲಿ ಪತ್ರಿಕೋದ್ಯಮದ ಸ್ಥಿತಿ ಹೇಗಿರುತ್ತದೆ ಎಂಬುದರ ಮುನ್ನೋಟ ನೀಡುತ್ತವೆ. ಡಿಜಿಟಲ್ ತಂತ್ರಜ್ಞಾನದ ವ್ಯಾಪಕತೆಯಿಂದ ಬದಲಾಗುತ್ತಿರುವ ನೂತನ ಪ್ರಸಾರ ವ್ಯವಸ್ಥೆಗಳಾದ; ಓಟಿಟಿ, ಪಾಡ್‌ಕಾಸ್ಟಿಂಗ್, ಆನ್‌ಲೈನ್ ಟಿವಿ ಮತ್ತು ಬಾನುಲಿ ಪ್ರಸಾರ ಕುರಿತ ಲೇಖನಗಳು ಈ ಹೊತ್ತಿಗೆಯಲ್ಲಿವೆ. ಸ್ಮಾರ್ಟ್‌ಫೋನ್ ನೆರವಿನಿಂದ ಈ ಎಲ್ಲ ಪ್ರಸಾರದ ಲಾಭಗಳನ್ನು ಜನತೆ ಪಡೆಯಬಹುದಾಗಿದೆ. ಅಂತರ್ಜಾಲ, ಮುಕ್ತ ಜ್ಞಾನ ಮತ್ತು ಮನರಂಜನೆಗೆ ಹೆಬ್ಬಾಗಿಲನ್ನೇ ತೆರೆದಿದೆ. ಈ ಸಂಚಲನಗಳು ಮಾಧ್ಯಮಗಳ ಸ್ವರೂಪಗಳನ್ನೇ ಬದಲಿಸುತ್ತಿವೆ. ಮುಕ್ತ ಅಭಿವ್ಯಕ್ತಿ ಇಂದು ಮುಗಿಲು ಮುಟ್ಟಿದೆ. ಫೇಸ್ಬುಕ್, ಯುಟ್ಯೂಬ್, ಟ್ವಿಟರ್ ಮುಂತಾದ ಜಾಲತಾಣಗಳ ಮೂಲಕ ತಮ್ಮ ನಿಲುವುಗಳನ್ನು ಬಹಿರಂಗಪಡಿಸುವ ಪ್ರವೃತ್ತಿ ಗಟ್ಟಿಗೊಳ್ಳುತ್ತಿದೆ.

ಯಾವುದೇ ಮಾಧ್ಯಮದ ಸ್ವರೂಪ, ಉದ್ದೇಶಗಳು ಮತ್ತು ಕಾರ್ಯನಿರ್ವಹಣೆ ಸದಾ ಬದಲಾಗುತ್ತಿರುತ್ತವೆ. ಯಾವುದೂ ಸ್ಥಿರವಲ್ಲ. ಈ ಹೊತ್ತಿಗೆಯಲ್ಲಿರುವ ಲೇಖನಗಳು ಈ ಬದಲಾವಣೆಗಳಿಗೆ ಹಿಡಿದ ಕನ್ನಡಿ ಎಂದು ನಾನು ಭಾವಿಸುತ್ತೇನೆ.

ಇಲ್ಲಿನ ಬಹುಪಾಲು ಲೇಖನಗಳು 'ಸಮಾಜಮುಖಿ' ಮಾಸಿಕ, 'ಭೂಮಾತು' ಪಾಕ್ಷಿಕ ಹಾಗೂ 'ಪ್ರಜಾವಾಣಿ' ಮತ್ತು 'ವಿಶ್ವವಾಣಿ' ದೈನಿಕಗಳಲ್ಲಿ ಪ್ರಕಟವಾದವುಗಳು. ಈ ಪತ್ರಿಕೆಗಳ ಸಂಪಾದಕರಾದ ಚಂದ್ರಕಾಂತ್ ವಡ್ಡು, ಸಾಯಿರಾಂ ಪ್ರಸಾದ್, ರವೀಂದ್ರ ಭಟ್ ಮತ್ತು ವಿಶ್ವೇಶ್ವರ ಭಟ್ ಅವರುಗಳಿಗೆ ನಾನು ಕೃತಜ್ಞ, ಪತ್ರಿಕೋದ್ಯಮ ಕಲಿಕೆಯ ಐದು ವರ್ಷಗಳ ಅವಧಿಯಲ್ಲಿ

ಮಾರ್ಗದರ್ಶನ ಮಾಡಿದ ಗುರುವೃಂದವನ್ನು ನೆನೆಸಿಕೊಳ್ಳುವುದು ನನ್ನ ಧರ್ಮ. ಡಾ. ನಾಡಿಗ ಕೃಷ್ಣಮೂರ್ತಿ, ಶ್ರೀ. ಸಯ್ಯದ್ ಇಕ್ಬಾಲ್ ಖಾದ್ರಿ, ಶ್ರೀ. ಶ್ರೀಕರ್ ಎಲ್. ಭಂಡಾರ್ಕರ್, ಡಾ.ಎಚ್.ಎಸ್. ಈಶ್ವರ, ಡಾ.ಕೆ.ವಿ. ನಾಗರಾಜ್ ಮತ್ತು ಪ್ರೊ. ಅನಂತಕೃಷ್ಣ ಅವರೆಲ್ಲರ ವಿದ್ವತ್‌ಪೂರ್ಣ ಉಪನ್ಯಾಸಗಳು ಮತ್ತು ಪ್ರಾಯೋಗಿಕ ತರಬೇತಿ ನನ್ನ ಮೇಲೆ ಅಚ್ಚಳಿಯದ ಪ್ರಭಾವ ಬೀರಿವೆ. ಅವರೆಲ್ಲರಿಗೂ ನಾನು ಕೃತಜ್ಞ.

ನನ್ನ ತಂದೆ ತಾಯಂದಿರಾದ ಎ.ಎನ್. ಸುಬ್ಬಣ್ಣ ಮತ್ತು ನಾಗಮ್ಮ ಅವರುಗಳನ್ನು ಈ ಸಂದರ್ಭದಲ್ಲಿ ನೆನೆಸುತ್ತೇನೆ. ಕ್ರಿಯಾಶೀಲ ಚಟುವಟಿಕೆಗಳಿಗೆ ಸದಾ ಪ್ರೋತ್ಸಾಹಿಸುವ ಪತ್ನಿ ಶ್ರೀಮತಿ ಕೆ.ವಿ. ಲತಾ, ಮಕ್ಕಳಾದ ಬಿ. ಶಿಲ್ಪಾ, ಬಿ. ಸಂತೋಷ್, ಸೊಸೆ ವಿನಯಾ ಮತ್ತು ಅಳಿಯಂದರಾದ ವಿ. ತೇಜೋಕುಮಾರ್, ಮೊಮ್ಮಗ ಅಧೀಕ್ಷಿತ್ ಅವರೆಲ್ಲರ ಉತ್ತೇಜನ ಈ ಬರವಣಿಗೆಗೆ ಸ್ಫೂರ್ತಿ.

ಈ ಲೇಖನ ಸಂಗ್ರಹಗಳನ್ನು ಪ್ರಕಟಿಸುವಲ್ಲಿ ನೆಚ್ಚಿನ ವಿದ್ಯಾರ್ಥಿ ಹಾಗೂ ಸ್ನೇಹಿತ ಡಾ. ಓಂಕಾರ ಕಾಕಡೆ ಪ್ರಮುಖ ಪಾತ್ರವಹಿಸಿದ್ದಾರೆ. ಹಲವಾರು ಸಲ ಲೇಖನಗಳನ್ನು ಓದಿ, ಅಲ್ಲಿನ ಓರೆಕೋರೆಗಳನ್ನು ತಿದ್ದಿದ್ದಾರೆ. ಪ್ರಸ್ತುತ ಅವರು ಕರ್ನಾಟಕ ರಾಜ್ಯ ಅಕ್ಕಮಹಾದೇವಿ ಮಹಿಳಾ ವಿಶ್ವವಿದ್ಯಾಲಯದ ಪತ್ರಿಕೋದ್ಯಮ ಮತ್ತು ಸಂವಹನ ವಿಭಾಗದ ಮುಖ್ಯಸ್ಥರಾಗಿ, ಸಕ್ರಿಯ ಶಿಕ್ಷಕರಾಗಿ, ಸಂಶೋಧಕರಾಗಿ ಇತರರಿಗೆ ಮಾದರಿಯಾಗಿದ್ದಾರೆ.

ಹಿರಿಯ ಸಂವಹನ ಶಿಕ್ಷಕರು, ಗುರುಗಳು ಮತ್ತು ಹಿತೈಷಿಗಳಾದ ಡಾ.ಎಚ್. ಎಸ್. ಈಶ್ವರ ಅವರು ಈ ಲೇಖನಗಳ ಸಂಗ್ರಹಕ್ಕೆ ಮುನ್ನುಡಿ ಬರೆದು, ಈ ಕೃತಿಗೆ ಮೆರುಗನ್ನು ನೀಡಿದ್ದಾರೆ. ಅವರ ಬರವಣಿಗೆ ಸದಾ ಸಮಚಿತ್ತದಿಂದ ಕೂಡಿರುತ್ತದೆ. ಅವರಿಗೆ ನಾನು ಆಭಾರಿ.

। ಡಾ. ಎ.ಎಸ್. ಬಾಲಸುಬ್ರಹ್ಮಣ್ಯ

ಕಾವಲು ನಾಯಿಯನ್ನು ಕಾಯುವವರು ಯಾರು?

ಸುಮಾರು ಅರ್ಧ ಶತಮಾನದಷ್ಟು ಕಾಲ ನನ್ನೊಂದಿಗೆ ಒಡನಾಟ ಹೊಂದಿರುವ ಪ್ರೊ.ಎ.ಎಸ್.ಬಾಲಸುಬ್ರಹ್ಮಣ್ಯ ಅವರು ತಮ್ಮ ಲೇಖನಗಳ ಸಂಕಲನ 'ಪತ್ರಿಕೋದ್ಯಮದ ಪಲ್ಲಟಗಳು' ಪುಸ್ತಕಕ್ಕೆ ನಾನು ಮುನ್ನುಡಿ ಬರೆಯಬೇಕೆಂದು ಕೇಳಿದ್ದಾರೆ. ಅವರು ನನಗೆ ಆತ್ಮೀಯರು; ಆಪ್ತರಲ್ಲಿ ಪರಮಾಪ್ತರು. ನನ್ನಿಂದ ಅವರ ಪುಸ್ತಕಕ್ಕೆ ಮುನ್ನುಡಿ ಬರೆಸುವ ಆಯ್ಕೆಯ ಹಿಂದೆ ಈ ವಿಶ್ವಾಸವೇ ಮುಖ್ಯ ಮಾನದಂಡವಾಗಿದೆ ಎನ್ನುವುದು ನನ್ನ ಅನಿಸಿಕೆ.

ಪತ್ರಿಕೋದ್ಯಮ ಹಾಗೂ ಮಾಧ್ಯಮ ಕ್ಷೇತ್ರಗಳಲ್ಲಿ ಪ್ರೊ.ಬಾಲಸುಬ್ರಹ್ಮಣ್ಯ ಹೆಸರು ಚಿರಪರಿಚಿತವಾದದ್ದು. ಸುಮಾರು ಐವತ್ತು ವರ್ಷಗಳ ಕಾಲ ಒಬ್ಬ ಶ್ರೇಷ್ಠ ಸಂವಹನ ಪ್ರಾಧ್ಯಾಪಕರಾಗಿ, ಸಂಶೋಧಕರಾಗಿ, ಮಾಧ್ಯಮ ವಿಮರ್ಶಕರಾಗಿ ಕೆಲಸ ಮಾಡಿದ್ದಾರೆ. ಕರ್ನಾಟಕ ವಿಶ್ವವಿದ್ಯಾಲಯ ಪತ್ರಿಕೋದ್ಯಮ ಮತ್ತು ಸಂವಹನ ವಿಭಾಗವನ್ನು ಕಟ್ಟಿ ಬೆಳೆಸಿದ ಕೀರ್ತಿ ಅವರ ಪಾಲಿಗಿದೆ. ಪತ್ರಿಕೋದ್ಯಮ ಇತಿಹಾಸವನ್ನು ಆಳವಾಗಿ ಅಭ್ಯಾಸ ಮಾಡಿರುವ ಅವರು, ಮಾಧ್ಯಮ ಜಗತ್ತಿನ ಸಮಕಾಲೀನ ಆಗುಹೋಗುಗಳನ್ನು, ತಲ್ಲಣಗಳನ್ನು, ಸವಾಲುಗಳನ್ನು ಕುರಿತಂತೆ ಅಧಿಕಾರಯುತವಾಗಿ ವಿಮರ್ಶಿಸುವ ಪರಿಣತಿ ಹೊಂದಿದ್ದಾರೆ. ಆದ್ದರಿಂದ ಅವರ ಪ್ರಸ್ತುತ ಸಂಕಲನವು, ಮಾಧ್ಯಮ

ಆಸಕ್ತರು ಗಂಭೀರವಾಗಿ ಪರಿಗಣಿಸಬೇಕಾದ ಪುಸ್ತಕ ಎನ್ನುವುದು ನನ್ನ ಅಭಿಪ್ರಾಯ. ಪ್ರೊ.ಬಾಲಸುಬ್ರಹ್ಮಣ್ಯ ಅವರೊಡನೆ ನನ್ನ ಸ್ನೇಹ ಮತ್ತು ಅವರ ಬರವಣಿಗೆಗಳ ಪ್ರಾಮುಖ್ಯತೆಯ ಕಾರಣಗಳು ನನ್ನನ್ನು ಈ ಮುನ್ನುಡಿ ರೂಪದ ಮಾತುಗಳನ್ನು ಬರೆಯಲು ಪ್ರೇರಣೆಯಾಗಿವೆ.

ಪ್ರೊ.ಬಾಲಸುಬ್ರಹ್ಮಣ್ಯ ತಮ್ಮ ಲೇಖನಗಳ ಸಂಗ್ರಹಕ್ಕೆ 'ಪತ್ರಿಕೋದ್ಯಮದ ಪಲ್ಲಟಗಳು' ಎಂದು ಶೀರ್ಷಿಕೆ ಕೊಟ್ಟಿದ್ದಾರೆ. ಈ ಹೆಸರೇ ಸೂಚಿಸುವಂತೆ ಲೇಖನಗಳ ವಸ್ತು ಅಥವಾ ವಿಚಾರಗಳು ಭಾರತೀಯ ಮಾಧ್ಯಮ ಕ್ಷೇತ್ರದಲ್ಲಿ ಸಂಭವಿಸಿದ ಪ್ರಮುಖ ಘಟ್ಟಗಳಿಗೆ, ಪ್ರವೃತ್ತಿಗಳಿಗೆ ಸಂಬಂಧಿಸಿವೆ. ತನ್ನ ಸುಮಾರು ಎರಡೂವರೆ ಶತಮಾನದ ದೀರ್ಘ ಇತಿಹಾಸದಲ್ಲಿ ಭಾರತದ ಮಾಧ್ಯಮಗಳು ತಮ್ಮ ಕಾರ್ಯನಿರ್ವಹಣೆ ಮತ್ತು ಧ್ಯೇಯೋದ್ದೇಶಗಳಲ್ಲಿ ಹಲವು ತಿರುವುಗಳನ್ನು ಪಡೆದುಕೊಂಡಿವೆ. ಜಾಗತೀಕರಣ ಮತ್ತು ಯಾಂತ್ರೀಕರಣದ ಪ್ರಭಾವಗಳಿಂದಾಗಿ, ಒಂದು ಕಾಲಕ್ಕೆ ಅರಿವು ಮೂಡಿಸುವ ಹಾಗೂ ಸಮಾಜದ ಹಿತಕಾಯುವ ಉದ್ದೇಶ ಹೊಂದಿದ್ದ ಪತ್ರಿಕೋದ್ಯಮ ವೃತ್ತಿ, ಇಂದು ಅಗಾಧವಾದ ಪ್ರಮಾಣದಲ್ಲಿ ಬೆಳೆದು ಲಾಭ ಗಳಿಸುವ ಮಾಧ್ಯಮ ಉದ್ದಿಮೆಯಾಗಿ ರೂಪಗೊಂಡಿದೆ. ಸದುದ್ದೇಶಗಳಿಂದ ಆರಂಭವಾದ ಒಂದು ವೃತ್ತಿ, ಉದ್ದಿಮೆಯಾಗಿ ಪರಿವರ್ತನೆ ಹೊಂದುವಲ್ಲಿ ಅನೇಕ ಅಂಶಗಳು ಪ್ರಭಾವ ಬೀರಿವೆ. ಈ ಪ್ರಭಾವಗಳನ್ನು ಗುರುತಿಸಿ, ವಿಶ್ಲೇಷಿಸಿ, ವಿಮರ್ಶಿಸುವ ಕೆಲಸವನ್ನು ಪ್ರೊ.ಬಾಲಸುಬ್ರಹ್ಮಣ್ಯ ಇಲ್ಲಿನ ಲೇಖನಗಳಲ್ಲಿ ಮಾಡಿದ್ದಾರೆ.

ಈ ಸಂಕಲನದಲ್ಲಿ ಸೇರಿಕೆಯಾಗಿರುವ 30 ಲೇಖನಗಳು ಬೇರೆ ಬೇರೆ ಸಂದರ್ಭಗಳಲ್ಲಿ ಪ್ರತ್ಯೇಕವಾದ ಪತ್ರಿಕೆ ಅಥವಾ ನಿಯತಕಾಲಿಕೆಗಳಲ್ಲಿ ಪ್ರಕಟವಾದ ಬಿಡಿಲೇಖನಗಳು. ಸಹಜವಾಗಿಯೇ ಅವುಗಳ ವಸ್ತು, ವಿಚಾರಗಳು ವೈವಿಧ್ಯವಾದವು. ಹಾಗಾದರೂ ಅವುಗಳ ನಡುವೆ ಒಂದು ಬಗೆಯ ಸಾಮರಸ್ಯ ಕಂಡುಕೊಳ್ಳುವುದು ಸಾಧ್ಯ. ಇಲ್ಲಿ ಸ್ಥೂಲವಾಗಿ ನಾಲ್ಕು ಬಗೆಯ ವಿಚಾರಗಳಿಗೆ ಸಂಬಂಧಿಸಿದ ಬರೆಹಗಳನ್ನು ಗುರುತಿಸಬಹುದು. ಭಾರತೀಯ ಮಾಧ್ಯಮ ಕ್ಷೇತ್ರದಲ್ಲಿ ಮೈಲಿಗಲ್ಲುಗಳನ್ನು ಸ್ಥಾಪಿಸಿದ ಮಹನೀಯರ ಬದುಕು ಮತ್ತು ಸಾಧನೆಗಳನ್ನು ನಿರೂಪಿಸುವ ಲೇಖನಗಳು ಒಂದು ಗುಂಪಾದರೆ, ಆಯ್ದ ಪ್ರಭಾವಿ ಪತ್ರಿಕೆಗಳು ಮತ್ತು ನಿಯತಕಾಲಿಕೆಗಳ ಶ್ರೇಷ್ಠತೆಯನ್ನು ಪರಿಚಯಿಸುವವು ಇನ್ನೊಂದು ಗುಂಪು. ಭಾರತೀಯ ಪತ್ರಿಕೋದ್ಯಮ ಮತ್ತು ಮಾಧ್ಯಮ ವ್ಯವಸ್ಥೆಯಲ್ಲಿನ ಕಾರ್ಯನಿರ್ವಹಣೆ, ಹಣಕಾಸು ಮೂಲಗಳು, ಪ್ರಸಾರ ವಿವರ, ವೃತ್ತಿಕೌಶಲ ಹಾಗೂ ವೃತ್ತಿಧರ್ಮ ಮುಂತಾದ ವಿಚಾರಗಳನ್ನು ವಿಶ್ಲೇಷಿಸುವ ಬಗೆಯ ಮೂರನೆಯ ಗುಂಪು, ಮತ್ತು ಕೊನೆಯದಾಗಿ, ಮಾಧ್ಯಮ ನಿರ್ವಹಣೆಯಲ್ಲಿ ತಂತ್ರಜ್ಞಾನದ ಅಳವಡಿಕೆಯ ವ್ಯಾಪ್ತಿ ಮತ್ತು ಪರಿಣಾಮಗಳನ್ನು ಕುರಿತು ಚರ್ಚಿಸುವ ಬರೆಹಗಳು. ಒಟ್ಟಾರೆಯಾಗಿ

ಪರಿಗಣಿಸಿದಾಗ ಈ ಸಂಕಲನ ಐತಿಹಾಸಿಕ ಹಿನ್ನೆಲೆಯಲ್ಲಿ ಸಮಕಾಲೀನ ಮಾಧ್ಯಮ ವ್ಯವಸ್ಥೆಯ ಆಗುಹೋಗುಗಳ ಒಂದು ಪಕ್ಷಿನೋಟವನ್ನು ಒದಗಿಸಿಕೊಡುತ್ತದೆ.

ಪ್ರೊ.ಬಾಲಸುಬ್ರಹ್ಮಣ್ಯ ಅವರ ಬರವಣಿಗೆಯ ಭಾಷೆ ಸರಳವಾದದ್ದು, ವಿಚಾರ ಮಂಡನೆ ಕ್ರಮಬದ್ಧವಾದದ್ದು. ಪೂರಕ ಹಿನ್ನೆಲೆ ಕೊಟ್ಟು, ಇತ್ತೀಚಿನ ಮಾಹಿತಿಗಳನ್ನು ಕ್ರೋಢೀಕರಿಸಿ, ವಿಶ್ಲೇಷಿಸಿ, ವ್ಯಾಖ್ಯಾನಿಸುವ ಅವರ ಲೇಖನಗಳು ವೈಜ್ಞಾನಿಕ ವರದಿಗಳ ಸ್ವರೂಪವನ್ನು ಪಡೆದುಕೊಳ್ಳುತ್ತವೆ. ಇದಕ್ಕೆ ನಿದರ್ಶನವಾಗಿ ಇಲ್ಲಿನ ಕೆಲವು ಲೇಖನಗಳನ್ನು ಪ್ರಸ್ತಾಪಿಸಬಹುದು.

ಈ ದೇಶದಲ್ಲಿ ಮಾಧ್ಯಮ ಶಿಕ್ಷಣಕ್ಕೆ ಬುನಾದಿ ಹಾಕಿದ ಮಹನೀಯರಲ್ಲಿ ಪ್ರೊ.ನಾಡಿಗ ಕೃಷ್ಣಮೂರ್ತಿಯವರದ್ದು ಮೊದಲ ಸ್ಥಾನ. ಪತ್ರಿಕೋದ್ಯಮ ವಿಶ್ವವಿದ್ಯಾಲಯ ಮಟ್ಟದಲ್ಲಿ ಬೋಧನೆಗೆ ಪರಿಗಣಿಸಬಹುದಾದ ವಿಷಯವೇ ಅಲ್ಲ ಎನ್ನುವ ಮನೋಭಾವ ಬಲವಾಗಿ ಬೇರೂರಿದ್ದ ಕಾಲದಲ್ಲಿ, ಅದಕ್ಕೆ ವಿರುದ್ಧವಾಗಿ ಸೆಣಸಿ, ಅದಕ್ಕೊಂದು ಆದರಣೀಯ ಸ್ಥಾನ ತಂದುಕೊಟ್ಟಿದ್ದು ನಾಡಿಗರ ಮಹತ್ತರ ಕೊಡುಗೆ. ನಾಡಿಗರ ಬದುಕು ಮತ್ತು ಸಾಧನೆಗಳನ್ನು ಆತ್ಮೀಯವಾಗಿ ಚಿತ್ರಿಸಿರುವ ಪ್ರೊ.ಬಾಲಸುಬ್ರಹ್ಮಣ್ಯ ವಿವರಗಳಲ್ಲಿ ವಸ್ತುನಿಷ್ಠತೆಯನ್ನು ಕಡೆಗಣಿಸುವುದಿಲ್ಲ. ನಾಡಿಗರು ಮೈಸೂರು ವಿಶ್ವವಿದ್ಯಾಲಯದಲ್ಲಿ ಪತ್ರಿಕೋದ್ಯಮ ವಿಷಯದಲ್ಲಿ ಸ್ನಾತಕೋತ್ತರ ಪದವಿ ಆರಂಭಿಸಿದ ಮತ್ತು ಕರ್ನಾಟಕ ಪತ್ರಿಕಾ ಅಕಾಡೆಮಿ ಸ್ಥಾಪಿಸಿದ ಸಂದರ್ಭಗಳಲ್ಲಿ ಅವರ ಜೊತೆಯಲ್ಲಿ ನಿಕಟವಾಗಿ ಕೆಲಸ ಮಾಡಿದ ನನಗೆ ನಾಡಿಗರನ್ನು ಕುರಿತ ಲೇಖನ ಒಂದು ಪರಿಪೂರ್ಣ ದಾಖಲೆಯಾಗಿ ತೋರುತ್ತದೆ. ಅದೇ ರೀತಿಯಲ್ಲಿ ಪ್ರೊ.ಬಾಲಸುಬ್ರಹ್ಮಣ್ಯ ಭಾರತದಲ್ಲಿ ಮೊಟ್ಟಮೊದಲ ಪತ್ರಿಕೆ ಸಂಪಾದಿಸಿ ಪ್ರಕಟಿಸಿದ ಜೇಮ್ಸ್ ಅಗಸ್ಟಸ್ ಹಿಕ್ಕಿ ಹಾಗೂ ಕನ್ನಡದ ಮೊದಲ ಪತ್ರಿಕೆಯ ಸ್ಥಾಪಕ ಹರ್ಮನ್ ಮೊಗ್ಲಿಂಗ್ ಅವರ ಜೀವನ, ಧ್ಯೇಯೋದ್ದೇಶ ಮತ್ತು ಪತ್ರಿಕೋದ್ಯಮಕ್ಕೆ ಅವರ ಕೊಡುಗೆಗಳನ್ನು ವಿವರವಾಗಿ ಪ್ರಸ್ತಾಪಿಸಿದ್ದಾರೆ. ಈ ವ್ಯಕ್ತಿ ಚಿತ್ರಣಗಳು ಕೇವಲ ಅವರ ಜೀವನವೃತ್ತಾಂತಗಳಾಗಿರದೆ ಈ ದೇಶದ ಮಾಧ್ಯಮ ಇತಿಹಾಸದ ದಾಖಲೆಗಳೂ ಆಗಿವೆ. "ಎಲ್ಲಾ ಪಕ್ಷಗಳಿಗೆ ಮುಕ್ತವಾಗಿದ್ದು ಯಾರ ಪ್ರಭಾವಕ್ಕೂ ಒಳಗಾಗದಿರುವ", ಹಿಕ್ಕಿಯ ಸ್ವತಂತ್ರ ಧೋರಣೆ ಮತ್ತು ಅಂದಿನ ಅಧಿಕಾರಶಾಹಿಯೊಂದಿಗೆ ಹಿಕ್ಕಿಯ ರಾಜಿಯಿಲ್ಲದ ಸಂಘರ್ಷ, ಪ್ರಸ್ತುತ ಮಾಧ್ಯಮಗಳ ಮೌಲ್ಯಮಾಪನಕ್ಕೆ ಒಂದು ಮಾನದಂಡವಾಗಿ ಪರಿಗಣಿಸಬಹುದು.

ಅಂತಾರಾಷ್ಟ್ರೀಯ ಮಟ್ಟದಲ್ಲಿ ಪ್ರಕಟವಾಗುವ ಹಲವು ಪ್ರತಿಷ್ಠಿತ ಪತ್ರಿಕೆಗಳು ಮತ್ತು ನಮ್ಮ ದೇಶದಲ್ಲಿ ಕಳೆದೆರಡು ಶತಮಾನಗಳಿಂದ ನಿರಂತರವಾಗಿ ಪ್ರಕಟವಾಗುತ್ತಿರುವ 'ಮುಂಬಯಿ ಸಮಾಚಾರ' ಪತ್ರಿಕೆಗಳನ್ನು ಕುರಿತ ಮೂರು ಲೇಖನಗಳು ಈ ಸಂಕಲನದಲ್ಲಿ ಸೇರಿವೆ. ಎರಡು ಶತಮಾನಗಳ ಯಶಸ್ವಿ ಪೂರೈಕೆ ಕಂಡ 'ದಿ ಗಾರ್ಡಿಯನ್' ಮತ್ತು 'ಮುಂಬಯಿ ಸಮಾಚಾರ' ಹಾಗೂ ಒಂದು

ಶತಮಾನ ಪೂರೈಸಿದ 'ರೀಡರ್ಸ್ ಡೈಜೆಸ್ಟ್' ನಿಯತಕಾಲಿಕೆಯನ್ನು ಕುರಿತಾಗಿವೆ. ಆ ಪತ್ರಿಕೆಗಳ ಹುಟ್ಟು, ಬೆಳವಣಿಗೆ, ಧ್ಯೇಯೋದ್ದೇಶಗಳನ್ನು ವಿವರವಾಗಿ ನಿರೂಪಿಸುವ ಲೇಖಕರ ಉದ್ದೇಶ, ಆ ಪತ್ರಿಕೆಗಳು ಪ್ರತಿನಿಧಿಸುವ ಮಾಧ್ಯಮ ಮೌಲ್ಯಗಳನ್ನು ತಿಳಿಸುವುದೇ ಆಗಿದೆ. ಒಂದು ರೀತಿಯಲ್ಲಿ ಈ ಪತ್ರಿಕೆಗಳು ಆದರ್ಶಪ್ರಾಯವಾದವು; ಪತ್ರಿಕೋದ್ಯಮ ವೃತ್ತಿಗೆ 'ಬೆಂಚ್‌ಮಾರ್ಕ್' ಆಗಿ ಪರಿಗಣಿಸಬಹುದಾದ ಮಾದರಿ ಪ್ರಕಟಣೆಗಳು. 'ಮುಂಬಯಿ ಸಮಾಚಾರ' ಪ್ರತಿಪಾದಿಸುವ ಸಾಂಸ್ಕೃತಿಕ ಸಾಮರಸ್ಯ ಅಥವಾ ಗಾರ್ಡಿಯನ್ ಪತ್ರಿಕೆಯ ಸಂಪಾದಕ ಸಿ.ಪಿ. ಸ್ಕಾಟ್ ನಂಬಿದ್ದ, 'ಕಾಮೆಂಟ್ಸ್ ಆರ್ ಫ್ರೀ, ಬಟ್ ಫ್ಯಾಕ್ಟ್ಸ್ ಆರ್ ಸೇಕ್ರೆಡ್' ಎನ್ನುವ ತತ್ವವನ್ನು ಪಾಲಿಸುವ ಎಷ್ಟು ಮಂದಿ ಮಾಧ್ಯಮ ವ್ಯಕ್ತಿಗಳು ನಮಗೆ ಇವತ್ತಿನ ಸಂದರ್ಭದಲ್ಲಿ ಕಾಣಸಿಗುತ್ತಾರೆ! ಈ ಲೇಖನಗಳನ್ನು ವಿದ್ಯಾರ್ಥಿಗಳು ಮತ್ತು ಮಾಧ್ಯಮದವರು ಅವಶ್ಯಕವಾಗಿ ಓದಿ, ಅವುಗಳಲ್ಲಿ ಅಡಕವಾಗಿರುವ ನೀತಿಪಾಠಗಳನ್ನು ಗ್ರಹಿಸುವುದು ಅಗತ್ಯ.

ಈ ಸಂಕಲನದ ಬಹಳಷ್ಟು ಲೇಖನಗಳು ಮಾಧ್ಯಮ ವ್ಯವಸ್ಥೆಗೆ ಸಂಬಂಧಿಸಿದವೇ ಆಗಿವೆ. ಮಾಧ್ಯಮ ಜಗತ್ತು ತನ್ನ ಪರಾಕಾಷ್ಠೆಯನ್ನು ತಲುಪಿರುವ ಈ ಹೊತ್ತಿನಲ್ಲಿ, ಬಂಡವಾಳಶಾಹಿ ಹಿಡಿತದಲ್ಲಿ ಸಿಕ್ಕಿರುವ ಮಾಧ್ಯಮಗಳು ತಮ್ಮ ಸ್ವಾತಂತ್ರ್ಯವನ್ನು ಕಳೆದುಕೊಂಡು, ಸಾಮಾಜಿಕ ಜವಾಬ್ದಾರಿಯನ್ನು ಕಡೆಗಾಣಿಸಿ, ವಸ್ತುನಿಷ್ಠತೆಗೆ ತಿಲಾಂಜಲಿ ಅರ್ಪಿಸಿರುವ ಅಪಾಯಕಾರಿ ಸಂದರ್ಭಗಳಲ್ಲಿ ಕಾರ್ಯನಿರ್ವಹಿಸುತ್ತಿರುವುದು ಒಂದು ಬಗೆಯ ವಿಪರ್ಯಾಸ. ಈ ಹಿನ್ನೆಲೆಯಲ್ಲಿ ಪ್ರೊ.ಬಾಲಸುಬ್ರಹ್ಮಣ್ಯ ಅವರು ಪ್ರಚಲಿತ ಮಾಧ್ಯಮಗಳ ಭವಿಷ್ಯದ ಬಗೆಗೂ ಚಿಂತನೆ ನಡೆಸುತ್ತಾರೆ. ಪತ್ರಿಕೋದ್ಯಮದ ಇಂದಿನ ಕರಾಳ ಪರಿಸ್ಥಿತಿಗಳನ್ನು ವಿಶ್ಲೇಷಿಸಿ, ಅದರ ಉಳಿವಿಗಾಗಿ ಹೊಸ ಮಾರ್ಗಗಳ ಮತ್ತು ಹೊಸ ಸಾಧ್ಯತೆಗಳ ಅನ್ವೇಷಣೆಗೆ ಕೈ ಹಾಕಿರುವ ಅವರು, ಆ ಕೆಲಸವನ್ನು ಸಮರ್ಪಕವಾಗಿ ಮಾಡಿದ್ದಾರೆ. ಪತ್ರಿಕೆಗಳ ಪ್ರಸಾರ, ಸಿಬ್ಬಂದಿ ಬಳಕೆ, ಆರ್ಥಿಕ ಕ್ರೋಢೀಕರಣ ಹೀಗೆ ಹತ್ತು ಹಲವಾರು ವಿಚಾರಗಳಲ್ಲಿ ಬೇರೆ ಬೇರೆ ಮಾಧ್ಯಮಗಳು ಕಂಡುಕೊಂಡಿರುವ ಬದಲಿ ವ್ಯವಸ್ಥೆಗಳನ್ನು ಪರಿಚಯಿಸಿದ್ದಾರೆ. ನಿದರ್ಶನವಾಗಿ, ಆರ್ಥಿಕ ಕೊರತೆ ಸರಿದೂಗಿಸಲು ವಿಶ್ವದ ಹಲವು ಪತ್ರಿಕೆಗಳು ಈಚಿನ ದಿನಗಳಲ್ಲಿ ದಾನಿಗಳಿಂದ, ಸಂಸ್ಥೆಗಳಿಂದ, ಸ್ವತಃ ತಮ್ಮ ಓದುಗರಿಂದಲೇ ದತ್ತಿ ಅಥವಾ ದಾನ ಸ್ವೀಕರಿಸುವ ಪ್ರವೃತ್ತಿ ಯಾವ ಬಗೆಯಲ್ಲಿ ಹಣಕಾಸಿನ ಕೊರತೆ ಸರಿದೂಗಿಸುವಲ್ಲಿ ಸಹಾಯಕಾರಿಯಾಗಿದೆ ಎನ್ನುವತ್ತ ಗಮನಹರಿಸಿದ್ದಾರೆ. ಒಟ್ಟಾರೆಯಾಗಿ ಮಾಧ್ಯಮ ಜಗತ್ತಿನ ಭೂತ, ವರ್ತಮಾನ ಹಾಗೂ ಭವಿಷ್ಯತ್ತುಗಳ ಜಿಜ್ಞಾಸೆಗಳನ್ನು ಈ ಲೇಖನಗಳಲ್ಲಿ ಸಮರ್ಪಕವಾಗಿ ನಿರ್ವಹಿಸಲಾಗಿದೆ.

ತಾಂತ್ರಿಕ ಜಗತ್ತಿಗೂ, ಸಂವಹನ ಮಾರ್ಗಗಳಿಗೂ ಯಾವತ್ತೂ ಒಂದು ಬಗೆಯ ಅವಿನಾಭಾವ ಸಂಬಂಧ ಇರುವುದು ತೋರಿ ಬರುತ್ತದೆ. ಲಿಪಿ, ಕಾಗದ,

ಶಾಯಿಗಳಿಂದ ಆರಂಭಗೊಂಡು, ಮುದ್ರಣ, ವೈರ್‌ಲೆಸ್, ಹಾಗೂ ಇತ್ತೀಚಿನ ಕಂಪ್ಯೂಟರ್ ಮತ್ತು ಇಂಟರ್ನೆಟ್ ಸಾಧನಗಳು ಸಂವಹನ ಕ್ಷೇತ್ರದಲ್ಲಿ ಹೊಸ ಹೊಸ ಕ್ರಾಂತಿಗಳನ್ನು ಮಾಡಿದ್ದು ವಾಸ್ತವ. ಪ್ರೊ.ಬಾಲಸುಬ್ರಹ್ಮಣ್ಯ ಇತ್ತೀಚಿನ ತಂತ್ರಜ್ಞಾನ ಆವಿಷ್ಕಾರಗಳ ಪರಿಣಾಮವಾಗಿ ಸಂಭವಿಸಿದ ಮಾಧ್ಯಮ ಜಗತ್ತಿನ ಅಭೂತಪೂರ್ವ ಬದಲಾವಣೆಗಳ ಸಮಗ್ರ ವಿವರಗಳನ್ನು ಹಲವು ಲೇಖನಗಳಲ್ಲಿ ಪರಿಚಯಿಸಿದ್ದಾರೆ. ಸಾಮಾಜಿಕ ಜಾಲತಾಣಗಳು, ಕೃತಕ ಬುದ್ಧಿಮತ್ತೆ (ಆರ್ಟಿಫಿಶಿಯಲ್ ಇಂಟೆಲಿಜನ್ಸ್), ಪಾಡ್‌ಕಾಸ್ಟಿಂಗ್, ಓಟಿಟಿ ಮುಂತಾದ ಹೊಸ ಬೆಳವಣಿಗೆಗಳ, ಅವುಗಳ ಸಾಧಕ-ಬಾಧಕಗಳ ವಿವರಗಳನ್ನು ಆಯಾ ಸಂಬಂಧಪಟ್ಟ ಲೇಖನಗಳಲ್ಲಿ ಪಡೆದುಕೊಳ್ಳಬಹುದು. ಪ್ರೊ.ಬಾಲಸುಬ್ರಹ್ಮಣ್ಯ ಅವರ ಬರವಣಿಗೆ ಸಮಚಿತ್ತದಿಂದ ಕೂಡಿದ್ದು, ಯಾವುದೇ ವಿಚಾರವನ್ನು ಪ್ರಸ್ತಾಪಿಸುವಲ್ಲಿ ಅದಕ್ಕೆ ಸಂಬಂಧಿಸಿದ ಗುಣಗಳ ಜೊತೆಯಲ್ಲಿ ಅವಗುಣಗಳನ್ನೂ ಪಟ್ಟಿ ಮಾಡುತ್ತಾರೆ. ಉದಾಹರಣೆಗೆ, ರೊಬೋಟ್ ಬಳಕೆಗಳ ಬಗ್ಗೆ ಹೀಗೆ ಬರೆಯುತ್ತಾರೆ: "ಎಷ್ಟೋ ಸಲ ಒಬ್ಬ ಪತ್ರಕರ್ತ ಬರೆಯುವ ವರದಿಗಿಂತ, ಯಂತ್ರಗಳು ಬರೆಯುವ ವರದಿಗಳು ಉತ್ತಮವಾಗಿರುತ್ತವೆ. ಆದರೆ ಇಂತಹ ವರದಿಗಳಲ್ಲಿ ಮಾನವೀಯ ಅಂಶಗಳ ಸ್ಪರ್ಶ ಇಲ್ಲದಿರಬಹುದು", ಯಂತ್ರಗಳು ಎಷ್ಟೇ ಪರಿಣಾಮಕಾರಿಯಾಗಿ ಕಾರ್ಯನಿರ್ವಹಿಸಿದರೂ ಅದರಲ್ಲಿ 'ಹ್ಯೂಮನ್ ಟಚ್' ಇರುವುದಿಲ್ಲ ಎನ್ನುವುದು ಸತ್ಯವಾದ ಮಾತು.

ಸಮಾಜದ ಓರೆಕೋರೆಗಳನ್ನು ಹಾಗೂ ಆಡಳಿತ ವ್ಯವಸ್ಥೆಯ ಕಾರ್ಯವೈಖರಿಗಳನ್ನು ಗಮನಿಸಿ, ಟೀಕಿಸುವ 'ಕಾವಲುನಾಯಿ'ಯ ಕರ್ತವ್ಯವನ್ನು ಮಾಧ್ಯಮಗಳಿಗೆ ಆರೋಪಿಸಲಾಗಿದೆ. ಆದರೆ ಈ ಕಾವಲುನಾಯಿಯನ್ನು ಕಾಯುವವರು ಯಾರು? ಎನ್ನುವ ಪ್ರಶ್ನೆ ನನ್ನನ್ನು ಆಗಾಗ ಬಾಧಿಸುವುದುಂಟು. ಅಂತಹ ಕೆಲಸವನ್ನು ಮಾಡುವಲ್ಲಿ ಪ್ರೊ.ಬಾಲಸುಬ್ರಹ್ಮಣ್ಯ ತೊಡಗಿಸಿಕೊಂಡಿದ್ದಾರೆ. ನನಗೆ ಗೊತ್ತು: ಅವರ ಉಗ್ರಾಣದಲ್ಲಿ ಮಾಧ್ಯಮಗಳನ್ನು ಕುರಿತಂತೆ ಇನ್ನೂ ವಿಪರೀತ ಸರಕುಗಳು ಇವೆ. ಅವುಗಳನ್ನು ಆಧರಿಸಿ ಅವರು ಬರುವ ದಿನಗಳಲ್ಲಿ ಈ ಕೆಲಸ ಮುಂದುವರಿಸಿಕೊಂಡು ಹೋಗುತ್ತಾರೆ, ಮಾಧ್ಯಮಗಳಿಗೆ ಅವಶ್ಯಕ ಮಾರ್ಗದರ್ಶನ ನೀಡುತ್ತಾರೆ ಎಂದು ಹಾರೈಸುತ್ತೇನೆ.

ಪ್ರೊ.ಎಚ್.ಎಸ್. ಈಶ್ವರ,
ಮಾಧ್ಯಮ ತಜ್ಞರು

ಮಾಧ್ಯಮದ ಒಳಗೆ...

1

2

1

ಪತ್ರಿಕೋದ್ಯಮಕ್ಕೆ ಒಬ್ಬರೇ ನಾಡಿಗರು!

ಪತ್ರಿಕೋದ್ಯಮ ಮತ್ತು ಸಮೂಹ ಸಂವಹನ ಶಿಕ್ಷಣ ಕ್ಷೇತ್ರ ವಿದ್ಯಾರ್ಥಿಗಳಲ್ಲಿ ಇಂದು ಅತ್ಯಂತ ಜನಪ್ರಿಯವಾಗಿದೆ. ನಿರಂತರವಾಗಿ ಬೆಳೆಯುತ್ತಿರುವ ಬಹುಮಾಧ್ಯಮ ಕ್ಷೇತ್ರ ಪ್ರತಿಭಾವಂತ ಯುವಕರನ್ನು ಸೂಜಿಗಲ್ಲಿನಂತೆ ಸೆಳೆಯುತ್ತಿದೆ. 'ಹುಟ್ಟಿನಿಂದಲೇ ಪತ್ರಕರ್ತರನ್ನು ನಿರ್ಮಿಸಲಾಗದು', ಎಂಬ ನಂಬಿಕೆ ಬಹುಕಾಲ ರೂಢಿಯಲ್ಲಿತ್ತು. ಇದರ ವಿರುದ್ಧ ಸೆಣಸಿದ ಕಟಿಬದ್ಧ ಶಿಕ್ಷಕ ಡಾ. ನಾಡಿಗ ಕೃಷ್ಣಮೂರ್ತಿ, ಉತ್ತಮ ಶೈಕ್ಷಣಿಕ ಹಿನ್ನೆಲೆ ಮತ್ತು ಶಾಸ್ತ್ರೀಯ ತರಬೇತಿಯಿಂದ ಸಮರ್ಥ ಪತ್ರಕರ್ತರನ್ನು ನಿರ್ಮಿಸಲು ಸಾಧ್ಯ ಎಂಬುದನ್ನು ಸಾಬೀತುಪಡಿಸಿದ ಮೇಧಾವಿ ಹಾಗೂ ಸಮರ್ಪಣಾಭಾವದ ಶಿಕ್ಷಕ. ದೇಶ ಕಟ್ಟುವಲ್ಲಿ ಸಮೂಹ ಮಾಧ್ಯಮಗಳು ನಿರ್ಣಾಯಕ ಎಂಬುದನ್ನು ಅಂದೇ ಮನಗಂಡ ನಾಡಿಗರು, 1947ರಲ್ಲೇ ಅಮೆರಿಕಾದ ಮಿಸ್ಸೌರಿ ವಿ.ವಿ.ಯಲ್ಲಿ ಎಂ.ಎ. ಪತ್ರಿಕೋದ್ಯಮ ಶಿಕ್ಷಣಕ್ಕೆ ಪ್ರವೇಶ ಪಡೆದ ಉತ್ಸಾಹಿ. ಶಿಕ್ಷಣ ಹಾಗೂ ಹಡಗಿನ ಪ್ರಯಾಣ ವೆಚ್ಚ ಹತ್ತು ಸಾವಿರ ರೂಪಾಯಿ ಹೊಂದಿಸಲು ಅವರು ಪಡಬಾರದ ಕಷ್ಟಪಟ್ಟರು. ರಸ್ತೆಯಲ್ಲಿ ನಿಂತು, ಪುಸ್ತಕಗಳನ್ನು ಮಾರಿ ಹಣ ಕೂಡಿಸಿದರು. ಹಿರಿಯ ಸಾಹಿತಿಗಳು, ಧನಿಕರಲ್ಲಿ ಸಾಲ ನೀಡಲು ವಿನಂತಿಸಿದರು. ವಾಪಸ್ಸು ನೀಡುವ ಗ್ಯಾರಂಟಿ ನೀಡಿದರು. ಒಂಬತ್ತು

ಸಾವಿರ ಸಂಗ್ರಹಿಸಿ ಇನ್ನೊಂದೇ ಸಾವಿರ ಬೇಕಾಗಿದ್ದಾಗ, ಉದ್ಯಮಿಯೊಬ್ಬರು ಈ ಯುವಕನ ಉತ್ಸಾಹ ನೋಡಿ ಅಮೆರಿಕಾಗೆ ಹೊರಡಲು ನೆರವಾದರು.

ಸ್ವಯಂನಿರ್ಮಿತ ನಾಡಿಗರು ಶಿವಮೊಗ್ಗ ಜಿಲ್ಲೆಯ ಆನವಟ್ಟಿಯವರು. 1921ರಲ್ಲಿ ಜನನ. ತಂದೆ ನಾಡಿಗ್ ನರಸಿಂಗರಾವ್ ಶಾನುಭೋಗರು. ಕಾಲೇಜು ಶಿಕ್ಷಣಕ್ಕಾಗಿ 1937ರಲ್ಲಿ ವಿದ್ಯಾಕಾಶಿ ಮೈಸೂರಿನತ್ತ ಪಯಣ. 1941ರಲ್ಲಿ ಬಿ.ಎ. ಪದವಿ ಪಡೆದು ಪ್ರೌಢಶಾಲೆ ಶಿಕ್ಷಕರಾಗಿ ಆಯ್ಕೆಯಾದರು. 1941ರಲ್ಲಿ ವಾರ್ಧಾ ಯಾತ್ರೆ ಮಾಡಿ, ಗಾಂಧೀಜಿಯ ದರ್ಶನ ಮಾಡಿ ಬಂದರು. ಸ್ವಾತಂತ್ರ್ಯ ಚಳವಳಿಯ ಅದಮ್ಯ ತುಡಿತ ನಾಡಿಗರನ್ನು ಹೋರಾಟಕ್ಕೆ ಇಳಿಯಲು ಪ್ರೇರೇಪಿಸಿತು. ಸ್ವಾತಂತ್ರ್ಯ ಹೋರಾಟಗಾರರ ಸಾಹಸ ಮತ್ತು ತ್ಯಾಗಗಳ ಕುರಿತು ಬರೆಯುವ ಉತ್ಸಾಹ ಅವರಲ್ಲಿತ್ತು. ಸ್ವಾತಂತ್ರ್ಯ ಹೋರಾಟಕ್ಕೆ ಬೆಂಬಲವನ್ನು ನೀಡಲು, ಜನರನ್ನು ಪ್ರೇರೇಪಿಸಲು ಹಲವಾರು ಲೇಖನಗಳು, ಪುಸ್ತಕಗಳನ್ನು ಪ್ರಕಟಿಸಿದರು. ಸಾರ್ವಜನಿಕ ಸ್ಥಳಗಳಲ್ಲಿ ಭಾಷಣ ಮಾಡಿದರು. ಸ್ವಾತಂತ್ರ್ಯ ಚಳವಳಿಗೆ ಎಷ್ಟು ಬದ್ಧರಾಗಿದ್ದರು ಎಂದರೆ, ಗಾಂಧೀಜಿ ಮತ್ತು ಇತರ ಪ್ರಮುಖ ಸ್ವಾತಂತ್ರ್ಯ ಹೋರಾಟಗಾರರ ಕುರಿತ ಒಂಬತ್ತು ಪುಸ್ತಕಗಳು ಅವರಿಂದ ಹೊರಬಂದವು.

ಅವುಗಳನ್ನು ಚೀಲದಲ್ಲಿ ಹೊತ್ತು ಜನರಿಗೆ ಖರೀದಿಸಲು ಮನವಿ ಮಾಡುತ್ತಿದ್ದರು. ಕ್ವಿಟ್ ಇಂಡಿಯಾ ಚಳವಳಿಯಲ್ಲಿ ಅವರ ಸಕ್ರಿಯ ಭಾಗವಹಿಸುವಿಕೆ ಅಧಿಕಾರಿಗಳ ಕೋಪಕ್ಕೆ ಕಾರಣವಾಯಿತು. ಅವರನ್ನು ಒಂದು ವರ್ಷದವರೆಗೆ ಜೈಲಿಗೆ ಕಳುಹಿಸಲಾಯಿತು. ಸ್ವಾತಂತ್ರ್ಯ ಹೋರಾಟಗಾರರಿಗೆ ಸಂಬಂಧಿಸಿದ ಪುಸ್ತಕಗಳ ಪ್ರಕಟಣೆಗಳಲ್ಲದೆ ಪತ್ರಿಕೆಗಳು ಮತ್ತು ನಿಯತಕಾಲಿಕೆಗಳಲ್ಲಿ ಅವರು ನಿಯಮಿತವಾಗಿ ಬರೆದು, ಜನರನ್ನು ಹುರಿದುಂಬಿಸಿದರು. ಈ ಬರಹಗಳು ಪತ್ರಿಕೋದ್ಯಮವನ್ನು ಪ್ರವೇಶಿಸಲು ನಾಡಿಗರನ್ನು ಪ್ರೇರೇಪಿಸಿತು. ಸಕ್ರಿಯ ಪತ್ರಿಕಾ ಬರವಣಿಗೆ ಪತ್ರಿಕೋದ್ಯಮದಲ್ಲಿ ಉನ್ನತ ಶಿಕ್ಷಣ ಪಡೆಯಲು ಅವರನ್ನು ಉತ್ತೇಜಿಸಿತು.

ಜನವರಿ 26, 1947ರಂದು ಅಮೆರಿಕಾಗೆ ತೆರಳಿದ ನಾಡಿಗರು, ತಮ್ಮ ವಿದ್ಯಾಭ್ಯಾಸದ ಜತೆಗೆ ಅಲ್ಲಿಯೂ ಗಾಂಧೀಜಿ ಮತ್ತು ಅವರ ಅಹಿಂಸೆಯ ತತ್ವಗಳ ಕುರಿತು ಉಪನ್ಯಾಸಗಳನ್ನು ನೀಡಿ, ದೇಶದ ಹೋರಾಟವನ್ನು ಅಮೆರಿಕಾದ ವಿದ್ಯಾರ್ಥಿ ಸಮುದಾಯಕ್ಕೆ ಪರಿಚಯಿಸಿದರು. ಪ್ರತಿಷ್ಠಿತ ಅಮೆರಿಕನ್ ವಿಶ್ವವಿದ್ಯಾಲಯದಿಂದ ಪತ್ರಿಕೋದ್ಯಮದಲ್ಲಿ ಸ್ನಾತಕೋತ್ತರ ಪದವಿಯೊಂದಿಗೆ ಹಿಂತಿರುಗಿದ ನಂತರ ನಾಡಿಗರು, ದೆಹಲಿ ಮತ್ತು ಮದರಾಸಿನಲ್ಲಿ ಅಮೆರಿಕಾದ ರಾಯಭಾರ ಕಚೇರಿಯಲ್ಲಿ ಕನ್ನಡ ಪ್ರಕಟಣೆಗಳ ಮುಖ್ಯಸ್ಥರಾಗಿದ್ದರು. ಆದರೆ ಶಿಕ್ಷಕ ವೃತ್ತಿಯ ಸೆಳೆತ ಅವರನ್ನು ಮೈಸೂರಿನ ಮಹಾರಾಜ ಕಾಲೇಜಿಗೆ ಕರೆತಂದಿತು. ಆಂಗ್ಲ ಅಧ್ಯಾಪಕ ಪ್ರೊ. ನಂಬಿಯಾರ್ ಅವರ ಮುತುವರ್ಜಿಯಿಂದ ಮಹಾರಾಜ ಕಾಲೇಜಿನಲ್ಲಿ 1951ರಲ್ಲಿ ಆರಂಭವಾಗಿದ್ದ ಪತ್ರಿಕೋದ್ಯಮ

ವಿಭಾಗಕ್ಕೆ ತರಬೇತಿ ಪಡೆದ ಶಿಕ್ಷಕನ ಅವಶ್ಯಕತೆ ಇತ್ತು. ಈ ಪದವಿ ನಾಡಿಗರಿಗೆ ಒಲಿಯಿತು. ಮುಂದೆ ಘಟಿಸಿದುದೆಲ್ಲ ಪತ್ರಿಕೋದ್ಯಮ ಶಿಕ್ಷಣದ ಮಹತ್ತರ ಹೆಜ್ಜೆಗುರುತಗಳ ನಿರ್ಮಾಣ.

ಡಾ. ನಾಡಿಗ ಕೃಷ್ಣಮೂರ್ತಿ ಅವರ ಶೈಕ್ಷಣಿಕ ನಾಯಕತ್ವ ಮತ್ತು ಸಮರ್ಥ ಮಾರ್ಗದರ್ಶನದಲ್ಲಿ ಮಹಾರಾಜ ಕಾಲೇಜು ಪದವಿ ಕೋರ್ಸ್ ಯಶಸ್ವಿಯಾಗಿ ಮುನ್ನಡೆಯಿತು. ವಿದೇಶದಲ್ಲಿ ತರಬೇತಿ ಪಡೆದು ಬಂದಿದ್ದ ನಾಡಿಗರು, ಪತ್ರಿಕೋದ್ಯಮ ಶಿಕ್ಷಣ ಮತ್ತು ತರಬೇತಿಯನ್ನು ಸಮರ್ಥವಾಗಿ ಸಮ್ಮಿಳಿಸಿದರು. ಈ ವಿಷಯ ಉತ್ಸಾಹಿ ಯುವಕರನ್ನು ಬಹುಬೇಗ ಆಕರ್ಷಿಸಿತು. ಏಷ್ಯಾ ಮತ್ತು ಆಫ್ರಿಕಾದ ಅನೇಕ ಭಾಗಗಳಿಂದ ವಿದ್ಯಾರ್ಥಿಗಳನ್ನು ಮಹಾರಾಜ ಕಾಲೇಜು ಆಕರ್ಷಿಸಿತು. ಕೋರ್ಸ್‌ನ್ನು ಕ್ಷೇತ್ರ ಆಧಾರಿತವಾಗಿಸಿದರು. 'ಪತ್ರಿಕೋದ್ಯಮಿ' ಎಂಬ ಕನ್ನಡ-ಇಂಗ್ಲಿಷ್ ಪ್ರಾಯೋಗಿಕ ಪತ್ರಿಕೆಯನ್ನು ನಿಯಮಿತವಾಗಿ ಪ್ರಕಟಿಸಿದರು. ಜೊತೆಗೆ ಕಡ್ಡಾಯ ಅಧ್ಯಯನ ಪ್ರವಾಸವನ್ನು ಪರಿಚಯಿಸಿದರು. ಹಲವಾರು ವಿಸ್ತರಣಾ ಚಟುವಟಿಕೆಗಳ ಮೂಲಕ ಪತ್ರಿಕೋದ್ಯಮ ಕೋರ್ಸ್ ಯುವಕರ ಮನ್ನಣೆ ಗಳಿಸಿತು. 1966ರಲ್ಲಿ ನಾಡಿಗರು ಅಮೆರಿಕಾದ ಸದರ್ನ್ ಇಲಿನಾಯ್ಸ್ ವಿಶ್ವವಿದ್ಯಾಲಯದ ಸ್ಕೂಲ್ ಆಫ್ ಜರ್ನಲಿಸಂನಲ್ಲಿ ಸಂದರ್ಶಕ ಪ್ರಾಧ್ಯಾಪಕರಾಗಿ ಸೇವೆ ಸಲ್ಲಿಸಿದರು. ಬದಲಾಗುತ್ತಿರುವ ಸಮೂಹ ಮಾಧ್ಯಮ ಶಿಕ್ಷಣ ಮತ್ತು ತರಬೇತಿ ಕೌಶಲ್ಯಗಳನ್ನು ವಿಸ್ತೃತವಾಗಿ ಅರಿಯಲು ಈ ಅವಕಾಶ ಅವರಿಗೆ ನೆರವಾಯಿತು.

ನಾಡಿಗರು ಮತ್ತೊಂದು ಪ್ರಮುಖ ಗುರಿಯನ್ನು ಹೊಂದಿದ್ದರು. ಅದುವೆ, ಸ್ನಾತಕೋತ್ತರ ಪತ್ರಿಕೋದ್ಯಮ ಇಲಾಖೆಯನ್ನು ಸ್ಥಾಪಿಸುವುದು. ಅವರು ತಮ್ಮ ಪ್ರಭಾವ ಮತ್ತು ಸಂಪರ್ಕಗಳನ್ನು ಜಾಣ್ಮೆಯಿಂದ ಬಳಸಿದರು. ಪತ್ರಿಕೋದ್ಯಮದಲ್ಲಿ ಸ್ನಾತಕೋತ್ತರ ವಿಭಾಗವನ್ನು ತೆರೆಯುವಂತೆ ಕುಲಪತಿ ದೇ. ಜವರೇಗೌಡರ ಮನವೊಲಿಸಿದರು. ಮಾನಸಗಂಗೋತ್ರಿ ಆವರಣದಲ್ಲಿ ವಿಭಾಗವು 1971ರಲ್ಲಿ ಆರಂಭವಾಯಿತು. ಸಹೋದ್ಯೋಗಿಗಳಾದ ಸೈಯದ್ ಇಕ್ಬಾಲ್ ಖಾದ್ರಿ ಮತ್ತು ಶ್ರೀಕರ್ ಎಲ್. ಭಂಡಾರ್ಕರ್ ಅವರು ಇಲಾಖೆಯನ್ನು ಮುನ್ನಡೆಸಲು ನೆರವಾದರು. ಡಾ. ಎಚ್.ಎಸ್. ಈಶ್ವರ, ಪ್ರೊ. ಅನಂತಕೃಷ್ಣ ಹಾಗೂ ಮೈಸೂರಿನ ಹಿರಿಯ ಪತ್ರಕರ್ತರು, ಸಕ್ರಿಯವಾಗಿ ಬೋಧನೆಯಲ್ಲಿ ತಮ್ಮ ವಿದ್ವತ್ ಮತ್ತು ಅನುಭವಗಳನ್ನು ಧಾರೆ ಎರೆದರು. ಇಡೀ ಆಗ್ನೇಯ ಏಶಿಯಾದಲ್ಲಿ ಮೊದಲ ಸ್ನಾತಕೋತ್ತರ ಪತ್ರಿಕೋದ್ಯಮ ಕೋರ್ಸ್ ಸ್ಥಾಪಿಸಿದ ಕೀರ್ತಿ ಮೈಸೂರು ವಿ.ವಿ.ಗೆ ದಕ್ಕಿತು.

ವಿ.ವಿ.ಯ ಪಿಜಿ ಕ್ಯಾಂಪಸ್ ಹೆಸರಿನ, 'ಮಾನಸಗಂಗೋತ್ರಿ' ಎಂಬ ಪ್ರಾಯೋಗಿಕ ಪತ್ರಿಕೆ ಪ್ರಕಟಣೆ, ಹಿರಿಯ ಮಾಧ್ಯಮ ವ್ಯಕ್ತಿಗಳ ಉಪನ್ಯಾಸಗಳು, ಕಡ್ಡಾಯ

ಅಧ್ಯಯನ ಪ್ರವಾಸಗಳು ಮತ್ತು ಮಾದರಿ ಪತ್ರಿಕಾಗೋಷ್ಠಿಗಳು ವಿದ್ಯಾರ್ಥಿಗಳಲ್ಲಿ ಮಾಧ್ಯಮ ಲೋಕದ ಅಗತ್ಯಗಳನ್ನು ಪರಿಚಯಿಸಿದವು. ವಿಶೇಷವಾಗಿ, ಅಧ್ಯಯನ ಪ್ರವಾಸ ವಿದ್ಯಾರ್ಥಿಗಳಿಗೆ ಪ್ರಮುಖ ಪತ್ರಿಕಾ ಕಚೇರಿಗಳಿಗೆ ಭೇಟಿ ನೀಡಲು ಮತ್ತು ಹಿರಿಯ ಸಂಪಾದಕರು ಮತ್ತು ಪತ್ರಕರ್ತರನ್ನು ಭೇಟಿಯಾಗಲು ಸಹಾಯ ಮಾಡಿತು. ಹಿರಿಯರಿಂದ ಸ್ಫೂರ್ತಿ ಪಡೆಯುವುದರ ಜೊತೆಗೆ ವೃತ್ತಿ ಅನುಭವಗಳನ್ನು ಆಲಿಸಲು ವಿದ್ಯಾರ್ಥಿಗಳಿಗೆ ಇದೊಂದು ಸದಾವಕಾಶವಾಗಿತ್ತು. ಕೋರ್ಸ್ ಯಶಸ್ವಿಯಾಯಿತು ಮತ್ತು ವಿದ್ಯಾರ್ಥಿಗಳಿಗೆ ಕ್ರಮೇಣ ಪ್ರಮುಖ ಪತ್ರಿಕೆಗಳು ಕೆಲಸ ನೀಡಲಾರಂಭಿಸಿದವು. ಪ್ರಮುಖ ಮಾಧ್ಯಮ ಸಂಸ್ಥೆಗಳಲ್ಲಿ ತಮ್ಮ ಛಾಪು ಮೂಡಿಸಲಾರಂಭಿಸಿದರು. ಪ್ರೊ. ನಾಡಿಗ ಅವರು ಇಲಾಖೆಯನ್ನು ಸ್ಥಾಪಿಸಲು ಮತ್ತು ವಿದ್ಯಾರ್ಥಿಗಳಿಗೆ ವೃತ್ತಿಪರ ಮಾರ್ಗದಲ್ಲಿ ತರಬೇತಿ ನೀಡಲು ಹೆಣಗಾಡುತ್ತಿರುವಾಗ, ಹಲವಾರು ಸಂಪಾದಕರು ಮತ್ತು ಪ್ರಕಾಶಕರು ಅವರನ್ನು ಗೇಲಿ ಮಾಡಿದರು. 'ಪತ್ರಿಕೆ ಕಚೇರಿಯಲ್ಲಿ ಮಾತ್ರ ಪತ್ರಿಕೋದ್ಯಮವನ್ನು ಕಲಿಯಲು ಸಾಧ್ಯ. ತರಗತಿಯ ನಾಲ್ಕು ಗೋಡೆಗಳ ನಡುವೆ ಅಲ್ಲ', ಎಂದು ವಾದಿಸಿದರು. ಆದರೆ ಇದು ಡಾ.ನಾಡಿಗರನ್ನು ಧೃತಿಗೆಡಿಸಲಿಲ್ಲ. ವಿದ್ಯಾರ್ಥಿಗಳಿಗೆ ತರಬೇತಿ ನೀಡುವ ಉದ್ದೇಶವನ್ನು ಮುಂದುವರಿಸಿದರು. ಅವರಲ್ಲಿ ಹಲವಾರು ಮಂದಿ ವಿವಿಧ ವಿಶ್ವವಿದ್ಯಾಲಯಗಳಲ್ಲಿ ಬೋಧನೆಗೆ ಮುಂದಾದರು. ನಾಡಿಗರ ಕಾಯಕವನ್ನು ಮುಂದುವರೆಸಿ ಅಧಿಕ ಪ್ರಮಾಣದಲ್ಲಿ ಮಾಧ್ಯಮಕ್ಷೇತ್ರಕ್ಕೆ ಮಾನವ ಸಂಪನ್ಮೂಲವನ್ನು ಒದಗಿಸಿದ್ದಾರೆ.

ನಾಡಿಗರ ಧುರೀಣತ್ವದಲ್ಲಿ ದೇಶಾದ್ಯಂತ ಹಲವಾರು ವಿಭಾಗಗಳನ್ನು ಸ್ಥಾಪಿಸಲು ಶೈಕ್ಷಣಿಕ ಮಾರ್ಗದರ್ಶನ ಮಾಡಿ ದೇಶದ ಪ್ರತಿಷ್ಠಿತ ಪತ್ರಿಕೋದ್ಯಮ ಶಿಕ್ಷಕರಾಗಿ ಹೊರಹೊಮ್ಮಿದರು. ಹೊಸ ಇಲಾಖೆಗಳನ್ನು ಸ್ಥಾಪಿಸಲು ಅವರ ಪರಿಣತಿಯನ್ನು ಹಲವಾರು ವಿಶ್ವವಿದ್ಯಾಲಯಗಳು ಪಡೆದವು. ಅವರ ನಿರ್ದೇಶನದಲ್ಲಿ ಅನೇಕ ವಿ.ವಿ.ಗಳಲ್ಲಿ ಸ್ನಾತಕೋತ್ತರ, ಪದವಿ ಮತ್ತು ಡಿಪ್ಲೊಮಾ ಮಟ್ಟದಲ್ಲಿ ಪತ್ರಿಕೋದ್ಯಮ ಕಲಿಕೆ ಆರಂಭವಾಯಿತು. ಮೈಸೂರು ವಿಶ್ವವಿದ್ಯಾಲಯದ ಅಂಚೆ ತರಬೇತಿ ಸಂಸ್ಥೆಯ ಮೂಲಕ ನಾಡಿಗರು ಸರ್ಟಿಫಿಕೇಟ್ ಕೋರ್ಸ್, ನಂತರ ಡಿಪ್ಲೊಮಾ ಕೋರ್ಸ್ ಪ್ರಾರಂಭಿಸಿದರು. ಈ ಕೋರ್ಸ್‌ಗಳು ಇಡೀ ದೇಶದಲ್ಲಿಯೇ ಹೆಸರು ಪಡೆದವು.

ಪ್ರೊ. ನಾಡಿಗ್ ಅವರ ಪ್ರಮುಖ ಕೊಡುಗೆಗಳಲ್ಲಿ ಬಹುಮುಖ್ಯ ಎಂದರೆ ಅವರು ರಚಿಸಿದ, 'ಭಾರತೀಯ ಪತ್ರಿಕೋದ್ಯಮ' ಕೃತಿ. ಇದು ಅವರ ಪಿಎಚ್.ಡಿ ಪ್ರಬಂಧವಾಗಿದ್ದು, ನಂತರ 1966ರಲ್ಲಿ ಪುಸ್ತಕವಾಗಿ ಪ್ರಕಟವಾಯಿತು. ಇದು ಮೊದಲ ಬಾರಿಗೆ ಪ್ರಮುಖ ಭಾರತೀಯ ಭಾಷೆಗಳ ಸಮಗ್ರ ಪತ್ರಿಕಾ ಇತಿಹಾಸ ಮತ್ತು ಬೆಳವಣಿಗೆಗಳನ್ನು ದಾಖಲಿಸಿದೆ. ಈ ಕೃತಿಯನ್ನು ಕನ್ನಡಕ್ಕೆ ನಾಡಿಗರೇ

ಅನುವಾದಿಸಿದ್ದಾರೆ. ಈ ಪುಸ್ತಕವು ಮೈಸೂರು ವಿಶ್ವವಿದ್ಯಾಲಯದಿಂದ ಪ್ರಶಸ್ತಿಯನ್ನು ಸಹ ಪಡೆದಿದೆ. 505 ಪುಟಗಳ ಈ ಹೊತ್ತಿಗೆ ಆಂಗ್ಲ ಭಾಷೆ ಸೇರಿದಂತೆ ಎಲ್ಲ ದೇಶೀಯ ಪತ್ರಿಕೆಗಳ ಇತಿಹಾಸ ಮತ್ತು ಬೆಳವಣಿಗೆಗಳನ್ನು ಸಮಗ್ರವಾಗಿ ಚಿತ್ರಿಸಿದೆ. ಭಾರತೀಯ ವಿಶ್ವವಿದ್ಯಾಲಯವೊಂದು ಪತ್ರಿಕೋದ್ಯಮ ದಲ್ಲಿ ನೀಡಿದ ಪ್ರಥಮ ಡಾಕ್ಟರೇಟ್ ಪದವಿ ಪಡೆದ ಕೀರ್ತಿಗೆ ನಾಡಿಗರು 1964ರಲ್ಲಿ ಭಾಜನರಾದರು.

ಲಂಡನ್‌ನ ಇಂಡಿಯಾ ಆಫೀಸ್ ಲೈಬ್ರರಿ ಮತ್ತು ಬ್ರಿಟಿಷ್ ಮ್ಯೂಸಿಯಂನಲ್ಲಿ ಹಳೆಯ ದಾಖಲೆಗಳನ್ನು ಉಲ್ಲೇಖಿಸಲು ಬ್ರಿಟಿಷ್ ಸರ್ಕಾರದ ಆಹ್ವಾನವು ಅವರಿಗೆ ನೆರವಾಯಿತು. ಯುನೆಸ್ಕೋ ಫೆಲೋ ಆಗಿ, ಸೋವಿಯೆತ್ ಒಕ್ಕೂಟ ಸೇರಿದಂತೆ ಯುರೋಪಿನ ಹಲವಾರು ದೇಶಗಳಿಗೆ ಭೇಟಿ ನೀಡುವ ಅವಕಾಶವನ್ನು ಅವರು ಪಡೆದರು. ಇದು ಆ ದೇಶಗಳಲ್ಲಿನ ಪತ್ರಿಕೋದ್ಯಮದ ಸ್ಥಿತಿಗತಿಗಳನ್ನು ಸಮಗ್ರವಾಗಿ ಅಧ್ಯಯನಿಸಲು ಉಪಯುಕ್ತವಾಯ್ತು.

ಮಾಧ್ಯಮ ವಿದ್ಯಾರ್ಥಿಗಳು ಮತ್ತು ವಿದ್ವಾಂಸರ ಅನುಕೂಲಕ್ಕಾಗಿ ಪತ್ರಿಕೋದ್ಯಮದ ಇತಿಹಾಸವನ್ನು ದಾಖಲಿಸುವ ಉತ್ಸಾಹ ಅವರಲ್ಲಿತ್ತು. ಡಾ. ನಾಡಿಗ್ ಅವರು ಕನ್ನಡಕ್ಕೆ ಇನ್ನೂ ಎರಡು ಪುಸ್ತಕಗಳನ್ನು ಅನುವಾದಿಸಿದ್ದಾರೆ; ಮಿಸ್ಸೌರಿಯಲ್ಲಿ ಅವರ ಶಿಕ್ಷಕರಾಗಿದ್ದ ಡಾ. ಫ್ರಾಂಕ್ ಲೂಥರ್ ಮಾಟ್ ಬರೆದ 'ಅಮೆರಿಕನ್ ಜರ್ನಲಿಸಂ' ಮತ್ತು ಇನ್ನೊಂದು ಆಂಗ್ಲ ಕೃತಿ 'ಬ್ರಿಟಿಷ್ ಜರ್ನಲಿಸಂ' ಅನ್ನು ಕನ್ನಡೀಕರಿಸಿದ್ದಾರೆ. ನಾಡಿಗರು 18 ಪುಸ್ತಕಗಳ ಲೇಖಕರು ಮತ್ತು 30 ಕೃತಿಗಳ ಅನುವಾದಕರು. ಜತೆಗೆ ನೂರಾರು ಲೇಖನಗಳನ್ನು ಪ್ರಕಟಿಸಿದ್ದಾರೆ.

ಡಾ. ನಾಡಿಗ್ ಸ್ಫೂರ್ತಿದಾಯಕ ಶಿಕ್ಷಕರಾಗಿದ್ದರು ಮತ್ತು ವಿದ್ಯಾರ್ಥಿಗಳಿಗೆ ಯಾವಾಗಲೂ ಬೆಂಬಲ ನೀಡಿದರು. ವಿದ್ಯಾರ್ಥಿ ದಿನಗಳಲ್ಲಿ ಅವರು ಅನುಭವಿಸಿದ ಸಮಸ್ಯೆಗಳನ್ನು ಮರೆಯಲಿಲ್ಲ. ಸದಾ ಖಾದಿಧಾರಿ ನಾಡಿಗರು, ಸರಳ ಹಾಗೂ ವಿನಮ್ರತೆಗೆ ಸಾಕ್ಷಿಪ್ರಜ್ಞೆಯಂತಿದ್ದರು. ಶಿಕ್ಷಕರು ಹಾಗೂ ವಿದ್ಯಾರ್ಥಿಗಳ ಜತೆ ಶಾಂತಚಿತ್ತದಿಂದ ವರ್ತಿಸುತ್ತಿದ್ದ ನಾಡಿಗರು, ಅನೇಕ ಬಡವಿದ್ಯಾರ್ಥಿಗಳಿಗೆ ನೆರವಾಗುತ್ತಿದ್ದರು. ಡಾ. ನಾಡಿಗ್ ಅವರ ಮತ್ತೊಂದು ಗಮನಾರ್ಹ ಕೊಡುಗೆ, ಕರ್ನಾಟಕ ಪತ್ರಿಕಾ ಅಕಾಡೆಮಿಯನ್ನು ಸ್ಥಾಪಿಸುವುದರಲ್ಲಿ ಅವರು ತೋರಿದ ಮುತುವರ್ಜಿ ಸ್ಮರಣೀಯ. ಕೇರಳ ಪತ್ರಿಕಾ ಅಕಾಡೆಮಿ ನಂತರ ಇದು ದೇಶದ ಎರಡನೇ ಅಂತಹ ಸಂಸ್ಥೆಯಾಗಿತ್ತು. ಪತ್ರಕರ್ತರ ವೃತ್ತಿಪರ ಕೌಶಲ್ಯವರ್ಧನೆ ಮತ್ತು ಉಪಯುಕ್ತ ಪ್ರಕಟಣೆಗಳನ್ನು ಹೊರತರುವುದು ಅಕಾಡೆಮಿಯ ಮುಖ್ಯ ಉದ್ದೇಶಗಳು. 1981ರಲ್ಲಿ ಅವರು ಕರ್ನಾಟಕ ಪತ್ರಿಕಾ ಅಕಾಡೆಮಿಯ ಮೊದಲ ಅಧ್ಯಕ್ಷರಾಗಿ ಅಧಿಕಾರ ಸ್ವೀಕರಿಸಿದರು. ಆನೇಕ ಕಾರಣಗಳಿಂದ ಅವರು ಸಕ್ರಿಯವಾಗಿ ಕಾರ್ಯನಿರ್ವಹಿಸಲಾಗಲಿಲ್ಲ.

1980ರಲ್ಲಿ ನಾಡಿಗರು ನಿವೃತ್ತಿಗೊಂಡಾಗ ಅವರ ಶಿಷ್ಯವೃಂದ ಮತ್ತು ಅಭಿಮಾನಿಗಳು ಸ್ಮರಣಸಂಚಿಕೆಯನ್ನು ಹೊರತಂದು, ಅವರ ಶೈಕ್ಷಣಿಕ ಕೊಡುಗೆ ಮತ್ತು ವಿದ್ಯಾರ್ಥಿ ಸಮುದಾಯಕ್ಕೆ ಅವರು ಸಲ್ಲಿಸಿದ ಗಣನೀಯ ಸೇವೆಗಳನ್ನು ಸ್ಮರಿಸಿದರು. ಪತ್ರಿಕೋದ್ಯಮ ಶಿಕ್ಷಣದ ಪ್ರವರ್ತಕನಾಗಿ ಮತ್ತು ಪತ್ರಿಕೋದ್ಯಮದಲ್ಲಿ ಮೊದಲ ಸ್ನಾತಕೋತ್ತರ ವಿಭಾಗವನ್ನು ಸ್ಥಾಪಿಸಿದ ಅವರ ನಾಯಕತ್ವ, ಪತ್ರಿಕಾ ಅಕಾಡೆಮಿಯ ಸ್ಥಾಪನೆ ಮತ್ತು ದೇಶದಲ್ಲಿ ಪತ್ರಿಕೋದ್ಯಮ ಶಿಕ್ಷಣದ ಬೇರುಗಳು ಗಟ್ಟಿಗೊಳ್ಳಲು ಕಾರಣರಾದ ನಾಡಿಗರನ್ನು "ಭಾರತೀಯ ಪತ್ರಿಕೋದ್ಯಮ ಶಿಕ್ಷಣದ ಪಿತಾಮಹ" ಎಂದು ಬಣ್ಣಿಸಲಾಗುತ್ತದೆ. ಅವರು 1983ರಲ್ಲಿ ವಿಧಿವಶರಾದಾಗ ಪತ್ರಿಕೋದ್ಯಮ ಕ್ಷೇತ್ರ ಒಬ್ಬ ಮಹಾನ್ ಶಿಕ್ಷಕನನ್ನು ಕಳೆದುಕೊಂಡಿತು.

2021, ಡಾ. ನಾಡಿಗ್ ಕೃಷ್ಣಮೂರ್ತಿ ಅವರ ಜನ್ಮಶತಮಾನೋತ್ಸವ ವರ್ಷ. ಇದೇ ವರ್ಷ ಮೈಸೂರು ವಿ.ವಿ. ಸ್ನಾತಕೋತ್ತರ ಪತ್ರಿಕೋದ್ಯಮ ವಿಭಾಗದ ಸುವರ್ಣ ಮಹೋತ್ಸವ ವರ್ಷ ಕೂಡ. 1971ನೇ ಸಾಲಿನಲ್ಲಿ ಆರಂಭವಾದ ಈ ವಿಭಾಗ, ನಾಡಿಗೆ ಸಾವಿರಕ್ಕೂ ಹೆಚ್ಚು ಪ್ರತಿಷ್ಠಿತ ಮಾಧ್ಯಮ ವೃತ್ತಿಪರರನ್ನು ನೀಡಿದ ಕೀರ್ತಿ ಹೊಂದಿದೆ. ಇದೀಗ ಮೈಸೂರಿನ ಮಹಾರಾಜಾ ಕಾಲೇಜಿನ ಪತ್ರಿಕೋದ್ಯಮ ವಿಭಾಗಕ್ಕೆ 70 ವರ್ಷಗಳ ಸಂಭ್ರಮಾಚರಣೆ. ಇದೆಲ್ಲ ಒಂದು ಯೋಗಾಯೋಗವೇ ಸರಿ.

(ಪ್ರಜಾವಾಣಿ, ಜುಲೈ 4, 2020)

2

ಭಾರತೀಯ ಪತ್ರಿಕೋದ್ಯಮಕ್ಕೆ ಅಡಿಪಾಯ ಹಾಕಿದ ಅಗಸ್ಟಸ್ ಹಿಕ್ಕಿ

ಮುಕ್ತ ಚರ್ಚೆ ಹಾಗೂ ಮಾಹಿತಿ ವಿನಿಮಯ ಎಲ್ಲ ಕಾಲದಲ್ಲೂ ಸಂಘರ್ಷಗಳಿಂದಲೇ ಕೂಡಿರುತ್ತದೆ. ಈ ಪ್ರಕ್ರಿಯೆ ಬಹುಕಾಲ ಮೌಖಿಕವಾಗಿಯೇ ನಡೆಯುತ್ತಿತ್ತು. ಗುಂಪು ಇಲ್ಲವೇ ಸಭೆ ಸಮಾರಂಭಗಳ ಚರ್ಚೆಗಳಿಗೆ ಬಹಳ ಮಿತಿಗಳಿರುತ್ತವೆ. ಆಧುನಿಕ ಮುದ್ರಣ ಕಲೆ, ಮಾಹಿತಿ ವಿನಿಮಯಕ್ಕೆ ಹೊಸ ರೂಪ ನೀಡಿತು. ಒಬ್ಬನ ಅಭಿಪ್ರಾಯ ಸಾವಿರಾರು ಜನರನ್ನು ತಲುಪಿತು. ಅಗತ್ಯವಾಗಿ ಬೇಕಾದದ್ದು ಅಕ್ಷರಜ್ಞಾನ ಮಾತ್ರವೇ ಆಗಿತ್ತು. 15ನೇ ಶತಮಾನದ ನಂತರ ಮುದ್ರಣದ ಮೂಲಕ ಪ್ರಸಿದ್ಧ ಪತ್ರಿಕೆ, ಭಿತ್ತಿಪತ್ರಗಳು, ಕಿರುಹೊತ್ತಿಗೆಗಳು, ನಿಯತಕಾಲಿಕೆಗಳು, ನಂತರ ಪ್ರತಿದಿನ ಹೊರಬರುವ ದಿನಪತ್ರಿಕೆಗಳು ಮಾಹಿತಿ ವಿನಿಮಯದ ದಿಕ್ಕನ್ನೇ ಬದಲಾಯಿಸಿದವು.

ಈ ವಿಶಾಲ ಮಾಹಿತಿ ಹರಿವು ಆಳುವ ವರ್ಗ ಹಾಗೂ ಧಾರ್ಮಿಕ ಮುಖಂಡರಿಗೆ ಬಿಸಿ ತುಪ್ಪವಾಯಿತು. ನಿಷೇಧಗಳು ಹಾಗೂ ಕಾನೂನು ಖಟ್ಲೆಗಳನ್ನು ಮೆಟ್ಟಿನಿಂತ ಮುದ್ರಕರು, ಬರಹಗಾರರು, ಪತ್ರಿಕೆಗಳ ಮೂಲಕ ವಿಚಾರಗಳ ಮಂಥನ ನಡೆಸಿದ ಪತ್ರಕರ್ತರು, ಮುಕ್ತ ಸಮಾಜಕ್ಕೆ ಮುನ್ನುಡಿ ಬರೆದರು. ನಮ್ಮ ದೇಶದಲ್ಲಿ 1780ರಲ್ಲಿ

ಪತ್ರಿಕೆಯನ್ನು ತೆರೆದ ಸಾಹಸಿ ಜೇಮ್ಸ್ ಅಗಸ್ಟಸ್ ಹಿಕ್ಕಿಯ ಪಯಣ ರೋಚಕ. ಯುರೋಪಿನ ಕ್ರೈಸ್ತ ಪಾದ್ರಿಗಳು ಆಧುನಿಕ ಮುದ್ರಣ ಕಲೆಯನ್ನು ನಮ್ಮ ದೇಶಕ್ಕೆ 1556ರಲ್ಲಿ ಪರಿಚಯಿಸಿದರು. ಮುಂದಿನ 224 ವರ್ಷಗಳ ಅವಧಿಯಲ್ಲಿ ಈ ಕಲೆ ದೇಶವನ್ನೆಲ್ಲಾ ವ್ಯಾಪಿಸಿತು. ಪ್ರಮುಖ ಪ್ರಾಂತೀಯ ಭಾಷೆಗಳಲ್ಲಿ ನೀತಿಕಥೆಗಳು, ಪಂಚಾಂಗ ಹಾಗೂ ಧಾರ್ಮಿಕ ಗ್ರಂಥಗಳು ಮುದ್ರಣಗೊಂಡು ಜನರಲ್ಲಿ ಕಲಿಕೆಯನ್ನು ಉತ್ತೇಜಿಸಿದವು.

ಆದರೆ ಪತ್ರಿಕೆಗಳ ಪ್ರಕಟಣಾ ಸಾಹಸಕ್ಕೆ ಯಾರೂ ಮುಂದೆ ಬರಲಿಲ್ಲ. ಅಂತಹ ಐತಿಹಾಸಿಕ ಕಾಯಕಕ್ಕೆ ಭೂಮಿಕೆ ನಿರ್ಮಿಸಿದ ಸಾಹಸಿ ಐರ್ಲೆಂಡ್‌ನಿಂದ ಬಂದ ಹಿಕ್ಕಿ. ಶಸ್ತ್ರಚಿಕಿತ್ಸಕನಾಗಿದ್ದ ಹಿಕ್ಕಿ, ಸಮುದ್ರ ವ್ಯಾಪಾರ ಮಾಡಲು ನಿರ್ಧರಿಸಿದ. ಆಗಿನ ಬಹುತೇಕ ಯುರೋಪಿನ ಯುವಕರು ಹೊರದೇಶಗಳಿಗೆ ತೆರಳಿ ಅಧಿಕ ಹಣ ಗಳಿಸಲು ಪ್ರಯತ್ನಿಸುತ್ತಿದ್ದರು. 1776ರಲ್ಲಿ ಇಂಗ್ಲೆಂಡಿನಿಂದ ಹೊರಟ ಹಿಕ್ಕಿ ಕಲ್ಕತ್ತ ನಗರ ತಲುಪಿ, ಕಡಲ ವ್ಯಾಪಾರದಲ್ಲಿ ತೊಡಗಿದ. ಆದರೆ ಆತ ಬಾಡಿಗೆಗೆ ಪಡೆದಿದ್ದ ದೋಣಿ ಮುಳುಗಿ ಅಪಾರ ನಷ್ಟ ಅನುಭವಿಸಿ ಸಾಲಗಾರನಾದ. ಹಲವಾರು ತೊಡಕುಗಳ ನಡುವೆ ಮುದ್ರಣ ವೃತ್ತಿಯಲ್ಲಿ ಹೊಸ ಜೀವನ ಆರಂಭಿಸಿದ. ಈಸ್ಟ್ ಇಂಡಿಯಾ ಕಂಪನಿಯ ಕೆಲಸಗಳನ್ನು ಪಡೆದು ಮುದ್ರಣ ಕಲೆಯಲ್ಲಿ ನೈಪುಣ್ಯತೆ ಗಳಿಸಿದ. ವ್ಯಾಪಾರ ವಹಿವಾಟುಗಳು ಕಲ್ಕತ್ತ ನಗರದಲ್ಲಿ ನೆಲೆಗೊಂಡಿದ್ದವು. ಬ್ರಿಟಿಷರ ಜತೆಗೆ ಅಂದಿನ ಇತರೆ ಯುರೋಪಿಯನ್ ವರ್ತಕರು ನಗರದಲ್ಲಿ ನೆಲೆಸಿ ಕಲ್ಕತ್ತಕ್ಕೆ ಹೊಸ ರೂಪ ನೀಡಿದ್ದರು. ಹಲವಾರು ಹಡಗುಗಳು ಯುರೋಪಿನಿಂದ ನವೀನ ಸಾಮಗ್ರಿಗಳನ್ನು ಹೊತ್ತು ತರುತ್ತಿದ್ದವು. ಆಮದು–ರಫ್ತು ವ್ಯಾಪಾರ ಹುಲುಸಾಗಿಯೇ ನಡೆಯುತ್ತಿತ್ತು. ಈಸ್ಟ್ ಇಂಡಿಯಾ ಕಂಪನಿಯು ವ್ಯಾಪಾರದ ಜತೆಗೆ ದೇಶದ ಆಂತರಿಕ ಕಲಹಗಳಲ್ಲಿ ಭಾಗಿಯಾಗಿ ತನ್ನ ಆಡಳಿತವನ್ನು ವಿಸ್ತರಿಸಲು ಮುಂದಾಯಿತು.

ಕಲ್ಕತ್ತದ ವ್ಯಾಪಾರಿಗಳು, ಅಧಿಕಾರಿಗಳು ಹಾಗೂ ಇತರೆ ಸಮುದಾಯದವರನ್ನು ಸಂಪರ್ಕಿಸಲು ಪತ್ರಿಕೆಯೊಂದರ ಅವಶ್ಯಕತೆಯನ್ನು ಹಿಕ್ಕಿ ಮನಗಂಡ. ಸಾರ್ವಜನಿಕ ಮಾಹಿತಿಯನ್ನು ತಿಳಿಸಲು ಡಂಗುರ ಬಾರಿಸಿ ಸಾರಲಾಗುತ್ತಿತ್ತು. ಕಲ್ಕತ್ತದಂತಹ ಆಧುನಿಕ ವ್ಯಾಪಾರ ಕೇಂದ್ರಕ್ಕೆ ಇದು ಅವಮಾನಕರ ಎಂದು ಹಿಕ್ಕಿ, ಯುರೋಪಿನಲ್ಲಿರುವಂತೆ ಈ ನಗರಕ್ಕೂ ಒಂದು ಆಧುನಿಕ ಪತ್ರಿಕೆಯೊಂದನ್ನು ಹೊರತರಲು ನಿರ್ಧರಿಸಿದ. ದೇಶದ ಎಲ್ಲ ಪ್ರಮುಖ ನಗರಗಳಲ್ಲಿ ಮುದ್ರಣ ಕಲೆಯ ಸೌಲಭ್ಯವಿದ್ದರೂ, ಯಾರೂ ಪತ್ರಿಕೆ ಪ್ರಕಟಿಸುವ ಸಾಹಸಕ್ಕೆ ಮುಂದಾಗಲಿಲ್ಲ.

ಈ ವೇಳೆಗಾಗಲೇ ಅಮೆರಿಕ ಸ್ವತಂತ್ರ ದೇಶವಾಗಿ (1776) ಬ್ರಿಟಿಷರ ಅಧೀನದಿಂದ ಬೇರ್ಪಟ್ಟಿತ್ತು. ಈ ಬೆಳವಣಿಗೆಯು ಹಿಕ್ಕಿಯಲ್ಲಿ ಪತ್ರಿಕಾ ಪ್ರಕಟಣೆಯ ಅದಮ್ಯ ಉತ್ಸಾಹವನ್ನು ಮೂಡಿಸಿದ್ದವು. ಎಲ್ಲ ಸಿದ್ಧತೆಗಳೊಂದಿಗೆ ಹಿಕ್ಕಿ 29 ಜನವರಿ

1780ರಂದು ಪತ್ರಿಕೆಯನ್ನು ಹೊರತಂದು ದೇಶದ ಪತ್ರಿಕೋದ್ಯಮ ಬೆಳವಣಿಗೆಗೆ ಅಡಿಪಾಯ ಹಾಕಿದ. 242 ವರ್ಷಗಳ ಹಿಂದೆಯೇ ಈ ಕಿರುಹೊತ್ತಿಗೆಯ (12 ಇಂಚು ಎತ್ತರ, 8 ಇಂಚು ಅಗಲ) ಬೆಲೆ ಒಂದು ರೂಪಾಯಿ! ನಾಲ್ಕು ಪುಟಗಳ ಪತ್ರಿಕೆ, ಮೂರು ಕಾಲಂಗಳಲ್ಲಿ ಜಾಹಿರಾತುಗಳು, ಹಡಗುಗಳ ಆಗಮನ, ನಿರ್ಗಮನ, ಸರ್ಕಾರಿ ಸುದ್ದಿಗಳು ಮತ್ತು ಯುರೋಪಿನ ಸುದ್ದಿಗಳನ್ನು ಪ್ರಕಟಿಸಿ ಹಿಕ್ಕಿ ಜನತೆಗೆ ಹೊಸ ಸಂಪರ್ಕ ಮಾಧ್ಯಮವನ್ನು ಪರಿಚಯಿಸಿದ. ವಿದೇಶಗಳಿಂದ ಪತ್ರಿಕೆಗಳು ಹಡಗಿನಲ್ಲಿ ಕಲ್ಕತ್ತಕ್ಕೆ ಬರಲು ನಾಲ್ಕಾರು ತಿಂಗಳುಗಳೇ ಆಗುತ್ತಿತ್ತು. ಅವುಗಳನ್ನು ಓದಿ ಮುಖ್ಯಸುದ್ದಿಗಳನ್ನು ತನ್ನ ಪತ್ರಿಕೆಯಲ್ಲಿ ಪ್ರಕಟಿಸುತ್ತಿದ್ದ. ಕಲ್ಕತ್ತ ನಗರ ಸ್ಥಾಪನೆಯಾದ 90 ವರ್ಷಗಳ ನಂತರ ಮುದ್ರಿತ ಪತ್ರಿಕೆಯೊಂದು ಇಲ್ಲಿ ಆರಂಭವಾಯಿತು. ಪತ್ರಿಕೆ ಓದಿ ನಗರದ ಆಂಗ್ಲ ಭಾಷಿಕರು ರೋಮಾಂಚನಗೊಂಡರು. ಯುರೋಪಿನ ಜನರಂತೆ ನಾವೂ ಸ್ಥಳೀಯ ಪತ್ರಿಕೆಯನ್ನು ಹೊಂದಿದ್ದೇವೆ ಎಂದು ಪುಳಕಿತರಾದರು. ಒಂದು ರೂಪಾಯಿ ಬೆಲೆಯ ಈ ಪತ್ರಿಕೆಗೆ ಸುಮಾರು 400 ಚಂದಾದಾರರಿದ್ದರು. ಪತ್ರಿಕೆ ಎಲ್ಲರಿಗೂ ಅಂಚೆ ಮೂಲಕವೇ ವಿತರಣೆಯಾಗುತ್ತಿತ್ತು.

ಈ ಪತ್ರಿಕೆಯನ್ನು ಹೊರಡಿಸಿ ಹಿಕ್ಕಿ ಇತಿಹಾಸವನ್ನೇ ನಿರ್ಮಿಸಿದ. ಏಷ್ಯಾ ಖಂಡದಲ್ಲೇ ಪ್ರಕಟವಾದ ಮೊದಲ ಪತ್ರಿಕೆ ಇದಾಗಿತ್ತು. ಇಂದಿನ ದಿನಗಳಂತೆ ತಾಜಾ ಸುದ್ದಿಯನ್ನು ಆಗ ಪ್ರಕಟಿಸಲು ಆಗುತ್ತಿರಲಿಲ್ಲ. ಟೆಲಿಗ್ರಾಫ್ ಸೌಲಭ್ಯವಿರಲಿಲ್ಲ. ಹಡಗಿನ ಮೂಲಕವೇ ಅಂಚೆಪತ್ರಗಳು, ಪತ್ರಿಕೆಗಳು ಮತ್ತು ಸರ್ಕಾರಿ ಆಜ್ಞೆಗಳು ಇಂಗ್ಲೆಂಡಿನಿಂದ ಬರಬೇಕಿತ್ತು. ಆದರೆ ಹಿಕ್ಕಿ ಹೊರಡಿಸಿದ ಪತ್ರಿಕೆ ಕಲ್ಕತ್ತೆಯ ಜನತೆಗೆ ಪ್ರಭಾವಿ ಸಂವಹನ ಮಾಧ್ಯಮವಾಯಿತು. "ಈ ಸಾಪ್ತಾಹಿಕವು ರಾಜಕೀಯ ಮತ್ತು ವಾಣಿಜ್ಯ ಪತ್ರಿಕೆ; ಎಲ್ಲಾ ಪಕ್ಷಗಳಿಗೆ ಮುಕ್ತವಾಗಿದೆ; ಆದರೆ ಯಾರಿಂದಲೂ ಪ್ರಭಾವಿತವಾಗಿಲ್ಲ", ಎಂಬ ಉದಾತ್ತ ಧ್ಯೇಯವನ್ನು ಪತ್ರಿಕೆ ಹೊಂದಿತ್ತು.

ಸಮಾಜದ ಎಲ್ಲ ವರ್ಗದವರ ನೋವು-ನಲಿವುಗಳನ್ನು ಪ್ರತಿಬಿಂಬಿಸಲು ಹಿಕ್ಕಿ ಪ್ರಯತ್ನಿಸಿದ. ಸಮಾಜದ ದುರ್ಬಲ ವರ್ಗದವರ ಬಗ್ಗೆ ಆತನಿಗೆ ಕನಿಕರವಿತ್ತು. ಕಲ್ಕತ್ತದ ಜನತೆ ಅಪಾರ ಸಂಖ್ಯೆಯಲ್ಲಿ ಗುಡಿಸಿಲುಗಳಲ್ಲಿ ನೆಲೆಸಿದ್ದರು. ಹಲವಾರು ಸಲ ಅವು ಬೆಂಕಿ ಅವಘಡಗಳಿಗೆ ತುತ್ತಾಗುತ್ತಿದ್ದವು. ಮಾರ್ಚ್ 1780ರಲ್ಲಿ, ಸಂಭವಿಸಿದ ಭೀಕರ ಅಗ್ನಿ ಅವಘಡದಲ್ಲಿ 190 ಗುಡಿಸಲು ನಿವಾಸಿಗಳು ಪ್ರಾಣ ಕಳೆದುಕೊಂಡರು. ನಿರಾಶ್ರಿತರಿಗೆ ತಕ್ಷಣವೇ ಆಹಾರ ನೀಡುವಂತೆ ಹಿಕ್ಕಿ ಶ್ರೀಮಂತರು ಮತ್ತು ಅಧಿಕಾರಿಗಳಲ್ಲಿ ಮನವಿ ಮಾಡಿದ. ವಸತಿ ಮತ್ತು ಬಟ್ಟೆಗಳನ್ನು ನೀಡುವಂತೆ ಕೇಳಿಕೊಂಡ. ಕಂಪನಿಯು ಸಹಾಯ ಮಾಡಬೇಕೆಂದು ಒತ್ತಾಯಿಸಿದ. ಇದು ಆತನ ಸಾಮಾಜಿಕ ಕಳಕಳಿಗೆ ನಿದರ್ಶನವಾಗಿತ್ತು. ನಗರದಲ್ಲಿ ಉತ್ತಮ ರಸ್ತೆಗಳಿರಲಿಲ್ಲ. ನಾಗರಿಕರ ಜೀವನ ಅಸಹ್ಯವಾಗಿತ್ತು. ಈ ಕುರಿತು ಹಿಕ್ಕಿ ತನ್ನ ಪತ್ರಿಕೆಯಲ್ಲಿ ಹಲವಾರು ವರದಿಗಳನ್ನು ಪ್ರಕಟಿಸಿದ ನಂತರ, ಸರ್ಕಾರ ಎಚ್ಚೆತ್ತು ಹೊಸ ತೆರಿಗೆ

ವಿಧಿಸಿ, ರಸ್ತೆಗಳ ಸುಧಾರಣೆಗೆ ಮುಂದಾಯಿತು. ಕಂಪನಿ ಸೇನೆಯ ಕೆಳವರ್ಗದವರ ಸೇವಾ ಸೌಲಭ್ಯಗಳು ಬಹಳ ನಿರಾಶಾದಾಯಕವಾಗಿದ್ದವು. ಹಿಕ್ಕಿಯ ಪತ್ರಿಕೆ ಅವರ ಸಮಸ್ಯೆಗಳಿಗೆ ಸ್ಪಂದಿಸಿತು. ಅವುಗಳ ಬಗ್ಗೆ ಅನೇಕ ವರದಿಗಳನ್ನು ಪ್ರಕಟಿಸಿ ಅವರಿಗೆ ನ್ಯಾಯ ದೊರಕಿಸಿದ ಕೀರ್ತಿ ಹಿಕ್ಕಿಯದಾಗಿತ್ತು.

ವಾರನ್ ಹೇಸ್ಟಿಂಗ್ಸ್, ಈಸ್ಟ್ ಇಂಡಿಯಾ ಕಂಪನಿಯ ಗವರ್ನರ್ ಜನರಲ್ (1772–1785) ಆಗಿದ್ದ ಸಮಯದಲ್ಲಿ ಹಲವಾರು ಯುದ್ಧಗಳು ನಡೆದವು. ಕಂಪನಿಯು ದೇಶದ ಆಂತರಿಕ ಕಲಹಗಳಲ್ಲಿ ತಲೆಹಾಕಿ ತನ್ನ ಸಾಮ್ರಾಜ್ಯ ವಿಸ್ತರಣೆಯಲ್ಲಿ ತೊಡಗಿತ್ತು. ಕಂಪನಿಯ ವಸಾಹತುಶಾಹಿ ನೀತಿಯನ್ನು ಹಿಕ್ಕಿ ವಿರೋಧಿಸಿದ. ಮೈಸೂರು ರಾಜ್ಯದ ಹೈದರಾಲಿ ಜತೆ 1780ರ ಸೆಪ್ಟೆಂಬರ್‌ನಲ್ಲಿ ತಮಿಳುನಾಡಿನ ಪೋಲಿಲೂರ್‌ನ ನಡೆದ ಯುದ್ಧದಲ್ಲಿ ಕಂಪನಿಯ 3000ಕ್ಕೂ ಅಧಿಕ ಸೈನಿಕರು ಹತರಾದರು. ಹೈದರಾಲಿ ಸೇನೆಗೆ ಹೆದರಿದ ಸಾವಿರಾರು ನಾಗರಿಕರು ಮದರಾಸಿಗೆ ತೆರಳಿ ಆಶ್ರಯ ಪಡೆದರು. ಭಾರತದಲ್ಲಿ ನಡೆದ ಯುದ್ಧಗಳನ್ನು ಕುರಿತ ವಿವರವಾದ ವರದಿಗಳು, ಹಿಕ್ಕಿ ಪತ್ರಿಕೆಯ ಮೂಲಕ ಜಗತ್ತಿನ ಇತರೆ ಪತ್ರಿಕೆಗಳಲ್ಲಿ ಪ್ರಕಟಗೊಂಡವು.

ಈ ದುರಂತವನ್ನು ಹಿಕ್ಕಿ ತನ್ನ ಪತ್ರಿಕೆಯಲ್ಲಿ ಬಲವಾಗಿ ಖಂಡಿಸಿದ. ಕಂಪನಿಯ ಅನೇಕ ಪ್ರಮುಖ ಅಧಿಕಾರಿಗಳು ಹಿಕ್ಕಿಯ ನಿಯಮಿತ ಸಂಪರ್ಕದಲ್ಲಿದ್ದರು. ಅಲ್ಲಿನ ಅಧಿಕಾರ ದುರುಪಯೋಗ, ಲಂಚಗುಳಿತನ ಹಾಗೂ ಲಂಪಟತನಗಳ ನಿಖರ ಮಾಹಿತಿ ಹಿಕ್ಕಿಗೆ ಸದಾ ದೊರೆಯುತ್ತಿತ್ತು. ಕಂಪನಿಯ ಹಿಂದಿನ ಗವರ್ನರ್ ರಾಬರ್ಟ್ ಕ್ಲೈವ್ ಅವಧಿಯಲ್ಲಿ ಸರ್ಕಾರದ ಲೆಕ್ಕಪರಿಶೋಧಕನ ಆತ್ಮಹತ್ಯೆ ಆಗಿತ್ತು. ಅದಕ್ಕೆ ಕ್ಲೈವ್ ಕಾರಣವೆಂದು ಹಿಕ್ಕಿ ಆರೋಪಿಸಿದ್ದ. ಇಷ್ಟೆಲ್ಲಾ ಅನಾಹುತಗಳಿಗೆ ಕಾರಣವಾಗಿದ್ದ ಕ್ಲೈವ್ ಅವರಿಗೆ ಇಂಗ್ಲೆಂಡಿನಲ್ಲಿ ಅಪಾರ ಗೌರವ ದೊರೆತಿತ್ತು. ಇದು ಸರಿಯಾದ ಕ್ರಮವಲ್ಲ ಎಂದು ಹಿಕ್ಕಿ ಭಯಭೀತಿ ಇಲ್ಲದೆ ವಾದಿಸಿದ. ಇನ್ನೊಂದು ಪ್ರಕರಣದಲ್ಲಿ ಭ್ರಷ್ಟಾಚಾರದ ಆರೋಪಗಳಿಗೆ ಉತ್ತರಿಸಲು ಮದ್ರಾಸಿನ ಗವರ್ನರ್ ಸರ್ ಥಾಮಸ್ ರಂಬೋಲ್ಡ್ ಅವರನ್ನು ಬ್ರಿಟಿಷ್ ಸಂಸತ್ತಿನ ಮುಂದೆ ವಿಚಾರಣೆಗೆ ಇಂಗ್ಲೆಂಡ್‌ಗೆ ಕರೆಸಿಕೊಳ್ಳಲಾಗಿತ್ತು. ಈ ಪ್ರಕರಣ ಕುರಿತು ಹಿಕ್ಕಿ ಕಟುಭಾಷೆಯಲ್ಲಿ, "ಭಾರತದಲ್ಲಿದ್ದಾಗ ಸುಮಾರು 600,000 ಪೌಂಡ್ ಸಂಪತ್ತನ್ನು ಗಳಿಸಿದ ರಂಬೋಲ್ಡ್ ಒಬ್ಬ 'ಶ್ರೇಷ್ಠ ವ್ಯಕ್ತಿ'. ಅದರಲ್ಲಿ ಹೆಚ್ಚಿನ ಹಣ ಲಂಚ ಮತ್ತು ಸುಲಿಗೆಯಿಂದ ಬಂದದ್ದು", ಎಂದು ನಿಷ್ಠುರವಾಗಿ ಬರೆದ.

ಕಂಪನಿಯ ಪ್ರಮುಖ ಹುದ್ದೆಯಲ್ಲಿ ಇದ್ದವರಿಗೆ ಹಿಕ್ಕಿ ಕೊಂಕುನಾಮಗಳನ್ನು ಹೆಸರಿಸಿ ಹೀಯಾಳಿಸುತ್ತಿದ್ದ. ವಾರನ್ ಹೇಸ್ಟಿಂಗ್ಸ್ ಮತ್ತು ಅವರ ಪತ್ನಿ, ಮುಖ್ಯ ನ್ಯಾಯಾಧೀಶರಾದ ಇಲಿಜಾ ಇಂಪೆ ಅವರನ್ನು ಗುರಿಯಾಗಿಸಿಕೊಂಡು ಹಿಕ್ಕಿ ಅಣಕಿಸಿ ಬರೆಯುತ್ತಿದ್ದ. ಇದನ್ನು ಸಹಿಸಲಾರದ ಸರ್ಕಾರ ಈ ಪತ್ರಿಕೆಗೆ ಪ್ರತಿಯಾಗಿ

ನವೆಂಬರ್ 1780ರಲ್ಲಿ 'ಇಂಡಿಯಾ ಗೆಜೆಟ್', ಎಂಬ ಇನ್ನೊಂದು ಪತ್ರಿಕೆ ಸ್ಥಾಪನೆಗೆ ಪ್ರೋತ್ಸಾಹಿಸಿತು. ಸರ್ಕಾರಿ ಬೆಂಬಲಿತ ಈ ಪತ್ರಿಕೆ ಕಂಪನಿಯ ಆಡಳಿತವನ್ನು ಸದಾ ಉತ್ತೇಜಿಸುತ್ತಿತ್ತು. ಈ ಕ್ರಮದಿಂದ ಮತ್ತಷ್ಟು ಕೆರಳಿದ ಹಿಕ್ಕಿ, ಟೀಕೆಯ ತೀವ್ರತೆಯನ್ನು ಇನ್ನಷ್ಟು ಹೆಚ್ಚಿಸಿದ. ಹಿಕ್ಕಿಯ ಪತ್ರಿಕೆಯ ಮೇಲೆ ಸರ್ಕಾರ ಸರಣಿ ಮೊಕದ್ದಮೆಗಳನ್ನು ಹೂಡಿತು. ಮೊದಲ ಕ್ರಮವಾಗಿ, ಅಂಚೆ ಕಚೇರಿಯ ಮೂಲಕ ಪತ್ರಿಕೆಯ ವಿತರಣೆಯ ಸೌಲಭ್ಯವನ್ನು ಹಿಂಪಡೆಯಲಾಯಿತು.

ಹಿಕ್ಕಿ ತಕ್ಷಣವೇ 20 ಪತ್ರಿಕಾ ವಿತರಕರನ್ನು ನೇಮಿಸಿ ನಗರದ ವಿವಿಧ ಭಾಗಗಳಿಗೆ ಪತ್ರಿಕೆ ಹಂಚಲು ವ್ಯವಸ್ಥೆ ಮಾಡಿದ. ಕೀಳುಮಟ್ಟದ ಭಾಷೆ ಬಳಸಿ ಹಿಕ್ಕಿ ಅಧಿಕಾರಿಗಳನ್ನು ಖಂಡಿಸಲು ಮುಂದಾದ. ಇದರಿಂದ ಹಿಕ್ಕಿ ಮತ್ತಷ್ಟು ಇಕ್ಕಟ್ಟಿಗೆ ಸಿಲುಕಿದ. ಭ್ರಷ್ಟ ಕಂಪನಿ ಅಧಿಕಾರಿಗಳಿಗೆ ದುಃಸ್ವಪ್ನವಾಗಿದ್ದ ಹಿಕ್ಕಿ, ಜಕಾರಿಯಾಸ್ ಕೀರ್ನಾಂಡರ್ ಎಂಬ ಇನ್ನೊಬ್ಬ ಕ್ರೈಸ್ತ ಮಿಷನರಿ ವಿರುದ್ಧ ಮೋಸದ ವ್ಯವಹಾರಗಳನ್ನು ಬಹಿರಂಗಪಡಿಸಿದ. ಇದು ಹುಸಿ ಆರೋಪ ಎಂದು ಹೇಳಿದ ಹೇಸ್ಟಿಂಗ್ಸ್ ಮತ್ತು ಕೀರ್ನಾಂಡರ್ ಇಬ್ಬರೂ ಜೂನ್ 1781ರಲ್ಲಿ ಹಿಕ್ಕಿ ವಿರುದ್ಧ ಐದು ಮಾನನಷ್ಟ ಮೊಕದ್ದಮೆಗಳನ್ನು ಹೂಡಿದರು. ಅಸಾಧ್ಯವಾದ ಜಾಮೀನು ಮೊತ್ತವನ್ನು ಹಿಕ್ಕಿಯ ಮೇಲೆ ಹೇರಲಾಯಿತು. ಈ ಮೊತ್ತವನ್ನು ಕಟ್ಟಲು ಹಿಕ್ಕಿ ವಿಫಲನಾದ. ಆದರೆ ಪತ್ರಿಕೆಯ ಪ್ರಕಟಣೆ ನಿಲ್ಲಲಿಲ್ಲ. ಆತನ ಪ್ರಭಾವ ಅಷ್ಟು ವ್ಯಾಪಕವಾಗಿತ್ತು. ಆತನ ಟೀಕಾಪ್ರವಾಹ ಅವ್ಯಾಹತವಾಗಿತ್ತು. ಜೈಲುವಾಸ ಅನುಭವಿಸುತ್ತಲೇ ಹಿಕ್ಕಿ ಪತ್ರಿಕೆಯನ್ನು ಪ್ರಕಟಿಸುತ್ತಿದ್ದ. ಪತ್ರಿಕೆಯನ್ನು ಮುದ್ರಿಸುವುದನ್ನು ಸರ್ಕಾರ ನಿರ್ಬಂಧಿಸಿತು. ಹಿಕ್ಕಿಯನ್ನು ಜೈಲಿಗೆ ಅಟ್ಟಲಾಯಿತು. ವ್ಯಕ್ತಿಗತ ದ್ವೇಷ ಪತ್ರಿಕೆಗೆ ಮುಳ್ಳಾಗಿ ಪರಿವರ್ತಿತವಾಯಿತು. ಹಿಕ್ಕಿ ಅಸಹಾಯಕನಾದ. ಕ್ಷಮಾಪಣಾ ಮನವಿಗಳಿಗೆ ಸರ್ಕಾರ ಕಿವಿಗೊಡಲಿಲ್ಲ. ಕಲ್ಕತ್ತ ಜನತೆ ಈ ಸಾಹಸಿ ಪತ್ರಕರ್ತನ ನೆರವಿಗೆ ಬರಲಿಲ್ಲ.

ಭಾರತೀಯ ಪತ್ರಿಕೋದ್ಯಮದ ಆರಂಭವೇ ಹೋರಾಟಗಳಿಂದ ಆವರಿಸಿತ್ತು. ಅಧಿಕಾರ ದುರುಪಯೋಗ ಖಂಡನೆ ಪತ್ರಿಕೆಯ ಆದ್ಯ ಹೊಣೆಗಾರಿಕೆಯ ನಿರೂಪಣೆಗೆ ಸಾಕ್ಷಿಯಾಗಿತ್ತು. 1780ರ ಜನವರಿ ಮಾಹೆಯಲ್ಲಿ ಹೊರಬಂದ ದೇಶದ ಮೊದಲ ಪತ್ರಿಕೆ 26 ತಿಂಗಳ ಕಾಲ ತನ್ನ ಪ್ರಕಟಣೆಯನ್ನು ಮುಂದುವರೆಸಿ, 1782ರ ಮಾರ್ಚ್ ತಿಂಗಳಲ್ಲಿ ಪ್ರಕಟಣೆ ನಿಲ್ಲಿಸಿತು.

ಈಸ್ಟ್ ಇಂಡಿಯಾ ಕಂಪನಿಯ ವಸಾಹತುಶಾಹಿಯ ವಿಸ್ತರಣೆಗೆ ವಿರೋಧಿಸಿದ ಎಂಬ ಏಕಮಾತ್ರ ಕಾರಣಕ್ಕೆ ಬಹುತೇಕ ಎಲ್ಲ ಬ್ರಿಟಿಷ್ ಇತಿಹಾಸಕಾರರು ಈತನನ್ನು ಉಪೇಕ್ಷಿಸಿದರು. ಉನ್ನತ ಅಧಿಕಾರಿ ವರ್ಗದಲ್ಲಿ ಲಂಚಗುಳಿತನ, ಲಂಪಟತನಗಳು ಅಲ್ಲದೆ ಅಧಿಕಾರಿಶಾಹಿ ಮತ್ತು ನ್ಯಾಯಾಂಗದ ನಡುವಿನ ಒಳಒಪ್ಪಂದಗಳ ಕಪಟತನವನ್ನು ಬಯಲು ಮಾಡಿದ ಸಾಹಸಿ ಹಿಕ್ಕಿ. ಈ ಪತ್ರಿಕೆಯಲ್ಲಿ

ಪ್ರಕಟವಾಗುತ್ತಿದ್ದ ಸುದ್ದಿ, ಲೇಖನಗಳು ಜಗತ್ತಿನ ಅನೇಕ ಪತ್ರಿಕೆಗಳಲ್ಲಿ, ಹಲವು ತಿಂಗಳುಗಳ ನಂತರ, ಮರುಮುದ್ರಣಗೊಂಡು, ನಮ್ಮ ದೇಶದ ಆಡಳಿತ ವ್ಯವಸ್ಥೆಗೆ ಕನ್ನಡಿ ಹಿಡಿದಿವೆ. ಒಂದು ಮೊಕದ್ದಮೆಯಲ್ಲಿ, ಒಬ್ಬ ನ್ಯಾಯಾಧೀಶರಿಗೆ ವಾರನ್ ಹೇಸ್ಟಿಂಗ್ಸ್ ಐದು ಲಕ್ಷ ರೂಪಾಯಿಗಳ ಲಂಚ ನೀಡಿರುವುದನ್ನು ಸಂಶೋಧಕರು ಇತ್ತೀಚೆಗೆ ಸಾಬೀತುಪಡಿಸಿದ್ದಾರೆ. ಹಿಕ್ಕಿ ಅನಾಮಧೇಯನಾಗಿ ಮರೆಯಾದ. ಆತನ ಭಾವಚಿತ್ರ ಎಲ್ಲಿಯೂ ಲಭ್ಯವಿಲ್ಲ. ಇದು ದೇಶದ ಮೊದಲ ಪತ್ರಕರ್ತನ ದುರಂತ ಕಥೆ. ಕೀಳುಭಾಷೆ ಬಳಕೆಯ ಹೊರತಾಗಿ ಹಿಕ್ಕಿಯ ಸಾಧನೆ ಮೆಚ್ಚುವಂತದ್ದೇ ಆಗಿತ್ತು. ಆದರೆ ಸರ್ಕಾರದ ದಬ್ಬಾಳಿಕೆ ನೀತಿಯ ವಿರುದ್ಧ ಮೆಟ್ಟಿನಿಲ್ಲುವ ಶಕ್ತಿ ಆತನಲ್ಲಿ ಇರಲಿಲ್ಲ. ಆಡಳಿತದ ವಿರುದ್ಧ ಹೋರಾಡುವ ಆತನ ಛಲ ಅಭಿನಂದನೀಯ. ಈತನ ಪತ್ರಿಕಾ ಸಾಹಸ ಅನೇಕ ದೇಶೀಯರಿಗೆ ಸ್ಫೂರ್ತಿಯಾಯಿತು. ರಾಜಾರಾಮ್ ಮೋಹನ್ ರಾಯ್ ಸೇರಿದಂತೆ ಅನೇಕರು ಪತ್ರಿಕೆಗಳನ್ನು ಹೊರಡಿಸಿ, ಭಾರತೀಯ ಚಿಂತನೆಗಳ ವಿರುದ್ಧ ಅಪಪ್ರಚಾರ ನಡೆಸುತ್ತಿದ್ದ ಮಿಷನರಿ ಪ್ರಕಟಣೆಗಳಿಗೆ ಸರಿಯುತ್ತರ ನೀಡಲು ಸಜ್ಜಾದರು.

ಆಂಡ್ರ್ಯೂ ಓಟಿಸ್ ಎಂಬ ಅಮೆರಿಕಾದ ಪತ್ರಿಕೋದ್ಯಮ ಪ್ರಾಧ್ಯಾಪಕನ ಆರು ವರ್ಷಗಳ ಸಂಶೋಧನೆಯ ಫಲವಾಗಿ ಹಿಕ್ಕಿಯ ಸಾಹಸಕ್ಕೆ ನ್ಯಾಯ ಒದಗಿಬಂದಿದೆ. ಆತ 2018ರಲ್ಲಿ ಪ್ರಕಟಿಸಿರುವ, 'ಹಿಕ್ಕೀಸ್ ಬೆಂಗಾಲ್ ಗೆಜೆಟ್: ದಿ ಅನ್‌ಟೋಲ್ಡ್ ಸ್ಟೋರಿ ಆಫ್ ಇಂಡಿಯಾಸ್ ಫಸ್ಟ್ ನ್ಯೂಸ್‌ಪೇಪರ್', ಹೊತ್ತಿಗೆ ಹಿಕ್ಕಿಯ ಹೋರಾಟದ ವಿವರಗಳನ್ನು ಸವಿವರವಾಗಿ ದಾಖಲಿಸಿದೆ. ಇದು ಹಿಕ್ಕಿಯ ಪತ್ರಿಕೋದ್ಯಮ ಶೌರ್ಯಕ್ಕೆ ಸಂದ ಅತ್ಯುತ್ತಮ ಮನ್ನಣೆ ಎನ್ನಬಹುದು.

ದೇಶದ ಕೆಲವು ಅತ್ಯಂತ ಹಿರಿಯ ಪತ್ರಿಕೆಗಳು

- 1822ರಲ್ಲಿ ಪ್ರಾರಂಭವಾದ 'ಮುಂಬಯಿ ಸಮಾಚಾರ' ಈಗಲೂ ಪ್ರಕಟವಾಗುತ್ತಿದೆ. ಗುಜರಾತಿ ಭಾಷೆಯಲ್ಲಿ ಪ್ರಕಟವಾಗುವ ಇದು, ಏಷ್ಯಾದ ಅತ್ಯಂತ ಹಳೆಯ ಪತ್ರಿಕೆ. ಈ ಪತ್ರಿಕೆಗೆ ಎರಡು ಶತಮಾನ ತುಂಬಿದೆ. ಏಷ್ಯಾ ಖಂಡದಲ್ಲಿ ಇದೊಂದು ದಾಖಲೆ.
- 'ಬಾಂಬೆ ಟೈಮ್ಸ್ ಅಂಡ್ ಜರ್ನಲ್ ಆಫ್ ಕಾಮರ್ಸ್' ಹೆಸರಿನಿಂದ 1838ರಲ್ಲಿ ಆರಂಭವಾದ ಪತ್ರಿಕೆ, 'ಟೈಮ್ಸ್ ಆಫ್ ಇಂಡಿಯಾ' ಎಂದು ಮರುನಾಮಕರಣಗೊಂಡು 161 ವರ್ಷದಿಂದಲೂ ಪ್ರಕಟವಾಗುತ್ತಿದೆ.
- 1865ರಲ್ಲಿ ತನ್ನ ಪ್ರಕಟಣೆಯನ್ನು ಆರಂಭಿಸಿದ 'ದಿ ಪಯೋನೀರ್' ಆಂಗ್ಲಪತ್ರಿಕೆ, 157 ವರ್ಷಗಳನ್ನು ಪೂರೈಸಿದೆ. ಸದ್ಯ ಇದು ದೆಹಲಿಯಿಂದ ಪ್ರಕಟವಾಗುತ್ತಿದೆ.

- ಕಲ್ಕತ್ತದ ಇನ್ನೊಂದು ಪ್ರಮುಖ ಪತ್ರಿಕೆ 'ದಿ ಸ್ಟೇಟ್ಸ್‌ಮನ್' 1875ರಲ್ಲಿ ಪ್ರಕಟಣೆ ಆರಂಭಿಸಿ, 147 ವರ್ಷಗಳಿಂದ ಹೊರಬರುತ್ತಿದೆ.
- ಮದರಾಸಿನಿಂದ 1878ರಲ್ಲಿ ಆರಂಭವಾದ 'ದಿ ಹಿಂದೂ', 144 ವಸಂತಗಳನ್ನು ಕಂಡ ಇನ್ನೊಂದು ಪ್ರಮುಖ ಪತ್ರಿಕೆ.
- 1881ರಿಂದ ಚಂಡಿಗಢದಿಂದ ಪ್ರಕಟಗೊಳ್ಳುತ್ತಿರುವ 'ದಿ ಟ್ರಿಬ್ಯೂನ್' ಪತ್ರಿಕೆ, 141 ವರ್ಷಗಳ ಪ್ರಕಟಣೆಯನ್ನು ಪೂರೈಸಿದೆ.

ಭಾರತೀಯ ಪತ್ರಿಕೋದ್ಯಮದ ಒಂದು ನೋಟ

- ಮಾರ್ಚ್ 31, 2021ರಂತೆ 1,44,520 ನೋಂದಾಯಿತ ಪ್ರಕಟಣೆಗಳು ಪ್ರಕಟವಾಗುತ್ತಿದ್ದವು.
- ಈ ಪ್ರಕಟಣೆಗಳು ಇಂಗ್ಲಿಷ್ ಮತ್ತು ದೇಶದ ಪ್ರಮುಖ 22 ಮುಖ್ಯ ಭಾಷೆಗಳಲ್ಲಿ ಹಾಗೂ ಇತರೆ 165 ಭಾಷೆಗಳು/ಉಪಭಾಷೆಗಳು/ವಿದೇಶಿ ಭಾಷೆಗಳಲ್ಲಿ ನೋಂದಾಯಿಸಲ್ಪಟ್ಟಿವೆ (ಒಟ್ಟು 188).
- 2020–21ನೇ ಸಾಲಿನಲ್ಲಿ ಕೇವಲ 32,938 ನೋಂದಾಯಿತ ಪ್ರಕಾಶಕರು ಮಾತ್ರ ತಮ್ಮ ಪತ್ರಿಕೆಗಳ ಪ್ರಸಾರದ ವಿವರ ನೀಡಿದರು.
- ಈ ಪ್ರಕಟಣೆಗಳ ಒಟ್ಟು ಪ್ರಸಾರವು 2020–21ರಲ್ಲಿ ಪ್ರತಿ ಪ್ರಕಾಶನ ದಿನಕ್ಕೆ 38.64 ಕೋಟಿ ಪ್ರತಿಗಳು.
- 2020–21ಕ್ಕೆ ಸ್ವೀಕರಿಸಿದ ವಾರ್ಷಿಕ ಹೇಳಿಕೆಗಳ ಪ್ರಕಾರ, 9,750 ದಿನಪತ್ರಿಕೆಗಳು ಪ್ರಕಟವಾಗುತ್ತಿವೆ.

ಕನ್ನಡ ಪತ್ರಿಕೆಗಳು

- 2020–21ನೇ ಸಾಲಿನಲ್ಲಿ ನೋಂದಾಯಿತ ಕನ್ನಡ ಪತ್ರಿಕೆಗಳ ಸಂಖ್ಯೆ 5798. ಈ ಪೈಕಿ 1,151 ಪತ್ರಿಕೆಗಳು ಮಾತ್ರ ತಮ್ಮ ಪ್ರಸಾರ ವಿವರ ನೀಡಿವೆ.
- 2020–21ನೇ ಸಾಲಿನಲ್ಲಿ ಕನ್ನಡ ಪತ್ರಿಕೆಗಳ ಒಟ್ಟು ಪ್ರಸಾರ 86 ಲಕ್ಷ ಪ್ರತಿಗಳು. ಇವುಗಳಲ್ಲಿ ದಿನಪತ್ರಿಕೆಗಳ ಪ್ರಸಾರ 70.78 ಲಕ್ಷ ಪ್ರತಿಗಳು.

(ಸಮಾಜಮುಖಿ, ಫೆಬ್ರವರಿ 2022)

3

ಕನ್ನಡ ಪತ್ರಿಕೋದ್ಯಮದ ಹರಿಕಾರ: ಹರ್ಮನ್ ಮೊಗ್ಲಿಂಗ್

ಜುಲೈ 1 ಕನ್ನಡ ಪತ್ರಿಕೋದ್ಯಮದ ಐತಿಹಾಸಿಕ ದಿನ. ಜರ್ಮನಿಯಿಂದ ಬಂದ ಹರ್ಮನ್ ಫೆಡ್ರಿಕ್ ಮೊಗ್ಲಿಂಗ್, 1843ರ ಜುಲೈ 1ರಂದು "ಮಂಗಳೂರ ಸಮಾಚಾರ" ಪತ್ರಿಕೆಯನ್ನು ಮಂಗಳೂರಿನಲ್ಲಿ ಆರಂಭಿಸಿ ಕನ್ನಡ ಪತ್ರಿಕೋದ್ಯಮದ ಉಗಮಕ್ಕೆ ನಾಂದಿ ಹಾಡಿದ.

ಕನ್ನಡ ಸಾಹಿತ್ಯ, ಸಂಪಾದನೆ, ಗಾದೆಗಳ ಸಂಗ್ರಹ, ಸಂಸ್ಕೃತಿ ಹಾಗೂ ಭಾಷಾಂತರ ಅಧ್ಯಯನ ಕ್ಷೇತ್ರಗಳಿಗೆ ಕ್ರೈಸ್ತ ಮಿಷನರಿಗಳ ಕೊಡುಗೆ ಅನನ್ಯ. ಇಂತಹ ಧರ್ಮ ಪ್ರಚಾರಕರ ನೆರವಿನಿಂದಲೇ ಕನ್ನಡ ಪತ್ರಿಕೋದ್ಯಮ ಅಂಕುರಿಸಿತು. 18 ಹಾಗೂ 19ನೇ ಶತಮಾನಗಳಲ್ಲಿ ಯುರೋಪಿನ ಧರ್ಮಪ್ರಚಾರದ ಸಂಸ್ಥೆಗಳು ಜಗತ್ತಿನ ಬಹುತೇಕ ದೇಶಗಳತ್ತ ಪಯಣಿಸಿ, ಕ್ರೈಸ್ತಧರ್ಮ ಪ್ರಚಾರದ ಜೊತೆಗೆ ಆಧುನಿಕ ವೈಜ್ಞಾನಿಕ ಬೆಳವಣಿಗೆಗಳ ಸಾಧನಗಳನ್ನು ಸಹ ಪರಿಚಯಿಸಿದರು. ಪ್ರಕಟಣಾ ಕ್ಷೇತ್ರದಲ್ಲಿ ಮೊದಲು ಕಲ್ಲಚ್ಚು ನಂತರ ಅಚ್ಚು ಮೊಳೆ ಆಧಾರಿತ ಮುದ್ರಣವನ್ನು ಸಹ ಈ ಧಾರ್ಮಿಕ ಸಂಸ್ಥೆಗಳು ವ್ಯಾಪಕವಾಗಿ ಬಳಸಿ ಕನ್ನಡಿಗರಿಗೆ ಆಧುನಿಕ ಮುದ್ರಣವನ್ನು ಪರಿಚಯಿಸಿದರು.

1843ರಂದು ಮೊಗ್ಲಿಂಗ್ 'ಕಿಟಕಿಯ ಮೂಲಕ ಬೆಳಕು ಬರುವಂತೆ, ಓದುಗರಿಗೆ ಈ ಪತ್ರಿಕೆಯ ಮೂಲಕ ಜ್ಞಾನದ ಬೆಳಕನ್ನು ನೀಡಲು' ಮುಂದಾದ. ಅವನ ಮಾತುಗಳಲ್ಲೇ ಹೇಳುವುದಾದರೆ, "ಕಿಟಕಿಯಿರದ ಬಿಡಾರದಲ್ಲಿರುವ ಜನರಿಗೆ ಪತ್ರಿಕೆಗಳ ಮೂಲಕ ನಾಲ್ಕು ದಿಕ್ಕಿಗೆ ಬೆಳಕು ಬೀರುವ ಹಾಗೆ", ಸಮಾಚಾರ ನೀಡುವ ಪಾಕ್ಷಿಕ ಪ್ರಕಟಣೆಯಾದ "ಮಂಗಳೂರ ಸಮಾಚಾರ" ಹೊರಡಿಸುವ ಐತಿಹಾಸಿಕ ನಿರ್ಧಾರ ಕೈಗೊಂಡನು. ಈ ಮಹತ್ತರ ಕೊಡುಗೆಯ ಮೂಲಕ ಹರ್ಮನ್ ಫೆಡ್ರಿಕ್ ಮೊಗ್ಲಿಂಗ್ ಕನ್ನಡ ಪತ್ರಿಕೋದ್ಯಮದ ಆದ್ಯಪ್ರವರ್ತಕನಾದ. ಮೊಗ್ಲಿಂಗ್, ಮತಾಂತರಕ್ಕೆ ಮಹತ್ವ ನೀಡದೆ, ಜನಸಮೂಹದ ಬೌದ್ಧಿಕ ಸುಧಾರಣೆಗೆ ಒತ್ತು ನೀಡಿದ ಮೇಧಾವಿ. ಆತನ ಬದುಕೇ ಒಂದು ರೋಚಕ ವೃತ್ತಾಂತ. ಜರ್ಮನಿಯ ಬ್ರಕೆನಹೈಮ ಊರಿನಲ್ಲಿ 29-05-1811ರಲ್ಲಿ ವಿಲ್‌ಹೆಲ್ಮ್ ಲುಡವಿಗ ಫೆಡ್ರಿಕ್ ಮೊಗ್ಲಿಂಗ್ ಮತ್ತು ರೀಸೆ ಎಂಬ ದಂಪತಿಯ ಜೇಷ್ಠ ಪುತ್ರನಾಗಿ ಜನಿಸಿದ. ಶಿಕ್ಷಣದಲ್ಲಿ ಅಪಾರ ಆಸಕ್ತಿ ಪ್ರದರ್ಶಿಸಿದ. ಧಾರ್ಮಿಕ ಸಂಸ್ಥೆಗಳ ಪ್ರಭಾವ ವ್ಯಾಪಕವಾಗಿದ್ದ ಆ ದಿನಗಳಲ್ಲಿ ಬೈಬಲ್ಲಿನ ನಿತ್ಯ ಪಠಣ ಹಾಗೂ ಅಭ್ಯಾಸಗಳು ಈತನ ಮೇಲೆ ಮಹತ್ತರ ಪರಿಣಾಮ ಬೀರಿದವು. ತಂದೆ ಶಿಕ್ಷಕನಾಗಿದ್ದರಿಂದ ಮನೆ ತುಂಬಾ ಶೈಕ್ಷಣಿಕ ವಾತಾವರಣವಿತ್ತು. ಲ್ಯಾಟಿನ್ ಭಾಷೆಯ ಅಧ್ಯಯನದ ಬಗ್ಗೆ ವಿಶೇಷ ಆಸಕ್ತಿವಹಿಸಿದ ಮೊಗ್ಲಿಂಗ್, ಧರ್ಮ ಬೋಧನೆ ಮಾಡುವ ಸೆಮಿನರಿಯಲ್ಲಿ ತನ್ನ ಭಾಷಾ ಪಾಂಡಿತ್ಯ ಪ್ರದರ್ಶಿಸಿದ.

1829ರಲ್ಲಿ ಟುಬಿಂಗಿನ್ ವಿಶ್ವವಿದ್ಯಾಲಯ ಸೇರಿದ ಮೊಗ್ಲಿಂಗ್ ಸಾಹಿತ್ಯ ಅಭ್ಯಾಸದಲ್ಲಿ ತಲ್ಲೀನನಾದ. ಮನೋವಿಶ್ಲೇಷಣೆ ಹಾಗೂ ಆಧ್ಯಾತ್ಮ ಅವನ ನೆಚ್ಚಿನ ಅಧ್ಯಯನ ಕ್ಷೇತ್ರಗಳಾದವು. 1834ರಲ್ಲಿ ವಿದ್ಯಾಭ್ಯಾಸ ಮುಗಿಸಿ ಸಹಾಯಕ ಪಾದ್ರಿಯಾಗಿ ಧಾರ್ಮಿಕ ಸೇವೆ ಪ್ರಾರಂಭಿಸಿದ. ಕ್ರೈಸ್ತನ ತತ್ವಗಳನ್ನು ಭಾವಪೂರಕವಾಗಿ ವಿವರಿಸುವ ಕಲೆಯನ್ನು ಕರಗತ ಮಾಡಿಕೊಂಡ. ತನ್ನ ವಿಶೇಷ ಪಾಂಡಿತ್ಯಕ್ಕೆ ಡಾಕ್ಟರೇಟ್ ಪದವಿಯನ್ನು ಸಹ ಪಡೆದುಕೊಂಡ ಮೊಗ್ಲಿಂಗ್, ಧರ್ಮಪ್ರಚಾರವನ್ನೇ ತನ್ನ ಜೀವನದ ಮುಖ್ಯ ಧ್ಯೇಯವನ್ನಾಗಿರಿಸಿಕೊಂಡಿದ್ದ.

ಭಾರತದಲ್ಲಿ ಕ್ರೈಸ್ತ ಧರ್ಮ ಪ್ರಚಾರದಲ್ಲಿ ದುಡಿದಿದ್ದ ಹಲವರು ಯುರೋಪಿನ ವಿವಿಧ ಭಾಗಗಳಿಂದ ಯುವಕರನ್ನು ಮನವೊಲಿಸಿ ಭಾರತದಲ್ಲಿ ಧರ್ಮಪ್ರಚಾರಕ ಕೆಲಸಕ್ಕೆ ಬರುವಂತೆ ಆಹ್ವಾನಿಸುತ್ತಿದ್ದರು. ಅಂತಹ ಒಂದು ಸಂದರ್ಭದಲ್ಲಿ ಮೊಗ್ಲಿಂಗ್ ಭಾರತಕ್ಕೆ ಹೋಗಲು ಉತ್ಸುಕತೆ ತೋರಿದ. ಬಾಸೆಲ್ ಮಿಷನರಿಯಲ್ಲಿ ಸೂಕ್ತ ತರಬೇತಿ ಪಡೆದು ಅರೆಬಿಕ್, ಸಂಸ್ಕೃತ ಹಾಗೂ ಇಂಗ್ಲಿಷ್ ಭಾಷೆಗಳನ್ನು ಅಧ್ಯಯನ ಮಾಡಿದ. 1836ರ ಮೇ ತಿಂಗಳಲ್ಲಿ ಇಂಗ್ಲೆಂಡಿನಿಂದ ಮೂರು ತಿಂಗಳು ಹಡಗು ಪ್ರಯಾಣ ನಡೆಸಿ ಮುಂಬಯಿ ತಲುಪಿದ. ಬಾಸೆಲ್ ಮಿಷನ್ ಸಂಸ್ಥೆ ಮಂಗಳೂರಿನಲ್ಲಿ ತನ್ನ ಕಾರ್ಯಚಟುವಟಿಕೆಗಳನ್ನು ಆಗಲೇ ಆರಂಭಿಸಿತ್ತು. 1836ರ ಡಿಸೆಂಬರ್ ತಿಂಗಳಲ್ಲಿ ಮೊಗ್ಲಿಂಗ್ ಮಂಗಳೂರು ತಲುಪಿ ಕನ್ನಡ ತಾಯಿಯ

ಸೇವೆಯನ್ನಾರಂಭಿಸಿದ. ಕನ್ನಡ ಭಾಷೆ ಕಲಿಯುವಿಕೆ ಹಾಗೂ ಭಾಷಾಂತರ ಕೆಲಸಗಳಿಗೆ ಹೆಚ್ಚಿನ ಸಮಯವನ್ನು ವ್ಯಯ ಮಾಡಿದುದರಿಂದ ಧರ್ಮಪ್ರಚಾರದ ಕೆಲಸದತ್ತ ಇವನ ಒಲವು ಕುಗ್ಗಿತು. 1837ರಲ್ಲಿ ಧಾರವಾಡಕ್ಕೆ ಬಂದು ಸರ್ಕಾರ ಹಾಗೂ ಸ್ಥಳೀಯರ ನೆರವಿನಿಂದ ಪ್ರಾರ್ಥನಾ ಮಂದಿರ ನಿರ್ಮಿಸಿದ. ಅಲ್ಲದೆ ಒಂದು ಇಂಗ್ಲಿಷ್ ಶಾಲೆಯನ್ನು ಆರಂಭಿಸುವಲ್ಲಿ ಸಫಲನಾದ. ಇದೇ ಅವಧಿಯಲ್ಲಿ ಆತ ಹುಬ್ಬಳ್ಳಿ ಹಾಗೂ ಗದಗದಲ್ಲಿ ಧರ್ಮಪ್ರಸಾರ ಹಾಗೂ ಶಿಕ್ಷಕವೃತ್ತಿ ನಿರ್ವಹಿಸಿದ.

ಮೊಗ್ಲಿಂಗ್ ಧಾರವಾಡದಿಂದ ಮರಳಿ 1838ರಿಂದ 1852ರವರೆಗೆ ಮಂಗಳೂರಿನಲ್ಲಿ ಸೇವೆ ಸಲ್ಲಿಸಿದ. ಈ ಅವಧಿಯಲ್ಲಿ ಆತ ಕೈಗೊಂಡ ಪ್ರಮುಖ ನಿರ್ಧಾರವೆಂದರೆ ಪತ್ರಿಕೆಯೊಂದನ್ನು ಪ್ರಕಟಿಸಿ ಜನರಿಗೆ ಮಾಹಿತಿ ಒದಗಿಸುವುದು. "ಹೊರಗಿನ ಕಾರ್ಯಗಳನ್ನು ಕಾಣುವ ಹಾಗೆಯೂ, ವೊಳಗೆ ಸಲ್ಪ ಬೆಳಕು ಬೀರುವ ಹಾಗೆಯೂ, ನಾಲ್ಕು ದಿಕ್ಕಿಗೆ ಕಿಟಕಿಗಳನ್ನು ಮಾಡುವ ಈ ಸಮಾಚಾರ ಕಾಗದವನ್ನು ಪಕ್ಷಕ್ಕೆವೊಂದು ಸಾರಿ ಶಿದ್ಧ ಮಾಡಿ, ಅದನ್ನು ಓದಬೇಕೆಂದಿರುವೆಲ್ಲರಿಗೆ ಕೊಟ್ಟರೆ, ಕಿಟಕಿಗಳನ್ನು ಮಾಡಿದ ಹಾಗಾಗಿರುವುದು", ಎಂಬ ಉದಾತ್ತ ಧ್ಯೇಯದೊಂದಿಗೆ 1843ರ ಜುಲೈ 1ರಂದು 'ಮಂಗಳೂರ ಸಮಾಚಾರ' ಎಂಬ ಒಂದು ದುಡ್ಡಿನ ನಾಲ್ಕು ಪುಟಗಳ ಕಲ್ಲಚ್ಚಿನ ಪತ್ರಿಕೆಯನ್ನು ಹೊರತಂದ. ಅಂಚೆ ಹಾಗೂ ನೇರ ಮಾರಾಟಕ್ಕೆ ಸಹ ಲಭ್ಯವಿದ್ದ ಈ ಪತ್ರಿಕೆ ವಿವಿಧ ಮೂಲಗಳಿಂದ ಸಂಗ್ರಹಿಸಿದ ವರ್ತಮಾನಗಳನ್ನು ಬಹು ಎಚ್ಚರಿಕೆಯಿಂದ ವರ್ಗೀಕರಿಸಿ ಪ್ರಕಟಿಸುತ್ತಿತ್ತು.

ಪ್ರಧಾನವಾಗಿ ಐದು ಗುಂಪುಗಳಾಗಿ ವಿಂಗಡಿಸಿರುವ ವರ್ತಮಾನಗಳು, ವೂರ ವರ್ತಮಾನಗಳು, ಸರಕಾರಿ ನಿರೂಪಗಳು, ಕಾನೂನು, ಸುಬುದ್ಧಿಯನ್ನು ಹೇಳುವ ಸಾಮತಿಗಳು, ಹಾಡುಗಳು, ಕಥೆಗಳು ಮತ್ತು ಸರ್ವರಾಜ್ಯ ವರ್ತಮಾನಗಳು. ಪ್ರಧಾನವಾಗಿ ಈ ಗುಂಪುಗಳಿಗೆ ಸೇರಿದ ಸುದ್ದಿಗಳನ್ನು ವಿಂಗಡಿಸಿ ಪ್ರಕಟಿಸಿದರೆ, ಓದುಗರಿಗೆ ಸುಲಭವಾಗುತ್ತದೆ ಎಂಬುದನ್ನು ಮೊಗ್ಲಿಂಗ್ ಮನಗಂಡಿದ್ದ.

ಈ ಪತ್ರಿಕೆ ಪ್ರಕಟವಾಗುವ ಅವಧಿಯಲ್ಲಿ ಭಾರತೀಯ ಪತ್ರಿಕೋದ್ಯಮ ಆಗ ತಾನೆ ಅಂಬೆಗಾಲಿಡುತ್ತಿತ್ತು. ಬಹುತೇಕ ಪ್ರಕಟಣೆಗಳು ದೇಶದ ಪ್ರಮುಖ ನಗರಗಳಾದ ಮುಂಬಯಿ, ಕಲ್ಕತ್ತ ಹಾಗೂ ಮದರಾಸುಗಳಿಂದ ಹೊರಬರುತ್ತಿದ್ದವು. ಯುರೋಪಿನಿಂದ ಪತ್ರಿಕೆಗಳು ಬರಲು ನಾಲ್ಕಾರು ತಿಂಗಳುಗಳು ಬೇಕಾಗುತ್ತಿದ್ದವು. ಇಂತಹ ದಿನಗಳಲ್ಲಿ ಮೊಗ್ಲಿಂಗ್ ನಿಯಮಿತವಾಗಿ ಸುದ್ದಿಗಳನ್ನು ಸಂಗ್ರಹಿಸಿ, ಭಾಷಾಂತರಿಸಿ, ಪ್ರಕಟಣೆಗೆ ಸಿದ್ಧಪಡಿಸುತ್ತಿದ್ದ. ಬಹುಪಾಲು ಬರವಣಿಗೆ ಈತನೊಬ್ಬನಿಂದಲೇ ಆಗುತ್ತಿತ್ತು. ಓದುಗರ ಪತ್ರಗಳನ್ನು ಪ್ರಕಟಿಸಲು ಆತ ಹಿಂಜರಿಯಲಿಲ್ಲ. "ಇನ್ನು ಮುಂದೆ ಯಾರಾದರೂ ಒಂದು ವರ್ತಮಾನ ಸೇರಿಸಬೇಕು ಅಂತ ಬರೆದು ಕಳುಹಿಸುವದಾದರೆ, ಅವರ ಹೆಸರು, ಊರು, ಮುಂತಾಗಿ ನಮಗೆ ತಿಳಿಯುವ ಹಾಗೆ ಮಾತ್ರ ಬರೆದು ಟಪಾಲ ದಸ್ತುರಿ ಕೊಟ್ಟು ಕಳಿಸಿದರೆ ಆ ಸಮಾಚಾರ ಛಾಪಿಸಬಹುದು", ಎಂದು ಓದುಗರಿಗೆ ತಿಳಿಯ ಹೇಳುತ್ತಿದ್ದನು.

ಮೊಗ್ಲಿಂಗ್‌ನ ಪತ್ರಿಕಾವೃತ್ತಿಯ ಬಹುಮಹತ್ವದ ಅಂಶವೆಂದರೆ, ಧರ್ಮಪ್ರಚಾರ ಸಂಸ್ಥೆಯಿಂದ ಹೊರಡಿಸಲ್ಪಟ್ಟ ಪತ್ರಿಕೆಯಾದರೂ, 'ಮಂಗಳೂರ ಸಮಾಚಾರ' ಎಲ್ಲ ಬಗೆಯ ವರ್ತಮಾನಗಳನ್ನು ಪ್ರಕಟಿಸುತ್ತಿತ್ತು. ಓದುಗರ ಕುತೂಹಲವನ್ನು ಅರಿತಿದ್ದ ಮೊಗ್ಲಿಂಗ್, ವರ್ತಮಾನಗಳನ್ನು ಬಹು ಎಚ್ಚರಿಕೆಯಿಂದ ಆಯ್ದು, ಭಾಷಾಂತರಿಸಿ ಸರಳ ಕನ್ನಡದಲ್ಲಿ ನೀಡುತ್ತಿದ್ದ. ಇದೊಂದು ಸ್ವತಂತ್ರ ವಾರ್ತಾಪತ್ರಿಕೆಯ ರೂಪುರೇಷೆ ಹೊಂದಿತ್ತು ಎಂಬುದು ಆಶ್ಚರ್ಯಕರ. ಇಂಗ್ಲಿಷರ ಆಳ್ವಿಕೆಯ ಆ ಮಹತ್ವದ ದಿನಗಳಲ್ಲಿ ಬಹುತೇಕ ರಾಜಸಂಸ್ಥಾನಗಳು ನಾಶವಾಗಿ, ಕಂಪನಿ ಆಡಳಿತ ವಿಸ್ತಾರವಾಗುತ್ತಿದ್ದ ಕಾಲವದು. ಈ ಎಲ್ಲ ರಾಜಕೀಯ ಬೆಳವಣಿಗೆಗಳ ಕಿರುಪರಿಚಯ ಅಂದಿನ ಓದುಗರಿಗಾಗುತ್ತಿತ್ತು. ಈ ಪ್ರಕಟಣೆಗೆ ಕನ್ನಡ ಭಾಷಿಕರಿಂದ ಬಂದ ಪ್ರತಿಕ್ರಿಯೆಯನ್ನು ಗಮನಿಸಿದ, ಮೊಗ್ಲಿಂಗ್ ಇದು 'ಮಂಗಳೂರ ಸಮಾಚಾರ'ದ ಬದಲಾಗಿ 'ಕನ್ನಡ ಸಮಾಚಾರ'ವಾದರೆ ತುಂಬ ಅರ್ಥಪೂರ್ಣವಾಗುತ್ತದೆ ಎಂದು ನಿಶ್ಚಯಿಸಿದ.

ಈ ಪತ್ರಿಕೆ ಉಳಿಯುವುದೇ ಎಂಬ ಸಂದೇಹ ಅವನನ್ನು ಅನೇಕ ಸಲ ಕಾಡಿತ್ತು. ಆದರೆ ಓದುಗರ ಬೆಂಬಲ ಆತನ ನಿರೀಕ್ಷೆಗೆ ಮೀರಿತ್ತು. ವಿವಿಧ ಪ್ರಾಂತ್ಯಗಳಿಂದ ಕನ್ನಡ ಭಾಷಿಕರು ಬರೆಯುತ್ತಿದ್ದ ಪತ್ರಗಳು ಮೊಗ್ಲಿಂಗ್‌ಗೆ ಅತೀವ ಸಂತೋಷ ನೀಡುತ್ತಿದ್ದವು. ಆತನೇ ಹೇಳಿರುವ ಹಾಗೆ "ಮಂಗಳೂರು, ಮೈಸೂರು, ತುಮಕೂರು, ಬಳ್ಳಾರಿ, ಶಿವಮೊಗ್ಗ, ಹುಬ್ಬಳ್ಳಿ, ಶಿರಸಿ, ಹೊನ್ನಾವರ ಮೊದಲಾದ ಸ್ಥಳಗಳಲ್ಲಿ ಕೆಲವು ನೂರು ಮಂದಿ ಈ ಕಾಗದವನ್ನು ಈವರೆಗೆ ತೆಗೆದುಕೊಳ್ಳುತ್ತಾ ಬಂದರು. ಮೊದಲಿನ ನಂಬ್ರದ ಕಾಗದಗಳನ್ನು ಛಾಪಿಸಿ ಪ್ರಕಟಣೆ ಮಾಡುವಾಗ, ನಾವು ಮಾಡಿದ ಆಲೋಚನೆ ಈ ಕಾಲದಲ್ಲಿ ಈ ದೇಶದಲ್ಲಿ ಆನೇಕರಿಗೆ ಕನ್ನಡ ಭಾಷೆಯಲ್ಲಿ ಬರೆದ ಒಂದು ಸಮಾಚಾರ ಕಾಗದವನ್ನು ಓದುವುದರಲ್ಲಿ ಮತಿ ಆಗುವುದೆಂದು ನೋಡಿ ಸಂತೋಷದಿಂದ ಅದನ್ನು ವೃದ್ಧಿ ಮಾಡುವ ಪ್ರಯತ್ನದಿಂದ ಇನ್ನು ಮುಂದೆ ಅದನ್ನು ಕಲ್ಲಿನಲ್ಲಿ ಛಾಪಿಸದೆ, ಬಳ್ಳಾರಿಯಲ್ಲಿ ಇರುವ ಅಕ್ಷರ ಛಾಪಖಾನೆಯಲ್ಲಿ ಅಚ್ಚುಪಡಿ ಮಾಡಲಿಕ್ಕೆ ನಿಶ್ಚೈಸಿದ್ದೇವೆ. ಆಮೇಲೆ ಕನ್ನಡ ಸೀಮೆಯ ನಾಲ್ಕು ದಿಕ್ಕುಗಳಲ್ಲಿ ಯಿರುವವರು ಶುದ್ಧವಾದ ಅಚ್ಚು ಮೊಳೆಗಳಿಂದ ಆಗುವ ಬರಹವನ್ನು ಶುಲಭವಾಗಿ ಓದಬಹುದು ಇದಲ್ಲದೆ, ಹೆಚ್ಚು ವರ್ತಮಾನವಂನು, ಚರಿತ್ರೆಗಳನ್ನೂ, ವಿದ್ಯಾ ಪಾಠಗಳಂನ್ನೂ ಬುದ್ಧಿಮಾತುಗಳನ್ನು ಬರಿಯುವುದಕ್ಕೆ ಸ್ಥಳ ಶಿಕ್ಕುವುದು", ಎಂದು ಪ್ರಕಟಿಸಿದ.

ಪತ್ರಿಕೆಯೊಂದರ ಮೂಲಕ ಎಲ್ಲ ಕನ್ನಡ ಭಾಷಿಕರನ್ನು ತಲುಪುವ ಹೆಬ್ಬಯಕೆ ಆತನದ್ದಾಗಿತ್ತು. ಸುಮಾರು ಎಂಟು ತಿಂಗಳು ಮಂಗಳೂರಿನಲ್ಲಿ ಪ್ರಕಟವಾದ ಈ ಪತ್ರಿಕೆ 1844ರ ಮಾರ್ಚ್‌ನಲ್ಲಿ ಬಳ್ಳಾರಿಗೆ ಸ್ಥಳಾಂತರಗೊಂಡಿತು. ನಂತರ "ಕನ್ನಡ ಸಮಾಚಾರ"ವೆಂದು ಮರುನಾಮಕರಣಗೊಂಡಿತು. ಈ ಪತ್ರಿಕೆ, ಸುಮಾರು ಹತ್ತು ತಿಂಗಳ ಕಾಲ ಬಳ್ಳಾರಿಯಲ್ಲಿ ಪ್ರಕಟವಾಯಿತು.

ಮೊಂಗ್ಲಿಂಗ್‌ನಷ್ಟು ಕ್ರಿಯಾಶಾಲಿ ಸಮಾಚಾರ ಸಂಗ್ರಹಕಾರರು ಬಳ್ಳಾರಿಯಲ್ಲಿ ಲಭ್ಯವಾಗಲಿಲ್ಲ. ಮಂಗಳೂರಿನಲ್ಲಿದ್ದುಕೊಂಡು ಬಳ್ಳಾರಿಯಲ್ಲಿ ಪತ್ರಿಕೆ ನಡೆಸುವ ಮೊಗ್ಲಿಂಗ್‌ನ ಸಾಹಸ ಯಶಸ್ವಿಯಾಗಲಿಲ್ಲ.

ಸಿಪಾಯಿ ದಂಗೆಯ ಬೆಳವಣಿಗೆಗಳನ್ನು ಜನತೆಗೆ ಮುಟ್ಟಿಸಬೇಕೆನ್ನುವ ಆಕಾಂಕ್ಷೆಯಿಂದ 13 ವರ್ಷಗಳ ನಂತರ 'ಕಂನ್ನಡ ವಾರ್ತಿಕ' (Canarese Messenger) ಪತ್ರಿಕೆಯನ್ನು ಮೊಗ್ಲಿಂಗ್ ಆರಂಭಿಸಿದ. ಎರಕದಲ್ಲಿ ಹೊಯ್ದ ಅಚ್ಚುಮೊಳೆಗಳನ್ನು ಮೊದಲ ಬಾರಿಗೆ ಈ ಪತ್ರಿಕೆ ಅಳವಡಿಸಿಕೊಂಡಿತ್ತು. ಆದರೆ ಇದು ಕೇವಲ ಒಂದೇ ವರ್ಷದಲ್ಲಿ ನಿಂತಿತು. 1853ರಿಂದ ಹಲವು ವರ್ಷ 'ಮಂಗಳೂರು ಪಂಚಾಂಗ'ವನ್ನು ಪ್ರಕಟಿಸಿದ ಕೀರ್ತಿ ಮೊಗ್ಲಿಂಗ್‌ಗೆ ಸಲ್ಲುತ್ತದೆ.

1836ರಿಂದ 1861ರವರೆಗೆ ಭಾರತದಲ್ಲಿ ಸೇವೆ ಸಲ್ಲಿಸಿದ ಮೊಗ್ಲಿಂಗ್, ಪತ್ರಕರ್ತನಾಗಿ, ಸಾಹಿತಿಯಾಗಿ, ಶಿಕ್ಷಕನಾಗಿ, ಅನುವಾದಕನಾಗಿ, ಧರ್ಮಪ್ರಚಾರಕನಾಗಿ, ಗಾದೆಗಳ ಸಂಗ್ರಹಕಾರನಾಗಿ ಅಮೋಘ ಸೇವೆ ಸಲ್ಲಿಸಿದ. ಮಂಗಳೂರು, ಗದಗ, ಹುಬ್ಬಳ್ಳಿ ಮತ್ತು ಮಡಿಕೇರಿ ಆತನ ಪ್ರಮುಖ ಕಾರ್ಯಕ್ಷೇತ್ರಗಳಾಗಿದ್ದವು. ಪತ್ರಿಕಾ ಪ್ರಕಟಣೆಯಲ್ಲಿ ಮೊಗ್ಲಿಂಗ್, ಕೆಲವೇ ತಿಂಗಳುಗಳಲ್ಲಿ ತನ್ನ ಚತುರತೆಯನ್ನ ಸಾಬೀತುಪಡಿಸಿ, ಕನ್ನಡ ಪತ್ರಿಕೋದ್ಯಮ ಬೆಳವಣಿಗೆಗೆ ತಳಪಾಯ ಹಾಕಿದ. ತಾನು ಬದುಕಿದ್ದ 70 ವರ್ಷಗಳ ಅವಧಿಯಲ್ಲಿ, ಸುಮಾರು 25 ವರ್ಷಗಳ ಕಾಲ ಕನ್ನಡನಾಡಿನಲ್ಲಿ ಆತ ಸಲ್ಲಿಸಿದ ಸೇವೆ ಗುರುತರವಾದದ್ದು.

ಕರ್ನಾಟಕದಲ್ಲಿ ಪತ್ರಿಕಾದಿನವಾಗಿ ಆಚರಿಸಲ್ಪಡುತ್ತಿರುವ ಜುಲೈ 1ರಂದು ಈ ಸ್ಮರಣೀಯ ವ್ಯಕ್ತಿಯನ್ನು ನೆನಪಿಸಿಕೊಳ್ಳುವುದು ಪತ್ರಿಕಾಲೋಕದ ಧರ್ಮ.

(ವಿಶ್ವವಾಣಿ, ಜುಲೈ 1, 2018)

4

ದೇಶದ ಮೊದಲ ಪತ್ರಿಕೆ, ಮೊದಲ ಪತ್ರಕರ್ತ

ದೇಶದ ಮೊದಲ ಪತ್ರಿಕೆ 1780 ಜನವರಿ 29, ಶನಿವಾರದಂದು ಕಲ್ಕತ್ತದಲ್ಲಿ ಹೊರಬಂತು. ಈ ಪತ್ರಿಕೆ ಪ್ರಕಟಿಸಿ ಇಂದಿಗೆ 243 ವರ್ಷಗಳು ಕಳೆದಿವೆ. ಐರ್ಲೆಂಡ್ ಮೂಲದ ಜೇಮ್ಸ್ ಅಗಸ್ಟಸ್ ಹಿಕ್ಕಿ (1739 /1740–1802). ಈ ಸಾಪ್ತಾಹಿಕ ಪ್ರಕಟಣೆಗೆ 'ಬೆಂಗಾಲ್ ಗೆಜೆಟ್ ಆರ್ ಕಲ್ಕತ್ತಾ ಜನರಲ್ ಅಡ್ವರ್ಟೈಸರ್' ಎಂದು ಹೆಸರಿಸಿ ಒಂದು ರೂ. ಬೆಲೆ ನಿಗದಿಪಡಿಸಿದ್ದ. ನಾಲ್ಕು ಪುಟಗಳ ಮೂರು ಕಾಲಂ ಹೊಂದಿದ್ದ ಈ ಪತ್ರಿಕೆ (12X8) ಇಂಚು ಕಲ್ಕತ್ತದ ನಾಗರಿಕರ ಸ್ಥಾನಮಾನವನ್ನು ಮೇಲ್ದರ್ಜೆಗೆ ಏರಿಸಿತ್ತು. ಏಕೆಂದರೆ ಇಂಗ್ಲೆಂಡಿನಲ್ಲಿ ಜನರು ಪತ್ರಿಕೆ ಓದುವಂತೆ ನಾವು ಕೂಡ ಒಂದು ಸ್ಥಳೀಯ ಪತ್ರಿಕೆ ಹೊಂದಿದ್ದೇವೆ ಎಂಬ ಹೆಮ್ಮೆ ಅವರಿಗೆ ಬಂದಿತ್ತು. ಈಸ್ಟ್ ಇಂಡಿಯಾ ಕಂಪನಿಯ ಕೇಂದ್ರಸ್ಥಳ ಕಲ್ಕತ್ತ, ವಿದೇಶಿ ವ್ಯಾಪಾರ ವಹಿವಾಟುಗಳಿಂದ ಬಿಡುವಿಲ್ಲದ ನಗರವಾಗಿತ್ತು.

ಮುದ್ರಣ ಕಲೆ ದೇಶದ ಎಲ್ಲೆಡೆ ಪರಿಚಯವಾಗಿದ್ದರೂ, ಪತ್ರಿಕೆ ಸ್ಥಾಪಿಸಲು ಯಾರೂ ಮುಂದಾಗಿರಲಿಲ್ಲ. ಅಂತಹ ಸಾಹಸ ಮಾಡಿದ ವ್ಯಕ್ತಿ ಹಿಕ್ಕಿ. ಪತ್ರಿಕೆ

ಪ್ರಕಟಿಸಿದ್ದು ಕೇವಲ ಎರಡೇ ವರ್ಷ. ಆ ಎರಡು ವರ್ಷಗಳಲ್ಲಿ ಆತ ಈಸ್ಟ್ ಇಂಡಿಯಾ ಕಂಪನಿಯ ಭ್ರಷ್ಟಾಚಾರವನ್ನು ಬಹಿರಂಗಪಡಿಸಿದ, ನಿರಂಕುಶ ಸರ್ಕಾರದ ದಬ್ಬಾಳಿಕೆಗೆ ಸವಾಲು ಹಾಕಿದ, ಚರ್ಚ್ ಹಣದ ದುರುಪಯೋಗಗಳನ್ನು ಬಯಲು ಮಾಡಿದ. ಕಂಪನಿಯ ವಿರುದ್ಧ ಪತ್ರಿಕಾ ಸ್ವಾತಂತ್ರ್ಯಕ್ಕಾಗಿ ಹೋರಾಡಿದ ದಿಟ್ಟ ಕಲಿ ಹಿಕ್ಕಿ. ಆ ದಿನಗಳಲ್ಲಿಯೇ ರಾಜ್ಯದ ಎರಡು ಬಲಿಷ್ಠ ಸಂಸ್ಥೆಗಳಾದ ಚರ್ಚ್ ಮತ್ತು ಸರ್ಕಾರಗಳನ್ನು ವಿರೋಧಿಸಿದ. ಪತ್ರಿಕೆಯ ಶಕ್ತಿ ಜನರನ್ನು ಹೇಗೆ ರಕ್ಷಿಸಬಲ್ಲದು ಎಂಬುದನ್ನು ಭಾರತದ ನೆಲದಲ್ಲಿ ಮೊದಲ ಬಾರಿಗೆ ಪ್ರದರ್ಶಿಸಿದ ಹೀರೋ ಈತ.

ಆತನ ಹೋರಾಟ ವಿರೋಧಿಸಿದ ಹಲವು ಬ್ರಿಟಿಷ್ ಸಾಮ್ರಾಜ್ಯಶಾಹಿ ಯುಗದ ವಿದ್ವಾಂಸರು ಆತನ ಬಗ್ಗೆ ತಪ್ಪು ಚಿತ್ರಣ ನೀಡಿ ಆತ ಓರ್ವ ದುಷ್ಕರ್ಮಿ, ಕೀಳುಮಟ್ಟದ ವ್ಯಕ್ತಿ ಎಂದು ಇತಿಹಾಸದಲ್ಲಿ ದಾಖಲಿಸಿದ್ದರು. ಇತ್ತೀಚಿಗೆ ಮಾತ್ರ ಆತನ ನಿಜ ಸಾಹಸ ಇತಿಹಾಸದಲ್ಲಿ ದಾಖಲಾಗಿದೆ. ಅಂದಿನ ದಿನಮಾನದ ಎಲ್ಲ ಬೆಳವಣಿಗೆಗಳನ್ನು ತನ್ನ ಪತ್ರಿಕೆಯಲ್ಲಿ ಬರೆಯಲು ಆತ ನಿಶ್ಚಯಿಸಿದ್ದ. ರಾಜಕೀಯ ಬೆಳವಣಿಗೆಗಳು, ಜಾಗತಿಕ ಸುದ್ದಿಗಳ ಪ್ರಕಟಣೆಯ ಜತೆಗೆ ತನ್ನ ಓದುಗರಿಗೆ ಪತ್ರಗಳು ಮತ್ತು ಪದ್ಯಗಳನ್ನು ಬರೆಯಲು ವಿನಂತಿಸಿದ. ಈತನ ಬರವಣಿಗೆಯ ವಿಶೇಷತೆ ಎಂದರೆ ಹಾಸ್ಯ ಮತ್ತು ವಿಡಂಬನೆ. ನಗರದ ಎಲ್ಲ ಮುಖ್ಯ ಅಧಿಕಾರಿಗಳಿಗೆ ಈತ ಅಡ್ಡಹೆಸರು ಇರಿಸಿ ವಿಡಂಬನೆ ಮಾಡುತ್ತಿದ್ದ. ಇದು ಕಲ್ಕತ್ತದ ನಾಗರಿಕರಿಗೆ ಮನರಂಜನೆ ನೀಡಿತು. ತವರಿನಲ್ಲಿರುವವರಿಗೆ ಪತ್ರ ಬರೆಯುವಾಗ ಅನೇಕರು ಇಲ್ಲಿನ ರಾಜಕೀಯ ಏಳುಬೀಳುಗಳನ್ನು ವಿಸ್ತರಿಸಿ ಬರೆಯುವ ಬದಲು, ಹಿಕ್ಕಿ ಪತ್ರಿಕೆಯ ಪ್ರತಿಗಳನ್ನು ಪತ್ರದ ಜತೆ ಕಳುಹಿಸಿ ನಿರುಮ್ಮಳಾಗಿರುತ್ತಿದ್ದರು.

ಅನೇಕ ವರ್ಗದವರ ಆಶೋತ್ತರಗಳನ್ನು ಪ್ರತಿಬಿಂಬಿಸಿ, ಕಲ್ಕತ್ತ ನಗರದ ಏಳಿಗೆಗೆ ಈತ ಶ್ರಮಿಸಿದ. "ಈ ಸಾಪ್ತಾಹಿಕವು ರಾಜಕೀಯ ಮತ್ತು ವಾಣಿಜ್ಯ ಪತ್ರಿಕೆ; ಎಲ್ಲಾ ಪಕ್ಷಗಳಿಗೆ ಮುಕ್ತವಾಗಿದೆ, ಆದರೆ ಯಾರಿಂದಲೂ ಪ್ರಭಾವಿತವಾಗಿಲ್ಲ", ಎಂದು ಮೊದಲೇ ಘೋಷಿಸಿದ್ದ. ಹಿಕ್ಕಿ ಪಕ್ಷಪಾತ ಸುದ್ದಿಗಳನ್ನು ತಡೆಹಿಡಿದು, ಪಕ್ಷಾತೀತವಾಗಿ ಇರಲು ಪ್ರಯತ್ನಿಸಿದ. ರಾಜಕೀಯ ವಿವಾದಗಳಿಂದ ಆದಷ್ಟೂ ದೂರ ಇರಲು ಪ್ರಯತ್ನಿಸಿದ. ಹಿಕ್ಕಿಯ ಮೊದಲ ಆದ್ಯತೆ ನಗರ ಸುಧಾರಣೆ ಮತ್ತು ಮೂಲಭೂತ ಸೌಕರ್ಯಗಳ ಅಭಿವೃದ್ಧಿಯಾಗಿತ್ತು. 90 ವರ್ಷಗಳ ಇತಿಹಾಸವಿದ್ದ ಕಲ್ಕತ್ತ ನಗರದಲ್ಲಿ ಉತ್ತಮ ರಸ್ತೆಗಳಿರಲಿಲ್ಲ, ಸ್ವಚ್ಛತೆ ಅಭಾವ, ಸ್ಮಶಾನಗಳ ನಿರ್ವಹಣೆ ಸರಿ ಇರದೇ ಮಳೆಗಾಲದಲ್ಲಿ ಶವಗಳು ಹೊರಗೆ ಕಾಣಿಸುತ್ತಿದ್ದವು. ಗುಡಿಸಲುವಾಸಿಗಳಿಂದ ನಗರ ತುಂಬಿತ್ತು. ಇವುಗಳೆಲ್ಲದರ ಉತ್ತಮಿಕೆಯ ಅವಶ್ಯಕತೆ ಜತೆಗೆ ಸಮಾಜದ ಎಲ್ಲ ವರ್ಗದವರ ಧ್ವನಿಯಾಗಿಸಲು ಪತ್ರಿಕೆ ಮೂಲಕ ಹಿಕ್ಕಿ ಶ್ರಮಿಸಿದ. ಅನೇಕಸಲ ಪ್ರಾಣಿ ಮತ್ತು ಮನುಷ್ಯರ

ಶವಗಳು ದಾರಿಯಲ್ಲೇ ಕೊಳೆಯುತ್ತಿದುದನ್ನು ಕಂಡು ಪತ್ರಿಕೆ ಸರಕಾರದ ಗಮನ ಸೆಳೆಯುತ್ತಿತ್ತು. ಯುರೋಪಿನ ನಗರಗಳಲ್ಲಿ ಇರುವ ನಾಗರಿಕ ಸೌಲಭ್ಯಗಳು ಇಲ್ಲಿಯವರಿಗೂ ದೊರೆಯಬೇಕೆನ್ನುವುದು ಅವನ ಒತ್ತಾಸೆಯಾಗಿತ್ತು.

ಹಲವಾರು ದೇಶಗಳ ವ್ಯಾಪಾರಿಗಳು ಕಲ್ಕತ್ತದಲ್ಲಿ ಬೀಡುಬಿಟ್ಟು ಅದೊಂದು ಬಹುಭಾಷೆಗಳ ಮತ್ತು ಬಹುಸಂಸ್ಕೃತಿಯ ಕೇಂದ್ರವೂ ಆಗಿತ್ತು. ಅಧಿಕ ಸಂಖ್ಯೆಯ ಹಿಂದೂ–ಮುಸಲ್ಮಾನರು ಈ ನಗರದಲ್ಲಿದ್ದರು. ಆ ವೇಳೆಗಾಗಲೇ ಹಲವು ಯುರೋಪಿಯನ್ನರು ಸ್ಥಳೀಯರನ್ನು ವಿವಾಹವಾಗಿ ಆಂಗ್ಲೋ-ಇಂಡಿಯನ್ ಸಂಸ್ಕೃತಿ ಉದಯವಾಗಿತ್ತು. ಪತ್ರಿಕೆಯ ಮೂಲಕ ಮುಕ್ತ ಚರ್ಚೆಯೂ ನಡೆಯುತಿತ್ತು. ಮಹಿಳೆಯರು ಏಕೆ ಮುಷ್ಟಿಮೈಥುನ ಮಾಡಿಕೊಂಡು ತಮ್ಮ ಲೈಂಗಿಕ ಆಸೆ ಪೂರೈಸಿಕೊಳ್ಳಬಾರದು ಎನ್ನುವ ಮಟ್ಟಿಗೆ ಪತ್ರಿಕೆಯಲ್ಲಿ ಚರ್ಚೆ ನಡೆಯಿತು. ಅನೇಕ ಮಹಿಳೆಯರು ಬರವಣಿಗೆಯಲ್ಲಿ ಸಕ್ರಿಯವಾಗಿ ತಮ್ಮ ಅಭಿಪ್ರಾಯಗಳನ್ನು ಹಂಚಿಕೊಳ್ಳುತ್ತಿದ್ದರು. ಸಮುದ್ರ ವ್ಯಾಪಾರದಲ್ಲಿ ಹಣ ಮಾಡುವ ಆಸೆಯಲ್ಲಿ, ಎಂಟು–ಹತ್ತು ತಿಂಗಳು ಪ್ರಯಾಣ ಮಾಡಿ ಬಂದಿದ್ದ ಯುರೋಪಿಯನ್ನರು ಇಲ್ಲಿನ ಒಣ ಹವೆ, ಬಿರುಸಿನ ಮಳೆಗಾಲ, ಆರೋಗ್ಯ ಸೌಲಭ್ಯಗಳ ಅಲಭ್ಯತೆಯಿಂದ ಹೈರಾಣಾಗಿದ್ದರು. ಹಿಕ್ಕಿ ತನ್ನ ಪತ್ರಿಕೆಯಲ್ಲಿ ಯುರೋಪಿಯನ್ನರು ಮತ್ತು ಸ್ಥಳೀಯರ ಬಗ್ಗೆ ಸಹ ಸುದ್ದಿಗಳನ್ನು ಪ್ರಕಟಿಸಿದ. ಬೆಂಕಿ ಅಪಘಾತದಲ್ಲಿ ಸಿಲುಕಿದ ಮಹಿಳೆ ಹೇಗೆ ಮಗುವಿಗೆ ಜನ್ಮ ನೀಡಿ ಬದುಕಿದಳು, ತಾಳೆ ಮರದಿಂದ ನೀರಾ ಸಂಗ್ರಹಿಸಲು ಹೋಗಿ ಮಹಿಳೆಯೊಬ್ಬಳು ಹೇಗೆ ಮರದಿಂದ ಬಿದ್ದು ಸತ್ತಳು, ಬ್ರಿಟಿಷ್ ಹಡಗು ಮಾಲೀಕರು ಭಾರತೀಯರನ್ನು ಒತ್ತೆಯಾಳಾಗಿ ಹಿಡಿದು ತಮ್ಮ ಸೇವೆಗೆ ಹೇಗೆ ಕರೆದೊಯ್ಯುತ್ತಿದ್ದರು, ಹೂಗ್ಲಿ ನದಿಯಲ್ಲಿ ದೋಣಿಗಳು ಮುಳುಗಿ ಜನ ಹೇಗೆ ಸಾಯುತ್ತಾರೆ– ಇಂತಹ ಸುದ್ದಿಗಳನ್ನು ಪ್ರಕಟಿಸಿ ಓದುಗರ ಮನಸ್ಸನ್ನು ಗೆಲ್ಲುತ್ತಿದ್ದ.

1780ರ ಮಾರ್ಚ್ ತಿಂಗಳಲ್ಲಿ ಸಂಭವಿಸಿದ ಭೀಕರ ಅಗ್ನಿ ದುರಂತದಲ್ಲಿ ಕಲ್ಕತ್ತದ 15 ಸಾವಿರ ಗುಡಿಸಲುಗಳು ಸುಟ್ಟು 190 ಜನ ಸತ್ತರು. ನೀರು, ಊಟ, ಬಟ್ಟೆ ಮತ್ತು ಆಶ್ರಯಗಳಿಲ್ಲದೆ ಸಾವಿರಾರು ನಿರ್ಗತಿಕರು ಪರದಾಡಿದರು. ಇವರಿಗೆ ನಗರದ ಜನತೆ ಸಹಾಯ ಮಾಡಬೇಕೆಂದು ಹಿಕ್ಕಿ ಪತ್ರಿಕೆಯ ಮೂಲಕ ಮನವಿ ಮಾಡಿದ. ತಕ್ಷಣವೇ ಕಂಪನಿ ಎಚ್ಚೆತ್ತು ಹಲವಾರು ಕ್ರಮಗಳನ್ನು ಕೈಗೊಂಡಿತು. ಈ ಬಗೆಯ ಕ್ರಮಗಳನ್ನು ಕಂಡು ಹಿಕ್ಕಿ ತನ್ನ ಪತ್ರಿಕೆಗೆ ಒಳ್ಳೆಯ ಪ್ರಭಾವವಿದೆ ಎಂದು ಭಾವಿಸಿದ. ಈ ದುರಂತ ಸಂಭವಿಸಿದ ನಂತರ ನಗರದಲ್ಲಿ ಗುಡಿಸಲುಗಳನ್ನು ನಿಷೇಧಿಸಲಾಯ್ತು. ನಾಗರಿಕರಿಗೆ ರಸ್ತೆ ತೆರಿಗೆ ವಿಧಿಸಿ, ಸುಧಾರಣೆಗಳು ಆರಂಭವಾದವು. ಹಿಕ್ಕಿ ತನ್ನ ಪತ್ರಿಕೆಯ ಪ್ರಭಾವ ಕಂಡು, ನಿಧಾನವಾಗಿ ರಾಜಕೀಯದತ್ತ ವಾಲಿದ. ಅನೇಕ ಕಂಪನಿ ಅಧಿಕಾರಿಗಳು ಮತ್ತು ಸಾಮಾನ್ಯ ಓದುಗರು ಇವನಿಗೆ ಬೆಂಬಲ ವ್ಯಕ್ತಪಡಿಸಿದರು. ಕಂಪನಿಯ ಗುತ್ತಿಗೆ

ವ್ಯಾಪಾರಗಳಲ್ಲಿ ನಡೆಯುತ್ತಿದ್ದ ಅಕ್ರಮಗಳು ಹಾಗೂ ಲಂಚಗುಳಿತನದ ಬಗ್ಗೆ ಟೀಕೆ ಆರಂಭಿಸಿದ. ಸೈನ್ಯದಲ್ಲಿದ್ದ ಅನೇಕ ಸಮಸ್ಯೆಗಳನ್ನು ಪತ್ರಗಳ ಮೂಲಕ ಹೊರಗೆಡಹಿದ. ಎರಡು ಮೂರು ತಿಂಗಳು ತಡವಾಗಿ ಅವರಿಗೆ ವೇತನ ಬಟವಾಡೆಯಾಗುತ್ತಿತ್ತು. ಹಲವು ಯುದ್ಧಗಳಲ್ಲಿ ಜಯಿಸಿದ್ದಕ್ಕೆ ನೀಡಬೇಕಿದ್ದ ಬಹುಮಾನ ಮೊತ್ತವನ್ನು ಅಧಿಕಾರಿಗಳು ನೀಡದೆ ಸೈನಿಕರು ನಿರಾಶರಾಗಿದ್ದರು. ಮುಂಬಡ್ತಿ ದೊರೆತಿರಲಿಲ್ಲ.

1780ರಲ್ಲಿ ತಮಿಳುನಾಡಿನ ಪೊಲಿಲೂರ್‌ನಲ್ಲಿ ಬ್ರಿಟಿಷ್ ಮತ್ತು ಹೈದರಾಲಿ ನಡುವೆ ನಡೆದ ಯುದ್ಧ ಹಿಕ್ಕಿಯ ಮೇಲೆ ಅಪಾರ ಪ್ರಭಾವ ಬೀರಿತ್ತು. ಈ ಯುದ್ಧದಲ್ಲಿ 3,000 ಸಾವಿರ ಬ್ರಿಟಿಷ್ ಸೈನಿಕರು ಹತರಾದರು. ಇದೊಂದು ಕ್ರೂರ ಯುದ್ಧವಾಗಿತ್ತು. ಇದರ ವರದಿಗಳನ್ನು ಪ್ರಕಟಿಸಿದ ಹಿಕ್ಕಿ ದಂಗಾದ. ಬ್ರಿಟಿಷ್ ಸೈನಿಕರ ಸಾವನ್ನು ಖಂಡಿಸಿದ. ಈ ಯುದ್ಧವಾದರೂ ಏಕೆ ಎಂದು ಪ್ರಶ್ನಿಸಿದ. ಹಿಕ್ಕಿ ತನ್ನ ಪತ್ರಿಕೆಯಲ್ಲಿ ಪ್ರಕಟಿಸಿದ ವರದಿಯನ್ನು ಇಂಗ್ಲೆಂಡ್, ಅಮೆರಿಕಾ ಮತ್ತು ಯುರೋಪಿನ ಎಲ್ಲ ಪತ್ರಿಕೆಗಳು ಪ್ರಕಟಿಸಿದವು. ಈ ಯುದ್ಧದ ಪ್ರಭಾವದಿಂದ ಆತ ಕಂಪನಿಯ ಅಧಿಕಾರಿಗಳ ತೀರ್ಮಾನಗಳನ್ನು ಆಕ್ಷೇಪಿಸಲಾರಂಭಿಸಿದ.

ಗವರ್ನರ್ ಜನರಲ್ ವಾರೆನ್ ಹೇಸ್ಟಿಂಗ್ಸ್ ತೆಗೆದುಕೊಂಡ ಹಲವಾರು ತೀರ್ಮಾನಗಳನ್ನು ಕಂಪನಿಯ ಆಡಳಿತ ಮಂಡಳಿ ವಿರೋಧಿಸಿತ್ತು. 1780ರ ಅಕ್ಟೋಬರ್‌ನಲ್ಲಿ ಕಂಪನಿಯ ಪರವಾಗಿ ಇನ್ನೊಂದು ಪತ್ರಿಕೆ 'ಇಂಡಿಯಾ ಗೆಜೆಟ್' ಆರಂಭವಾಗಿ, ಅಂಚೆ ಕಚೇರಿಯಲ್ಲಿ ಉಚಿತವಾಗಿ ಹಂಚಿಕೆ ಮಾಡಲು ಸರ್ಕಾರದ ಅನುಮತಿ ಪಡೆಯಿತು. ಈ ಪತ್ರಿಕೆ ಮುದ್ರಿಸಲು ಹಳೇ ಮುದ್ರಣಯಂತ್ರವನ್ನು ಕಿರೆಂಡೆರ್ ಎಂಬ ಪಾದ್ರಿ ಒದಗಿಸಿದ್ದ. ಈ ಪತ್ರಿಕೆ ಹೊರಬರುತ್ತಿದ್ದಂತೆ ಹಿಕ್ಕಿ ಹತಾಶನಾದ ಮತ್ತು ಸರ್ಕಾರವನ್ನು ಕಟುಪದಗಳಿಂದ ಟೀಕಿಸಲಾರಂಭಿಸಿದ. ಹೇಸ್ಟಿಂಗ್ಸ್ ತನ್ನ ಕುರ್ಚಿ ಭದ್ರಪಡಿಸಲು ಹಲವಾರು ಅಕ್ರಮ ನೇಮಕಾತಿಗಳನ್ನು ಮಾಡಿದ್ದ ಮತ್ತು ಇಡೀ ನ್ಯಾಯಾಂಗ ವ್ಯವಸ್ಥೆಯನ್ನು ತನ್ನ ನಿಯಂತ್ರಣದಲ್ಲಿ ಇರಿಸಿದ್ದ. ಈ ಎರಡು ಪತ್ರಿಕೆಗಳು ತದ್ವಿರುದ್ಧವಾಗಿ ಸುದ್ದಿ ಮತ್ತು ಟೀಕೆಟಿಪ್ಪಣಿಗಳನ್ನು ಪ್ರಕಟಿಸುತ್ತಿದ್ದವು. ಹಿಕ್ಕಿ ಜನಸಾಮಾನ್ಯರನ್ನು ಬೆಂಬಲಿಸಿದರೆ ಎದುರಾಳಿ ಪತ್ರಿಕೆ, ಶ್ರೀಮಂತರು ಮತ್ತು ಅಧಿಕಾರಿಗಳನ್ನು ಸಮರ್ಥಿಸುತ್ತಿತ್ತು.

ಕಂಪನಿಯ ರಫ್ತು ವ್ಯವಹಾರದಲ್ಲಿ ಅನೇಕ ದಲ್ಲಾಳಿಗಳು ಶಾಮೀಲಾಗಿದ್ದರು. ಅಫೀಮು, ಉಪ್ಪು, ರೇಷ್ಮೆ, ಅಡಿಕೆ, ಅಕ್ಕಿ ಜತೆಗೆ ಸೈನ್ಯಕ್ಕೆ ಬೇಕಾದ ಆನೆಗಳು, ದೋಣಿ ಮುಂತಾದವುಗಳ ಸರಬರಾಜಿನಲ್ಲಿ ಅಕ್ರಮ ವ್ಯವಹಾರಗಳು ಸರ್ವೇಸಾಮಾನ್ಯವಾಗಿದ್ದವು. ಹಿಕ್ಕಿ ಕೋಪಕ್ಕೆ ಮುಖ್ಯ ಕಾರಣ ಸೈನ್ಯಕ್ಕೆ ಬೇಕಾದ ಆಹಾರ ಮತ್ತು ಸಾಗಣೆಗೆ ಬೇಕಾದ ಎತ್ತುಗಳ ಸರಬರಾಜಿಗೆ ಅಧಿಕ ಹಣ ನೀಡಿ, ಹೇಸ್ಟಿಂಗ್ಸ್ ತನ್ನ ಸ್ನೇಹಿತನಿಗೆ ಗುತ್ತಿಗೆ ನೀಡಿದ. ಬೇರೆ ಸರಬರಾಜುದಾರರಿಂದ

ಅಂದಾಜು ಬೆಲೆ ತರಿಸದೆ, ವಾರ್ಷಿಕವಾಗಿ ನಾಲ್ಕರಿಂದ ಹತ್ತು ಲಕ್ಷಕ್ಕೆ ಹೆಚ್ಚಿಸಲಾಯಿತು. ಗುತ್ತಿಗೆ ಪಡೆದವರು ತಮ್ಮ ಕೆಲಸವನ್ನು ಇತರರಿಗೆ ಒಪ್ಪಿಸಿ ಅಪಾರ ಪ್ರಮಾಣದಲ್ಲಿ ಹಣ ಜೇಬಿಗೆ ಇಳಿಸುತ್ತಿದ್ದರು. ನದಿಗಳ ತಡೆಒಡ್ಡುಗಳ ನಿರ್ಮಾಣದ್ಲಲೂ ಇದೇ ರೀತಿ ಆಗಿತ್ತು.

ನಗರದ ರಸ್ತೆ ಸುಧಾರಣೆಗೆ ತರಲಾದ ಹೊಸ ನಿಯಮಾವಳಿಗಳು ಅಧಿಕಾರಿಗಳಿಗೆ ಮತ್ತಷ್ಟು ಹಣ ಕಬಳಿಸಲು ನೆರವಾಗುತ್ತವೆ ಎಂದು ಹಿಕ್ಕಿ ವಾದಿಸಿ, ಮೇಲಿನ ಅಧಿಕಾರಿಗಳು ಮತ್ತು ಸುಪ್ರೀಂಕೋರ್ಟ್ ಮುಖ್ಯ ನ್ಯಾಯಾಧೀಶರಿಗೆ ಈ ಜನ್ಮದಲ್ಲಿ ಶಿಕ್ಷೆ ಆಗದಿದ್ದರೂ ಮುಂದಿನ ಜನ್ಮದಲ್ಲಿ ಖಂಡಿತ ಎಂದು ಕಟು ಶಬ್ದಗಳಲ್ಲಿ ಬರೆದ. ಹಿಕ್ಕಿಯ ಇನ್ನೊಂದು ವಾದ; ನಾಗರಿಕರ ಸಮ್ಮತಿ ಇಲ್ಲದೆ ತೆರಿಗೆ ವಿಧಿಸಲು ಹೇಗೆ ಸಾಧ್ಯ. ಪ್ರಾತಿನಿಧ್ಯವಿಲ್ಲದೇ ತೆರಿಗೆ ವಿಧಿಸುವಂತಿಲ್ಲ ಎಂದು ವಾದಿಸಿದ. ಅಮೆರಿಕಾದ ಸ್ವಾತಂತ್ರ್ಯ ಹೋರಾಟದ ಉದಾಹರಣೆ ನೀಡಿದ. ತಾನು ಜನರ ಹಕ್ಕುಗಳ ಹೋರಾಟಗಾರ ಎಂಬ ಚಿತ್ರಣ ನೀಡಿದ. ಕೆಲ ತಿಂಗಳ ಹಿಂದಷ್ಟೇ ಬ್ರಿಟಿಷರ ವಿರುದ್ಧ ಅಮೆರಿಕನ್ನರ ಹೋರಾಟವನ್ನು ಟೀಕಿಸಿದ್ದ ಹಿಕ್ಕಿ ಈಗ ತನ್ನ ವರಸೆ ಬದಲಿಸಿದ್ದ.

ಸೇನೆಯ ಹಲವಾರು ಅಧಿಕಾರಿಗಳು ಹಿಕ್ಕಿಯ ಗೆಳೆಯರಾಗಿದ್ದು, ಅಲ್ಲಿನ ಕೊರತೆಗಳ ಬಗ್ಗೆ ನಿರಂತರವಾಗಿ ಗುಪ್ತ ವರದಿ ಕಳುಹಿಸುತ್ತಿದ್ದರು. ಒಮ್ಮೆ ಈತನ ಮುದ್ರಣ ಕೆಲಸವನ್ನು ನಿರಾಕರಿಸಿದ್ದ ಪಿಯರ್ಸ್ ಎಂಬಾತನ ಮೇಲೆ ಹಿಕ್ಕಿ ಕಿಡಿಕಾರುತ್ತಿದ್ದ. ಕೆಲ ಅಧಿಕಾರಿಗಳ ಹಲವಾರು ಪತ್ರಗಳನ್ನು ಹಿಕ್ಕಿ ಪ್ರಕಟಿಸಿದ. ಸೇನೆ ಮುಖ್ಯಸ್ಥನಿಗಿಂತ ನಾವು ಹಿಕ್ಕಿಯ ಬಗ್ಗೆ ಹೆಚ್ಚು ಗೌರವ ಹೊಂದಿದ್ದೇವೆ ಎನ್ನುವ ಭಾವನೆ ಮೂಡಿಸಿದ. 'ಇಂಗ್ಲಿಷ್ ರಣಹದ್ದುಗಳು ಭಾರತೀಯರ ಮೇಲೆ ಆಕ್ರಮಣ ನಡೆಸುತ್ತಿವೆ', ಎನ್ನುವ ಪತ್ರ ಪ್ರಕಟಿಸಿದ. ಬ್ರಿಟಿಷ್ ಸಾಮ್ರಾಜ್ಯ ವಿಸ್ತರಿಸುವ ಹೇಸ್ಟಿಂಗ್ಸ್ ಪ್ರಯತ್ನಗಳನ್ನು ಹಿಕ್ಕಿ ಬಲವಾಗಿ ವಿರೋಧಿಸಿದ. ನೂರಾರು ಸೈನಿಕ ಸಾವು ಯಾವ ನ್ಯಾಯ ಎನ್ನುತ್ತಿದ್ದ. 'ಈತನೊಬ್ಬ ಮೊಗಲ್ ಸಾಮ್ರಾಟನಾಗುವ ಉತ್ಕಟ ಆಕಾಂಕ್ಷೆ ಹೊಂದಿದ್ದಾನೆ', ಎಂದು ಜರಿದ. ಅಲ್ಲದೆ ಈತ ಕಾರ್ನ್‌ವಾಲಿಸ್‌ನನ್ನು 'ದುಷ್ಟ ಉತ್ತರಾಧಿಕಾರಿ' ಎಂದ. ಅಲ್ಲದೆ ಈತ ನಪುಂಸಕನೆಂದು ಬರೆದ. ಹೇಸ್ಟಿಂಗ್‌ನ ಮೇಲಿನ ಆರೋಪಗಳು ಬಹಳ ವೈಯಕ್ತಿಕವಾಗಿದ್ದವು. ಇದರಿಂದ ಆಡಳಿತವರ್ಗದವರು ಹಿಕ್ಕಿ ಅತ್ಯಂತ ದುಷ್ಟ ಮತ್ತು ಕಂಪನಿಗೆ ಅಪಾಯಕಾರಿ ಎಂದು ತೀರ್ಮಾನಿಸಿದರು. ಇನ್ನೊಂದು ಘಟನೆಯಲ್ಲಿ ತನ್ನ ಎದುರಾಳಿ ಪತ್ರಿಕೆಗೆ ಮುದ್ರಣ ಸಲಕರಣೆಗಳನ್ನು ಸರಬರಾಜು ಮಾಡಿದ ಧರ್ಮಗುರು ಕಿರೆಂಡೆರ್, ಧಾರ್ಮಿಕ ಸಂಸ್ಥೆಗೆ ಭಾರಿ ವಂಚನೆ ಎಸಗಿದ್ದಾನೆ. ಧರ್ಮಪ್ರಚಾರಕ್ಕೆ ಬಳಸಬೇಕಾದ ಈ ಸಲಕರಣೆಗಳು ಬೇರೆಯವರ ಪಾಲಾಗಿವೆ. ಈತನ ದುಷ್ಕೃತ್ಯಗಳು, ಅಪ್ರಾಮಾಣಿಕತೆ, ಹಣ ದುರುಪಯೋಗಗಳಿಗೆ ಲೆಕ್ಕವಿಲ್ಲವೆಂದು

ಆರೋಪಿಸಿದ. ಈತ ಧರ್ಮಸಂಸ್ಥೆಯ ಪಾವಿತ್ರ್ಯವನ್ನೇ ಹಾಳು ಮಾಡಿದ್ದನೆಂದು ಬರೆದ. ಕಿರೆಂಡೆರ್ ಕೂಡ ಹೇಸ್ಟಿಂಗ್ಸ್‌ನ ಆಪ್ತವಲಯದಲ್ಲಿ ಗುರುತಿಸಿಕೊಂಡಿದ್ದ.

ಜೂನ್ 12, 1781ರಂದು ಹಿಕ್ಕಿ ವಿರುದ್ಧ ಹಲವು ಮೊಕದ್ದಮೆಗಳು ದಾಖಲಾಗಿ, ಕೋರ್ಟ್ ಮುಂದೆ ಹಾಜರಾಗಬೇಕಾಯಿತು. ಆತನ ಮೇಲೆ ಐದು ಆರೋಪಗಳನ್ನು ಹೊರಿಸಲಾಗಿತ್ತು ಮತ್ತು ವಿಚಾರಣೆಗೆ 23 ನ್ಯಾಯಾಧೀಶರ ಪೀಠ ಸಿದ್ಧವಾಗಿತ್ತು. 'ಇಲ್ಲಿ ಕುಳಿತಿರುವ ಹಲವರ ಮೇಲೆ ನನಗೆ ನಂಬಿಕೆಯಿಲ್ಲ', ಎಂದು ಹಿಕ್ಕಿ ವಾದಿಸಿದ ಮೇಲೆ, ರಾಜಿ ನಡೆದು ನ್ಯಾಯಾಧೀಶರ ಸಂಖ್ಯೆಯನ್ನು 12ಕ್ಕೆ ಇಳಿಸಲಾಯಿತು. ಹೇಸ್ಟಿಂಗ್ಸ್ ಮೇಲಿನ ಮೂರು ಮತ್ತು ಕಿರೆಂಡೆರ್ ಮೇಲಿನ ಎರಡು ಆರೋಪಗಳು ನ್ಯಾಯಾಲಯದ ಮುಂದೆ ತೀರ್ಮಾನವಾಗಬೇಕಿತ್ತು. ಕ್ರಿಮಿನಲ್ ಮೊಕದ್ದಮೆಗಳಲ್ಲಿ ಜಾಮೀನು ಬೇಕಾದರೆ 40 ಸಾವಿರ ರೂ. ನೀಡುವಂತೆ ಕೋರ್ಟ್ ಆಜ್ಞಾಪಿಸಿತು. ಹಿಕ್ಕಿ ನಿರಾಕರಿಸಿದ, ಹಿಕ್ಕಿಯನ್ನು ಜೈಲಿಗೆ ಅಟ್ಟಲಾಯಿತು. ಆದರೆ ಪತ್ರಿಕೆ ನಿಲ್ಲಲಿಲ್ಲ. ದೌರ್ಜನ್ಯದ ಪರಮಾವಧಿ ಇದು ಎಂದು ಸರ್ಕಾರವನ್ನು ಹೀಗಳೆದ. ತನ್ನ ಎದುರಾಳಿಗಳಿಗೆ ಕೊಂಕು ಹೆಸರುಗಳನ್ನಿರಿಸಿ ಒಂದು ನಾಟಕವನ್ನೇ ರಚಿಸಿ ಪತ್ರಿಕೆಯಲ್ಲಿ ಪ್ರಕಟಿಸಿದ. ನನ್ನನ್ನು ವಿಚಾರಿಸುತ್ತಿರುವ ನ್ಯಾಯಾಧೀಶರುಗಳು, ಕಪಟಿಗಳು, ಲಂಚಗುಳಿಗಳು, ಗುತ್ತಿಗೆದಾರರು ಮತ್ತು ಎಲ್ಲರೂ ಹೇಸ್ಟಿಂಗ್ಸ್ ಪರವಾಗಿ ಇರುವವರು ಎಂದು ತನ್ನ ಓದುಗರಿಗೆ ತಿಳಿಸಿದ. ಸರ್ಕಾರದ ಮೇಲೆ. ಒಂದರ ಮೇಲೊಂದು ಆಪಾದನೆಗಳನ್ನು ಮಾಡಿದ. ಅದರಂತೆ ಸರ್ಕಾರ ಮೊಕದ್ದಮೆಗಳನ್ನು ದಾಖಲಿಸುತ್ತಾ ಮುನ್ನಡೆಯಿತು. ಮಾರ್ಚ್ 1782ರಲ್ಲಿ ಹಿಕ್ಕಿಯ ಮುದ್ರಣಾಲಯವನ್ನು ಮುಚ್ಚಿಸಲಾಯಿತು.

ಜೈಲು ಶಿಕ್ಷೆ ಮುಗಿದಿದ್ದರೂ ದಂಡ ಕಟ್ಟಲು ಹಣವಿಲ್ಲದೆ ಪರದಾಡಿದ. ಪರಿಣಾಮ ಜೈಲಿನಲ್ಲೇ ಉಳಿಯಬೇಕಾಯಿತು. ಸಹಾಯಕ್ಕಾಗಿ ಮನವಿ ಮಾಡಿದ್ದ. 'ನನ್ನ ಮೇಲಿನ ತನಿಖೆ 1781ರಿಂದ ಆರಂಭವಾಗಿ ಇಲ್ಲಿಯ ತನಕ (ಸೆಪ್ಟೆಂಬರ್ 1783) ಜೈಲಿನಲ್ಲೇ ಇದ್ದೇನೆ. ನನ್ನ ಮಕ್ಕಳು ಸಹ ಈ ಕೊಳಕು ಜೈಲಿನಲ್ಲೆಯೇ ವಾಸಿಸುತ್ತಿದ್ದಾರೆ. ಜೈಲುಶಿಕ್ಷೆ ಮುಗಿದಿದೆ. ಆದರೆ ದಂಡ ಕಟ್ಟಲಾಗದೆ ಇಲ್ಲಿಯೇ ಇರಬೇಕಾಗಿದೆ'. ಹಲವು ಸಲ ಸರ್ಕಾರಕ್ಕೆ ಮನವಿ ಮಾಡಿ ತನಗೆ ದಂಡದ ಮೊತ್ತದಿಂದ ವಿನಾಯಿತಿ ನೀಡಬೇಕೆಂದು ಮನವಿ ಮಾಡಿದ್ದ. ಆದರೆ ಅವನ ಮನವಿಗಳಿಗೆ ಯಾರೂ ಸ್ಪಂದಿಸಲಿಲ್ಲ. '12 ಜನರ ನನ್ನ ಸಂಸಾರ ದುಃಸ್ಥಿತಿಯಲ್ಲಿದೆ'. (ದಂಪತಿ ಮತ್ತು 10 ಮಕ್ಕಳು) ಎಂದು ಅಂಗಲಾಚಿದ. 1784ರ ಡಿಸೆಂಬರ್‌ನಲ್ಲಿ ಈಸ್ಟ್ ಇಂಡಿಯಾ ಕಂಪನಿ ಕಾನೂನನ್ನು ಬದಲಿಸಿ, ಬ್ರಿಟಿಷ್ ಸರ್ಕಾರ ನೇರವಾಗಿ ಆಡಳಿತವನ್ನು ವಹಿಸಿಕೊಂಡಿತು. ಹೇಸ್ಟಿಂಗ್ಸ್ ಇಂಗ್ಲೆಂಡಿಗೆ ಹೊರಡುವುದಕ್ಕೆ ಮುನ್ನ ಹಿಕ್ಕಿ ನೀಡಬೇಕಾಗಿದ್ದ ದಂಡವನ್ನು ಮನ್ನಾ ಮಾಡಿಸಿದ.

ಹಿಕ್ಕಿ ಬ್ರಿಟಿಷ್ ಸೈನ್ಯಕ್ಕೆ ಹಿಂದೆ ಮಾಡಿದ್ದ ಮುದ್ರಣ ಕೆಲಸದ ಬಾಬತ್ತು ಆತನಿಗೆ 43,514 ಸಾವಿರ ರೂ. ಬಾಕಿ ಬರಬೇಕಿತ್ತು. ಸೇನಾಧಿಕಾರಿ ವರ್ಗಾವಣೆಯಿಂದ ಈ ಮೊತ್ತ ಮಂಜೂರಾಗಿರಲಿಲ್ಲ. ಈ ಮೊತ್ತವನ್ನು ಬಡ್ಡಿಸಹಿತ ನೀಡುವಂತೆ ಹಲವು ಬಾರಿ ಪರಿಪರಿಯಾಗಿ ವಿನಂತಿಸಿದರೂ ಅಧಿಕಾರಿಗಳು ಸೊಪ್ಪು ಹಾಕಲಿಲ್ಲ. ನಾನಿನ್ನು ಬದುಕುಳಿಯಲಾರೆ ಎಂದು 1795ರಲ್ಲಿ ಕೊನೆಯ ಮನವಿಪತ್ರ ಸಲ್ಲಿಸಿದ ನಂತರ ಮಾರ್ಚ್ 7, 1795ರಲ್ಲಿ ಆತನಿಗೆ ದೊರೆಯಬೇಕಾಗಿದ್ದ ಹಣದಲ್ಲಿ ಕಡಿತ ಮಾಡಿ ಕೇವಲ 6,711 ರೂ. ನೀಡಲಾಯಿತು.

ಆರಂಭದಲ್ಲಿ ಹಿಕ್ಕಿ ಆದರ್ಶ ಪತ್ರಿಕೋದ್ಯಮ ತತ್ವಗಳ ಆಧಾರದ ಮೇಲೆ ಪತ್ರಿಕೆ ನಡೆಸಿದ. ಇಂಗ್ಲೆಂಡಿನಲ್ಲಿ ಪತ್ರಕರ್ತರು ಅನುಭವಿಸಿದ್ದ ಕಷ್ಟಕೋಟಲೆಗಳನ್ನು ಕಣ್ಣಾರೆ ಕಂಡಿದ್ದ. ನಾಗರಿಕ ಮತ್ತು ಪತ್ರಿಕಾ ಸ್ವಾತಂತ್ರ್ಯವನ್ನು ಬಲವಾಗಿ ಬೆಂಬಲಿಸಿದ. ಭ್ರಷ್ಟಾಚಾರ ವಿರೋಧಿಸಿದ. ಆದರೆ ಎಲ್ಲೆಮೀರಿ ತನ್ನ ಸ್ವಾತಂತ್ರ್ಯ ಚಲಾಯಿಸಿದ. ಪತ್ರಿಕಾ ಸ್ವಾತಂತ್ರ್ಯದ ಹೆಸರಿನಲ್ಲಿ, ಸೂಕ್ತ ದಾಖಲೆಗಳಿಲ್ಲದೆ ಅನೇಕ ಆರೋಪಗಳನ್ನು ಮಾಡಿದ. ಇದೇ ಅವನಿಗೆ ಮುಳುವಾಯಿತು. ವೈಯಕ್ತಿಕ ಮತ್ತು ಸಾರ್ವಜನಿಕ ತಪ್ಪುಹೊರಿಕೆಗಳ ನಡುವಿನ ವ್ಯತ್ಯಾಸಗಳನ್ನು ಆತ ಗಂಭೀರವಾಗಿ ಗಮನಿಸಲಿಲ್ಲ. ಅಧಿಕಾರವರ್ಗಕ್ಕೆ ಇದು ಸಾಕಾಗಿತ್ತು. ತನ್ನ ಪತ್ರಿಕೆಯ ಪ್ರಭಾವವನ್ನು ಮನಗಂಡು, ಮೈಮರೆತ. ಕೆಲದಿನಗಳ ನಂತರ ಒಂದು ರೀತಿಯ ಪ್ರಚೋದಕನಾಗಿ ಪರಿವರ್ತಿತನಾದ. ಸ್ಥಿಮಿತ ಕಳೆದುಕೊಂಡ. ಮಾನನಿಂದನೆಯನ್ನು ಲೆಕ್ಕಿಸಲೇ ಇಲ್ಲ. ಪತ್ರಿಕೆಯ ಹಲವು ಪ್ರತಿನಿಧಿಗಳ ವರದಿಗಳು ಸಹ ಇವನನ್ನು ದಾರಿತಪ್ಪಿಸಿದವು. ಆದರೂ ಈತ ಪತ್ರಿಕಾ ಸ್ವಾತಂತ್ರ್ಯ ಮತ್ತು ನಾಗರಿಕ ಸ್ವಾತಂತ್ರ್ಯಗಳಲ್ಲಿ ದೃಢವಾದ ನಂಬಿಕೆ ಇರಿಸಿದ್ದ. ಯುರೋಪಿಯನ್ನರು ಅನುಭವಿಸುವ ನಾಗರಿಕ ಸ್ವಾತಂತ್ರ್ಯಗಳನ್ನು ಇಲ್ಲಿಯ ಜನತೆ ಸಹ ಹೊಂದಬೇಕೆಂದು ಆತ ಬಲವಾಗಿ ನಂಬಿದ್ದ

ಹಿಕ್ಕಿಯ ಹಿನ್ನೆಲೆ ಏನು?

ತನ್ನ 14ನೇ ವಯಸ್ಸಿನಲ್ಲಿ ಲಂಡನ್ನಿನ ಮುದ್ರಣಾಲಯದಲ್ಲಿ ಹಿಕ್ಕಿ ಅಪ್ರೆಂಟಿಸ್ ಆಗಿ ಕೆಲಸ ಮಾಡಿ, ಮುದ್ರಣಕಲೆ ಕಲಿತ. ಕೆಲ ದಿನ ವಕೀಲರೊಬ್ಬರ ಸಹಾಯಕನಾಗಿ ದುಡಿದ. ಕೆಲಸಮಯ ವೈದ್ಯರೊಬ್ಬರ ಜತೆ ಕೆಲಸ ಮಾಡಿ ಔಷಧಿ ನೀಡುವ ಮತ್ತು ಸಣ್ಣಪುಟ್ಟ ಶಸ್ತ್ರಚಿಕಿತ್ಸೆ ಮಾಡುವುದನ್ನು ಕಲಿತಿದ್ದ. ಭಾರತಕ್ಕೆ ತೆರಳಿ ವಿದೇಶಿ ವ್ಯಾಪಾರ ಮಾಡಿ ಹಣ ಗಳಿಸುವ ಆಸೆಯಿಂದ ಭಾರತಕ್ಕೆ ಬಂದ. ಇಂಗ್ಲೆಂಡಿನಿಂದ ಭಾರತಕ್ಕೆ ಹಡಗಿನಲ್ಲಿ ಬರಲು 8–10 ತಿಂಗಳು ಬೇಕಿತ್ತು. ಪ್ರಯಾಣಿಕರಿಗೆ ವೈದ್ಯಕೀಯ ನೆರವು ನೀಡಿ ಅಲ್ಲಿಯೂ ಹಣ ಗಳಿಸುತ್ತಿದ್ದ. ಕಲ್ಕತ್ತ ನಗರಕ್ಕೆ ಬಂದು ಹಿಕ್ಕಿ ಹಡಗಿನ ವ್ಯಾಪಾರ ಮಾಡಿ, ಸಾಲದ ಸುಳಿಯಲ್ಲಿ ಸಿಕ್ಕು,

ಸಾಲ ತೀರಿಸಲಾರದೆ ಜೈಲುವಾಸ ಅನುಭವಿಸುತ್ತಿದ್ದಾಗ, ವಿಲಿಯಂ ಹಿಕ್ಕಿ ಎಂಬ ವಕೀಲರ ನೆರವಿನಿಂದ ಹೊರಬಂದು ಪತ್ರಿಕೆ ತೆರೆದ. ಇದೇ ವಕೀಲರು ಹಲವು ವರ್ಷಗಳ ನಂತರ ಭಾರತಕ್ಕೆ ಬಂದು ಪತ್ರಿಕೆ ಪ್ರಕಟಣೆ ನಂತರ ಜೈಲುಪಾಲಾಗಿದ್ದ ಹಿಕ್ಕಿಯನ್ನು ರಕ್ಷಿಸಿ ಬಿಡುಗಡೆಗೊಳಿಸಿದರು. ಅವನಿಗೆ ಬರಬೇಕಿದ್ದ ಕಂಪನಿ ಹಣವನ್ನು ದೊರಕಿಸಿಕೊಟ್ಟರು. ಹಿಕ್ಕಿ ಇಂಗ್ಲೆಂಡಿಗೆ ಮರಳಲು 'ಏಜಾಕ್ಸ್' ಎಂಬ ಹಡಗಿನಲ್ಲಿ ಮದರಾಸ್ ನಗರದ ಮೂಲಕ ಚೀನಾ ದೇಶದ ಕ್ಯಾಂಟನ್ ನಗರಕ್ಕೆ ಹೋಗಿ, ಅಲ್ಲಿಂದ ಲಂಡನ್‌ಗೆ ಪಯಣಿಸಬೇಕಿತ್ತು. ಮದರಾಸ್–ಕ್ಯಾಂಟನ್ ಪ್ರಯಾಣದ ನಡುವೆ, ಅಕ್ಟೋಬರ್ 1802ರಲ್ಲಿ ಹಿಕ್ಕಿ ನಿಧನರಾದರೆಂದು, ಪತ್ರಿಕೆಗಳಲ್ಲಿ ಪ್ರಕಟವಾದ ಸುದ್ದಿ ಆಧರಿಸಿ, ಇದನ್ನು ಅಂದಾಜಿಸಲಾಗಿದೆ. ಹಿಕ್ಕಿಯ ಭಾವಚಿತ್ರ ಲಭ್ಯವಿಲ್ಲ. ಅಂತರ್ಜಾಲದಲ್ಲಿ ಇರುವ ಹಿಕ್ಕಿ ನಾಮದ ಚಿತ್ರಗಳು ಈತನಿಗೆ ಸಂಬಂಧಿಸಿದವಲ್ಲ.

ಒಂದು ರೂ. ಬೆಲೆಯ ಸುಮಾರು 1600 (400X4) ಪ್ರತಿಗಳನ್ನು ಮಾಸಿಕವಾಗಿ ಮುದ್ರಿಸಿ ಮತ್ತು ಜಾಹಿರಾತು ಆದಾಯ ಕೂಡಿ, ಹಿಕ್ಕಿ ಪ್ರತಿ ತಿಂಗಳು ಸುಮಾರು 2000 ರೂ. ಆದಾಯ ಹೊಂದಿದ್ದ ಎಂದು ಅಂದಾಜಿಸಲಾಗಿದೆ. ಹಲವರು ಚಂದಾಹಣವನ್ನು ನಿಗದಿತವಾಗಿ ನೀಡುತ್ತಿರಲಿಲ್ಲ.

ಹಿಕ್ಕಿಯ ಜೀವನ ಚರಿತ್ರೆಯ ಬಗ್ಗೆ ಪುನರಾಸಕ್ತಿ ಬೆಳೆಸಿದವನು ಅಮೆರಿಕಾದ ಪತ್ರಿಕೋದ್ಯಮ ಅಧ್ಯಾಪಕ ಆಂಡ್ರೂ ಓಟಿಸ್ ಎಂಬಾತ. ಈತ ಗ್ರಂಥಾಲಯದಲ್ಲಿ ಕಂಡ ಒಂದು ಪುಸ್ತಕ, ಹಿಕ್ಕಿಯ ಬಗ್ಗೆ ಇವರ ಕುತೂಹಲ ಕೆರಳಿಸಿತು. ಜೇಮ್ಸ್ ಆಗಸ್ಟಸ್ ಹಿಕ್ಕಿಯ ವಕೀಲನಾಗಿದ್ದ, ವಿಲಿಯಂ ಹಿಕ್ಕಿ ಎಂಬಾತ, ದೇಶದ ಮೊದಲ ಪತ್ರಿಕೆ ಹೊರತಂದ ಹಿಕ್ಕಿ ಕುರಿತು ಕೆಲ ವಿವರಗಳನ್ನು ತನ್ನ ಆತ್ಮಚರಿತ್ರೆಯಲ್ಲಿ ಪ್ರಸ್ತಾಪಿಸಿದ್ದ. ಓಟಿಸ್‌ಗೆ ಕುತೂಹಲ ಮೂಡಿ, ಲಂಡನ್‌ನಲ್ಲಿರುವ ಗ್ರಂಥಾಲಯಗಳಲ್ಲಿ ಇರುವ ಹಳೇ ಭಾರತೀಯ ಪತ್ರಿಕೆಗಳ ಜಾಡು ಹಿಡಿದು ಪಯಣಿಸಿದ. ಫುಲ್‌ಬ್ರೈಟ್ ಫೆಲೋಶಿಪ್ ಪಡೆದು ಕಲ್ಕತ್ತ, ದೆಹಲಿ, ಜರ್ಮನಿ, ಅಮೆರಿಕಾ ಮುಂತಾದ ದೇಶಗಳಲ್ಲಿ ಪಯಣಿಸಿ ಎಲ್ಲ ಮೂಲಗಳಿಂದ ಲಭ್ಯ ಮಾಹಿತಿ ಸಂಗ್ರಹಿಸಿದ. 238 ವರ್ಷಗಳ ಹಿಂದಿನ ಪತ್ರಿಕಾ ಇತಿಹಾಸ ಪುನರ್‌ರಚನೆ ಅಷ್ಟು ಸುಲಭವಲ್ಲ. ಎಲ್ಲ ಪುಟಗಳಿರುವ ಹಿಕ್ಕಿ ಗೆಜೆಟ್‌ನ ಕೇವಲ ನಾಲ್ಕು ಪ್ರತಿಗಳು ಮಾತ್ರ ಲಭ್ಯವಿರುವುದು ತಿಳಿಯಿತು. ಉಳಿದವೆಲ್ಲ ಹರಕು ಪ್ರತಿಗಳು ಮತ್ತು ಇತರೆ ದಾಖಲೆಗಳು. ಓಟಿಸ್ ತನ್ನ ಪುಸ್ತಕವನ್ನು 2018ರಲ್ಲಿ ಪ್ರಕಟಿಸಿ ಹಲವಾರು ಹೊಸ ಸಂಗತಿಗಳ ಮೇಲೆ ಬೆಳಕು ಚೆಲ್ಲಿದ.

ಹಿಕ್ಕಿಯ ವೈಯಕ್ತಿಕ ಜೀವನದ ಮೇಲೆ ಇದುವರೆಗೂ ಯಾರೂ ಹೊರಗೆಡಹದ ಮಾಹಿತಿಗಳನ್ನು ಓಟಿಸ್ ತಿಳಿಸಿ, ಭಾರತೀಯ ಪತ್ರಿಕೋದ್ಯಮದ ಆದ್ಯಪುರುಷನ ಹೋರಾಟಗಳನ್ನು ದಾಖಲೆಸಹಿತ ಚಿತ್ರಿಸಿದ್ದಾರೆ. ಹಿಕ್ಕಿ ತರಬೇತಿ

ನೀಡಿದ ಹಲವರು, ನಂತರದ ದಿನಗಳಲ್ಲಿ ಪತ್ರಿಕೆಗಳನ್ನು ಸ್ಥಾಪಿಸಿದರು. ಪತ್ರಿಕಾ ಸ್ವಾತಂತ್ರ್ಯದ ಮಹತ್ವವನ್ನು ಮನಗಂಡರು. ಆ ಹೋರಾಟದ ಪರಂಪರೆ ಈಗಲೂ ಜೀವಂತವಾಗಿದೆ. ಕಲ್ಕತ್ತ ನಗರ ದೇಶದ ಸಾಹಿತ್ಯ ಮತ್ತು ರಾಜಕೀಯ ಚಿಂತನೆಗಳ ಕೇಂದ್ರ ಸ್ಥಾನವಾಯಿತು. ಇದಕ್ಕೆ ಮುನ್ನುಡಿ ಹಿಕ್ಕಿಯ ಹೋರಾಟದ ಚಿಂತನೆಗಳು. ಭ್ರಷ್ಟರ, ನಿರಂಕುಶ ಅಧಿಕಾರಿಗಳ ವಿರುದ್ಧ ಹಿಕ್ಕಿ ಸೆಣೆಸಿದ. ನೊಂದವರ ಜೀವನ ಸುಧಾರಣೆಗೆ ದುಡಿದು ತಾನೇ ನೊಂದಜೀವಿಯಾದ.

(ಈ ಲೇಖನ ನಾಡಿನ ಹಲವಾರು ಪತ್ರಿಕೆಗಳಲ್ಲಿ 29-01-2023ರಂದು ಪ್ರಕಟವಾಗಿದೆ)

5

ಎರಡು ಶತಮಾನ ಕಂಡ ಪತ್ರಿಕೆ ಮುಂಬಯಿ ಸಮಾಚಾರ

ಸುದ್ದಿಪತ್ರಿಕೆಗಳು ಸಮಾಜದ ಕಣ್ಣು–ಕಿವಿಗಳಿದ್ದಂತೆ. ಅವು ಸಮಾಜಕ್ಕೆ ಹಿಡಿದ ಕನ್ನಡಿ. ಸಮಾಜದ ಎಲ್ಲ ತುಮುಲಗಳನ್ನು ಅವು ಪ್ರತಿಬಿಂಬಿಸುತ್ತವೆ. ಇತಿಹಾಸದ ಮೊದಲ ಕರಡು ಈ ಸುದ್ದಿಪತ್ರಿಕೆಗಳು. ಮುಂಬಯಿ ಮೂಲದ ಗುಜರಾತಿ ಪತ್ರಿಕೆ 'ಮುಂಬಯಿ ಸಮಾಚಾರ' ಇಡೀ ಏಷ್ಯಾ ಖಂಡದಲ್ಲಿ 200 ವರ್ಷಗಳಿಂದ ನಿಯಮಿತವಾಗಿ ಪ್ರಕಟಗೊಳ್ಳುತ್ತಿರುವ ಪತ್ರಿಕೆ ಎಂಬ ಕೀರ್ತಿಗೆ ಭಾಜನವಾಗಿರುವುದು ಭಾರತೀಯ ಪತ್ರಿಕೋದ್ಯಮಕ್ಕೆ ಸಂದ ಬಹುದೊಡ್ಡ ಗೌರವ.

ಮುಂಬಯಿ ನಗರ, ದೇಶದ ಆರ್ಥಿಕ ರಾಜಧಾನಿಯೆಂದೇ ಹೆಸರುವಾಸಿ. ಹಲವು ಸಂಸ್ಕೃತಿಗಳ ನೆಲೆವೀಡು. ಮರಾಠಿ, ಉರ್ದು, ಹಿಂದಿ, ಪಾರ್ಸಿ ಹಾಗೂ ಆಂಗ್ಲೋ ಇಂಡಿಯನ್ ಸಮುದಾಯಗಳ ಕೇಂದ್ರ ಈ ನಗರ. ಹಲವಾರು ಭಾಷೆಗಳಲ್ಲಿ ಈ ನಗರದಿಂದ ಪತ್ರಿಕೆಗಳು ಪ್ರಕಟವಾಗುತ್ತವೆ.

1674ರಲ್ಲಿ ಮುದ್ರಣ ಕಲೆ ಮುಂಬೈ ನಗರದಲ್ಲಿ ಆರಂಭವಾದರೂ ಮರಾಠಿ ಇಲ್ಲವೇ ಗುಜರಾತಿ ಭಾಷೆಯಲ್ಲಿ ಮೊಳೆಯಚ್ಚುಗಳು ಲಭ್ಯವಾಗುವುದು ತಡವಾಯಿತು. ದೇಶದ ಮೊದಲ ಆಂಗ್ಲ ಪತ್ರಿಕೆ 1780ರಲ್ಲಿ ಆಂಗ್ಲರಿಂದಲೇ

ಕಲ್ಕತ್ತದಲ್ಲಿ ಶುರುವಾಯಿತು. ಮುಂದಿನ 36 ವರ್ಷಗಳಲ್ಲಿ ಪ್ರಕಟವಾದ ಪತ್ರಿಕೆಗಳೆಲ್ಲಾ ಆಂಗ್ಲರಿಂದಲೇ ಆರಂಭವಾದವು. ದೇಶೀಯನೊಬ್ಬ ಪ್ರಥಮವಾಗಿ ಪ್ರಕಟಿಸಿದ ಪ್ರಥಮ ಪತ್ರಿಕೆ 'ಬೆಂಗಾಲ್ ಗೆಜೆಟ್' (1816) ಕಲ್ಕತ್ತದಲ್ಲಿ ಹೊರಬಂತು. ಒಂದೇ ವರ್ಷ ಪತ್ರಿಕೆ ಬದುಕಿದರೂ, ಬದಲಾಗುತ್ತಿದ್ದ ದೇಶೀಯರ ಜಾಗೃತಿಗೆ ಇದು ಸಾಕ್ಷಿಯಾಗಿತ್ತು. ಮೂರು ವರ್ಷಗಳ ನಂತರ ರಾಜಾರಾಮ್ ಮೋಹನ್ ರಾಯ್ 1821ರಲ್ಲಿ ಪ್ರಕಟಿಸಿದ 'ಸಂಬಂಧ ಕೌಮುದಿ' ದೇಶೀಯ ಪತ್ರಿಕೋದ್ಯಮದ ಹೊಸ ಮನ್ವಂತರಕ್ಕೆ ನಾಂದಿ ಹಾಡಿತು.

ಆಂಗ್ಲ ಭಾಷೆ ಮತ್ತು ಕಲ್ಕತ್ತದಲ್ಲಿನ ಬೆಳವಣಿಗೆಗಳನ್ನು ಗಮನಿಸುತ್ತಿದ್ದ ಗುಜರಾತಿ ಭಾಷಾ ಮಾಧ್ಯಮದ ಪ್ರವರ್ತಕ ಪಾರ್ಸಿ ವಿದ್ವಾಂಸ ಮತ್ತು ಧರ್ಮಗುರು ಫರ್ದೂಂಜೀ ಮುರ್ಜ್ಬಾನ್ ತಮ್ಮ 18ನೇ ವಯಸ್ಸಿನಲ್ಲಿ ಪರ್ಷಿಯನ್ ಮತ್ತು ಅರೇಬಿಕ್ ಭಾಷೆಗಳನ್ನು ಕಲಿಯಲು ಸೂರತ್‌ನಿಂದ ಬಾಂಬೆಗೆ ಆಗಮಿಸಿದರು. ಮೊದಲು ಬುಕ್‌ಬೈಂಡಿಂಗ್ ಅಂಗಡಿಯನ್ನು ಸ್ಥಾಪಿಸಿ, ನಂತರ ಅಂಚೆಚೀಟಿಗಳನ್ನು ಮಾರಾಟ ಮಾಡುವ ಸಂಸ್ಥೆಯನ್ನು ತೆರೆದರು. ತದನಂತರ ಅವರು ಸಣ್ಣ ಮುದ್ರಣಾಲಯವನ್ನು ಸ್ಥಾಪಿಸಿದರು. ಗುಜರಾತಿ ವರ್ಣಮಾಲೆಯ ಅಕ್ಷರಗಳನ್ನು ಮರದಲ್ಲಿ ಕೆತ್ತಿಸಿ ಮುದ್ರಣಕ್ಕೆ ಬಳಸಲು ಆರಂಭಿಸಿದರು. ಅವರು 1812ರಲ್ಲಿ ಮೊದಲ ಸ್ಥಳೀಯ ಮುದ್ರಣಾಲಯವನ್ನು ಸ್ಥಾಪಿಸಿ, 1814ರಲ್ಲಿ ಗುಜರಾತಿ ಕ್ಯಾಲೆಂಡರ್ ಅನ್ನು ಪರಿಚಯಿಸಿದರು. ಮುರ್ಜ್ಬಾನ್ ಮೊದಲಿಗೆ ಅನೇಕ ಪರ್ಷಿಯನ್ ಕೃತಿಗಳನ್ನು ಗುಜರಾತಿಗೆ ಅನುವಾದಿಸಿದರು. ಯುರೋಪ್ ಮತ್ತು ಚೀನಾದಿಂದ ಸರಕು ಹಡಗುಗಳ ಆಗಮನದ ಬಗ್ಗೆ ವ್ಯಾಪಾರಿಗಳಿಗೆ ಕರಪತ್ರಗಳನ್ನು ಮುದ್ರಿಸಿ ಮಾಹಿತಿ ನೀಡುತ್ತಿದ್ದರು. ವಿದೇಶಿ ಸುದ್ದಿಗಳೆಲ್ಲ ನೌಕಾಯಾನ ಹಡಗುಗಳ ಮೂಲಕ ಹಲವು ತಿಂಗಳುಗಳ ನಂತರ ಬರುತ್ತಿದ್ದವು. ವೇಗದ ಸಂಪರ್ಕ ತೊಡಕಾಗಿತ್ತು. ಈ ಸುದ್ದಿಗಳು ಬಾಂಬೆ ಮಾರುಕಟ್ಟೆಗಳಲ್ಲಿನ ಬೆಲೆಗಳ ಮೇಲೆ ಪ್ರಮುಖವಾದ ಪ್ರಭಾವವನ್ನು ಹೊಂದಿದ್ದವು. ಮುರ್ಜ್ಬಾನ್ ಅವರಿಗೆ ತಾವು ಮಾಡುತ್ತಿದ್ದ ಕೆಲಸದ ಮಹತ್ವ ಅರಿವಾಗಲು ಬಹಳ ಸಮಯ ಬೇಕಾಗಲಿಲ್ಲ. ಅನಿಯಮಿತವಾಗಿ ಕರಪತ್ರಗಳನ್ನು ಮುದ್ರಿಸಿ ವ್ಯಾಪಾರಿಗಳಿಗೆ ಹಂಚುವ ಬದಲು ವ್ಯವಸ್ಥಿತವಾಗಿ ಸಾಪ್ತಾಹಿಕ ಪ್ರಕಟಣೆ ಆರಂಭಿಸಿದರು. 'ಬಾಂಬೆ ಸಮಾಚಾರ' ಎಂಬ ವಾರಪತ್ರಿಕೆಯನ್ನು ಜುಲೈ 1, 1822ರಲ್ಲಿ ಪ್ರಕಟಿಸಿ ಮುಂಬೈ ನಗರದಲ್ಲಿ ಇತಿಹಾಸ ಸೃಷ್ಟಿಸಿದರು. ಆ ವೃತ್ತಾಂತ 200 ವರ್ಷಗಳ ದೇಶೀಯ ಬೆಳವಣಿಗೆಗಳಿಗೆ ಸಾಕ್ಷಿಯಾಗಿದೆ.

1822ರಲ್ಲಿ ನೆಲೆಗೊಂಡ ಈ ಪತ್ರಿಕೆ ಮೊದಲ ಹತ್ತು ವರ್ಷಗಳವರೆಗೆ ವಾರಪತ್ರಿಕೆಯಾಗಿ, ನಂತರ ವಾರಕ್ಕೆ ಎರಡು ಸಲ ಮುದ್ರಣಗೊಂಡು, 1855ರಿಂದ ದಿನಪತ್ರಿಕೆಯಾಗಿ ಪರಿವರ್ತನೆಗೊಂಡಿತು. (ಈ ಪತ್ರಿಕೆ ಆರಂಭವಾದ

21 ವರ್ಷಗಳ ನಂತರ ಜುಲೈ 1, 1843ರಂದು ಕನ್ನಡದ ಮೊದಲ ಪತ್ರಿಕೆ 'ಮಂಗಳೂರ ಸಮಾಚಾರ' ಹರ್ಮನ್ ಮೊಗ್ಲಿಂಗ್ ಎಂಬ ಕ್ರೈಸ್ತಪಾದ್ರಿಯಿಂದ ಮಂಗಳೂರಿನಿಂದ ಪ್ರಕಟವಾಯಿತು). ಭಾರತದಲ್ಲಿ ಪ್ರಕಟವಾದ ಎರಡನೇ ದೇಶಭಾಷಾ ಪತ್ರಿಕೆ ಎಂಬ ಕೀರ್ತಿ ಈ ಪತ್ರಿಕೆಗೆ ಸಲ್ಲುತ್ತದೆ. 1818ರಲ್ಲಿ ಕಲ್ಕತ್ತದ ಸೆರಾಂಪುರ ಕ್ರೈಸ್ತ ಪಾದ್ರಿಗಳು ಹೊರತಂದ 'ದಿಗ್‌ದರ್ಶನ' ಎಂಬ ಬಂಗಾಳಿ ಮಾಸಪತ್ರಿಕೆ ದೇಶ ಭಾಷೆಯಲ್ಲಿ ಪ್ರಕಟವಾದ ಮೊದಲ ಪತ್ರಿಕೆ.

ಮೊದಲಿನ ದಿನಗಳಲ್ಲಿ ಈ ಪತ್ರಿಕೆ ಪ್ರಮುಖವಾಗಿ ನಗರದ ವಾಣಿಜ್ಯ ಚಟುವಟಿಕೆಗಳಿಗೆ ಪ್ರಾಧಾನ್ಯತೆಯನ್ನು ನೀಡುತ್ತಿತ್ತು. ಮುಂಬೈಗೆ ಬರುವ ಮತ್ತು ವಾಪಸ್ಸು ಪಯಣಿಸುವ ಹಡಗುಗಳ ವಿವರಗಳು, ಯುರೋಪಿನಿಂದ ಬರುವ ಸರಕುಗಳ ಬಗ್ಗೆ ಸವಿವರ ವರದಿಗಳನ್ನು ಪ್ರಕಟಿಸಿ ವ್ಯಾಪಾರಿ ವರ್ಗದವರನ್ನು ಆಕರ್ಷಿಸಿತು. ಕ್ರಮೇಣ ನಗರದ ವಾಣಿಜ್ಯ ಚಟುವಟಿಕೆಗಳು ಈ ಪತ್ರಿಕೆಯಲ್ಲಿ ಪ್ರಧಾನವಾಗಿ ಚರ್ಚಿತವಾಗುತ್ತಿದ್ದವು. ವ್ಯಾಪಾರ ಉದ್ದಿಮೆಗಳನ್ನು ಕೇಂದ್ರೀಕರಿಸಿ ಒಂದು ರೀತಿಯಲ್ಲಿ ನಗರ ಪತ್ರಿಕೆಯಾಗಿ ಇದು ವಿಕಸನಗೊಂಡಿತು. ವ್ಯಾಪಾರ ವಹಿವಾಟು, ಆಮದು, ರಫ್ತು ಹಾಗೂ ಉದ್ದಿಮೆಗಳಲ್ಲಿ ಅಪಾರ ಆಸಕ್ತಿ ವಹಿಸುವ ಪಾರ್ಸಿ ಹಾಗೂ ಗುಜರಾತಿ ಹಿಂದೂ ಸಮುದಾಯದವರಿಗೆ ಈ ಪತ್ರಿಕೆ ಬಹು ಉತ್ತಮ ಮಾಹಿತಿಗಳನ್ನು ಒದಗಿಸಿ ಅವರ ಮನಗೆದ್ದಿತು. ಪತ್ರಿಕೆಯು ಮೊದಲ 10 ವರ್ಷಗಳವರೆಗೆ ವಾರಪತ್ರಿಕೆಯಾಗಿ, ನಂತರ ವಾರಕ್ಕೆ ಎರಡು ಸಲ ಹೊರಬರುತ್ತಿತ್ತು. ವರ್ತಕ ವರ್ಗದವರ ಬೆಂಬಲ ಹಾಗೂ ದೇಶದಲ್ಲಿನ ರಾಜಕೀಯ ಬೆಳವಣಿಗೆಗಳನ್ನು ಗಮನಿಸಿ 1855ರಿಂದ ದಿನಪತ್ರಿಕೆಯಾಗಿ ಹೊರಬರಲಾರಂಭಿಸಿತು.

1822ರಿಂದ 1933ರವರೆಗೆ ಪತ್ರಿಕೆಯ ಮಾಲೀಕತ್ವ ಹಲವರ ಕೈ ಬದಲಿಸಿತು. ನಿರಂತರವಾಗಿ ಮತ್ತು ವ್ಯಾವಹಾರಿಕವಾಗಿ ಪತ್ರಿಕೆ ನಡೆಸುವುದು ಬಹುದೊಡ್ಡ ಸವಾಲು. 1933ರ ಸಮಯದಲ್ಲಿ ಬೆಳಗಾಂವಾಲ ಎಂಬುವರ ಮಾಲೀಕತ್ವದಲ್ಲಿದ್ದಾಗ ಪತ್ರಿಕೆ ತೀವ್ರವಾದ ಆರ್ಥಿಕ ಸಂಕಷ್ಟದಲ್ಲಿತ್ತು. ದಿವಾಳಿ ಹಂತಕ್ಕೆ ತಲುಪಿತ್ತು. ನೌಕರರ ಹಿತದೃಷ್ಟಿಯಿಂದ ಈ ಪತ್ರಿಕೆಯ ಮಾಲೀಕತ್ವವನ್ನು ವಹಿಸಿಕೊಳ್ಳಲು ಕಾಮಾ ನಾರ್ಟನ್ ಮತ್ತು ಕಂಪನಿ ಮುಖ್ಯಸ್ಥ ಹಾರ್ಮುಸ್ಜಿ ಎನ್ ಕಾಮಾ ಅವರ ಮನವೊಲಿಸಲಾಯಿತು. ಈ ಕಂಪನಿ ಮುಂಬಯಿ ಸಮಾಚಾರ್‌ಗೆ ಮುದ್ರಣ ಕಾಗದ ಹಾಗೂ ಶಾಯಿಯನ್ನು ಪೂರೈಸುತ್ತಿತ್ತು. 1933ರಲ್ಲಿ ಕಾಮಾ ಕುಟುಂಬವು ಮಾಲೀಕತ್ವ ವಹಿಸಿಕೊಂಡ ನಂತರ ಪತ್ರಿಕೆ ಸ್ಥಿರವಾಗಿ ಬೆಳೆದು, ಪತ್ರಿಕಾ ಪ್ರಕಾಶನ ಕ್ಷೇತ್ರದಲ್ಲಿ ಲಭ್ಯವಿರುವ ಅತ್ಯಾಧುನಿಕ ತಂತ್ರಜ್ಞಾನಗಳನ್ನು ಹೊಂದಿದೆ.

ಇಂದಿನಷ್ಟು ಸಮೃದ್ಧ ಸುದ್ದಿಯ ಹರಿವು ಆಗ ಪತ್ರಿಕೆಗಳಿಗೆ ಲಭ್ಯವಿರಲಿಲ್ಲ. 10 ಇಂಚು ಎತ್ತರ ಮತ್ತು 8 ಇಂಚು ಅಗಲದ ಈ ಸಾಪ್ತಾಹಿಕ ಆರಂಭದ ದಿನಗಳಲ್ಲಿ

14 ಪುಟಗಳನ್ನು ಹೊಂದಿತ್ತು. ಮೊದಲ ಪುಟವನ್ನು ಕಿರು ಜಾಹಿರಾತುಗಳಿಗೆ ಮೀಸಲಿಟ್ಟಿತ್ತು. ಕಳೆದು ಹೋದ ವಸ್ತುಗಳು, ಆಸ್ತಿಗಳ ಮಾರಾಟ, ಸರ್ಕಾರ ಮತ್ತು ನ್ಯಾಯಾಲಯದ ನೇಮಕಾತಿಗಳು, ಬದಲಾವಣೆಗಳು, ನ್ಯಾಯಾಲಯದಿಂದ ತೆಗೆದುಕೊಳ್ಳಲಾದ ವಕೀಲರ ಅಧಿಕಾರಗಳ ಬಗ್ಗೆ ಕಿರುಸುದ್ದಿಗಳು, ಮುಂಬೈನಿಂದ ಹಡಗುಗಳು ಮತ್ತು ಯುರೋಪಿಯನ್ನರ ಆಗಮನ ಮತ್ತು ನಿರ್ಗಮನದ ಬಗ್ಗೆ ಮತ್ತು ಯುರೋಪಿಯನ್ನರ ಸಾವುಗಳ ವಿವರಗಳು ಪ್ರಕಟಗೊಳ್ಳುತ್ತಿದ್ದವು. ಸರಕುಗಳ ವ್ಯಾಪಾರದಲ್ಲಿ ವರ್ತಕ ವರ್ಗದವರ ಆಸಕ್ತಿ ಅಧಿಕವಾಗಿತ್ತು. ಬಂದರಿನಲ್ಲಿ ಲೋಡ್ ಆಗುತ್ತಿರುವ ಹಡಗುಗಳು, ಇಂಡಿಯನ್ ಗೆಜೆಟ್ ಮತ್ತು ಕಲ್ಕತ್ತಾ ಕ್ರಾನಿಕಲ್ ಪತ್ರಿಕೆಯ ಪ್ರಕಟಣೆಗಳನ್ನು ಆಧರಿಸಿದ ಸುದ್ದಿಗಳು, ಮದರಾಸ್, ಲಂಡನ್ ಜತೆಗೆ ಚೀನಾದ ಕ್ಯಾಂಟನ್‌ನಿಂದ ಬಂದ ಸುದ್ದಿಗಳು, ಅಲ್ಲದೆ ಅಫೀಮು ಬೆಲೆಗಳನ್ನು ಮುದ್ರಿಸಲಾಗಿದೆ. ಸ್ಥಳೀಯ ಬಾಂಬೆ ಸುದ್ದಿಗಳು ಮತ್ತು ನೇಮಕಾತಿಗಳ ಕುರಿತು ವಿವರಗಳು ಪ್ರಕಟವಾಗುತ್ತಿದ್ದವು.

ಈ ಪತ್ರಿಕೆಯ ವಿಶೇಷತೆ ಏನೆಂದರೆ ನ್ಯಾಯೋಚಿತ, ಸ್ಪಷ್ಟ, ವಸ್ತುನಿಷ್ಠ ಮತ್ತು ವಿಮರ್ಶಾತ್ಮಕ ವಿಶ್ಲೇಷಣೆಗಳಿಗೆ ಹೆಸರಾಗಿತ್ತು. ಬ್ರಿಟಿಷ್ ಮತ್ತು ಭಾರತ ಸರ್ಕಾರಗಳೆರಡರಿಂದಲೂ ಗೌರವಿಸಲ್ಪಟ್ಟ ಮುಂಬಯಿ ಸಮಾಚಾರ ಭಾರತದ ಸ್ವಾತಂತ್ರ್ಯ ಹೋರಾಟದ ಸಮಯದಲ್ಲಿ ಪ್ರಮುಖ ಪಾತ್ರವನ್ನು ವಹಿಸಿತು. ಘಟನೆಗಳನ್ನು ನ್ಯಾಯಯುತ ಮತ್ತು ಪ್ರಾಮಾಣಿಕ ರೀತಿಯಲ್ಲಿ ವರದಿ ಮಾಡುವುದು ಮತ್ತು ಸುದ್ದಿಗಳನ್ನು ಉದ್ರೇಕಗೊಳಿಸದೆ, ಸಮಚಿತ್ತ ಮನಸ್ಸಿನಿಂದ ಪ್ರಕಟಿಸಿ ಪತ್ರಿಕೆ ಎಲ್ಲರ ಗಮನ ಸೆಳೆದಿದೆ. ಪತ್ರಿಕೆಯ ಇನ್ನೊಂದು ಗಮನಾರ್ಹ ವಿಶೇಷತೆಯೆಂದರೆ ಸಣ್ಣ ಜಾಹಿರಾತುದಾರರಿಗೆ ನೀಡುವ ಪ್ರೋತ್ಸಾಹ. ತಮ್ಮ ಉತ್ಪನ್ನಗಳನ್ನು ಮೊದಲ ಪುಟದಲ್ಲಿ ಜಾಹಿರಾತು ಪ್ರಕಟಿಸಲು ಪತ್ರಿಕೆ ಅನುಮತಿಸುವ ನೀತಿ. ಮೊದಲ ಪುಟವನ್ನು ಕೇವಲ ಒಬ್ಬ ಜಾಹಿರಾತುದಾರ ಆಕ್ರಮಿಸಿಕೊಳ್ಳಲು ಬಿಡುವುದಿಲ್ಲ.

ಬದಲಾಗುತ್ತಿರುವ ಓದುಗರ ಸಂವೇದನೆಗಳನ್ನು ಪತ್ರಿಕೆ ಗಂಭೀರವಾಗಿ ಗಮನಿಸಿ, ಬದಲಾವಣೆಗಳನ್ನು ಪರಿಚಯಿಸುತ್ತದೆ. 200 ವರ್ಷಗಳ ಆಚರಣೆ ಪ್ರಯುಕ್ತ ಹೊಸ ಮತ್ತು ಆಸಕ್ತಿದಾಯಕ ವಿಷಯಗಳನ್ನು ಪರಿಚಯಿಸಲು 20 ಹೊಸ ಅಂಕಣಗಳನ್ನು ಪತ್ರಿಕೆ ಪರಿಚಯಿಸಿದೆ. ಯುವಪೀಳಿಗೆಯ ಬರಹಗಾರರೇ ಈ ಅಂಕಣಗಳನ್ನು ಬರೆಯಲಿದ್ದಾರೆ. ವೃತ್ತಪತ್ರಿಕೆ ಯಾವಾಗಲೂ ರಾಜಕೀಯ, ಗುಂಪುಗಾರಿಕೆಯಿಂದ ದೂರವಿದ್ದು ರಚನಾತ್ಮಕ ಟೀಕೆಗಳಲ್ಲಿ ನಂಬಿಕೆ ಮತ್ತು ಸಕಾರಾತ್ಮಕತೆಯ ಮೇಲೆ ಕೇಂದ್ರೀಕರಿಸುತ್ತದೆ ಎಂದು ಸಂಪಾದಕೀಯ ವರ್ಗ ಸ್ಪಷ್ಟಪಡಿಸಿದೆ. ಓದುಗರ ಗಮನ ಸೆಳೆಯಲು ಸುಳ್ಳು ಸುದ್ದಿ ಇಲ್ಲವೇ ಆಧಾರರಹಿತ ಸುದ್ದಿಗಳನ್ನು ಪ್ರಕಟಿಸದಿರಲು ಪತ್ರಿಕೆ ಪ್ರಯತ್ನಿಸುತ್ತದೆ.

ಓದುಗರಿಗೆ ಉತ್ತಮವಾದ ಗುಜರಾತಿ ಸಂಸ್ಕೃತಿಯ ಭಾವನೆಗಳನ್ನು ಉತ್ತೇಜಿಸಲು ಬಹುಪಾಲು ಬರಹಗಾರರನ್ನು ಗುಜರಾತ್‌ನಿಂದ ಆಯ್ಕೆ ಮಾಡಲಾಗಿದೆ. ಇದು ಗುಜರಾತಿನ ಆಧುನಿಕ ಭಾಷೆ, ಸಂಸ್ಕೃತಿ, ಚಿಂತನೆ, ಮೌಲ್ಯಗಳು ಮತ್ತು ಪ್ರವೃತ್ತಿಗಳನ್ನು ಪ್ರತಿಧ್ವನಿಸುತ್ತದೆ ಮತ್ತು ಪ್ರತಿಬಿಂಬಿಸುತ್ತದೆ ಎಂದು ಪತ್ರಿಕೆಯ ಆಧುನಿಕಶಿಲ್ಪಿ ಹಾಗೂ ಇತ್ತೀಚಿಗಷ್ಟೇ ನಿಧನರಾದ ಹೊರ್ಮುಜ್ಸ್ಜಿ ಕಾಮಾ ಅವರು ಪ್ರತಿಪಾದಿಸಿದ್ದಾರೆ.

ಕೊರೋನ ಸಾಂಕ್ರಾಮಿಕ ಸಮಯದಲ್ಲಿ, ಎಲ್ಲ ಪತ್ರಿಕೆಗಳಂತೆ 'ಮುಂಬೈ ಸಮಾಚಾರ' ಕೂಡ ಹಿಂಜರಿತ ಕಂಡಿತು. ಎಂಟು ರೂಪಾಯಿ ಮುಖಬೆಲೆಯನ್ನು ಹತ್ತಕ್ಕೆ ಏರಿಸಲಾಯಿತು. ಇದು ಕೇವಲ ಹಳೆಯ ಪತ್ರಿಕೆ ಮಾತ್ರವಲ್ಲದೆ, ಅತ್ಯಂತ ದುಬಾರಿ ಕೂಡ ಆಗಿದೆ. ನಿಷ್ಠಾವಂತ ಓದುಗರ ಬೆಂಬಲ ಪತ್ರಿಕೆಗೆ ರಕ್ಷಾಕವಚವಾಗಿದೆ. ಆಡಳಿತ ವರ್ಗದವರ ವೇತನ ಕಡಿಮೆ ಮಾಡಿ, ಪತ್ರಕರ್ತರೂ ಸೇರಿದಂತೆ ಯಾವ ನೌಕರರನ್ನು ವಜಾಗೊಳಿಸಲಿಲ್ಲ. ಆಡಳಿತ ಮಂಡಳಿಯ ಈ ಕ್ರಮ ಎಲ್ಲರ ಮೆಚ್ಚುಗೆಗೆ ಪಾತ್ರವಾಗಿದೆ.

ಮುದ್ರಣ ಮಾಧ್ಯಮದ ದೊಡ್ಡ ಆಸ್ತಿ ವಿಶ್ವಾಸಾರ್ಹತೆ ಮತ್ತು ಇದು ಪತ್ರಿಕೆಯ ಬಹುಮುಖ್ಯ ಸಾಮರ್ಥ್ಯವಾಗಿದೆ. 'ಮುಂಬೈ ಸಮಾಚಾರ'ದಲ್ಲಿ ಪ್ರಕಟವಾದರೆ, ಅದು ನಿಜವಾಗಿರಬೇಕು ಎಂದು ಓದುಗರು ದೃಢವಾಗಿ ನಂಬುತ್ತಾರೆ ಎಂಬ ವಿಶ್ವಾಸವನ್ನು ಸಂಪಾದಕೀಯ ವರ್ಗ ಹೊಂದಿದೆ. 2017ರಲ್ಲಿ, ಗುಜರಾತಿ ಭಾಷೆಯ ಸೂಚನಾಫಲಕಗಳನ್ನು ಹೊಂದಿದ್ದ ಮುಂಬೈನ ಅಂಗಡಿಗಳ ಮೇಲೆ ಮಹಾರಾಷ್ಟ್ರ ನವನಿರ್ಮಾಣ ಸೇನೆ ಹಲ್ಲೆ ನಡೆಸಿತು. ಇದಕ್ಕೆ 'ಮುಂಬಯಿ ಸಮಾಚಾರ' ಪತ್ರಿಕೆಯು ಬಹುನಯವಾಗಿ ತನ್ನ ಪ್ರತಿಕ್ರಿಯೆಯನ್ನು ಪ್ರಕಟಿಸಿತು. ಮರುದಿನ ಮುಖಪುಟದ ಎಲ್ಲಾ ಪ್ರಮುಖ ಸುದ್ದಿಗಳನ್ನು ಮರಾಠಿ ಲಿಪಿಯಲ್ಲಿ ಪ್ರಕಟಿಸಿತು. ನಗರದ ಭಾಷಾ ವೈಷಮ್ಯದ ಹಿಂದಿನ ರಾಜಕೀಯ ಪ್ರೇರಣೆಗಳನ್ನು ತೋರಿಸಲು ಗುಜರಾತಿ ಪತ್ರಿಕೆ ಮರಾಠಿ ಲಿಪಿಯಲ್ಲಿ ಸುದ್ದಿಗಳನ್ನು ಪ್ರಕಟಿಸಿ ತನ್ನ ಮುತ್ಸದ್ಧಿತನವನ್ನು ಮೆರೆಯಿತು.

ದ್ವಿಶತಮಾನೋತ್ಸವದ ಅಂಗವಾಗಿ 'ಮುಂಬೈ ಸಮಾಚಾರ' ಪತ್ರಿಕೆ ಬೃಹತ್ ಸಮಾಜಮುಖಿ ಅಭಿಯಾನವನ್ನು ಆಯೋಜಿಸಿತ್ತು. ಮೂರು ಕೋಟಿ ಗುಜರಾತಿ ಪುಸ್ತಕಗಳನ್ನು ಉಚಿತವಾಗಿ ವಿತರಿಸಲಾಯಿತು. ನಾಟಕಗಳು, ಕವಿ-ಸಮ್ಮೇಳನಗಳು, ಕ್ರೀಡಾ ಪಂದ್ಯಾವಳಿಗಳು, ಚಿತ್ರಕಲೆ ಸ್ಪರ್ಧೆಗಳು, ನಾಟಕ ಕಾರ್ಯಾಗಾರ, ಗಾಯನ ಸ್ಪರ್ಧೆ, ಕಥಾ ಬರವಣಿಗೆ ಸ್ಪರ್ಧೆಗಳನ್ನು ಏರ್ಪಡಿಸಿ ಈ ಐತಿಹಾಸಿಕ ಸಮಾರಂಭವನ್ನು ಅವಿಸ್ಮರಣೀಯಗೊಳಿಸಲಾಯ್ತು. ಶನಿವಾರ ಮತ್ತು ಭಾನುವಾರದಂದು ಕಾನ್ವೆಂಟ್ ಶಾಲೆಗಳಲ್ಲಿ ಗುಜರಾತಿ ಕಲಿಕೆಯ ತರಗತಿಗಳನ್ನು ಉಚಿತವಾಗಿ ನಡೆಸುತ್ತಿರುವುದು ಇನ್ನೊಂದು ವಿಶೇಷ.

ಮುಂಬೈ ನಗರದ ಹಳೇ ಫೋರ್ಟ್ ಪ್ರದೇಶದಲ್ಲಿ ನೆಲೆಗೊಂಡಿರುವ ಈ ಪತ್ರಿಕೆಯ ಕಟ್ಟಡ ಕೆಂಪು ವರ್ಣದಿಂದ ಕಂಗೊಳಿಸುತ್ತದೆ. ಪತ್ರಿಕೆ ಇರುವ ರಸ್ತೆಗೆ 'ಮುಂಬಯಿ ಸಮಾಚಾರ ಮಾರ್ಗ' ಎಂದೇ ಹೆಸರಿಸಿ 201ನೇ ವರ್ಷದಲ್ಲಿ ಪ್ರಕಟಗೊಳ್ಳುತ್ತಿರುವ ಏಷ್ಯಾ ಖಂಡದ ಅತ್ಯಂತ ಹಿರಿಯ ಪತ್ರಿಕೆಯನ್ನು ಮುಂಬೈ ಜನತೆ ಗೌರವಿಸಿದೆ.

(ಕರ್ನಾಟಕ ಪತ್ರಕರ್ತರ ನೆನಪಿನ ಸಂಚಿಕೆ, ಜನವರಿ, 2022)

6

‘ದಿ ಗಾರ್ಡಿಯನ್’ ಪತ್ರಿಕೆ: ಎರಡು ಶತಮಾನಗಳ ಐತಿಹಾಸಿಕ ಪಯಣ

ಆಧುನಿಕ ಸಂವಹನ ಮಾಧ್ಯಮಗಳ ಭರಾಟೆಯ ನಡುವೆ ದಿನಪತ್ರಿಕೆಯೊಂದು ಎರಡು ಶತಮಾನಗಳನ್ನು ಪೂರೈಸುವುದೆಂದರೆ ಅದು ಅಗ್ಗಳಿಕೆಯ ವಿಷಯ. ಇಂಗ್ಲೆಂಡಿನಲ್ಲಿ ಪ್ರಕಟವಾಗುವ ‘ದಿ ಗಾರ್ಡಿಯನ್’ ಇತ್ತೀಚೆಗೆ 200 ವರ್ಷಗಳ ಯಶಸ್ವಿ ಪ್ರಕಟಣೆಯನ್ನು ಪೂರೈಸಿ, ಜಗತ್ತಿನ ಎಲ್ಲ ಪತ್ರಿಕೋದ್ಯಮ ಆಸಕ್ತರ ಗಮನ ಸೆಳೆಯಿತು. ಜವಳಿ ಉದ್ದಿಮೆಯ ತವರೂರು ಎನಿಸಿದ ಮ್ಯಾಂಚೆಸ್ಟರ್ ನಗರದಲ್ಲಿ 16 ಆಗಸ್ಟ್ 1819ರಂದು ಸುಮಾರು 60,000 ಜನ ಸೇರಿದ್ದ ಸಭೆಯೊಂದರ ಮೇಲೆ ಏಕಾಏಕಿ ಸೈನಿಕರು ದಾಳಿ ನಡೆಸಿ, 18 ಮುಗ್ಧರ ಸಾವಿಗೆ ಕಾರಣರಾದರು. ಸಭೆಯ ಉದ್ದೇಶ ದೇಶದ ಸಂಸದೀಯ ಪದ್ಧತಿಯಲ್ಲಿ ಸುಧಾರಣೆಗೆ ಹಾಗೂ ಜವಳಿ ಮಿಲ್ಲುಗಳ ಕಾರ್ಮಿಕರ ಪರಿಸ್ಥಿತಿಗಳನ್ನು ಸುಧಾರಿಸುವುದೇ ಆಗಿತ್ತು. ಆದರೆ ಸೈನಿಕರು ಈ ಸಭೆಯನ್ನು ಸಹಿಸಲಿಲ್ಲ. ಜವಳಿ ಮಿಲ್ ಮಾಲೀಕರು ಮತ್ತು ಕಾರ್ಮಿಕರ ನಡುವಿನ ತಿಕ್ಕಾಟ ತಾರಕಕ್ಕೇರಿದ್ದ ಸಮಯದಲ್ಲಿ ಇನ್ನೊಂದು ತೀವ್ರಗಾಮಿ ಸ್ಥಳೀಯ ಪತ್ರಿಕೆ ‘ಮ್ಯಾಂಚೆಸ್ಟರ್ ಅಬ್ಸರ್ವರ್’ ಸಂಸದೀಯ ಸುಧಾರಣೆ ಹಾಗೂ ಕಾರ್ಮಿಕರ ವೇತನ ಏರಿಕೆಗೆ ಸಭೆ ನಡೆಸಿದವರನ್ನು ಪೂರ್ಣವಾಗಿ ಬೆಂಬಲಿಸಿತ್ತು. ಈ ಬೆಂಬಲವನ್ನೇ ಅಪರಾಧ ಎಂದು ಪರಿಗಣಿಸಿ ಸರಕಾರ ಆ ಪತ್ರಿಕೆಯನ್ನು ಮುಚ್ಚಿಸಿತು.

ಇಂತಹ ದುರ್ಘಟನೆ ನಡೆದ ಎರಡು ವರ್ಷಗಳ ನಂತರ ದೇಶದಲ್ಲಿ ಸಂಸದೀಯ ಸುಧಾರಣೆ ತರುವ ಪ್ರಧಾನ ಉದ್ದೇಶದೊಂದಿಗೆ ಸ್ಥಾಪಿತವಾದ ಪತ್ರಿಕೆ 'ದಿ ಮ್ಯಾಂಚೆಸ್ಟರ್ ಗಾರ್ಡಿಯನ್'. ಈ ಹತ್ಯಾಕಾಂಡಕ್ಕೆ ಸಾಕ್ಷಿಯಾಗಿದ್ದ 28 ವರ್ಷದ ಸ್ಥಳೀಯ ಉದ್ಯಮಿ ಜಾನ್ ಎಡ್ವರ್ಡ್ ಟೇಲರ್ ಎರಡು ವರ್ಷಗಳ ನಂತರ ಜವಳಿ ವ್ಯಾಪಾರಿಗಳ ಹಾಗೂ ಇತರ ಮಧ್ಯಮ ವರ್ಗದ ಸುಧಾರಕರ ನೆರವಿನಿಂದ ಸ್ಥಾಪಿಸಿದ ಈ ಪ್ರಕಟಣೆ ಮಧ್ಯಮ ವರ್ಗದವರ ಧ್ವನಿಯಾಗಿ ಕೆಲಸ ಮಾಡಲಾರಂಭಿಸಿತು. ಉದಾರ ಸುಧಾರಣಾ ರಾಜಕಾರಣದ ಮುಖವಾಣಿಯಾಗಿ ಮತ್ತು ದೇಶದ ಪ್ರಗತಿಪರ ಆಂದೋಲನಗಳು ಈ ಪತ್ರಿಕೆಗೆ ಸ್ಫೂರ್ತಿಯಾಗಿದ್ದವು. 1823ರ ವೇಳೆಗೆ ಮ್ಯಾಂಚೆಸ್ಟರ್ ನಗರ ಒಂದು ಲಕ್ಷಕ್ಕೂ ಅಧಿಕ ಜನಸಂಖ್ಯೆಯನ್ನು ಹೊಂದಿತ್ತು. ಹೀಗಾಗಿ ವಾರಪತ್ರಿಕೆಯನ್ನು ಬೆಂಬಲಿಸುವ ಸಾಮರ್ಥ್ಯ ಈ ನಗರಕ್ಕಿತ್ತು. ಮೊದಲ ಸಂಚಿಕೆ 5 ಮೇ 1821ರಂದು ಪ್ರಕಟವಾಯಿತು. ವಾರಪತ್ರಿಕೆಯಾಗಿ ಆರಂಭವಾದ 'ಮ್ಯಾಂಚೆಸ್ಟರ್ ಗಾರ್ಡಿಯನ್' 34 ವರ್ಷಗಳ ನಂತರ 1855ರಲ್ಲಿ ದಿನಪತ್ರಿಕೆಯಾಯಿತು. ಪತ್ರಿಕೆಗಳ ಸ್ವಾತಂತ್ರ್ಯವನ್ನು ಹತ್ತಿಕ್ಕಲು ಬ್ರಿಟಿಷ್ ಸರ್ಕಾರವು ಪತ್ರಿಕೆಗಳ ಮೇಲೆ ಹೇರಿದ್ದ ಸ್ಟ್ಯಾಂಪ್ ತೆರಿಗೆಯನ್ನು ತೆಗೆದುಹಾಕಿತು.

ಪತ್ರಿಕೆಯೊಂದರ ಮುಂದಾಳು ಸಂಪಾದಕ. ಈ ಪತ್ರಿಕೆ ಜಾಗತಿಕವಾಗಿ ಮನ್ನಣೆ ಗಳಿಸಲು ಸಾಧ್ಯವಾದದ್ದು ಪ್ರತಿಭಾವಂತ ಸಿ.ಪಿ. ಸ್ಕಾಟ್ ಅವರ ನಾಯಕತ್ವ. ಸುಮಾರು 57 ವರ್ಷಗಳ ಕಾಲ ಸಂಪಾದಕನಾಗಿ ಪತ್ರಿಕೆ ಮುನ್ನಡೆಸಿದ ಈತ ಅಪ್ರತಿಮ ಬರಹಗಾರ ಮತ್ತು ರಾಜಕೀಯ ವಿಶ್ಲೇಷಕ. ಅಕ್ಟೋಬರ್ 26, 1846ರಂದು ಬಾತ್‌ನಲ್ಲಿ ಜನಿಸಿದ ಚಾರ್ಲ್ಸ್ ಪ್ರೆಸ್ಟ್‌ವಿಚ್ ಸ್ಕಾಟ್ ಅವರು ಇಸಾಬೆಲ್ಲಾ ಮತ್ತು ರಸ್ಸೆಲ್ ಸ್ಕಾಟ್‌ರ ಎಂಟು ಮಕ್ಕಳಲ್ಲಿ ಒಬ್ಬರಾಗಿದ್ದರು. ಅವರ ತಂದೆ ಕಲ್ಲಿದ್ದಲು ಕಂಪನಿಯ ಕಾರ್ಯನಿರ್ವಾಹಕರಾಗಿದ್ದರು. ಸ್ಕಾಟ್ ಅವರು ಉದಾರವಾದಿ ಕ್ರಿಶ್ಚಿಯನ್ ಗುಂಪಿನಿಂದ ಪ್ರಭಾವಿತರಾಗಿದ್ದರು. 1869ರಲ್ಲಿ ಅವರು ಆಕ್ಸ್‌ಫರ್ಡ್ ಕಾರ್ಪಸ್ ಕ್ರಿಸ್ಟಿ ಕಾಲೇಜಿನಿಂದ ಸಾಹಿತ್ಯದಲ್ಲಿ ಬಿ.ಎ. ಪದವಿ ಪಡೆದು ಬರವಣಿಗೆಯಲ್ಲಿ ತಮ್ಮ ಅಪಾರ ಪ್ರತಿಭೆಯನ್ನು ಹೊರಹಾಕಿದ್ದರು. ಸಿ.ಪಿ. ಸ್ಕಾಟ್ ಅವರು ಎರಡನೇ ವರ್ಷದ ಪದವಿ ಓದುತ್ತಿದ್ದಾಗಲೇ 1871ರಲ್ಲಿ ಈ ಪತ್ರಿಕೆಗೆ ಬರೆಯಲು ಆರಂಭಿಸಿದರು. ಪತ್ರಿಕೆಯ ಮಾಲೀಕ ಜಾನ್ ಎಡ್ವರ್ಡ್ ಟೇಲರ್ ಅವರ ಸೋದರ ಸಂಬಂಧಿ. ಬಿ.ಎ. ಪದವಿ ಮುಗಿದ ತಕ್ಷಣವೇ ಸ್ಕಾಟ್ ಅವರನ್ನು 1827ರ ಜನವರಿ 1ರಂದು ತಮ್ಮ ಕಿರಿಯ ವಯಸ್ಸಿನಲ್ಲೇ ಸಂಪಾದಕರಾಗಿ ನೇಮಿಸಲಾಯಿತು. 26ನೇ ವರ್ಷಕ್ಕೆ ಸಂಪಾದಕನ ಹುದ್ದೆ ಪಡೆದು 57 ವರ್ಷಗಳ ಕಾಲ ಪತ್ರಿಕೆಯನ್ನು ಮುನ್ನಡೆಸಿದ ಕೀರ್ತಿ ಒಂದು ವಿಶ್ವದಾಖಲೆಯೇ ಸರಿ.

1905ರಲ್ಲಿ, ಜಾನ್ ಎಡ್ವರ್ಡ್ ಟೇಲರ್ ಅವರ ಮಗನ ಮರಣದ ನಂತರ, ಸಿ.ಪಿ. ಸ್ಕಾಟ್ ಅವರು ಗಾರ್ಡಿಯನ್ ಪತ್ರಿಕೆಯನ್ನು ಖರೀದಿಸಿ, ಅದರ

ಮಾಲೀಕರಾದರು. ಸದಾ ಉತ್ಸಾಹಭರಿತ ಸ್ಕಾಟ್ ಅನೇಕ ಸಲ ಮನೆಯಿಂದ ಕಚೇರಿಗೆ ಸೈಕಲ್‌ನಲ್ಲಿ ಬರುತ್ತಿದ್ದರು.

ಸ್ಕಾಟ್ ಅವರ ಸಂಪಾದಕತ್ವದಲ್ಲಿ ಗಾರ್ಡಿಯನ್ ಪತ್ರಿಕೆಯು ರಾಷ್ಟ್ರೀಯ ಮತ್ತು ಅಂತಾರಾಷ್ಟ್ರೀಯ ಮನ್ನಣೆ ಪಡೆಯಿತು. ಆರಂಭದಿಂದಲೂ ಎಡಪಂಥೀಯ ನಿಲುವನ್ನು ಬೆಂಬಲಿಸಿದ ಗಾರ್ಡಿಯನ್ ಪತ್ರಿಕೆ, ವರ್ಷಗಳು ಉರುಳಿದಂತೆ ಬಹುಗಂಭೀರ ರಾಷ್ಟ್ರೀಯ ಪತ್ರಿಕೆಯಾಗಿ ಹೊರಹೊಮ್ಮಿತು. ವಸತಿ ಮತ್ತು ಕಾರ್ಮಿಕ ವರ್ಗದವರ ಆರೋಗ್ಯ ಸೇರಿದಂತೆ ಅನೇಕ ಪ್ರಮುಖ ಸಮಸ್ಯೆಗಳನ್ನು ಕುರಿತು ಪರಿಣಾಮಕಾರಿ ವರದಿ, ಲೇಖನ ಹಾಗೂ ಹಲವಾರು ತನಿಖಾ ವರದಿಗಳನ್ನು ಪ್ರಕಟಿಸಿ ದೇಶದ ಅನೇಕ ಸುಧಾರಣೆಗಳಿಗೆ ಕಾರಣವಾಯಿತು. ಎರಡು ವಿಶ್ವ ಮಹಾಯುದ್ಧಗಳ ಸಮಯದಲ್ಲಿ ಹಾಗೂ ಅನೇಕ ಜಾಗತಿಕ ಸಮಸ್ಯೆಗಳ ಮುನ್ನಲೆಯಲ್ಲಿ ಅಂದಿನ ದಿನಗಳಲ್ಲಿ ಇಂಗ್ಲೆಂಡ್ ಬಹುನಿರ್ಣಾಯಕಪಾತ್ರ ನಿರ್ವಹಿಸಿತ್ತು. ಈ ಮಹತ್ತರ ಸಮಯದಲ್ಲಿ ಸಿ.ಪಿ.ಸ್ಕಾಟ್ ಅವರ ರಾಜಕೀಯ ವಿಶ್ಲೇಷಣೆಗಳು ಹಾಗೂ ಸಂಪಾದಕೀಯಗಳು ಸರ್ಕಾರದ ತೀರ್ಮಾನಗಳು ಮತ್ತು ನಿಲುವುಗಳ ಮೇಲೆ ಅಪಾರವಾದ ಪ್ರಭಾವ ಬೀರಿದವು. ಮಹಿಳೆಯರಿಗೆ ಮತದಾನದ ಹಕ್ಕನ್ನು ನೀಡಬೇಕೆಂದು ಅನೇಕ ವರ್ಷಗಳ ಕಾಲ ಸರಕಾರದ ಮೇಲೆ ಒತ್ತಾಯ ಹೇರಿದ ಸ್ಕಾಟ್ ಅವರು 1918ರಲ್ಲಿ ತಮ್ಮ ಗುರಿ ಸಾಧಿಸಿದರು. ಪ್ರಜಾಸತ್ತೆಯ ಮಾತೃಸ್ಥಾನ ಎನಿಸಿಕೊಂಡ ದೇಶ ಕೊನೆಗೂ ಮಹಿಳೆಯರಿಗೆ ಮತದಾನ ನೀಡುವ ಹಕ್ಕನ್ನು ನೀಡಿತು.

ಗಾರ್ಡಿಯನ್ ಪತ್ರಿಕೆಯ ಶತಮಾನೋತ್ಸವ 1921ರಲ್ಲಿ ನಡೆದಾಗ ಅವರು ಪತ್ರಿಕೆಗಳ ಮಹತ್ವ ಮತ್ತು ಅವುಗಳ ಹೊಣೆಗಾರಿಕೆ ಕುರಿತು ಬರೆದ ಲೇಖನ ಜಗತ್ತಿನಾದ್ಯಂತ ಪ್ರಸಿದ್ಧಿ ಪಡೆಯಿತು. ಪತ್ರಿಕೆಗಳ ಕರ್ತವ್ಯ ಮತ್ತು ಹೊಣೆಗಾರಿಕೆಗಳನ್ನು ಕುರಿತು ಜಗತ್ತಿನಾದ್ಯಂತ ಮಾನ್ಯತೆ ಪಡೆದ ಅತ್ಯುತ್ತಮ ಪ್ರಬಂಧ ಎನ್ನಬಹುದು. ಈ ವೇಳೆಗೆ ಅವರು ಸಂಪಾದಕರಾಗಿ 50 ವರ್ಷಗಳ ಕಾಲ ಸೇವೆ ಸಲ್ಲಿಸಿದ್ದರು. ಸ್ಕಾಟ್, ಪತ್ರಿಕೆಯ ಪಾತ್ರದ ಬಗ್ಗೆ ತಮ್ಮ ಸ್ಪಷ್ಟ ಅಭಿಪ್ರಾಯಗಳನ್ನು ತಿಳಿಸಿದರು. ಪತ್ರಿಕೆಯ ಪ್ರಾಥಮಿಕ ಕರ್ತವ್ಯ ನಿಖರವಾದ ಸುದ್ದಿ ವರದಿ ಮಾಡುವುದು ಎಂದು ವಾದಿಸಿದರು. "ವಸ್ತುವಿಷಯ ಪವಿತ್ರ, ಆದರೆ ಟೀಕೆ ಸ್ವತಂತ್ರ" (Facts are sacred, but comment is free). ಪತ್ರಕರ್ತ ಸ್ಪಷ್ಟವಾಗಿ ಹೇಳುವುದು ಒಳ್ಳೆಯದು; ನ್ಯಾಯಯುತವಾಗಿ ಪ್ರತಿಪಾದಿಸುವುದು ಇನ್ನೂ ಉತ್ತಮ ಎಂದು ವಾದಿಸಿದರು. ಸ್ಕಾಟ್ ಅವರ ಈ ಮಾತುಗಳು ಜಗತ್ತಿನಾದ್ಯಂತ ಪತ್ರಿಕೆಗಳಿಗೆ ಮತ್ತು ಪತ್ರಕರ್ತರಿಗೆ ದಾರಿದೀಪಗಳಾಗಿವೆ. ಅವರ ಸಂಪಾದಕತ್ವವು ಅವರ ರಾಜಕೀಯ ಮೌಲ್ಯಗಳು ಮತ್ತು ಅಭಿಪ್ರಾಯಗಳನ್ನು ಸಮರ್ಪಕವಾಗಿ ಪ್ರತಿಬಿಂಬಿಸಿವೆ. ಅವರು ಪಾಲಿಸಿದ ತತ್ವಗಳು ಇಂದಿಗೂ ಪತ್ರಕರ್ತರಿಗೆ ಪ್ರಸ್ತುತವಾಗಿವೆ. ಅವರು ತಮ್ಮ ನಿಲುವುಗಳನ್ನು ಬಹುವ್ಯವಸ್ಥಿತವಾಗಿ ಸಮರ್ಥಿಸಿ, ಮನವೊಲಿಸಿ ಗೆಲುವು ಸಾಧಿಸುವ ಛಲ

ಹೊಂದಿದ್ದರು. ಇದು ಅವರ ವಿಶೇಷ ಗುಣವಾಗಿತ್ತು. ಸ್ಕಾಟ್‌ನ ಸಂಪಾದಕತ್ವದ ಮತ್ತೊಂದು ಅನುಕರಣೀಯ ಅಂಶವೆಂದರೆ ವಿದೇಶಾಂಗ ನೀತಿಯ ವಿಷಯಗಳ ಬಗ್ಗೆ ಸ್ಪಷ್ಟ ನಿಲುವನ್ನು ಪ್ರತಿಪಾದಿಸಿ ಖ್ಯಾತಿಯನ್ನು ಗಳಿಸಿತು.

ವೃತ್ತಪತ್ರಿಕೆಯ ಒಂದು ಮುಖ್ಯ ವ್ಯಕ್ತಿತ್ವ ಎಂದರೆ ಅದರ ಸ್ವಾತಂತ್ರ್ಯ. ಅದರ ಸ್ಥಾನ ಅಥವಾ ಪಾತ್ರ ಏನೇ ಇರಲಿ, ಕನಿಷ್ಠ ಅದು ತನ್ನದೇ ಆದ ಆತ್ಮವನ್ನು ಹೊಂದಿರಬೇಕು ಎಂದು ಸ್ಕಾಟ್ ಪ್ರತಿಪಾದಿಸಿದ. ಸ್ಕಾಟ್ ಅವರು ಪತ್ರಿಕೆಯ ಸಂಪಾದಕತ್ವದ ಜತೆಗೆ ಪತ್ರಿಕೆಯ ಮಾಲೀಕರೂ ಆಗಿದ್ದರು. ಅಲ್ಲದೆ, ಹಲವು ವರ್ಷಗಳ ಕಾಲ ಬ್ರಿಟನ್ನಿನ ರಾಜಕೀಯದಲ್ಲಿ ಸಕ್ರಿಯವಾಗಿದ್ದರು. ಎರಡು ಸಲ ಲಿಬರಲ್ ಪಕ್ಷದ ಸಂಸತ್ ಸದಸ್ಯರಾಗಿ ಅವರ ರಾಜಕೀಯ ಚಿಂತನೆಗಳನ್ನು ಮತ್ತಷ್ಟು ವ್ಯಾಪಕವಾಗಿ ಪ್ರತಿಪಾದಿಸಿದರು. ರಾಜಕೀಯ ಚಿಂತಕರು, ಮಾನವತಾವಾದಿಗಳು ಮತ್ತು ಪ್ರಸಿದ್ಧ ಲೇಖಕರನ್ನು ಅವರ ಬಳಗ ಒಳಗೊಂಡಿತ್ತು ಎನ್ನುವುದನ್ನು ಅವರ ಪ್ರಭಾವ ಮತ್ತು ಚಿಂತನೆಗಳಿಗೆ ಕನ್ನಡಿ ಹಿಡಿದಂತಿವೆ. ಸ್ಕಾಟ್ ಅವರ ವಿಶೇಷತೆ ಎಂದರೆ, ಏಕಕಾಲದಲ್ಲಿ 'ದೇಶಪ್ರೇಮ' ಮತ್ತು ಪತ್ರಿಕೆಗಳ ಪಾತ್ರವನ್ನು ಯಶಸ್ವಿಯಾಗಿ ಸಮತೋಲನಗೊಳಿಸಿ ವ್ಯವಹರಿಸುತ್ತಿದ್ದರು. ದಕ್ಷಿಣ ಆಫ್ರಿಕಾದಲ್ಲಿ ಬ್ರಿಟಿಷ್ ವಸಾಹತುಶಾಹಿ ವಿಸ್ತರಣೆಯ ಬೋಯರ್ ಯುದ್ಧವನ್ನು ದೇಶದ ಆಕ್ರಮಣಕಾರಿ ನೀತಿಯೆಂದು ಸ್ಕಾಟ್ ಕಟುವಾಗಿ ಟೀಕಿಸಿದ್ದ. ಇದರಿಂದ ಪತ್ರಿಕೆ ಅನೇಕ ತೊಂದರೆಗಳನ್ನು ಎದುರಿಸಬೇಕಾಯಿತು. ಪ್ರಸಾರ ಕುಸಿದರೂ ಸ್ಕಾಟ್ ಎದೆಗುಂದಲಿಲ್ಲ. ತಮ್ಮ ನಿಲುವಿಗೆ ಕಟಿಬದ್ಧವಾಗಿಯೇ ಉಳಿದರು. ಪತ್ರಿಕಾ ಮಾಧ್ಯಮಗಳು ಸಾರ್ವಜನಿಕ ಚರ್ಚೆಯ ಪ್ರತಿನಿಧಿಯಾಗಿ ನಿಷ್ಪಕ್ಷವಾಗಿ ಕೆಲಸ ನಿರ್ವಹಿಸಬೇಕೆಂದು ಸ್ಕಾಟ್ ಪ್ರತಿಪಾದಿಸಿದರು. ಆತ ಸರ್ಕಾರದ ಸಾಮ್ರಾಜ್ಯಶಾಹಿ ವಿಸ್ತರಣಾ ವಾದದ ಕುರುಡು ಬೆಂಬಲಿಗನಾಗಲಿಲ್ಲ. ವಿಮರ್ಶಾತ್ಮಕ ದೇಶಭಕ್ತಿಯ ಆದರ್ಶವನ್ನು ಪತ್ರಿಕೆ ಓದುಗರ ಮುಂದಿರಿಸಿತು.

ಸಿ.ಪಿ. ಸ್ಕಾಟ್ 1ನೇ ಜುಲೈ 1929ರವರೆಗೆ ಮ್ಯಾಂಚೆಸ್ಟರ್ ಗಾರ್ಡಿಯನ್‌ನ ಸಂಪಾದಕರಾಗಿದ್ದರು. ಆಗ ಅವರಿಗೆ 83 ವರ್ಷವಾಗಿತ್ತು ಮತ್ತು 57 ವರ್ಷ ಸಂಪಾದಕರಾಗಿದ್ದರು. ಅವರು ಜನವರಿ 1, 1932ರಂದು ಮ್ಯಾಂಚೆಸ್ಟರ್‌ನಲ್ಲಿ ನಿಧನರಾದರು.

1959ರಲ್ಲಿ "ಮ್ಯಾಂಚೆಸ್ಟರ್ ಗಾರ್ಡಿಯನ್" ಎನ್ನುವ ಶೀರ್ಷಿಕೆಯನ್ನು 'ದಿ ಗಾರ್ಡಿಯನ್' ಎಂದು ಬದಲಾಯಿಸಲಾಯಿತು. ರಾಷ್ಟ್ರೀಯ ದಿನಪತ್ರಿಕೆಯ ನಿಲುವನ್ನು ಪ್ರತಿಬಿಂಬಿಸಲು ಇದು ಅಗತ್ಯವೆನಿಸಿತು. ದೇಶದ ರಾಜಧಾನಿಯಿಂದ ಪ್ರಕಟಿಸಬೇಕೆನ್ನುವ ಉದ್ದೇಶದಿಂದ 1964ರಲ್ಲಿ ಅದರ ಕಾರ್ಯಾಚರಣೆಯನ್ನು ಲಂಡನ್‌ಗೆ ಸ್ಥಳಾಂತರಿಸಿತು. ಓದುಗರಿಗೆ ಅರ್ಥಪೂರ್ಣವಾಗಿ ಸ್ಪಂದಿಸಬೇಕೆನ್ನುವ ಉದ್ದೇಶದಿಂದ "ಓದುಗರ ಸಂಪಾದಕ" (ಓಂಬುಡ್ಸ್‌ಮನ್)ರನ್ನು ನೇಮಿಸಿದ

ಪ್ರಥಮ ರಾಷ್ಟ್ರೀಯ ಪತ್ರಿಕೆಯಾಗಿತ್ತು. 2018ರ ನಂತರ ಪತ್ರಿಕೆಯನ್ನು ಟ್ಯಾಬ್ಲಾಯ್ಡ್ ರೂಪಕ್ಕೆ ಪರಿವರ್ತಿಸಿ ಮುದ್ರಿಸಲಾಗುತ್ತಿದೆ.

ಆನ್‌ಲೈನ್ ಯಶಸ್ಸು: ಪ್ರಸ್ತುತ ಮುದ್ರಣ ಆವೃತ್ತಿಯು ಸುಮಾರು 1.25 ಲಕ್ಷ ಪ್ರಸಾರವನ್ನು ಹೊಂದಿದೆ. ಪತ್ರಿಕೆಯ ಆನ್‌ಲೈನ್ ಆವೃತ್ತಿಗಳು ಅಮೆರಿಕಾ ಮತ್ತು ಆಸ್ಟ್ರೇಲಿಯಾ ದೇಶಗಳಲ್ಲಿ ಪ್ರಕಟವಾಗಿ ಜನಪ್ರಿಯತೆಯನ್ನೂ ಹೊಂದಿವೆ. 'ನ್ಯೂಯಾರ್ಕ್ ಟೈಮ್ಸ್', ನಂತರ 'ಗಾರ್ಡಿಯನ್' ಪತ್ರಿಕೆ ಅಧಿಕ ವೆಬ್ ಓದುಗರನ್ನು ಹೊಂದಿರುವುದು ಅದರ ದೀರ್ಘ ಹೋರಾಟದ ಪರಂಪರೆಯನ್ನು ಪ್ರತಿಬಿಂಬಿಸುತ್ತದೆ. 1999ರಲ್ಲಿ ಪ್ರಾರಂಭವಾದ ವೆಬ್‌ಸೈಟ್, ಅಂತರ್ಜಾಲದಲ್ಲಿ ಅತ್ಯುತ್ತಮ ಪತ್ರಿಕೆ ಎಂದು ಹಲವು ಸಲ 'ವೆಬ್‌ಬಿ' ಪ್ರಶಸ್ತಿಯನ್ನು ಪಡೆದಿರುವುದು ಹೆಮ್ಮೆಯ ವಿಷಯ. ಪತ್ರಿಕೆಯ ವರದಿಗಳು ಇಂಟರ್ನೆಟ್ ಹ್ಯಾಕರ್ ಜೂಲಿಯನ್ ಅಸ್ಸಾಂಜೆಯವರ ಗಮನವನ್ನು ಸೆಳೆಯಿತು. ಮೊದಲ ಬಾರಿಗೆ ಆನ್‌ಲೈನ್‌ನಲ್ಲಿನ ಪ್ರಾಮುಖ್ಯತೆಯನ್ನು ಗಾರ್ಡಿಯನ್ ಪತ್ರಿಕೆ ಹೊರಹಾಕಿತು.

ಸ್ಕಾಟ್ ಟ್ರಸ್ಟ್: ಪತ್ರಿಕೆಯ ಸಂಪಾದಕೀಯ ಸ್ವಾತಂತ್ರ್ಯವನ್ನು ಕಾಪಾಡಿಕೊಳ್ಳಲು ಸ್ಕಾಟ್ ಕುಟುಂಬದವರು ಪತ್ರಿಕೆಯ ಮಾಲೀಕತ್ವವನ್ನು ಟ್ರಸ್ಟ್ ಆಗಿ ಪರಿವರ್ತಿಸಿದರು. ಪತ್ರಿಕೆ ಎಲ್ಲಾ ಲಾಭಗಳು ಅದರ ಸುಧಾರಣೆಗೆ ಲಭ್ಯವಾದವು. ಉದ್ಯಮದಲ್ಲಿನ ಆರ್ಥಿಕ ಏರಿಳಿತಗಳಿಂದ ಗುಣಮಟ್ಟಕ್ಕೆ ಧಕ್ಕೆಯಾಗದಂತೆ ಪತ್ರಿಕೆ ಪ್ರಕಟಿಸಲು ಈ ನಿರ್ಧಾರ ನೆರವಾಯಿತು. ಬೃಹತ್ ಪತ್ರಿಕಾ ಸಮೂಹಗಳು ಈ ಪತ್ರಿಕೆಯನ್ನು ಖರೀದಿಸದಂತೆ ಟ್ರಸ್ಟ್‌ನ ನಿಯಮಗಳನ್ನು ರೂಪಿಸಿ ಎಚ್ಚರ ವಹಿಸಲಾಗಿದೆ.

ಪತ್ರಿಕೆಯ ಸಾಹಸ: 1997ರಲ್ಲಿ ಪತ್ರಿಕೆ ಪ್ರಕಟಿಸಿದ ತನಿಖಾ ವರದಿಗಳು ದೇಶದ ಚುನಾಯಿತ ಸರ್ಕಾರದ ಪತನಕ್ಕೆ ಕಾರಣವಾದವು. ಇತ್ತೀಚಿನ ದಿನಗಳಲ್ಲಿ ಪತ್ರಿಕೆಯ ಗಮನಾರ್ಹ ಸಾಧನೆಯೆಂದರೆ ದೂರವಾಣಿ ಕದ್ದಾಲಿಕೆಯ ಸುದ್ದಿ ಪ್ರಕಟಣೆ. ರೂಪರ್ಟ್ ಮುರ್ಡೋಕ್ ಮಾಲೀಕತ್ವದ 'ನ್ಯೂಸ್ ಆಫ್ ದಿ ವರ್ಲ್ಡ್', ಪತ್ರಿಕೆಯು ವಿಶೇಷ ಸುದ್ದಿ ಪ್ರಕಟಣೆಗಾಗಿ ಹಲವು ದೂರವಾಣಿಗಳನ್ನು ಕದ್ದಾಲಿಸಿ ಸುದ್ದಿಗಳನ್ನು ಪ್ರಕಟಿಸುವ ಪರಿಪಾಠವನ್ನು ಹೊಂದಿತ್ತು. ಇದಕ್ಕೆ ಸಂಬಂಧಿಸಿದಂತೆ ಹದಿಹರೆಯದ ಶಾಲಾ ವಿದ್ಯಾರ್ಥಿನಿ ಮಿಲ್ಲಿ ಡೌಲರ್ ಅವರ ದೂರವಾಣಿಯನ್ನು ಕದ್ದಾಲಿಸಿದ ವಿಷಯ ಆಕೆಯ ಕೊಲೆಯಲ್ಲಿ ಅಂತ್ಯವಾಗಿತ್ತು. ಇಂಗ್ಲೆಂಡಿನಲ್ಲಿ ಅತ್ಯಧಿಕ ಪ್ರಸಾರ ಹೊಂದಿದ್ದ 'ನ್ಯೂಸ್ ಆಫ್ ದಿ ವರ್ಲ್ಡ್' ಪತ್ರಿಕೆಯ ಈ ಹೀನ ಕೃತ್ಯದ ಬಗ್ಗೆ ಗಾರ್ಡಿಯನ್ ಪತ್ರಿಕೆ ವಿಶೇಷ ಸುದ್ದಿ ಪ್ರಕಟಿಸಿ, ಆ ಪತ್ರಿಕೆಯನ್ನು ಮುಚ್ಚಿಸಲು ಕಾರಣವಾಯಿತು. ಇದು ಗಾರ್ಡಿಯನ್ ಪತ್ರಿಕೆಯ ದೊಡ್ಡ ಸಾಧನೆಯಾಗಿದೆ.

ವೈಯಕ್ತಿಕ ಗೌಪ್ಯ ಮಾಹಿತಿಯನ್ನು ಕಲೆ ಹಾಕಿ, ಅವುಗಳನ್ನು ಪತ್ರಿಕೆಗಳಿಗೆ ತಲಪಿಸುವ ಸಂಘಟಿತ ವ್ಯವಸ್ಥೆ ಇಂಗ್ಲೆಂಡಿನಲ್ಲಿ 2002ರ ಸಮಯದಲ್ಲಿ ವ್ಯಾಪಕವಾಗಿ

ಹಬ್ಬಿತ್ತು. ಕಾನೂನುಬಾಹಿರವಾಗಿ ದೂರವಾಣಿ ಮತ್ತು ಕಂಪ್ಯೂಟರ್‌ಗಳಿಂದ ಮಾಹಿತಿಯನ್ನು ಕದ್ದು ಬ್ಲ್ಯಾಕ್‌ಮೇಲ್ ಮಾಡುವ ಅನೇಕ ಪ್ರಯತ್ನಗಳು ನಡೆಯುತ್ತಿದ್ದವು. 'ಇಂಗ್ಲೆಂಡಿನಲ್ಲಿ ಅತಿಹೆಚ್ಚು ಪ್ರಸಾರ ಹೊಂದಿದ್ದ 'ನ್ಯೂಸ್ ಆಫ್ ದಿ ವರ್ಲ್ಡ್' ಪತ್ರಿಕೆಯ ಸಂಪಾದಕೀಯ ವರ್ಗ ಈ ಅಕ್ರಮ ಚಟುವಟಿಕೆಗಳಲ್ಲಿ ಅನುಚಿತ ಪ್ರಭಾವ ಬೀರಿದೆ', ಎಂಬ ಆಪಾದನೆ ಈ ಪತ್ರಿಕೆಯ ಮೇಲಿತ್ತು. ಈ ಎಲ್ಲ ಮಾಹಿತಿಯನ್ನು ಗಾರ್ಡಿಯನ್ ಪತ್ರಿಕೆ ಹೊರಹಾಕಿತು. ಪತ್ರಿಕೆಗಳ ಈ ಅನೈತಿಕ ಅಕ್ರಮ ಚಟುವಟಿಕೆಗಳನ್ನು ನಿಯಂತ್ರಿಸುವ ಸಲುವಾಗಿ ಮಾರ್ಗೋಪಾಯಗಳನ್ನು ಸೂಚಿಸಲು 2011ರಲ್ಲಿ ಬ್ರಿಟಿಷ್ ಸರಕಾರ ಲೆವಿಸನ್ ಅವರ ನೇತೃತ್ವದಲ್ಲಿ ಆಯೋಗವನ್ನು ನೇಮಿಸಿತು. 'ನ್ಯೂಸ್ ಆಫ್ ದಿ ವರ್ಲ್ಡ್' ಪತ್ರಿಕೆ ಮುಚ್ಚಿತು ಹಾಗೂ ಅನೇಕ ಬೃಹತ್ ಪತ್ರಿಕೆಗಳ ಮಾಲೀಕ ಮುರ್ಡೋಕ್ ಭಾರಿ ಹಿನ್ನಡೆ ಅನುಭವಿಸಿದರು.

ಗಾರ್ಡಿಯನ್ ಪತ್ರಿಕೆಯ ಇನ್ನೊಂದು ಸಾಹಸವೆಂದರೆ, ಅಮೆರಿಕಾ ಸರಕಾರ 2013ರಲ್ಲಿ ರಾಷ್ಟ್ರೀಯ ಭದ್ರತಾ ಕಾಯ್ದೆಯಡಿ ವೆರಿಝೋನಾ ಕಂಪನಿಯ ದೂರವಾಣಿ ಚಂದಾದಾರ ಮಾಹಿತಿಯನ್ನು ಕಲೆ ಹಾಕುವ ಗೋಪ್ಯ ಪ್ರಯತ್ನವನ್ನು ಬಹಿರಂಗಗೊಳಿಸಿತು. ಇದರಿಂದ ಒಬಾಮ ಆಡಳಿತ ಇಕ್ಕಟ್ಟಿನಲ್ಲಿ ಸಿಕ್ಕಿಬಿತ್ತು. 'ಪನಾಮಾ ಪೇಪರ್ಸ್', ಎಂಬ ಇನ್ನೊಂದು ತನಿಖೆಯಲ್ಲಿ ಹೇಗೆ ಪ್ರಮುಖ ರಾಜಕಾರಣಿಗಳು ತಮ್ಮ ಅಕ್ರಮ ಹಣವನ್ನು ಹೊರದೇಶಗಳ ಗುಪ್ತ ಬ್ಯಾಂಕ್ ಖಾತೆಗಳಲ್ಲಿ ಸಂಗ್ರಹಿಸಿ ಇಟ್ಟಿದ್ದಾರೆ ಎಂಬುದನ್ನು 2016ರಲ್ಲಿ ಗಾರ್ಡಿಯನ್ ಪತ್ರಿಕೆಯ ನೇತೃತ್ವದಲ್ಲಿ ಹೊರಬಂದ ತನಿಖಾ ವರದಿ ವಿಸ್ತೃತವಾಗಿ ಬಹಿರಂಗ ಪಡಿಸಿತು. ತನ್ನ ಅತ್ಯುತ್ತಮ ವರದಿಗಳಿಗಾಗಿ ವರ್ಷದ ಅತ್ಯುತ್ತಮ ದಿನಪತ್ರಿಕೆ ಎಂದು ಹಲವು ಸಲ ಪ್ರಶಸ್ತಿ ಪಡೆದ ಗೌರವ ಗಾರ್ಡಿಯನ್ ಪತ್ರಿಕೆಯದು.

ಗಾರ್ಡಿಯನ್ ಪತ್ರಿಕೆಯು ಓದುಗರ ಮೇಲೆ ಅಚ್ಚಳಿಯದ ಪ್ರಭಾವವನ್ನು ಬೀರಿದೆ. ಐತಿಹಾಸಿಕವಾಗಿ ಅದರ ತನಿಖಾ ಪತ್ರಿಕೋದ್ಯಮ, ಪ್ರಚಲಿತ ಸಮಸ್ಯೆಗಳ ಬಗ್ಗೆ ಅರ್ಥಪೂರ್ಣ ಚರ್ಚೆಗಳು, ಸಾಹಿತ್ಯ, ಕಲೆ, ಕುರಿತ ನಿಷ್ಪಕ್ಷಪಾತ ವಿಮರ್ಶೆ ಓದುಗರ ಮನಮುಟ್ಟಿವೆ. ಪತ್ರಿಕೆಯ ವಿದೇಶಿ ವ್ಯವಹಾರ ವರದಿ ಹಾಗೂ ವಿಶ್ಲೇಷಣೆಗಳು ಸದಾ ಓದುಗರ ಪ್ರಶಂಸೆಗೆ ಪಾತ್ರವಾಗಿವೆ. ಈ ಪತ್ರಿಕೆಯನ್ನು ಒಂದು ಕಾಲದಲ್ಲಿ "ಬ್ರಿಟನ್‌ನ ಅಸಾಂಗತ್ಯ ಮನಸ್ಸಾಕ್ಷಿ", (Britain's non-conformist conscience) ಎಂದು ವರ್ಣಿಸಲಾಗುತ್ತಿತ್ತು.

'ದಿ ಗಾರ್ಡಿಯನ್' ಪತ್ರಿಕೆ 200 ವರ್ಷಗಳ ಕಾಲ ಹೇಗೆ ಬದುಕುಳಿದಿದೆ ಎಂಬುದರ ಕುರಿತು ಪ್ರಸ್ತುತ ಸಂಪಾದಕಿ ಕ್ಯಾಥರೀನ್ ವಿನ್ನರ್ ಅರ್ಥಪೂರ್ಣವಾಗಿ ಹೇಳಿದ ಮಾತುಗಳೆಂದರೆ, "ನಮಗೆ ಆಳ ಬೇರುಗಳಿವೆ, ನಮಗೆ ತತ್ವಗಳಿವೆ, ನಮಗೆ ತತ್ವಜ್ಞಾನವಿದೆ. ಗಾರ್ಡಿಯನ್ ತನ್ನ ಮೂರನೇ ಶತಮಾನವನ್ನು ಸುರಕ್ಷಿತ ಆರ್ಥಿಕ ಸ್ಥಿತಿಯಲ್ಲಿ ಪ್ರವೇಶಿಸುತ್ತಿದೆ. ಒಂದು ಬಿಲಿಯನ್ ಪೌಂಡ್ ಸುರಕ್ಷಿತ ಹಣ

ಬ್ಯಾಂಕಿನಲ್ಲಿದೆ. ಇದರ ವೆಬ್‌ಸೈಟ್ ಅನ್ನು ಹತ್ತು ಲಕ್ಷ ಓದುಗರು ಹಣ ಪಾವತಿಸಿ ಓದುತ್ತಾರೆ. ಇದು ವಿಶ್ವದ ಆರನೇ ಅತಿದೊಡ್ಡ ಸುದ್ದಿ ವೆಬ್‌ಸೈಟ್ ಆಗಿದೆ", ಎಂದು ಹೆಮ್ಮೆಯಿಂದ ನುಡಿಯುತ್ತಾರೆ.

ಪಾಶ್ಚಿಮಾತ್ಯ ದೇಶಗಳಲ್ಲಿನ ಬಹುತೇಕ ಪತ್ರಿಕೆಗಳು ಆರ್ಥಿಕ ಮುಗ್ಗಟ್ಟಿಗೆ ಸಿಲುಕಿ ಪದೇಪದೆ ಮಾಲೀಕತ್ವ ಬದಲಾವಣೆಗಳಿಗೆ ಒಳಗಾಗುತ್ತಿರುವುದು ಸಾಮಾನ್ಯ ಸಂಗತಿ. ಆದರೆ 200 ವರ್ಷಗಳ ಕಾಲ ಒಂದೇ ಮಾಲೀಕತ್ವದಲ್ಲಿ ಬದುಕುಳಿದಿರುವ ಪತ್ರಿಕೆಯಂದರೆ ಗಾರ್ಡಿಯನ್. 'ಸತ್ಯಾಂಶ, ಆದರೆ ಸತ್ಯಾಂಶವಷ್ಟೇ ಅಲ್ಲ', ಎನ್ನುವ ಪತ್ರಿಕೆಯ ಧ್ಯೇಯೋದ್ದೇಶದಲ್ಲಿ ಅಡಗಿರುವ ಅದಮ್ಯ ತವಕ, ಸುದ್ದಿ ವಿಶ್ಲೇಷಣೆಯ ಚತುರತೆ ಮತ್ತು ಅದರ ಮಹತ್ವವನ್ನು ಪ್ರತಿಪಾದಿಸುತ್ತದೆ. ಪ್ರತಿ ಘಟನೆ ಸಮಾಜದ ಮೇಲೆ ಬೀರುವ ಪರಿಣಾಮಕಾರಿ ವರದಿ ಮತ್ತದರ ಮಹತ್ವವನ್ನು ಜನತೆಗೆ ತಿಳಿಸಿ ಸಮಾಜದ ಎಲ್ಲ ಸ್ತರದವರ ಸಮಸ್ಯೆಗಳ ನಿವಾರಣೆಗೆ ಕಾರ್ಯೋನ್ಮುಖರಾಗುವಂತೆ ಮಾಡುವುದೇ ಪತ್ರಿಕೆಯ ಕರ್ತವ್ಯ ಎಂದು ಪತ್ರಿಕೆ ನಂಬಿದೆ. ಈ ಅಚಲ ನಿಷ್ಠೆಯೇ ಪತ್ರಿಕೆಯ ಯಶಸ್ಸಿಗೆ ಕಾರಣವಾಗಿದೆ.

ಮಾರ್ಚ್ 5ರಂದು ಪತ್ರಿಕೆ ತನ್ನ ಐತಿಹಾಸಿಕ 200 ವರ್ಷಗಳ ಪಯಣ ಮುಗಿಸಿ ಮುನ್ನಡೆದಿದೆ. ಈ ಅಸಾಧಾರಣ ಪತ್ರಿಕೆಯ ಸಾಹಸಕ್ಕೆ ಮನಸೋತ 180 ದೇಶಗಳಲ್ಲಿನ 5,30,000 ಓದುಗರು ಮತ್ತು ಅಭಿಮಾನಿಗಳು ಸ್ವತಂತ್ರ ಹಾಗೂ ಸಾಹಸ ಪತ್ರಿಕೋದ್ಯಮ ಬೆಂಬಲಿಸಲು ತಮ್ಮ ಧನಸಹಾಯವನ್ನು ಪತ್ರಿಕೆಗೆ ನೀಡಿದ್ದಾರೆ. ಇದೊಂದು ಅಭೂತಪೂರ್ವ ಬೆಂಬಲವೇ ಸರಿ. ತನ್ನ ಉತ್ತಮ ಕೆಲಸಗಳಿಂದ ಓದುಗರು ಹಾಗೂ ಸಮಾಜ ರಕ್ಷಿಸುವ ಪತ್ರಿಕೆಗೆ ಜನತೆ ಹೇಗೆ ಬೆಂಬಲಿಸಲು ಸಿದ್ಧರಿದ್ದಾರೆ ಎಂಬುದಕ್ಕೆ ಇದೇ ಜ್ವಲಂತ ಸಾಕ್ಷಿ.

(ಸಮಾಜಮುಖಿ, ಅಕ್ಟೋಬರ್ 2021)

7

ನೂರರ ಗಡಿ ದಾಟಿದ 'ರೀಡರ್ಸ್ ಡೈಜೆಸ್ಟ್'

ಪತ್ರಿಕೆಗಳನ್ನು ಪ್ರಧಾನವಾಗಿ ಎರಡು ಗುಂಪುಗಳನ್ನಾಗಿ ವರ್ಗೀಕರಿಸಲಾಗುತ್ತದೆ. ದಿನಪತ್ರಿಕೆಗಳು ಮತ್ತು ನಿಯತಕಾಲಿಕೆಗಳು. ನಿಯತಕಾಲಿಕೆಗಳನ್ನು ಮ್ಯಾಗಜೀನ್‌ಗಳು ಎಂದು ಸಹ ಕರೆಯಲಾಗುವುದು. ನಿಯತಕಾಲಿಕೆ ಎಂದರೆ ನಿರ್ದಿಷ್ಟ ಸಮಯಕ್ಕೊಮ್ಮೆ ಹೊರಬರುವ ಪ್ರಕಟಣೆಗಳು. ಮ್ಯಾಗಜೀನ್ ಎಂದರೆ ಲೇಖನಗಳ ಸಂಗ್ರಹ. ಆರಂಭದ ಪ್ರಕಟಣೆಗಳೆಲ್ಲ ಹೆಚ್ಚಾಗಿ ಮಾರ್ಗದರ್ಶನ ನೀಡುವ ಲೇಖನಗಳ ಸಂಗ್ರಹಗಳೇ ಆಗಿರುತ್ತಿದ್ದವು. ಆಂಗ್ಲ ಭಾಷೆಯಲ್ಲಿ ಮೊದಲ ದೈನಿಕ 'ದಿ ಡೈಲಿ ಕೊರಾಂಟೊ' 1702ರಲ್ಲಿ ಹೊರಬಂತು. ಅಲ್ಲಿಯ ತನಕ ಬಂದ ಆಂಗ್ಲ ಪ್ರಕಟಣೆಗಳು ನಿಯತಕಾಲಿಕೆಗಳೇ ಆಗಿದ್ದವು.

ದಿನಪತ್ರಿಕೆಗಳ ಆಯಸ್ಸು ಒಂದೇ ದಿನಕ್ಕೆ ಸೀಮಿತ. ಆದರೆ ನಿಯತಕಾಲಿಕೆಗಳು ವಾರ ಇಲ್ಲವೇ, ತಿಂಗಳುಗಟ್ಟಲೆ ಓದುಗರ ಗಮನ ಸೆಳೆಯುತ್ತವೆ. ಹಲವರು ಅವುಗಳನ್ನು ಸಂಗ್ರಹಿಸಿ ಇಡುತ್ತಾರೆ. ಅಷ್ಟು ಮೌಲ್ಯಯುತವಾದ ಮಾಹಿತಿಗಳನ್ನು ತಮ್ಮ ಪುಟಗಳಲ್ಲಿ ಅವು ಅಡಗಿಸಿಟ್ಟಿರುತ್ತವೆ. ಅಂತಹ ಜಗದ್ವಿಖ್ಯಾತ ನಿಯತಕಾಲಿಕೆ 'ರೀಡರ್ಸ್ ಡೈಜೆಸ್ಟ್' ಈ ವರ್ಷ ಶತಮಾನೋತ್ಸವ ಆಚರಿಸುತ್ತಿರುವುದು ಜಾಗತಿಕ ಪತ್ರಿಕೋದ್ಯಮದಲ್ಲಿ ಒಂದು ಮೈಲಿಗಲ್ಲಾಗಿದೆ.

ಜಗತ್ತಿನ ಹಲವು ಪ್ರಮುಖ ಭಾಷೆಗಳಲ್ಲಿ ಬೇರೆ ಬೇರೆ ದೇಶಗಳಲ್ಲಿ ಪ್ರಕಟವಾಗಿ, ಜ್ಞಾನ ಪ್ರಸರಣೆಯ ದಿವ್ಯಜ್ಯೋತಿಯಾಗಿ ಬೆಳಗುತ್ತಿರುವ ಏಕೈಕ ಪ್ರಕಟಣೆ "ರೀಡರ್ಸ್ ಡೈಜೆಸ್ಟ್" ಎಂದರೆ ಅತಿಶಯೋಕ್ತಿಯಲ್ಲ. ಸ್ವಲ್ಪ ದೊಡ್ಡ ಜೇಬಿನಲ್ಲಿರಿಸಬಹುದಾದ ಈ ಕಿರುಹೊತ್ತಿಗೆ ಅತಿಹೆಚ್ಚು ಓದುಗರ ಗಮನ ಸೆಳೆದ ಮಾಸಿಕ. ಅನೇಕ ದೈನಿಕಗಳು ಮತ್ತು ನಿಯತಕಾಲಿಕೆಗಳು ಮೌಲ್ಯಯುತ ಮತ್ತು ಉಪಯುಕ್ತ ಮಾಹಿತಿಗಳನ್ನು ಒಳಗೊಂಡ ಲೇಖನಗಳನ್ನು ಪ್ರಕಟಿಸುತ್ತವೆ. ಇಂತಹ ಉತ್ತಮ ಲೇಖನಗಳನ್ನು ಎಲ್ಲ ಓದುಗರು ಓದಲಾಗುವುದಿಲ್ಲ. ಅಂತಹ ಅತ್ಯುಪಯುಕ್ತ ಲೇಖನಗಳನ್ನು ಗುರುತಿಸಿ ಸಂಕ್ಷಿಪ್ತವಾಗಿ ಸಂಗ್ರಹರೂಪದಲ್ಲಿ ಅವುಗಳನ್ನು ಕೊಡುವ ಪರಿಪಾಠ ಆರಂಭಿಸಿ, ಯಶಸ್ವಿಯಾಗಿ ಓದುಗರ ಮನಸೂರೆಗೈದ ಪ್ರಕಟಣೆ ರೀಡರ್ಸ್ ಡೈಜೆಸ್ಟ್ ಮಾಸಿಕ.

ಅಮೆರಿಕಾದ ನ್ಯೂಯಾರ್ಕ್ ನಗರದ ಡಿವಿಟ್ ವ್ಯಾಲೇಸ್ ಅವರ ತಂದೆ ಸುಸಂಸ್ಕೃತ ಮನೆತನಕ್ಕೆ ಸೇರಿದವರು. ಕಾಲೇಜಿನ ಪ್ರಾಧ್ಯಾಪಕರಾಗಿದ್ದರು. ಕಾಲೇಜು ಓದಿನ ನಂತರ ವ್ಯಾಲೇಸ್ ಕೆಲ ಸಮಯ ಬ್ಯಾಂಕ್‌ನಲ್ಲಿ ಕೆಲಸ ಮಾಡಿದರು. ನಿಯತಕಾಲಿಕಗಳಲ್ಲಿ ಪ್ರಕಟವಾಗುವ ನೆಚ್ಚಿನ ಲೇಖನಗಳ ಅನುಕ್ರಮಣಿಕೆ ಕಾರ್ಡ್ (Index card) ಸಿದ್ಧಪಡಿಸಿ ನಂತರ ಓದುವ ಹವ್ಯಾಸ ಬೆಳೆಸಿಕೊಂಡರು. ವಿಶ್ವವಿದ್ಯಾಲಯದಲ್ಲಿ ಓದುತ್ತಿರುವಾಗ ತಾವು ಮಾರಾಟ ಮಾಡಿದ ಕೃಷಿಗೆ ಸಂಬಂಧಿಸಿದ ಕೆಲವು ಸರ್ಕಾರಿ ಕರಪತ್ರಗಳನ್ನು ಯಶಸ್ವಿಯಾಗಿ ಸಂಕ್ಷೇಪಿಸುವ ಕಲೆಯನ್ನು ವ್ಯಾಲೇಸ್ ಕರಗತ ಮಾಡಿಕೊಂಡರು.

ಮೊದಲ ವಿಶ್ವ ಮಹಾಯುದ್ಧದಲ್ಲಿ ಭಾಗವಹಿಸಿದ್ದ ವ್ಯಾಲೇಸ್, ಗಾಯಗೊಂಡು ವಿಶ್ರಾಂತಿಯಲ್ಲಿದ್ದ ಸಮಯದಲ್ಲಿ ಅನೇಕ ನಿಯತಕಾಲಿಕೆಗಳನ್ನು ಓದಿ, ಅವುಗಳಲ್ಲಿನ ಉತ್ತಮ ಲೇಖನಗಳನ್ನು ಆಸ್ವಾದಿಸುತ್ತಿದ್ದ. ಹೀಗೆ ಅನೇಕ ನಿಯತಕಾಲಿಕೆಗಳ ಅತ್ಯುತ್ತಮ ಗುಣಮಟ್ಟದ ಲೇಖನಗಳನ್ನು ಸಂಗ್ರಹಿಸಿ ಕೊಟ್ಟರೆ ಓದುಗರಿಗೆ ಉಪಯುಕ್ತ ಆಗುವುದರಲ್ಲಿ ಸಂದೇಹವಿಲ್ಲವೆಂದು ಗ್ರಹಿಸಿದ. ಈ ನಿಟ್ಟಿನಲ್ಲಿ ಆತ ಒಂದು ಮಾದರಿ ಸಂಚಿಕೆಯನ್ನು ಹೊರತಂದ. ಉತ್ಕೃಷ್ಟ ಓದುವ ಸಾಮಗ್ರಿಯನ್ನು ಓದುಗರಿಗೆ ಉಣಬಡಿಸುವ ಕನಸನ್ನು ಹೊತ್ತ ವ್ಯಾಲೇಸ್, ಜನವರಿ 1920ರಲ್ಲಿ ರೀಡರ್ಸ್ ಡೈಜೆಸ್ಟ್‌ನ ಮಾದರಿ ಸಂಚಿಕೆಯನ್ನು ಹೊರತಂದಾಗ, ನ್ಯೂಯಾರ್ಕಿನ ಪ್ರಮುಖ ಪತ್ರಿಕಾ ಪ್ರಕಾಶಕರು, 'ಇದು ಯಶಸ್ಸನ್ನು ಕಾಣದು', ಎಂದು ಮೂದಲಿಸಿದರು. ಈ ಪ್ರಯತ್ನವನ್ನು ಕೈಬಿಟ್ಟು ವ್ಯಾಲೇಸ್ ಕೆಲಕಾಲ ಸುಮ್ಮನಿದ್ದ. 1921ರಲ್ಲಿ ಅವರು ತಮ್ಮ ಕಾಲೇಜಿನ ಸಹಪಾಠಿಯೊಬ್ಬರ ಸಹೋದರಿ ಲೈಲಾಬೆಲ್ ಅಚೆಸನ್ ಅವರನ್ನು ವಿವಾಹವಾದರು. ವ್ಯಾಲೇಸ್ ಅವರು ಹೊರತಂದಿದ್ದ ಮೊದಲ ಸಂಚಿಕೆಯನ್ನು ಅಚೆಸನ್ ನೋಡಿ ಬಹುವಾಗಿ ಮೆಚ್ಚಿದರು. ಅಚೆಸನ್ ತಮ್ಮ ಸಹೋದರನಿಂದ ಆರ್ಥಿಕ ಸಹಾಯ ಪಡೆದು ಈ ಮಾಸಿಕವನ್ನು ಪುನರ್ ಬಿಡುಗಡೆ ಮಾಡಲು ನಿರ್ಧರಿಸಿದರು.

ವ್ಯಾಲೇಸ್ ತಮಗೆ ಪರಿಚಯವಿರುವ ಪ್ರಮುಖರು ಹಾಗೂ ಪ್ರತಿಷ್ಠಿತ ಕ್ಲಬ್‌ಗಳ ಸದಸ್ಯರುಗಳಿಗೆ ನೇರವಾಗಿ ಪತ್ರ ಬರೆದು ತಮ್ಮ ಪತ್ರಿಕೆ ಬಗ್ಗೆ ವಿವರಿಸಿ, ಒಂದು ವರ್ಷದ ಚಂದಾ ಮೂರು ಡಾಲರ್‌ಗಳನ್ನು ಕಳುಹಿಸಲು ವಿನಂತಿಸಿದರು. ಓದುಗರು ತೃಪ್ತರಾಗದಿದ್ದರೆ ಹಣವನ್ನು ಮರುಪಾವತಿಸುವುದಾಗಿ ಭರವಸೆ ನೀಡಿದರು. ಅವರ ಮನವಿಗೆ 1500 ಓದುಗರು ಉತ್ತರಿಸಿ ಹಣ ಪಾವತಿಸಿದರು. ಅವರು ಯೋಜಿಸಿದ್ದ ಕನಸಿನ ಯೋಜನೆ ಕಾರ್ಯಗತಗೊಳಿಸಲು 1921ರಲ್ಲಿ ರೀಡರ್ಸ್ ಡೈಜೆಸ್ಟ್ ಅಸೋಸಿಯೇಷನ್ ಸಂಸ್ಥೆಯನ್ನು ಆರಂಭಿಸಿದರು. ಮೊದಲ ವರ್ಷದ ಕೊನೆಗೆ ಪತ್ರಿಕೆಯ ಪ್ರಸಾರ 7000ಕ್ಕೆ ಏರಿತು. ನಾಲ್ಕು ವರ್ಷಗಳ ನಂತರ, ರೀಡರ್ಸ್ ಡೈಜೆಸ್ಟ್‌ನ ಪ್ರಸಾರ 20,000 ತಲುಪಿತು. ಮುಂದಿನ ಮೂರು ವರ್ಷಗಳಲ್ಲಿ ಅದು ಎರಡು ಲಕ್ಷ ಮೀರಿತು. ಇಡೀ ಕುಟುಂಬದ ಸದಸ್ಯರು ಓದಬಹುದಾದ ಈ ಮಾಸಿಕ ಕ್ಷಿಪ್ರವಾಗಿ ಓದುಗರ ಮನ್ನಣೆ ಗಳಿಸಿತು.

ನಿಯಮಿತವಾಗಿ ಪ್ರಕಟವಾದ ರೀಡರ್ಸ್ ಡೈಜೆಸ್ಟ್‌ನ ಮೊದಲ ಸಂಚಿಕೆ ಫೆಬ್ರುವರಿ 1922ರಲ್ಲಿ ಹೊರಬಂದಿತು. 'ದಿ ಲಿಟಲ್ ಮ್ಯಾಗಜೀನ್' ಎಂಬ ಹೊಸ ಉಪಶೀರ್ಷಿಕೆ ಸೇರಿಸಿ ಈ ಮಾಸಿಕವನ್ನು ಬಿಡುಗಡೆ ಮಾಡಲಾಯಿತು. ಕಟ್ಟಡವೊಂದರ ನೆಲಮಾಳಿಗೆಯಲ್ಲಿ ಪ್ರಕಟಣಾ ಸಾಹಸವನ್ನು ಆರಂಭಿಸಿದ ವ್ಯಾಲೇಸ್ ದಂಪತಿಗಳು ಮಾಸಿಕವನ್ನು ನೇರವಾಗಿ ಅಂಚೆ ಮೂಲಕ ಓದುಗರಿಗೆ ತಲಪಿಸಿದರು. ಇಂದು ಈ ಪುಟಾಣಿ ಮ್ಯಾಗಜಿನ್ ಜಾಗತಿಕ ಪತ್ರಿಕೋದ್ಯಮದಲ್ಲಿ ಹೊಸ ಇತಿಹಾಸ ಸೃಷ್ಟಿಸಿ ನೂರು ವರ್ಷಗಳನ್ನು ಪೂರೈಸಿದೆ.

ಜಗತ್ತಿನ ಅತ್ಯುತ್ತಮ ಪತ್ರಿಕೆಗಳಲ್ಲಿ ಪ್ರಕಟವಾಗುವ ಮೌಲ್ಯಯುತ ಮತ್ತು ಸ್ಮರಣೆಯಲ್ಲಿ ಉಳಿಯಬಹುದಾದ ಲೇಖನಗಳನ್ನು ಆಯ್ದು, ಅನಗತ್ಯ ವಿಷಯಗಳನ್ನು ಹೊರಹಾಕಿ, ಸಂಕ್ಷೇಪಿಸಿ, ಭಾಷೆಯನ್ನು ಮತ್ತಷ್ಟು ಉತ್ತೇಜಿಸಿ, ಸುಲಲಿತವಾಗಿ ಓದಬಲ್ಲ ಮಾದರಿಯಲ್ಲಿ ಪ್ರಕಟಿಸುವ ಕೌಶಲ್ಯ ಓದುಗರ ಮನಗೆದ್ದಿತು. ಒಂದು ತಿಂಗಳುದ್ದಕ್ಕೂ ದಿನಕ್ಕೊಂದರಂತೆ ವಾಚಿಸಬಹುದಾದ ಪ್ರಾರಂಭಿಕ ಸೂತ್ರ, ಮ್ಯಾಗಜಿನ್ ಪ್ರಕಟಣೆಯ ಹೊಸ ಜನಪ್ರಿಯ ಮಾದರಿ ಎನಿಸಿತು. ಓದುಗರು ಈ ಹೊಸ ಸೂತ್ರಕ್ಕೆ ಮಾರುಹೋದರು. ಮಾಸಿಕದ ಪ್ರಕಾಶಕರು ಅನೇಕ ವಿನೂತನ ಯೋಜನೆಗಳನ್ನು ಜಾರಿಗೊಳಿಸಿ ಇದನ್ನು ಮತ್ತಷ್ಟು ಜನಪ್ರಿಯಗೊಳಿಸಿದರು. ಪತ್ರಿಕೆಯೊಂದರ ಸಫಲತೆಗೆ ಪ್ರಮುಖ ಕಾರಣ ಉತ್ಕೃಷ್ಟ, ಉಪಯುಕ್ತ ಮತ್ತು ಸಾಮಯಿಕ ಲೇಖನಗಳು. ಸಮಾಜದ ಎಲ್ಲ ಸ್ತರಗಳ ಅರಿವು ಪತ್ರಿಕೆಯ ವೃದ್ಧಿಗೆ ಮಾರ್ಗಸೂಚಿ. ಈ ವಿಷಯದಲ್ಲಿ ವ್ಯಾಲೇಸ್ ದಂಪತಿಗಳು ಬಹು ಸೂಕ್ಷ್ಮಮತಿಗಳಾಗಿದ್ದರು. ಸಮಕಾಲೀನ ಸಮಾಜದ ನಾಡಿಮಿಡಿತಗಳಿಗನುಸಾರ ಪತ್ರಿಕೆಯ ಓದು ಸಾಮಗ್ರಿಗಳನ್ನು ಹೊಂದಿಸುವ ಕಲೆಯನ್ನು ಕರಗತ ಮಾಡಿಕೊಂಡಿದ್ದರು. ಓದು ಸಾಮಗ್ರಿ ಮತ್ತು ಮಾರುಕಟ್ಟೆ

ವಿಸ್ತರಣೆಯನ್ನು ಬಹುಜಾಣ್ಮೆಯಿಂದ ನಿರ್ವಹಿಸಿ ಜಗತ್ತಿನ್ನೆಲ್ಲೆಡೆ ರೀಡರ್ಸ್ ಡೈಜೆಸ್ಟ್‌ನ ಒಂದು ಅನನ್ಯ ಓದುವ ಅನುಭವವನ್ನು ಪರಿಚಯಿಸಿದರು. 1940ರ ಹೊತ್ತಿಗೆ, ತಿಂಗಳಿಗೆ ಡೈಜೆಸ್ಟ್‌ನ ಹತ್ತು ಲಕ್ಷ ಪ್ರತಿಗಳು ಮಾರಾಟವಾಗುತ್ತಿದ್ದವು. ಒಂದು ಕಾಲದಲ್ಲಿ ಇದು ಅಮೆರಿಕಾದಲ್ಲಿ ಅತಿಹೆಚ್ಚು ಮಾರಾಟವಾಗುವ ಪ್ರಕಟಣೆಯಾಗಿತ್ತು.

ಜಗದ್ವಿಖಾತ ಕೃತಿಗಳನ್ನು ಸಂಕ್ಷೇಪಿಸಿ ಸಾಮಾನ್ಯ ಓದುಗರಿಗೆ ಉಣ ಬಡಿಸಿದರು. ನಂತರದ ದಿನಗಳಲ್ಲಿ ವಿಖ್ಯಾತ ಲೇಖಕರು ಹಾಗೂ ಪತ್ರಕರ್ತರಿಂದ ವಿಶೇಷ ಲೇಖನಗಳನ್ನು ಬರೆಯಿಸಿ ಪ್ರಕಟಿಸಿತು. ನವೀನ ಅಂಕಣಗಳು ವಾಚಕರನ್ನು ಚುಂಬಕದಂತೆ ಸೆಳೆದವು. ಪದಗಳ ಅರ್ಥ ಪರಿಚಯ, ಹಾಸ್ಯ ತುಣುಕುಗಳು, ಸೈನಿಕರಿಗೆ ಸಂಬಂಧಿಸಿದ ಗಮನ ಸೆಳೆಯುವ ವಿನೋದ ಘಟನೆಗಳು ಓದುಗರಿಗೆ ಮುದ ನೀಡಿದವು. ಹಲವಾರು ರೀತಿಯ ಸಮಸ್ಯೆಗಳಲ್ಲಿ ಸಿಕ್ಕು ಹೊರಬಂದ ನಂಬಲಾಗದ ಕಥೆಗಳನ್ನು ಈ ಮಾಸಿಕ ಪ್ರಕಟಿಸಿ ಇತರರಿಗೆ ಮಾರ್ಗದರ್ಶನ ನೀಡಿದೆ. ಧೂಮಪಾನದ ಅಪಾಯಗಳ ಕುರಿತ ವಿಸ್ತೃತ ವರದಿಗಳು, ಕ್ಯಾನ್ಸರ್ ರೋಗದ ಭೀಕರತೆ, ಮಾನಸಿಕ ಆರೋಗ್ಯ ಸಮಸ್ಯೆಗಳು, ಆತ್ಮಹತ್ಯಾ ಆಲೋಚನೆಗಳನ್ನು ನಿಭಾಯಿಸುವ ಕಲೆ ಕುರಿತ ಅನೇಕ ಉಪಯುಕ್ತ ಲೇಖನಗಳು ಹಾಗೂ ಅನುಭವಗಳು ಓದುಗರಿಗೆ ಉಪಯುಕ್ತವಾಗಿವೆ.

ಆರೋಗ್ಯ, ಕುಟುಂಬ, ಆಹಾರ, ಹಣಕಾಸು ನಿರ್ವಹಣೆ, ಉಳಿತಾಯದ ಮಹತ್ವ ಮತ್ತು ಹಾಸ್ಯದಲ್ಲಿ ಅತ್ಯಂತ ಆಸಕ್ತಿದಾಯಕ ವಿಚಾರಗಳು, ಕಥೆಗಳು ಮತ್ತು ಅನುಭವಗಳ ಮಹಾಪೂರವನ್ನೇ ಈ ಮಾಸಿಕ ಓದುಗರಿಗೆ ನೀಡಿ, ಓದುಗರ ಬದುಕಿನಲ್ಲಿ ಆಶಾಭಾವನೆಗಳನ್ನು ಮೂಡಿಸುತ್ತಿದೆ. ಎಲ್ಲ ಕ್ಷೇತ್ರಗಳ ಇತ್ತೀಚಿನ ಬೆಳವಣಿಗೆಗಳನ್ನ ಸಮರ್ಥವಾಗಿ ನಿರೂಪಿಸಿ ಓದುಗರ ಮೆಚ್ಚುಗೆಗೆ ಪಾತ್ರವಾಗಿದೆ. ಈ ಕಾರಣಗಳಿಗೆ ಬಹುತೇಕ ಓದುಗರು ಇದರ ಪ್ರತಿಗಳನ್ನು ಸಂಗ್ರಹಿಸಿ ಇಡುತ್ತಾರೆ. ನೀವು ಯಾವುದೇ ಸಮಯದಲ್ಲಿ ಯಾವುದೇ ಸಂಚಿಕೆಯನ್ನು ಹೊರತೆಗೆದು ಕಣ್ಣಾಡಿಸಿದರೆ ನಿಮಗದು ಬೇಸರ ತರಿಸುವುದಿಲ್ಲ. ಅಂತಹ ಅಪೂರ್ವ ಗುಣಮಟ್ಟದ ಸಂಗತವಾದ ಮಾಹಿತಿ ಪ್ರತಿ ಪುಟಗಳಲ್ಲಿ ಹುದುಗಿರುತ್ತವೆ.

1935 ವ್ಯಾಲೇಸ್ ಕಾರು ಚಾಲನೆ ಮಾಡುವಾಗ ಅಪಘಾತವಾಯಿತು. ಇದರಿಂದ ಎಚ್ಚೆತ್ತುಗೊಂಡ ಅವರು ದೇಶದ ಹೆದ್ದಾರಿಗಳಲ್ಲಿ ಸಂಭವಿಸುತ್ತಿರುವ ಅಪಘಾತಗಳ ಬಗ್ಗೆ ಗಂಭೀರವಾಗಿ ಚಿಂತಿಸಿದರು. ಉತ್ತಮ ಡ್ರೈವಿಂಗ್ ಅಭ್ಯಾಸಗಳನ್ನು ಉತ್ತೇಜಿಸಲು ಬೃಹತ್ ಆಂದೋಲನವನ್ನೇ ನಡೆಸಿದರು. ತಮ್ಮ ಲೇಖಕರನ್ನು ಕಳುಹಿಸಿ ಸುದೀರ್ಘ ಅಧ್ಯಯನ ನಡೆಸಿ ಲೇಖನಗಳನ್ನು ಪ್ರಕಟಿಸಿದರು. ದೇಶದಲ್ಲಿ ವಾಹನ ಚಾಲನೆಯ ಬಗ್ಗೆ ಹೊಸ ಜಾಗೃತಿಯನ್ನೇ ಮೂಡಿಸಿದರು. 2013ರಲ್ಲಿ ವಿಶ್ವದ ವಿವಿಧ ನಗರಗಳಲ್ಲಿ ಜನರ ಪ್ರಾಮಾಣಿಕತೆ ಪರೀಕ್ಷಿಸಲು ನೂರಾರು ವ್ಯಾಲೆಟ್‌ಗಳನ್ನು ಬೇಕಂತಲೇ ಪ್ರಮುಖ ರಸ್ತೆಗಳಲ್ಲಿ ಬೀಳಿಸಿ, ಎಷ್ಟು ಜನ ಹಿಂತಿರುಗಿಸುವರು ಎಂದು ಒಂದು

ಅಧ್ಯಯನ ನಡೆಸಿದರು. ವ್ಯಾಲೆಟ್‌ನಲ್ಲಿ ಫೋನ್ ನಂಬರ್‌ಗಳನ್ನೂ ನೀಡಲಾಗಿತ್ತು. ನಾಲ್ಕು ಖಂಡಗಳ 16 ನಗರಗಳಲ್ಲಿ, 192 ವ್ಯಾಲೆಟ್‌ಗಳನ್ನು ಬಿಸಾಡಲಾಗಿತ್ತು. ಅರ್ಧದಷ್ಟು ವ್ಯಾಲೆಟ್‌ಗಳನ್ನು ಜನತೆ ಹಿಂತಿರುಗಿಸಿದರು. ನಗರಗಳು ಯಾವುದೇ ಇರಲಿ, ಪ್ರಾಮಾಣಿಕ ಜನರು ಒಂದೇ ಗುಣಲಕ್ಷಣವನ್ನು ಹೊಂದಿದ್ದಾರೆ ಎಂದು ಈ ಸಮೀಕ್ಷೆ ತಿಳಿಸಿತು.

ಅಮೆರಿಕಾದಲ್ಲಿ ಯಶಸ್ಸಿನ ಉತ್ತುಂಗತೆಯನ್ನು ಕಂಡ ಈ ಪ್ರಕಟಣೆ ತನ್ನ ಮೌಲ್ಯವರ್ಧಿತ ಓದುಸಾಮಗ್ರಿಯನ್ನು ಜಗತ್ತಿನಾದ್ಯಂತ ಪರಿಚಯಿಸಿತು. ದೇಶ ಯಾವುದೇ ಆಗಲಿ ಜನತೆ ಬಯಸುವುದು ಸುಖ, ಶಾಂತಿ, ಆರೋಗ್ಯ ಹಾಗೂ ನೆಮ್ಮದಿಯ ಬದುಕು. ಈ ಮಹತ್ವದ ಅಂಶಗಳನ್ನು ಆಧರಿಸಿ ತನ್ನ ಪ್ರಭಾವವನ್ನು ಲೋಕದೆಲ್ಲೆಡೆ ಪಸರಿಸಿದ ಅತ್ಯಂತ ಪ್ರಭಾವಶಾಲಿ ಪತ್ರಿಕೆ ರೀಡರ್ಸ್ ಡೈಜೆಸ್ಟ್. 1938 ಇಂಗ್ಲೆಂಡಿನಿಂದ ಪ್ರಥಮ ಅಂತಾರಾಷ್ಟ್ರೀಯ ಆವೃತ್ತಿಯನ್ನು ಪ್ರಕಟಿಸಿತು. ತನ್ನ 40ನೇ ವಾರ್ಷಿಕೋತ್ಸವದ ವೇಳೆಗೆ, 13 ಭಾಷೆಗಳಲ್ಲಿ ಮತ್ತು ಬ್ರೈಲ್‌ನಲ್ಲಿ 40 ಅಂತಾರಾಷ್ಟ್ರೀಯ ಆವೃತ್ತಿಗಳನ್ನು ಡೈಜೆಸ್ಟ್ ಹೊಂದಿತ್ತು. ಪ್ರಸ್ತುತ 21 ವಿವಿಧ ಭಾಷೆಗಳಲ್ಲಿ 49 ಆವೃತ್ತಿಗಳು ಪ್ರಕಟವಾಗುತ್ತಿದೆ. ಭಾರತದಲ್ಲಿ ತನ್ನ ಆವೃತ್ತಿಯನ್ನು ಪ್ರಕಟಿಸಲು ಅನುಮತಿ ಪಡೆದ ಮೊದಲ ವಿದೇಶಿ ಪತ್ರಿಕೆಯೆಂದರೆ ರೀಡರ್ಸ್ ಡೈಜೆಸ್ಟ್, 1954ರಲ್ಲಿ ಟಾಟಾ ಸಮೂಹ ಈ ಹೊಣೆಯನ್ನು ಹೊತ್ತು ಭಾರತೀಯರಿಗೆ ಸುಲಭವಾಗಿ ಡೈಜೆಸ್ಟ್ ಲಭ್ಯವಾಗುವಂತೆ ಮಾಡಿತು. ನಿಯತಕಾಲಿಕೆಗಳ ಪ್ರಕಟಣೆಗೆ ಹೆಸರಾದ ಲಿವಿಂಗ್ ಮೀಡಿಯಾ ಇಂಡಿಯಾ ಈ ನಿಯತಕಾಲಿಕವನ್ನು ಈಗ ಪ್ರಕಟಿಸುತ್ತಿದೆ. ಇದು ಭಾರತೀಯ ಲೇಖಕರ ಮತ್ತು ಅಂತಾರಾಷ್ಟ್ರೀಯ ಲೇಖನಗಳನ್ನು ಸಹ ಪ್ರಕಟಿಸುತ್ತದೆ. ಇದೇ ಸಂಸ್ಥೆ ಕೆಲ ಸಮಯ 'ಸರ್ವೋತ್ತಮ್' ಎಂಬ ಹಿಂದಿ ಆವೃತ್ತಿ ಪ್ರಕಟಿಸಿತು. ಆದರೆ ಅದು ಯಶ ಕಾಣಲಿಲ್ಲ.

ಡೆವಿಟ್ ವ್ಯಾಲೇಸ್ 1921ರಿಂದ 1965ರವರೆಗೆ ಸಂಪಾದಕರಾಗಿ ಸೇವೆ ಸಲ್ಲಿಸಿದರು. 1973ರಲ್ಲಿ, ವ್ಯಾಲೇಸ್ ಮತ್ತು ಲೈಲಾ ನಿವೃತ್ತರಾದರು. ವ್ಯಾಲೇಸ್ ಅವರಿಗೆ ಆಗ 83 ವರ್ಷವಾಗಿತ್ತು. 91ನೇ ವಯಸ್ಸಿನಲ್ಲಿ ಅವರು ನಿಧನರಾದರು. ಮಕ್ಕಳಿಲ್ಲದ ಈ ದಂಪತಿ ತಮ್ಮ ಸಂಪತ್ತಿನ ಬಹುಭಾಗವನ್ನು ದಾನಧರ್ಮಗಳಿಗೆ ವ್ಯಯಿಸಿದರು. 1980ರ ನಂತರದ ಮಾಹಿತಿ ಕ್ರಾಂತಿಯ ನಾಗಾಲೋಟದಲ್ಲಿ ಬಹುತೇಕ ನಿಯತಕಾಲಿಕೆಗಳು ಸೊರಗಿದವು. ಡಿಜಿಟಲ್ ಕ್ರಾಂತಿಯಿಂದ ಓದುಗರ ಸಂಖ್ಯೆ ಕುಸಿಯಿತು. ಆದಾಯ ಇಳಿಕೆಯಾಯಿತು. ಈ ಬೆಳವಣಿಗೆಗಳನ್ನು ಮನಗಂಡ ಪ್ರಕಾಶಕರು ಹೊಸ ಓದುವ ವರ್ಗದ ಅಭಿರುಚಿಗಳನ್ನು ಗಮನಿಸಿ ಡಿಜಿಟಲ್ ಪ್ರಕಟಣೆಗಳಿಗೆ ಒತ್ತು ನೀಡಿ ವಿವಿಧ ಪ್ರಕಟಣೆಗಳು ಮತ್ತು ಸೇವೆಗಳ ಮೂಲಕ ತನ್ನ ಜನಪ್ರಿಯತೆಯನ್ನು ಸಂರಕ್ಷಿಕೊಂಡಿದೆ.

ಟ್ರಸ್ಟೆಡ್ ಮೀಡಿಯಾ ಬ್ರಾಂಡ್ (TMB) ಎಂದು ಕಂಪನಿಯನ್ನು ಮರುನಾಮಕರಣ ಮಾಡಲಾಗಿದೆ. ಮುದ್ರಣ ಮತ್ತು ಡಿಜಿಟಲ್ ವೇದಿಕೆಗಳ ಮತ್ತು ಹೊಸ ನೇರ–ಗ್ರಾಹಕ ಉತ್ಪನ್ನಗಳ ಮಾರಾಟದ ಮೂಲಕ ಮಾಸಿಕ ಆರು ಕೋಟಿ ಗ್ರಾಹಕರನ್ನು ತಲುಪುತ್ತಿದೆ. ವಿನ್ಸ್ ಎರಿಕೊ ಎಂಬುವರು ತಂತ್ರಜ್ಞಾನ ಪರಿಚಿತ ಡಿಜಿಟಲ್ ಸಂಪಾದಕೀಯ ತಂಡವನ್ನು ಕಟ್ಟಿದ್ದಾರೆ. ಈ ಪುಟಾಣಿ ಮಾಸಿಕ ಇದುವರೆಗೆ 40,000ಕ್ಕೂ ಹೆಚ್ಚು ಲೇಖನಗಳನ್ನು ಪ್ರಕಟಿಸಿ ಓದುಗರಿಗೆ ಜ್ಞಾನಧಾರೆ ಎರೆದಿದೆ. ಒಂದು ಲಕ್ಷಕ್ಕೂ ಮಿಗಿಲು ಜೋಕ್‌ಗಳನ್ನು ಪ್ರಕಟಿಸಿದ ಕೀರ್ತಿ ಈ ನಿಯತಕಾಲಿಕೆಯದು. 10 ಕೋಟಿಗೂ ಹೆಚ್ಚಿನ ಪ್ರತಿಗಳನ್ನು ಮಾರಾಟ ಮಾಡಿ ರೀಡರ್ಸ್ ಡೈಜೆಸ್ಟ್ ವಿಶ್ವದಾಖಲೆ ನಿರ್ಮಿಸಿದೆ.

ಇದೇ ಮಾದರಿಯಲ್ಲಿ ಹೊರಬರುತ್ತಿರುವ 'ಕಸ್ತೂರಿ' ಕನ್ನಡದ ವಿದ್ಯಾವಂತ ವರ್ಗದ ಜನಪ್ರಿಯ ಮಾಸಿಕ. ಪಾಟೀಲ ಪುಟ್ಟಪ್ಪನವರು ಸ್ಥಾಪಿಸಿದ ಇದೇ ವರ್ಗದ 'ಸಂಗಮ' ಬಹುಕಾಲ ಬದುಕಲಿಲ್ಲ.

(ಸಮಾಜಮುಖಿ, ಏಪ್ರಿಲ್ 2022)

8

ಕೃತಕ ಬುದ್ಧಿಮತ್ತೆ ಪತ್ರಕರ್ತರಿಗೆ ಸವಾಲೇ?

ಕೃತಕ ಬುದ್ಧಿಮತ್ತೆಯು ಸುದ್ದಿ ಮಾಧ್ಯಮ ಕ್ಷೇತ್ರದ ಪರಿವರ್ತನೆಯ ಮೂರನೇ ಬಹು ಮಹತ್ತರ ಕ್ರಾಂತಿಯಾಗಿದೆ. ಪತ್ರಿಕೆಗಳು ಆನ್‌ಲೈನ್ ಮೂಲಕ ಲಭ್ಯವಾಗುತ್ತಿರುವುದು ಮತ್ತು ಸಾಮಾಜಿಕ ಮಾಧ್ಯಮಗಳ ಆಗಮನ ನಂತರದ ಮಹತ್ವದ ಬೆಳವಣಿಗೆ ಇದಾಗಿದೆ. ಸರಳವಾಗಿ ಸುದ್ದಿ, ಲೇಖನ ಮತ್ತು ವಿಶ್ಲೇಷಣೆಗಳನ್ನು ರಚಿಸುವ ಮತ್ತು ದತ್ತಾಂಶ ಬಳಸಿ ಸುದ್ದಿ ಸಾರಾಂಶ ವಿವರಿಸುವಲ್ಲಿ ಮಹತ್ವದ ಹೆಜ್ಜೆಗಳನ್ನು ಇರಿಸಲು ಕೃತಕ ಬುದ್ಧಿಮತ್ತೆ ನೆರವಾಗುತ್ತಿದೆ.

ಗಣಕ ಯಂತ್ರಗಳು ನಮ್ಮ ಜೀವನದಲ್ಲಿ ಹಾಸುಹೊಕ್ಕಾಗಿವೆ. ಮೊಬೈಲ್ ಬಳಕೆ ಹೆಚ್ಚಾದಂತೆ ಜನಸಾಮಾನ್ಯರು ಸಹ ಗಣಕ ಯಂತ್ರಗಳ ಕಾರ್ಯಕ್ಷಮತೆಯ ಪರಿಚಯ ಹೊಂದುತ್ತಿದ್ದಾರೆ. ರೋಬೋಟ್‌ಗಳು ಅನೇಕ ಕಾರ್ಖಾನೆಗಳಲ್ಲಿ ನಿಗದಿಪಡಿಸಿದ ಕೆಲಸಗಳನ್ನು ಮಾಡುತ್ತಿವೆ. ಬರೆದು ಕೊಟ್ಟ ಸುದ್ದಿಯನ್ನು ನಿರರ್ಗಳವಾಗಿ ಟಿವಿಯಲ್ಲಿ ಓದುವ ಸುಂದರ ರೋಬೋಟ್ ನಿರೂಪಕರನ್ನು ಸೃಷ್ಟಿಸಲಾಗಿದೆ. ಮನುಷ್ಯರಂತೆಯೇ ಹಾವಭಾವಗಳೊಡನೆ, ಸಂತಸದ ಸುದ್ದಿಯಾದರೆ ನಗುಮುಖದಲ್ಲಿ, ಇಲ್ಲವೇ ದುಃಖಿತ ಸುದ್ದಿಯಾದರೆ

ಗಂಭೀರವಾಗಿ ಈ ರೋಬೋಟ್‌ಗಳು ಸುದ್ದಿಯನ್ನು ಓದುತ್ತವೆ. ಪ್ರತಿದಿನ ಇವುಗಳ ಮೇಕ್‌ಅಪ್ ಹಾಗೂ ಉಡುಗೆಗಳನ್ನು ಬದಲಿಸಬಹುದು. ಇವುಗಳಿಗೆ ಆಯಾಸವೇ ಆಗುವುದಿಲ್ಲ. ಸ್ವಯಂಚಾಲಿತ ಕಾರುಗಳು ನನಸಾಗುತ್ತಿವೆ. ರಿಮೋಟ್ ಮೂಲಕ ನಿಯಂತ್ರಿಸುವ ಆಟಿಕೆಗಳು ಈಗ ಸರ್ವೇಸಾಮಾನ್ಯವಾಗಿವೆ. ಕಂಪ್ಯೂಟರ್‌ಗೇಮ್‌ಗಳು ಮಕ್ಕಳನ್ನು ಬೇರೊಂದು ಲೋಕಕ್ಕೆ ಕರೆದೊಯ್ಯುತ್ತಿವೆ.

ಸಂಕೀರ್ಣವಾದ ಗಣಿತದ ಪರಿಣತಿಯ ನಿಯೋಜನೆಯೊಂದಿಗೆ, ಯಂತ್ರ ಕಲಿಕೆ (Machine Learning) ವ್ಯವಸ್ಥೆಯನ್ನು ಸೃಷ್ಟಿಸಲಾಗುವುದು. ಯಂತ್ರ ಭಾಷೆಯಲ್ಲಿ ಕೋಡ್ ಮಾಡಲಾದ ಯಂತ್ರ ಕಲಿಕೆಯ ಅಂಕಗಣಿತವನ್ನು (Algorithm) ವಿನ್ಯಾಸಗೊಳಿಸಲಾಗುತ್ತದೆ. ಇದರಿಂದ ನಿರ್ದಿಷ್ಟ ಮಾಹಿತಿ ಮೂಲದಿಂದ ಬೇಕಾದ ಮಾಹಿತಿಯನ್ನು ವರ್ಗೀಕರಿಸಲು, ಅರ್ಥಮಾಡಿಕೊಳ್ಳಲು ಮತ್ತು ಅಂದಾಜು ಮಾಡಲು ಯಂತ್ರ ಕಲಿಕೆ ಅನುವು ಮಾಡಿಕೊಡುತ್ತದೆ. ಈ ತಂತ್ರಜ್ಞಾನ ಸ್ವಯಂಚಾಲಿತ ಕಾರುಗಳು, ಚಿತ್ರ ಮತ್ತು ಪದಗಳ ಗುರುತಿಸುವಿಕೆ, ಉಪಯುಕ್ತ ವೆಬ್ ಹುಡುಕಾಟ ಮತ್ತು ಇತರೆ ವ್ಯಾಪಕವಾದ ಪ್ರಯೋಗಗಳಲ್ಲಿ ಅಳವಡಿಸಲು ಅನುವು ಮಾಡಿದೆ.

ಹಾಗಾದರೆ, ಈ ತಂತ್ರಜ್ಞಾನ ಪತ್ರಿಕಾಲೋಕವನ್ನು ಪ್ರವೇಶಿಸಿಲ್ಲವೇ? ಖಂಡಿತವಾಗಿ ಪ್ರವೇಶಿಸಿದೆ. ಅವು ಅಪರೋಕ್ಷವಾಗಿ ಸುದ್ದಿಮನೆಯ ಒಳಹೊಕ್ಕಿವೆ. ಪತ್ರಿಕೋದ್ಯಮ ಕ್ಷೇತ್ರದಲ್ಲಿ ಗಣಕಯಂತ್ರಗಳ ಬಳಕೆ 1970ರ ದಶಕದಲ್ಲಿ ವ್ಯಾಪಕವಾಗಿ ವಿಸ್ತಾರಗೊಂಡಿತು. ಪ್ರತಿಸಲ ಅಚ್ಚುಮೊಳೆ ತಯಾರಿಸಿ ಬಳಸುವ ಮೊನೋಟೈಪ್, ಲೈನೋಟೈಪ್ ಬದಲು ಗಣಕಯಂತ್ರದ ಪರದೆಯ ಮೇಲೆ ಅಕ್ಷರಗಳು ಮೂಡಲಾರಂಭಿಸಿದವು. ಅವುಗಳನ್ನು ಮುದ್ರಿಸಿ ಪತ್ರಿಕೆಯ ಆಕಾರಕ್ಕೆ ತಕ್ಕಂತೆ ಅಂಟಿಸುವ ವ್ಯವಸ್ಥೆ ಆರಂಭವಾದ ಮೇಲೆ ಓದುಗರಿಗೆ ಪತ್ರಿಕೆಗಳು ಹೆಚ್ಚು ಆಕರ್ಷಕವಾದವು. ಪುಟವಿನ್ಯಾಸ ತಂತ್ರಾಂಶಗಳು ಬಳಕೆಗೆ ಬಂದ ನಂತರವಂತೂ ಅಕ್ಷರ ಹಾಗೂ ಇತರೆ ವಿವರ ನೀಡುವ ಚಿತ್ರಗಳು, ಕೋಷ್ಟಕಗಳು ಹಾಗೂ ಅಲಂಕಾರ ವೃದ್ಧಿಸುವ ಸಚಿತ್ರಗಳ ಬಳಕೆ ಸುಲಭವಾಯಿತು. ಅಕ್ಷರ ಮಾಹಿತಿಗೆ ಇವೆಲ್ಲಾ ಪೂರಕವಾದವು. ಈ ಅನುಕೂಲತೆಗಳು ಎಲ್ಲ ಭಾಷಾ ಪತ್ರಿಕೆಗಳಿಗೆ ನೆರವಾದವು. ತಂತ್ರಾಂಶ ಅಭಿವೃದ್ಧಿಗೊಂಡಂತೆ ಕಾಗುಣಿತ ಸರಿಪಡಿಸುವ, ಸಮಾನಾಂತರ ಇಲ್ಲವೇ ವಿರುದ್ಧಾರ್ಥ ಪದಗಳ ಸೂಚನೆ ಹಾಗೂ ವ್ಯಾಕರಣ ಲೋಪಗಳನ್ನು ತಿದ್ದುಪಡಿ ಮಾಡುವ ನಿಟ್ಟಿನಲ್ಲಿ ತಂತ್ರಾಂಶಗಳು ಇಂಗ್ಲಿಷ್ ಹಾಗೂ ಇತರೆ ವಿಶ್ವದ ಪ್ರಮುಖ ಭಾಷೆಗಳಲ್ಲಿ ಅಭಿವೃದ್ಧಿಗೊಂಡವು. ವರ್ಷಗಳು ಉರುಳಿದಂತೆ ತಂತ್ರಾಂಶಗಳು ಮತ್ತಷ್ಟು ಬಳಕೆದಾರರ ಸ್ನೇಹಿಗಳಾದವು. ಇದಕ್ಕೆ ಕಾರಣ ಕೃತಕ ಬುದ್ಧಿಮತ್ತೆಯ ವಿಕಾಸ.

ಹಾಗಾದರೆ ಕೃತಕ ಬುದ್ಧಿಮತ್ತೆ ಎಂದರೇನು? ಮಾನವರಂತೆ ತಾರ್ಕಿಕವಾಗಿ ಆಲೋಚಿಸಿ ಯಾಂತ್ರೀಕೃತವಾಗಿ ಕೆಲಸ ನಿರ್ವಹಿಸುವ ಸಾಮರ್ಥ್ಯವನ್ನು ಕೃತಕ ಬುದ್ಧಿಮತ್ತೆ ಎನ್ನಬಹುದು. ಅಂದರೆ ಯಾವುದು ಸರಿ, ಯಾವುದು ತಪ್ಪು ಎಂದು

ಗ್ರಹಿಸಿ ಮೊದಲೇ ನಿಗದಿಪಡಿಸಿದ ಸೂಚನೆಗಳ ಅನ್ವಯ ಕೆಲಸ ಮಾಡುವ ಧಾರಣಶಕ್ತಿ. ಇದು ಮಾನವನ ಬುದ್ಧಿಮತ್ತೆಯ ಅನುಕರಣೆಯನ್ನು ಯಂತ್ರಗಳ ಮೂಲಕ ನಿರ್ವಹಿಸುವ ಪ್ರಕ್ರಿಯೆ. ಕೃತಕ ಬುದ್ಧಿಮತ್ತೆಯ ಗುರಿಗಳಲ್ಲಿ ಕಲಿಕೆ, ತಾರ್ಕಿಕತೆ ಮತ್ತು ಗ್ರಹಿಕೆಗಳು ಸೇರಿವೆ.

ಪತ್ರಿಕೆಗಳನ್ನು ಮುದ್ರಿಸಿ ಓದುಗರಿಗೆ ತಲುಪಿಸಿದರೆ ಪ್ರಕಾಶಕರ ಕೆಲಸ ಮುಗಿಯಿತು ಎನ್ನುವ ಕಾಲವೀಗ ಇಲ್ಲ. ಏಕೆಂದರೆ ಬಹುತೇಕ ಎಲ್ಲ ಪತ್ರಿಕೆಗಳನ್ನು ಅಂತರ್ಜಾಲದ ಮೂಲಕ ಓದಬಹುದು. ಸಂಪಾದಕರನ್ನು ಸಂಪರ್ಕಿಸುವ, ಅಭಿಪ್ರಾಯಗಳನ್ನು ತಿಳಿಸುವ, ವರದಿ, ಲೇಖನಗಳಲ್ಲಿನ ತಪ್ಪುಗಳು ಇಲ್ಲವೇ ಮುದ್ರಣ ದೋಷಗಳನ್ನು ತಕ್ಷಣವೇ ತಿಳಿಸುವ ಸಲಿಗೆ ಈಗ ಓದುಗರಿಗೆ ಲಭ್ಯ. ಅಂತರ್ಜಾಲ ಈ ಅವಕಾಶವನ್ನು ಕಲ್ಪಿಸಿದೆ. ಓದುಗರ ಆಸಕ್ತಿಗಳನ್ನು ಅರಿಯುವುದು ಸಹ ಈಗ ಸುಲಭ. ಯಾವ ಓದುಗ ಒಟ್ಟು ಎಷ್ಟು ಸಮಯವನ್ನು ಪತ್ರಿಕೆ ಓದಲು ವ್ಯಯಿಸುತ್ತಾನೆ, ಯಾವ ಸಮಯದಲ್ಲಿ ಓದುತ್ತಾನೆ, ಒಂದು ದಿನದ ಅವಧಿಯಲ್ಲಿ ಪುನಃ ಓದಲು ಜಾಲತಾಣಕ್ಕೆ ಬರುತ್ತಾನೆಯೇ, ಯಾವ ವಿಷಯಗಳಲ್ಲಿ ಆತನಿಗೆ ಆಸಕ್ತಿ ಇದೆ ಮುಂತಾದ ವಿಷಯಗಳ ಮಾಹಿತಿ ಕಲೆ ಹಾಕುವುದು ಬಹು ಸುಲಭವಾಗಿದೆ. ಬೇರೆ ಬೇರೆ ಮಾಹಿತಿಯನ್ನು ಹುಡುಕಲು ಒಂದು ಜಾಲತಾಣಕ್ಕೆ ಎಷ್ಟು ಸಲ ಭೇಟಿ ನೀಡಿರುವಿರಿ ಎಂಬ ಸುಳಿವು ಇಂದು ಬಹುಸುಲಭವಾಗಿ ಸಿಗುತ್ತಿದೆ.

ಇದೆಲ್ಲ ಈಗ ಸಂಭವನೀಯ ಆಗುತ್ತಿರುವುದು ಕಂಪ್ಯೂಟರುಗಳ ಜಾಣನಿರ್ವಹಣೆಯ ಕೃತಕ ಬುದ್ಧಿಮತ್ತೆ (Artificial Intelligence) ಅಂಶ. ವಿಶ್ವದ ಹಲವಾರು ಪ್ರಮುಖ ಪತ್ರಿಕೆಗಳು, ಸುದ್ದಿ ಜಾಲತಾಣಗಳು ಹಾಗೂ ಸುದ್ದಿಸಂಸ್ಥೆಗಳು ಈ ನೂತನ ಕೃತಕ ಬುದ್ಧಿಮತ್ತೆ ತಂತ್ರಜ್ಞಾನವನ್ನು ಅಳವಡಿಸಿ, ತಮ್ಮ ಓದುಗರ ಆಸಕ್ತಿಗಳ ಮಾಹಿತಿಯನ್ನು ಸುಲಭವಾಗಿ ಕಲೆಹಾಕುತ್ತಿವೆ. ರಾಯಿಟರ್, ಅಸೋಸಿಯೇಟೆಡ್ ಪ್ರೆಸ್, ಫೋರ್ಬ್ಸ್, ಪ್ರೊ-ಪಬ್ಲಿಕಾ, ನ್ಯೂಯಾರ್ಕ್ ಟೈಮ್ಸ್, ಲಾಸ್ ಏಂಜಲೀಸ್ ಟೈಮ್ಸ್ ಮುಂತಾದ ಪತ್ರಿಕೆಗಳು ಈ ನೂತನ ತಂತ್ರಜ್ಞಾನ ಆಧಾರಿತ ತಂತ್ರಾಂಶಗಳನ್ನು ಅಭಿವೃದ್ಧಿಪಡಿಸಿ ಅಳವಡಿಸಿಕೊಂಡಿವೆ. ತಮ್ಮ ಸಂಸ್ಥೆಗಳ ಕಾರ್ಯಚಟುವಟಿಕೆಗಳಿಗೆ ಅಗತ್ಯವೆನಿಸಿದಂತೆ ಈ ತಂತ್ರಾಂಶಗಳು ಕೆಲಸ ನೆರವೇರಿಸುತ್ತವೆ. ಈ ದಿನಗಳಲ್ಲಿ ಬಹುತೇಕ ಎಲ್ಲ ಸುದ್ದಿಸಂಸ್ಥೆಗಳು, ದೈನಿಕಗಳು ಹಾಗೂ ಸುದ್ದಿ ಪೋರ್ಟಲ್‌ಗಳು ತಮ್ಮದೇ ಆದ ವೆಬ್‌ತಾಣಗಳನ್ನು ಹೊಂದಿವೆ.

ಸುದ್ದಿ ಮೂಲಗಳಿಂದ ಮಾಹಿತಿ ಸಂಗ್ರಹಿಸಿ ವರದಿ, ಲೇಖನಗಳನ್ನು ಸಜ್ಜುಗೊಳಿಸುವುದು ಪತ್ರಕರ್ತರ ಪ್ರಮುಖ ಕೆಲಸ. ಅವರ ಕೆಲಸಗಳನ್ನು ಸರಳಗೊಳಿಸಲು ಕೃತಕ ಬುದ್ಧಿಮತ್ತೆ ನೆರವಾಗುತ್ತಿದೆ. ಪ್ರತಿದಿನ ಪ್ರಕಟಿಸಬೇಕಾದ ಮಾಮೂಲು ಸುದ್ದಿಗಳನ್ನು ಕಂಪ್ಯೂಟರ್‌ಗಳು ಸಿದ್ಧಪಡಿಸುತ್ತಿವೆ. ಒಂದು ಕಂಪನಿಯ ತ್ರೈಮಾಸಿಕ ಇಲ್ಲವೇ ವಾರ್ಷಿಕ ವರದಿಗಳು ನೂರಿನ್ನೂರು ಪುಟಗಳಿರುತ್ತವೆ. ಆ

ವರದಿಗಳನ್ನು ಕೆಲವೇ ಸೆಕೆಂಡುಗಳಲ್ಲಿ ಪರಿಶೀಲಿಸಿ, ನಿಗದಿಗೊಳಿಸಿದ ಪದಗಳ ಮಿತಿಯೊಳಗೆ ಸುದ್ದಿಯನ್ನು ಈ ನೂತನ ತಂತ್ರಾಂಶಗಳು ಸಿದ್ಧಮಾಡುತ್ತವೆ. ಇಂತಹ ವರದಿಯೊಂದರಲ್ಲಿ ಯಾವ ಯಾವ ಅಂಶಗಳು ಮುನ್ನಲೆಯಲ್ಲಿ ಇರಬೇಕೆಂಬುದನ್ನು ಪತ್ರಕರ್ತರು ಯೋಚಿಸುವ ರೀತಿಯಲ್ಲೇ ತಂತ್ರಾಂಶಗಳು ಸಿದ್ಧಪಡಿಸುತ್ತವೆ. ಯಾವುದೋ ಒಂದು ಪ್ರದೇಶದಲ್ಲಿ ಭೂಕಂಪ ಸಂಭವಿಸಿತೆನ್ನಿ. ಒಂದೆರಡು ನಿಮಿಷಗಳಲ್ಲಿ ಸರಕಾರ ಇಲ್ಲವೇ ಅಧಿಕೃತ ಸಂಸ್ಥೆಗಳ ವರದಿಗಳನ್ನು ಆಧರಿಸಿ ತಂತ್ರಾಂಶಗಳು ಪತ್ರಿಕಾ ವರದಿ ಸಿದ್ಧಪಡಿಸಿ ಜಾಲತಾಣದಲ್ಲಿ ಸೇರಿಸಿ ಬಿಡುತ್ತವೆ.

ಪತ್ರಿಕೆಗಳಿಗೆ ಬಹುಪ್ರಮುಖ ಆದಾಯದ ಮೂಲ ಜಾಹಿರಾತುಗಳಿಂದ ಬರುವ ಹಣ. ಶೇ. 60–70 ವರಮಾನ ಇವುಗಳಿಂದಲೇ ಬರಬೇಕು. ಡಿಜಿಟಲ್ ಮಾಧ್ಯಮಗಳ ತೀವ್ರತರ ಬೆಳವಣಿಗೆಯಿಂದಾಗಿ ಜಾಹಿರಾತುಗಳು ಆ ಮಾಧ್ಯಮಗಳತ್ತ ಮುಖಮಾಡಿವೆ. ಹೀಗಾಗಿ ವಿಶ್ವದಾದ್ಯಂತ ಪತ್ರಿಕೆಗಳು ಆರ್ಥಿಕ ಹಿನ್ನಡೆ ಅನುಭವಿಸುತ್ತಿವೆ. ಪತ್ರಕರ್ತರ ಸಂಖ್ಯೆಯನ್ನು ಕಡಿಮೆ ಮಾಡುತ್ತಿವೆ. ಸಣ್ಣ ಪತ್ರಿಕೆಗಳು ಮುಚ್ಚುತ್ತಿವೆ. ಇರುವಷ್ಟು ಪತ್ರಕರ್ತರಿಗೆ ಜವಾಬ್ದಾರಿಯುತ ಕೆಲಸ ನೀಡಿ, ಮಹತ್ವದ ಕೆಲಸಗಳಿಗೆ ವಿಶೇಷ ಒತ್ತು ನೀಡಲು ಪತ್ರಿಕೆಗಳು ಹೆಣಗುತ್ತಿವೆ.

ಪ್ರತಿ ಪತ್ರಿಕೆಗೆ ತನ್ನದೇ ಆದ ಶೈಲಿಸೂತ್ರವಿರುತ್ತದೆ. ಹೆಸರು, ಸ್ಥಳಗಳು, ಹುದ್ದೆಗಳನ್ನು ಹೀಗೆಯೇ ಬರೆಯಬೇಕೆಂಬ ನಿಯಮಗಳಿರುತ್ತವೆ. ಒಂದು ವೇಳೆ ಒಬ್ಬ ಪತ್ರಕರ್ತ ಇವುಗಳನ್ನು ಸರಿಯಾಗಿ ಬರೆಯದಿದ್ದರೆ, ಸುದ್ದಿ ಪ್ರಕಟಿಸುವ ಮುನ್ನ ಇಂತಹ ತಪ್ಪುಗಳನ್ನೆಲ್ಲ ತಂತ್ರಾಂಶಗಳು ಸರಿಪಡಿಸುತ್ತವೆ. ಇದರಿಂದ ಸಂಪಾದನಾ ಸಮಯ ಉಳಿಸಬಹುದು. ಎಷ್ಟೋ ಸಲ ಒಬ್ಬ ಪತ್ರಕರ್ತ ಬರೆಯುವ ವರದಿಗಿಂತ, ಯಂತ್ರಗಳು ಸಿದ್ಧಪಡಿಸುವ ವರದಿಗಳು ಉತ್ತಮವಾಗಿರುತ್ತವೆ. ಆದರೆ ಇಂತಹ ವರದಿಗಳಲ್ಲಿ ಮಾನವೀಯ ಅಂಶಗಳ ಸ್ಪರ್ಶ ಇಲ್ಲದಿರಬಹುದು. ಆದರೂ, ಸುದ್ದಿಯ ಮುಖ್ಯ ಅಂಶಗಳು ಓದುಗರಿಗೆ ಮುಟ್ಟುತ್ತದೆ.

ಪತ್ರಿಕೆಯಲ್ಲಿನ ಆರ್ಥಿಕ ಸುದ್ದಿಗಳನ್ನು ಗಮನಿಸಿ. ಅಲ್ಲಿ ಕೆಲವೇ ಕಂಪನಿಗಳ ವಹಿವಾಟಿನ ಸುದ್ದಿಗಳು ಮಾತ್ರ ಬಹುತೇಕ ಪ್ರಕಟವಾಗುತ್ತವೆ. ಏಕೆಂದರೆ ಇತರೆ ಕಂಪನಿಗಳ ವರದಿಗಳನ್ನು ಓದಿ ಸುದ್ದಿ ಮಾಡಲು ಸಿಬ್ಬಂದಿ ಕೊರತೆ. ಆದರೆ ಈಗಿನ ತಂತ್ರಾಂಶಗಳ ನೆರವಿನಿಂದ ಬಹುತೇಕ ಸಂಸ್ಥೆಗಳ ಲಾಭ–ನಷ್ಟ ವರದಿಗಳನ್ನು ಪ್ರಕಟಿಸುವುದು ಸಾಧ್ಯವಾಗಿದೆ. ಕೆಲವೇ ನಿಮಿಷಗಳಲ್ಲಿ ಕಂಪನಿಯ ವರದಿಗಳನ್ನು ವಿಶ್ಲೇಷಿಸಿ ಪ್ರಕಟಿಸಲು ಯೋಗ್ಯವಾದ ರೀತಿಯಲ್ಲಿ ಸುದ್ದಿಗಳು ಸಿದ್ಧಗೊಳ್ಳುತ್ತವೆ. ಇದರಿಂದ ಮಾರುಕಟ್ಟೆಯಲ್ಲಿ ಹಣ ಹೂಡಿಕೆದಾರರು ಖುಷಿಯಾಗಿದ್ದಾರೆ ಮತ್ತು ಈ ಕಂಪನಿಗಳಿಂದ ಅಧಿಕ ಜಾಹಿರಾತುಗಳು ಸಹ ಪತ್ರಿಕೆಗಳಿಗೆ ಬರುತ್ತಿವೆ. ಇವೆಲ್ಲ ಸಾಧ್ಯವಾಗಿರುವುದು ಕೃತಕ ಬುದ್ಧಿಮತ್ತೆ

ನೆರವಿನಿಂದ. ಬಹುತೇಕ ದೇಶಗಳಲ್ಲಿ ಮುದ್ರಿತ ಪತ್ರಿಕೆಗಳ ಪ್ರಸಾರ ಸಂಖ್ಯೆ ಕುಸಿಯುತ್ತಿದೆ. ಅಂತರ್ಜಾಲ ವಿಸ್ತರಣೆಯಿಂದಾಗಿ ಮೊಬೈಲ್, ಟ್ಯಾಬ್ ಇಲ್ಲವೇ ಕಂಪ್ಯೂಟರ್ ನೆರವಿನಿಂದ ಪತ್ರಿಕೆಗಳನ್ನು ಓದಬಹುದಾಗಿದೆ. ಈ ಸಾಧನಗಳಲ್ಲಿ ಸುಲಭವಾಗಿ ಓದಲೆಂದೇ ಪತ್ರಿಕೆಗಳ ಪುಟಗಳನ್ನೂ ಬೇರೆಬೇರೆ ರೀತಿಯಲ್ಲಿ ವಿನ್ಯಾಸಗೊಳಿಸಲಾಗಿದೆ.

ವಿಶ್ವದ ಹೆಸರಾಂತ ಪತ್ರಿಕೆ 'ದಿ ನ್ಯೂಯಾರ್ಕ್ ಟೈಮ್ಸ್'ನ ಮುದ್ರಿತ ಪ್ರತಿಗಳ ಪ್ರತಿದಿನದ ಪ್ರಸಾರ ಕೇವಲ ನಾಲ್ಕು ಲಕ್ಷ, ಆದರೆ ಆನ್‌ಲೈನ್‌ನಲ್ಲಿ ಪತ್ರಿಕೆ, ಅಡುಗೆ ಪದಬಂಧ, ವಿಡಿಯೋ ಮುಂತಾದ ಸೇವೆಗಳನ್ನು, ಅಮೆರಿಕಾ ಸೇರಿದಂತೆ ವಿಶ್ವದಾದ್ಯಂತ 76 ಲಕ್ಷ ಮಂದಿ ಹಣ ಕೊಟ್ಟು ಜಾಲತಾಣಕ್ಕೆ ಭೇಟಿ ನೀಡುತ್ತಾರೆ. ಅದೇ ರೀತಿ ಇಂಗ್ಲೆಂಡಿನ 'ದಿ ಗಾರ್ಡಿಯನ್' ಪತ್ರಿಕೆಯ ಮುದ್ರಿತ ಪ್ರತಿಗಳ ಪ್ರತಿದಿನದ ಪ್ರಸಾರ ಸಂಖ್ಯೆ ಸುಮಾರು ಒಂದು ಲಕ್ಷ ಮಾತ್ರ. ಆದರೆ ಪತ್ರಿಕೆಯ ಜಾಲತಾಣಕ್ಕೆ ಪ್ರತಿ ತಿಂಗಳು 35.6 ಮಿಲಿಯನ್ ಅಂದರೆ 350.60 ಲಕ್ಷ ಓದುಗರು ಜಾಲತಾಣಕ್ಕೆ ಶುಲ್ಕ ನೀಡಿ ಓದುತ್ತಾರೆ. ಅಂದರೆ ಪ್ರತಿದಿನ ಸುಮಾರು 12 ಲಕ್ಷ ಓದುಗರು ಪ್ರಪಂಚದ ಎಲ್ಲೆಡೆಯಿಂದ ಪತ್ರಿಕೆಯ ಜಾಲತಾಣಕ್ಕೆ ಭೇಟಿ ನೀಡುತ್ತಾರೆ. ಈಗ ಪ್ರತಿಕಾ ಪ್ರಕಾಶಕರ ಸವಾಲೆಂದರೆ, ಇರುವ ಆನ್‌ಲೈನ್ ಓದುಗರನ್ನು ಉಳಿಸಿಕೊಂಡು ಹೊಸ ಓದುಗರನ್ನು ಆಕರ್ಷಿಸುವುದು ಕಠಿಣ ಕೆಲಸವಾಗಿದೆ. ಓದುಗರ ಸಂಖ್ಯೆಯನ್ನು ಹೆಚ್ಚಿಸಿ ಮತ್ತಷ್ಟು ಆದಾಯ ಸಂಪಾದಿಸುವಲ್ಲಿ ಕೃತಕ ಬುದ್ಧಿಮತ್ತೆ ತಂತ್ರಾಂಶಗಳು ಬಹುವಾಗಿ ಉಪಯುಕ್ತವಾಗಿವೆ.

'ನ್ಯೂಯಾರ್ಕ್ ಟೈಮ್ಸ್' ಪತ್ರಿಕೆಯ ಪದಬಂಧ ಮತ್ತು ಅಡುಗೆ ಅಂಕಣಗಳು ಬಹು ಹೆಸರುವಾಸಿ. ಈ ಅಂಕಣಗಳನ್ನು ಮಾತ್ರ ಹಣ ನೀಡಿ ಓದುವ ಸಹಸ್ರಾರು ಓದುಗರು ದೇಶ ವಿದೇಶಗಳಲ್ಲಿದ್ದಾರೆ. ಈ ಆನ್‌ಲೈನ್ ಓದುಗರ ಬೇಕು, ಬೇಡಗಳನ್ನು ತಿಳಿಯುವುದು ಮತ್ತು ಅವರಿಂದ ಚಂದಾಹಣ ನೀಡಿಕೆ ಬಗ್ಗೆ ನೆನಪಿಸುವುದು, ಹಣ ನೀಡಿದ ಮೇಲೆ ರಶೀದಿ ನೀಡುವುದು ಹಾಗೂ ಹೊಸ ಓದುಗರ ಮನವೊಲಿಸಿ ಅವರ ಮಿಂಚಂಚೆ ವಿಳಾಸ ಮತ್ತು ದೂರವಾಣಿ ಸಂಖ್ಯೆಗಳನ್ನು ನಯವಾಗಿ ಪಡೆಯುವ ಕೆಲಸಗಳನ್ನು ಕೃತಕ ಬುದ್ಧಿಮತ್ತೆ ತಂತ್ರಾಂಶಗಳೇ ಮಾಡುತ್ತವೆ. ಆ ಕೆಲಸಗಳಿಗೆ ನೌಕರರು ಬೇಡ.

ಆನ್‌ಲೈನ್ ಓದುಗರ ಆಸಕ್ತಿ ಸುದ್ದಿ ಕ್ಷೇತ್ರಗಳನ್ನು ಬಹು ಸುಲಭವಾಗಿ ವಿಶ್ಲೇಷಿಸಲು ಈಗ ಸಾಧ್ಯವಾಗುತ್ತಿದೆ. ಉಚಿತವಾಗಿ ನೀಡಲಾಗುತ್ತಿದ್ದ ಆನ್‌ಲೈನ್ ಪತ್ರಿಕೆಗಳಿಗೆ ಈಗ ಹಣ ನೀಡಿ ಓದಲು ಓದುಗರನ್ನು ಮನವೊಲಿಸಲಾಗುತ್ತಿದೆ. ಇಂಗ್ಲಿಷಿನಲ್ಲಿ ಇದಕ್ಕೆ ಪೇವಾಲ್ ಎನ್ನಲಾಗುತ್ತದೆ. ಅನೇಕ ಕನ್ನಡ ಪತ್ರಿಕೆಗಳು ಈ ನಿಯಮವನ್ನು ಜಾರಿಗೊಳಿಸಿವೆ. ಯಾವ ಬಗೆಯ ಸುದ್ದಿಗಳನ್ನು ಓದಲು

ಓದುಗರು ಪದೇಪದೆ ಪತ್ರಿಕೆಯ ಜಾಲತಾಣಕ್ಕೆ ಬರುತ್ತಾರೆ ಎಂಬುದನ್ನು ಸೂಕ್ಷ್ಮವಾಗಿ ಗ್ರಹಿಸುವ ತಂತ್ರಾಂಶ, ಅವರ ಮನವೊಲಿಸುವ ಸಂದೇಶಗಳನ್ನು ಕಳುಹಿಸಿ ಚಂದಾದಾರರಾಗಲು ಪ್ರಯತ್ನಿಸುತ್ತದೆ. ಕೆನಡಾದ 'ದಿ ಗ್ಲೋಬ್ ಅಂಡ್ ಮೇಲ್' ಪತ್ರಿಕೆ ಅಳವಡಿಸಿರುವ 'ಸೋಫಿ' ತಂತ್ರಾಂಶ ಬಹು ಜಾಣತನದಿಂದ ಕೆಲಸ ನಿರ್ವಹಿಸಿ, ಪತ್ರಿಕೆಯ ಯಶಸ್ಸಿಗೆ ಕಾರಣವಾಗಿದೆ. 30:70 ಇದ್ದ ಚಂದಾ ಮತ್ತು ಜಾಹಿರಾತಿನ ಆದಾಯ ಪ್ರಮಾಣವನ್ನು ಈಗ 70:30ಕ್ಕೆ ಬದಲಿಸಿದೆ ಎಂದರೆ ಆಶ್ಚರ್ಯವಾಗದಿರದು. ಪತ್ರಿಕೆಯನ್ನು ಓದಲು ಬರುವ ಪ್ರತಿಯೊಬ್ಬ ಓದುಗನ ಓದುವ ಹವ್ಯಾಸಗಳನ್ನು ಬಹು ಸೂಕ್ಷ್ಮವಾಗಿ ಅಧ್ಯಯನ ಮಾಡಿ, ಆತ ಹಣ ನೀಡಿ ಆನ್‌ಲೈನ್‌ನಲ್ಲಿ ಓದಲು ಪ್ರೇರೇಪಿಸುತ್ತದೆ. ಯಾವ ಸುದ್ದಿ, ಲೇಖನಗಳನ್ನು ಉಚಿತವಾಗಿ ನೀಡಬೇಕು, ಯಾವುಗಳನ್ನು ಪೇವಾಲ್‌ನಲ್ಲಿ ನೀಡಬೇಕೆಂಬುದನ್ನು ಜಾಣ್ಮೆಯಿಂದ ನಿರ್ವಹಿಸಲು ಸಾಧ್ಯವಾಗಿರುವುದರಿಂದ ಪತ್ರಿಕೆ ಈ ಯಶಸ್ಸನ್ನು ಸಾಧಿಸಿದೆ.

ಪತ್ರಕರ್ತರ ಕೆಲಸವನ್ನು ಈ ನೂತನ ತಂತ್ರಾಂಶಗಳು ಶೇ. 20ರಷ್ಟು ಕಡಿಮೆಗೊಳಿಸಿವೆ ಎಂದು ಅನೇಕ ಪತ್ರಿಕಾ ಹಾಗೂ ಸುದ್ದಿಸಂಸ್ಥೆಗಳು ಪ್ರತಿಪಾದಿಸುತ್ತಿವೆ. ಪತ್ರಕರ್ತರ ಮೇಲಿನ ವೇತನ ವೆಚ್ಚವನ್ನು ಕಡಿತಗೊಳಿಸಲು ಮುಂದಿನ ದಿನಗಳಲ್ಲಿ ಈ ತಂತ್ರಾಂಶಗಳನ್ನು ವಿಸ್ತರಿಸಿದರೆ ಆಶ್ಚರ್ಯವೇನಿಲ್ಲ.

(ಸಮಾಜಮುಖಿ, ಸೆಪ್ಟೆಂಬರ್ 2021)

9

ಪಾಡ್‌ಕಾಸ್ಟ್ ಪ್ರಸಾರ: ಶ್ರವಣೇಂದ್ರಿಯ ಮಾಧ್ಯಮದ ಹೊಸ ಬಾನಂಚು

ನವೀನ ಮಾಧ್ಯಮಗಳ ಸೃಷ್ಟಿಗೆ ನೂತನ ಸಂವಹನ ಕ್ರಾಂತಿ ಸಾಕ್ಷಿಯಾಗುತ್ತಿದೆ. ಸ್ಥಾಪಿತ ಮಾಧ್ಯಮಗಳು ನಲುಗುತ್ತಿವೆ. ಹೊಸ ಸವಾಲುಗಳಿಗೆ ತೆರೆದುಕೊಳ್ಳುತ್ತಿವೆ. ಸುದ್ದಿ ಕ್ಷೇತ್ರದಲ್ಲಿದ್ದ ಪತ್ರಿಕೆಗಳ ಏಕಸ್ವಾಮಿತ್ವವನ್ನು, ಟಿವಿ ವಾಹಿನಿಗಳು ಹಾಗೂ ಇತರೆ ಆನ್‌ಲೈನ್ ಮಾಧ್ಯಮಗಳು ಕಸಿದುಕೊಳ್ಳುತ್ತಿವೆ. ಹಾಗೆಯೇ, ಬಾನುಲಿಗೆ ಪ್ರತಿಸ್ಪರ್ಧಿಯಾಗಿ ಪಾಡ್‌ಕಾಸ್ಟಿಂಗ್ ಹೊರಹೊಮ್ಮುತ್ತಿದೆ. ರೇಡಿಯೋವನ್ನು ಅತ್ಯಂತ ನಿಕಟವಾಗಿ ಹೋಲುವ ಮಾಧ್ಯಮ ಇದು. ಇದೆಲ್ಲ ಬದಲಾಗುತ್ತಿರುವ ಸಂವಹನ ಪ್ರಾಕಾರಗಳಿಗೆ ಸಾಕ್ಷಿಯಾಗಿವೆ. ದೃಶ್ಯ ಮತ್ತು ಧ್ವನಿಗಳನ್ನು ಹೇಗೆ ಬೇಕಾದರೂ, ಯಾವುದೇ ಮಾಧ್ಯಮದ ಮುಖಾಂತರವೂ ವರ್ಗಾಯಿಸುವ ಅನುಕೂಲತೆಗಳನ್ನು ಡಿಜಿಟಲ್ ತಂತ್ರಜ್ಞಾನ ಕಲ್ಪಿಸಿದೆ.

ಮೊಬೈಲ್ ಮೂಲಕ ಇಂದಿನ ಯುವಜನತೆ ಶ್ರವ್ಯದ ಎಲ್ಲ ಮಜಲುಗಳನ್ನು ಅನುಭವಿಸುತ್ತಿದೆ. ಪಾಡ್‌ಕಾಸ್ಟಿಂಗ್ ಅಂತಹ ಒಂದು ಜನಪ್ರಿಯ ಶ್ರವ್ಯ ತಂತ್ರಜ್ಞಾನ. ನಿಮ್ಮ ಅಭಿರುಚಿಗೆ ತಕ್ಕಂತೆ ಇಂದು ವಿಡಿಯೋಗಳನ್ನು ವೀಕ್ಷಿಸಬಹುದಾಗಿದೆ. ಅಂತೆಯೇ ಧ್ವನಿ ಆಧಾರಿತ ಕಾರ್ಯಕ್ರಮಗಳನ್ನು ಬೇಕೆಂದಲ್ಲಿ ಬೇಕಾದಾಗ

ಕೇಳಬಹುದಾಗಿದೆ. ಆಂಗ್ಲ ಭಾಷೆಯಲ್ಲಿ ಧ್ವನಿಪ್ರಸಾರಕ್ಕೆ ಬ್ರಾಡ್‌ಕಾಸ್ಟಿಂಗ್ ಎಂದರೆ, ಈ ನೂತನ ತಂತ್ರಜ್ಞಾನಕ್ಕೆ ಪಾಡ್ ಸೇರಿಸಲಾಯಿತು. ಈ ಪಾಡ್ ಪ್ರಸಾರಕ್ಕೆ ಮೂಲಪ್ರೇರಣೆ ಆಪಲ್ ಸಂಸ್ಥೆಯವರ ಧ್ವನಿ ಕಡತಗಳ ಹೊಂದಾಣಿಕೆ ತಂತ್ರಜ್ಞಾನ. ಇದು ಅಂತರ್ಜಾಲ ಆಧಾರಿತ ತಂತ್ರಜ್ಞಾನ. ಲಭ್ಯವಿರುವ ಬಗೆಬಗೆಯ ಧ್ವನಿ ಆಧಾರಿತ ಕಾರ್ಯಕ್ರಮಗಳನ್ನು ಡೌನ್‌ಲೋಡ್ ಮಾಡಿಕೊಳ್ಳುವ ಸರಳ ಸಾಧನವೊಂದನ್ನು ಆಪಲ್ ಕಂಪನಿ ಹೊರತಂದು ಅದಕ್ಕೆ ಐಪಾಡ್ ಎಂದು ಹೆಸರಿಸಿದ್ದರು. ಜೇಬಿನಲ್ಲಿ ಇರಿಸಬಹುದಾದ ಈ ಪುಟ್ಟ ಸಾಧನದ ನೆರವಿನಿಂದ ಬಹು ಸುಲಭವಾಗಿ ಧ್ವನಿ ಆಧಾರಿತ ಕಾರ್ಯಕ್ರಮಗಳನ್ನು ಅಂತರ್ಜಾಲದ ಮುಖಾಂತರ ಆಲಿಸಬಹುದಾಗಿತ್ತು. ಆ ಪಾಕೆಟ್ ಡಿವೈಸ್ ಪದ-ಪಾಡ್ ಅನ್ನು ಬಳಸಿ ಪಾಡ್‌ಕಾಸ್ಟಿಂಗ್ ಎಂಬ ಪದಬಳಕೆಗೆ ಬಂತು. ಬಾನುಲಿಯ ಬಹುದೊಡ್ಡ ಪರಿಮಿತಿ ಎಂದರೆ, ಕಾರ್ಯಕ್ರಮ ಪ್ರಸಾರವಾಗುವಾಗ ಮಾತ್ರ ಕೇಳಬೇಕು. ಇಲ್ಲವೇ ರೆಕಾರ್ಡ್ ಮಾಡಿ ಕೇಳಬೇಕು. ಪಾಡ್‌ಕಾಸ್ಟ್ ಪ್ರಸಾರ ಹಾಗಲ್ಲ. ಇದನ್ನು ಯಾವಾಗ ಬೇಕಾದರೂ, ಎಲ್ಲಿ ಇದ್ದರೂ ಆಲಿಸಬಹುದು. ಏಕೆಂದರೆ ಇದು ಅಂತರ್ಜಾಲ ಆಧಾರಿತ. ನಿಮಗೆ ಬೇಕಾಗಿರುವುದು ಸ್ಮಾರ್ಟ್‌ಫೋನ್ ಇಲ್ಲವೇ ಕಂಪ್ಯೂಟರ್ ಹಾಗೂ ಅಂತರ್ಜಾಲ ಸೇವೆ. ಕೇವಲ ಎರಡೇ ದಶಕಗಳ ಇತಿಹಾಸವಿರುವ ಪಾಡ್‌ಕಾಸ್ಟ್ ಪ್ರಸಾರ, ಅಗ್ಗದ ಧ್ವನಿಮುದ್ರಣ ಹಾಗೂ ಸಂಕಲನ ಯಂತ್ರಾಂಶ-ತಂತ್ರಾಂಶಗಳ ಲಭ್ಯತೆಯಿಂದಾಗಿ ಬಾನುಲಿಗೆ ಸ್ಪರ್ಧೆಯೊಡ್ಡುವ ಮಾಧ್ಯಮವಾಗಿ ಹೊರಹೊಮ್ಮಿತು.

ಅನಾದಿಕಾಲದಿಂದಲೂ ಕಥೆ-ಕವನ ಆಲಿಸುವಿಕೆಯ ಸಂಸ್ಕೃತಿ ಎಲ್ಲ ನಾಗರಿಕತೆಗಳ ಭಾಗವೇ ಆಗಿದೆ. ಪ್ರಥಮವಾಗಿ ಹೊಸ ತಂತ್ರಜ್ಞಾನದ ಮೂಲಕ ಕೇಳುವಿಕೆಗೆ ಹೊಸ ಆಯಾಮವನ್ನು ಬಾನುಲಿ ನೀಡಿತು. ನಿಮ್ಮ ಕೆಲಸಗಳನ್ನು ನಿರ್ವಹಿಸುತ್ತಾ, ಹಿನ್ನೆಲೆಯಲ್ಲಿ ರೇಡಿಯೋ ಆಲಿಕೆ ಸುಲಭ ಮತ್ತು ಉಪಯುಕ್ತ ಕೂಡ. ದೃಶ್ಯ ಮಾಧ್ಯಮಗಳ ವೀಕ್ಷಣೆ ನಿಮ್ಮನ್ನು ಹಿಡಿದಿಡುತ್ತದೆ. ರೇಡಿಯೋ ಮಾದರಿಯ ಇನ್ನೊಂದು ಸರಳ ಮಾಧ್ಯಮ ಪಾಡ್‌ಕಾಸ್ಟ್ ಪ್ರಸಾರ (Podcasting) ಸಂವಹನ ತಂತ್ರಜ್ಞಾನ ವಿಸ್ತಾರವಾದಂತೆ ಮಾಹಿತಿ-ಮನರಂಜನೆ ಲಭ್ಯತೆ ಇಂದು ಹುಲುಸಾದ ಕ್ಷೇತ್ರವಾಗಿ ಹೊರಹೊಮ್ಮಿದೆ. ನಿಮ್ಮಲ್ಲಿ ಹೊಸದಾಗಿ ಹೇಳಲು ವಿಷಯಗಳಿದ್ದರೆ, ಅವುಗಳನ್ನು ಹೇಗೆ ತಿಳಿಸಬೇಕೆಂಬ ತಂತ್ರ ಗೊತ್ತಿದ್ದರೆ, ನಿಮ್ಮ ಪ್ರತಿಭೆಯ ಅನಾವರಣ ಅವಕಾಶಗಳನ್ನು ನೂತನ ತಂತ್ರಜ್ಞಾನ ಈಗ ಹೇರಳವಾಗಿ ಸೃಷ್ಟಿಸಿದೆ. ನೀವು ಹೇಳುವ ವಿಷಯ ಕೇಳುಗರಲ್ಲಿ ಆಸಕ್ತಿ ಕೆರಳಿಸಬೇಕು. ನಿಮ್ಮ ವಿಶ್ಲೇಷಣೆ ಮನಮುಟ್ಟಬೇಕು. ಮಾತಿನ ಕಲೆ ಮೋಡಿ ಮಾಡುವಂತಿರಬೇಕು. ಅಂತಹ ಪ್ರತಿಭೆ ಸಾರ್ವಜನಿಕವಾಗಿಸುವ ಪ್ರಬಲ ಮಾಧ್ಯಮ ಪಾಡ್‌ಕಾಸ್ಟ್ ಪ್ರಸಾರ.

ಪತ್ರಿಕೆ, ನಿಯತಕಾಲಿಕೆ ಮತ್ತು ಪುಸ್ತಕಗಳ ಹೊರತಾಗಿ ನಿಮ್ಮ ಅನಿಸಿಕೆಗಳನ್ನು ಪ್ರಚುರಪಡಿಸುವಲ್ಲಿ ಮೊದಲ ಬಾರಿಗೆ ಬ್ಲಾಗ್‌ಗಳು ನೆರವಾದವು. ಬ್ಲಾಗಿನಿಂದ ಪಾಡ್‌ಕಾಸ್ಟ್ ಪ್ರಸಾರ ಬೆಳೆಯಿತು. ಬ್ಲಾಗ್ ಲೇಖಕರು ಪರಸ್ಪರ ಸುದ್ದಿ ಮತ್ತು ಅಭಿಪ್ರಾಯಗಳನ್ನು ಹಂಚಿಕೊಳ್ಳಲು ಇದು ಒಂದು ನೂತನ ಮಾರ್ಗವಾಯಿತು. ಹೊಸ ತಂತ್ರಾಂಶಗಳನ್ನು ಬಳಸಿಕೊಂಡು, ಅವುಗಳನ್ನು ಸ್ವಯಂಚಾಲಿತವಾಗಿ ಸ್ವೀಕರಿಸಲು ಸಾಧ್ಯವಾಗಿಸಿತು. ಹೀಗೆ ಅಂತರ್ಜಾಲ ವಿಸ್ತರಣೆ ಮಾಹಿತಿ ಹಂಚಿಕೆಗೆ ಹೊಸ ಆಯಾಮಗಳನ್ನು ಸೃಷ್ಟಿಸಿತು. ಅಕ್ಷರಗಳನ್ನು ಓದಲು ತೊಡಕೆನಿಸಿದರೆ ಅದೇ ಬರವಣಿಗೆಯನ್ನು ಧ್ವನಿಗೆ ಪರಿವರ್ತಿಸಿ ಆಧುನಿಕ ತಂತ್ರಜ್ಞಾನ ನಿಮಗೆ ಕೇಳಿಸುತ್ತದೆ. ಚಿತ್ರಗಳು ಇಲ್ಲವೆ ವಿಡಿಯೋಗಳನ್ನು ಸರಾಗವಾಗಿ ಸೇರಿಸಬಹುದು. ಹೀಗೆ ಧ್ವನಿ, ಚಿತ್ರಗಳು, ವಿಡಿಯೋಗಳ ಮಿಶ್ರಣ ಅಂತರ್ಜಾಲದಲ್ಲಿ ಸಾಧ್ಯವಾದಂತೆ ಹೊಸ ಮಾಹಿತಿ ಜಗತ್ತೇ ಉದಯಿಸಿದೆ.

ಪಾಡ್‌ಕಾಸ್ಟ್ ಪ್ರಸಾರ ಜನರ ನಡುವಿನ ಅಂತರವನ್ನು ಬೆಸೆಯುತ್ತದೆ. ಮಧುರ ಬಾಂಧವ್ಯಕ್ಕೆ ನೆರವಾಗುತ್ತದೆ. ವಿಶ್ವಾಸ ಮತ್ತು ಪರಿಚಯವನ್ನು ಬೆಳೆಸುವ ಹಾಗೂ ಸಂಬಂಧಗಳನ್ನು ಗಟ್ಟಿಗೊಳಿಸುವ ವೇದಿಕೆಯಾಗಿದೆ ಎಂಬುದರಲ್ಲಿ ಅನುಮಾನವೇ ಇಲ್ಲ. ಮಾತುಗಳನ್ನು ಲಿಖಿತ ಪದಗಳ ರೂಪದಲ್ಲಿ ಇಲ್ಲವೇ, ಲಿಖಿತ ಪದಗಳನ್ನು ಧ್ವನಿಯನ್ನಾಗಿ ಮಾರ್ಪಡಿಸುವ ಪರಿವರ್ತನಾ ಯಂತ್ರಾಂಶಗಳು ಇತ್ತೀಚೆಗೆ ಬಹು ಜನಪ್ರಿಯವಾಗಿವೆ. ಹಾಗಾಗಿ ಪಾಡ್‌ಕಾಸ್ಟ್ ಪ್ರಸಾರದ ಕಾರ್ಯಕ್ರಮಗಳನ್ನು ಹುಡುಕಬಹುದಾದ ಪಠ್ಯವಾಗಿ ಪರಿವರ್ತಿಸಬಹುದು ಹಾಗೂ ಓದಬಹುದಾಗಿದೆ. ಆಕರ್ಷಕವಾಗಿ ಮಾತನಾಡುವ ಇಲ್ಲವೇ ಬರೆಯುವ ಕಲೆ ಕರಗತವಾಗಿದ್ದರೆ, ಈ ಮಾಧ್ಯಮದ ಮೂಲಕ ನಿಮಗೆ ಯಶಸ್ಸು ಖಂಡಿತ.

ಈ ಧ್ವನಿ ಮಾಧ್ಯಮದ ಮಹತ್ವವನ್ನು ಅರಿತ ಹಲವಾರು ದಿನಪತ್ರಿಕೆಗಳು ಪಾಡ್‌ಕಾಸ್ಟ್ ಪ್ರಸಾರವನ್ನು ಬಳಸಿಕೊಂಡು ತಮ್ಮ ವೈವಿಧ್ಯಮಯ ಕಾರ್ಯಕ್ರಮಗಳನ್ನು ಪ್ರಸಾರ ಮಾಡುತ್ತಿವೆ. ಬಹುಮಾಧ್ಯಮ ಸಂಸ್ಕೃತಿಗೆ ಎಲ್ಲ ಸುದ್ದಿಮಾಧ್ಯಮಗಳು ಅನಿವಾರ್ಯವಾಗಿ ಹೊಂದಿಕೊಳ್ಳಬೇಕಾಗಿದೆ. 'ನೇಚರ್' ಎಂಬ ಹೆಸರಾಂತ ವಿಜ್ಞಾನ ನಿಯತಕಾಲಿಕೆ ಮೊದಲ ಬಾರಿಗೆ ತಾನು ಪ್ರಕಟಿಸುವ ಲೇಖನ-ಸುದ್ದಿಗಳನ್ನು ಧ್ವನಿಗೆ ಪರಿವರ್ತಿಸಿ ಓದುಗರಿಗೆ ಕೇಳಿಸುವ ಪೂರಕ ಸೇವೆಯನ್ನು ಪ್ರಯೋಗಾತ್ಮಕವಾಗಿ ಆರಂಭಿಸಿತು. ನಂತರದ ದಿನಗಳಲ್ಲಿ ಸುದ್ದಿಸೇವೆಗಳಲ್ಲಿ ನಿರತರಾಗಿರುವ ದೈನಿಕಗಳು ಪಾಡ್‌ಕಾಸ್ಟ್ ಪ್ರಸಾರವನ್ನು ಗಂಭೀರವಾಗಿ ಪರಿಗಣಿಸಲು ಆರಂಭಿಸಿದವು. ಈ ನಿಟ್ಟಿನಲ್ಲಿ ಅಮೆರಿಕಾದ 'ನ್ಯೂಯಾರ್ಕ್ ಟೈಮ್ಸ್' ಪತ್ರಿಕೆ ತಾನು ಪ್ರಕಟಿಸುವ ಸುದ್ದಿ, ಲೇಖನಗಳನ್ನು ಧ್ವನಿಗೆ ಪರಿವರ್ತಿಸಿ ಪಾಡ್ ಪ್ರಸಾರಗೊಳಿಸಲು ನಿರ್ಧರಿಸಿ ಯಶಸ್ಸು ಗಳಿಸಿತು. ಕ್ರಮೇಣವಾಗಿ ದಿನಪತ್ರಿಕೆಗಳು ಸುದ್ದಿ ಪ್ರಕಟಣೆಯ ವೇಗಕ್ಕೆ ಹೊಂದುವಂತೆ

ತಂತ್ರಜ್ಞಾನ ವಿನ್ಯಾಸಗೊಳಿಸಿದರು. ಈ ಸೇವೆ ಅಮೆರಿಕಾದಲ್ಲಿ ಬಹುಬೇಗ ನಂತರ ಇತರೆ ದೇಶಗಳಲ್ಲಿ ಜನಪ್ರಿಯವಾಯಿತು. ಈಗಾಗಲೇ ಕನ್ನಡದ ಹಲವಾರು ದಿನಪತ್ರಿಕೆಗಳು ಪಾಡ್ ಪ್ರಸಾರ ಆರಂಭಿಸಿ ತಮ್ಮ ಓದುಗರಿಗೆ ಮಾಹಿತಿ ಮತ್ತು ಮನರಂಜನೆ ಒದಗಿಸುತ್ತಿವೆ. ವಿಶ್ವವ್ಯಾಪಿ ಓದುಗರನ್ನು ಹೊಂದಿರುವ ತಮಿಳು ಮುದ್ರಣ ಮಾಧ್ಯಮಗಳು ಈ ತಂತ್ರಜ್ಞಾನವನ್ನು ವಿಸ್ತೃತವಾಗಿ ಬಳಸುತ್ತಿವೆ.

ಸ್ಮಾರ್ಟ್‌ಫೋನ್‌ಗಳ ಬಳಕೆ ಹೆಚ್ಚುತ್ತಿರುವ ಈ ದಿನಗಳಲ್ಲಿ ಪಾಡ್ ಪ್ರಸಾರ ನಮ್ಮ ದೇಶದಲ್ಲಿ ವ್ಯಾಪಕವಾಗಿ ವಿಸ್ತರಿಸುತ್ತಿರುವುದು ಗಮನಾರ್ಹ. ಮೊಬೈಲ್ ಡೇಟಾ ಬೆಲೆ ಕಡಿಮೆಯಿರುವ ಕಾರಣ ಆನ್‌ಲೈನ್‌ನಲ್ಲಿ ಪ್ರವಹಿಸುವ ಪಾಡ್ ಪ್ರಸಾರ ವೇಗವಾಗಿ ಬೆಳೆಯುತ್ತಿದೆ. ಕೊರೋನ ಸಾಂಕ್ರಾಮಿಕತೆಯ ಅವಧಿಯಲ್ಲಿ ಪಾಡ್ ಪ್ರಸಾರ ಬಹುವೇಗವಾಗಿ ಬೆಳೆಯಿತು. ಈ ಅವಧಿಯಲ್ಲಿ ಪಾಡ್ ಪ್ರಸಾರದ ಪ್ರಮುಖ ವಾಹಿನಿ 'ಆಂಕರ್' ಹತ್ತು ಲಕ್ಷ ಹೊಸ ಪಾಡ್ ಪ್ರಸಾರಗಳನ್ನು ಆರಂಭಿಸಿತು. 2020ರಲ್ಲಿ 40 ಸಾವಿರಕ್ಕೂ ಅಧಿಕ ನೂತನ ಪಾಡ್ ಕಾರ್ಯಕ್ರಮಗಳನ್ನು ಪ್ರಸಾರಿಸಲು ಆರಂಭಿಸಿದ 'ಆಂಕರ್' ವಾಹಿನಿ, 25 ಸಾವಿರ ಹೊಸ ಕಾರ್ಯಕ್ರಮಗಳನ್ನು ಭಾರತದಿಂದಲೇ ಪ್ರಸಾರಿಸಲು ಆರಂಭಿಸಿತು. ಭಾರತದಲ್ಲಿ ಈಗ ಅಂದಾಜು ಆರು ಕೋಟಿ ಕೇಳುಗರು ಪಾಡ್ ಪ್ರಸಾರ ಕೇಳುತ್ತಾರೆ ಎನ್ನಲಾಗಿದೆ. ಭಾರತವು ವಿಶ್ವದ ಮೂರನೇ ಅತಿದೊಡ್ಡ ಪಾಡ್ ಪ್ರಸಾರ ಮಾಡುವ ಮಾರುಕಟ್ಟೆಯಾಗಿದೆ. ಈ ಮಾಧ್ಯಮದ ಮಹತ್ವವನ್ನು ಅರಿತ ಹಲವಾರು ಸ್ವದೇಶಿ ಸ್ಟಾರ್ಟ್‌ಅಪ್‌ಗಳು ಮತ್ತು ಆಡಿಯೋ ಪ್ರಕಾಶಕರು ಈಗ ದೇಶಿಯ ಭಾಷೆಗಳಲ್ಲಿ ತರತರಹದ ವ್ಯಾಪಕ ಶ್ರೇಣಿಯ ಕಾರ್ಯಕ್ರಮಗಳನ್ನು ಪ್ರಸಾರಿಸುತ್ತಿದ್ದಾರೆ. ಅಮೆರಿಕಾ ಮತ್ತು ಚೀನಾ ಹೊರತುಪಡಿಸಿ ಪಾಡ್ ಪ್ರಸಾರ ನಮ್ಮ ದೇಶದಲ್ಲಿ ಬಹುವೇಗವಾಗಿ ಬೆಳೆಯುತ್ತಿದೆ.

ಸ್ಥಳೀಯ ಭಾಷಾ ವೈವಿಧ್ಯತೆಯ ಸೊಗಡುಗಳನ್ನು ಸಮರ್ಪಕವಾಗಿ ಬಳಸಿ ಅಧಿಕ ಸಂಖ್ಯೆಯಲ್ಲಿ ಶ್ರೋತೃಗಳನ್ನು ತಲಪಲು ಪಾಡ್ ಪ್ರಸಾರ ಮಹತ್ತರ ವಾಹಿನಿಯಾಗಿದೆ. ಕನ್ನಡ ಭಾಷೆ ಬಳಸುವಿಕೆಯಲ್ಲಿ ಜಿಲ್ಲೆಯಿಂದ ಜಿಲ್ಲೆಗೆ ಅಗಾಧವಾದ ಭಿನ್ನತೆಗಳಿವೆ. ಅವುಗಳನ್ನು ಸಮರ್ಥವಾಗಿ ಬಳಸಿ ನಿಮ್ಮದೇ ಶ್ರೋತೃ ಬಳಗವನ್ನು ಸೃಷ್ಟಿಸಿಕೊಳ್ಳುವ ಅವಕಾಶಗಳನ್ನು ಪಾಡ್ ಪ್ರಸಾರ ನೀಡುತ್ತದೆ.

ಪತ್ರಿಕೆ ಮತ್ತು ಟಿವಿ ಮಾಧ್ಯಮಗಳಲ್ಲಿರುವ ಬಗೆಬಗೆಯ ಕಾರ್ಯಕ್ರಮಗಳ ಮಾದರಿಗಳನ್ನು ಪಾಡ್ ಪ್ರಸಾರದಲ್ಲೂ ಅಳವಡಿಸಿಕೊಳ್ಳಲಾಗಿದೆ. ಬಹುಹಂತಗಳಲ್ಲಿ ಹೇಳಬಹುದಾದ ಧಾರಾವಾಹಿಗಳು, ತನಿಖಾ ಸುದ್ದಿ, ಕೊಲೆ ಪ್ರಕರಣಗಳ ಮರು ನಿರೂಪಣೆ, ಪ್ರವಾಸ ಕಥನಗಳು, ಕವಿತೆ ವಾಚನ, ವಿಜ್ಞಾನ ಕಥನಗಳು, ದಿನನಿತ್ಯ ಜೀವನಕ್ಕೆ ಉಪಯುಕ್ತ ಸಲಹೆಗಳು, ಉಳಿತಾಯ ಮಾರ್ಗದರ್ಶನ, ಪುರಾಣ ಕಥೆಗಳು, ರೂಪಕಗಳು, ಸಂಗೀತ, ವಿಡಂಬನೆ, ನಾಟಕ, ಹಿತೋಪದೇಶಗಳು, ಕಿರುಕಥೆಗಳು, ಹನಿಗವನಗಳು, ಸ್ಥಳೀಯ ಇತಿಹಾಸ, ಮಕ್ಕಳ ಕಥೆಗಳು–ಹೀಗೆ

ಅಸಂಖ್ಯಾತ ಮಾದರಿಗಳಲ್ಲಿ ಕಾರ್ಯಕ್ರಮಗಳನ್ನು ಪ್ರಸಾರ ಮಾಡಬಹುದು. ಇಲ್ಲವೇ ಯಾವುದಾದರೊಂದು ಆಸಕ್ತಿಯುತ ವಿಷಯ ಕುರಿತ ಸರಣಿ ಆರಂಭಿಸಬಹುದು. ಕೇಳಲು ಹಿತವೆನಿಸಿದರೆ ಸರಣಿ ಕಾರ್ಯಕ್ರಮಗಳಿಗೆ ಅಪಾರ ಸಂಖ್ಯೆಯ ಕೇಳುಗರು ನಿಮಗೆ ಲಭ್ಯ. ಒಮ್ಮೆ ನಿಮ್ಮ ಆಕರ್ಷಕ ಧ್ವನಿ ಮತ್ತು ಕಥೆ ಹೇಳುವ ಕಲೆ ಗುಂಗಿಡಿಸಿದರೆ ಸಾಕು. ಶ್ರೋತೃಗಳು ಜೋತು ಬೀಳುವುದು ಖಂಡಿತ. ಹಾಸ್ಯಕ್ಕೆ ಇದು ಹೇಳಿ ಮಾಡಿಸಿದ ಮಾಧ್ಯಮ. ಸಾರ್ವಜನಿಕ ಆಸಕ್ತಿ ವಿಷಯಗಳನ್ನು ಕುರಿತ ವಿಡಂಬನೆ ನಿಮ್ಮನ್ನು ಬಹು ಜನಪ್ರಿಯರಾಗಿಸಬಲ್ಲದು. ಹಾಸ್ಯ ಕಲಾವಿದರಾಗಿ ಅನೇಕರು ಹೆಸರು ಮತ್ತು ಹಣ ಮಾಡಿದ್ದಾರೆ. ನಿಮ್ಮ ಕಾರ್ಯಕ್ರಮಗಳಿಗೆ ಹೆಚ್ಚು ಕೇಳುಗರಿದ್ದರೆ, ಜಾಹಿರಾತುಗಳು ಸಹ ಲಭ್ಯವಾಗುತ್ತವೆ.

ಪಾಡ್ ಪ್ರಸಾರದಲ್ಲಿ ಯಶಸ್ಸು ಗಳಿಕೆ ಹೇಗೆ?

ಪಾಡ್ ಪ್ರಸಾರದಲ್ಲಿ ನೀವು ಸಕ್ರಿಯವಾಗಲು ಮಾಡಬೇಕಾದುದು ಇಷ್ಟೇ. ನಿಮ್ಮಲ್ಲಿರುವ ಸ್ಮಾರ್ಟ್‌ಫೋನ್, ಟ್ಯಾಬ್ ಇಲ್ಲವೇ ಕಂಪ್ಯೂಟರ್‌ಗಳಲ್ಲಿನ ಧ್ವನಿಮುದ್ರಣ ವ್ಯವಸ್ಥೆಯನ್ನು ಸರಿಯಾಗಿ ಪರಿಶೀಲಿಸಿಕೊಳ್ಳಿ. ಸುತ್ತಮುತ್ತ ಗಲಾಟೆ ಇಲ್ಲದಿರುವ ಸಮಯವನ್ನು ಬಳಸಿಕೊಂಡು ರೆಕಾರ್ಡ್ ಮಾಡಿ. ಪುನರಾಲಿಸಿ. ನಿಮ್ಮ ಮಾತಿನ ವೇಗವನ್ನು ಗಮನಿಸಿ. ನಿಮ್ಮ ಆಯ್ಕೆಯ ವಿಷಯ ಕುರಿತು ನಿರರ್ಗಳವಾಗಿ ಮಾತನಾಡಿ. ರೆಕಾರ್ಡ್ ಮಾಡುವ ಮುನ್ನ ಮೂರು ಹಂತಗಳನ್ನು ಗಮನಿಸಿ: ಆರಂಭದಲ್ಲಿ ನಿಮ್ಮ ಹಾಗೂ ಕಾರ್ಯಕ್ರಮದ ಕಿರು ಪರಿಚಯ, ಉದಾಹರಣೆಗಳೊಂದಿಗೆ ವಿಷಯ ವಿಸ್ತರಣೆ ಮತ್ತು ಮನಮಿಡಿಯುವ ರೀತಿಯಲ್ಲಿ ಅಂತ್ಯಗೊಳಿಸುವುದು. ನೆನಪಿರಲಿ ಇದು ಕೇವಲ ಶ್ರವ್ಯ ಮಾಧ್ಯಮ. ನಿಮ್ಮ ವಿವರಣೆ ಮತ್ತು ನಿರೂಪಣೆ ಎಷ್ಟು ಮಹತ್ತರ ಎಂದರೆ, ನಿಮ್ಮ ಮಾತುಗಳು ಕೇಳುಗರ ಮನದಲ್ಲಿ ಚಿತ್ರ ಬಿಡಿಸಿದಂತಿರಬೇಕು. ಧ್ವನಿಮುದ್ರಣವನ್ನು ಹಲವು ಸಲ ಕೇಳಿ. ಪದಗಳ ಉಚ್ಚಾರಗಳನ್ನು ಅವಲೋಕಿಸಿ. ತೀರಾ ಅವಶ್ಯವೆನಿಸಿದರೆ ಮರುಮುದ್ರಿಸಿ. ನಿಮ್ಮ ಸ್ನೇಹಿತರಿಗೆ ಕೇಳಿಸಿ. ಅವರ ಪ್ರತಿಕ್ರಿಯೆಗಳನ್ನು ಗಮನಿಸಿ. ಸೂಕ್ತವೆನಿಸಿದರೆ ಗುಣಾತ್ಮಕ ಸಲಹೆಗಳನ್ನು ಅಳವಡಿಸಿಕೊಳ್ಳಿ.

ಒಳ್ಳೆಯ ಶೀರ್ಷಿಕೆ ಯಾವುದೇ ಕಾರ್ಯಕ್ರಮಕ್ಕೆ ಅವಶ್ಯ. ಅಂತ್ಯಗೊಳಿಸುವಾಗ ಮತ್ತೊಮ್ಮೆ ನಿಮ್ಮ ಕಾರ್ಯಕ್ರಮದ ಶೀರ್ಷಿಕೆ ಹಾಗೂ ನಿಮ್ಮ ಹೆಸರುಗಳನ್ನು ತಪ್ಪದೆ ನಿಮ್ಮ ಕೇಳುಗರಿಗೆ ನೆನಪಿಸಿ. ಬಹುತೇಕ ಎಲ್ಲ ಸ್ಮಾರ್ಟ್‌ಫೋನ್, ಟ್ಯಾಬ್ ಮತ್ತು ಕಂಪ್ಯೂಟರ್‌ಗಳಲ್ಲಿ ಧ್ವನಿಸಂಕಲನ ವ್ಯವಸ್ಥೆಯಿದೆ. ಅದನ್ನು ಬಳಸಿ, ಹಿನ್ನೆಲೆ ಸಂಗೀತ ಸೇರಿಸಬಹುದು, ಧ್ವನಿ ಏರಿಳಿತಗಳನ್ನು ಮಾಡಬಹುದು, ಹಾಗೂ ತಪ್ಪುಗಳಿದ್ದರೆ ಸರಿಪಡಿಸಿಕೊಳ್ಳಬಹುದು. ಸ್ಮಾರ್ಟ್‌ಫೋನ್‌ಗಿಂತ ನಿಮ್ಮ ಬಳಿ ಕಂಪ್ಯೂಟರ್/ಲ್ಯಾಪ್‌ಟಾಪ್‌ಗಳಿದ್ದರೆ ಇನ್ನೂ ಅನುಕೂಲ. ಇವುಗಳಲ್ಲಿ ಮೈಕ್ರೋಫೋನ್

ಅಳವಡಿಸಲಾಗಿರುತ್ತದೆ. ಇಲ್ಲವೇ ಸ್ಟಾಂಡ್ ಇರುವ ಡೈನಾಮಿಕ್ ಮೈಕ್ ಖರೀದಿಸಿ. ಸ್ಪಷ್ಟ ಧ್ವನಿಮುದ್ರಣ ಇದರಿಂದ ಸಾಧ್ಯ. ಚರ್ಚೆ ಹಾಗೂ ಇತರೆ ಕಾರ್ಯಕ್ರಮಗಳನ್ನು ಧ್ವನಿಮುದ್ರಿಸಲು ಇದರಿಂದ ಸುಲಭ. ಬಹುತೇಕ ಕಂಪ್ಯೂಟರ್/ಲ್ಯಾಪ್‌ಟಾಪ್‌ಗಳಲ್ಲಿ ಧ್ವನಿಸಂಕಲನ ತಂತ್ರಾಂಶಗಳನ್ನು ಅಳವಡಿಸಲಾಗಿರುತ್ತದೆ. ಅದನ್ನು ಬಳಸಿ ನಿಮ್ಮ ಕಾರ್ಯಕ್ರಮವನ್ನು ಮತ್ತಷ್ಟು ಮಧುರಗೊಳಿಸಬಹುದು. ನಿಮ್ಮ ಬಳಿ ಹೆಡ್‌ಫೋನ್ ಇದ್ದರೆ ಧ್ವನಿಯ ಸೂಕ್ಷ್ಮತೆಗಳನ್ನು ಮತ್ತಷ್ಟು ಸಮರ್ಪಕವಾಗಿ ಗಮನಿಸಬಹುದು. ಇಷ್ಟು ಸಿದ್ಧರಿದ್ದರೆ ನೀವು ಪಾಡ್ ಪ್ರಸಾರಕ್ಕೆ ರೆಡಿ. ವಾಸ್ತವ ವಿಷಯಗಳನ್ನು ಕುರಿತು ಪಾಡ್ ಕಾರ್ಯಕ್ರಮ ನಿರ್ಮಾಣ ಸುಲಭ. ಆದರೆ ಕಲ್ಪಿತ ಕಥೆಗಳ ಆಧಾರಿತ ಕಾರ್ಯಕ್ರಮ ನಿರ್ಮಾಣ ಸಂಕೀರ್ಣವಾದುದು. ಇದಕ್ಕೆ ಹೆಚ್ಚಿನ ಕಲಾವಿದರ ಅವಶ್ಯಕತೆ, ಧ್ವನಿಮುದ್ರಣಕ್ಕೆ ಸ್ಟುಡಿಯೋ, ವಿಶೇಷ ಧ್ವನಿ ಪರಿಣಾಮಗಳ ಅವಶ್ಯಕತೆ ಬರಬಹುದು. ಇಂತಹ ಸಂಕೀರ್ಣ ಪಾಡ್ ಕಾರ್ಯಕ್ರಮಗಳ ನಿರ್ಮಾಣಕ್ಕೆ ಬೃಹತ್ ನಗರಗಳಲ್ಲಿ ಧ್ವನಿಮುದ್ರಣ ಸ್ಟುಡಿಯೋಗಳು ತಲೆಯೆತ್ತಿವೆ. ಇವುಗಳ ನೆರವು ಪಡೆಯಬಹುದು.

ನಿಮ್ಮ ಚಿತ್ರ, ವಿಡಿಯೋಗಳು ಹಾಗೂ ಅಭಿಪ್ರಾಯಗಳನ್ನು ಹಂಚಿಕೊಳ್ಳಲು ಹಲವಾರು ವೇದಿಕೆಗಳು ಇರುವಂತೆ, ಪಾಡ್ ಪ್ರಸಾರಕ್ಕೆ ಹತ್ತಾರು ವೇದಿಕೆಗಳಿವೆ. ಇಂತಹ ಕಾರ್ಯಕ್ರಮಗಳನ್ನು ಆಸಕ್ತರಿಗೆ ಲಭ್ಯವಾಗುವಂತೆ ನೆರವಾಗುತ್ತವೆ. ಜನಪ್ರಿಯ ಪಾಡ್‌ಕಾಸ್ಟ್ ವೇದಿಕೆಗಳೆಂದರೆ ಸ್ಪಾಟಿಫೈ, ಆಂಕರ್, ಜಿಯೋ ಸಾವನ್, ಪಾಡ್‌ಕಾಸ್ಟ್ ಅಡಿಕ್ಟ್, ಗೂಗಲ್ ಪಾಡ್‌ಕ್ಯಾಸ್ಟ್, ಪಾಕೆಟ್ ಸ್ಕ್ಯಾಟ್, ಹೆಡ್‌ಫೋನ್, ಆವಾಜ್.ಕಾಮ್, ಸುನೋಇಂಡಿಯಾ, ಕ್ಯಾಸ್ಟ್‌ಬಾಕ್ಸ್, ಇಂಡಿಯಾ ಆನ್ ದಿ ಡ್ರೈವ್, ಹುಬ್ಹೊಪ್ಪರ್ ಮುಂತಾದ ಸಂಸ್ಥೆಗಳಿವೆ. ನಿಮ್ಮ ಕಾರ್ಯಕ್ರಮದ ಕೇಳುಗರ ಸಂಖ್ಯೆ ಜಾಸ್ತಿಯಾಗುತ್ತಿದ್ದಂತೆ, ನಿಮಗೆ ಹಣ ಬರಬಹುದು ಮತ್ತು ಜಾಹಿರಾತುಗಳು ಬಂದರೆ ಇನ್ನೂ ಹೆಚ್ಚು ಹಣ ಗಳಿಸಬಹುದು.

ಪಾಡ್‌ಕಾಸ್ಟ್ ಆಲಿಸುವವರ ಕುರಿತ ಅಂಕಿಅಂಶಗಳು ಈಗ ಲಭ್ಯ. ಪಾಡ್‌ಕಾಸ್ಟ್ ಅನಾಲಿಟಿಕ್ಸ್ ಕಾರ್ಯಕ್ರಮಗಳನ್ನು ಆಲಿಸುವವರ ಮಾಹಿತಿಯನ್ನು ಮಾಸಿಕವಾಗಿ ನೀಡುತ್ತಿದೆ. ಸಂಗ್ರಹಿಸಿದ ದತ್ತಾಂಶಗಳು ಪ್ರಕಾರ ಕೇಳುಗರು ತಾವು ಆಲಿಸುವ ಇತರ ಮಾಧ್ಯಮಗಳಿಗಿಂತ ಪಾಡ್‌ಕಾಸ್ಟ್‌ಗಳ ಮೇಲೆ ಹೆಚ್ಚು ಗಮನ ಕೇಂದ್ರೀಕರಿಸುತ್ತಾರೆ ಎಂದು ಪ್ರತಿಪಾದಿಸಿದೆ. ಪಾಡ್ ಪ್ರಸಾರ ಉದ್ಯಮ ಉನ್ನತೀಕರಣಕ್ಕೆ ಇದು ನೆರವಾಗಿದೆ.

ಜಾಗತಿಕ ಪಾಡ್ ಪ್ರಸಾರ ದಿನ–ಸೆಪ್ಟೆಂಬರ್ 30

ಪಾಡ್‌ಕಾಸ್ಟ್ ವಿಕಸನಗೊಂಡಂತೆ, ಈ ಶ್ರವಣೇಂದ್ರಿಯ ಮಾಧ್ಯಮ ಜನಪ್ರಿಯವಾಗತೊಡಗಿತು. ಸೆಪ್ಟೆಂಬರ್ 30ರಂದು ಅಂತರಾಷ್ಟ್ರೀಯ ಪಾಡ್‌ಕಾಸ್ಟ್

ದಿನವನ್ನಾಗಿ 2014ರಿಂದ ಆಚರಿಸಲು ನಿರ್ಧರಿಸಲಾಯಿತು. ದೇಶ, ವಿದೇಶಗಳ ಜನಪ್ರಿಯ ಪಾಡ್ ಪ್ರಸಾರಕರು ತಮ್ಮ ಪಾಡ್ ಪ್ರಸಾರ ಪ್ರಯಾಣ, ವೈಯಕ್ತಿಕ ಕಥೆಗಳನ್ನು ನೇರವಾಗಿ ಹಂಚಿಕೊಂಡು ಸಂಭ್ರಮಿಸುತ್ತಾರೆ. ಪ್ರಪಂಚದಾದ್ಯಂತ ಸ್ವತಂತ್ರ ಪಾಡ್ ಪ್ರಸಾರಕರ ಪ್ರತಿಭೆಯನ್ನು ಪ್ರದರ್ಶಿಸಲು ಮತ್ತು ಬೆಳೆಯುತ್ತಿರುವ ಉದ್ಯಮದ ಜಾಗೃತಿಯನ್ನು ಹೆಚ್ಚಿಸಲು ಈ ದಿನಾಚರಣೆ ನೆರವಾಗಿದೆ.

ದಕ್ಷಿಣ ಕೊರಿಯಾವು ಪಾಡ್ ಪ್ರಸಾರ ಆಲಿಸುವವರಲ್ಲಿ ಪ್ರಪಂಚದಲ್ಲಿ ಅಗ್ರಸ್ಥಾನದಲ್ಲಿದೆ, ಪ್ರತಿಶತ ಶೇ. 58ರಷ್ಟು ದಕ್ಷಿಣ ಕೊರಿಯನ್ನರು ಪ್ರತಿ ತಿಂಗಳು ಪಾಡ್‌ಕಾಸ್ಟ್‌ಗಳನ್ನು ಕೇಳುತ್ತಿದ್ದಾರೆ. ಪ್ರಪಂಚದಾದ್ಯಂತ ಈಗ ಏಳು ಲಕ್ಷಕ್ಕಿಂತ ಅಧಿಕ ಸಕ್ರಿಯ ಪಾಡ್ ಪ್ರಸಾರಕರಿದ್ದಾರೆ. ಅಮೆರಿಕಾದಲ್ಲಿ ಪ್ರತಿವಾರ ಆರು ಕೋಟಿಗೂ ಅಧಿಕ ಮಂದಿ ಇವುಗಳನ್ನು ಆಲಿಸುತ್ತಾರೆ. ಜಗತ್ತಿನಾದ್ಯಂತ ಪಾಡ್ ಪ್ರಸಾರದಿಂದ ಒಂದು ಬಿಲಿಯನ್ ಡಾಲರ್ ಆದಾಯದ ನಿರೀಕ್ಷೆ ಇದೆಯೆಂದು ಅಂದಾಜಿಸಲಾಗಿದೆ.

ಕನ್ನಡದಲ್ಲಿ ಪ್ರಸಾರವಾಗುವ ಹಲವು ಪಾಡ್ ಪ್ರಸಾರ ಕಾರ್ಯಕ್ರಮಗಳು

ಪಾಡ್ ಪ್ರಸಾರವನ್ನು ಬಹುವ್ಯವಸ್ಥಿವಾಗಿ ಬಳಸುತ್ತಿರುವ ಎರಡು ಪ್ರಮುಖ ದೈನಿಕಗಳೆಂದರೆ 'ಪ್ರಜಾವಾಣಿ' ಮತ್ತು 'ಉದಯವಾಣಿ'. 'ಪ್ರಜಾವಾಣಿ'ಯ 'ಕನ್ನಡ ಧ್ವನಿ' ಪಾಡ್‌ಕಾಸ್ಟ್–ಮಾತುಕತೆ, ಸಂವಾದ, ಸಂವಹನ, ದೇಶ–ವಿದೇಶದ ಸಮಗ್ರ ಸುದ್ದಿ, ಮಾಹಿತಿ, ರಾಜ್ಯದ ಬೆಳವಣಿಗೆಯ ಮೇಲೆ ಬೆಳಕು ಚೆಲ್ಲುತ್ತದೆ.

ಉದಯವಾಣಿ ಬಳಗದ 'ತರಂಗ' ಸಾಪ್ತಾಹಿಕದಲ್ಲಿ ಪ್ರಕಟವಾಗುವ 'ಪ್ರಿಯ ಓದುಗರೇ' ಅಂಕಣವನ್ನು ಪಾಡ್ ಪ್ರಸಾರದಲ್ಲಿ ಆಲಿಸಬಹುದು. ಮಕ್ಕಳಿಗಾಗಿ ಸಂಧ್ಯಾ ಪೈ ಅವರು ಹೇಳುವ 'ಮನೋಜ್ಞ ರಾಮಾಯಣ' ಕೂಡ ಜನಪ್ರಿಯವಾಗಿದೆ.

ಎಸ್. ಮುಕುಂದ್ ಮತ್ತು ಸ್ನೇಹಿತರು ಆರಂಭಿಸಿರುವ 'ಅರಳಿ ಕಟ್ಟೆ' ವಾರಕ್ಕೊಮ್ಮೆ ಪ್ರಚಲಿತ ಸಮಸ್ಯೆಗಳನ್ನು ಕುರಿತ ಸಾಪ್ತಾಹಿಕ ಕಾರ್ಯಕ್ರಮ.

ಪವನ್ ಶ್ರೀನಾಥ್ ಮತ್ತು ತಂಡದವರು ನಡೆಸುವ 'ತಲೆಹರಟೆ' ವಾರಕ್ಕೊಮ್ಮೆ ಪ್ರಸಾರವಾಗುವ ಹರಟೆ ಕಾರ್ಯಕ್ರಮ. ಈ ಚರ್ಚಾ ಕಾರ್ಯಕ್ರಮಗಳಲ್ಲಿ ಆಯಾ ಕ್ಷೇತ್ರದ ಪ್ರಮುಖರು ಭಾಗವಹಿಸಿ ಚರ್ಚೆಗಳನ್ನು ಆಕರ್ಷಕವಾಗಿ ಮಂಡಿಸುತ್ತಾರೆ.

ಆಕಾಶ್ ಮತ್ತು ಅರವಿಂದ ಕೃಷ್ಣ ಪ್ರಸ್ತುತಪಡಿಸುವ 'ಕನ್ನಡ ಗೊತ್ತಿಲ್ಲ' ಎಂಬುದು ಇನ್ನೊಂದು ಜನಪ್ರಿಯ ಪಾಡ್ ಪ್ರಸಾರ. ಸಂದರ್ಭಾನುಸಾರ ದಿನನಿತ್ಯದ ವ್ಯವಹಾರಗಳನ್ನು ಹೇಗೆ ನಿಭಾಯಿಸಬೇಕೆನ್ನುವ ಅಂಶಗಳನ್ನು ತಿಳಿ ಹೇಳುವ ಪ್ರಯತ್ನ. ದಿನನಿತ್ಯ ನಗರ ಪ್ರದೇಶಗಳಲ್ಲಿ ಅನ್ಯಭಾಷಿಕರು ಹೇಗೆ ಸ್ಥಳೀಯರೊಂದಿಗೆ ವ್ಯವಹರಿಸಲು ಸುಲಭವಾಗುವ ಕನ್ನಡ ಆಡುಭಾಷೆಯನ್ನು ಕಲಿಸುವ ಪ್ರಯತ್ನವಿದು.

ಸುನೀಲ್ ರಾಘವೇಂದ್ರ ಪ್ರಸ್ತುತಪಡಿಸುವ 'ಕ್ರಿಕೆಟ್ ಕನ್ನಡಿಗ' ಕ್ರಿಕೆಟ್‌ಗೆ ಮೀಸಲಾದ ಪಾಡ್ ಪ್ರಸಾರ.

ಡಿವಿಜಿ ಅವರ ಮಂಕುತಿಮ್ಮನ ಕಗ್ಗ ಕೃತಿಯ ವಿವರಣೆ ಹೊಂದಿದ 'ಕಗ್ಗಾನುಭಾವ' ಇನ್ನೊಂದು ಪ್ರಮುಖ ಪಾಡ್ ಪ್ರಸಾರ. ಇದನ್ನು ಪ್ರಸ್ತುತಿ ಪಡಿಸುವವರು ಅರುಣ್ ಮೇಷ್ಟ್ರು.

ವಿಜ್ಞಾನಕ್ಕೆ ಮೀಸಲಾದ 'ಜನಸುದ್ದಿ'ಯ ರೂವಾರಿ ಕೊಳ್ಳೇಗಾಲ ಶರ್ಮ ಅವರು. ವಿಜ್ಞಾನ ಶಿಕ್ಷಕರಿಗೆಂದು ಆರಂಭವಾದ ಈ ಕಾರ್ಯಕ್ರಮ ಈಗ ಎಲ್ಲ ವರ್ಗದವರಲ್ಲೂ ಜನಪ್ರಿಯ. ಇವರು ಮೈಸೂರಿನಲ್ಲಿರುವ ಕೇಂದ್ರೀಯ ಆಹಾರ ಸಂಶೋಧನಾಲಯದ ನಿವೃತ್ತ ವಿಜ್ಞಾನಿ.

(ಸಮಾಜಮುಖಿ, ನವೆಂಬರ್ 2020)

10

ಡಿಜಿಟಲ್ ಸ್ಪರ್ಧೆ: ಪರಿವರ್ತನೆ ಯುಗದಲ್ಲಿ ಬಾನುಲಿ

ವಿಶ್ವಸಂಸ್ಥೆ ಅನುಮೋದಿತ ‘ವಿಶ್ವ ಬಾನುಲಿ ದಿನ’ ಹಲವು ವಿಶೇಷತೆಗಳನ್ನು ಹೊಂದಿದೆ. ಫೆಬ್ರವರಿ 13ರಂದು ಆಚರಿಸುವ ಈ ದಿನ ಎಲ್ಲ ಬಾನುಲಿ ಕೇಂದ್ರಗಳು ಹಾಗೂ ಇತರೆ ಸಂಬಂಧಿತ ಸಂಸ್ಥೆಗಳು ಈ ಬಹು ಉಪಯೋಗಿ ಮಾಧ್ಯಮದ ಮಹತ್ವದ ಮೇಲೆ ಬೆಳಕು ಚೆಲ್ಲುತ್ತವೆ. ಶ್ರೋತೃಗಳ ಜತೆ ಸಂವಾದಿಸುತ್ತವೆ. ಅವರಲ್ಲಿ ಈ ಮಾಧ್ಯಮದ ಮಹತ್ವವನ್ನು ತಿಳಿಯಪಡಿಸುತ್ತವೆ. ಕಳೆದ 11 ವರ್ಷಗಳಿಂದ ‘ವಿಶ್ವ ಬಾನುಲಿ ದಿನ’ವನ್ನು ಜಗತ್ತಿನಾದ್ಯಂತ ಆಚರಿಸಲಾಗುತ್ತಿದೆ. ಈ ದಿನವೇ ಯಾಕೆ? ಫೆಬ್ರವರಿ 13ರಂದು ವಿಶ್ವಸಂಸ್ಥೆಯಲ್ಲಿ ಬಾನುಲಿ ಕೇಂದ್ರ ಆರಂಭವಾದ ದಿನದ ನೆನಪಿಗೆ ಈ ದಿನವನ್ನು ಆಯ್ಕೆ ಮಾಡಲಾಗಿದೆ.

ಬಾಹ್ಯ ಪ್ರಪಂಚದ ಬೆಳವಣಿಗೆಗಳಿಗೆ ಕಿಟಕಿ ತೆರದ ಮೊದಲಿನ ಮಾಧ್ಯಮ ಪತ್ರಿಕೆಗಳು. ನಂತರದ ದಿನಗಳಲ್ಲಿ ಸಿನಿಮಾ ಸೀಮಿತ ಮಟ್ಟದಲ್ಲಿ ದೂರ ಪ್ರದೇಶದ ದೃಶ್ಯಾವಳಿಗಳನ್ನು ತೆರೆಯ ಮೇಲೆ ಪ್ರಸ್ತುತಪಡಿಸಿತು. ಆದರೆ ಈ ಮಾಧ್ಯಮಗಳಿಗೆ ತಮ್ಮದೇ ಮಿತಿಗಳಿದ್ದವು. ಪತ್ರಿಕೆ ಓದಲು ಅಕ್ಷರ ಜ್ಞಾನ ಬೇಕು. ಚಿತ್ರಮಂದಿರಗಳಿಗೆ ಹಣ ತೆತ್ತು ಪ್ರವೇಶ ಪಡೆಯಬೇಕು. ಆದರೆ ಬಾನುಲಿ ಹಾಗಲ್ಲ. ನೀವು ಇರುವಲ್ಲಿಗೆ

ಸಂದೇಶಗಳನ್ನು ಹೊತ್ತುತರುವ ಅತ್ಯಂತ ಸರಳ ಮಾಧ್ಯಮ. ಗಾಳಿಯಲ್ಲಿ ತೇಲಿಬರುವ ಈ ಧ್ವನಿ ತರಂಗಗಳು ಪ್ರಕೃತಿ ನಿರ್ಮಿತ ಕೊಡುಗೆ. ಈ ಸಾಲಿನ 'ಬಾನುಲಿ ದಿನ' ಆಚರಣೆಯ ಸಂದರ್ಭದಲ್ಲಿ ಬಾನುಲಿ ಉದ್ಯಮವು ಮೂರು ಅಂಶಗಳತ್ತ ಗಮನ ಹರಿಸುವಂತೆ ಸೂಚಿಸಿದೆ.

1. **ಸ್ವತಂತ್ರ ಮತ್ತು ಉತ್ತಮ ಗುಣಮಟ್ಟದ ಕಾರ್ಯಕ್ರಮಗಳನ್ನು ಪ್ರಸಾರಿಸಿ:** ಈಗಿನ ಉನ್ನತ ಗುಣಮಟ್ಟದ ಡಿಜಿಟಲ್ ಯುಗದಲ್ಲಿ ಪತ್ರಿಕೋದ್ಯಮದ ಮೂಲ ಮಾನದಂಡಗಳನ್ನು ಗೌರವಿಸುವುದು ಪತ್ರಕರ್ತರಿಗೆ ಸವಾಲಿನ ಸಂಗತಿಯಾಗಿದೆ. ಶ್ರೋತೃಗಳ ನಂಬಿಕೆಯನ್ನು ಉಳಿಸಿ ಬೆಳೆಸಲು ಪರಿಶೀಲಿಸಬಹುದಾದ ಮಾಹಿತಿಯನ್ನು ಆಧರಿಸಿ ಕಾರ್ಯಕ್ರಮಗಳ ಪ್ರಸಾರ ಆಗಬೇಕು. ಇದರಿಂದ ಬಾನುಲಿ ಸಮಾಜದ ಎಲ್ಲ ವರ್ಗದವರಿಗೂ ಉತ್ತಮ ಭವಿಷ್ಯವನ್ನು ನಿರ್ಮಿಸಲು ಸಹಾಯ ಮಾಡುತ್ತದೆ.
2. **ಶ್ರೋತೃಗಳ ಅಗತ್ಯಗಳನ್ನು ಗಮನಿಸಿ:** ವಿಕಲಾಂಗ ವ್ಯಕ್ತಿಗಳನ್ನು ಒಳಗೊಂಡಂತೆ ಶ್ರೋತೃಗಳ ಮಾಹಿತಿ ಅಗತ್ಯಗಳ ಪೂರೈಕೆ ಮತ್ತು ಸಾಮಾಜಿಕ ಭಾಗವಹಿಸುವಿಕೆಗೆ ಬಾನುಲಿ ವೇಗವರ್ಧಕವಾಗಿದೆ. ಡಿಜಿಟಲ್ ಬಾನುಲಿ ವೇದಿಕೆಗಳು ಹಲವಾರು ನಾವೀನ್ಯತೆಗಳನ್ನು ಹೊಂದಿವೆ. ಅವುಗಳ ಸಮರ್ಥ ಬಳಕೆಯಾಗಲಿ.
3. **ಸ್ಪರ್ಧಾತ್ಮಕತೆಯ ಸವಾಲುಗಳನ್ನು ಖಚಿತಪಡಿಸಿಕೊಳ್ಳಿ:** ಮಾಧ್ಯಮ ಮಾರುಕಟ್ಟೆಗೆ ಆರ್ಥಿಕ ಬಿಕ್ಕಟ್ಟು ಬಂದಾಗ ಬಾನುಲಿ ಹೇಗೆ ಬದುಕಬಲ್ಲದು ಹಾಗೂ ನಿಷ್ಠಾವಂತ ಶ್ರೋತೃಗಳ ಬೆಂಬಲದಿಂದ ಆರ್ಥಿಕ ಸುಸ್ಥಿರತೆ ಹೇಗೆ ಹೊಂದಬಹುದು ಎಂಬುದರ ಬಗ್ಗೆ ಗಂಭೀರವಾಗಿ ಚಿಂತಿಸಿ.

ಇದು ಬಹುಮಾಧ್ಯಮ ಪ್ರಪಂಚ. ಎಲ್ಲ ಸಮೂಹ ಮಾಧ್ಯಮಗಳು ಪರಸ್ಪರ ಅವಲಂಬಿತ. ಎಲ್ಲ ಮಾಧ್ಯಮಗಳು ಅಂಗೈನಲ್ಲೇ ಲಭ್ಯ. ಈ ಹಿನ್ನೆಲೆಯಲ್ಲಿ ಫೆಬ್ರವರಿ 13ರಂದು ಆಚರಿಸುವ 'ವಿಶ್ವ ಬಾನುಲಿ ದಿನ' ವಿಶೇಷತೆಯನ್ನು ಹೊಂದಿದೆ. ಬದಲಾಗುತ್ತಿರುವ ಜಾಗತಿಕ ಮಾಧ್ಯಮ ಉದ್ದಿಮೆಯ ಗುಣಲಕ್ಷಣಗಳ ಹಿನ್ನೆಲೆಯಲ್ಲಿ ಪ್ರತಿ ಮಾಧ್ಯಮವು ತನ್ನ ಉಳಿವಿಗೆ ಹೆಣಗುತ್ತಿವೆ. ಡಿಜಲೀಕರಣದಿಂದ ಮಾಧ್ಯಮಗಳು ತಮ್ಮ ಮೂಲಸ್ವರೂಪಗಳನ್ನೇ ಬದಲಿಸಿಕೊಳ್ಳುತ್ತಿವೆ. ಇಂದಿನ ಸ್ಮಾರ್ಟ್ ಟಿವಿ ಸೆಟ್, ಮೊಬೈಲ್ ಇಲ್ಲವೇ ನಿಮ್ಮ ಕಂಪ್ಯೂಟರ್ ಎಲ್ಲ ಮಾಧ್ಯಮಗಳನ್ನು ಪರದೆಯ ಮೇಲೆ ಮೂಡಿಸಬಲ್ಲವು. ಟಿವಿ ನೋಡಬಹುದು, ರೇಡಿಯೋ ಕೇಳಬಹುದು, ಪತ್ರಿಕೆ ಇಲ್ಲವೇ ಪುಸ್ತಕಗಳನ್ನು ಓದಬಹುದು/ಆಲಿಸಬಹುದು, ಸಿನಿಮಾ ನೋಡಬಲ್ಲಿರಿ, ಗೇಮ್ಸ್ ಆಡಬಲ್ಲಿರಿ, ಸಂದೇಶಗಳನ್ನು ಕಳುಹಿಸಬಲ್ಲಿರಿ, ನಿಮ್ಮನ್ನು ನೀವೇ ಲೈವ್ ಆಗಿಸಿಕೊಳ್ಳಬಲ್ಲಿರಿ! ಸವಾಲು ಇರುವುದು ನಿಮ್ಮ ಮಾಧ್ಯಮದ ಬಳಕೆದಾರರ ವಿಶ್ವಾಸಾರ್ಹತೆಯನ್ನು ಸಂಪಾದಿಸುವಲ್ಲಿ. ಧ್ವನಿ–ಸಂಗೀತ ಆಧಾರಿತ ಸಂದೇಶಗಳನ್ನು

ಆಡಿಯೋ ಫೈಲ್‌ಗಳ ಮೂಲಕ ಕಳುಹಿಸುವ ತಂತ್ರಜ್ಞಾನದ ಬೆಳವಣಿಗೆಯ ಹಿನ್ನೆಲೆಯಲ್ಲಿ ಯಾರು ಬೇಕಾದರೂ ಬಾನುಲಿ ಕ್ಷೇತ್ರ ಪ್ರವೇಶಿಸಬಹುದಾಗಿದೆ. ಪಾಡ್‌ಕಾಸ್ಟಿಂಗ್ ಬಾನುಲಿಗೆ ಹೊಸ ಆಯಾಮವನ್ನೇ ನೀಡಿದೆ. ಬೇಕಾದಲ್ಲಿ ಬೇಕೆಂದಾಗ ನೀವು ಶ್ರವ್ಯ ಕಾರ್ಯಕ್ರಮಗಳನ್ನು ಆಲಿಸಬಹುದಾಗಿದೆ. ನೀವು ಪ್ರಸಾರಿಸುವ ಸಂದೇಶಗಳಲ್ಲಿ ನಂಬಿಕೆ ಇರಿಸುವುದು ದೊಡ್ಡ ಸವಾಲಾಗಿರುವ ಹಿನ್ನೆಲೆಯಲ್ಲಿ, ಪ್ರತಿ ಬಾನುಲಿ ಕೇಂದ್ರ ತನ್ನ ಶ್ರೋತೃಗಳ ಮನಗೆಲ್ಲುವುದು ಒಂದು ಸಾಹಸವೇ ಸರಿ.

ಶ್ರೋತೃಗಳ ಜತೆ ಮಾಹಿತಿ ಪ್ರಸರಣ ಮತ್ತು ವಿನಿಮಯಕ್ಕೆ ಬಾನುಲಿಯಂತಹ ಮಾಧ್ಯಮ ಇನ್ನೊಂದಿಲ್ಲ. ಅಗತ್ಯವಾಗಿ ಬೇಕಾದದ್ದು ಶ್ರೋತೃಗಳ ಅಪೇಕ್ಷೆಗಳ ಮನವರಿಕೆ. ಬಾನುಲಿ ಸೇರಿದಂತೆ ಇದು ಎಲ್ಲ ಮಾಧ್ಯಮಗಳಿಗೆ ಅನ್ವಯ. ಶ್ರೋತೃ ಸಂಶೋಧನೆ ಅತ್ಯವಶ್ಯ. ಮನರಂಜನೆ ಜತೆಗೆ ಶಿಕ್ಷಣ ಹಾಸುಹೊಕ್ಕಿರಬೇಕು. ವಿವಿಧ ವರ್ಗಗಳ ಅವಶ್ಯಕತೆಗಳನ್ನು ಮನಗಂಡು ಕಾರ್ಯಕ್ರಮಗಳು ಸಿದ್ಧಗೊಂಡರೆ ಮಾತ್ರ ಬಾನುಲಿ ಸಮಾಜಮುಖಿಯಾಗಬಲ್ಲದು.

ಒಂದು ಶತಮಾನದ ಹಿನ್ನೆಲೆಯ ಬಾನುಲಿ ಪ್ರಸಾರ ಹಲವಾರು ಮಜಲುಗಳಿಗೆ ಸಾಕ್ಷಿಯಾಗಿದೆ. ರೂಪಾಂತರಗೊಳ್ಳುತ್ತಿರುವ ಮಾಧ್ಯಮಗಳ ಸ್ವರೂಪಗಳಿಗೆ ಬಾನುಲಿ ಹೊರತಲ್ಲ. ಎಲ್ಲ ಮಾಧ್ಯಮಗಳಿಗೆ, ವಿಶೇಷವಾಗಿ ಬಾನುಲಿಗೆ, ಜಾಹಿರಾತು ಆದಾಯವೇ ಪ್ರಮುಖ ಮೂಲ. ಸ್ಪರ್ಧಾತ್ಮಕ ಮತ್ತು ಅಂತರ್ಜಾಲ ಆಧಾರಿತ ನವಮಾಧ್ಯಮಗಳ ನಡುವೆ ಪರಂಪರಾಗತ ಮಾಧ್ಯಮಗಳು ತುರುಸಿನ ಸ್ಪರ್ಧೆಯಲ್ಲಿ ನಲುಗುತ್ತಿವೆ. ಜಾಹಿರಾತು ಆದಾಯ ಡಿಜಿಟಲ್ ಮಾಧ್ಯಮಗಳತ್ತ ಮುಖ ಮಾಡಿದೆ. ಜಾಹಿರಾತುದಾರರನ್ನು ಸಂತಸಗೊಳಿಸಲು ಇರುವ ಏಕೈಕ ಮಾರ್ಗ ಶ್ರೋತೃಗಳನ್ನು ಸಂತೃಪ್ತಿಗೊಳಿಸುವುದು. ಅವರ ನಿಷ್ಠೆ ಉಳಿಸಿಕೊಳ್ಳುವುದು ಮತ್ತು ಆ ಮೂಲಕ ಅವರ ಬೆಂಬಲ ಗಳಿಸುವುದು.

ದೇಶದ ಅನಕ್ಷರಸ್ಥರು ಮತ್ತು ಗ್ರಾಮೀಣ ಜನರಿಗೆ ಮಾಹಿತಿ ಮತ್ತು ಮನರಂಜನೆ ನೀಡುವಲ್ಲಿ ಬಾನುಲಿ ಮಹತ್ತರವಾದ ಪಾತ್ರ ನಿರ್ವಹಿಸಿದೆ. ಬಹುಕಾಲ ಇದೊಂದೇ ಪ್ರಧಾನವಾದ ಮಾಧ್ಯಮವಾಗಿತ್ತು. ಪ್ರಾದೇಶಿಕ ಭಾಷೆಗಳಲ್ಲಿ ದೂರದರ್ಶನ ಪ್ರಸಾರ ಆರಂಭವಾಗುತ್ತಿದ್ದಂತೆ, ಬಾನುಲಿ ಕ್ರಮೇಣವಾಗಿ ಹಿಂದೆ ಸರಿಯಿತು. 1990ರ ನಂತರ ಖಾಸಗಿ ಟಿವಿ ವಾಹಿನಿಗಳ ಭರಾಟೆಯಲ್ಲಿ ಬಾನುಲಿ ಮಾಧ್ಯಮ ಮತ್ತಷ್ಟು ಹಿನ್ನಡೆ ಅನುಭವಿಸಿತು. ಬದಲಾದ ನೂತನ ಆರ್ಥಿಕ ನೀತಿಗಳ ಅನ್ವಯ ಖಾಸಗಿಯವರು ಬಾನುಲಿ ಕ್ಷೇತ್ರ ಪ್ರವೇಶಿಸಿದರು. ಆಕಾಶವಾಣಿಯ ಏಕಸ್ವಾಮ್ಯ ಅಂತ್ಯಗೊಂಡು, ಬಾನುಲಿ ಕ್ಷೇತ್ರ ಸ್ಪರ್ಧೆಗೆ ಮೈಯೊಡ್ಡಿತು.

ಭಾರತದಲ್ಲಿ ಪ್ರಸ್ತುತ 1,097 ಬಾನುಲಿ ಕೇಂದ್ರಗಳು ವೈವಿಧ್ಯಮಯ ಕಾರ್ಯಕ್ರಮಗಳನ್ನು ಪ್ರಸಾರ ಮಾಡುತ್ತಿವೆ. ಇವುಗಳನ್ನು ಮೂರು ಬಗೆಯ

ಕೇಂದ್ರಗಳನ್ನಾಗಿ ವಿಂಗಡಿಸಬಹುದು. ಪ್ರಸಾರ ಭಾರತಿ ಉಸ್ತುವಾರಿಯ ಸರ್ಕಾರಿ ಬಾನುಲಿ ಕೇಂದ್ರಗಳು, ಖಾಸಗಿಯವರ ಮಾಲೀಕತ್ವದ ಕೇಂದ್ರಗಳು ಹಾಗೂ ಸ್ವಯಂಸೇವಾ/ಶೈಕ್ಷಣಿಕ ಸಂಸ್ಥೆಗಳು ನಡೆಸುವ ಸಮುದಾಯ ಬಾನುಲಿ ಕೇಂದ್ರಗಳು. ಪ್ರಸಾರ ಭಾರತಿಯ ಆಕಾಶವಾಣಿ 23 ಭಾಷೆಗಳಲ್ಲಿ 479 ಬಾನುಲಿ ಕೇಂದ್ರಗಳನ್ನು ನಡೆಸುತ್ತಿದೆ. ದೇಶದ ಎಲ್ಲ ಜನರನ್ನು ತಲುಪುವ ಸಾಮರ್ಥ್ಯ ಹೊಂದಿರುವ ಏಕೈಕ ಬೃಹತ್ ಪ್ರಸಾರ ಜಾಲವಿದು. ಖಾಸಗಿಯವರು ದೇಶದ 111 ಪ್ರಮುಖ ನಗರಗಳಲ್ಲಿ 385 ಎಫ್ಎಂ ಬಾನುಲಿ ಕೇಂದ್ರಗಳನ್ನು ನಿರ್ವಹಿಸುತ್ತಿದ್ದಾರೆ. ಸಮುದಾಯ ಹಾಗೂ ಶೈಕ್ಷಣಿಕ ಬಾನುಲಿ ಕೇಂದ್ರಗಳ ಸಂಖ್ಯೆ 251. ಖಾಸಗಿ ಬಾನುಲಿ ಕೇಂದ್ರಗಳು ಮನರಂಜನೆಗೆ ಅಧಿಕ ಪ್ರಾಮುಖ್ಯತೆ ನೀಡಿದರೆ, ಉಳಿದ ಕೇಂದ್ರಗಳು ಮಾಹಿತಿ ಹಾಗೂ ಮನೋರಂಜನೆಗೆ ಮಹತ್ವ ನೀಡುತ್ತವೆ. ಸೀಮಿತ ಪ್ರಸಾರ ಕ್ಷೇತ್ರ ಹೊಂದಿರುವ ಸಮುದಾಯ ಬಾನುಲಿ ಕೇಂದ್ರಗಳು ಮಾಹಿತಿ, ಶಿಕ್ಷಣ ಹಾಗೂ ತಮ್ಮ ಆಯ್ದ ಕ್ಷೇತ್ರಗಳಿಗೆ ಸಂಬಂಧಿಸಿದ ಕಾರ್ಯಕ್ರಮಗಳನ್ನು ಮಾತ್ರ ಪ್ರಸಾರ ಮಾಡುತ್ತವೆ.. ಡಿಜಲೀಕರಣ ಹಾಗೂ ಅಂತರ್ಜಾಲ ಮಾಧ್ಯಮದ ತೀವ್ರಗತಿ ಬೆಳವಣಿಗೆಯ ಹಿನ್ನೆಲೆಯಲ್ಲಿ ಎಲ್ಲ ಬಾನುಲಿ ಕೇಂದ್ರಗಳ ಕಾರ್ಯಕ್ರಮಗಳನ್ನು ಪ್ರಪಂಚದಾದ್ಯಂತ ಯುಟ್ಯೂಬ್, ಫೇಸ್‌ಬುಕ್ ಮೂಲಕ ಆಲಿಸಬಹುದಾಗಿದೆ. ಬೇಕೆಂದರೆ ನಿಮ್ಮ ಆಯ್ಕೆಯ ಕಾರ್ಯಕ್ರಮಗಳನ್ನು ಸಂಗ್ರಹಿಸಿ ಕೂಡ ನಿಮ್ಮ ಕಂಪ್ಯೂಟರ್‌ಗಳಲ್ಲಿ ಇಡಬಹುದಾಗಿದೆ.

ಕೋವಿಡ್ ಸಾಂಕ್ರಾಮಿಕ ರೋಗ ದೇಶದ ಬಾನುಲಿ ಉದ್ದಿಮೆಯ ಆದಾಯಕ್ಕೆ ಭಾರಿ ಆಘಾತ ತಂದಿದೆ. ಆರ್ಥಿಕ ಚಟುವಟಿಕೆಗಳ ಹಿಂಜರಿತ ಬಾನುಲಿ ಮೇಲೆ ನೇರ ಪರಿಣಾಮ ಬೀರಿತು. 2019ರಲ್ಲಿ 3,100 ಕೋಟಿಯಿದ್ದ ಆದಾಯ 2020ರಲ್ಲಿ ಶೇ. 54ರಷ್ಟು ಇಳಿಕೆ ಕಂಡಿತು. 2021ರಲ್ಲಿ ಕ್ರಮೇಣವಾಗಿ ಚೇತರಿಕೆಯ ಹಾದಿಯಲ್ಲಿದೆ ಎಂದು ಬಾನುಲಿ ಉದ್ದಿಮೆಯ ತಜ್ಞರು ಆಶಾಭಾವನೆ ಹೊಂದಿದ್ದಾರೆ. ಡಿಜಿಟಲ್ ಮಾಧ್ಯಮ ಈಗಾಗಲೇ ಪತ್ರಿಕೆಗಳ ಆದಾಯವನ್ನು ಹಿಂದಿಕ್ಕಿದರೆ ಸಿನಿಮಾ ಆದಾಯವನ್ನು ಆನ್‌ಲೈನ್ ಗೇಮಿಂಗ್ ಮೀರಿಸಿರುವುದು ಬದಲಾಗುತ್ತಿರುವ ಮಾಧ್ಯಮ ಬಳಕೆದಾರರ ಆಶಯಗಳಿಗೆ ಕನ್ನಡಿ ಹಿಡಿದಂತಿದೆ. ಟಿವಿ, ಮುದ್ರಣ, ಚಲನಚಿತ್ರ, ರೇಡಿಯೋ ಮುಂತಾದ ಸಾಂಪ್ರದಾಯಿಕ ಮಾಧ್ಯಮಗಳ ನಡುವಿನ ಅಂತರ ಮಸುಕಾಗುತ್ತಿದೆ. ಈ ಹಿನ್ನೆಲೆಯಲ್ಲಿ ಮಾಧ್ಯಮಗಳ ಬಳಕೆದಾರರ ಆಶಯಗಳನ್ನು ಗುರುತಿಸಿ ಅಧ್ಯಯನ ಮಾಡುವುದು ಬಾನುಲಿಗಷ್ಟೇ ಅಲ್ಲ ಎಲ್ಲ ಸಾಂಪ್ರದಾಯಿಕ ಮಾಧ್ಯಮಗಳಿಗೆ ಬಹುದೊಡ್ಡ ಸವಾಲಾಗಿದೆ. ಬಾನುಲಿ ತನ್ನ ಆರ್‌ಜೆಗಳು ಮತ್ತು ಪ್ರಬಲ ನೆಟ್‌ವರ್ಕ್‌ಗಳ ಮೂಲಕ ಶ್ರೋತೃಗಳನ್ನು ಆಕರ್ಷಿಸಿ ಆದಾಯ ತರಲು ನೆರವಾಗಬೇಕಿದೆ. ಉತ್ತಮ ಕಾರ್ಯಕ್ರಮಗಳ ನಿರ್ಮಾಣದ ಜತೆಗೆ ಮಾರ್ಕೆಟಿಂಗ್

ಪರಿಣಿತರಾಗಿ ಬಾನುಲಿ ಕೇಂದ್ರಗಳಿಗೆ ಆದಾಯ ದೊರಕಿಸಲು ನೆರವಾಗುವುದು ಅನಿವಾರ್ಯವಾಗುತ್ತಿದೆ. ಟಿವಿ, ರೇಡಿಯೋ ಕೇಂದ್ರಗಳು– ನೆಟ್‌ವರ್ಕ್‌ಗಳ ಹೊರಗೆ ಸಹ ಅಪಾರವಾದ ಅವಕಾಶಗಳು ಹೊರಹೊಮ್ಮಿವೆ ಎಂಬುದನ್ನು ಗಮನಿಸಬೇಕಾಗಿದೆ. ಗೂಗಲ್ ಮತ್ತು ಫೇಸ್‌ಬುಕ್ ಹಾಗೂ ಇತರೆ ವೇದಿಕೆಗಳು ಪ್ರತಿಭೆಗಳಿಗೆ ಅಪಾರ ಅವಕಾಶಗಳನ್ನು ತೆರೆದಿಟ್ಟಿವೆ ಎಂಬುದನ್ನು ಮನಗಾಣಬೇಕಿದೆ.

ಇಂದು, 50,000ಕ್ಕೂ ಹೆಚ್ಚು ಪ್ರತಿಭೆಗಳು ದೇಶದ ಕಿರುವಿಡಿಯೋ ವೇದಿಕೆಗಳಲ್ಲಿ ತಲಾ ಒಂದು ಲಕ್ಷಕ್ಕೂ ಮಿಗಿಲು ಹಿಂಬಾಲಕರನ್ನು ಹೊಂದಿದ್ದಾರೆಂದು ಮಾಧ್ಯಮ ತಜ್ಞರು ಅಂದಾಜಿಸಿದ್ದಾರೆ. ದೃಶ್ಯ, ಶ್ರವ್ಯ ಮತ್ತು ಮುದ್ರಣ, ವಸ್ತುವಿಷಯ ರಚನಕಾರರ (content creators) ಪ್ರಜಾಪ್ರಭುತ್ವೀಕರಣದ ಈ ಬೆಳವಣಿಗೆಗಳು, ಸಂಘಟಿತ ಮಾಧ್ಯಮ ಉದ್ದಿಮೆಗಳಿಗೆ ಪ್ರತಿಸ್ಪರ್ಧೆಯನ್ನು ಒಡ್ಡುತ್ತಿವೆ. ಅಂತರ್ಜಾಲ ಸೌಲಭ್ಯವಿರುವ ಸ್ಮಾರ್ಟ್‌ಫೋನ್‌ಗಳ ಬಳಕೆ ದೇಶದಲ್ಲಿ 50 ಕೋಟಿ ಮೀರಿರುವ ಹಿನ್ನೆಲೆಯಲ್ಲಿ ವೈವಿಧ್ಯಮಯ ಕಾರ್ಯಕ್ರಮಗಳಿಗೆ ನಗರೇತರ ಪ್ರದೇಶಗಳಲ್ಲಿ ಬೇಡಿಕೆ ಕುದುರುತ್ತಿದೆ. ಬಾನುಲಿ ಸೇರಿದಂತೆ ಇತರೆ ಎಲ್ಲ ಸೃಜನಶೀಲ ಮಾಧ್ಯಮಗಳಿಗೆ ಇದು ಎಚ್ಚರಿಕೆಯ ಘಂಟೆ.

(ವಿಶ್ವವಾಣಿ, ಫೆಬ್ರವರಿ 12, 2022)

11

ಓಟಿಟಿ ಎಂಬ ಮನರಂಜನೆಯ ಮಾಯಾಲೋಕ

ಕಳೆದೆರಡು ವರ್ಷಗಳಲ್ಲಿ ಮಿಂಚಿನ ವೇಗದಲ್ಲಿ ಬೆಳೆದ ಮನರಂಜನಾ ಮಾಧ್ಯಮವೆಂದರೆ ಓಟಿಟಿ ಎಂಬ ಅಂತರ್ಜಾಲ ಆಧಾರಿತ ಆಧುನಿಕ ತಂತ್ರಜ್ಞಾನ. ಓಟಿಟಿ (ಓವರ್ ದಿ ಟಾಪ್) ಎಂದರೆ ಕೇಬಲ್ ಇಲ್ಲವೇ ಡಿಶ್‌ಗಳ ಮೇಲೆ ಅವಲಂಬನೆ ಇಲ್ಲದೆ ನೇರವಾಗಿ ಅಂತರ್ಜಾಲ ಇರುವವರ ಮನೆಗೆ ಇಲ್ಲವೇ ಅಂತರ್ಜಾಲ ಚಂದಾ ಹೊಂದಿರುವ ಸ್ಮಾರ್ಟ್‌ಫೋನ್‌ಗಳಿಗೆ ಲಭ್ಯವಿರುವ ವಿನೂತನ ಸೇವೆಯಿದು. ಕೋವಿಡ್ ತೀವ್ರವಾಗಿದ್ದ ಸಮಯದಲ್ಲಿ ಜನತೆಗೆ ಬೇಕೆಂದಾಗ, ಬೇಕಾದಲ್ಲಿ, ಅವರಿಷ್ಟಪಡುವ ಮನರಂಜನಾ ಕಾರ್ಯಕ್ರಮಗಳನ್ನು ನೋಡಬೇಕೆಂಬ ಒತ್ತಾಸೆ ಜಾಸ್ತಿಯಾದಾಗ ಈ ಮಾಧ್ಯಮ ವೇಗವಾಗಿ ಪಸರಿಸಿತು.

ರಾಜ್ಯದಲ್ಲಿ ಮೊದಲ ಟಿ.ವಿ. ಪ್ರಸಾರ ಶುರುವಾಗಿದ್ದು ಬೆಂಗಳೂರಿನಲ್ಲಿ. ಮೈಕ್ರೋವೇವ್ ಸಂಪರ್ಕ ವ್ಯವಸ್ಥೆ ಬಳಸಿಕೊಂಡು ಮದರಾಸಿನಿಂದ ಕಾರ್ಯಕ್ರಮಗಳನ್ನು ಪ್ರಸಾರ ಮಾಡಲಾಗುತ್ತಿತ್ತು. ಸಂವಹನ ಉಪಗ್ರಹ ಲಭ್ಯವಾದಂತೆ ದೆಹಲಿ ಕಾರ್ಯಕ್ರಮಗಳು ನೇರವಾಗಿ ಪ್ರಸಾರಗೊಳ್ಳುತ್ತಿದ್ದವು. ಕಡಿಮೆ ಶಕ್ತಿಯ ಪ್ರಸಾರ ಪ್ರೇಷಕಗಳು ಜಿಲ್ಲೆಗೊಂದರಂತೆ ಇಡೀ ದೇಶವನ್ನು ಆವರಿಸಿದವು. ಇವೆಲ್ಲ

ಭೂಸಂಬಂಧಿತ ಪ್ರಸಾರ ವ್ಯವಸ್ಥೆ. ಆಂಗ್ಲ ಭಾಷೆಯಲ್ಲಿ ಟೆರೆಸ್ಟ್ರಿಯಲ್ ಟ್ರಾನ್ಸ್‌ಮಿಶನ್ ಎಂದು ಕರೆಯಲಾಗುತ್ತದೆ. ಇಲ್ಲಿ ಟಿವಿ ಸಂಕೇತಗಳು ನೇರವಾಗಿ ಇಲ್ಲವೇ ಆಂಟೆನಾ ಮೂಲಕ ನಿಮ್ಮ ಟಿವಿ ಪೆಟ್ಟಿಗೆಯಲ್ಲಿ ಚಿತ್ರಗಳನ್ನು ಮೂಡಿಸುತ್ತಿದ್ದವು. 1990ರ ಕೊಲ್ಲಿ ಯುದ್ಧದ ಸಮಯದಲ್ಲಿ ಸಂವಹನ ಉಪಗ್ರಹಗಳ ಮೂಲಕ ಟಿವಿ ಸಂಕೇತಗಳು ಜಗತ್ತಿನೆಲ್ಲೆಡೆ ದೊರೆಯಲಾರಂಭಿಸಿದವು. ಕೇಬಲ್ ಆಪರೇಟರ್‌ಗಳು ನಗರ ಪ್ರದೇಶಗಳ ಬಹುಪಾಲು ಮನೆಗಳಿಗೆ ಸಂಪರ್ಕ ಕಲ್ಪಿಸಿ ಹಲವಾರು ವಾಹಿನಿಗಳನ್ನು ನೀಡಿದರು. ಹಲವಾರು ಡಿಶ್ ಆಂಟೆನಾಗಳನ್ನು ಒಂದೆಡೆ ಇರಿಸಿ, ಬೇರೆಬೇರೆ ಉಪಗ್ರಹಗಳಿಂದ ವಿವಿಧ ವಾಹಿನಿಗಳ ಸಂಕೇತಗಳನ್ನು ಸಂಗ್ರಹಿಸಿ ಕೇಬಲ್ ಸಂಪರ್ಕದ ಮೂಲಕ ಭಿನ್ನಭಾಷೆಯ ವಾಹಿನಿಗಳ ವೈವಿಧ್ಯಮಯ ಕಾರ್ಯಕ್ರಮಗಳು ದೊರೆತವು.

ಇದರ ನಂತರದ ಬಹುದೊಡ್ಡ ಬೆಳವಣಿಗೆಯೆಂದರೆ, ಕೇಬಲ್ ಆಪರೇಟರ್‌ಗಳ ಅವಲಂಬನೆಯನ್ನು ಬಿಡಿಸಿದ ಡಿಶ್ ಆಂಟೆನಾ ತಂತ್ರಜ್ಞಾನ. ನಿಮ್ಮ ಮನೆಯ ಮೇಲೆ ಡಿಶ್ ಅಳವಡಿಸಿ ಕೇಬಲ್ ಮುಖಾಂತರ ಸೆಟ್‌ಟಾಪ್‌ಬಾಕ್ಸ್‌ಗೆ ಸಂಪರ್ಕಿಸಿ ನೀವು ನೀಡುವ ಚಂದಾ ಆಧಾರಿತ ಡಿಶ್ ಟಿವಿ, ಟಾಟಾ ಸ್ಕೈ, ಏರ್‌ಟೆಲ್ ಮುಂತಾದ ಸಂಸ್ಥೆಗಳ ಸೇವೆ. ಈ ತಂತ್ರಜ್ಞಾನ ಚಿತ್ರ ಹಾಗೂ ಧ್ವನಿಯ ಸ್ಪಷ್ಟತೆಯನ್ನು ಮತ್ತಷ್ಟು ಉತ್ತಮಗೊಳಿಸಿತು. ಆದರೆ ಈ ಎಲ್ಲ ಸೇವೆಗಳ ಮಿತಿ ಎಂದರೆ, ಆ ಕಾರ್ಯಕ್ರಮಗಳು ಬಂದಾಗ ಇಲ್ಲವೆ ಮರುಪ್ರಸಾರವಾದಾಗ ಕಾದು ಕುಳಿತು ವೀಕ್ಷಿಸಬೇಕಾಗುವ ಪರಿಮಿತಿ. ಇಲ್ಲವೇ ರೆಕಾರ್ಡ್ ಮಾಡಿ ನೋಡಬೇಕು. ಆದರೆ ಓಟಿಟಿ ಜಾಗತಿಕ ಮನರಂಜನೆಯ ಹೆಬ್ಬಾಗಿಲನ್ನೇ ತೆರೆಯಿತು. ಇಲ್ಲಿ ಕಾದು ಕುಳಿತು ನಿಮ್ಮ ಇಷ್ಟದ ಸುದ್ದಿ, ಸಿನಿಮಾ, ಧಾರಾವಾಹಿಗಳ ವೀಕ್ಷಣೆ ಬದಲು, ನಿಮಗಿಷ್ಟವಾದ ಸಮಯದಲ್ಲಿ ಎಲ್ಲಿ ಬೇಕಾದಲ್ಲಿ ವೀಕ್ಷಿಸುವ ಸಲಿಗೆಯನ್ನು ಈ ವಿನೂತನ ಮಾಧ್ಯಮ ಕಲ್ಪಿಸಿತು. ಮತ್ತೊಂದು ಮಹತ್ತರ ಬದಲಾವಣೆಯೆಂದರೆ ಅಂತರ್ಜಾಲ ಸಂಪರ್ಕ ಇರುವ ಕಂಪ್ಯೂಟರ್ ಇಲ್ಲವೇ ಸ್ಮಾರ್ಟ್‌ಫೋನ್‌ಗಳಲ್ಲಿ ಸಹ ಈ ಕಾರ್ಯಕ್ರಮಗಳ ವೀಕ್ಷಣೆ ಸಾಧ್ಯವಾಯಿತು. ಟಿವಿ ಸೆಟ್ ಮುಂದೆ ಕುಳಿತೇ ಮನರಂಜನಾ ಕಾರ್ಯಕ್ರಮಗಳನ್ನು ನೋಡುವ ಅನಿವಾರ್ಯತೆ ಈಗ ಇಲ್ಲವಾಯಿತು. ಮನೆಯಿಂದಲೇ ಕೆಲಸ ಮಾಡುವವರಿಗೆ ಇದು ವರದಾನವಾಯ್ತು.

ಜಗತ್ತಿನ 770 ಕೋಟಿ ಜನಸಂಖ್ಯೆಯಲ್ಲಿ ಶೇ. 60ರಷ್ಟು ಜನ ದಕ್ಷಿಣ ಏಷಿಯಾದಲ್ಲೇ ನೆಲೆಸಿದ್ದಾರೆ. ಚೀನಾ, ಭಾರತ, ಪಾಕಿಸ್ತಾನ, ಇಂಡೋನೇಷ್ಯಾ, ಮಲೇಷ್ಯಾ ಹಾಗೂ ಬಾಂಗ್ಲಾದೇಶ ಈ ಭಾಗದಲ್ಲಿ ಬರುವ ಪ್ರಮುಖ ಜನನಿಬಿಡ ದೇಶಗಳು. ವೇಗವಾಗಿ ಬೆಳೆಯುತ್ತಿರುವ ಮಧ್ಯಮ ವರ್ಗ, ಕಂಪ್ಯೂಟರ್‌ಗಳನ್ನು ಬಳಸದೆ ನೇರವಾಗಿ ಸ್ಮಾರ್ಟ್‌ಫೋನ್ ಮೂಲಕ ಅಂತರ್ಜಾಲ ಬಳಸುವ ನೂತನ ಜನಾಂಗ ಓಟಿಟಿಗೆ ನೇರವಾಗಿ ಬಡ್ತಿ ಪಡೆಯಿತು. ಇದೇ ಅವರಿಗೆ

ಕ್ಯಾಮೆರಾ, ಟಿವಿ ಪರದೆ, ಹಾಡು ಕೇಳುವ, ಸುದ್ದಿ ಆಲಿಸುವ, ಸಂದೇಶ ಕಳಿಸುವ ಸಾಧನವಾಗಿದೆ. ಇತ್ತೀಚಿನ ಅಂಕಿಅಂಶಗಳ ಪ್ರಕಾರ ಶೇ. 70ರಷ್ಟು ಅಂತರ್ಜಾಲ ವ್ಯವಹಾರಗಳೆಲ್ಲ ಮೊಬೈಲ್ ಮೂಲಕವೇ ನಡೆಯುತ್ತಿದೆ ಎಂದರೆ ಆಶ್ಚರ್ಯವೆನಿಸುತ್ತದೆ. ಈ ವಯೋಮಾನದವರ ಇನ್ನೊಂದು ಬೇಡಿಕೆ 'ತತ್‌ಕ್ಷಣದ ತೃಪ್ತಿ'. ಕಳೆದೆರಡು ವರ್ಷಗಳ ಕೋವಿಡ್ ಸಮಯದಲ್ಲಿ ಚಲನವಲನಗಳ ಬಹುಪಾಲು ನಿರ್ಬಂಧಗಳು ಮನರಂಜನಾ ಮಾಧ್ಯಮಗಳತ್ತ ಮುಖ ಮಾಡಲು ಕಾರಣವಾದವು.

ಇನ್ನೂ ಒಂದು ವಿಶೇಷವೆಂದರೆ ಗೂಗಲ್ ಮೇಲಿನ ಅವಲಂಬನೆ ಕಡಿಮೆಯಾಗಿ, ತಮ್ಮ ವೃತ್ತಿಗೆ ಇಲ್ಲವೇ ಹವ್ಯಾಸಗಳಿಗೆ ಪೂರಕವಾದ ಮಾಹಿತಿ ಮೂಲಗಳನ್ನಷ್ಟೇ ವಿಶೇಷವಾಗಿ ಅವಲೋಕಿಸುವ ಪ್ರವೃತ್ತಿ ನೆಟ್ಟಿಗರಲ್ಲಿ ಹೆಚ್ಚುತ್ತಿದೆ. ಅಂದರೆ, ಬೇಕಾದ ಮಾಹಿತಿ ಇಲ್ಲವೇ ಮನರಂಜನಾ ಮೂಲವನ್ನು ನೇರವಾಗಿ ಸಂಪರ್ಕಿಸುವ ಪ್ರವೃತ್ತಿ. ಓಟಿಟಿ ಇಂತಹವರನ್ನೇ ಗುರಿಯಾಗಿಸಿ ನೇರಾನೇರ ಸೇವೆಗಳನ್ನು ನೀಡಲಾರಂಭಿಸಿ ಜನಪ್ರಿಯವಾಗುತ್ತಿರುವ ತಂತ್ರಜ್ಞಾನ.

ಟಿವಿಯಲ್ಲಿ ಬೇರೆ ಬೇರೆ ಭಾಷೆ ಇಲ್ಲವೇ ಕಾರ್ಯಕ್ರಮಗಳ ವೈವಿಧ್ಯತೆ ವಾಹಿನಿಗಳಿರುವಂತೆ, ಓಟಿಟಿಯಲ್ಲಿ ವರ್ಗೀಕರಣ ಮತ್ತೊಂದು ಮಜಲು ಇರುತ್ತದೆ. ಉದಾಹರಣೆಗೆ ಓಟಿಟಿ ಮೂಲಕ ನೀವು ಸನ್ ಟಿವಿ ಸೇವೆ ಪಡೆಯುತ್ತಿದ್ದರೆ ಎಲ್ಲ ಭಾಷೆಗಳ ಸಿನೆಮಾಗಳನ್ನು ಪ್ರತ್ಯೇಕವಾಗಿ ಪಡೆಯುವುದಲ್ಲದೆ, ದಶಕಗಳ ಅನುಕ್ರಮಣಿಕೆಯಲ್ಲಿ ದಕ್ಷಿಣ ಭಾಷೆಗಳ ಚಿತ್ರಗಳನ್ನು ವಿಂಗಡಿಸಲಾಗಿದೆ. ನಂತರ 1950, 60, 70ರ ದಶಕಗಳಲ್ಲಿ ನಿರ್ಮಿತವಾದ ಲಭ್ಯ ಸಿನೆಮಾಗಳನ್ನು ಸುಲಭವಾಗಿ ಆಯ್ಕೆ ಮಾಡಿ ವೀಕ್ಷಿಸಬಹುದು.

ಓಟಿಟಿ ತಂತ್ರಜ್ಞಾನ

ಲಭ್ಯವಿರುವ ಎಲ್ಲ ಕಾರ್ಯಕ್ರಮಗಳನ್ನು ಕೇಂದ್ರ ಸರ್ವರ್‌ನಲ್ಲಿ ಶೇಖರಿಸಿ ಇಡಲಾಗುವುದು. ವರ್ಗೀಕರಣದ ಅನುಸಾರ ವೀಕ್ಷಕರು ತಮಗೆ ಬೇಕಾದ ಕಾರ್ಯಕ್ರಮಗಳನ್ನು ಆಯ್ಕೆ ಮಾಡಿ ರಿಮೋಟ್ ಮೂಲಕ ಕ್ಲಿಕ್ ಮಾಡಿ ನೋಡಬಹುದು. 70–80ರ ದಶಕದಲ್ಲಿ ಜನಪ್ರಿಯವಾಗಿದ್ದ ವಿಸಿಆರ್ (ವಿಡಿಯೋ ಕ್ಯಾಸೆಟ್ ರೆಕಾರ್ಡರ್), ವಿಸಿಪಿ (ವಿಡಿಯೋ ಕ್ಯಾಸೆಟ್ ಪ್ಲೇಯರ್) ಗಳಲ್ಲಿ ವಿಡಿಯೋ ಟೇಪ್‌ಗಳನ್ನು ವೀಕ್ಷಿಸುವಾಗ ನಡುವೆ ನಿಲ್ಲಿಸಿ, ಕೆಲಹೊತ್ತಿನ ನಂತರ ವೀಕ್ಷಣೆ ಮುಂದುವರೆಸಬಹುದಿತ್ತು. ಬೇಡದಿದ್ದ ದೃಶ್ಯಗಳನ್ನು ಬಿಟ್ಟು ಮುಂದೆ ಹೋಗಬಹುದಾಗಿತ್ತು. ಇಲ್ಲವೇ ಆಸಕ್ತಿಯುತ ಹಾಡು ಅಥವಾ ದೃಶ್ಯಗಳನ್ನು ನೋಡಲು ಹಿಂದೆ ಹೋಗಿ ನೋಡುವ ಅವಕಾಶಗಳಿತ್ತು. ಈ ಎಲ್ಲ ಸೌಲಭ್ಯಗಳು ಈಗ ಓಟಿಟಿಯಲ್ಲಿ ದೊರೆಯುತ್ತವೆ. ನೀವು ನೋಡುತ್ತಿರುವ ಸಿನಿಮಾ ಇಲ್ಲವೆ ಇತರೆ ಕಾರ್ಯಕ್ರಮಗಳನ್ನು (ನೇರಪ್ರಸಾರ ಹೊರತುಪಡಿಸಿ)

ನಿಲ್ಲಿಸಿ ಕೆಲ ಸಮಯದ ನಂತರ ಪುನಃ ಮುಂದುವರೆಸಬಹುದು. ಆ ಪ್ರಸಾರ ನಿಮ್ಮ ರಿಮೋಟ್‌ನಲ್ಲಿ ಹೇಳಿದಂತೆ ಕೇಳುತ್ತದೆ. ಈ ಎಲ್ಲ ಸೌಲಭ್ಯಗಳು ಓಟಿಟಿ ಜನಪ್ರಿಯತೆಗೆ ಇನ್ನೊಂದು ಪ್ರಮುಖ ಕಾರಣ.

ಓಟಿಟಿ ಪ್ರಸಾರದ ಕೇಂದ್ರ ಸರ್ವರ್ ರಕ್ಷಣೆಗೆ ಕಟ್ಟೆಚ್ಚರ ವಹಿಸಲಾಗಿದೆ. ಹ್ಯಾಕರ್‌ಗಳಿಂದ ರಕ್ಷಣೆಗಾಗಿ ಹಾಗೂ ಮೂಲ ಕಾರ್ಯಕ್ರಮಗಳ ಪೈರಸಿ ತಡೆಗಟ್ಟಲು ಸೂಕ್ತ ಮುನ್ನೆಚ್ಚರಿಕೆಗಳಿವೆ. ಬೇಡಿಕೆಗಳಿಗೆ ಅನುಸಾರವಾಗಿ ಸರ್ವರ್‌ಗಳ ಸಂಖ್ಯೆ ವೃದ್ಧಿಯಾಗುತ್ತವೆ. ಕೇಂದ್ರ ಸರ್ವರ್‌ನಿಂದ ನಿಮ್ಮ ಮನೆಗೆ ಕ್ಷಣಮಾತ್ರದಲ್ಲಿ ಕಾರ್ಯಕ್ರಮಗಳ ರವಾನೆಯಾಗುತ್ತವೆ. ಈಗಿನ ಸ್ಮಾರ್ಟ್ ಟಿವಿಗಳು ಅಂತರ್ಜಾಲ ತಂತ್ರಜ್ಞಾನಕ್ಕೆ ಹೊಂದಿಕೊಳ್ಳುವಂತೆ ತಯಾರಾಗಿವೆ. ಅವು ನೇರವಾಗಿ ಅಂತರ್ಜಾಲ ಸಂಕೇತಗಳನ್ನು ಸ್ವೀಕರಿಸಿ ಸಂದೇಶ ಇಲ್ಲವೆ ಚಿತ್ರಗಳನ್ನು ಸ್ವೀಕರಿಸುವ ಸಾಮರ್ಥ್ಯ ಹೊಂದಿವೆ. ಇನ್ನು ಕೆಲ ಟಿವಿಗಳಲ್ಲಿ ವಿಶೇಷ ಸಂಪರ್ಕ ಕಲ್ಪಿಸುವ ಸಾಕೆಟ್‌ಗಳನ್ನು ನೀಡಲಾಗಿದೆ. ಅಮೆಜಾನ್ ಪ್ರೈಮ್‌ನವರು ನೀಡುವ ಫೈರ್ ಟಿವಿ ಇಲ್ಲವೆ ಕ್ರೋಮೋಕ್ಯಾಸ್ಟ್ ಸಾಧನಗಳ ಮೂಲಕ ಅಂತರ್ಜಾಲ ಸಂಕೇತಗಳನ್ನು ಪಡೆದು, ಟಿವಿಯಲ್ಲಿ ನಿಮಗೆ ಬೇಕಾದ ಓಟಿಟಿ ವಾಹಿನಿಗಳ ಚಂದಾದಾರರಾಗಿ ವೀಕ್ಷಿಸಬಹುದು. ಉಚಿತವಾಗಿ ದೊರೆಯುವ ಯುಟ್ಯೂಬ್ ವಾಹಿನಿಯನ್ನು ವೀಕ್ಷಿಸಲು ಯಾವ ಅಡ್ಡಿಯೂ ಇಲ್ಲ.

ವರ್ಗೀಕರಣ

ಗ್ರಂಥಾಲಯಗಳಲ್ಲಿ ಬಗೆ ಬಗೆಯ ಪುಸ್ತಕಗಳು ವರ್ಗೀಕೃತವಾಗಿ ದೊರೆಯುವಂತೆ, ಓಟಿಟಿ ವಾಹಿನಿಗಳಲ್ಲಿ ವೈವಿಧ್ಯಮಯ ಮನರಂಜನೆ, ಶಿಕ್ಷಣ, ಆರೋಗ್ಯ, ವ್ಯಾಯಾಮ, ಪ್ರವಾಸ, ಸಂಗೀತ, ಜನಪ್ರಿಯ ಟಿವಿ ಶೋಗಳು, ಮಕ್ಕಳ ಕಾರ್ಯಕ್ರಮಗಳು, ಕಥಾಚಿತ್ರ ಹಾಗೂ ಸಾಕ್ಷ್ಯಚಿತ್ರಗಳು, ಕಿರುಚಿತ್ರಗಳು, ಪ್ರವಾಸಿ, ಜೀವನಶೈಲಿ, ಫ್ಯಾಷನ್, ಭಕ್ತಿ ಕಾರ್ಯಕ್ರಮಗಳು ಲಭ್ಯ. ಇವುಗಳನ್ನು ಪುನಃ ಮರುವಿಂಗಡಣೆ ಮಾಡಿ ನಿರ್ದಿಷ್ಟ ಆಸಕ್ತಿಯುತ ಕಾರ್ಯಕ್ರಮಗಳನ್ನು ನೇರವಾಗಿ ನೀವು ನೋಡಬಹುದು. ಹುಡುಕಾಟ ಕಡಿಮೆ, ಅಲ್ಲದೆ ಸಮಯದ ಉಳಿತಾಯ ಸಹ ಸಾಧ್ಯ. ನಿಮಗೆ ಸಿನಿಮಾ ನೋಡುವ ಆಸಕ್ತಿ ಇದ್ದರೆ, ಅಪರಾಧ, ರೋಮ್ಯಾಂಟಿಕ್, ಪತ್ತೇದಾರಿ, ಐತಿಹಾಸಿಕ, ಸಾಂಸಾರಿಕ, ಭಕ್ತಿಪ್ರಧಾನ, ವೈಜ್ಞಾನಿಕ, ವ್ಯಕ್ತಿಪ್ರಧಾನ (ಬಯೋಪಿಕ್)–ಹೀಗೆ ನೇರವಾಗಿ ಆ ಬಗೆಯ ಸಿನೆಮಾಗಳ ಗುಂಪಿಗೆ ಹೋಗಿ ನೀವು ಆಯ್ಕೆ ಮಾಡಬಹುದು.

ಕೋವಿಡ್ ಅವಧಿಯಲ್ಲಂತೂ ಶೈಕ್ಷಣಿಕ ಹಾಗೂ ವ್ಯಾಯಾಮ ಸಂಬಂಧಿ ಕಾರ್ಯಕ್ರಮಗಳು ಬಹುಜನಪ್ರಿಯವಾಗಿದ್ದವು. ಇದೇ ಟ್ರೆಂಡ್ ಈಗಲೂ ಮುಂದುವರೆದಿದೆ. ಜನಪ್ರಿಯ ಧಾರಾವಾಹಿಗಳನ್ನು ವೀಕ್ಷಿಸುವ ಅಡೆತಡೆಗಳನ್ನು ಓಟಿಟಿ ವಾಹಿನಿಗಳು ಪೂರ್ಣವಾಗಿ ಮರೆಯಾಗಿಸಿವೆ. ನಿಮಗೆ ಬಿಡುವಿದ್ದರೆ

ನಿಮ್ಮ ನೆಚ್ಚಿನ ಧಾರಾವಾಹಿಯ ಹತ್ತಾರು ಎಪಿಸೋಡ್‌ಗಳನ್ನು ಏಕಕಾಲದಲ್ಲಿ ನೋಡಿ ಮುಗಿಸಬಹುದು. ಟಿವಿ ವಾಹಿನಿಗಳಲ್ಲಿ ಇರುವಂತೆ ಅಧಿಕ ಸಂಖ್ಯೆಯ ಜಾಹಿರಾತುಗಳ ಕಿರಿಕಿರಿ ಇಲ್ಲ. ಓಟಿಟಿ ವಾಹಿನಿಗಳಲ್ಲಿ ಜಾಹಿರಾತುಗಳು ಇದ್ದರೂ ಅವು ಬಹು ಕಡಿಮೆ. ಹೆಚ್ಚುವರಿ ಜಾಹಿರಾತುಗಳು ಬಂದಾಗ ಅವುಗಳನ್ನು ನೀವು ಜಿಗಿಸಬಹುದು. ಬಹುಹೊತ್ತು ನೀವು ಟಿವಿ ಆನ್ ಮಾಡಿ ರಿಮೋಟ್ ಬಳಸದೆ ಬೇರೆ ಕೆಲಸದಲ್ಲಿ ನಿರತರಾಗಿದ್ದರೆ, ತನ್ನಿಂತಾನೇ ಟಿವಿ ನಿಲ್ಲುತ್ತದೆ. ಅಂದರೆ, ನೀವೊಬ್ಬ ಸಕ್ರಿಯ ವೀಕ್ಷಕರಾಗಿರಬೇಕು.

ಓಟಿಟಿ ವಾಹಿನಿಗಳ ವಿಶೇಷತೆ

ಓಟಿಟಿ ವಾಹಿನಿಗಳು ಹಳೇ ಮತ್ತು ಹೊಸ ಕಾರ್ಯಕ್ರಮಗಳ ಜತೆಗೆ ಟಿವಿ ವಾಹಿನಿಗಳ ನೇರಪ್ರಸಾರ ಕಾರ್ಯಕ್ರಮಗಳನ್ನೂ ಬಿತ್ತರಿಸುತ್ತವೆ. ವೀಕ್ಷಕರನ್ನು ಓಟಿಟಿಯತ್ತ ಆಕರ್ಷಿಸಲು ದೀರ್ಘ ಹಾಗೂ ಮಧ್ಯಮಾವಧಿಯ ಧಾರಾವಾಹಿಗಳನ್ನು (8, 10, 14 ಕಂತುಗಳಲ್ಲಿ) ನಿರ್ಮಿಸಿ ಪ್ರಸಾರ ಮಾಡುತ್ತವೆ. ಇವುಗಳು ಹೊಸ ಪ್ರತಿಭೆಗಳಿಗೆ ನೆರವಾಗಿವೆ. ಫ್ಯಾಮಿಲಿ ಮ್ಯಾನ್, ಮಿರ್ಜಾಪುರ, ಪಾತಾಳಲೋಕ, ಡೆಲ್ಲಿ ಕ್ರೈಮ್ಸ್, ಹರ್ಷದ್ ಮೆಹತಾ ಸ್ಟೋರಿ ಮುಂತಾದ ಧಾರಾವಾಹಿಗಳನ್ನು ಹೆಸರಿಸಬಹುದು. ಈ ವಾಹಿನಿಗಳಿಗೆಂದೇ ನೂರಾರು ಕಥಾಚಿತ್ರಗಳು ನಿರ್ಮಾಣಗೊಂಡು ಪ್ರಸಾರವಾಗಿವೆ. ಹಲವು ಚಿತ್ರಗಳನ್ನು ಓಟಿಟಿ ವಾಹಿನಿಗಳೇ ನಿರ್ಮಿಸಿದರೆ, ಉಳಿದ ಹಲವು ಚಿತ್ರಗಳನ್ನ ಖರೀದಿಸಿ ಪ್ರಸಾರ ಮಾಡುತ್ತವೆ. ಕೊರೋನ ಅವಧಿಯಲ್ಲಿ ಚಿತ್ರಮಂದಿರಗಳು ಮುಚ್ಚಿದ್ದಾಗ, ಹಲವಾರು ದೊಡ್ಡ ಬಜೆಟ್ ಸಿನೆಮಾಗಳು ನೇರವಾಗಿ ಓಟಿಟಿ ವಾಹಿನಿಯಲ್ಲಿ ಬಿಡುಗಡೆಗೊಂಡವು.

ಉದಾಹರಣೆಗೆ ಕನ್ನಡದ 'ಯುವರತ್ನ', ಹಿಂದಿಯಲ್ಲಿ 'ರಾಧೇ' ಮುಂತಾದ ಚಿತ್ರಗಳನ್ನು ಹೆಸರಿಸಬಹುದು. ಇವುಗಳಿಗೆ ಒಂದು ಬೆಲೆ ನಿಗದಿಪಡಿಸಿ ಖರೀದಿಸಲಾಯಿತು. ಲಾಭ-ನಷ್ಟ ಓಟಿಟಿ ವೇದಿಕೆಗೆ ಸೇರಿದ್ದು. ಚಿತ್ರರಂಗಕ್ಕೆ ನೀವು ಹೊಸಬರಾದರೆ, ನಿಮ್ಮ ಚಿತ್ರಗಳನ್ನು ವೀಕ್ಷಿಸುವ ಸಂಖ್ಯೆಯ ಆಧಾರದ ಮೇಲೆ ನಿಮಗೆ ಸಂಭಾವನೆ ದೊರೆಯುತ್ತದೆ. ಓಟಿಟಿ ಸಿನೆಮಾಗಳಲ್ಲಿ ನಟಿಸಲು ಹಿಂದೇಟು ಹಾಕುತ್ತಿದ್ದ ಸ್ಟಾರ್ ನಟರು, ಈಗ ಇವುಗಳಲ್ಲಿ ನಟಿಸಲು ಆರಂಭಿಸಿದ್ದಾರೆ. ಹೊಸಬರಿಗಂತೂ ಓಟಿಟಿ ವೇದಿಕೆಗಳು ವರದಾನವಾಗಿವೆ. ಈ ವೇದಿಕೆಗಳ ಇನ್ನೊಂದು ವಿಶೇಷತೆ ಎಂದರೆ ಇಡೀ ಜಗತ್ತೇ ನಿಮಗೆ ಮಾರುಕಟ್ಟೆ. ಯಾರು, ಎಲ್ಲಿ ಬೇಕಾದರೂ ನಿಮ್ಮ ಕಥಾಚಿತ್ರ, ಸಾಕ್ಷ್ಯಚಿತ್ರ ಇಲ್ಲವೇ ಕಿರುಚಿತ್ರಗಳನ್ನು ವೀಕ್ಷಿಸಲು ಅನುವು ಮಾಡಿಕೊಡುತ್ತವೆ. ಅನೇಕ ಹೆಸರಾಂತ ಸಿನಿಮಾ ನಿರ್ದೇಶಕರು ಈಗ ಓಟಿಟಿ ಚಿತ್ರಗಳನ್ನು ನಿರ್ಮಿಸಲು ಮುಂದಾಗಿದ್ದಾರೆ. ಹಲವರು ದೇಸಿ ಭಾಷೆಗಳಲ್ಲಿ ಓಟಿಟಿ ವೇದಿಕೆಗಳನ್ನು ಮುನ್ನೆಲೆಗೆ ತರುವಲ್ಲಿ ಯಶಸ್ವಿಯಾಗಿದ್ದಾರೆ.

ತಮ್ಮ ವಾಹಿನಿಗಳನ್ನು ಜನಪ್ರಿಯಗೊಳಿಸಲು ಓಟಿಟಿ ವೇದಿಕೆಗಳು ಬಹುವಿಧದ ಮಾರುಕಟ್ಟೆ ತಂತ್ರಗಳನ್ನು ಅನುಸರಿಸುತ್ತವೆ. ಉದಾಹರಣೆಗೆ ಒಬ್ಬ ಅಮೆಜಾನ್ ಪ್ರೈಮ್ ಚಂದಾದಾರ ತನ್ನ ಹತ್ತು ಸ್ನೇಹಿತರ ಜತೆ ಲಾಗಿನ್ ವಿವರಗಳನ್ನು ಹಂಚಿಕೊಂಡು ಕಾರ್ಯಕ್ರಮಗಳನ್ನು ವೀಕ್ಷಿಸಲು ನೆರವಾಗಬಹುದು. ನೆಟ್‌ಫ್ಲಿಕ್ಸ್ ಚಂದಾದಾರರು ಸಹ ಟಿವಿ ಇಲ್ಲವೇ ಮೊಬೈಲ್ ಅಥವಾ ಲ್ಯಾಪ್‌ಟಾಪ್‌ಗಳಲ್ಲಿ ಕಾರ್ಯಕ್ರಮಗಳನ್ನು ವೀಕ್ಷಿಸಬಹುದಾಗಿದೆ.

ಡಿಶ್ ಇಲ್ಲವೇ ಕೇಬಲ್ ಸೇವೆಯವರು ನೀಡುವಂತೆ, ಹಲವಾರು ಓಟಿಟಿ ವಾಹಿನಿಗಳನ್ನು ಒಟ್ಟಿಗೆ ನೀಡುವ ಹೊಸ ಸೇವೆಯನ್ನು ಏರ್‌ಟೆಲ್ ಮತ್ತು ಜಿಯೋ ಸಂಸ್ಥೆಯವರು ನೀಡುತ್ತಿದ್ದಾರೆ. ಉದಾಹರಣೆಗೆ, ಜಿಯೋ ಸಂಸ್ಥೆಯವರು 1,200 ರೂ. ಮಾಸಿಕ ಚಂದಾಹಣಕ್ಕೆ 10 ಓಟಿಟಿ ವಾಹಿನಿಗಳು, ಒಂದು ಲ್ಯಾಂಡ್‌ಲೈನ್ ಫೋನ್ ಹಾಗೂ ಉಚಿತ ಅಂತರ್ಜಾಲ ಸೇವೆ ನೀಡುತ್ತಿದ್ದಾರೆ. ಒಮ್ಮೆ ಈ ಸೇವೆ ಪಡೆದ ನಂತರ, ಪ್ರೈಮ್ ಸೇವೆಗಳು ಬೇಕೆಂದೆನಿಸಿದರೆ, ಮತ್ತಷ್ಟು ಹಣ ನೀಡಿ ಅವುಗಳನ್ನು ಪಡೆಯಬಹುದು. ಯುಟ್ಯೂಬ್ ಸೇರಿದಂತೆ ಹಲವಾರು ಉಚಿತ ವಾಹಿನಿಗಳು ಸಹ ಈ ಸೇವೆಯಲ್ಲಿ ಸೇರಿವೆ.

ಓಟಿಟಿ ವೇದಿಕೆ ಎಷ್ಟು ಜನಪ್ರಿಯವಾಗಿದೆ ಎಂದರೆ, ಅಮೆರಿಕಾದ ಶೇ. 50ರಷ್ಟು ಮಂದಿ ಮಾಸಿಕ 675 ರೂ. ನೀಡಿ ನೆಟ್‌ಫ್ಲಿಕ್ಸ್‌ಗೆ ಚಂದಾದಾರರಾಗಿದ್ದಾರೆ. ಪ್ರೀಮಿಯಂ ಸೇವೆಗೆ ಮಾಸಿಕ 1,350 ರೂ. ನೀಡಿದರೆ ಇನ್ನಷ್ಟು ಉತ್ತಮ ಕಾರ್ಯಕ್ರಮಗಳನ್ನು ವೀಕ್ಷಿಸಬಹುದಾಗಿದೆ. ಕೇಬಲ್ ಸೇವೆಗಿಂತ ಇದು ಕಡಿಮೆಯಷ್ಟೇ ಅಲ್ಲ, ವಿಶೇಷವಾದ ವೈವಿಧ್ಯಮಯ ಕಾರ್ಯಕ್ರಮಗಳನ್ನು ನೋಡಬಹುದಾಗಿದೆ. ಕೋವಿಡ್ ಸಮಯದಲ್ಲಿ ಮನೆಯೊಳಗೆ ಬಂಧಿ ಆದಾಗ ಜನತೆಗೆ ಹೊಸ ಮನರಂಜನಾ ಲೋಕವೇ ಹೊರಹೊಮ್ಮಿತು. ದೇಶಿಯ ಕಾರ್ಯಕ್ರಮಗಳಿಗೆ ಸೀಮಿತವಾಗಿದ್ದ ವೀಕ್ಷಕರಿಗೆ ಜಾಗತಿಕ ಮನರಂಜನಾ ಕಾರ್ಯಕ್ರಮಗಳನ್ನು ವೀಕ್ಷಿಸುವ ಸದಾವಕಾಶ ದೊರೆಯಿತು.

ಸ್ಪೇನ್ ಇಲ್ಲವೇ ಕೊರಿಯಾ ದೇಶಗಳಲ್ಲಿ ನಿರ್ಮಾಣಗೊಂಡ ಅನೇಕ ಜನಪ್ರಿಯ ಟಿವಿ ಶೋಗಳು ಇಂದು ಎಲ್ಲೆಡೆ ಮನೆಮಾತಾಗಿವೆ. ದೇಶ ವಿದೇಶಗಳ ಕ್ರಿಯಾತ್ಮಕ ಪ್ರತಿಭೆಗಳು ನಿರ್ಮಿಸಿರುವ ಕಿರುಚಿತ್ರಗಳು ಮತ್ತು ಸಾಕ್ಷ್ಯಚಿತ್ರಗಳು ಜೀವನದ ವಿವಿಧ ಆಯಾಮಗಳನ್ನು ಪ್ರತಿಬಿಂಬಿಸುವ ಕನ್ನಡಿಗಳಂತಿವೆ. ಕೆಲವು ಚಿತ್ರಗಳು ವಿವಿಧ ಭಾಷೆಗಳಿಗೆ ಡಬ್ ಆಗಿದ್ದರೆ, ಬಹುತೇಕ ಚಿತ್ರಗಳು ಇಂಗ್ಲಿಷ್ ಉಪಶೀರ್ಷಿಕೆಗಳನ್ನು ಹೊಂದಿರುವುದರಿಂದ, ಚಿತ್ರದ ಕಥೆ ನಿಮ್ಮ ಮನಮುಟ್ಟುತ್ತದೆ. ಹೊಸ ಮತ್ತು ಹಳೆಯ ಚಲನಚಿತ್ರಗಳು ಮತ್ತು ಟಿವಿ ಧಾರಾವಾಹಿಗಳನ್ನು ಆಸಕ್ತರು ಪುನಃ ಬೇಕೆಂದಾಗ ನೋಡಬಹುದಾಗಿದೆ.

ಟಿವಿ ವೀಕ್ಷಣೆಗೆ ಭಾರತ ಬಹುದೊಡ್ಡ ಮಾರುಕಟ್ಟೆ. ಓಟಿಟಿ ವೇದಿಕೆಗಳು ಜನಪ್ರಿಯವಾಗುತ್ತಿದ್ದಂತೆ ಮಧ್ಯಮ ವರ್ಗದ ಬಹುತೇಕ ನಗರವಾಸಿಗಳು ಅಂತರ್ಜಾಲ ಸಂಪರ್ಕಕ್ಕೆ ಬಂದಿದ್ದಾರೆ. ಈ ಹೊಸ ಮಾರುಕಟ್ಟೆಯ ಅನ್ವೇಷಣೆಗೆ ಹಲವಾರು ಜನ ಧುಮುಕಿದ್ದಾರೆ. ನೆಟ್‌ಫ್ಲಿಕ್ಸ್, ಅಮೆಜಾನ್ ಜತೆಗೆ, ಸೋನಿ ಲೈವ್, ಎಂಎಕ್ಸ್ ಪ್ಲೇಯರ್, ಡಿಸ್ನಿ ಹಾಟ್‌ಸ್ಟಾರ್, ವೂಟ್, ಜೀ5, ಸನ್ ಟಿವಿ, ಎಲ್‌ಟಿ ಬಾಲಾಜಿ, ಈರೋಸ್ ನೌ, ಜಿಯೋ ಸಿನಿಮಾ ಮುಂತಾದವು ಪ್ರಮುಖವಾಗಿವೆ.

ಚೀನಾ ಹೊರತುಪಡಿಸಿದರೆ, ಸ್ಮಾರ್ಟ್‌ಫೋನ್ (76 ಕೋಟಿ) ಗ್ರಾಹಕರನ್ನು ಹೊಂದಿರುವ ಬಹುದೊಡ್ಡ ದೇಶ ನಮ್ಮದು. 65 ಕೋಟಿ ಅಂತರ್ಜಾಲ ಚಂದಾದಾರರು ನಮ್ಮಲ್ಲಿದ್ದಾರೆ. ಪ್ರಸ್ತುತ ನಮ್ಮ ದೇಶದಲ್ಲಿ ಮೂರು ಕೋಟಿ ಓಟಿಟಿ ವಾಹಿನಿಗಳ ಚಂದಾದಾರರಿದ್ದಾರೆ. ಪ್ರಸ್ತುತ ಚಾಲ್ತಿಯಲ್ಲಿರುವ 40ಕ್ಕೂ ಅಧಿಕ ಓಟಿಟಿ ವಾಹಿನಿಗಳು ಮುಂದಿನ ವರ್ಷಗಳಲ್ಲಿ ದೊಡ್ಡ ಸಂಖ್ಯೆಯಲ್ಲಿ ಪಟ್ಟಣ ಪ್ರದೇಶಗಳನ್ನು ಪ್ರವೇಶಿಸಲಿವೆ. 2023ರ ವೇಳೆಗೆ ದೇಶದ ಓಟಿಟಿ ಮಾರುಕಟ್ಟೆ ಐದು ಬಿಲಿಯನ್ ಡಾಲರ್ (37,500 ಕೋಟಿ ರೂ) ತಲುಪುವ ಸಾಧ್ಯತೆ ಇದೆ ಎಂದು ಮನರಂಜನಾ ಕ್ಷೇತ್ರದ ಪರಿಣಿತರು ಅಂದಾಜಿಸಿದ್ದಾರೆ.

(ಸಮಾಜಮುಖಿ, ಡಿಸೆಂಬರ್ 2021)

12

ಶೈಕ್ಷಣಿಕ ವಲಯದಲ್ಲಿ ಕ್ರಾಂತಿ ಸೃಷ್ಟಿಸುವ ಜಿಪಿಟಿ-3

ಇತ್ತೀಚಿನ ದಿನಗಳಲ್ಲಿ ಕಂಪ್ಯೂಟರ್ ತಂತ್ರಜ್ಞಾನ ಕ್ಷೇತ್ರದಲ್ಲಿ ಬಹುಚರ್ಚಿತ ಬೆಳವಣಿಗೆ ಎಂದರೆ ಓಪನ್–ಎ (Open A) ಸಂಸ್ಥೆ ಅಭಿವೃದ್ಧಿಪಡಿಸಿರುವ 'ಜಿಪಿಟಿ 3' ಎಂಬ ತಂತ್ರಾಂಶ. ಅಂತರ್ಜಾಲ ನೆರವಿನಿಂದ ನಮ್ಮ ಬಹುತೇಕ ಸಂದೇಹಗಳನ್ನು, ಯಂತ್ರಗಳೂಡನೆ ಹಂಚಿಕೊಂಡಾಗ ಅವು ತಕ್ಕ ಉತ್ತರಗಳನ್ನು ನೀಡಿ ನಮ್ಮನ್ನು ಸಮಾಧಾನಪಡಿಸುತ್ತವೆ. ನಾಳೆ ಮಳೆ ಮುನ್ಸೂಚನೆ ಬೆಂಗಳೂರಿನಲ್ಲಿ ಇದೆಯೇ ಎಂದು 'ಅಲೆಕ್ಸಾ' 'ಸಿರಿ' ಮುಂತಾದ ಚಾಟ್‌ಬಾಟ್‌ಗಳನ್ನು ಕೇಳಿದಾಗ ಅವು ಉತ್ತರಿಸುತ್ತವೆ. ದೇಶದ ಇಂದಿನ ಮುಖ್ಯ ಸುದ್ದಿಗಳೇನು ಅಂದರೆ ಅವು ತಕ್ಷಣವೇ ಮುಖ್ಯ ಸುದ್ದಿಗಳನ್ನು ಹೇಳುತ್ತವೆ. ನಿಮ್ಮ ಮೆಚ್ಚಿನ ಸಿನಿಮಾ ಹಾಡು ಕೇಳಿಸು ಎಂದಾಗ ತಕ್ಷಣವೇ ಹಾಡು ಬರುತ್ತದೆ. ಅಂದರೆ ನಮ್ಮ, ಭಾಷೆಗಳನ್ನು ಅರ್ಥಮಾಡಿಕೊಂಡು, ಅದಕ್ಕನುಸಾರ ಅವು ಮಾಹಿತಿಯನ್ನು ಹುಡುಕಿ ಕ್ಷಣಮಾತ್ರದಲ್ಲಿ ನಮಗೆ ತಿಳಿಸುತ್ತವೆ.

ಕೃತಕ ಬುದ್ಧಿಮತ್ತೆಯ ನೆರವಿನಿಂದ ಸುಧಾರಿಸಿ ಹೊರತಂದಿರುವ ಜಿಪಿಟಿ–3 (ಜನರೇಟಿವ್ ಪ್ರೀಟ್ರೇನ್ಡ್ ಟ್ರಾನ್ಸ್‌ಫಾರ್ಮರ್) ಬಹು ಅತ್ಯಾಧುನಿಕ

ತಂತ್ರಾಂಶವಾಗಿದೆ. ಇದು ಭಾಷಾ ಮಾದರಿಯ ಮೂರನೇ ಪೀಳಿಗೆಗೆ ಸೇರಿದೆ. ಪ್ರಸ್ತುತ ಲಭ್ಯವಿರುವ ಅತ್ಯಂತ ಶಕ್ತಿಶಾಲಿ ಭಾಷಾ ಮಾದರಿಗಳಲ್ಲಿ ಒಂದಾಗಿದೆ. ಭಾಷಾ ಅನುವಾದ, ಪಠ್ಯ ಸಾರಾಂಶ ಮತ್ತು ಪ್ರಶ್ನೆಗೆ ಉತ್ತರಿಸುವುದು ಸೇರಿದಂತೆ ವ್ಯಾಪಕ ಶ್ರೇಣಿಯ ನೈಸರ್ಗಿಕ ಭಾಷಾ ಸಂಸ್ಕರಣಾ ಕಾರ್ಯಗಳಿಗಾಗಿ ಇದನ್ನು ಉತ್ತಮವಾಗಿ ಬಳಸಿಕೊಳ್ಳಬಹುದಾಗಿದೆ.

ಇದು ಸಂಭಾಷಣೆಯ ಪಠ್ಯದ ಅತಿ ದೊಡ್ಡ ಡೇಟಾಸೆಟ್‌ನಲ್ಲಿ ತರಬೇತಿ ಪಡೆದಿದೆ. ಆದುದರಿಂದ ಇದು ಉತ್ತಮವಾಗಿ ಕೇಳುಗರ ಪ್ರಶ್ನೆಗಳನ್ನು ಸಮರ್ಥವಾಗಿ ಉತ್ತರಿಸಬಲ್ಲದು. ಸಂಭಾಷಣೆಗಳಲ್ಲಿ ಸೂಕ್ತವಾದ ಸಂದರ್ಭ-ನಿರ್ದಿಷ್ಟ ಪ್ರತಿಕ್ರಿಯೆಗಳನ್ನು ಸೇರಿಸುವ ಸಾಮರ್ಥ್ಯವನ್ನು ಈ ತಂತ್ರಾಂಶ ಹೊಂದಿದ್ದು, ಸುಸಂಬದ್ಧ ಸಂಭಾಷಣೆಗಳನ್ನು ನಿರ್ವಹಿಸುವಲ್ಲಿ ಹೆಚ್ಚು ಪರಿಣಾಮಕಾರಿಯಾಗಿರುತ್ತದೆ. ಅಂದರೆ ಕೃತಕ ಯಂತ್ರಭಾಷೆಗಿಂತ ತುಸು ಭಿನ್ನವಾಗಿ ವ್ಯಕ್ತಿಗಳ ನಡುವಿನ ಸಂಭಾಷಣೆ ಕೇಳಿಸುವಂತೆ ಯೋಜಿಸಲಾಗಿದೆ. 175 ಶತಕೋಟಿ ಮಾನದಂಡಗಳನ್ನು ಅಳವಡಿಸಲಾಗಿದ್ದು, ಜಿಪಿಟಿ-3 ಇಲ್ಲಿಯವರೆಗಿನ ಅತ್ಯಂತ ಅತ್ಯಾಧುನಿಕ ಪಠ್ಯ ಮುನ್ಸೂಚಕಗಳಲ್ಲಿ ಒಂದಾಗಿದೆ. ಅಂದರೆ ಯಾವುದೇ ಊಹಿಸಲು ಅಸಾಧ್ಯವೆನಿಸುವಷ್ಟು ಪ್ರಶ್ನೋತ್ತರಗಳನ್ನು ಇದರಲ್ಲಿ ಸೇರಿಸಲಾಗಿರುವುದರಿಂದ, ಈ ತಂತ್ರಾಂಶ ತಕ್ಷಣವೇ ನಿಮ್ಮ ಪ್ರಶ್ನೆಗಳು ಯಾವುದೇ ಇರಲಿ, ಯಾವುದೇ ವಿಷಯಕ್ಕೆ ಸಂಬಂಧಿಸಿದ್ದಿರಲಿ, ತಟ್ಟನೇ ಉತ್ತರಿಸುವ ಸಾಮರ್ಥ್ಯ ಹೊಂದಿದೆ.

ಕೃತಕ ಬುದ್ಧಿಮತ್ತೆ ಎಷ್ಟು ವೇಗವಾಗಿ ವಿಕಸನವಾಗುತ್ತಿದೆ ಎಂದರೆ ನಮ್ಮ ಬಹುತೇಕ ಕೆಲಸಗಳನ್ನು ಇದು ಯಂತ್ರಗಳಿಂದ ಮಾಡಿಸುತ್ತದೆ. ಒಂದು ಸಾವಿರ ಪದಗಳ ಪಠ್ಯವನ್ನು ಒಂದು ನೂರು ಪದಗಳಿಗೆ ಸೆಕೆಂಡುಗಳಲ್ಲಿ ಇಳಿಸಬಲ್ಲದು. ಅದು ಭಾಷಾಂತರಗಳು ಮತ್ತು ಪಠ್ಯ ಸಾರಾಂಶಗಳಿಗಾಗಿ ನೈಸರ್ಗಿಕ ಭಾಷಾ ಮಾಹಿತಿಗಳನ್ನು ನಿರ್ವಹಿಸುತ್ತವೆ. ಮೂಲಭೂತವಾಗಿ ನರಗಳ ಜಾಲಗಳು ಎಂಬ ಆಳವಾದ ಕಲಿಕೆಯ ತಂತ್ರವನ್ನು ಇದಕ್ಕಾಗಿ ಬಳಸಲಾಗುತ್ತದೆ. ಇದು ನಾವು ಯೋಚಿಸಿ, ಪ್ರಶ್ನೆ ಕೇಳುವ-ಉತ್ತರಿಸುವ ತಂತ್ರಗಳನ್ನು ತಂತ್ರಾಂಶಗಳಲ್ಲಿ ಅಳವಡಿಸಲಾಗಿದೆ. ಜಿಪಿಟಿ-3 ಮಾದರಿ ಅದೇ ಆಳವಾದ ಕಲಿಕೆಯ ಟ್ರಾನ್ಸ್‌ಫಾರ್ಮರ್-ಆಧಾರಿತ ನ್ಯೂರಲ್ ನೆಟ್ವರ್ಕ್ ಆರ್ಕಿಟೆಕ್ಚರ್ (ನರಮಂಡಲ ಸಂಪರ್ಕಜಾಲ ಸಂರಚನೆ) ಅನ್ನು ಆಧರಿಸಿವೆ. ಕಾಮನ್ ಕ್ರಾಲ್, ವಿಕಿಪೀಡಿಯಾ, ವೆಬ್‌ಟೆಕ್ಸ್ಟ್, ಮುಂತಾದ ಸಾರ್ವಜನಿಕವಾಗಿ ಲಭ್ಯವಿರುವ ಮಾಹಿತಿ ಮೂಲಗಳ ಮೂಲಕ ಹೇರಳವಾದ ಸಂಪನ್ಮೂಲಗಳಿಂದ ಪೂರ್ವ-ತರಬೇತಿ ನೀಡಲಾಗಿದೆ. ತರಬೇತಿಯ ಪ್ರಮಾಣವು ಎಷ್ಟು ಉತ್ಕೃಷ್ಟವೆಂದರೆ ಇದು ಮಾನವ ಹಸ್ತಕ್ಷೇಪದ ಅಗತ್ಯವನ್ನು ಪೂರ್ಣವಾಗಿ ತೆಗೆದುಹಾಕಿ, ನಿಮಗೆ ಸಮಯ ಉಳಿಸುತ್ತದೆ.

ಪ್ರತಿಯೊಂದು ಉಪಯುಕ್ತ ಮಾಹಿತಿ, ಒಂದೇ ಶಕ್ತಿಶಾಲಿ ಯಂತ್ರದಲ್ಲಿ ಲಭ್ಯವಾಗಿರುವುದು ಇದೇ ಮೊದಲು ಎಂದು ತಜ್ಞರ ಅಭಿಪ್ರಾಯ. ಅಂತರ್ಜಾಲದಿಂದ ಕಲಿತದ್ದನ್ನು ಆಧರಿಸಿ ಯಾವುದೇ ಪ್ರಶ್ನೆಗೆ ಸಂಭವನೀಯ ಪ್ರತಿಕ್ರಿಯೆಯನ್ನು ಬಹು ಸುಲಭವಾಗಿ ಈ ತಂತ್ರಾಂಶ ರಚಿಸುತ್ತದೆ. ಬೃಹತ್ ಕಡತಗಳಿಂದ ಉಪಯುಕ್ತ ಮಾಹಿತಿ ಇಲ್ಲವೇ ಒಳನೋಟಗಳನ್ನು ಹೊರತೆಗೆಯುತ್ತದೆ. ಇದು ಯಾವುದೇ ಮಾನವನು ಮಾಡಬಹುದಾದ ವೇಗದಲ್ಲಿ ಭಾಷಾ ಮಾದರಿಗಳನ್ನು ಗುರುತಿಸಬಹುದು ಮತ್ತು ಅನ್ವಯಿಸಬಹುದು. ಜಿಪಿಟಿ ಒಂದು ವರ್ಚುಯಲ್ ಸಹಾಯಕ (Virtual Asistant) ಎಂದರೆ ಆಶ್ಚರ್ಯವಿಲ್ಲ. ಇದರ ಸಾಮರ್ಥ್ಯ ಎಷ್ಟು ವಿಶೇಷವೆಂದರೆ ಗೂಗಲ್ ಅನ್ನು ಇದು ಸರಿಗಟ್ಟಿ ನಿಲ್ಲುತ್ತದೆ ಎಂದು ತಜ್ಞರು ಹೇಳುತ್ತಾರೆ. ಗೂಗಲ್ ಲಭ್ಯವಿರುವ ಮಾಹಿತಿ ಮೂಲಗಳನ್ನು ಮಾತ್ರ ಸೂಚಿಸಿದರೆ, ಜಿಪಿಟಿ ನಿಮಗೆ ಎಲ್ಲ ಮಾಹಿತಿಮೂಲಗಳನ್ನು ಶೋಧಿಸಿ ನಿಮ್ಮ ಅಗತ್ಯಕ್ಕೆ ತಕ್ಕಂತೆ ಆ ಮಾಹಿತಿಯನ್ನು ನಿಮ್ಮ ಮುಂದೆ ಇರಿಸುತ್ತದೆ.

ಈ ತಂತ್ರಾಂಶ ಹೊರಬಂದ ನಂತರ ಅನೇಕ ಪ್ರಮುಖ ಕಂಪನಿಗಳು ಇದನ್ನು ಮೀರಿಸುವ ತಂತ್ರಾಂಶ ಅಭಿವೃದ್ಧಿಪಡಿಸಲು ಪ್ರಯತ್ನಿಸುತ್ತಿವೆ. ಓಪನ್-ಎ ಕಂಪನಿಯ ಉದ್ದೇಶ ಮಾನವ ಜನಾಂಗಕ್ಕೆ ಅತ್ಯುತ್ತಮ ಮಾಹಿತಿಯನ್ನು ಅತಿಕಡಿಮೆ ಸಮಯದಲ್ಲಿ ಒದಗಿಸಬೇಕೆನ್ನುವ ಮಹದಾಸೆಯಿಂದ ಕೂಡಿದೆ. ಈಗ ಸಾರ್ವಜನಿಕರಿಗೆ ನೇರವಾಗಿ ಲಭ್ಯವಿಲ್ಲದಿದ್ದರೂ, ಓಪನ್-ಎ ವೆಬ್‌ಸೈಟ್‌ಗೆ ಹೋಗಿ ಇದರ ಶಕ್ತಿಯನ್ನು ಪರೀಕ್ಷಿಸಬಹುದು.

ಸಾವಿರಾರು ಪುಸ್ತಿಕೆಗಳು ಹಾಗೂ ಉಚಿತವಾಗಿ ದೊರೆಯುವ ಎಲ್ಲ ಮಾಹಿತಿ ಮೂಲಗಳನ್ನು ಹೊಕ್ಕು, ನಿಮಗೆ ಬೇಕಾದ ಉತ್ತರವನ್ನು ಅದು ಮಂಡಿಸುತ್ತದೆ. ಸರಳವಾಗಿ ಇಂಗ್ಲಿಷ್‌ನಿಂದ ಹಲವು ಪ್ರಮುಖ ಭಾಷೆಗಳಿಗೆ ಭಾಷಾಂತರ ಮಾಡುತ್ತದೆ. ದೊಡ್ಡ ಕಂಪನಿಗಳು ತಮ್ಮ ಅಗತ್ಯಕ್ಕೆ ತಕ್ಕಂತೆ ಈ ಯಂತ್ರಾಂಶವನ್ನು ತರಬೇತಿ ಕೊಟ್ಟು ಬಳಸಬಹುದು. ಓಪನ್-ಎ ಈಗಾಗಲೇ ಮಾರುಕಟ್ಟೆಗೆ ಬಿಟ್ಟಿರುವ ಡಾಲ್- ಈ (DALL-E) ತಂತ್ರಾಂಶ, ಚಿತ್ರಗಳನ್ನು ರಚಿಸುವಲ್ಲಿ ಬಿರುಗಾಳಿ ಸೃಷ್ಟಿಸಿದೆ. ನೀವು ಕೇಳಿದಂತೆ ಕ್ಷಣಮಾತ್ರದಲ್ಲಿ ಚಿತ್ರಗಳನ್ನು ರಚಿಸುವ ಸಾಮರ್ಥ್ಯ ಹೊಂದಿದೆ. ಚಿತ್ರರಚನಾಕಾರರ ಪರಿಸ್ಥಿತಿ ಅಧೋಗತಿಗೆ ಇಳಿಯಲಿದೆ ಎಂದು ಭಯ ಹುಟ್ಟಿಸಿದೆ. ಇದೇರೀತಿ ಜಿಪಿಟಿ-3 ಸಹ ಶೈಕ್ಷಣಿಕ ವಲದಲ್ಲಿ ಅಚ್ಚರಿಗಳನ್ನು ಮೂಡಿಸಲಿದೆ. ಏಕೆಂದರೆ ನೀವು ನಿರ್ದಿಷ್ಟವಾಗಿ ಕೇಳುವ ವಿಷಯಗಳಿಗೆ ತಕ್ಕ ಉತ್ತರಗಳನ್ನು ಮರುಕ್ಷಣದಲ್ಲಿ ನೀಡುವ ಸಾಮರ್ಥ್ಯ ಇದಕ್ಕಿದೆ. ಶಾಲಾ ಕಾಲೇಜುಗಳಲ್ಲಿ ಬೇಕಾಗುವ ಕಿರು ಉತ್ತರಗಳು ಇಲ್ಲವೇ ಪ್ರಬಂಧಗಳನ್ನು ಸೆಕೆಂಡುಗಳಲ್ಲಿ ನಿಮಗೆ ಸಿದ್ಧ. ಶಿಕ್ಷಕರಿಗೆ ಇದರಿಂದ ತಲೆನೋವು ಗ್ಯಾರಂಟಿ.

ದಿ ನ್ಯೂಯಾರ್ಕ್ ಟೈಮ್ಸ್ ಪತ್ರಿಕೆಯ ಪ್ರಕಾರ ಮಾನವನಿಗೆ ಸಮಾನವಾದ ನಿರರ್ಗಳತೆಯೊಂದಿಗೆ ಮೂಲ ಗದ್ಯವನ್ನು ಬರೆಯಲು ಇದು ಸಾಧ್ಯಮಾಡಿದೆ. ಜಿಪಿಟಿ-3 ಅನ್ನು ಅದರ ಪೂರ್ವ-ತರಬೇತಿ ಪಡೆದ ಭಾಷಾಶಾಸ್ತ್ರದ ಅಲ್ಗಾರಿದಮ್‌ನೊಂದಿಗೆ ಯಾವುದೇ ರೀತಿಯ ಲಿಖಿತ ವಿಷಯವನ್ನು ರಚಿಸಬಹುದಾದ ಭಾಷಾ ಮುನ್ಸೂಚನೆಯ ಸಾಧನವಾಗಿದೆ. ಅದರ ದಕ್ಷತೆಯಿಂದಾಗಿ ಕೃತಕ ಬುದ್ಧಿಮತ್ತೆ ಕ್ಷೇತ್ರದ ತಂತ್ರಜ್ಞಾನಗಳಲ್ಲಿ ಇದೊಂದು ಶ್ರೇಷ್ಠ ಆವಿಷ್ಕಾರ ಎಂದು ಪರಿಗಣಿಸಲಾಗಿದೆ.

ಕನ್ನಡಪ್ರಭ 29-01-2023

13

ಓದಲು ಆಯಾಸವೇ?
ಆಲಿಸಿರಿ

ಪತ್ರಿಕೆಗಳು ಇಲ್ಲವೇ ನಿಯತಕಾಲಿಕೆಗಳಲ್ಲಿ ಪ್ರಕಟವಾಗುವ ಸುದ್ದಿ ಇಲ್ಲವೇ ಲೇಖನಗಳನ್ನು ಓದಲು ನಿಮಗೆ ಆಯಾಸವೇ? ಚಿಂತೆ ಬೇಡ. ಜಾಲತಾಣಗಳಲ್ಲಿ ಇಲ್ಲವೇ ವಿದ್ಯುನ್ಮಾನ ಮಾದರಿಯಲ್ಲಿ ಲಭ್ಯವಿರುವ ಯಾವುದೇ ಪ್ರಕಟಣೆಗಳನ್ನು ಬಹು ಸುಲಭವಾಗಿ ಆಲಿಸಬಲ್ಲ ನೂತನ ತಂತ್ರಜ್ಞಾನಗಳು ಈಗ ಓದುವಿಕೆಯನ್ನು ಸುಲಭ ಮಾಡಿವೆ. ನವ್ಯ ತಂತ್ರಜ್ಞಾನಗಳು ಕಲಿಕೆಗೆ ಹೊಸ ಆಯಾಮಗಳನ್ನು ನೀಡುತ್ತಿವೆ. ಮುದ್ರಿತ ಅಕ್ಷರಗಳನ್ನು ಓದುವುದೇ ಒಂದು ಕಾಲದಲ್ಲಿ ನಾವೀನ್ಯ ಅನುಭವ ಆಗಿತ್ತು. ಮುದ್ರಣ ನಂತರ ಛಾಯಾಗ್ರಹಣ, ಸಿನಿಮಾ ಬೆಳೆದವು. ಆಮೇಲೆ ಬಂದದ್ದು ಬಾನುಲಿ ಶ್ರವ್ಯಮಾಧ್ಯಮ, ಓದಿಗಿಂತ ಆಲಿಕೆ ಸರಾಗ. ಕಣ್ಣುಗಳಿಗೆ ಶ್ರಮವೂ ಕಡಿಮೆ.

ಧ್ವನಿಮುದ್ರಣ ತಂತ್ರಜ್ಞಾನದ ಅಭೂತಪೂರ್ವವಾಗಿ ಮುನ್ನಡೆದಿದೆ. ಈಗಾಗಲೇ ಆಡಿಯೋ ಪುಸ್ತಕಗಳು ಹೇರಳವಾಗಿ ಲಭ್ಯವಿವೆ. ಹಾಡುಗಳಿಗಂತೂ ಲೆಕ್ಕವೇ ಇಲ್ಲ. ಬಾನುಲಿ ಕೇಂದ್ರಗಳ ಜತೆಗೆ ಜಾಲತಾಣಗಳ ಮೂಲಕ ಲಭ್ಯವಿರುವ ಪಾಡ್‌ಕಾಸ್ಟ್ ಜನಪ್ರಿಯವಾಗುತ್ತಿರುವ ಇನ್ನೊಂದು ಶ್ರವ್ಯ ಮಾಧ್ಯಮ.

ಈ ಸಾಲಿಗೆ ಸೇರುತ್ತಿದೆ ಜಾಲತಾಣಗಳಲ್ಲಿ ದೊರೆಯುವ ಲೇಖನಗಳು ಮತ್ತು ಸುದ್ದಿ ಸೇವೆಗಳನ್ನು ಆಲಿಸುವುದು. ಕಂಪ್ಯೂಟರ್ ಪರದೆ ತೆರೆಯುತ್ತಲೇ ನಿಮಗೆ ಲೇಖನ ಇಷ್ಟವಾದಲ್ಲಿ ನೀವು ಪರದೆಯ ಮೇಲೆ ಓದಲೂಬಹುದು ಇಲ್ಲವೇ ನಿಗದಿತ ಜಾಗದಲ್ಲಿ ಕ್ಲಿಕ್ ಮಾಡಿದರೆ ಇಷ್ಟು ನಿಮಿಷಗಳ ಓದು ಎನ್ನುವ ಸೂಚನೆ ದೊರೆಯುತ್ತದೆ. ಆಗ ಓದುವ ಬದಲು ಲೇಖನ ಇಲ್ಲವೇ ಸುದ್ದಿಯನ್ನು ಕೇಳಬಹುದು. ಅಕ್ಷರಗಳನ್ನು ಓದಬಲ್ಲ ಇಲ್ಲವೇ ಓದಿದ ಪದಗಳ ಗುರುತು ಹಿಡಿದು ಅದನ್ನು ಅಕ್ಷರಗಳಿಗೆ ಪರಿವರ್ತಿಸಬಲ್ಲ ಯಂತ್ರಾಂಶಗಳ ನೆರವಿನಿಂದ ಇದು ಸಾಧ್ಯವಾಗುತ್ತಿದೆ.

ಸಾಂಪ್ರದಾಯಿಕ ಬಾನುಲಿ ಮತ್ತು ಡಿಜಿಟಲ್ ಪ್ರಸಾರಕ್ಕೂ ಇರುವ ವ್ಯತ್ಯಾಸವೆಂದರೆ, ಕೇಳುಗನ ನಿಯಂತ್ರಣ. ಕಂಪ್ಯೂಟರ್‌ನಲ್ಲಿ ನಿಮ್ಮ ಅನುಕೂಲಕ್ಕೆ ತಕ್ಕಂತೆ ಆಲಿಸಬಹುದು. ಆಲಿಸುವುದನ್ನು ನಿಲ್ಲಿಸಿ ಮತ್ತೆ ಕೇಳಬಹುದು. ಇಲ್ಲವೇ ಅರ್ಥವಾಗದಿದ್ದರೆ ಮತ್ತೊಮ್ಮೆ ಹಿಂದಕ್ಕೆ ಹೋಗಿ ಪುನರಾವರ್ತಿಸಬಹುದು. ಈ ಸೌಲಭ್ಯ ಬಾನುಲಿ ಆಲಿಕೆಯಲ್ಲಿ ಸಿಗದು. ಹೀಗಾಗಿಯೇ ಜಾಲತಾಣಗಳ ಮೂಲಕ ಪ್ರಸಾರವಾಗುವ ಶ್ರವ್ಯ ಆಲಿಕೆ ಜನಪ್ರಿಯವಾಗುತ್ತಿದೆ. ನಿಯತಕಾಲಿಕೆಗಳು ಹಾಗೂ ದೈನಿಕಗಳು ಶ್ರವ್ಯ ಪತ್ರಿಕೋದ್ಯಮದತ್ತ (Audio Journalism) ವಿಶೇಷ ಗಮನ ಹರಿಸುತ್ತಿವೆ. ಪದಗಳನ್ನು ಗುರುತಿಸಿ ಧ್ವನಿಗೆ ಪರಿವರ್ತಿಸಬಲ್ಲ ಸ್ವಾಭಾವಿಕ ಭಾಷಾ ಪ್ರಕ್ರಿಯೆ ಈಗ ಎಂದಿಗಿಂತ ಸರಳವಾಗಿದೆ. ಒಂದು ಇಲ್ಲವೇ ಹಲವು ಪುಟಗಳಲ್ಲಿ ಪ್ರಕಟವಾಗಿರುವ ಲೇಖನ ಇಲ್ಲವೇ ಸುದ್ದಿಗಳನ್ನು ಓದಲು ತುಸು ಆಯಾಸವೆನಿಸಿದರೆ, ಸರಾಗವಾಗಿ ಕುಳಿತು ಇಲ್ಲವೇ ಬೇರೇನೋ ಕೆಲಸ ಮಾಡುತ್ತಾ ಆಲಿಸಿರಿ. ಮತ್ತೊಮ್ಮೆ ಕೇಳಬೇಕೆನಿಸಿದರೆ ಹಿಂದಕ್ಕೆ ಹೋಗಿ ಮತ್ತೆ ಕೇಳಿ. ಹಳೆಯ ಟೇಪ್‌ರೆಕಾರ್ಡರ್‌ನಂತೆ!

ಎಲ್ಲ ಕ್ಷೇತ್ರಗಳನ್ನು ತಂತ್ರಜ್ಞಾನ ವೇಗವಾಗಿ ಪರಿವರ್ತಿಸುತ್ತಿದೆ. ಇದಕ್ಕೆ ಪತ್ರಿಕಾ ಕ್ಷೇತ್ರ ಹೊರತಲ್ಲ. ಮುದ್ರಿತ ಪತ್ರಿಕೆಗಳ ಬದಲು ಕಂಪ್ಯೂಟರ್, ಐಪಾಡ್ ಇಲ್ಲವೇ ಮೊಬೈಲ್ ಮೂಲಕ ಪತ್ರಿಕೆ ಇಲ್ಲವೇ ನಿಯತಕಾಲಿಕೆಗಳ ಪುಟಗಳನ್ನೂ ಈಗ ಸರಾಗವಾಗಿ ತಿರುವಿ ಹಾಕಬಹುದಾಗಿದೆ. ಇದಕ್ಕೆ ಹೊಸ ಸೇರ್ಪಡೆ ಪಠ್ಯದಿಂದ–ವಾಚನ (text to speech) ಪರಿವರ್ತನ ತಂತ್ರಜ್ಞಾನ. ಎಲ್ಲ ಮಾಧ್ಯಮ ತಂತ್ರಜ್ಞಾನಗಳನ್ನು ಒಂದೇ ಸಾಧನದಲ್ಲಿ ಹುದುಗಿಸಿ, ಸರಾಗವಾಗಿ ಕೊಂಡೊಯ್ಯಬಲ್ಲ ಮೊಬೈಲ್ ಇಲ್ಲವೇ ಐಪಾಡ್‌ಗಳ ಜನಪ್ರಿಯತೆ ಮತ್ತು ಲಭ್ಯತೆಗಳಿಂದಾಗಿ, ಓದುಗರು ಹೊಸ ಆವಿಷ್ಕಾರಗಳಿಗೆ ಬದಲಾಗುತ್ತಿದ್ದಾರೆ. ಓದುವಾಗ ಬೇರೇನೂ ಮಾಡಲಾಗದು. ಆದರೆ ಕೇಳುವಾಗ ಅನೇಕ ಕೆಲಸಗಳು ಇಲ್ಲವೇ ವಿಷಯಗಳತ್ತ ಗಮನ ಹರಿಸಬಹುದು. ಹೀಗಾಗಿ ಯುವಜನತೆ ಸುದ್ದಿ ಇಲ್ಲವೆ ಲೇಖನಗಳ ಆಲಿಸುವಿಕೆಯತ್ತ ವಾಲುತ್ತಿದ್ದಾರೆ.

ಪತ್ರಿಕಾ ಪ್ರಕಾಶಕರು ಲಿಖಿತ ಸುದ್ದಿಗಳನ್ನು ಆಡಿಯೋ ಕಥೆಗಳಾಗಿ ಪರಿವರ್ತಿಸಲು ಧ್ವನಿ ಕಲಾವಿದರ ನೆರವಿನಿಂದ ಧ್ವನಿಮುದ್ರಿಸಿ ದೂರವಾಣಿ ಮೂಲಕ ಲಭ್ಯವಾಗುವ ಪ್ರಯೋಗಗಳನ್ನು ನಡೆಸಿದ್ದರು. ಸಂವಹನ ತಂತ್ರಜ್ಞಾನ, ವಿಶೇಷವಾಗಿ ಕೃತಕ ಬುದ್ಧಿಮತ್ತೆ ಆಧಾರಿತ ಸ್ವಾಭಾವಿಕ ಭಾಷಾ ಪರಿಷ್ಕರಣೆ ಕ್ಷೇತ್ರದ ಮುಂಚೂಣಿ ಸಂಶೋಧನೆಗಳ ನೆರವಿನಿಂದ ಪಠ್ಯವನ್ನು ಬಹು ಸುಲಭವಾಗಿ ವಾಚಿಸಲು ಸಾಧ್ಯವಾಗುವ ತಂತ್ರಾಂಶಗಳು ಈಗ ಬಳಕೆಗೆ ಬಂದಿವೆ.

ಪತ್ರಿಕಾ ಪ್ರಕಾಶಕರ ಈಗಿನ ಬಹು ದೊಡ್ಡ ಸವಾಲೆಂದರೆ ಹೊಸ ತಂತ್ರಜ್ಞಾನಗಳ ಆಕರ್ಷಣೆಗಳತ್ತ ಮುಖ ಮಾಡಿರುವ ಯುವಪೀಳಿಗೆಯನ್ನು ಪತ್ರಿಕೆಗಳ ಸುದ್ದಿ ಮತ್ತು ಲೇಖನಗಳತ್ತ ಸೆಳೆಯುವುದೇ ಆಗಿದೆ. ಯಂತ್ರಗಳ ಮೂಲಕ ಮಾನವರ ಧ್ವನಿಯನ್ನು ಕೃತಕವಾಗಿ ಸೃಷ್ಟಿಸಿ, ಪಠ್ಯವನ್ನು ಗುರುತಿಸಿ ನಾವು ಮಾತನಾಡುವ ವೇಗದಲ್ಲಿ ಅದು ನಮಗೆ ಕೇಳಿಸುವಂತೆ ಮಾಡುವುದು. ನಾವು ನಿಧಾನವಾಗಿ ಇಲ್ಲವೆ ವೇಗವಾಗಿ ಮಾತನಾಡಬಹುದು. ಕೆಲವರಿಗೆ ಮಹಿಳಾ ಧ್ವನಿ ಇಷ್ಟವಾಗಬಹುದು. ಇಲ್ಲವೆ ಒಂದೇ ಭಾಷೆಯನ್ನೂ ಬೇರೆಬೇರೆ ಭಾಗಗಳಲ್ಲಿ ಬೇರೆ ರೀತಿಯಲ್ಲಿ ಉಚ್ಚರಿಸಬಹುದು. ಈ ಎಲ್ಲ ವೈವಿಧ್ಯಗಳನ್ನು ಗಮನಿಸಿ ಯಂತ್ರಾಂಶಗಳನ್ನು ಪರಿಣಿತರು ಸಿದ್ಧಪಡಿಸಿದ್ದಾರೆ.

ಈ ತಂತ್ರಜ್ಞಾನ ಹೇಗೆ ಕೆಲಸ ಮಾಡುತ್ತದೆ?

ಪದಗಳನ್ನು ಉಚ್ಚರಿಸುವ ವಿಧಾನಗಳು ಹಾಗೂ ವೈಶಿಷ್ಟತೆಗಳನ್ನು ನರ ಧ್ವನಿ ತಂತ್ರಜ್ಞಾನ ಮೂಲಕ ತಂತ್ರಾಂಶವು, ಪಠ್ಯದಿಂದ ಮಾನವ ಗುಣಮಟ್ಟದ ವಾಚನ ಶೈಲಿಯನ್ನು ಸಂಯೋಜಿಸುತ್ತದೆ. ಅಪೇಕ್ಷಿತ ವಿಷಯವನ್ನು ನಿರ್ಧರಿಸಲು ಅದು ಪಠ್ಯವನ್ನು ವಿಶ್ಲೇಷಿಸುತ್ತದೆ. ಧ್ವನಿ ವಿಜ್ಞಾನವನ್ನು ಆಧರಿಸಿ ಅದು ಲಭ್ಯವಿರುವ ಅನೇಕ ಮಾದರಿಗಳ ಆಯ್ಕೆಗಳಲ್ಲಿ ಸೂಕ್ತ ಮಾದರಿಯನ್ನು ಪರಿಗಣಿಸುತ್ತದೆ. ವಾಚಿಸಲು ಬಳಸಬೇಕಾದ ಶೈಲಿಯನ್ನು ನಿರ್ಧರಿಸಿ ಪದಗಳನ್ನು ವಾಚಿಸಲು ಸಿದ್ಧವಾಗುತ್ತದೆ. ಒಂದು ಪದದಲ್ಲಿ ಯಾವ ಅಕ್ಷರಗಳಿಗೆ ಒತ್ತು ನೀಡಬೇಕು ಎಂಬುದು ಸಹ ಛಂದಸ್ಸಿಗೆ ಅನುಗುಣವಾಗಿ ನಿರ್ಧರಿತವಾಗಿರುತ್ತದೆ. ಈ ಸುದೀರ್ಘ ನರಮಂಡಲವ್ಯೂಹ ಜಾಲತಾಣಗಳು (deep neural networks) ಪೂರ್ವನಿರ್ಧರಿತ ಶೈಲಿಯಲ್ಲಿ ಪಠ್ಯವನ್ನು ನಿಮಗೆ ವಾಚಿಸುತ್ತದೆ. ಪಠ್ಯದಲ್ಲಿನ ಸಂವೇದನಾಶೀಲತೆಯನ್ನು ಮನದಟ್ಟು ಮಾಡಿಕೊಂಡು ಪಠಿಸಬಲ್ಲ ರೀತಿಯಲ್ಲಿ ಯಂತ್ರಾಂಶ ಸಿದ್ಧಗೊಳಿಸಲಾಗುತ್ತದೆ. ವಾಕ್ಯದಲ್ಲಿನ ಪೂರ್ಣ ನಿಲುಗಡೆಗಳು, ಅಲ್ಪವಿರಾಮಗಳು, ವಿರಾಮಗಳು, ಉದ್ದೇಶಪೂರ್ವಕ ನಿಲುಗಡೆಗಳು ಮತ್ತು ಇವುಗಳಲ್ಲಿನ ವ್ಯತ್ಯಾಸಗಳನ್ನು ಸೂಕ್ಷ್ಮವಾಗಿ ಗಮನಿಸುವ ಸಾಮರ್ಥ್ಯವನ್ನು ಪಠ್ಯ-ವಾಚನ ಪರಿವರ್ತನೆಯಲ್ಲಿ ಅಳವಡಿಸಲಾಗತ್ತದೆ. ಹೀಗಾಗಿ ಕಂಪ್ಯೂಟರ್‌ನಿಂದ

ಉಚ್ಚರಿಸಲ್ಪಡುವ ಪದಗಳು ದಿನನಿತ್ಯ ನಾವು ಆಲಿಸುವ ಶಬ್ದಗಳಂತೆ ನಮಗೆ ಅನುಭವ ನೀಡುತ್ತವೆ.

ಉದಾಹರಣೆಗೆ ಬಿಬಿಸಿ ತನ್ನ ಜಾಗತಿಕ ಪ್ರೇಕ್ಷಕರನ್ನು ಆಕರ್ಷಿಸಲು ವಿಭಿನ್ನ ಉಚ್ಚಾರಣೆಗಳನ್ನು ಒಳಗೊಂಡ, ಸಿಂಥೆಟಿಕ್ ಧ್ವನಿಗಳ ಸ್ಥಿರತೆಯನ್ನು ಅಭಿವೃದ್ಧಿಪಡಿಸಿದೆ. ಸುದ್ದಿ ಒಳಗೊಂಡಿರುವ ವಿಷಯಗಳನ್ನು ಧ್ವನಿಗೆ ಹೊಂದಿಸಲು ಮತ್ತು ಧ್ವನಿಗಳ ಮನೋಭಾವ ಪರಿಚಯಿಸಲು ಇದು ನೆರವಾಗುತ್ತದೆ. ಕ್ರೀಡಾ ವರದಿಗಾಗಿ ಉತ್ಸಾಹಭರಿತ ಧ್ವನಿ ಇತರೆ ಸುದ್ದಿಗಳಿಗೆ ಗಂಭೀರ ಧ್ವನಿ ಬಳಸುವ ತಾಂತ್ರಿಕತೆಯನ್ನು ಬಳಕೆಗೆ ತಂದಿದೆ. ಜಗತ್ತಿನ 20ಕ್ಕೂ ಅಧಿಕ ಭಾಷೆಗಳಲ್ಲಿ 120ಕ್ಕೂ ಮಿಕ್ಕಿದ ಕೃತಕ ಧ್ವನಿಗಳು ಈಗ ಬಳಕೆಯಲ್ಲಿವೆ. ಅಂತರ್ಜಾಲ ಲಭ್ಯತೆ ಎಲ್ಲೆಡೆ ದೊರೆಯುತ್ತಿದ್ದು, ಹೆಚ್ಚು ಬಳಕೆದಾರರು ಆಲಿಸುವುದನ್ನೇ ಮೆಚ್ಚುತ್ತಾರೆ. ಲಭ್ಯವಿರುವ ಆಪ್‌ಗಳನ್ನು ಡೌನ್ ಲೋಡ್ ಮಾಡಿ ಈ ಸೌಲಭ್ಯ ಹೊಂದಬಹುದು. ಅಮೆರಿಕಾದ ಆಪಲ್ ಕಂಪನಿಯು ವಿಶ್ವದ 146 ದೇಶಗಳ 7000 ಪತ್ರಿಕೆಗಳು ಹಾಗೂ ಮ್ಯಾಗಜಿನ್‌ಗಳನ್ನು ತನ್ನ ಚಂದಾದಾರರಿಗೆ ಆನ್‌ಲೈನ್‌ನಲ್ಲಿ ನೀಡುತ್ತದೆ. ಮಾಸಿಕ 30 ಡಾಲರ್ (ರೂ. 2400) ನೀಡಬೇಕಾಗುತ್ತದೆ. ಇಂಗ್ಲಿಷ್, ಫ್ರೆಂಚ್, ಜರ್ಮನ್, ಸ್ಪ್ಯಾನಿಷ್ ಪತ್ರಿಕೆಗಳನ್ನು ಓದಲೂಬಹುದು ಇಲ್ಲವೇ ಸುದ್ದಿಗಳ ಮೇಲೆ ಕ್ಲಿಕ್ಕಿಸಿದಾಗ ಸುದ್ದಿಯನ್ನು ಆಲಿಸಬಹುದು. 16 ಭಾಷೆಗಳಲ್ಲಿ ಪ್ರಕಟವಾಗುವ ಸುದ್ದಿಗಳನ್ನು ತತ್‌ಕ್ಷಣವೇ ಭಾಷಾಂತರಿಸಿ ಆಲಿಸಬಹುದು ಕನ್ನಡವೂ ಸೇರಿದಂತೆ ಅನೇಕ ಭಾರತೀಯಯ ಪತ್ರಿಕೆಗಳು ಈ ಸೇವೆಯಡಿ ದೊರೆತರೂ, ಅವುಗಳಲ್ಲಿ ಪ್ರಕಟವಾಗುವ ಸುದ್ದಿಗಳನ್ನು ವಾಚಿಸುವ ತಂತ್ರಜ್ಞಾನ ಇನ್ನೂ ಉನ್ನತ ತಾಂತ್ರಿಕ ಮಟ್ಟದಲ್ಲಿ ಬೆಳೆದಿಲ್ಲ. 'ಅಲೆಕ್ಸಾ' ಮತ್ತು 'ಸಿರಿ'ಯಂತಹ ಡಿಜಿಟಲ್ ಸಹಾಯಕರ ನೆರವು ಪಡೆದು ಹಲವು ಆಡಿಯೋ ಸೇವೆಗಳನ್ನು ಸಹ ಪಡೆಯಬಹುದು.

ನಮ್ಮ ದೇಶದಲ್ಲಿ ಅನೇಕ ಪ್ರಕಟಣೆಗಳು ಧ್ವನಿ ಸೇವೆಗಳನ್ನು ಅಳವಡಿಸಿಕೊಂಡಿವೆ. ನಿಗದಿತ ಜಾಗದಲ್ಲಿ ಕ್ಲಿಕ್ಕಿಸಿ ಸುದ್ದಿಗಳನ್ನು ಆಲಿಸಬಹುದು. ಪಾಡ್‌ಕಾಸ್ಟ್‌ಗಳ ಮೂಲಕ ಚರ್ಚೆಗಳು, ಪ್ರಮುಖ ಸುದ್ದಿಗಳನ್ನು ಆಲಿಸುವ ಸೇವೆಗಳನ್ನು ಹಲವು ಪತ್ರಿಕೆಗಳು ನೀಡುತ್ತಿವೆ. ಆದರೆ ಸ್ವಯಂಯಂತ್ರಚಾಲಿತ ಪಠ್ಯ–ವಾಚನ ಸೇವೆಗಳು ಬರಬೇಕಿದೆ. ಸದ್ಯ ಲಭ್ಯವಿರುವುದು ಧ್ವನಿ ಮುದ್ರಿಸಿದ ಕಡತಗಳ ಆಲಿಸುವಿಕೆ.

ಭಾರತವು ಸೇರಿದಂತೆ ಅನೇಕ ದೇಶಗಳಲ್ಲಿ ಪಠ್ಯ–ವಾಚನ ತಂತ್ರಜ್ಞಾನ ಬಹು ವೇಗವಾಗಿ ಬೆಳೆಯುತ್ತಿದೆ. ದೈನಿಕಗಳು ಮತ್ತು ನಿಯತಕಾಲಿಕೆಗಳು ಈ ವಿನೂತನ ತಂತ್ರಜ್ಞಾನ ಬಳಸಿ ಓದುಗರನ್ನು ಆಕರ್ಷಿಸಲು ಪ್ರಯತ್ನಿಸುತ್ತಿವೆ. ದೇಶದ ಪ್ರಮುಖ ಆಂಗ್ಲ ದೈನಿಕಗಳಾದ ಇಂಡಿಯನ್ ಎಕ್ಸ್‌ಪ್ರೆಸ್, ಟೈಮ್ಸ್ ಆಫ್

ಇಂಡಿಯಾ ಹಾಗೂ ಮಲಯಾಳಂ ಭಾಷೆಯ ಮಾತೃಭೂಮಿ ಮತ್ತು ಮಲಯಾಳ ಮನೋರಮಾ ಪ್ರಕಟಣೆಗಳು ತಮ್ಮ ಓದುಗರಿಗೆ ಸುದ್ದಿ/ಲೇಖನಗಳನ್ನು ಆಲಿಸುವ ಸೌಲಭ್ಯಗಳನ್ನು ನೀಡಿವೆ. ಇತರೆ ಭಾರತೀಯ ಭಾಷೆಗಳಲ್ಲಿ ಈ ಅನುಕೂಲತೆ ಇನ್ನೂ ಬರಬೇಕಿದೆ. ಈ ಪಠ್ಯ-ವಾಚನ ತಂತ್ರಜ್ಞಾನದ ಮುಂಚೂಣಿಯಲ್ಲಿರುವ ಪ್ರಮುಖ ಜಾಗತಿಕ ಟೆಕ್ ಕಂಪೆನಿಗಳೆಂದರೆ ಐಬಿಎಂ, ಗೂಗಲ್, ಅಮೆಜಾನ್, ಮೈಕ್ರೋಸಾಫ್ಟ್, ರೀಡ್ ಸ್ಪೀಕರ್, ಸೆಸ್ ಟೆಕ್ ಮುಂತಾದವು.

***

14

ಯುಟ್ಯೂಬ್: ಜನಪ್ರಿಯ ಸುದ್ದಿ ಮಾಧ್ಯಮವಾಗಬಲ್ಲದೇ?

ಮಾರ್ಚ್ 25, 2020ರ ಮುಂಜಾನೆ ಕೇಂದ್ರ ಸರ್ಕಾರ ಕೋವಿಡ್ ತಡೆಗಟ್ಟಲು ಲಾಕ್‌ಡೌನ್ ಘೋಷಿಸಿತು. ದಿಕ್ಕುತೋಚದ ದಿನಗೂಲಿ ಕಾರ್ಮಿಕರು ಗಂಟುಮೂಟೆ ಕಟ್ಟಿ ಕಾಲುನಡಿಗೆಯಲ್ಲಿ ಅವರವರ ತವರಿನತ್ತ ಹೊರಟರು. ಉತ್ತರಪ್ರದೇಶದ ಘಾಜಿಯಾಬಾದ್ ಹೆದ್ದಾರಿಯಲ್ಲಿ ಈ ದೃಶ್ಯಗಳನ್ನು ನೋಡಿದ ಟಿವಿ ಪತ್ರಕರ್ತ ಅಜಿತ್ ಅಂಜುಮ್ ತನ್ನ ಮೊಬೈಲ್‌ನಲ್ಲಿ ಚಿತ್ರೀಕರಿಸಿ ಟ್ವಿಟರ್‌ನಲ್ಲಿ ಹರಿಬಿಟ್ಟ. ಮುಖ್ಯ ಟಿವಿ ವಾಹಿನಿಗಳು ಸರ್ಕಾರದ ನಡೆಯನ್ನು ಅಭಿನಂದಿಸಿ ಕೋವಿಡ್ ನಿಯಂತ್ರಿಸಲು ಸರ್ಕಾರ ಕೈಗೊಂಡ ನಡೆಯನ್ನು ಪ್ರಶಂಸಿಸುತ್ತಿದ್ದರೆ, ಬಡ ಕೂಲಿ ಕಾರ್ಮಿಕರ ಸಮಸ್ಯೆ ಬೇರೆಯೇ ಆಗಿತ್ತು.

ಐದು ದಿನಗಳ ನಂತರ ಅಜಿತ್ ತನ್ನದೇ ಯುಟ್ಯೂಬ್ ವಾಹಿನಿ ಆರಂಭಿಸಿ ವಿಡಿಯೋಗಳನ್ನು ಪ್ರಸಾರ ಮಾಡಿದ. ಆತನ ವಿಡಿಯೋಗಳಿಗೆ ಅಭೂತಪೂರ್ವ ಮೆಚ್ಚುಗೆ ವ್ಯಕ್ತವಾದವು. ಇದರಿಂದ ಅಂಜುಮ್ ಪ್ರೇರಿತನಾದ. ಕೆಲವೇ ದಿನಗಳಲ್ಲಿ ಆತ ಯುಟ್ಯೂಬ್ ವಾಹಿನಿಯಲ್ಲಿ ಜನಪ್ರಿಯನಾದ. ಈಗ ಆತನ ಯುಟ್ಯೂಬ್ ವಾಹಿನಿಗೆ 26 ಲಕ್ಷಕ್ಕೂ ಅಧಿಕ ಚಂದಾದಾರರಿದ್ದಾರೆ. ಟಿವಿ ವಾಹಿನಿಗಳು ಪ್ರಸಾರ

ಮಾಡುವ ಕಾರ್ಯಕ್ರಮಗಳಷ್ಟೇ ಸುದ್ದಿಯಲ್ಲ. ಅದರ ಇನ್ನೊಂದು ಮುಖವು ಇದೆ ಎಂಬುದನ್ನ ಯುಟ್ಯೂಬ್ ವಾಹಿನಿಗಳು ಮನದಟ್ಟು ಮಾಡಿವೆ. ಸ್ಮಾರ್ಟ್‌ಫೋನ್ ಲಭ್ಯತೆಯಿಂದಾಗಿ ಈ ಸಾಹಸ ಸಾಧ್ಯವಾಗಿದೆ. ಭಾರತದಂತಹ ವಿಶಾಲ ಮತ್ತು ಸಂಕೀರ್ಣ ವ್ಯವಸ್ಥೆಯಲ್ಲಿ ಸುದ್ದಿಯ ಸಂಪತ್ತು ಹೇರಳವಾಗಿದೆ. ಅದನ್ನು ಹೆಕ್ಕಿ ತೆಗೆಯುವ ಸಾಹಸಿಗರು ಮತ್ತು ತಂತ್ರಜ್ಞಾನ ಬೇಕಿತ್ತು. ಜಾಗತಿಕ ಪ್ರಸಾರ ವೇದಿಕೆ ಯುಟ್ಯೂಬ್ ಅಂತಹ ಅಪೂರ್ವ ಸವಲತ್ತನ್ನು ಈಗ ತೆರೆದಿಟ್ಟಿದೆ. ಅಭಿಪ್ರಾಯ ಮಂಡನೆಗೆ ವ್ಯವಸ್ಥಿತ ಸುದ್ದಿ ಮಾಧ್ಯಮಗಳೇ (ಪತ್ರಿಕೆ, ಟಿವಿ, ಬಾನುಲಿ) ಈಗ ಬೇಕಿಲ್ಲ. ಒಬ್ಬ ಪತ್ರಕರ್ತನೇ ಒಂದು ಮಾಧ್ಯಮವಾಗಬಲ್ಲ. ಅಂತಹ ಅಪೂರ್ವಶಕ್ತಿಯನ್ನು ಆಧುನಿಕ ತಂತ್ರಜ್ಞಾನ ಜನತೆಗೆ ನೀಡಿದೆ. ಅತ್ಯಂತ ಕಡಿಮೆ ಬಂಡವಾಳದಲ್ಲಿ ಲಕ್ಷಾಂತರ ವೀಕ್ಷಕರನ್ನು ತಲುಪಲು ಸಾಧ್ಯವಾಗಿದೆ.

ಸಾಮಾಜಿಕ ಮಾಧ್ಯಮ ಅವಲಂಬನೆ

ಇತ್ತೀಚಿನ ಸಮೀಕ್ಷೆಗಳ ಪ್ರಕಾರ ದೇಶದ ಶೇ. 72ರಷ್ಟು ಜನತೆ ಸುದ್ದಿಗಾಗಿ ಆನ್‌ಲೈನ್ ಮತ್ತು ಸಾಮಾಜಿಕ ಮಾಧ್ಯಮಗಳನ್ನೇ ಅವಲಂಬಿಸಿದ್ದಾರೆ. 52 ಪ್ರತಿಶತ ಸಾಮಾಜಿಕ ಮಾಧ್ಯಮ, 49 ಪ್ರತಿಶತ ಟಿವಿ ಮತ್ತು ಕೇವಲ 40 ಪ್ರತಿಶತ ಜನತೆ ಮಾತ್ರ ಪತ್ರಿಕೆಗಳನ್ನು ಅವಲಂಬಿಸಿದ್ದಾರೆ. ಭೋಜಪುರಿ, ಹರ್ಯಾಣ್ವಿ ಭಾಷೆಗಳನ್ನು ಸೇರಿದಂತೆ ದೇಶದ 60 ಭಾಷೆಗಳಲ್ಲಿ ಯುಟ್ಯೂಬ್ ಕಾರ್ಯಕ್ರಮಗಳು ಈಗ ಲಭ್ಯವಿದೆ. ಹೀಗಾಗಿ ಇದರ ಮಹತ್ವವನ್ನು ಕಂಡ ಅನೇಕರು ಸುದ್ದಿ ಮತ್ತು ಜನರ ಸಂಕಷ್ಟಗಳನ್ನು ಸರಕಾರದ ಗಮನಕ್ಕೆ ತರಲು ಯುಟ್ಯೂಬ್ ವಾಹಿನಿಗಳ ಮೂಲಕ ಮುಂದಾಗಿದ್ದಾರೆ. ಹತ್ತು ಲಕ್ಷಕ್ಕಿಂತ ಹೆಚ್ಚು ಚಂದಾದಾರರಿರುವ 35 ಸಾವಿರಕ್ಕೂ ಅಧಿಕ ಬಗೆಬಗೆಯ ಯುಟ್ಯೂಬ್ ವಾಹಿನಿಗಳು ದೇಶದಲ್ಲಿ ಇಂದು ಸಕ್ರಿಯವಾಗಿವೆ. ಇವುಗಳಲ್ಲಿ ಸುದ್ದಿಗೆ ಮೀಸಲಾದ ವಾಹಿನಿಗಳೂ ಸೇರಿವೆ. ಸುಮಾರು 256 ಕೋಟಿ ಜಾಗತಿಕ ಚಂದಾದಾರರನ್ನು ಹೊಂದಿರುವ ಈ ಬೃಹತ್ ವೇದಿಕೆಯನ್ನು ಪ್ರತಿನಿತ್ಯ 12 ಕೋಟಿಗೂ ಅಧಿಕ ಜನ ಬಳಸುತ್ತಾರೆ. ನೀವು ವಿಡಿಯೋ ನಿರ್ಮಿಸಿದರೆ ಸಾಕು, ವಿಶಾಲವಾದ ಸಾಮಾಜಿಕ ಮಾಧ್ಯಮ ವೇದಿಕೆಗಳು ಅವುಗಳನ್ನು ಉಚಿತವಾಗಿ ಜಗತ್ತಿನ್ನೆಲ್ಲೆಡೆ ಕೊಂಡೊಯ್ಯುತ್ತವೆ. ವೀಕ್ಷಕರು ಮತ್ತು ಚಂದಾದಾರರ ದೃಷ್ಟಿಯಿಂದ, ಅಮೆರಿಕಾದ ನಂತರ ಭಾರತ ಯುಟ್ಯೂಬ್‌ನ ಬಹುದೊಡ್ಡ ಮಾರುಕಟ್ಟೆಯಾಗಿದೆ.

ತಂತ್ರಜ್ಞಾನಕ್ಕೆ ಎಲ್ಲೆಯೇ ಇಲ್ಲ. ಅದು ನಿರಂತರವಾಗಿ ಬೆಳೆಯುತ್ತಿದೆ. ಅದರ ಬೆಳವಣಿಗೆಯನ್ನು ಊಹಿಸಲೂ ಸಾಧ್ಯವಿಲ್ಲ. ಕಳೆದೆರಡು ದಶಕಗಳಲ್ಲಿ ಮಾಹಿತಿ ತಂತ್ರಜ್ಞಾನ ಹೇಗೆ ವಿಕಸಿತಗೊಂಡಿದೆ ಎಂಬುದೇ ಇದಕ್ಕೆ ಸಾಕ್ಷಿ. ಟಿವಿ ಸಂಕೇತಗಳು ಮನೆಯಂಗಳದಿ ತೆರೆಯ ಮೇಲೆ ಮೂಡಿದಾಗ ಅಬ್ಬಾ ಇದೆಂತಹ ವಿಸ್ಮಯ ಎಂದು ಜನ ನಿಬ್ಬೆರಗಾದರು. ಅದು ಬಣ್ಣದ ಲೇಪನ ಪಡೆದಾಗ

ವೀಕ್ಷಕರು ಮೂಕವಿಸ್ಮಿತರಾದರು. ದಿನಕಳೆದಂತೆ ಒಂದಲ್ಲ ಎರಡಲ್ಲ ನೂರಾರು ವಾಹಿನಿಗಳು ವಿಭಿನ್ನ ಬಗೆಯ ಕಾರ್ಯಕ್ರಮಗಳನ್ನು ಕೇಬಲ್/ಉಪಗ್ರಹ ಟಿವಿ/ಓಟಿಟಿ ವಾಹಿನಿಗಳು ಪರದೆಯ ಮೇಲೆ ಮೂಡಿದವು. ಈ ಎಲ್ಲವನ್ನೂ ಮೀರಿಸಿದ ತಂತ್ರಜ್ಞಾನ, ಅಂತರ್ಜಾಲ ಆಧಾರಿತ ಬೃಹತ್ ಜಾಗತಿಕ ಸಾಮಾಜಿಕ ಮಾಧ್ಯಮ ವೇದಿಕೆಗಳು.

ಅಂತರ್ಜಾಲ ಸೇವೆಗಳನ್ನು ಕೇವಲ ಕಂಪ್ಯೂಟರ್‌ಗಳಲ್ಲಿ ಮಾತ್ರ ಬಳಸಲಾಗುತ್ತಿತ್ತು. ನಂತರ ಇದು ಮೊಬೈಲ್‌ನಲ್ಲಿ ಸಹ ದೊರೆಯುವಂತಾಯಿತು. ಈಗ ಅದು ನಿಮ್ಮ ಮನೆಯಲ್ಲಿನ ಸ್ಮಾರ್ಟ್ ಟಿವಿ ಸೆಟ್‌ನಲ್ಲಿ ಸಹ ಲಭ್ಯ. ಇತ್ತೀಚಿನ ದಿನಗಳಲ್ಲಿ ಮಾರುಕಟ್ಟೆಗೆ ಬರುತ್ತಿರುವ ಬಹುತೇಕ ಎಲ್ಲ ಟಿವಿ ಸೆಟ್‌ಗಳು ಅಂತರ್ಜಾಲ ಸಂಪರ್ಕ ಹೊಂದಲು ಸಿದ್ಧವಾಗಿರುತ್ತವೆ. ಇದರಿಂದ ನಿಮ್ಮ ಸ್ಮಾರ್ಟ್ ಟಿವಿ ಸೆಟ್ ಈಗ ಮೊಬೈಲ್‌ಫೋನಿನಂತೆ ಸ್ಮಾರ್ಟ್ ಆಗಿದೆ. ಪರದೆಯ ಗಾತ್ರದಲ್ಲಿ ಮಾತ್ರ ವ್ಯತ್ಯಾಸ. ನಿಮ್ಮ ನೆಚ್ಚಿನ ಟಿವಿ ವಾಹಿನಿಗಳ ಜತೆ, ಮಿಂಚಂಚೆ, ಗೂಗಲ್ ಹುಡುಕಾಟ, ಫೇಸ್‌ಬುಕ್, ಯುಟ್ಯೂಬ್ ಅಲ್ಲದೆ ಓಟಿಟಿ ವಾಹಿನಿಗಳನ್ನು ಬಹು ಸುಲಭವಾಗಿ ಸ್ಮಾರ್ಟ್ ಟಿವಿ ಸೆಟ್‌ಗಳಲ್ಲಿ ವೀಕ್ಷಿಸಬಹುದಾಗಿದೆ.

ಕುಗ್ಗುತ್ತಿರುವ ನೇರ ಟಿವಿ ಪ್ರಸಾರ ವೀಕ್ಷಣೆ

ಇತ್ತೀಚಿನ ಅಂಕಿಅಂಶಗಳ ಪ್ರಕಾರ ಮೂರನೇ ಒಂದು ಭಾಗದಷ್ಟು ನಗರ ಪ್ರದೇಶಗಳ ಟಿವಿ ವೀಕ್ಷಕರು ನೇರ ಟಿವಿ ಪ್ರಸಾರವನ್ನು ನೋಡುತ್ತಿಲ್ಲ. ಬದಲು ಸುಮಾರು ಎರಡೂವರೆ ತಾಸು ಯುಟ್ಯೂಬ್ ವೀಕ್ಷಿಸುತ್ತಿದ್ದಾರೆ ಎಂದು ಹೇಳಲಾಗಿದೆ. ಟಿ.ವಿ ವಾಹಿನಿಗಳು ನೀಡುವ ಕಾರ್ಯಕ್ರಮಗಳಿಗಿಂತ ಹೆಚ್ಚಿನ ವೈವಿಧ್ಯಮಯ ಕಾರ್ಯಕ್ರಮಗಳನ್ನು ಯುಟ್ಯೂಬ್ ನೀಡುತ್ತಿದೆ. ಪ್ರತಿ ಐವರಲ್ಲಿ ನಾಲ್ವರು ಯುಟ್ಯೂಬ್ ವೀಕ್ಷಿಸುತ್ತಿದ್ದಾರೆ ಎನ್ನಲಾಗಿದೆ. ಎರಡೇ ನಿಮಿಷದ 'ಶಾರ್ಟ್ಸ್' ಮಾದರಿಯ ವಿಡಿಯೋಗಳು ಯುಟ್ಯೂಬ್‌ನ ಜನಪ್ರಿಯತೆಯನ್ನು ಉತ್ತುಂಗಕ್ಕೆ ಏರಿಸಿವೆ. ಎರಡು ನಿಮಿಷಗಳ ಕಿರು ವಿಡಿಯೋ 'ಶಾರ್ಟ್ಸ್'ಗಳ ವೀಕ್ಷಣೆ ಪ್ರತಿನಿತ್ಯ 7000 ಕೋಟಿ ತಲುಪಿದೆ. ಕೃತಕ ಬುದ್ಧಿಮತ್ತೆ ಆಧಾರಿತ ಸಂಕಲನ ತಂತ್ರಗಳನ್ನು ಬಳಸಿ ಮತ್ತಷ್ಟು ಆಕರ್ಷವಾಗಿ ಈ ಕಿರು ವಿಡಿಯೋಗಳನ್ನು ಪರಿಚಯಿಸಲಾಗುವುದು ಎಂದು ಕಂಪನಿ ತಿಳಿಸಿದೆ. ಭಾರತೀಯ ಯುವಕರಲ್ಲಿ ಈ ಕಿರು ವಿಡಿಯೋಗಳು ಬಹು ಜನಪ್ರಿಯವಾಗುತ್ತಿವೆ.

ಯುಟ್ಯೂಬ್ ಒಂದು ಬೃಹತ್ ಮನೋರಂಜನಾ ಸಾಗರ ಇದ್ದಂತೆ. ಇಲ್ಲಿ ಇಲ್ಲದ ವಿಡಿಯೋಗಳು ಬೇರೆಲ್ಲೂ ಇಲ್ಲ ಎನ್ನಬಹುದು. ಯುಟ್ಯೂಬ್ ನೀಡುವ ಪ್ರೀಮಿಯಂ ಸೇವೆಯಲ್ಲಿ ಮತ್ತಷ್ಟು ಆಕರ್ಷಣೆಗಳಿವೆ. ಸಿನಿಮಾ, ಸಂಗೀತ, ಕ್ರೀಡೆ, ಪ್ರವಾಸ, ಅಡುಗೆ, ಸಾಕ್ಷ್ಯಚಿತ್ರಗಳು, ಐತಿಹಾಸಿಕ ಘಟನೆಗಳು–ಹೀಗೆ ನೀವು

ಬಯಸಿದ ಜಗತ್ತಿನ ಯಾವ ಭಾಷೆಯಲ್ಲಾದರೂ ವೈವಿಧ್ಯಮಯ ಮನೋರಂಜನಾ ಕಾರ್ಯಕ್ರಮಗಳನ್ನು ದಿನವಿಡೀ ನೋಡಬಹುದು. ಉಚಿತವಾಗಿ ಲಭ್ಯವಿರುವ ಈ ವಿಡಿಯೋ ವೇದಿಕೆ ಜಗತ್ತಿನ ಅತಿದೊಡ್ಡ ವಿಡಿಯೋ ಕಾರ್ಯಕ್ರಮಗಳ ಪ್ರಯೋಗಾಲಯ ಆಗಿದೆ ಎಂದರೆ ಅತಿಶಯೋಕ್ತಿಯಲ್ಲ. ನಿಮ್ಮ ವಿಡಿಯೋ ಅಧಿಕ ವೀಕ್ಷಕರನ್ನು ಆಕರ್ಷಿಸುವ ಗುಣಗಳನ್ನು ಹೊಂದಿದ್ದರೆ ನಿಮ್ಮ ಪ್ರತಿಭೆಗೆ ತಕ್ಕಂತೆ ಹಣವೂ ದೊರೆಯಲಿದೆ. ಆದ್ದರಿಂದಲೇ ಪ್ರತಿನಿತ್ಯ ಯುಟ್ಯೂಬ್‌ನಲ್ಲಿ ಸುಮಾರು 500 ಘಂಟೆಗಳ ಅವಧಿಯ ಹೊಸ ವಿಡಿಯೋಗಳು ನೋಡಲು ಲಭ್ಯವಾಗುತ್ತವೆ.

ಈ ಉಚಿತ ವೇದಿಕೆಯ ಲಾಭ ಪಡೆಯಲು ದೇಶದ ಅನೇಕ ಜನಪ್ರಿಯ ಟಿವಿ ನಿರೂಪಕರು ಮುಂದೆ ಬರುತ್ತಿದ್ದಾರೆ. ಏಕೆಂದರೆ ಟಿವಿ ವಾಹಿನಿಗಳು ಬೃಹತ್ ಸಂಸ್ಥೆಗಳು. ಅವು ಪ್ರಮುಖವಾಗಿ ಲಾಭಗಳಿಸುವ ಉದ್ದೇಶ ಹೊಂದಿರುತ್ತವೆ. ಮಾಲೀಕರ ಹಿತಾಸಕ್ತಿಗಳು ನಿಮ್ಮ ನಿರೂಪಣಾ ಅಭಿವ್ಯಕ್ತಿ ಸ್ವಾತಂತ್ರ್ಯಕ್ಕೆ ಅಡ್ಡಬರಬಹುದು. ಸಂಸ್ಥೆಯ ವ್ಯಾಪಾರಿ ಹಿತಾಸಕ್ತಿಗಳು ಸತ್ಯ ತಿಳಿಸಲು ತಡೆಹಾಕಬಹುದು. ಇದರ ಬದಲು ನಿಮ್ಮ ಅಭಿಪ್ರಾಯಗಳನ್ನು ಮುಕ್ತವಾಗಿ ಹಂಚಿಕೊಳ್ಳಲು ಮತ್ತು ಸತ್ಯಾಂಶಗಳನ್ನು ಹೊರಚೆಲ್ಲಲು ಅನುಕೂಲವಾಗುವ ವಿಶ್ಲೇಷಣೆ ಹಾಗೂ ತನಿಖಾ ವರದಿಗಳನ್ನು ಪ್ರಸಾರ ಮಾಡಲು ಯುಟ್ಯೂಬ್ ವೇದಿಕೆ ನೆರವಾಗುತ್ತದೆ.

ಈಗಾಗಲೇ ಸಾವಿರಾರು ಆಸಕ್ತರು ಗ್ರಾಮೀಣ, ಜಿಲ್ಲಾಮಟ್ಟಗಳಲ್ಲಿ, ವಿಡಿಯೋ ಸುದ್ದಿ ಮಾಡಿ ಹೆಸರಾಗಿದ್ದಾರೆ. ಟಿವಿ ಕ್ಷೇತ್ರದಲ್ಲಿ ಹೆಸರು ಮಾಡಿರುವ ರಾಜದೀಪ್ ಸರ್ದೇಸಾಯಿ, ಬರ್ಖಾ ದತ್, ರವೀಶ್ ಕುಮಾರ್ ಮುಂತಾದವರು ಯುಟ್ಯೂಬ್ ವೇದಿಕೆ ಬಳಸಿ ತಮ್ಮ ಸುದ್ದಿ ವಾಹಿನಿಗಳನ್ನು ಆರಂಭಿಸಿದ್ದಾರೆ. ಎನ್‌ಡಿಟಿವಿ ಹಿಂದಿ ವಾಹಿನಿಯಲ್ಲಿ ಹಿರಿಯ ಕಾರ್ಯನಿರ್ವಾಹಕ ಸಂಪಾದಕರಾಗಿದ್ದ ರವೀಶ್ ಕುಮಾರ್ ಅವರು ಅನೇಕ ಪ್ರಮುಖ ಕಾರ್ಯಕ್ರಮಗಳನ್ನು ಆಯೋಜಿಸಿ ಬಹು ಜನಪ್ರಿಯರಾಗಿದ್ದರು. ಇವರು ಎರಡು ಸಲ ರಾಮನಾಥ್ ಗೋಯೆಂಕಾ ಪ್ರಶಸ್ತಿ ಮತ್ತು ಪ್ರತಿಷ್ಠಿತ ರಾಮನ್ ಮ್ಯಾಗ್ಸೆಸೆ ಪ್ರಶಸ್ತಿಯನ್ನು ಪಡೆದ ಪ್ರತಿಭಾನ್ವಿತರು. ಎನ್‌ಡಿಟಿವಿ ವಾಹಿನಿಯ ಮಾಲೀಕತ್ವ ಬದಲಾದಾಗ ಅಲ್ಲಿಂದ ಹೊರಬಂದು ತಮ್ಮದೇ ಆದ ಯುಟ್ಯೂಬ್ ಸುದ್ದಿ ವಾಹಿನಿ ಆರಂಭಿಸಿದ್ದಾರೆ.

ಹೆಸರಾಂತ ಪತ್ರಕರ್ತೆ ಬರ್ಖಾ ದತ್ ಸಹ ತಮ್ಮದೇ ಆದ 'ಮೊಜೋ ಸ್ಟೋರಿ' ಎಂಬ ವಾಹಿನಿಯನ್ನು ಆರಂಭಿಸಿ ಅಪಾರ ಸಂಖ್ಯೆಯ ವೀಕ್ಷಕರನ್ನು ಆಕರ್ಷಿಸಿದ್ದಾರೆ. ಇವರು ಸಹ ಮೊದಲು ಎನ್‌ಡಿಟಿವಿ ಆಂಗ್ಲ ವಾಹಿನಿಯಲ್ಲಿ ನಿರೂಪಕಿಯಾಗಿ ಹೆಸರು ಮಾಡಿದ್ದರು. ದೇಶದ ಟಿವಿ ಕ್ಷೇತ್ರದ ಇನ್ನೊಂದು ಪ್ರಮುಖ ಹೆಸರು ರಾಜದೀಪ್ ಸರ್ದೇಸಾಯಿ. ಇತ್ತೀಚೆಗೆ ಅವರ ಯುಟ್ಯೂಬ್ ವಾಹಿನಿ ಒಂದು ಲಕ್ಷ ಚಂದಾದಾರರನ್ನು ಸೆಳೆಯುವಲ್ಲಿ ಯಶಸ್ವಿಯಾಗಿದೆ.

ಆಕಾಶ್ ಬ್ಯಾನರ್ಜಿ ಅವರು ನಡೆಸುವ 'ದೇಶಭಕ್ತ' ಎಂಬ ವಾಹಿನಿ ವಿಡಂಬನಾತ್ಮಕ ರಾಜಕೀಯ ವಿಶ್ಲೇಷಣೆಗೆ ಹೆಸರುವಾಸಿಯಾಗಿದೆ. ಧ್ರುವ ರಥೀ ಅವರ ಯುಟ್ಯೂಬ್ ವಾಹಿನಿ ರಾಜಕೀಯ ಸುದ್ದಿ ಮಂಡನೆಯಲ್ಲಿ ಗಮನ ಸೆಳೆದಿರುವ ಇನ್ನೊಂದು ಜನಪ್ರಿಯ ವಾಹಿನಿ ಆಗಿದೆ. ಯುಟ್ಯೂಬ್ ವಾಹಿನಿ ಆರಂಭಿಸಲು ಸದ್ಯ ಯಾವುದೇ ರೀತಿಯ ಸರ್ಕಾರಿ ಪರವಾನಗಿಯ ಅವಶ್ಯಕತೆ ಇಲ್ಲ. ಆದುದರಿಂದ ಸ್ವತಂತ್ರವಾಗಿ ತಮ್ಮದೇ ಆದ ವಾಹಿನಿಯನ್ನು ಆರಂಭಿಸಿ ತಮ್ಮ ವೃತ್ತಿಪರತೆಯ ಅನುಭವಗಳನ್ನು ಮುಕ್ತವಾಗಿ ಹಂಚಿಕೊಳ್ಳುತ್ತಾರೆ. ನಕ್ಸಲ್ ಪ್ರಾಬಲ್ಯವಿರುವ ಛತ್ತೀಸ್‌ಗಢದಿಂದ 'ಬಸ್ತಾರ್ ಟಾಕೀಸ್' ಹೆಸರಿನ ಯುಟ್ಯೂಬ್ ವಾಹಿನಿ ನಡೆಸುವ ವಿಕಾಸ್ ತಿವಾರಿ ಎರಡು ಲಕ್ಷಕ್ಕೂ ಹೆಚ್ಚಿನ ಚಂದಾದಾರರನ್ನು ಹೊಂದಿದ್ದು ಬಸ್ತಾರ್ ಪ್ರದೇಶದಲ್ಲಿನ ಬುಡಕಟ್ಟು ಜನಾಂಗಕ್ಕೆ ಸಂಬಂಧಿಸಿದ ಸಮಸ್ಯೆಗಳ ಮೇಲೆ ಅವರು ವಿಶೇಷವಾಗಿ ಕೇಂದ್ರೀಕರಿಸುತ್ತಾರೆ. ಪ್ರಾಣಭಯದ ನಡುವೆಯೂ, ಸ್ವತಂತ್ರವಾಗಿ ಮತ್ತು ನಿಷ್ಪಕ್ಷಪಾತವಾಗಿ ಕೆಲಸ ಮಾಡಲು ಈ ವಾಹಿನಿ ನೆರವಾಗಿದೆ ಎಂದು ಅವರು ನಂಬಿದ್ದಾರೆ.

ಏಳು ಲಕ್ಷಕ್ಕೂ ಅಧಿಕ ಚಂದಾದಾರರನ್ನು ಹೊಂದಿರುವ ಪ್ರಸಿದ್ಧ ತನಿಖಾ ಪತ್ರಕರ್ತ ದೀಪಕ್ ಶರ್ಮಾ ಅವರು ಪ್ರಮುಖ ವಿಷಯಗಳ ಕುರಿತು ಸರ್ಕಾರದ ನಿರೂಪಣೆಗಳನ್ನು ಹೆಚ್ಚು ಮುಕ್ತವಾಗಿ ತನಿಖೆ ಮಾಡಲು ಈ ವಾಹಿನಿ ನೆರವಾಗಿದೆ ಎನ್ನುತ್ತಾರೆ. ದೂರದರ್ಶನದಲ್ಲಿ ಸೇವೆ ಸಲ್ಲಿಸಿದ ಅನುಭವ ಇರುವ ಇವರು ಕುಖ್ಯಾತ ಭೂಗತ ಪಾತಕಿಗಳೊಂದಿಗೆ ಸಂದರ್ಶನಗಳನ್ನು ಒಳಗೊಂಡಂತೆ ಅನೇಕ ಪ್ರಮುಖ ಘಟನೆಗಳನ್ನು ಜನರ ಗಮನಕ್ಕೆ ತಂದಿದ್ದಾರೆ. ಫಾಯೆ ಡಿಸೋಜಾ ಅವರ ಯೂಟ್ಯೂಬ್ ವಾಹಿನಿ ಸಮತೋಲಿತ ದೈನಂದಿನ ಸುದ್ದಿ ಪ್ರಸಾರವನ್ನು ಒದಗಿಸುತ್ತದೆ. ಸೂಕ್ತ ನಿದರ್ಶನಗಳೊಂದಿಗೆ ವಾಸ್ತವತೆಯನ್ನು ಪ್ರಸ್ತುತಪಡಿಸುವ, 'ಜಸ್ಟ್ ದಿ ನ್ಯೂಸ್' ದಿನದ ಸುದ್ದಿಯನ್ನು ಹತ್ತು ನಿಮಿಷಗಳಲ್ಲಿ ಸಮರ್ಪಕವಾಗಿ ನೀಡಿ ಜನಪ್ರಿಯವಾಗಿದೆ..

ಪ್ರಜಾಸತ್ತೆಗೆ ಪೂರಕ

ಬಂಡವಾಳಶಾಹಿ ಇಲ್ಲವೇ ಸರ್ಕಾರದ ನಿಯಂತ್ರಣಗಳಿಂದ ಮುಕ್ತವಾಗಿ ತಮ್ಮ ಅಭಿಪ್ರಾಯಗಳನ್ನು ಪ್ರಸಾರ ಮಾಡುವ ಸ್ವಾತಂತ್ರ್ಯವನ್ನು ಒದಗಿಸುವ ಯುಟ್ಯೂಬ್ ವಾಹಿನಿಗಳು ಪ್ರಜಾಸತ್ತೆಯ ಬೇರುಗಳನ್ನು ಸಶಕ್ತಗೊಳಿಸಲು ನೆರವಾಗುತ್ತವೆ ಎಂದು ಅನೇಕರು ಹೇಳುತ್ತಾರೆ. ಈ ಮಾತಿನಲ್ಲಿ ಸತ್ಯವೂ ಇದೆ. ಏಕೆಂದರೆ ಸರ್ಕಾರ ಇಲ್ಲವೇ ಬೃಹತ್ ಜಾಹಿರಾತುದಾರರು ಪತ್ರಿಕೆ ಇಲ್ಲವೇ ಟಿವಿ ವಾಹಿನಿಯ ಮೇಲೆ ಒತ್ತಡಗಳನ್ನು ಹೇರಬಹುದು. ಆದರೆ ಯುಟ್ಯೂಬ್ ವಾಹಿನಿ ನಡೆಸುವವನಿಗೆ ಯಾರ ಮುಲಾಜು ಇಲ್ಲ. ಏಕೆಂದರೆ ಇವನ ಬಂಡವಾಳ ಮತ್ತು ಸಾಂಸ್ಥಿಕ ವ್ಯವಸ್ಥೆ ಬಹು ಮಿತವಾಗಿರುತ್ತದೆ.

ಸಾರ್ಥಕ್ ಗೋಸ್ವಾಮಿ ಅವರು ನಡೆಸುವ ವಾಹಿನಿ ಸಾಮಾಜಿಕ ಹಾಗೂ ರಾಜಕೀಯ ವಿಡಂಬನೆಗೆ ಬಹು ಜನಪ್ರಿಯವಾಗಿದೆ. ದೇಶದ ಮಾಧ್ಯಮಗಳನ್ನು ವಿಡಂಬನಾತ್ಮಕವಾಗಿ ವಿಶ್ಲೇಷಿಸುವ 'ಕ್ರೂರದರ್ಶನ' ಇನ್ನೊಂದು ಉಪಯುಕ್ತ ವಾಹಿನಿ. ಎಡಪಂಥೀಯ ಒಲವನ್ನು ಹೊಂದಿರುವ ಕುಮಾರ್ ಶ್ಯಾಮ್ ಒಬ್ಬ ಶಿಕ್ಷಕ. ಇವರ ವಾಹಿನಿ ಕೂಡ ಬಲು ಹೆಸರುವಾಸಿ. ಪತ್ರಿಕೋದ್ಯಮ ಹಿನ್ನೆಲೆಯ ಸೌರಭ್ ದ್ವಿವೇದಿ ನಡೆಸುವ 'ದಿ ಲಲ್ಲನ್ ಟಾಪ್' ಮತ್ತೊಂದು ಪ್ರಮುಖ ವಾಹಿನಿ. ಕನ್ನಡದಲ್ಲಿ ಅಮರ್ ಪ್ರಸಾದ್ ನಡೆಸುವ 'ಮಸ್ತ್ ಮಗ' ಜನಪ್ರಿಯ ಯುಟ್ಯೂಬ್ ವಾಹಿನಿ ಆಗಿದೆ. ಇವರು ಮೊದಲು ಟಿವಿ9 ವಾಹಿನಿಯಲ್ಲಿ ದುಡಿದ ಅನುಭವ ಹೊಂದಿದ್ದಾರೆ. 20 ಲಕ್ಷಕ್ಕೂ ಅಧಿಕ ಚಂದಾದಾರರನ್ನು ಹೊಂದಿರುವ ಈ ವಾಹಿನಿ ಈಗಾಗಲೇ ನಾಲ್ಕು ಸಾವಿರಕ್ಕೂ ಅಧಿಕ ವಿಡಿಯೋಗಳನ್ನು ನಿರ್ಮಿಸಿದೆ.

ಯುಟ್ಯೂಬ್ ವಾಹಿನಿ ಆರಂಭಿಸುವುದು ಹೇಗೆ?

ನಿಮ್ಮ ಗೂಗಲ್ ಖಾತೆಯ ಮೂಲಕ ಯುಟ್ಯೂಬ್ ಪುಟದ ವಿವರಗಳನ್ನು ಭರ್ತಿ ಮಾಡಿ. ನಿಮ್ಮ ಬಳಿ ವಿಡಿಯೋ ನಿರ್ಮಾಣಕ್ಕೆ ಇರುವ ಸಲಕರಣೆಗಳ ಮಾಹಿತಿ ಒದಗಿಸಿ. ಅವರು ಕೇಳುವ ಎಲ್ಲ ಮಾಹಿತಿಗಳನ್ನು ನೀಡಿ. ನಿಮ್ಮ ವಾಹಿನಿಗೊಂದು ಹೆಸರಿಡಿ. ನಿಮ್ಮ ವಿಡಿಯೋ ಶೀರ್ಷಿಕೆ ಆಕರ್ಷಕವಾಗಿರಲಿ. ಹತ್ತಾರು ಕಿರು ವಿಡಿಯೋಗಳನ್ನು ಅಧ್ಯಯನಿಸಿ. ಆಗ ನಿಮ್ಮ ಕೆಲಸ ಸುಲಭವಾಗುತ್ತದೆ.

ನಿಮ್ಮ ವಿಡಿಯೋಗಳು ನಾಲ್ಕು ಸಾವಿರ ಘಂಟೆಗಳ ವೀಕ್ಷಣೆ ಮತ್ತು ಕನಿಷ್ಠ ಒಂದು ಸಾವಿರ ಚಂದಾದಾರರನ್ನು ಪಡೆದನಂತರ ನಿಮ್ಮ ವಾಹಿನಿಯ ಜನಪ್ರಿಯತೆಯನ್ನು ಆಧರಿಸಿ ಯುಟ್ಯೂಬ್ ವಾಹಿನಿ ನಿಮಗೆ ಹಣ ನೀಡಲು ಆರಂಭಿಸುತ್ತದೆ (monetize). ಒಂದು ರೂ. ಆದಾಯದಲ್ಲಿ 45 ಪೈಸೆ ಯುಟ್ಯೂಬ್‌ಗೆ ಹೋದರೆ ಉಳಿದ ಹಣ ನಿಮ್ಮ ಕಿಸೆ ಸೇರುತ್ತದೆ. ನಿಮ್ಮ ವಾಹಿನಿಯ ಜನಪ್ರಿಯತೆ ಏರುಮುಖವಾಗುತ್ತಿದ್ದಂತೆ ನಿಮ್ಮ ಆದಾಯ ಕೂಡ ಹೆಚ್ಚುತ್ತದೆ.

ಇತಿಮಿತಿಗಳು

ಮುಖ್ಯವಾಹಿನಿಯ ಮಾಧ್ಯಮದಲ್ಲಿ ಉದ್ಯೋಗಾವಕಾಶಗಳ ಕೊರತೆಯಿಂದಾಗಿ ಅನೇಕ ಯುವಕರು ಯುಟ್ಯೂಬಿನತ್ತ ತಿರುಗಿದ್ದಾರೆ ಎಂಬ ಅಭಿಪ್ರಾಯವೂ ಇದೆ. ಯಾವುದೇ ಸೆನ್ಸಾರ್‌ಶಿಪ್ ಅಥವಾ ಸರ್ಕಾರದ ನಿಯಂತ್ರಣವಿಲ್ಲದೆಯೇ

ತಮ್ಮ ಅಭಿಪ್ರಾಯಗಳನ್ನು ಪ್ರಸಾರ ಮಾಡುವ ಸ್ವಾತಂತ್ರ್ಯವನ್ನು ಈ ವಾಹಿನಿಗಳು ಹೊಂದಿವೆ. ಆದರೆ ನಿಷ್ಪಕ್ಷಪಾತ ಮತ್ತು ಪರಿಶೀಲಿಸಲ್ಪಟ್ಟ ಸುದ್ದಿಯನ್ನು ಈ ವಾಹಿನಿಗಳು ಸಮರ್ಪಕವಾಗಿ ವೀಕ್ಷಕರಿಗೆ ಒದಗಿಸಬಲ್ಲವೇ ಎಂಬುದು ಸಂಶಯಾಸ್ಪದ. ಗುಣಮಟ್ಟವನ್ನು ನಿಯಂತ್ರಿಸದಿದ್ದರೆ ವೀಕ್ಷಕರ ಬೆಂಬಲ ತಂತಾನೆ ಕುಸಿಯುವುದು ಖಂಡಿತ. ಸುದ್ದಿ ಪ್ರಸಾರದ ಹಿನ್ನೆಲೆ ಇಲ್ಲದೆ, ಅಭಿವ್ಯಕ್ತಿ ಸ್ವಾತಂತ್ರ್ಯದ ಇತಿಮಿತಿಗಳ ಮತ್ತು ಮಾಧ್ಯಮ ನೀತಿಸಂಹಿತೆಗಳ ಅರಿವಿಲ್ಲದೆ ಸುದ್ದಿ ಇಲ್ಲವೇ ಯಾವುದೇ ಬಗೆಯ ಯುಟ್ಯೂಬ್ ವಾಹಿನಿ ಸಂಕಷ್ಟಕ್ಕೆ ಸಿಲುಕುವುದು ಖಂಡಿತ. ಸಂವಿಧಾನ ವಿರೋಧಿ ಚಟುವಟಿಕೆಗಳನ್ನು ಉತ್ತೇಜಿಸಿದರೆ ಯುಟ್ಯೂಬ್ ಸಂಸ್ಥೆಯೇ ಅಂತಹ ವಾಹಿನಿಗಳ ಪ್ರಸಾರವನ್ನು ನಿಲ್ಲಿಸುತ್ತದೆ. 2023ರ ಸಾಲಿನಲ್ಲಿ ಆಕ್ಷೇಪಾರ್ಹ ಸುಮಾರು 20 ಲಕ್ಷಕ್ಕೂ ಹೆಚ್ಚು ವಿಡಿಯೋಗಳನ್ನು ಯುಟ್ಯೂಬಿನಿಂದ ಹೊರತೆಗೆಯಲಾಯಿತು.

(ಸಮಾಜಮುಖಿ ಡಿಸೆಂಬರ್ 2023)

15

ಮಾಹಿತಿ-ಮನರಂಜನೆ ನಿಯಂತ್ರಿಸುವ ಜಾಗತಿಕ ದೈತ್ಯ ಟೆಕ್ ಕಂಪನಿಗಳು

ಸಂವಹನ ಕ್ಷೇತ್ರದ ಅಗಾಧ ತಾಂತ್ರಿಕ ವಿಸ್ತಾರಗಳು ಜಗತ್ತನ್ನೇ ಒಂದು ಕಿರಿದಾದ ಗ್ರಾಮವನ್ನಾಗಿ ಪರಿವರ್ತಿಸಿವೆ. ಸಂವಹನಜಾಲಗಳ ಮೂಲಕ ಮಾಹಿತಿ ಮತ್ತು ಮನರಂಜನೆ ಯಥೇಚ್ಚವಾಗಿ ಈಗ ಎಲ್ಲರಿಗೂ ಲಭ್ಯವಾಗುತ್ತಿದೆ. ಸೋವಿಯತ್ ಒಕ್ಕೂಟದ ಯೂರಿ ಗಗಾರಿನ್ 1961ರಲ್ಲಿ ತನ್ನ ಬಾಹ್ಯಾಕಾಶ ನೌಕೆಯಲ್ಲಿ 108 ನಿಮಿಷಗಳಲ್ಲಿ ಭೂಮಿಯನ್ನು ಸುತ್ತುವ ಮೂಲಕ ಜಗತ್ತು ಎಷ್ಟು ಕಿರಿದು ಎಂದು ದಾಖಲಿಸಿದ. 1957ರಲ್ಲಿ ಕೃತಕ ಉಪಗ್ರಹವನ್ನು ಬಾಹ್ಯಾಕಾಶಕ್ಕೆ ಕಳುಹಿಸಿದ್ದ ಸೋವಿಯತ್ ಒಕ್ಕೂಟ 1961ರ ವೇಳೆಗೆ ಮಾನವನನ್ನು ಬಾಹ್ಯಾಕಾಶಕ್ಕೆ ಕಳುಹಿಸಿದ ಸಾಧನೆ ಮಾಡಿತು. ಇದರ ಮೂಲಕ ರಾಕೆಟ್ ತಂತ್ರಜ್ಞಾನ ಹೊಸ ಮಜಲನ್ನು ತಲುಪಿ ಅಮೆರಿಕಾ ಮತ್ತು ಸೋವಿಯತ್ ಒಕ್ಕೂಟಗಳ ನಡುವೆ ಬಿರುಸಿನ ಸ್ಪರ್ಧೆಗೆ ಕಾರಣವಾಯಿತು.

ಟೆಲ್‌ಸ್ಟಾರ್–1 ಎಂಬ ಸಂವಹನ ಉಪಗ್ರಹವನ್ನು ಅಮೆರಿಕಾದ ಬೆಲ್ ಲ್ಯಾಬ್ಸ್ ಕಂಪನಿಯು 1962ರಲ್ಲಿ ಗಗನಕ್ಕೆ ಹಾರಿಸಿ ಮಿಂಚಿನ ವೇಗದ ದ್ವಿಮುಖ ಸಂವಹನಕ್ಕೆ ನೆರವಾಯಿತು. ಇದು ಯುರೋಪ್ ಮತ್ತು ಉತ್ತರ ಅಮೆರಿಕಾದ ನಡುವೆ ನೇರ

ದೂರದರ್ಶನ ಚಿತ್ರಗಳನ್ನು ಮತ್ತು ದೂರವಾಣಿ ಕರೆಯನ್ನು ಉಪಗ್ರಹದ ಮೂಲಕ ರವಾನಿಸಿತು. ಸಂವಹನ ತಂತ್ರಜ್ಞಾನದ ಇನ್ನೊಂದು ಮಹತ್ತರ ಮೈಲಿಗಲ್ಲು ಎಂದರೆ 1969ರಲ್ಲಿ ಅಸ್ತಿತ್ವಕ್ಕೆ ಬಂದ 'ಅರ್ಪಾನೆಟ್' ಎಂಬ ಅಮೆರಿಕಾದ ಸಂವಹನ ಜಾಲ. ಈಗಿನ ಅಂತರಜಾಲದ ಆರಂಭಿಕ ಪರಿಕಲ್ಪನೆ. ಇದರ ಮುಖ್ಯ ಬಳಕೆಯು ಆದಿಯಲ್ಲಿ ಕೇವಲ ಶೈಕ್ಷಣಿಕ ಮತ್ತು ಸಂಶೋಧನಾ ಉದ್ದೇಶಗಳಿಗಾಗಿತ್ತು. ಆದರೆ ಮುಂದಿನ ಬೆಳವಣಿಗೆಗಳು ಇತಿಹಾಸ.

ಉಪಗ್ರಹ ಸಂವಹನದ ಮೊದಲ ಪ್ರಾಯೋಗಿಕ ಪರಿಕಲ್ಪನೆಯನ್ನು ಕೇವಲ 27 ವರ್ಷ ವಯಸ್ಸಿನ ಇಂಗ್ಲೆಂಡಿನ ರಾಯಲ್ ಏರ್‌ಫೋರ್ಸ್ ಅಧಿಕಾರಿ ಹಾಗೂ ವಿಜ್ಞಾನ ಲೇಖಕ ಆರ್ಥರ್ ಸಿ. ಕ್ಲಾರ್ಕ್ 1945ರಲ್ಲೇ ಪ್ರಸ್ತಾಪಿಸಿದ್ದರು. ಅವರ ಪರಿಕಲ್ಪನೆ ಕೇವಲ ಎರಡು ದಶಕಗಳಲ್ಲಿ ಸಾಕಾರಗೊಂಡಿತು. ಭೂಸ್ಥಿರ ಕಕ್ಷೆಯಲ್ಲಿ ಮೂರು ಸಂವಹನ ಉಪಗ್ರಹಗಳನ್ನು ಹಾರಿ ಬಿಟ್ಟರೆ, ಅವು ಇಡೀ ಜಗತ್ತನ್ನೇ ಒಟ್ಟುಗೂಡಿಸಬಲ್ಲವು ಎಂಬ ಕಲ್ಪನೆ ಖರೆ ಎನಿಸಿತು. 2021ರ ಅಂದಾಜಿನ ಪ್ರಕಾರ ಭೂಸ್ಥಿರ ಕಕ್ಷೆಯಲ್ಲಿ ವಿವಿಧ ಉದ್ದೇಶ ಹೊಂದಿರುವ ಅಂದಾಜು 6,542 ಉಪಗ್ರಹಗಳಿವೆ. ಆದರೆ ಅವುಗಳಲ್ಲಿ ಕೇವಲ 3,372 ಉಪಗ್ರಹಗಳು ಮಾತ್ರ ಸಕ್ರಿಯವಾಗಿವೆ. ಇವುಗಳಲ್ಲಿ ಸಂವಹನ ಉದ್ದೇಶಗಳಿಗಾಗಿ ಬಳಸುವ 1832 ಉಪಗ್ರಹಗಳು ಇಂದಿನ ನಮ್ಮೆಲ್ಲ ಮಾಹಿತಿ ಮತ್ತು ಮನರಂಜನೆಯನ್ನು ಪ್ರಪಂಚದ ಮೂಲೆಮೂಲೆಗೆ ಕೊಂಡೊಯ್ಯುತ್ತಿವೆ. ಈ ಸಂವಹನ ಉಪಗ್ರಹಗಳಿಗೆ ಭೂಮಿಯ ಮೇಲೆ ನೆರವಾಗುತ್ತಿರುವುದು ಬೆಳಕಿನ ವೇಗದಲ್ಲಿ ಸಂಕೇತಗಳನ್ನು ಸಾಗಿಸಬಲ್ಲ ಭೂಗತ ಆಪ್ಟಿಕಲ್ ಫೈಬರ್ ಕೇಬಲ್ (OFC)ಗಳು.

ಇಂದು ಬಳಸುವ ಅನೇಕ ಅತ್ಯಾಧುನಿಕ ತಂತ್ರಜ್ಞಾನಗಳನ್ನು ಅವುಗಳ ಆರಂಭಿಕ ಹಂತಗಳಲ್ಲಿ ಅಮೆರಿಕಾದ ರಕ್ಷಣಾ ಇಲಾಖೆಯ ಅನುದಾನ ಹಾಗೂ ಮೂಲಭೂತ ವಿಜ್ಞಾನ ಸಂಶೋಧನೆಯ ಮೂಲಕ ಚಾಲನೆ ನೀಡಲಾಗಿತ್ತು. ಈಗ ಈ ದೈತ್ಯ ಟೆಕ್ ಕಂಪನಿಗಳು ಆ ಸಂಶೋಧನೆಗಳ ಲಾಭ ಪಡೆದು ಬಹು ತೀವ್ರವಾಗಿ ಮುನ್ನಡೆಯುತ್ತಿವೆ. ಈ ಐದು ದೈತ್ಯ ಟೆಕ್ ಕಂಪನಿಗಳು–ಅಮೆಜಾನ್, ಆಲ್ಫಾಬೆಟ್ (ಗೂಗಲ್), ಮೈಕ್ರೋಸಾಫ್ಟ್, ಆಪಲ್ ಮತ್ತು ಮೆಟಾ (ಫೇಸ್‌ಬುಕ್). ತಮ್ಮ ಬೃಹತ್ ಮಾಹಿತಿ ಮತ್ತು ಮನರಂಜನೆಯ ಸಂಪರ್ಕಜಾಲಗಳ (ನೆಟ್‌ವರ್ಕ್ಸ್) ಮೂಲಕ ಇಡೀ ವಿಶ್ವವನ್ನೇ ಮಗದೊಂದು ರೀತಿಯಲ್ಲಿ ತಮ್ಮ ಮುಷ್ಟಿಯಲ್ಲಿ ಇರಿಸಿಕೊಂಡಿವೆ.

ಏಕಸ್ವಾಮ್ಯ

1980ರ ನಂತರ ಅಸಂಖ್ಯಾತ ಡಾಟ್–ಕಾಮ್ ಕಂಪನಿಗಳು ಹೊರಬಂದವು. ಅವುಗಳಲ್ಲಿ ಕೆಲವು ವ್ಯಾಪಕವಾಗಿ ಬೆಳೆದು ಜಾಗತಿಕ ಮಟ್ಟದಲ್ಲಿ 'ಬೃಹತ್ ಟೆಕ್' ಕಂಪನಿಗಳೆಂಬ ಪಟ್ಟವನ್ನು ಪಡೆದವು. ಈ ಕಂಪನಿಗಳು ಯಾವುದೇ

ನಿಯಂತ್ರಣವಿಲ್ಲದೆ ಗಮನಾರ್ಹವಾದ ಪ್ರಾಬಲ್ಯವನ್ನು ಜಾಗತಿಕ ಮಟ್ಟದಲ್ಲಿ ವಿಸ್ತರಿಸಿಕೊಂಡವು. ಕಳೆದ ಐದು ವರ್ಷಗಳಿಂದ ಈ ಸಮೂಹಗಳನ್ನು "ಬಿಗ್ ಟೆಕ್" ಎಂದು ಹೆಸರಿಸಲಾಯಿತು. ಈ ಟೆಕ್ ದೈತ್ಯರ ವಿಶೇಷವೆಂದರೆ ಈ ಐದೂ ಕಂಪನಿಗಳು ಅಮೆರಿಕಾ ಮೂಲದವು. ತಮ್ಮ ತಂತ್ರಜ್ಞಾನದ ಕ್ಷೇತ್ರಗಳಲ್ಲಿ ಅತ್ಯಂತ ಬಲಿಷ್ಠರು. ಇವು ಆನ್‌ಲೈನ್ ಚಟುವಟಿಕೆಗಳಲ್ಲಿ ತಮ್ಮ ಪ್ರಾಬಲ್ಯ ಮತ್ತು ಚಟುವಟಿಕೆಗಳ ಮೂಲಕ ಪ್ರಮುಖ ಸಾಮಾಜಿಕ, ಆರ್ಥಿಕ, ಸಾಂಸ್ಕೃತಿಕ ಹಾಗೂ ರಾಜಕೀಯ ವಲಯಗಳಲ್ಲಿ ಮಹತ್ತರ ಬದಲಾವಣೆಗಳಿಗೆ ಕಾರಣಕರ್ತವಾಗಿವೆ ಎಂದು ಎಲ್ಲ ಕ್ಷೇತ್ರಗಳ ತಜ್ಞರು ವಿಶ್ಲೇಷಿಸುತ್ತಿದ್ದಾರೆ.

ಇವರ ಕಾರ್ಯಕ್ಷೇತ್ರಗಳು ಸಾಮಾಜಿಕ ನೆಟ್‌ವರ್ಕಿಂಗ್, ಮೀಡಿಯಾ ಸ್ಟ್ರೀಮಿಂಗ್, ಇ-ಕಾಮರ್ಸ್, ಆನ್‌ಲೈನ್ ಜಾಹಿರಾತು, ಗ್ರಾಹಕ ಎಲೆಕ್ಟ್ರಾನಿಕ್ಸ್, ಕ್ಲೌಡ್ ಕಂಪ್ಯೂಟಿಂಗ್, ಕಂಪ್ಯೂಟರ್ ಸಾಫ್ಟ್‌ವೇರ್, ಕೃತಕ ಬುದ್ಧಿಮತ್ತೆ, ಸ್ವಯಂಚಾಲನಾ ಕಾರುಗಳು ಹಾಗೂ ಇತರೆ ಕ್ಷೇತ್ರಗಳು. ಜಾಗತಿಕವಾಗಿ ಅತ್ಯಂತ ಮೌಲ್ಯಯುತವಾದ ಈ ಸಂಸ್ಥೆಗಳು ತಮ್ಮ ರಂಗಗಳಲ್ಲಿ ಒಂದು ರೀತಿಯ ಏಕಸ್ವಾಮ್ಯವನ್ನು ಹೊಂದಿವೆ ಎಂದರೆ ಆಶ್ಚರ್ಯವಾಗದಿರದು. ಈ ದೈತ್ಯ ತಂತ್ರಜ್ಞಾನ ಕಂಪನಿಗಳು ಜಗತ್ತಿನ ಕೋಟ್ಯಂತರ ಬಳಕೆದಾರರಿಗೆ ವಿವಿಧ ಸೇವೆಗಳನ್ನು ನೀಡುತ್ತವೆ. ಇದರಿಂದಾಗಿ ವಿಶ್ವದ ಬಹುತೇಕ ಬಳಕೆದಾರರ ಮಾಹಿತಿ ಮತ್ತು ನಡವಳಿಕೆ ಬಹು ಸುಲಭವಾಗಿ ಇವರಿಗೆ ಲಭ್ಯವಾಗುತ್ತವೆ. ನೀವು ಪ್ರತಿಸಲ ಈ ಕಂಪನಿಗಳೊಂದಿಗೆ ವ್ಯವಹರಿಸುವಾಗ ನಿಮ್ಮ ದೂರವಾಣಿ ಸಂಖ್ಯೆ, ಮಿಂಚಂಚೆ ವಿಳಾಸ, ವಾಸಿಸುವ ಸ್ಥಳ, ನೀವು ಕೊಳ್ಳುವ ವಸ್ತುಗಳು ಹಾಗೂ ಇತರೆ ಸೇವಗಳ ವಿವರಗಳು ಯಾಂತ್ರಿಕವಾಗಿ ಇವರ ಕೈಸೇರುತ್ತವೆ. ಈ ಕಂಪನಿಗಳು ಸೃಷ್ಟಿಸಿದ ಡಿಜಿಟಲ್ ಪರಿಸರ ವ್ಯವಸ್ಥೆಯ ಸೇವೆಗಳಿಂದ ಹೊರಗೆ ಬದುಕಲು ಸಾಧ್ಯವೇ ಆಗಲಾರದು ಎಂದು ಬಹುತೇಕ ಎಲ್ಲ ಕ್ಷೇತ್ರಗಳ ತಜ್ಞರು ತಮ್ಮ ಕಳವಳ ವ್ಯಕ್ತಪಡಿಸುತ್ತಿದ್ದಾರೆ.

ಅಲ್ಫಾಬೆಟ್ (ಗೂಗಲ್)

ಪ್ರತಿಷ್ಠಿತ ಗೂಗಲ್ ಕಂಪನಿಯ ಕಾರ್ಯಕ್ಷೇತ್ರದ ವೈಶಾಲ್ಯತೆಯನ್ನೇ ಗಮನಿಸಿ. ಆನ್‌ಲೈನ್‌ನಲ್ಲಿ ನೀವು ಏನೇ ಹುಡುಕಲು ಪ್ರಯತ್ನಿಸಿದರೂ ತಟ್ಟನೆ ಬರುವ ಮೊದಲ ಹೆಸರು ಗೂಗಲ್. ಕ್ಷಣಮಾತ್ರದಲ್ಲಿ ಜಗತ್ತಿನ ಎಲ್ಲ ಮಾಹಿತಿ ಮೂಲಗಳನ್ನು ಪರಿಶೋಧಿಸಿ ನಿಮ್ಮ ಕಂಪ್ಯೂಟರ್ ತೆರೆಯ ಮೇಲೆ ಆ ಮೂಲಗಳನ್ನು ಮಂಡಿಸುತ್ತದೆ. ಆನ್‌ಲೈನ್ ಮೂಲಕ ವೀಡಿಯೊಗಳನ್ನು ಹಂಚುವ 'ಯುಟ್ಯೂಬ್', ಮಿಂಚಂಚೆ ಸೇವೆಗಳನ್ನು ನೀಡುವ 'ಜಿಮೇಲ್', ವೆಬ್ ಬ್ರೌಸಿಂಗ್ ಸೇವೆ ನೀಡುವ 'ಗೂಗಲ್ ಕ್ರೋಮ್', ಪ್ರಯಾಣಿಸಲು ಮತ್ತು ಸ್ಥಳಗಳನ್ನು ಹುಡುಕಲು ಬಳಸುವ 'ಗೂಗಲ್ ನಕ್ಷೆಗಳು', ಮೊಬೈಲ್ ದೂರವಾಣಿ

ನಿರ್ವಹಣೆಯಲ್ಲಿ ಬಳಸುವ 'ಆಂಡ್ರಾಯ್ಡ್', ಆನ್‌ಲೈನ್ ಮಾಹಿತಿ ಸಂಗ್ರಹಣೆಗೆ ಬಳಸುವ 'ಗೂಗಲ್ ಡ್ರೈವ್', ಭಾಷಾಂತರಕ್ಕೆ 'ಗೂಗಲ್ ಭಾಷಾಂತರ' ಹಾಗೂ ಇನ್ನು ಹಲವಾರು ಉಪಯುಕ್ತ ಸೇವೆಗಳನ್ನು ಉಚಿತವಾಗಿ ವಿಶ್ವದ ಪ್ರಮುಖ ಭಾಷೆಗಳಲ್ಲಿ ಒದಗಿಸುವ ಅಗ್ರಗಣ್ಯ ಸಂಸ್ಥೆಯಾಗಿ ಹೊರಹೊಮ್ಮಿದೆ. ಇಂಗ್ಲಿಷ್‌ನಿಂದ ಕನ್ನಡಕ್ಕೆ ಭಾಷಾಂತರಿಸಿ ಅದನ್ನು ಓದಿ ಹೇಳುವ ಅದ್ಭುತ ತಂತ್ರಜ್ಞಾನವನ್ನು ಉಚಿತವಾಗಿ ಈ ಕಂಪನಿ ನೀಡುತ್ತದೆ. ಆಂಗ್ಲ ಭಾಷೆಯಲ್ಲಿ ನೀವು ಟೈಪಿಸುವ ಪತ್ರ, ಲೇಖನಗಳ ದೋಷಗಳನ್ನು ಕ್ಷಣ ಮಾತ್ರದಲ್ಲಿ ಸರಿ ಪಡಿಸಿಕೊಳ್ಳುತ್ತದೆ. ಗೂಗಲ್‌ನ ಬಹುತೇಕ ಸೇವೆಗಳು ಉಚಿತ ಎಂಬುದು ಇನ್ನೊಂದು ವಿಶೇಷ.

ಕಳೆದ ಆರ್ಥಿಕ ವರ್ಷದಲ್ಲಿ ಗೂಗಲ್ ಸಂಸ್ಥೆ 12,262 ಕೋಟಿ ಜಾಹಿರಾತು ಹಣವನ್ನು ನಮ್ಮ ದೇಶದಿಂದಲೇ ಸಂಪಾದಿಸಿದೆ ಎಂದರೆ ನಿಮಗೆ ಆಶ್ಚರ್ಯವಾಗಬಹುದು. ದೇಶದ ಹಲವಾರು ಬೃಹತ್ ಮಾಧ್ಯಮ ಸಂಸ್ಥೆಗಳ ಜಾಹಿರಾತು ಆದಾಯಕ್ಕಿಂತ ಇದು ಅಧಿಕವಾಗಿರುವುದು ಕಳವಳಕಾರಿ ಅಂಶ. ಅಪಾರ ಪ್ರಮಾಣದ ಸೇವೆಗಳನ್ನು ವಿಶ್ವದಾದ್ಯಂತ ಒದಗಿಸುವ ಗೂಗಲ್, ವಿಶಾಲವಾದ ಅತ್ಯುನ್ನತ ಆನ್‌ಲೈನ್ ಸೇವೆಗಳನ್ನು ನೀಡಲು ತನ್ನ 10 ವಿಭಿನ್ನ ಡೇಟಾ ಕೇಂದ್ರಗಳನ್ನು ಸ್ಥಾಪಿಸಿ ಎಲ್ಲ ಸೇವೆಗಳನ್ನು ನಿಯಂತ್ರಿಸುತ್ತಿದೆ. ಸರ್ವೋತ್ತಮ ತಾಂತ್ರಿಕ ಬಲಿಷ್ಠತೆಯನ್ನು ಹೊಂದಿರುವ ಗೂಗಲ್ ಸಂಸ್ಥೆಯನ್ನು ಸರಿಗಟ್ಟುವ ಸಂಸ್ಥೆ ಇನ್ನೊಂದಿಲ್ಲ ಎನ್ನಬಹುದು. ಗೂಗಲ್ ಈಗ ಅಲ್ಫಾಬೆಟ್ ಸಂಸ್ಥೆಯ ಭಾಗವಾಗಿದೆ.

ಮೆಟಾ (ಫೇಸ್ ಬುಕ್)

ಜಾಗತಿಕ ಅಂತರ್ಜಾಲ ಬಳಕೆದಾರರ ಸಂಖ್ಯೆ 500 ಕೋಟಿ ಮೀರಿದೆ. ಸಾಮಾಜಿಕ ಜಾಲತಾಣಗಳನ್ನು ಬಳಸುವವರ ಸಂಖ್ಯೆ 460 ಕೋಟಿ ತಲುಪಿದೆ. ಸಾಮಾಜಿಕ ಜಾಲತಾಣದ ಮುಂಚೂಣಿಯಲ್ಲಿರುವ ಫೇಸ್‌ಬುಕ್ ಎಲ್ಲರ ಮನೆಮಾತಾಗಿರುವ ಜಾಲತಾಣ. 2021ರಲ್ಲಿ ಇದನ್ನು ಮೆಟಾ ಎಂದು ಮರುನಾಮಕರಣ ಮಾಡಲಾಯಿತು. ವಿಶ್ವದ ಅತಿದೊಡ್ಡ ಸಾಮಾಜಿಕ ಮಾಧ್ಯಮ ನೆಟ್‌ವರ್ಕ್ ಎಂಬ ಗೌರವಕ್ಕೆ ಫೇಸ್‌ಬುಕ್ ಪಾತ್ರವಾಗಿದೆ. ನೀವು ನಿಮ್ಮ ಕುಟುಂಬ ಮತ್ತು ಸ್ನೇಹಿತರೊಂದಿಗೆ ಸಂಪರ್ಕ ಸಾಧಿಸಲು ಹಾಗೂ ವ್ಯವಹಾರಗಳನ್ನು ಸಕ್ರಿಯಗೊಳಿಸುವ ಡಿಜಿಟಲ್ ಸೇವೆಗಳನ್ನು ಮೆಟಾ ವೇದಿಕೆ ಒದಗಿಸುತ್ತದೆ. ಈ ಕಂಪನಿಯ ಇತರ ಜನಪ್ರಿಯ ಸೇವೆಗಳೆಂದರೆ ಚಿತ್ರಗಳನ್ನು ಹಂಚಿಕೊಳ್ಳಲು ಇನ್ಸ್ಟಾಗ್ರಾಮ್, ಮೆಸೆಂಜರ್ ಮತ್ತು ವಾಟ್ಸ್‌ಅಪ್ ಎಂಬ ಎರಡು ಸಂದೇಶಗಳನ್ನು ಕಳುಹಿಸುವ ಸೇವೆಗಳನ್ನು ನೀಡುತ್ತದೆ. ಸಂದೇಶಗಳನ್ನು ಕಳುಹಿಸಲು ಬಳಸುವ ಅತಿಹೆಚ್ಚು ಜನಪ್ರಿಯ ಸೇವೆ ಎಂದರೆ

ವಾಟ್ಸ್‌ಅಪ್. ಮೆಟಾವರ್ಸ್ ಎಂಬ ಅತ್ಯದ್ಭುತ ತಂತ್ರಜ್ಞಾನ ಬಳಸಿ ನೋಡುವಿಕೆಯ ಅನುಭವಗಳನ್ನು ರೋಚಕಗೊಳಿಸುತ್ತಿದೆ.

ಫೇಸ್‌ಬುಕ್ ರಿಯಾಲಿಟಿ ಲ್ಯಾಬ್ಸ್ ಮೂಲಕ, ವಾಸ್ತವಿಕತೆಯ ನಿರೂಪಣೆಯ ಮರುಸೃಷ್ಟಿಯಲ್ಲಿ ಅಪಾರ ಸಾಧನೆಗಳನ್ನು ಈ ಕಂಪನಿ ನಿರ್ಮಿಸುತ್ತಿದೆ. ವರ್ಚುಯಲ್ ರಿಯಾಲಿಟಿ, ಆಗಮೆಂಟೆಡ್ ರಿಯಾಲಿಟಿ, ಆನ್‌ಲೈನ್ ಗೇಮಿಂಗ್ ಹಾಗೂ ಇತರ ಕ್ಷೇತ್ರಗಳಲ್ಲಿ ಇದರ ಬಳಕೆಗೆ ಅಪಾರ ಸಾಧ್ಯತೆಗಳಿವೆ.

ಅಮೆಜಾನ್

ಅಮೆಜಾನ್ ಹೆಸರನ್ನು ಇಂದು ಕೇಳದವರಿಲ್ಲ. ವಿಶ್ವದಾದ್ಯಂತ ವಿದ್ಯುನ್ಮಾನ ವಾಣಿಜ್ಯ (ಇ–ಕಾಮರ್ಸ್) ಕ್ಷೇತ್ರದಲ್ಲಿ ಅಗ್ರಗಣ್ಯ ಕಂಪನಿ ಅಮೆಜಾನ್. ಎಲ್ಲ ಬಗೆಯ ವಸ್ತುಗಳನ್ನು ಗ್ರಾಹಕರಿಗೆ ನೇರವಾಗಿ ಒದಗಿಸಬಲ್ಲ ಬೃಹತ್ ವ್ಯಾಪಾರ ಜಾಲ. ನಂತರದ ದಿನಗಳಲ್ಲಿ ವಿದ್ಯುನ್ಮಾನ ಮತ್ತು ಮನರಂಜನೆ ವಲಯಗಳನ್ನು ಪ್ರವೇಶಿಸಿ ತನ್ನ ಪ್ರಭಾವವನ್ನು ವಿಸ್ತರಿಸಿಕೊಂಡಿದೆ. ಅಲೆಕ್ಸಾ ಮತ್ತು ಇಕೋ ಸಾಧನಗಳನ್ನು ಹೊರತಂದು ನೇರ ಪ್ರವಹಿಸುವ (ಲೈವ್ ಸ್ಟ್ರೀಮಿಂಗ್) ನಿಯಂತ್ರಣ ಸಾಧನಗಳ ಮೂಲಕ ಹೆಸರು ಮಾಡಿದೆ. ಇವು ಕೃತಕ ಬುದ್ಧಿಮತ್ತೆ ಆಧಾರಿತ ವೈಯಕ್ತಿಕ ಡಿಜಿಟಲ್ ಸಹಾಯಕರು ಮತ್ತು ಸ್ಮಾರ್ಟ್ ಸ್ಪೀಕರ್‌ಗಳು. ಈ ಸಾಧನಗಳು ನೀವು ಕೇಳುವ ಅನೇಕ ಮಾಹಿತಿಗಳನ್ನು ನೀಡುತ್ತವೆ. ಇತ್ತೀಚಿನ ಸುದ್ದಿ, ಹಾಡು, ಜೋಕುಗಳು ಮತ್ತು ಉಪಯುಕ್ತ ಮಾಹಿತಿಗಳನ್ನು ಕೇಳಿ ಪಡೆಯಬಹುದಾದ ಮೋಜಿನ ಉಪಕರಣಗಳಿವು.

ಕ್ಲೌಡ್ ಕಂಪ್ಯೂಟಿಂಗ್ ಸೇವೆಯಲ್ಲಿ ವೇಗವಾಗಿ ಈ ಸಂಸ್ಥೆ ಬೆಳೆಯುತ್ತಿದೆ. ಮನೆಗಳಿಗೆ ನೇರವಾಗಿ ಮನರಂಜನೆ ಒದಗಿಸುವ ಅಮೆಜಾನ್ ಪ್ರೈಮ್ ವಿಡಿಯೋ ಮೂಲಕ ವಿಡಿಯೋ–ಸಿನಿಮಾ ಹಂಚುವ ಹಾಗೂ ನಿರ್ಮಿಸುವ ಸಂಸ್ಥೆಯಾಗಿ ಹೆಸರು ಮಾಡುತ್ತಿದೆ. ಪುಸ್ತಕಗಳನ್ನು ಓದಲೆಂದೇ ಕಿಂಡಲ್ ಇ–ರೀಡರ್ ಟ್ಯಾಬ್ಲೆಟ್ ಫೈರ್ ಟ್ಯಾಬ್ಲೆಟ್‌ಗಳು, ಫೈರ್ ಟಿವಿ ಮುಂತಾದ ಎಲೆಕ್ಟ್ರಾನಿಕ್ ಸಾಧನಗಳನ್ನು ಸಹ ತಯಾರಿಸುತ್ತಿದೆ.

ಮೈಕ್ರೋಸಾಫ್ಟ್

ಕಂಪ್ಯೂಟರ್ ಹಾಗೂ ಮೊಬೈಲ್‌ಗಳಲ್ಲಿ ದಿನನಿತ್ಯ ಬಳಸುವ ತಂತ್ರಾಂಶ ಸಾಧನಗಳನ್ನು ಜಾಗತಿಕವಾಗಿ ಜನಪ್ರಿಯಗೊಳಿಸಿದ ಕಂಪನಿ ಇದು. ಒಂದು ಕಂಪ್ಯೂಟರ್‌ನಲ್ಲಿ ಹಲವಾರು ತಂತ್ರಾಂಶಗಳನ್ನು ವಿಂಡೋಸ್ ಎಂಬ ಒಂದೇ ವೇದಿಕೆಯಲ್ಲಿ ಬಳಸಲು ಅನುವು ಮಾಡಿಕೊಟ್ಟ ಸಂಸ್ಥೆ ಮೈಕ್ರೋಸಾಫ್ಟ್,

ವಿಂಡೋಸ್ ಮತ್ತು ಆಫೀಸ್ ಸೂಟ್ ಸಾಫ್ಟ್‌ವೇರ್‌ಗೆ ಹೆಸರುವಾಸಿಯಾಗಿದೆ. ಕ್ಲೌಡ್ ಕಂಪ್ಯೂಟಿಂಗ್‌ನಲ್ಲಿ ಸಹ ತನ್ನ ಛಾಪು ಮೂಡಿಸಿದೆ. ಉದ್ಯೋಗಾಕಾಂಕ್ಷಿಗಳ ಜನಪ್ರಿಯ ಸಾಮಾಜಿಕ ಜಾಲತಾಣವಾದ 'ಲಿಂಕ್ಡ್‌ಇನ್' ಇದರ ಜನಪ್ರಿಯ ಸೇವೆ ಎನ್ನಬಹುದು.

ಕಂಪ್ಯೂಟರ್ ಆಪರೇಟಿಂಗ್ ಸಿಸ್ಟಮ್‌ನಲ್ಲಿ ಈ ಕಂಪೆನಿಯು ವಿಶ್ವದಲ್ಲೇ ಅಗ್ರಗಣ್ಯ ಪ್ರಾಬಲ್ಯ ಹೊಂದಿದೆ. ಕ್ಲೌಡ್ ಕಂಪ್ಯೂಟಿಂಗ್ ಉದ್ಯಮದಲ್ಲಿ ಇದಕ್ಕೆ ಎರಡನೇ ಅತಿದೊಡ್ಡ ಸ್ಥಾನವಿದೆ. ವಿಡಿಯೋ ಗೇಮ್ ಉದ್ಯಮದಲ್ಲಿ ಸಹ ತನ್ನ 'ಎಕ್ಸ್‌ಬಾಕ್ಸ್' ಮೂಲಕ ಅತಿದೊಡ್ಡ ಮಾರುಕಟ್ಟೆ ಹೊಂದಿದೆ.

ಆಪಲ್

ಆಪಲ್ ಜಗತ್ತಿನ ಬಹುಪ್ರತಿಷ್ಠಿತ ಹೆಸರು ಹೊಂದಿರುವ ತಂತ್ರಜ್ಞಾನ ಸಂಸ್ಥೆ. ಸ್ಮಾರ್ಟ್‌ಫೋನ್‌ಗಳು, ಕಂಪ್ಯೂಟರ್‌ಗಳು, ಟ್ಯಾಬ್ಲೆಟ್‌ಗಳು, ಮನೆಯಲ್ಲಿ ಬಳಸುವ ಮನರಂಜನಾ ಸಾಧನಗಳು ಮತ್ತು ಇತರೆ ವ್ಯಾಪಕ ಶ್ರೇಣಿಯ ಗ್ರಾಹಕ ತಂತ್ರಜ್ಞಾನ ಉತ್ಪನ್ನಗಳನ್ನು ವಿನ್ಯಾಸಗೊಳಿಸಿ, ತಯಾರಿಸಿ ಮಾರುಕಟ್ಟೆ ಮಾಡುತ್ತದೆ. ಈ ಸಂಸ್ಥೆಯ ಉತ್ಪನ್ನಗಳು ವಿಶ್ವದಾದ್ಯಂತ ಜನಪ್ರಿಯವಾಗಿವೆ. ಮಾರುಕಟ್ಟೆಯಲ್ಲಿ ಬಹು ವೇಗವಾಗಿ ಬೆಳೆದ ಕಂಪನಿ ಇದು. ಗೂಗಲ್ ತರಹ ಇದು ಸಹ ಡಿಜಿಟಲ್ ಕಂಟೆಂಟ್ ಮಳಿಗೆಯನ್ನು ನಿರ್ವಹಿಸುತ್ತಿದೆ. ಇತ್ತೀಚಿಗೆ 'ಆಪಲ್ ಟಿವಿ' ಆರಂಭಿಸಿ ಗ್ರಾಹಕರಿಗೆ ವಿಡಿಯೋ-ಸಿನಿಮಾಗಳನ್ನು ನೇರವಾಗಿ ಪ್ರಸಾರ ಮಾಡುತ್ತಿದೆ. ಅಮೆರಿಕಾದಲ್ಲಿ ಇದುವರೆಗೆ ಪ್ರಾಬಲ್ಯ ಹೊಂದಿದ್ದ ನೆಟ್‌ಫ್ಲಿಕ್ಸ್ ಕಂಪನಿಗೆ ಪ್ರಬಲ ಪೈಪೋಟಿ ನೀಡುತ್ತಿದೆ.

ಅಪಾಯಕಾರಿ ಏಕಸ್ವಾಮ್ಯ?

ಬಹುತೇಕ ಹೊಸ ಕಂಪನಿಗಳು ಬಾಹ್ಯ ಮಾಹಿತಿ ಸಂಗ್ರಹಣೆ (ಕ್ಲೌಡ್-ಸ್ಟೋರೇಜ್) ಸೇವೆಗಳನ್ನು ಹೊಂದಿವೆ. ಉದಾಹರಣೆಗೆ ಯಾವುದೇ ಬೃಹತ್ ಮಾಹಿತಿ ಆಧಾರಿತ ಸೇವೆಗಳನ್ನು ನೀವು ನೀಡಬಯಸಿದರೆ ಇಲ್ಲವೇ ಮಾಧ್ಯಮವನ್ನು ಆನ್‌ಲೈನ್‌ನಲ್ಲಿ ಸಂಗ್ರಹಿಸಲು ನೀವು ಬಯಸಿದರೆ, ಈ ಮಾಹಿತಿ ಸಂಗ್ರಹಣೆದಾರರಿಗೆ ಹಣ ಪಾವತಿಸಬೇಕಾಗುತ್ತದೆ. ನೆಟ್‌ಫ್ಲಿಕ್ಸ್‌ನಲ್ಲಿ ನಾವು ವೀಕ್ಷಿಸುವ ಎಲ್ಲಾ ಚಲನಚಿತ್ರಗಳನ್ನು ವಾಸ್ತವವಾಗಿ ಅಮೆಜಾನ್ ಸರ್ವರ್‌ಗಳಲ್ಲಿ ಸಂಗ್ರಹಿಸಲಾಗುತ್ತದೆ. ಪ್ರತಿಸಲ ನಾವು ನೆಟ್‌ಫ್ಲಿಕ್ಸ್ ಅನ್ನು ಬಳಸುವಾಗ ಅಮೆಜಾನ್ ಶುಲ್ಕ ಪಡೆಯುತ್ತದೆ. ಅದೇ ರೀತಿ ಓಲಾ ಇಲ್ಲವೇ ಉಬರ್ ವಾಹನಗಳ ಸೇವೆಗಳನ್ನು ಪಡೆಯುವಾಗ ಇದೇ ನಿಯಮ ಅನ್ವಯವಾಗುತ್ತದೆ.

ಮಾಹಿತಿ ಮನರಂಜನೆಯ ಜತೆಗೆ ಈ ಬೃಹತ್ ಟೆಕ್ ಕಂಪನಿಗಳು ಅನೇಕ ತಂತ್ರಜ್ಞಾನ ಕ್ಷೇತ್ರಗಳಲ್ಲಿ ದಾಪುಗಾಲು ಇರಿಸಿವೆ. ಉದಾಹರಣೆಗೆ ಚಾಲಕರಹಿತ ಕಾರು ಚಾಲನೆ, ವಿವಿಧ ಸೇವೆಗಳಿಗೆ ಡ್ರೋನ್‌ಗಳ ಬಳಕೆ ಮುಂತಾದ ವಲಯಗಳಲ್ಲಿ ಬಹು ಮುಂದೆ ಸಾಗಿವೆ. ಅದಲ್ಲದೆ ಚುನಾವಣೆಗಳಲ್ಲಿ ಮತದಾರರ ಮೇಲೆ ಪ್ರಭಾವ ಬೀರುವ ಆಪಾದನೆಗಳನ್ನು ಎದುರಿಸುತ್ತಿವೆ. ಫೇಸ್‌ಬುಕ್ ತನ್ನ ಪುಟಗಳಲ್ಲಿ ಬಿಜೆಪಿ ಪರ ಸಂದೇಶಗಳಿಗೆ ಹೆಚ್ಚು ಒತ್ತನ್ನು ನೀಡಿದೆ ಎಂಬ ಆಪಾದನೆಯನ್ನು ಎದುರಿಸುತ್ತಿದೆ. ಅಮೆರಿಕಾದ ಕಳೆದ ಚುನಾವಣೆಗಳಲ್ಲಿ ಸಾಮಾಜಿಕ ಮಾಧ್ಯಮಗಳು ಟ್ರಂಪ್ ವಿರುದ್ಧವಾಗಿ ಹರಿಹಾಯ್ದು ಅವರ ಸೋಲಿಗೆ ಕಾರಣವಾದವು ಎಂಬ ಟೀಕೆಗಳು ಕೇಳಿಬಂದವು. ಆನ್‌ಲೈನ್‌ನಲ್ಲಿ ಎಲ್ಲಾ ರೀತಿಯ ಸಣ್ಣ ಕಂಪನಿಗಳು ತಮ್ಮ ಗ್ರಾಹಕರನ್ನು ಪಡೆಯಲು ಈ ಐದು ಬೃಹತ್ ಟೆಕ್ ಕಂಪನಿಗಳ ಮೂಲಕವೇ ಹೋಗಬೇಕಾದ ಅನಿವಾರ್ಯತೆ ಸೃಷ್ಟಿಯಾಗಿದೆ. ಅದರಲ್ಲೂ ಗೂಗಲ್, ಅಮೆಜಾನ್ ಮತ್ತು ಮೈಕ್ರೋಸಾಫ್ಟ್ ಕಂಪನಿಗಳ ಪ್ರಭಾವ ಪ್ರಶ್ನಾತೀತವಾಗಿದೆ. ಇತರೆ ಕಂಪನಿಗಳಿಗೆ ಏನೇ ಆದರು ಈ ಐದು ಕಂಪನಿಗಳಿಗೆ ಯಶಸ್ಸು ಗ್ಯಾರಂಟಿ.

ಈ ಐದು ಕಂಪನಿಗಳು ಅಂತರ್ಜಾಲ ಜಾಹಿರಾತು ಆರ್ಥಿಕತೆಯಲ್ಲಿ ಬಹು ಪ್ರಮುಖ ಪಾತ್ರಧಾರಿಗಳು. ವಿಶೇಷವಾಗಿ ಗೂಗಲ್ ಮತ್ತು ಫೇಸ್‌ಬುಕ್, ಡಿಜಿಟಲ್ ಜಾಹಿರಾತು ಕ್ಷೇತ್ರದಲ್ಲಿ ಬಹು ವೇಗವಾಗಿ ತಮ್ಮ ಪಾಲುದಾರಿಕೆಯನ್ನು ವೃದ್ಧಿಸಿಕೊಳ್ಳುತ್ತಿವೆ. ಪತ್ರಿಕೆಗಳಲ್ಲಿ ಪ್ರಕಟವಾಗುವ ಸುದ್ದಿ ಮತ್ತು ಲೇಖನಗಳು ಈ ವೇದಿಕೆಗಳಲ್ಲಿ ಪ್ರಕಟಣೆಗೊಂಡಾಗ, ಪತ್ರಿಕೆಗಳಿಗೆ ಯಾವುದೇ ಆದಾಯ ದೊರೆಯುತ್ತಿರಲಿಲ್ಲ. ಅನೇಕ ಸಲ ಕೃತಿಸ್ವಾಮ್ಯಕ್ಕೆ ಈ ವೇದಿಕೆಗಳಲ್ಲಿ ಯಾವುದೇ ಮಾನ್ಯತೆ ಇರುತ್ತಿರಲಿಲ್ಲ. ಯುರೋಪಿಯನ್ ಯೂನಿಯನ್, ಆಸ್ಟ್ರೇಲಿಯಾ, ಭಾರತ ಹಾಗೂ ಇತರೆ ದೇಶಗಳು ಈ ಜಾಗತಿಕ ವೇದಿಕೆಗಳ ವಿರುದ್ಧ ಸಮರವನ್ನೇ ಸಾರಿ, ಈ ವೇದಿಕೆಗಳಲ್ಲಿ ಪ್ರಕಟವಾಗುವ ಸುದ್ದಿ-ಲೇಖನಗಳಿಗೆ ಪ್ರಕಾಶಕರಿಗೆ ಹಣ ನೀಡುವ ವ್ಯವಸ್ಥೆ ಜಾರಿಗೆ ಬಂದಿದೆ.

ಈ ಐದು ಕಂಪನಿಗಳ ಕಾರ್ಯವೈಶಾಲ್ಯ ಹಾಗೂ ಬೆಳೆಯುತ್ತಿರುವ ಪ್ರಭಾವಗಳನ್ನು ಗಮನಿಸಿದಾಗ ಇದು ಅಪಾಯಕಾರಿ ರೀತಿಯ ಕಾರ್ಪೊರೇಟ್ ಪ್ರಾಬಲ್ಯ ಎಂದು ಹಲವು ತಜ್ಞರು ಭಾವಿಸುತ್ತಾರೆ. ಆದರೆ ಇವರನ್ನು ಯಾರಿಂದಲೂ ನಿಯಂತ್ರಿಸಲಾಗುತ್ತಿಲ್ಲ!

***

16

ಮನರಂಜನೆಯ ಕನಸಿನಲೋಕ ಸೃಷ್ಟಿಸಿದ ಡಿಸ್ನಿ ಕಂಪನಿಯ ಶತಮಾನೋತ್ಸವ

ಡಿಸ್ನಿ ನಿರ್ಮಿಸಿದ ಕಾರ್ಟೂನ್ ಚಿತ್ರಗಳು ಜಗತ್ತಿನ ಎಲ್ಲೆಡೆ ಚಿರಪರಿಚಿತ. ಮಕ್ಕಳಿಗಂತೂ ಡಿಸ್ನಿ ಸೃಷ್ಟಿಸಿದ ಮಿಕ್ಕಿ ಮೌಸ್ ಮತ್ತು ಡೊನಾಲ್ಡ್ ಡಕ್ ಪಾತ್ರಗಳು ಅತೀವ ಪ್ರೀತಿ. ಒಕ್ಕಲುತನ, ಬಡಗಿ ಮತ್ತು ಕಟ್ಟಡ ನಿರ್ಮಾಣ ಕೆಲಸಗಳನ್ನು ನಿರ್ವಹಿಸುತ್ತಿದ್ದ ಕುಟುಂಬದ ನಾಲ್ಕನೇ ಮಗನಾದ ವಾಲ್ಟ್ ಇಲಿಯಾಸ್ ಡಿಸ್ನಿ, ಬಾಲ್ಯದಿಂದಲೇ ಚಿತ್ರಕಲೆಯಲ್ಲಿ ತುಂಬಾ ಆಸಕ್ತಿ ಹೊಂದಿದ್ದ. ಕೇವಲ 65 ವರ್ಷಗಳ ಕಾಲ (1901–1966) ಬದುಕಿದ್ದ ಡಿಸ್ನಿ ಮಹಾನ್ ಪ್ರತಿಭಾವಂತ ಮತ್ತು ಬಹುದೊಡ್ಡ ಕನಸುಗಾರ. ಚಿತ್ರಕಲೆಯನ್ನು ಹೊಸ ಮಾಧ್ಯಮವಾದ ಸಿನಿಮಾದಲ್ಲಿ ಯಶಸ್ವಿಯಾಗಿ ಬಳಸಿದ ಅಸಮಾನ್ಯ ಕಲಾವಿದ. ಎಲ್ಲ ವಯೋಮಾನದವರಿಗೆ ಮುದನೀಡಬಲ್ಲ ಮನರಂಜನಾ ತಾಣಗಳನ್ನು ನಿರ್ಮಿಸಿ ವಿಶ್ವವಿಖ್ಯಾತನಾದ. ಈ ಕಂಪನಿಗೆ ಈಗ 100ನೆಯ ವರ್ಷ. ಇಡೀ ಜಗತ್ತೇ ಈ ಮಹಾನ್ ಪ್ರತಿಭೆಯ ಸಾಧನೆಗಳನ್ನು ನೆನಪಿಸಿಕೊಳ್ಳುತ್ತಿದೆ.

ವಾಲ್ಟ್ ಡಿಸ್ನಿ 1901ರಲ್ಲಿ ಅಮೆರಿಕಾದ ಚಿಕಾಗೋದಲ್ಲಿ ಜನಿಸಿದರು ತಂದೆ ಎಲಿಯಾಸ್ ಡಿಸ್ನಿ ಮತ್ತು ತಾಯಿ ಫ್ಲೋರಾ ಕಾಲ್ ಶಿಕ್ಷಕಿಯಾಗಿದ್ದರು. ವಾಲ್ಟ್

ಅವರ ಐದು ಮಕ್ಕಳಲ್ಲಿ ಒಬ್ಬರಾದ ವಾಲ್ಟ್ ಡಿಸ್ನಿ ಬಾಲ್ಯದಿಂದಲೇ ಚಿತ್ರಕಲೆಯಲ್ಲಿ ತನ್ನ ಪ್ರತಿಭೆಯನ್ನು ತೋರಿಸಿದ. ನೆರೆಹೊರೆಯವರಿಗೆ ರೇಖಾಚಿತ್ರಗಳನ್ನು ಬಿಡಿಸಿ ಹಣಗಳಿಸುವ ಸಾಹಸಕ್ಕೆ ಇಳಿದ. ಕಲಾವೃತ್ತಿ ಈತನಲ್ಲಿ ಮೈತಳೆದಿತ್ತು. ಪ್ರೌಢಶಾಲೆಯಲ್ಲಿಯೇ ಕಲೆ ಮತ್ತು ಛಾಯಾಗ್ರಹಣವನ್ನು ಕಲಿತ. ಪ್ರಕೃತಿ ಮತ್ತು ವನ್ಯಜೀವಿಗಳನ್ನು ಸೂಕ್ಷ್ಮವಾಗಿ ಅವಲೋಕಿಸಿದ. ತಾಯಿಯ ಹಣಕಾಸು ನೆರವು ಮತ್ತು ಅಣ್ಣನ ಪ್ರೋತ್ಸಾಹ, ವಾಲ್ಟ್ ಡಿಸ್ನಿ ಅವರ ಪ್ರತಿಭೆಗೆ ನೀರೆರೆದವು. ತನ್ನ ಪ್ರೌಢಶಾಲಾ ದಿನಗಳಿಂದಲೇ ಡಿಸ್ನಿ ಛಾಯಾಗ್ರಹಣದಲ್ಲಿ ಆಸಕ್ತಿ ತೋರಿಸಿದ. ಶಾಲಾಪತ್ರಿಕೆಗೆ ಚಿತ್ರಗಳನ್ನು ಬಿಡಿಸಿದ ಮತ್ತು ವ್ಯಂಗ್ಯಚಿತ್ರಕಲೆಯನ್ನು ಗಂಭೀರವಾಗಿ ಅಭ್ಯಸಿಸಿದ. ಕ್ರೆಯಾನ್ ಮತ್ತು ಜಲವರ್ಣಗಳಲ್ಲಿ ಚಿತ್ರಗಳನ್ನು ಬಿಡಿಸಿ ಪ್ರಸಿದ್ಧಿಯಾದ. ಕೆಲವರ್ಷಗಳ ನಂತರ ಕೃಷಿ ವೃತ್ತಿಯನ್ನು ತ್ಯಜಿಸಿ ತಂದೆ ಪತ್ರಿಕಾ ವಿತರಣೆ ಜವಾಬ್ದಾರಿ ವಹಿಸಿಕೊಂಡಾಗ, ಮನೆಮಕ್ಕಳೆಲ್ಲ ಅವರಿಗೆ ನೆರವಾಗಬೇಕಾಯಿತು. ಪ್ರತಿನಿತ್ಯ ಓದುಗರಿಗೆ ಪತ್ರಿಕೆ ತಲಪಿಸುವ ಈ ಜವಾಬ್ದಾರಿ ಜೀವನದ ಹಲವು ಮುಖಗಳನ್ನು ವಾಲ್ಟ್ ಡಿಸ್ನಿ ಅವರಿಗೆ ಪರಿಚಯಿಸಿತು. ಮೊದಲಿಗೆ ಚಿತ್ರಕಲೆಯನ್ನು ಕಲಿಯುವ ಆತನ ಅದಮ್ಯ ಉತ್ಸಾಹ ದೂರಶಿಕ್ಷಣ ಶಾಲೆಯಲ್ಲಿ ವ್ಯಂಗ್ಯ ಚಿತ್ರಕಲೆ ಕಲಿಯಲು ಪ್ರೇರೇಪಿಸಿತು. ನಂತರ ಕಾನ್ಸಾಸ್ ನಗರದ ಕಲಾ ಮತ್ತು ವಿನ್ಯಾಸ ಸಂಸ್ಥೆ ಸೇರಿದ. ಮೊದಲ ಮಹಾಯುದ್ಧದ ಅವಧಿಯಲ್ಲಿ ಯುರೋಪಿನಲ್ಲಿ ಸೇನೆ ಸೇರಲು ಪ್ರಯತ್ನಿಸಿದ. ಆದರೆ ವಯಸ್ಸು ಚಿಕ್ಕದೆಂದು, ಸೇನೆಗೆ ಬದಲು ರೆಡ್ ಕ್ರಾಸ್ ವಾಹನದ ಚಾಲಕನಾಗಿ ಸೇವೆ ಸಲ್ಲಿಸಿ ವಾಲ್ಟ್ ಡಿಸ್ನಿ ಸ್ವದೇಶಕ್ಕೆ ಹಿಂತಿರುಗಿದ.

ಕೆಲದಿನಗಳ ನಂತರ ವಾಣಿಜ್ಯ ಕಲಾ ಸ್ಟುಡಿಯೋಗಳಲ್ಲಿ ಕೆಲಸ ಮಾಡಲಾರಂಭಿಸಿದ. ಈ ವೇಳೆ ಆತ ಪ್ರತಿಭಾನ್ವಿತ ಯುವ ಕಲಾವಿದ ಉಬ್ ಇವೆರ್ಕ್ಸ್ ಎನ್ನುವರ ಸಂಪರ್ಕಕ್ಕೆ ಬಂದ. ಇದು ಅವನ ವೃತ್ತಿಜೀವನದಲ್ಲಿ ಮಹತ್ತರ ತಿರುವು ನೀಡಿತು. ಇವರೀರ್ವರೂ ಸೇರಿ ಹಳೇ ಸಿನಿಮಾ ಕ್ಯಾಮೆರಾ ಖರೀದಿಸಿ ಕಿರು ಅನಿಮೇಟೆಡ್ ಚಿತ್ರಗಳನ್ನು ತಯಾರಿಸಿ, ಸ್ಥಳೀಯ ಚಿತ್ರಮಂದಿರಗಳಲ್ಲಿ ಪ್ರದರ್ಶಿಸಿದರು. ಸಿನಿಮಾ ಉದ್ದಿಮೆಯ ಮೆಕ್ಕಾ ಎನಿಸಿದ್ದ ಹಾಲಿವುಡ್ ತಮ್ಮ ಪ್ರತಿಭೆ ಪ್ರದರ್ಶನಕ್ಕೆ ಸೂಕ್ತ ಸ್ಥಳ ಎಂದು ತೀರ್ಮಾನಿಸಿದರು. ಕ್ಯಾಲಿಫೋರ್ನಿಯಾಕ್ಕೆ ಬಂದ ನಂತರ ಡಿಸ್ನಿ ನಿರ್ಮಿಸಿದ ಚಿತ್ರಗಳನ್ನು ವಿತರಿಸಲು ನ್ಯೂಯಾರ್ಕ್ ನಗರದ ವಿನ್‌ಲೇಕರ್ ಎಂಬುವರು ಅಕ್ಟೋಬರ್ 23, 1923ರಂದು ಸಮ್ಮತಿಸಿದರು. ಈ ದಿನವೇ ಡಿಸ್ನಿ ಕಂಪನಿಯ ಆರಂಭ ಎಂದು ಗುರುತಿಸಲಾಗಿದೆ. ಇವರ ಪ್ರತಿಭೆಗೆ ಮೂರ್ತಸ್ವರೂಪ ಕೊಟ್ಟ ಮೊದಲ ಚಿತ್ರ 'ಆಲಿಸ್ ಇನ್ ಕಾರ್ಟೂನ್ ಲ್ಯಾಂಡ್', ಎಂಬ ಏಳು ನಿಮಿಷದ ಚಿತ್ರ. ಇದರಲ್ಲಿ ಮೊದಲ ಬಾರಿಗೆ ಕಾರ್ಟೂನ್ ಮತ್ತು ನೈಜ ದೃಶ್ಯಗಳ ಸಮ್ಮಿಲನವಿತ್ತು. ಆದರೆ ನ್ಯೂಯಾರ್ಕ್ ನಗರದ ಸಿನಿಮಾ ವಿತರಕ ಇವರಿಗೆ ಮೋಸ ಮಾಡಿದ. ಇದರಿಂದ ಬೇಸತ್ತ ಡಿಸ್ನಿ ತಮ್ಮ ಕಚೇರಿ ತೆಗೆದು

ಆಲಿಸ್ ಸರಣಿಯ ಚಿತ್ರನಿರ್ಮಾಣ ಮುಂದುವರೆಸಲು ತೀರ್ಮಾನಿಸಿದರು. ಸೋದರ ರಾಯ್ ವ್ಯವಹಾರಗಳನ್ನು ನೋಡಿಕೊಂಡರೆ, ವಾಲ್ಟ್ ಡಿಸ್ನಿ ಮತ್ತು ಇವರ್ಕ್ಸ್ ಸೃಜನಾತ್ಮಕ ಕೆಲಸ ಮುಂದುವರೆಸಿದರು.

ವಾಲ್ಟ್ ಡಿಸ್ನಿ ಮತ್ತು ಇವರ್ಕ್ಸ್ ಚಿತ್ರಗಳನ್ನು ರಚಿಸುವತ್ತ ಗಮನ ಕೇಂದ್ರೀಕರಿಸಿದರೆ, ವಾಲ್ಟ್ ಅವರ ಅಣ್ಣ ವ್ಯವಹಾರದ ನೇತೃತ್ವ ವಹಿಸಿಕೊಂಡರು. ಎಲ್ಲ ವರ್ಗದ ಪ್ರೇಕ್ಷಕರ, ವಿಶೇಷವಾಗಿ ಮಕ್ಕಳನ್ನು ಆಕರ್ಷಿಸಬಲ್ಲ ಓಸ್ವಾಲ್ಡ್ ಎಂಬ ಮೊಲದ ಪಾತ್ರಧಾರಿಯನ್ನು ಸೃಷ್ಟಿಸಿದರು. ಈ ಮೂಲಕ ತಮ್ಮ ಸಣ್ಣ ಪ್ರಮಾಣದ ಚಿತ್ರ ತಯಾರಿಕಾ ಸಂಸ್ಥೆಯನ್ನು ಸ್ಥಾಪಿಸಿ ಹಾಲಿವುಡ್ ಪ್ರವೇಶಿಸಿದರು. ಈ ಸಮಯದಲ್ಲಿ ಚಿತ್ರನಿರ್ಮಾಣದಲ್ಲಿ ಅಗಾಧ ಬದಲಾವಣೆಗಳು ಆಗುತ್ತಿದ್ದವು. ಮೂಕಿಚಿತ್ರಗಳಲ್ಲಿ ಧ್ವನಿ ಸೇರಿಸಿ ಚಲನಚಿತ್ರಗಳನ್ನು ಮತ್ತಷ್ಟು ಮನರಂಜಿಸುವ ಪ್ರಯತ್ನಗಳು ನಡೆದಿದ್ದವು. ಈ ಸಮಯದಲ್ಲಿ ಡಿಸ್ನಿ ಚಿತ್ರಗಳಲ್ಲಿ 'ಮಿಕಿ' ಎಂಬ ತುಂಟ ಇಲಿಯ ಪಾತ್ರವನ್ನು ಸೃಷ್ಟಿಸಲಾಯಿತು. ಧ್ವನಿ ಮತ್ತು ಸಂಗೀತ ಸಂಯೋಜನೆಯನ್ನು ಅನಿಮೇಟೆಡ್ ಕಾರ್ಟೂನ್ ಚಲನಚಿತ್ರಗಳಲ್ಲಿ ಮಿಕಿ ಮೌಸ್ ಪರಿಚಯಿಸಿ 'ಸ್ಟೀಮ್‌ಬೋಟ್ ವಿಲ್ಲಿ' ಎಂಬ ಅತ್ಯಾಕರ್ಷಕ ಚಿತ್ರ ನಿರ್ಮಿಸಿ ಬಿಡುಗಡೆ ಮಾಡಲಾಯಿತು. 1928ರಲ್ಲಿ ಈ ಚಿತ್ರ ಬಿಡುಗಡೆಗೊಂಡು ಹೊಸ ಅಲೆಯನ್ನೇ ವಿಶ್ವದ ಚಿತ್ರರಂಗದಲ್ಲಿ ಸೃಷ್ಟಿಸಿತು. ಅನೇಕ ಹೊಸ ಪ್ರಯೋಗಗಳಿಗೆ ಡಿಸ್ನಿ ಮುಂದಾದ. 'ದಿ ಸ್ಕೆಲಿಟನ್ ಡ್ಯಾನ್ಸ್' ಚಿತ್ರದಲ್ಲಿ ಅಸ್ಥಿಪಂಜರವು ಸ್ಮಶಾನದಿಂದ ಮೇಲಕ್ಕೆದ್ದು ಸಂಗೀತಕ್ಕೆ ವಿಡಂಬನಾತ್ಮಕ, ಚಪ್ಪಾಳೆ ಹೊಡೆಯುವ ನೃತ್ಯವನ್ನು ಮಾಡುತ್ತದೆ. ಈ ಚಿತ್ರ ಡಿಸ್ನಿ ಸಂಸ್ಥೆಯ ಚಿತ್ರಗಳಿಗೆ ಜನಪ್ರಿಯ ಮೆಚ್ಚುಗೆಯನ್ನು ಖಾತ್ರಿಪಡಿಸಿತು.

ಮನುಷ್ಯರಂತೆ ಮಾತಾಡುವ ಮತ್ತು ಕೌಶಲ್ಯಯುತ ವ್ಯಕ್ತಿತ್ವದ ಗುಣಲಕ್ಷಣ ಗಳೊಂದಿಗೆ ಈ ಪುಟಾಣಿ ಜೀವಿಗಳ ಜನಪ್ರಿಯತೆಗೆ ಚಿತ್ರರಸಿಕರು ಮಾರುಹೋದರು. ಮಿಕ್ಕಿ ಮೌಸ್ ಮತ್ತು ಅವನ ಗೆಳತಿ ಮಿನ್ನಿಯ ಜನಪ್ರಿಯತೆ ಎಲ್ಲೆಡೆ ಹಬ್ಬಿತು. ಈ ಜನಪ್ರಿಯತೆಯು ಮುಂದಿನ ದಿನಗಳಲ್ಲಿ ಹಲವು ಮುದ್ದಿನ ಪಾತ್ರಧಾರಿಗಳ ಆವಿಷ್ಕಾರಕ್ಕೆ ನಾಂದಿ ಹಾಡಿತು. 'ಡೊನಾಲ್ಡ್ ಡಕ್' ಮತ್ತು ನಾಯಿಗಳಾದ 'ಫ್ಲೂಟೋ' ಮತ್ತು 'ಗೂಫಿ'ಯಂತಹ ಇತರ ಪ್ರಾಣಿಗಳ ಪಾತ್ರಗಳ ಜನಪ್ರಿಯತೆ, ವಿಶೇಷವಾಗಿ ಮಕ್ಕಳಲ್ಲಿ ಅತ್ಯಂತ ಜನಪ್ರಿಯವಾದವು. 1933 ರಲ್ಲಿ ಡಿಸ್ನಿ ನಿರ್ಮಿಸಿದ 'ತ್ರೀ ಲಿಟಲ್ ಪಿಗ್ಸ್' ಎಂಬ ಕಿರುಚಿತ್ರ ಅಮೆರಿಕಾದಲ್ಲಿ ಬಿರುಗಾಳಿಯನ್ನೇ ಎಬ್ಬಿಸಿತು. ಮಹಾ ಆರ್ಥಿಕ ಕುಸಿತದ ಸಮಯದಲ್ಲಿ ಕಷ್ಟಪಟ್ಟು ದುಡಿಯುವ ಪುಟ್ಟ ಹಂದಿಯ ಕಾಲ್ಪನಿಕ ಕಥೆ ಹೊಸ ಅಲೆಯನ್ನೇ ಸೃಜಿಸುತ್ತದೆ. 'ಫ್ಲವರ್ಸ್ ಅಂಡ್ ಟ್ರೀಸ್' (1932) ಈ ಕಂಪನಿಯ ಮೊದಲ ವರ್ಣ ಚಿತ್ರ. ಡಿಸ್ನಿ ಸೃಷ್ಟಿಸಿದ ಗೊಂಬೆಗಳು ಮಕ್ಕಳಲ್ಲಿ ಜನಪ್ರಿಯ ಆಗುತ್ತಿದ್ದಂತೆ, ಅನೇಕ ವ್ಯಾಪಾರಿಗಳು ಅವರ ಉತ್ಪನ್ನಗಳಲ್ಲಿ ಅವುಗಳನ್ನು ಬಳಸಲು ಮುಂದೆ ಬಂದರು. 1930ರ ದಶಕದಲ್ಲಿಯೇ ತನ್ನ

ಪೆನ್ಸಿಲ್ ಬಾಕ್ಸ್‌ಗಳ ಮೇಲೆ ಬಳಸಲು 300 ಡಾಲರ್‌ಗೆ ಖರೀದಿಸಿದ. ಈ ಬಗೆಯ ವ್ಯಾಪಾರೀಕರಣ (merchandising) ವ್ಯವಹಾರ ಮುಂದಿನ ದಿನಗಳಲ್ಲಿ ಅಪಾರ ಹಣ ಗಳಿಕೆಯ ಮೂಲವಾಯಿತು. ಇಂದು ಜಗತ್ತಿನಾದ್ಯಂತ ಡಿಸ್ನಿ ಸೃಷ್ಟಿಸಿರುವ ಪಾತ್ರಗಳು ಅನೇಕ ಉತ್ಪನ್ನಗಳ ಮೇಲೆ ರಾರಾಜಿಸುತ್ತಿವೆ. ವ್ಯವಹಾರ ಚತುರ ರಾಯ್ ಡಿಸ್ನಿ ಅವರು ಮಿಕ್ಕಿ ಮೌಸ್ ಮತ್ತು ಡೊನಾಲ್ಡ್ ಡಕ್ ಅವರ ವ್ಯಂಗ್ಯಚಿತ್ರಗಳೊಂದಿಗೆ ವಿವಿಧ ಉತ್ಪನ್ನಗಳೊಂದಿಗೆ ಫ್ರಾಂಚೈಸ್ ಮಾಡಿ ಕಂಪನಿಯ ಆದಾಯವನ್ನು ಗಣನೀಯವಾಗಿ ಹೆಚ್ಚಿಸಲು ಕಾರಣನಾದ.

ಕಿರುಚಿತ್ರಗಳ ಜೊತೆಗೆ ಅನಿಮೇಟೆಡ್ ಕಥಾಚಿತ್ರಗಳ ನಿರ್ಮಾಣದ ಬಗ್ಗೆ ಡಿಸ್ನಿ ತೀವ್ರವಾಗಿ ಯೋಚಿಸಲಾರಂಭಿಸಿದರು. ಹೆಸರಾಂತ ಕಾಲ್ಪನಿಕ ಕಥೆ 'ಸ್ನೋ ವೈಟ್' ಮತ್ತು 'ಸೆವೆನ್ ಡ್ವಾರ್ಫ್ಸ್' ಚಿತ್ರಗಳ ನಿರ್ಮಾಣದ ಬಗ್ಗೆ ಗಮನಹರಿಸಿದರು. ಕಥಾಚಿತ್ರಗಳ ನಿರ್ಮಾಣಕ್ಕೆ ಉತ್ತಮ ಸಂಘಟನೆ ಮತ್ತು ಸ್ಟುಡಿಯೋ ಪ್ರತಿಭೆಗಳ ಸಮನ್ವಯ ಅವಶ್ಯಕತೆ ಇತ್ತು. ತಮ್ಮ ಚಲನಚಿತ್ರಗಳ ಸಂಯೋಜನೆಯಲ್ಲಿ ಪ್ರಧಾನವಾಗಿ ಸಂಯೋಜಕರಾಗಿ ಮತ್ತು ಅಂತಿಮ ನಿರ್ಧಾರ ತೆಗೆದುಕೊಳ್ಳುವಲ್ಲಿ ವಾಲ್ಟ್ ಡಿಸ್ನಿ ನಿರ್ಣಾಯಕ ಪಾತ್ರವಹಿಸಿದರು. 'ಸ್ನೋ ವೈಟ್' ಡಿಸ್ನಿ ಕಂಪನಿಗೆ ಅಪಾರ ಹೆಸರು ಮತ್ತು ಹಣ ತಂದಿತು. ಚಿತ್ರವನ್ನು ಭಾವನಾತ್ಮಕ ಪ್ರಣಯ ಎಂದು ವ್ಯಾಪಕವಾಗಿ ವಿಮರ್ಶಕರು ವರ್ಣಿಸಿದರು. ಕಿರುಚಿತ್ರಗಳ ವ್ಯಾಪ್ತಿಯಿಂದ ಹೊರಬಂದು ಅನಿಮೇಷನ್ ತಂತ್ರಜ್ಞಾನವನ್ನು ಯಶಸ್ವಿಯಾಗಿ ಕಥಾಚಿತ್ರಗಳಲ್ಲಿ ಅಳವಡಿಸಿ ದೀರ್ಘ ಕಥೆಗಳನ್ನು ಹೇಳುವ ಸಾಹಸಕ್ಕೆ ವಾಲ್ಟ್ ಡಿಸ್ನಿ ಇಳಿದರು.

ಫ್ಯಾಂಟಸಿಯಾ

ಪುಟ್ಟ ಪ್ರಾಣಿಗಳ ಮಾನವರೂಪದ ಪಾತ್ರಗಳನ್ನು ಪ್ರಸ್ತುತಪಡಿಸುವ ಅವರ ಪ್ರಯೋಗ ಪ್ರೇಕ್ಷಕರನ್ನು, ವಿಶೇಷವಾಗಿ ಮಕ್ಕಳನ್ನು ಮಂತ್ರಮುಗ್ಧಗೊಳಿಸಿತು. 1940ರಲ್ಲಿ ಹೊರಬಂದ 'ಫ್ಯಾಂಟಸಿಯಾ' ಈ ಬಗೆಯ ಚಿತ್ರಗಳಲ್ಲಿ ಮೇರುಸಾಧನೆ ಮಾಡಿತು. ಇದೇ ಸಮಯದಲ್ಲಿ ಡಿಸ್ನಿ ಅತ್ಯಾಧುನಿಕ ಸಲಕರಣೆಗಳೊಂದಿಗೆ ಹೊಸ ಸ್ಟುಡಿಯೋ ನಿರ್ಮಿಸಿದ. ಡಿಸ್ನಿ ನಿರ್ಮಾಣದ ಅನಿಮೇಟೆಡ್ ಚಿತ್ರಗಳು ವಿಶ್ವದಾದ್ಯಂತ ಜನಪ್ರಿಯವಾದವು. ಅಪಾರ ಹಣ ಸಂಗ್ರಹಿಸಿದವು. ಬಗೆಬಗೆಯ ಮನರಂಜನಾ ಚಲನಚಿತ್ರಗಳನ್ನು ನಿರ್ಮಿಸಲು ಈ ಸಂಸ್ಥೆ ಪ್ರಾರಂಭಿಸಿತು. 'ಸಿಂಡ್ರೆಲಾ', 'ಆಲಿಸ್ ಇನ್ ವಂಡರ್ ಲ್ಯಾಂಡ್', 'ಪೀಟರ್ ಪ್ಯಾನ್'ನಂತಹ ಪ್ರಣಯಭರಿತ ಕಥಾಚಿತ್ರಗಳು ಡಿಸ್ನಿ ಕಂಪೆನಿಗೆ ಅಪಾರ ಕೀರ್ತಿ ಮತ್ತು ಲಾಭಗಳನ್ನು ತಂದುಕೊಟ್ಟವು. ಇದಲ್ಲದೆ ಹಲವು ಬಗೆಯ ಕಥಾಚಿತ್ರಗಳನ್ನು ಸಹ ಕಂಪನಿ ನಿರ್ಮಿಸಿ ಹೆಸರು ಮಾಡಿತು.

1950ರ ದಶಕದಲ್ಲಿ ಟಿವಿ ಮಾಧ್ಯಮ ಜನಪ್ರಿಯವಾಗತೊಡಗಿತು. ಈ ಮನರಂಜನಾ ಮಾಧ್ಯಮದ ಜನಪ್ರಿಯತೆ ಮತ್ತು ಸಾಮರ್ಥ್ಯವನ್ನು ವಾಲ್ಟ್

ಡಿಸ್ನಿ ಸೂಕ್ಷ್ಮವಾಗಿ ಗಮನಿಸಿದ. ಭವಿಷ್ಯದಲ್ಲಿ ಈ ಮಾಧ್ಯಮ ವೇಗವಾಗಿ ಬೆಳೆಯಲಿದೆ ಎಂದು ಅರಿತು, ಈ ಕ್ಷೇತ್ರಕ್ಕೂ ಕಾಲಿರಿಸಿದ. ವಿಶೇಷವಾಗಿ ಮಕ್ಕಳನ್ನು ಮನರಂಜಿಸಬಲ್ಲ ಕಥಾಹಂದರಗಳತ್ತ ಹೆಚ್ಚಿನ ಗಮನಹರಿಸಿದ. ಇವರು ನಿರ್ಮಿಸಿದ ಅನಿಮೇಟೆಡ್ ಸರಣಿ ಕಥೆಗಳು ಮಕ್ಕಳ ಮನಗೆದ್ದವು.

ಮನೋರಂಜನಾ ತಾಣಗಳ ನಿರ್ಮಾಣ

ಅನಿಮೇಟೆಡ್ ಚಿತ್ರಗಳ ಮೂಲಕ ಪ್ರೇಕ್ಷಕರನ್ನು ರಂಜಿಸಿದ ಡಿಸ್ನಿ, ಜನಸಾಮಾನ್ಯರ ಮನರಂಜನಾ ಪಾರ್ಕ್ ನಿರ್ಮಿಸುವ ಬೃಹತ್ ಯೋಜನೆಯನ್ನು ರೂಪಿಸಿದ. 40ರ ದಶಕದಲ್ಲಿ ತನ್ನ ಮಕ್ಕಳ ಜತೆ ದೇಶದ ಹಲವಾರು ಥೀಮ್ ಪಾರ್ಕ್‌ಗಳನ್ನೂ ವೀಕ್ಷಿಸಿದ ಡಿಸ್ನಿ, ತನ್ನ ಎಲ್ಲ ಆಸ್ತಿ ಮತ್ತು ಉಳಿತಾಯ ಮೂಲಗಳಿಂದ ಹಣ ಸಂಗ್ರಹಿಸಿ ತಾನು ನಿರ್ಮಿಸಿದ ಸಿನೆಮಾಗಳ ಆಧಾರದ ಮೇಲೆ ಇಡೀ ಕುಟುಂಬ ಸಂಭ್ರಮಿಸಬಲ್ಲ ಮೋಜಿನ ಮನರಂಜನಾ ತಾಣಗಳನ್ನು ನಿರ್ಮಿಸಿ ಜಗತ್ತಿನ ಗಮನ ಸೆಳೆದ. 1955ರಲ್ಲಿ ಲಾಸ್ ಏಂಜಲೀಸ್ ನಗರದ ಬಳಿ ಬೃಹತ್ ಅಮ್ಯೂಸ್‌ಮೆಂಟ್ ಪಾರ್ಕ್ ನಿರ್ಮಿಸಿ ಮಸ್ತಿ–ಮೋಜಿನ ಹೊಸ ಪ್ರಪಂಚವನ್ನೇ ಸೃಷ್ಟಿಸಿದ. ಇಂತಹ ಪರಿಕಲ್ಪನೆ ಜಗತ್ತಿನಲ್ಲಿ ಇದೇ ಮೊದಲಾಗಿತ್ತು. ಕುಟುಂಬದೊಡನೆ ಕೂಡಿ ವಿಭಿನ್ನ ಬಗೆಯ ಮನರಂಜನೆಗಳನ್ನು ವೀಕ್ಷಿಸುವ, ಅನುಭವಿಸುವ, ಭಾಗವಹಿಸುವ ಮೋಜಿನ ತಾಣವಾಗಿ ಇದು ವಿಶ್ವಪ್ರಸಿದ್ಧವಾಯಿತು. 1955ರ ಜುಲೈ 17ರಂದು ಡಿಸ್ನಿಲ್ಯಾಂಡ್ ಆರಂಭವಾದಾಗ ಮೊದಲ ದಿನ ಪ್ರವೇಶ ಪಡೆಯಲು ಸುಮಾರು ಏಳು ಮೈಲಿ ಉದ್ದ ವಾಹನಗಳು ಸಾಲುಗಟ್ಟಿ ನಿಂತಿದ್ದವು. ಇಂತಹುದೇ ಎರಡನೇ ಪಾರ್ಕ್ ಅಮೆರಿಕಾದ ಪೂರ್ವಭಾಗದ ಫ್ಲೋರಿಡಾ ಬಳಿಯ ಆರ್ಲ್ಯಾಂಡೊದಲ್ಲಿ 1971ರಲ್ಲಿ ಆರಂಭವಾಗಿ ಜಗತ್ತಿನ ಅತ್ಯಂತ ಪ್ರಸಿದ್ಧ ಮನರಂಜನಾ ತಾಣಗಳಾದವು. ಅರ್ಲ್ಯಾಂಡೋ ರೆಸಾರ್ಟ್ ಆರಂಭವಾಗುವ ಮುನ್ನವೇ ವಾಲ್ಟ್ ಡಿಸ್ನಿ ನಿಧನರಾದರು. ಸೋದರನ ಆಶಯಗಳಂತೆ ರಾಯ್ ಡಿಸ್ನಿ ಯೋಜನೆಯನ್ನು ಪೂರ್ಣಗೊಳಿಸಿದರು. ಈ ಬೃಹತ್ ಥೀಮ್ ಪಾರ್ಕ್ ಜಗತ್ತಿನ ಅತಿದೊಡ್ಡ ಮನರಂಜನಾ ತಾಣ. ಸ್ಥಳೀಯರ ವಿರೋಧವನ್ನು ನಿಯಂತ್ರಿಸಲು ಬೇರೆಬೇರೆ ಕಂಪನಿಗಳ ಹೆಸರಿನಲ್ಲಿ ಡಿಸ್ನಿ ಸುಮಾರು 28,000 ಸಾವಿರ ಎಕರೆ ಪ್ರದೇಶವನ್ನು ಖರೀದಿಸುವಲ್ಲಿ ಸಫಲನಾದ. ತನ್ನ ಕನಸಿನ ಯೋಜನೆಯನ್ನು ವ್ಯವಸ್ಥಿತವಾಗಿ ರೂಪಿಸಿದ. ನಾಲ್ಕು ಥೀಮ್ ಪಾರ್ಕ್‌ಗಳು; 'ಮ್ಯಾಜಿಕ್ ಕಿಂಗ್‌ಡಂ', 'ಎಪ್ಕಾಟ್', ಡಿಸ್ನಿಯ 'ಹಾಲಿವುಡ್ ಸ್ಟುಡಿಯೋಸ್' ಮತ್ತು ಡಿಸ್ನಿಯ 'ಅನಿಮಲ್ ಕಿಂಗ್‌ಡಂ', ಮತ್ತು 'ವಾಟರ್ ಪಾರ್ಕ್'ಗಳು, ಹಲವಾರು ಐಷಾರಾಮಿ ಹೋಟೆಲುಗಳನ್ನು ಹಾಗೂ ಶಾಪಿಂಗ್ ಕೇಂದ್ರಗಳನ್ನು ಇದು ಒಳಗೊಂಡಿದೆ. ಒಂದು ದಿನದ ಅವಧಿಯ ಭೇಟಿಗೆ 104 ಡಾಲರ್ ಪ್ರವೇಶ ದರ ನಿಗದಿಪಡಿಸಲಾಗಿದೆ. ಜಗತ್ತಿನ ಆರು ಸ್ಥಳಗಳಲ್ಲಿ

ಅನಿಮೇಷನ್ ಚಿತ್ರ ನಿರ್ಮಾಣ ಬಹು ಸಂಕೀರ್ಣ ಕೆಲಸ. ಟಿವಿ ಇಲ್ಲವೇ ಸಿನಿಮಾ ಪರದೆಯ ಮೇಲೆ ಒಂದು ಸೆಕೆಂಡಿನಲ್ಲಿ 24 ಫ್ರೇಮ್‌ಗಳು (ಚೌಕಟ್ಟುಗಳು) ಚಲಿಸಿ ಒಂದು ದೃಶ್ಯ ನಮ್ಮ ಮುಂದೆ ನಿಲ್ಲುತ್ತವೆ. ಒಂದು ಸೆಕೆಂಡಿಗೆ 24 ಫ್ರೇಮ್‌ಗಳಂತೆ, ಐದು ಇಲ್ಲವೇ ಹತ್ತು ಸೆಕೆಂಡ್‌ಗಳ ಸಮಯ ಒಂದು ದೃಶ್ಯ ತೆರೆಯ ಮೇಲೆ ಬರಬೇಕಾದರೆ ಅಷ್ಟು ಪ್ರತ್ಯೇಕ ಚಿತ್ರಗಳನ್ನು ಬಿಡಿಸಿ ಆಕ್ಷನ್ ತೋರಿಸಬೇಕು. ಅಂದರೆ ಒಂದು ನಿಮಿಷದ ಅನಿಮೇಷನ್ ಚಿತ್ರದಲ್ಲಿ (24 x 60) 1440 ಪ್ರತ್ಯೇಕ ಚಿತ್ರಗಳನ್ನು ಬಿಡಿಸಿ ಅವುಗಳನ್ನು ಒಂದೊಂದಾಗಿ ಚಿತ್ರೀಕರಿಸಲಾಗುತ್ತದೆ. ಪರದೆಯ ಮೇಲೆ ಅವು ಪ್ರತಿ ಸೆಕೆಂಡಿಗೆ 24 ಫ್ರೇಮ್‌ಗಳ ವೇಗದಲ್ಲಿ ಚಲಿಸಿ ನಮಗೆ ನೈಜತೆಯ ಭ್ರಮೆಯನ್ನು ಮೂಡಿಸುತ್ತವೆ. ಅತ್ಯಾಧುನಿಕ ತಂತ್ರಜ್ಞಾನದಿಂದಾಗಿ ಅನಿಮೇಟೆಡ್ ಪಾತ್ರಧಾರಿಗಳ ಜತೆ ಮಾನವ ಪಾತ್ರಧಾರಿಗಳನ್ನು ಬೆಸೆಯುವುದು ಸುಲಭವಾಗಿದೆ. ವೇಗವಾಗಿ ಬೆಳೆಯುತ್ತಿರುವ ಛಾಯಾಗ್ರಹಣ ತಂತ್ರಜ್ಞಾನ ಮತ್ತು ಕೃತಕ ಬುದ್ಧಿಮತ್ತೆಯ ನೆರವು ಅನಿಮೇಷನ್ ಚಿತ್ರ ತಯಾರಿಕೆಯ ನಿರ್ಮಾಣವನ್ನು ಇತ್ತೀಚಿನ ದಿನಗಳಲ್ಲಿ ಸುಲಭವಾಗಿಸುತ್ತಿದೆ.

ಡಿಸ್ನಿ ಮನೋರಂಜನಾ ಕೇಂದ್ರಗಳಿವೆ. ಅವುಗಳೆಂದರೆ ಕ್ಯಾಲಿಫೋರ್ನಿಯಾ ಮತ್ತು ಅಲ್ಯಾಂಡೋ (ಅಮೆರಿಕಾ) ಟೋಕಿಯೋ (ಜಪಾನ್) ಪ್ಯಾರಿಸ್ (ಫ್ರಾನ್ಸ್) ಹಾಂಕಾಂಗ್ ಮತ್ತು ಶಾಂಘೈ (ಚೀನಾ).

ವಾಲ್ಟ್ ಡಿಸ್ನಿ ಕಂಪನಿಗಳ ಸಮೂಹ ಒಂದು ಬೃಹತ್ ಬಹುರಾಷ್ಟ್ರೀಯ ಕಂಪನಿ. ಕುಟುಂಬ ಮನೋರಂಜನೆ ಮತ್ತು ಮಾಧ್ಯಮ ಉದ್ದಿಮೆಗಳ ಬೃಹತ್ ವಿಶ್ವವ್ಯಾಪಿ ಜಾಲ. ಟ್ವೆಂಟಿಯೆತ್ ಸೆಂಚುರಿ ಫಾಕ್ಸ್, ಡಿಸ್ನಿ ಪ್ಲಸ್, ಡಿಸ್ನಿ+ಹಾಟ್ ಸ್ಟಾರ್, ಹುಲು, ಇಎಸ್‌ಪಿಎನ್ ಟಿವಿ ವಾಹಿನಿಗಳು, ನ್ಯಾಷನಲ್ ಜಿಯೋಗ್ರಾಫಿಕ್ ಟಿವಿ ವಾಹಿನಿ, ಅನಿಮೇಷನ್ ಸ್ಟುಡಿಯೋಗಳು, ಐಷಾರಾಮಿ ಪ್ರವಾಸಿ ಹಡಗುಗಳು, ವಿಲಾಸಿ ಹೋಟೆಲ್‌ಗಳು ಈ ಕಂಪೆನಿಯ ವಶದಲ್ಲಿವೆ. ಡಿಸ್ನಿ ಸೃಷ್ಟಿಸಿದ ಪಾತ್ರಗಳು ಜಗತ್ತಿನ ಬಹುತೇಕ ಉತ್ಪನ್ನಗಳಲ್ಲಿ ವಿಜೃಂಭಿಸುತ್ತಿವೆ.

***

17

ಕೋವಿಡ್ ಕರಾಳತೆ: ಹೊರಳು ಹಾದಿಯಲ್ಲಿ ಭಾರತೀಯ ಪತ್ರಿಕೋದ್ಯಮ

ಜನವರಿ 29, ನಮ್ಮ ದೇಶದ ಪತ್ರಿಕೋದ್ಯಮ ಇತಿಹಾಸದ ಚಿರಸ್ಮರಣೀಯ ದಿನವಿದು. ಈ ದಿನದಂದು ಕಲ್ಕತ್ತದಲ್ಲಿ ಮೊದಲ ವಾರಪತ್ರಿಕೆ ಆಂಗ್ಲಭಾಷೆಯಲ್ಲಿ ಹೊರಬಂತು. ನಗರವಾಸಿಗಳ ಘನತೆಗೆ ತಕ್ಕುದಾದ ಪತ್ರಿಕೆಯೊಂದು ಬೇಕಾಗಿದೆ ಎಂದು ತೀರ್ಮಾನಿಸಿ, ಜೇಮ್ಸ್ ಅಗಸ್ಟಸ್ ಹಿಕ್ಕಿ ಜನವರಿ 29, 1780ರಂದು ಆಂಗ್ಲ ಭಾಷೆಯಲ್ಲಿ ವಾರಪತ್ರಿಕೆ ('ದಿ ಬೆಂಗಾಲ್ ಗೆಜೆಟ್' ಆರ್ 'ದಿ ಕಲ್ಕತ್ತಾ ಜನರಲ್ ಅಡ್ವರ್ಟೈಸರ್') ಹೊರತಂದ. ಈ 241 ವರ್ಷಗಳ ದೀರ್ಘ ಹಾದಿಯಲ್ಲಿ ಪತ್ರಿಕೋದ್ಯಮ ಎಂದೂ ಕೋವಿಡ್‌ನಂತಹ ಪರಿಸ್ಥಿತಿಗೆ ಒಳಗಾಗಿರಲಿಲ್ಲ. ಪತ್ರಿಕೆಗಳನ್ನು ಮುಟ್ಟಲು ಓದುಗ ಹಿಂಜರಿದ. ಪತ್ರಿಕಾ ವಿತರಕರು ಸಹ ಹಿಂದೇಟು ಹಾಕಿದರು. ಆದರೂ ಪ್ರಕಾಶಕರು ಎದೆಗುಂದಲಿಲ್ಲ. ಈ ಕಾಯಕ ನಿಲ್ಲಬಾರದೆಂದು ಪ್ರಕಟಣೆಯನ್ನು ಮುಂದುವರೆಸಿ, ಇತಿಹಾಸ ಸೃಷ್ಟಿಸಿದರು.

ಕಂಪ್ಯೂಟರ್ ಜಾಲವನ್ನೇ ಅವಲಂಬಿಸಿ, ಸುದ್ದಿ ಸಂಗ್ರಹ, ಪರಿಷ್ಕರಣೆ ಹಾಗೂ ಪುಟ ನಿರ್ಮಿಸಿ, ಮುದ್ರಕರಿಗೆ ತಲುಪಿಸುವ ಕಾಯಕ ಅಹರ್ನಿಶಿ ನಡೆಯಿತು. ಪ್ರಮುಖ ಆದಾಯದ ಮೂಲ ಜಾಹಿರಾತು ಸಹ ತೀವ್ರವಾಗಿ ಕುಸಿಯಿತು. ಆದರೂ

ಪತ್ರಿಕಾ ಪ್ರಕಟಣೆ ನಿಲ್ಲಲಿಲ್ಲ. ಪತ್ರಿಕೆಗಳು ಕೋವಿಡ್ ಸೋಂಕನ್ನು ತರುವುದಿಲ್ಲವೆಂದು ಓದುಗರಿಗೆ ಮನವರಿಕೆ ಮಾಡಲಾಯಿತು. ಪತ್ರಿಕಾ ಬಂಡಲ್‌ಗಳನ್ನು ಸ್ಯಾನಿಟೈಸ್ ಮಾಡಲಾಯಿತು. ಪತ್ರಿಕೆ ಹಂಚುವವರಿಗೆ ಮುಖಗವಸು ಕಡ್ಡಾಯಗೊಳಿಸಲಾಯಿತು. ಈ ಮೂಲಕ ಪತ್ರಿಕೆಗಳು ಕೋವಿಡ್ ಹರಡುವುದಿಲ್ಲವೆಂದು ಖಾತ್ರಿಗೊಳಿಸಿದ ನಂತರ ಪತ್ರಿಕೆಗಳು ಕ್ರಮೇಣ ಓದುಗರ ಕೈ ಸೇರಲಾರಂಭಿಸಿದವು. ಜಾಹಿರಾತುದಾರರು ಕ್ರಮೇಣವಾಗಿ ಪತ್ರಿಕೆಗಳಿಗೆ ಬರಲಾರಂಭಿಸಿದರು.

ನಮ್ಮ ದೇಶದ ಹಿನ್ನೆಲೆಯಲ್ಲಿ ಜಾಹಿರಾತುಗಳ ಆದಾಯವಿಲ್ಲದೆ ಪತ್ರಿಕೆಗಳನ್ನು ಹೊರತರಲು ಸಾಧ್ಯವಿಲ್ಲದ ಪರಿಸ್ಥಿತಿ ಇದೆ. ಓದುಗರ ಕೊಡುಗೆ ಕೇವಲ ಶೇ. 30ರಷ್ಟು, ಜಾಹಿರಾತುಗಳಿಂದ ಬರುವ ಆದಾಯದ ಪ್ರಮಾಣ ಶೇ. 70. 15–20 ಪುಟಗಳ ಪತ್ರಿಕೆಯನ್ನು ಪ್ರತಿನಿತ್ಯ ಮನೆಗೆ 5–6 ರೂಪಾಯಿ ವೆಚ್ಚದಲ್ಲಿ ಸರಬರಾಜು ಮಾಡುವ ಪ್ರಕಾಶಕನ ಸಾಹಸ ಅವರ್ಣನೀಯ. ನೆರೆಯ ಪಾಕಿಸ್ತಾನದಲ್ಲಿ ದಿನಪತ್ರಿಕೆಯ ಬೆಲೆ 20 ರೂ. ಎಂದರೆ ನಂಬುವಿರಾ? ಕಂಪ್ಯೂಟರ್ ಹಾಗೂ ಫೋನುಗಳ ಮುಖಾಂತರ ಲಭ್ಯವಿರುವ ಆನ್‌ಲೈನ್ ಹಾಗೂ ಟಿವಿ ವಾಹಿನಿಗಳು ಪ್ರಮುಖ ಸುದ್ದಿ ಮೂಲಗಳಾಗುತ್ತಿವೆ. 24 ಗಂಟೆಯೂ ಅಪ್‌ಡೇಟ್ ಆಗುವ ಈ ಸುದ್ದಿ ಮಾಧ್ಯಮಗಳು ಯುವಕರನ್ನು ಹೆಚ್ಚಾಗಿ ಆಕರ್ಷಿಸುತ್ತವೆ. ಖರೀದಿಗಾಗಿ ಹೆಚ್ಚು ಹಣ ವ್ಯಯಿಸುವ ಯುವಕರು ಡಿಜಿಟಲ್ ಮಾಧ್ಯಮಗಳತ್ತ ಆಕರ್ಷಿತರಾಗುತ್ತಿರುವ ಹಿನ್ನೆಲೆಯಲ್ಲಿ, ಜಾಹಿರಾತುದಾರರೂ ಅತ್ತ ತಿರುಗಿರುವುದು ಕಳವಳಕಾರಿ. ವಾಣಿಜ್ಯ ಹಾಗೂ ಕೈಗಾರಿಕೆಗಳ ಭಾರತೀಯ ಒಕ್ಕೂಟ ಸಂಸ್ಥೆಯ 2020ರ ವರದಿಯ ಪ್ರಕಾರ ಜಾಹಿರಾತಿಗಾಗಿ ವ್ಯಯಿಸುವ ಹಣದ ಶೇ. 24 ಭಾಗ ಈಗ ಡಿಜಿಟಲ್ ಮಾಧ್ಯಮಗಳ ಪಾಲಾಗುತ್ತಿದೆ. ಮುದ್ರಣ ಮಾಧ್ಯಮಕ್ಕೆ ಲಭ್ಯವಾಗುತ್ತಿದ್ದ ಜಾಹಿರಾತಿನ ಪ್ರಮಾಣ ಶೇ. 5ರಷ್ಟು ಕುಗ್ಗಿದೆ ಎಂದು ವರದಿ ತಿಳಿಸಿದೆ. ಜಗತ್ತಿನ ಐದನೇ ಬೃಹತ್ ಆರ್ಥಿಕ ವ್ಯವಸ್ಥೆಯಾಗಿ ಹೊರಹೊಮ್ಮಿರುವ ಭಾರತ, ಪುಟಿದೇಳುವ ಸಾಮರ್ಥ್ಯ ಹೊಂದಿದೆ ಎಂಬುದು ಪತ್ರಿಕಾ ಪ್ರಕಾಶಕರಿಗೆ ಹೊಂಗಿರಣವೆನಿಸಿದೆ.

ಭಾರತೀಯ ಪತ್ರಿಕಾ ನೋಂದಣಿ ಮುಖ್ಯಸ್ಥರ 2020ರ ವರದಿಯ ಪ್ರಕಾರ ನೋಂದಾಯಿತ ಪತ್ರಿಕೆಗಳ ಸಂಖ್ಯೆ 1,43,423. 2019ರಲ್ಲಿ ಇವುಗಳ ಸಂಖ್ಯೆ 1,19,995 ಇತ್ತು. ಪತ್ರಿಕೆಗಳ ಸಂಖ್ಯೆ ಹೆಚ್ಚಾಗಿದೆ, ನಿಜ. ಇದಕ್ಕೆ ಕಾರಣ ಬಹುಪಾಲು ಪ್ರಕಾಶಕರು ಆನ್‌ಲೈನ್ ಮೂಲಕ ಪತ್ರಿಕೆಗಳ ವಿವರ ನೀಡಿರುವುದು. ಆದರೆ ನೋಂದಾಯಿತ ಪ್ರಕಟಣೆಗಳ ಪೈಕಿ ಕೇವಲ ಶೇ. 23ರಷ್ಟು ಮಾತ್ರ ತಮ್ಮ ಪ್ರಸಾರದ ವಿವರ ನೀಡುತ್ತಿರುವುದು ಹಲವು ಸಂದೇಹಗಳಿಗೆ ಕಾರಣ. 2019ರಲ್ಲಿ ಪತ್ರಿಕೆಗಳ ಪ್ರಸಾರ 52 ಕೋಟಿ ಇದ್ದರೆ, 2020ರ ಮಾರ್ಚ್ ಹೊತ್ತಿಗೆ ಅದು 44 ಕೋಟಿಗೆ ಇಳಿದಿದೆ. 2019ರಲ್ಲಿ ದೈನಿಕಗಳ ಪ್ರಸಾರ 29 ಕೋಟಿ. 2020ರಲ್ಲಿ

ಇದು 26 ಕೋಟಿಗೆ ಕುಸಿದಿರುವುದು ಕಳವಳಕಾರಿ. ಕುಸಿತದ ಪ್ರಮಾಣ ಶೇ. 11. ಇನ್ನು, ಸಾಪ್ತಾಹಿಕಗಳ ಪ್ರಸಾರ 23 ಕೋಟಿ ಪ್ರತಿಗಳಿಂದ 18 ಕೋಟಿಗೆ ಕುಸಿದಿರುವುದು, ಓದುಗರು ಹೇಗೆ ಸಾಮಾಜಿಕ ಮಾಧ್ಯಮಗಳು ಹಾಗೂ ಟಿವಿಯತ್ತ ಆಕರ್ಷಿತರಾಗುತ್ತಿದ್ದಾರೆ ಎಂಬುದರ ದಿಕ್ಸೂಚಿ.

ಭಾರತೀಯ ಪತ್ರಿಕೋದ್ಯಮವೆಂದರೆ ಈ ದೇಶಭಾಷೆಗಳ ಪತ್ರಿಕೋದ್ಯಮ. ಉದಾಹರಣೆಗೆ ಕರ್ನಾಟಕದಲ್ಲಿ 15 ಭಾಷೆಗಳಲ್ಲಿ 7,749 ಪತ್ರಿಕೆಗಳು ಪ್ರಕಟವಾಗುತ್ತವೆ. ಇವುಗಳ ಒಟ್ಟು ಪ್ರಸಾರ 1.35 ಕೋಟಿ ಪ್ರತಿಗಳು. ಕನ್ನಡ ಪ್ರಕಟಣೆಗಳ ಸಂಖ್ಯೆ 5,692. ಇವುಗಳಲ್ಲಿ ಪ್ರಸಾರ ವಿವರ ನೀಡಿದ ಪತ್ರಿಕೆಗಳ ಸಂಖ್ಯೆ ಕೇವಲ 1,118 ಮತ್ತು ಇವುಗಳ ಪ್ರಸಾರ 92 ಲಕ್ಷ. ಖಚಿತವಾದ ಪ್ರಸಾರ ಸಂಖ್ಯೆ ನೀಡುವ ಸಂಸ್ಥೆ ಆಡಿಟ್ ಬ್ಯೂರೋ ಆಫ್ ಸರ್ಕ್ಯುಲೇಷನ್ (ಎಬಿಸಿ). ಕನ್ನಡದ 18 ಪ್ರಕಟಣೆಗಳು ಮಾತ್ರ ಇದರ ಸದಸ್ಯತ್ವ ಹೊಂದಿವೆ. ಇವುಗಳ ಒಟ್ಟು ಪ್ರಸಾರ 26 ಲಕ್ಷ ಪ್ರತಿಗಳು ಮಾತ್ರ. ದೈನಿಕಗಳ ಪ್ರಸಾರ 24 ಲಕ್ಷ ಹಾಗೂ ಇತರೆ ಪತ್ರಿಕೆಗಳ ಪ್ರಸಾರ ಕೇವಲ ಎರಡು ಲಕ್ಷ. ಸಾಪ್ತಾಹಿಕಗಳು ಹಾಗೂ ಮಾಸಿಕಗಳ ಪ್ರಸಾರವಂತೂ ಬಹುವಾಗಿ ಕಡಿಮೆಯಾಗಿದೆ. ಟಿವಿ ಹಾಗೂ ಮೊಬೈಲ್ ಗೀಳಿನಲ್ಲಿ ಮಹಿಳೆಯರು, ಅತ್ಯುತ್ತಮ ಮಾಹಿತಿ ಕಣಜಗಳಾದ ನಿಯತಕಾಲಿಕೆಗಳನ್ನು ತೀವ್ರವಾಗಿ ಕಡೆಗಣಿಸಿರುವುದು ಆತಂಕಕಾರಿ.

ಪತ್ರಿಕೆಗಳಿಗೆ ಇದು ಸಂಕ್ರಮಣದ ಕಾಲ. ಆಧುನಿಕ ಸಂವಹನ ತಂತ್ರಜ್ಞಾನಗಳು ಅಂತರ್ಜಾಲದ ತೆಕ್ಕೆಗೆ ಓದುಗರನ್ನು ಆಕರ್ಷಿಸುತ್ತಿವೆ. ಇಂದು ಸ್ಮಾರ್ಟ್‌ಫೋನ್‌ಗಳು ಅಂಗೈಯಲ್ಲಿ ಪ್ರಪಂಚವನ್ನೇ ತೋರಿಸುತ್ತಿವೆ. ಜೀವನದ ಎಲ್ಲ ಅಗತ್ಯಗಳಿಗೆ ಮೊಬೈಲ್ ಅನಿವಾರ್ಯವೆಂಬ ಪರಿಸ್ಥಿತಿ ಸೃಷ್ಟಿಯಾಗಿದೆ. ಸುಲಭವಾಗಿ ಪರದೆಯ ಮೇಲೆ ಚಿತ್ರ–ವಿಡಿಯೋ ಸಹಿತ ಸುದ್ದಿಯನ್ನು ಬೇಕಾದಾಗ, ಬೇಕಾದಲ್ಲಿ ಒದಗಿಸಬಲ್ಲ ಆನ್‌ಲೈನ್ ವಾಹಿನಿಗಳು ಸೂಜಿಗಲ್ಲಿನಂತೆ ಯುವಮನಸ್ಸುಗಳನ್ನು ಆಕರ್ಷಿಸುತ್ತಿವೆ. ಸುದೀರ್ಘ ಮಾಹಿತಿಯಂತೂ ಭರಪೂರವಾಗಿ ವೆಬ್‌ನಲ್ಲಿ ದೊರಕುತ್ತಿದೆ. ವಿದ್ಯುನ್ಮಾನ ಮಾಧ್ಯಮಗಳು ಮಾಹಿತಿಯ ಮಹಾಪೂರವನ್ನೇ ಹರಿಸುತ್ತಿವೆ.

ಹಾಗಾದರೆ ದಿನನಿತ್ಯ ಸುದ್ದಿ ಸಂಗ್ರಹಿಸಿ, ಪರಿಷ್ಕರಿಸಿ, ಅತ್ಯಾಕರ್ಷಕವಾಗಿ ಮುದ್ರಿಸಿ, ಮನೆಬಾಗಿಲಿಗೆ ಅತಿ ಅಗ್ಗದ ದರದಲ್ಲಿ ಪತ್ರಿಕೆಗಳನ್ನು ಪೂರೈಸುವ ಈ ವ್ಯವಸ್ಥೆಗೆ ದೀರ್ಘಕಾಲೀನ ಭವಿಷ್ಯವಿದೆಯೇ ಎಂಬುದು ಮಾಧ್ಯಮ ತಜ್ಞರಿಗೆ ಸವಾಲಾಗಿದೆ. ಪತ್ರಿಕೆಗಳಿಗೆ ಭವಿಷ್ಯವಿದೆ, ಭವಿಷ್ಯವಿಲ್ಲ ಎಂಬ ವಾದಗಳಿವೆ. ಅತ್ಯಾಧುನಿಕ ಸಂವಹನ ತಂತ್ರಜ್ಞಾನ ಸೌಲಭ್ಯಗಳನ್ನು ಹೊಂದಿರುವ ಅಮೆರಿಕ ಹಾಗೂ ಯುರೋಪಿನಲ್ಲಿ ಪತ್ರಿಕೆಗಳ ಸಂಖ್ಯೆ ಕಡಿಮೆಯಾಗಿದೆ. ಅಲ್ಪಪ್ರಮಾಣದಲ್ಲಿ ಪ್ರಸಾರ ಕುಸಿದಿದೆ. ಆದರೆ ಪತ್ರಿಕೆಗಳು ತಮ್ಮ ಪ್ರಭಾವವನ್ನು ಈಗಲೂ ಉಳಿಸಿಕೊಂಡಿವೆ. ಡಿಜಿಟಲ್ ತಂತ್ರಜ್ಞಾನದ

ಮೂಲಕ ಹೊಸ ಸೇವೆಗಳನ್ನು ನೀಡಿ ಓದುಗರನ್ನು ಆಕರ್ಷಿಸಲು ಪ್ರಯತ್ನಿಸುತ್ತಿವೆ. ಅಂತರ್ಜಾಲದ ಮೂಲಕ ಪತ್ರಿಕೆಗಳನ್ನು ನೀಡಿ, ಚಂದಾಹಣ ವಸೂಲು ಮಾಡುತ್ತಿವೆ. ವಿಶೇಷ ಮಾಹಿತಿಗಳನ್ನು ನೀಡುತ್ತಿವೆ. ಘಟಿಸಲಿರುವ ಸುದ್ದಿಗಳ ಮುನ್ಸೂಚನೆ ನೀಡಿ ಓದುಗರನ್ನು ಮಾನಸಿಕವಾಗಿ ಸಿದ್ಧಗೊಳಿಸುತ್ತಿವೆ. ತಮ್ಮ ಮಾಹಿತಿ ಭಂಡಾರದಲ್ಲಿರುವ ಜ್ಞಾನವನ್ನು ಓದುಗರಿಗೆ ನೀಡಿ, ಉತ್ತಮ ಬಾಂಧವ್ಯದ ಬೆಸುಗೆಗೆ ಯತ್ನಿಸುತ್ತಿವೆ.

ಈಗಾಗಲೇ ಬಹುತೇಕ ಪತ್ರಿಕೆಗಳು ತಾವು ಪ್ರಕಟಿಸುವ ಎಲ್ಲ ಪುಟಗಳನ್ನು ಉಚಿತವಾಗಿ ಆನ್‌ಲೈನ್ ಮೂಲಕ ಓದುಗರಿಗೆ ಒದಗಿಸುತ್ತಿವೆ. ತಮ್ಮ ವೆಬ್‌ಸೈಟ್‌ಗಳ ಮೂಲಕ ಕ್ಷಣಕ್ಷಣದ ಮಾಹಿತಿ, ಚಿತ್ರಗಳು ಹಾಗೂ ವಿಡಿಯೋಗಳನ್ನು ಆನ್‌ಲೈನ್ ಓದುಗರಿಗೆ ನೀಡುತ್ತಿವೆ. ಆದರೆ ಬಹುಕಾಲ ಇಂತಹ ಉಚಿತ ಸೇವೆ ಸಾಧ್ಯವಾಗದು. ಫೇಸ್‌ಬುಕ್ ಮೂಲಕ ಚರ್ಚೆ, ಸಂಗೀತ ಹಾಗೂ ಪಾಡ್‌ಕಾಸ್ಟ್‌ಗಳ ಮೂಲಕ ಉಪಯುಕ್ತ ಮಾಹಿತಿಗಳನ್ನು ದೀರ್ಘಕಾಲ ಉಚಿತವಾಗಿ ಪೂರೈಸುವುದು ಆಗದ ಮಾತು. ನೇರ ಆದಾಯ ಇಲ್ಲವೆ ಜಾಹಿರಾತಿನ ಬೆಂಬಲವಿಲ್ಲದೆ, ಗುಣಮಟ್ಟದ ಮಾಹಿತಿಯಾಗಲಿ ಅಥವಾ ಪುಕ್ಕಟೆ ಮನರಂಜನೆ ನೀಡುವುದು ಅಸಾಧ್ಯದ ಮಾತು. ಪತ್ರಿಕೆ ಓದುವ ಹವ್ಯಾಸವನ್ನು ಹೊಸ ಜನಾಂಗದವರಿಗೆ ರೂಢಿಸುವ ಪ್ರಯತ್ನವಂತೂ ಇನ್ನೂ ಕಠಿಣ.

ಡಿಜಿಟಲ್ ತಂತ್ರಜ್ಞಾನದ ಆಲಿಂಗನ ಈಗ ಪತ್ರಿಕೆಗಳಿಗೆ ಅನಿವಾರ್ಯ. ಪತ್ರಿಕೆಗಳ ಪ್ರಸಾರ ಕಾಪಾಡಿಕೊಳ್ಳುವ ಜತೆಗೆ, ಹೊಸ ಮಾರುಕಟ್ಟೆಗಳ ಅನ್ವೇಷಣೆ ಮತ್ತು ಪರ್ಯಾಯ ಆದಾಯ ಮೂಲಗಳ ಶೋಧ, ಪತ್ರಿಕೆಗಳ ಮುಂದಿರುವ ದೊಡ್ಡ ಸವಾಲೆನಿಸಿದೆ. ಪತ್ರಕರ್ತ, ಮುದ್ರಣ ಮಾಧ್ಯಮಕ್ಕೆ ಮಾತ್ರ ಸೀಮಿತವಾಗಿರಲಾರ. ಎಲ್ಲ ಮಾಧ್ಯಮಗಳ ಬಳಕೆಯಲ್ಲೂ ಪರಿಣಿತವಾಗುವ ಮನೋಭಾವನೆಗೆ ಒಗ್ಗಿಕೊಳ್ಳಬೇಕಿದೆ. ಪ್ರತಿ ಮಾಧ್ಯಮವೂ ಬಹುಮಾಧ್ಯಮ ವಾಹಕಗಳಾಗಲಿವೆ. ಹಾಗಾದರೆ ತಂತ್ರಜ್ಞಾನದ ಜತೆಗೆ ಇನ್ನೆಂತಹ ಪರೀಕ್ಷೆಗೆ ಪತ್ರಿಕೆಗಳು ಸಿದ್ಧವಾಗಬೇಕು?

ಸುದ್ದಿ ನಾವೀನ್ಯತೆಯನ್ನು ಕಳೆದುಕೊಂಡಿದೆ. ಕ್ಷಣಮಾತ್ರದಲ್ಲಿ ಈಗ ಅದು ವ್ಯಾಪಿಸುತ್ತಿದೆ. ಬೃಹತ್ ತಂತ್ರಜ್ಞಾನದ ಕಂಪೆನಿಗಳಾದ ಗೂಗಲ್, ಫೇಸ್‌ಬುಕ್, ಯೂಟ್ಯೂಬ್, ಅಮೆಜಾನ್, ಆಪಲ್–ಇವುಗಳ ಮುಂದೆ ಮಾಧ್ಯಮ ಕಂಪನಿಗಳು ತಲೆಬಗ್ಗಿವೆ. ಜಗತ್ತಿನ ಅರ್ಧಭಾಗದಷ್ಟು ಜನರನ್ನು ತಮ್ಮ ಜಾಲತಾಣಗಳಲ್ಲಿ ಅವು ಬಂಧಿಸಿವೆ. ಯಾವುದೇ ಘಟನೆಯ ಸಾರಾಂಶ ಇವುಗಳ ಮೂಲಕ ಜನತೆಗೆ ಅನಾಯಾಸವಾಗಿ ದೊರೆಯುವುದರಿಂದ ಸುದ್ದಿಯ ಮಹತ್ವ ಹಾಗೂ ತಲುಪುವಿಕೆ ನಗಣ್ಯವೆನಿಸಿದೆ.

ವಿಶೇಷವಾದ ಮತ್ತು ಅಗತ್ಯವೆನಿಸುವ ಸುದ್ದಿಯನ್ನು ಹೆಕ್ಕಿ ಓದುಗರಿಗೆ ನೀಡುವ ಸಾಮರ್ಥ್ಯ ಹೊಂದಿರುವ ಪತ್ರಕರ್ತರು ಈಗ ಬಹುಬೇಡಿಕೆಯ ವ್ಯಕ್ತಿಯಾಗಬಲ್ಲ.

ಎಲ್ಲೆಡೆ ಲಭ್ಯವಿರುವ ಸುದ್ದಿಯನ್ನು ನಾಳೆ ಓದುಗನಿಗೆ ಪುನರುಣಿಸುವ ಪತ್ರಕರ್ತನ ಮನೋಸ್ಥಿತಿ ಬದಲಾಗಬೇಕಿದೆ. ಭಾಷಾಂತರವೇ ಇಷ್ಟು ದಿನ ಪ್ರಧಾನವಾಗಿತ್ತು. ಈಗ ಹೊಸ ಆಯಾಮದಿಂದ ಸ್ಥಳೀಯ ಸುದ್ದಿಗೆ ಜಾಗತಿಕ ಸ್ಪರ್ಶ ನೀಡಬಲ್ಲ ಸ್ಪರ್ಧಾತ್ಮಕ ಪತ್ರಕರ್ತರ ಬೆಂಬಲಕ್ಕೆ ಪ್ರಕಾಶಕರು ನಿಲ್ಲಬೇಕಿದೆ. ಬಿಡದಿಯಲ್ಲಿನ ಟೊಯೋಟಾ ಕಾರ್ಖಾನೆಯ ಮುಷ್ಕರ, ನರಸಾಪುರದ ಆಪಲ್ ಕಂಪೆನಿಯ ದಾಂಧಲೆ, ಆನ್‌ಲೈನ್ ಮೂಲಕ ಸಾಲ ನೀಡಿ ದಂಧೆ ನಡೆಸಬಲ್ಲ ಚೀನಾ ವ್ಯಕ್ತಿಗಳ ಸುದ್ದಿ, ಜಗತ್ತಿನಲ್ಲೆಡೆ ಹರಿದಾಡುತ್ತಿವೆ. ಆ ಮಟ್ಟದ ಅರಿವಿನ ಸೂಕ್ಷ್ಮತೆಯನ್ನು ಪತ್ರಿಕೆಗಳು ಹಾಗೂ ಪತ್ರಕರ್ತರು ಹೊಂದಬೇಕಾದ ಅನಿವಾರ್ಯತೆ ಈಗ ಬಂದಿದೆ. 241ನೇ ವರ್ಷಕ್ಕೆ ಕಾಲಿಡುತ್ತಿರುವ ಭಾರತೀಯ ಪತ್ರಿಕೋದ್ಯಮದ ಬಹು ಪ್ರಮುಖ ಕಾಲಘಟ್ಟವಿದು.

(ಅಪ್ರಕಟಿತ ಲೇಖನ, ಜನವರಿ 2021)

18

ಪ್ರಜಾಸತ್ತೆಯ ಬೇರುಗಳನ್ನು ಸಶಕ್ತಗೊಳಿಸುವ ಪತ್ರಿಕೆಗಳು

ಜುಲೈ 1ರಂದು ಕರ್ನಾಟಕದಲ್ಲಿ ‘ಪತ್ರಿಕಾ ದಿನಾಚರಣೆ’ ಆಚರಿಸಲಾಗುತ್ತದೆ. ಇದರ ಪ್ರಮುಖ ಉದ್ದೇಶ ಪತ್ರಿಕೆಗಳ ಮಹತ್ವವನ್ನು ಜನತೆಗೆ ತಿಳಿಸುವುದು ಹಾಗೂ ಸಮಾಜದ ಮುನ್ನಡೆಯಲ್ಲಿ ಪತ್ರಕರ್ತರ ಪಾತ್ರವನ್ನು ಗುರುತಿಸುವುದು. ಕನ್ನಡ ಪತ್ರಿಕೋದ್ಯಮದ ಆದ್ಯಪ್ರವರ್ತಕ ಹರ್ಮನ್ ಮೊಗ್ಲಿಂಗ್ 1843ರ ಜುಲೈ 1ರಂದು ‘ಮಂಗಳೂರ ಸಮಾಚಾರ’ವೆಂಬ ಒಂದು ದುಡ್ಡಿನ ಪಾಕ್ಷಿಕ ಪತ್ರಿಕೆಯನ್ನು ಕಲ್ಲಚ್ಚಿನಲ್ಲಿ ಮುದ್ರಿಸಿ ಕನ್ನಡಗರಿಗೆ ಪತ್ರಿಕೆಯ ರುಚಿ ತೋರಿಸಿದ. ಮನೆಯ ಕಿಟಕಿ ಹೊರಜಗತ್ತನ್ನು ತೋರಿಸುವಂತೆ, ಈ ಪತ್ರಿಕೆ ಗಾಳಿಸುದ್ದಿಯ ಗುಂಗಿನಿಂದ ಜನರನ್ನು ಮುಕ್ತಗೊಳಿಸುವ ಪ್ರಯತ್ನ ಇದಾಗಿತ್ತು. ಕನ್ನಡ ಬಲ್ಲವರು ಹರಿದು ಹಂಚಿಹೋಗಿದ್ದ ಪ್ರದೇಶಗಳಲ್ಲಿ ಕನ್ನಡ ಹಣತೆ ಹಚ್ಚಿದ ಮೊದಲ ಪ್ರಯತ್ನವಿದು.

ಓದುಗರ ಉತ್ಸಾಹವನ್ನು ಗುರುತಿಸಿದ ಜರ್ಮನಿಯ ಪಾದ್ರಿ ಮೊಗ್ಲಿಂಗ್, ಇದು ಮಂಗಳೂರಿಗಷ್ಟೇ ಸೀಮಿತವಾಗಿರದೆ ಕನ್ನಡ ಓದಬಲ್ಲ ನೂರಾರು ಓದುಗರಿಗೆ ದಾರಿದೀಪವಾಗಲಿ ಹಾಗೂ ಅಚ್ಚುಕಟ್ಟಾದ ಮುದ್ರಣದಲ್ಲಿ ಹೊರಬರಲಿ ಎಂದು ಪತ್ರಿಕೆಗೆ “ಕನ್ನಡ ಸಮಾಚಾರ” ಎಂದು ಮರುನಾಮಕರಣಿಸಿ ಬಳ್ಳಾರಿಗೆ

ವರ್ಗಾಯಿಸಿದ. ಮಂಗಳೂರು ಹಾಗೂ ಬಳ್ಳಾರಿ ನಡುವಿನ ದೂರ ಹಾಗೂ ಸಿಬ್ಬಂದಿ ಕೊರತೆಯಿಂದಾಗಿ ಎರಡನೇ ವರ್ಷದಲ್ಲಿ ಈ ಪತ್ರಿಕೆ ನಿಂತಿತು.

ವಿವಿಧ ಆಡಳಿತ ಪ್ರದೇಶಗಳಲ್ಲಿ ನೆಲೆಸಿದ್ದ ಕನ್ನಡಿಗರಲ್ಲಿ ಸಮಷ್ಟಿ ಮನೋಭಾವ ಬಿತ್ತಿದ ಆರಂಭಿಕ ಯತ್ನವಿದು. ಅನೇಕ ಗ್ರಂಥಗಳನ್ನು ಸಂಗ್ರಹಿಸಿ ಪ್ರಕಟಿಸಿದ ಕೀರ್ತಿ ಇವನದು. ಕನ್ನಡ ನುಡಿಯ ಏಳ್ಗೆಗೆ ಶ್ರಮಿಸಿದ ಮೊಗ್ಲಿಂಗ್ ಗೌರವ ಡಾಕ್ಟರೇಟ್ ಪಡೆದ ಪ್ರಥಮ ಕನ್ನಡ ಸೇವಕ. ಮುದ್ರಣ ಕಲೆಯ ಮಹತ್ವವನ್ನು ಕನ್ನಡಿಗರಿಗೆ ಪರಿಚಯಿಸಿದ ಇವರ ಸೇವೆ ಸ್ಮರಣೀಯ. 176 ವರ್ಷಗಳ ಹಿನ್ನೆಲೆಯ ಕನ್ನಡ ಪತ್ರಿಕೋದ್ಯಮ ಪ್ರಮುಖವಾಗಿ ಪ್ರಖರಕ್ಕೆ ಬಂದದ್ದು, ಸ್ವಾತಂತ್ರ್ಯ ಚಳವಳಿಯಲ್ಲಿ. ಬ್ರಿಟಿಷರ ವಿರುದ್ಧದ ಹೋರಾಟದಲ್ಲಿ ಪತ್ರಿಕೆಗಳು ಪ್ರಮುಖ ಆಯುಧಗಳಾಗಿದ್ದವು. ಸ್ವಾತಂತ್ರ್ಯ ಹಾಗೂ ನಂತರದ ಏಕೀಕರಣ ಘಟ್ಟಗಳಲ್ಲಿ ಪತ್ರಿಕೆಗಳ ಪಾತ್ರ ಬಹುನಿರ್ಣಾಯಕ. ಸ್ವತಂತ್ರ ಭಾರತ ಏಕೀಕೃತ ಕರ್ನಾಟಕ ಬಹುಪಾಲು ಪತ್ರಿಕೆಗಳ ಪ್ರಮುಖ ಧ್ಯೇಯವಾಗಿದ್ದವು. ಜೈಲುವಾಸ, ದಂಡ ನೀಡಿಕೆ ಹಾಗೂ ಸರ್ಕಾರಿ ಬೆದರಿಕೆಗಳು ಸರ್ವೇಸಾಮಾನ್ಯವಾಗಿದ್ದವು. ಸ್ವತಂತ್ರ ಭಾರತದಲ್ಲಿ ಕೃಷಿ–ಕೈಗಾರಿಕೆಗಳ ಬೆಳವಣಿಗೆ ವೇಗ ಪಡೆಯಿತು. ಸಾಕ್ಷರರ ಪ್ರಮಾಣ ಹೆಚ್ಚಳ ಕಂಡಿತು. ಮಧ್ಯಮ ವರ್ಗದವರು ಉದ್ಯೋಗ ಅರಸಿ ನಗರಗಳತ್ತ ಮುಖಮಾಡಿದರು. ರಾಜಕೀಯಪ್ರಜ್ಞೆ ವೇಗ ಪಡೆಯಿತು. ವಿಶೇಷವಾಗಿ ಮೈತ್ರಿ ಸರ್ಕಾರಗಳ ರಾಜಕೀಯ ವಿಶೇಷ ಕುತೂಹಲ ಮೂಡಿಸಿತು. ಕೊಳ್ಳುಬಾಕ ಸಂಸ್ಕೃತಿ ಜಾಹಿರಾತಿಗೆ ಉತ್ತೇಜನ ನೀಡಿತು.

ಪತ್ರಿಕಾ ಕ್ಷೇತ್ರವೂ ಸಹ ಹಲವಾರು ಬದಲಾವಣೆಗಳಿಗೆ ಸಾಕ್ಷಿಯಾಯಿತು. ಮೊದಲ ಪತ್ರಿಕಾ ಆಯೋಗದ ಶಿಫಾರಸುಗಳು ಈ ಕ್ಷೇತ್ರಕ್ಕೆ ಬುನಾದಿ ಹಾಕಿದವು. ಪತ್ರಿಕಾ ನೋಂದಣಿ ಕಚೇರಿ, ಪತ್ರಿಕಾ ಮಂಡಳಿ ಹಾಗೂ ಕಾರ್ಯನಿರತ ಪತ್ರಕರ್ತರ ವೇತನ ಹಾಗೂ ಸೇವೆಗಳ ಕಾನೂನುಗಳು ಈ ಉದ್ಯಮಕ್ಕೆ ಚೌಕಟ್ಟು ನೀಡಿದವು. 1975–77ರ ತುರ್ತುಪರಿಸ್ಥಿತಿ ಪತ್ರಿಕೋದ್ಯಮಕ್ಕೆ ಹೊಸ ಆಯಾಮ ನೀಡಿತು. ನಿಯತಕಾಲಿಕೆಗಳು ಹೆಚ್ಚಿನ ಸಂಖ್ಯೆಯಲ್ಲಿ ಹೊರಬಂದವು. ಕಂಪ್ಯೂಟರ್ ಬಳಕೆ ಹಾಗೂ ಬಹುವರ್ಣ ಮುದ್ರಣ ಓದುಗರಿಗೆ ಪೂರಕ ಆಕರ್ಷಣೆಗಳಾದವು. ಸ್ವಾತಂತ್ರ್ಯಾನಂತರದ 50 ವರ್ಷಗಳಲ್ಲಿ ಪತ್ರಿಕೆಗಳು ತಮ್ಮ ಶಕ್ತಿ ಮೆರೆದವು. ಅಧಿಕಾರ ದುರುಪಯೋಗ, ಲಂಚಗುಳಿತನ, ಬಡತನ, ಹಸಿವಿನಿಂದಾಗಿ ಸಾವುಗಳನ್ನು ಕುರಿತ ಹಲವಾರು ತನಿಖಾ ವರದಿಗಳು ರಾಜಕಾರಣಿಗಳನ್ನು ನಿದ್ದೆಗೆಡಿಸಿದ್ದವು. ನಿಯತಕಾಲಿಕೆಗಳಾದ 'ಸಂಡೆ', 'ಇಂಡಿಯಾ ಟುಡೆ', 'ಸಂಡೇ ಅಬ್ಸರ್ವರ್', 'ಔಟ್‌ಲುಕ್', 'ದಿ ವೀಕ್', ಮುಂತಾದ ಪತ್ರಿಕೆಗಳು ಸಮಾಜದ ಎಲ್ಲ ವರ್ಗಗಳ ಸಾಧನೆ ವೈಫಲ್ಯಗಳನ್ನು ಮಾರ್ಮಿಕವಾಗಿ ಹೆಕ್ಕಿ ತೆಗೆದವು.

ಬೃಹತ್ ಮಾಧ್ಯಮ ಸಂಸ್ಥೆಗಳಾದ ದೂರದರ್ಶನ ಹಾಗೂ ಆಕಾಶವಾಣಿ ಪತ್ರಿಕೆಗಳ ಮೇಲೆ ಗಂಭೀರ ಪ್ರಭಾವ ಬೀರಲೇ ಇಲ್ಲ. ಆದರೆ 1990ರ ಕೊಲ್ಲಿಯುದ್ಧ

ಹೊಸ ತಂತ್ರಜ್ಞಾನವಾದ ಉಪಗ್ರಹ ಸಂವಹನ ಆಧಾರಿತ ಟಿವಿ ಪ್ರಸಾರವನ್ನು ಉಪಖಂಡಕ್ಕೆ ಪರಿಚಯಿಸಿತು. ಜಾಗತೀಕರಣದ ಭರಾಟೆ ಖಾಸಗಿಯವರಿಗೆ ಟಿವಿ ಕ್ಷೇತ್ರವನ್ನು ಮುಕ್ತಗೊಳಿಸಿತು. ಬಾನುಲಿ ತರಂಗಗಳು ಜನರಿಗೆ ಸೇರಿದ್ದವು ಎಂಬ ಸುಪ್ರೀಂಕೋರ್ಟಿನ ತೀರ್ಪು ಚರಿತ್ರಾರ್ಹ. ಖಾಸಗಿ ವಲಯದ ಸುದ್ದಿವಾಹಿನಿಗಳಿಗೆ 24 ಗಂಟೆ ಸುದ್ದಿಯನ್ನು ಉಣಬಡಿಸಬೇಕಿತ್ತು. ಸುದ್ದಿಯ ಲಕ್ಷ್ಮಣರೇಖೆ ಅಳಿಸಿತು. ಕನಿಷ್ಠ 16 ಗಂಟೆಗಳ ಪ್ರಸಾರಕ್ಕೆ ಸುದ್ದಿ ಹುಡುಕುವ ತವಕದಲ್ಲಿ ಕ್ಷುಲ್ಲಕ ಘಟನೆಗಳೆಲ್ಲಾ ವೈಭವೀಕರಣಗೊಂಡವು. ಸುದ್ದಿಯ ಗಂಭೀರತೆಯನ್ನೇ ಟಿವಿ ಸುದ್ದಿವಾಹಿನಿಗಳು ಹೊಸಕಿ ಹಾಕಿದವು. ಬೆಳಗಿನ ಪತ್ರಿಕೆಗಳಲ್ಲಿ ಓದುವ ಬಹುತೇಕ ಸುದ್ದಿಗಳು, ಓದುಗರನ್ನು ರೋಮಾಂಚನಗೊಳಿಸಲಾಗಲಿಲ್ಲ. ಸುದ್ದಿಯ ಹಿನ್ನೆಲೆ, ಸಾಂಸ್ಕೃತಿಕ, ಸಾಮಾಜಿಕ, ಕೃಷಿ, ಕೈಗಾರಿಕೆ ಹಾಗೂ ಭರವಸೆಯ ಬೆಳಕನ್ನು ನೀಡುವ ರಚನಾತ್ಮಕ ಕ್ಷೇತ್ರಗಳತ್ತ ಪತ್ರಿಕೆಗಳು ಹೆಚ್ಚಿನ ಗಮನ ನೀಡಬೇಕಾಯಿತು.

ಸಂವಹನ ತಂತ್ರಜ್ಞಾನ ಎರಡನೇ ಹಂತದ ವೆಬ್ ಆಧಾರಿತ ಮಿಂಚಂಚೆ, ಫೇಸ್‌ಬುಕ್, ಗೂಗಲ್, ಟ್ವಿಟರ್ ಹಾಗೂ ವಾಟ್ಸ್‌ಅಪ್‌ಗಳು ವಿಶ್ವದ ಬೃಹತ್ ಸಂವಹನ ಜಾಲಗಳಾಗಿ ರೂಪಗೊಂಡವು. ಟಿವಿ ಸುದ್ದಿವಾಹಿನಿಗಳ ನಂತರ ಸುದ್ದಿ ಪೋರ್ಟಲ್‌ಗಳು ಮತ್ತಷ್ಟು ವೇಗವಾಗಿ ಸುದ್ದಿ ನೀಡತೊಡಗಿದವು. ಈ ಎಲ್ಲ ಜಾಲತಾಣಗಳಲ್ಲಿ ದೇಶಿಯ ಭಾಷೆಗಳ ಬಳಕೆ ಇವುಗಳಿಗೆ ಇಂಬು ನೀಡಿದವು. ಚಿತ್ರ, ಲೇಖನ, ಧ್ವನಿ ಕ್ಷಣಮಾತ್ರದಲ್ಲಿ ವಿಶ್ವದಾದ್ಯಂತ ಹರಿದಾಡಲಾರಂಭಿಸಿದವು. ಈ ವಿದ್ಯುನ್ಮಾನ ಸಂವಹನ ಜಾಲದಲ್ಲಿ ಪತ್ರಿಕೆಗಳು ಅನಿವಾರ್ಯವಾಗಿ ಭಾಗಿಯಾಗಬೇಕಾಯಿತು. ಮುದ್ರಿತ ಪತ್ರಿಕೆಗಳ ಪುಟ ಎಲ್ಲೆಡೆ ಪರದೆಯ ಮೇಲೆ ಲಭ್ಯವಾದವು. ಹಿಂದೆ ಬೀಳುವುದು ಬೇಡವೆಂದು ಅನಿವಾರ್ಯವಾಗಿ ವೆಬ್‌ಸೈಟುಗಳನ್ನು ಆರಂಭಿಸಿ, ಪತ್ರಿಕೆಯ ಎಲ್ಲ ಓದು ಸರಕನ್ನು ಪರದೆಯ ಮೇಲೆ ವೀಕ್ಷಿಸಲು ಅನುವು ಮಾಡಿದವು. ಯಾವುದೇ ಉಪಕರಣದ (ಕಂಪ್ಯೂಟರ್, ಟ್ಯಾಬ್ಲೆಟ್, ಮೊಬೈಲ್ ಫೋನ್) ಪರದೆಯ ಮೇಲೆ ಓದಬಹುದಾದ ವಿದ್ಯುನ್ಮಾನ ಪತ್ರಿಕೆಗಳು ಹೊರಬಂದವು.

ಅಂತರ್ಜಾಲದ ವಿಸ್ತರಣೆ ಹಾಗೂ ಅದರ ವೇಗ ನಾಗಾಲೋಟ ಪಡೆಯುತ್ತಿದ್ದಂತೆ, ಯುರೋಪ್ ಹಾಗೂ ಅಮೆರಿಕಾದ ಬಹುಪಾಲು ಯುವಜನತೆ ನವಮಾಧ್ಯಮಗಳತ್ತ ಆಕರ್ಷಿತರಾದರು. ಮುದ್ರಿತ ಪತ್ರಿಕೆಗಳ ಸಂಖ್ಯೆ, ಪ್ರಸಾರ ಹಾಗೂ ಜಾಹಿರಾತಿನ ಆದಾಯ ಇಳಿಮುಖವಾದವು. ಆದರೆ ಕನ್ನಡ ಪತ್ರಿಕೆಗಳೂ ಸೇರಿ ಭಾರತೀಯ ಪತ್ರಿಕೋದ್ಯಮದ ಮೇಲೆ ಈ ನವಮಾಧ್ಯಮ ತಂತ್ರಜ್ಞಾನಗಳು ಮಹತ್ತರ ಪರಿಣಾಮ ಬೀರಿಲ್ಲ. ಮನೆಬಾಗಿಲಿಗೆ ಬರುವ ಮುದ್ರಿತ ಪತ್ರಿಕೆಗಳನ್ನು ಓದುವ ಪರಿಪಾಠ ಅಬಾಧಿತವಾಗಿದೆ. 2018ರ ರಾಷ್ಟ್ರೀಯ ವಾಚನೀಯ ಸಮೀಕ್ಷೆಯ ಅನುಸಾರ 1.8 ಕೋಟಿ ದೈನಿಕಗಳು ಹಾಗೂ 90

ಲಕ್ಷ ನಿಯತಕಾಲಿಕೆಗಳ ಹೊಸ ಓದುವ ವರ್ಗಕ್ಕೆ ಸೇರ್ಪಡೆಯಾಗಿದೆ. ಪತ್ರಿಕೆಗಳ ಒಟ್ಟು ಓದುಗರ ಸಂಖ್ಯೆ 43 ಕೋಟಿಗೇರಿದೆ ಎನ್ನುವುದು ಸಂತಸಕರ. ವಿಶ್ವದಲ್ಲೇ ಅತ್ಯಂತ ಬೃಹತ್ ಮುಖಾಮುಖಿ ಸಮೀಕ್ಷೆಯಲ್ಲಿ 3.2 ಲಕ್ಷ ಮನೆಗಳಿಗೆ ಭೇಟಿ ನೀಡಿ ಮಾಧ್ಯಮ ಹವ್ಯಾಸಗಳನ್ನು ವಾಚನೀಯ ಸಮೀಕ್ಷೆಯಲ್ಲಿ ಕಲೆಹಾಕಲಾಗಿದೆ.

ಭಾರತ ಸೇರಿದಂತೆ ಏಷಿಯಾದ ದೇಶಗಳಲ್ಲಿ ಪತ್ರಿಕೆಗಳು ತಮ್ಮ ಇರುವಿಕೆಯನ್ನು ಸಮರ್ಥಿಸಿಕೊಂಡಿವೆ. ಪತ್ರಿಕೆಗಳ ಸಂಖ್ಯೆ ಹಾಗೂ ಪ್ರಸಾರಗಳೆರಡೂ ಏರುಮುಖವಾಗಿವೆ. 2018ರ ಪತ್ರಿಕಾ ನೋಂದಣಿ ಮುಖ್ಯಸ್ಥರ ಪ್ರಕಾರ ದೇಶದಲ್ಲಿ 1,18,239 ನೋಂದಾಯಿತ ಪತ್ರಿಕೆಗಳಿವೆ. ಇವುಗಳಲ್ಲಿ ದಿನಪತ್ರಿಕೆಗಳು 17,573, ಉಳಿದವು ನಿಯತಕಾಲಿಕೆಗಳು. ವಿಷಾದದ ಸಂಗತಿ ಎಂದರೆ, ಈ ಒಟ್ಟು ಪತ್ರಿಕೆಗಳ ಶೇ. 30ರಷ್ಟು ಮಾತ್ರ ತಮ್ಮ ಪ್ರಸಾರ ವಿವರಗಳನ್ನು ನಿಗದಿತವಾಗಿ ನೀಡುವುದೇ ಇಲ್ಲ. ಈ ವರದಿಯ ಪ್ರಕಾರ ಕನ್ನಡ ಪತ್ರಿಕೆಗಳ ಪ್ರಸಾರ 84 ಲಕ್ಷ. ಇದರಲ್ಲಿ ದೈನಿಕಗಳ ಪ್ರಸಾರ 66 ಲಕ್ಷ. ಆದರೆ ಪ್ರಸಾರ ತಪಾಸಣೆ ಸಂಸ್ಥೆಯ (ಎಬಿಸಿ) ಸದಸ್ಯತ್ವ ಹೊಂದಿರುವ ಪತ್ರಿಕೆಗಳ ಪ್ರಸಾರ ಕೇವಲ 27.36 ಲಕ್ಷ. ಇದರಲ್ಲಿ ದೈನಿಕಗಳ ಪ್ರಸಾರ 24.85 ಲಕ್ಷ. ಈ ಸಂಸ್ಥೆಯ ವರದಿ ಪ್ರಕಾರ ಪತ್ರಿಕಾ ಪ್ರಸಾರದ ಸಂಖ್ಯೆ 4.87ರ ಗತಿಯಲ್ಲಿ ಏರಿಕೆ ಕಾಣುತ್ತಿರುವದರಿಂದ ಪತ್ರಿಕಾ ಕ್ಷೇತ್ರಕ್ಕೆ ಯಾವುದೇ ಧಕ್ಕೆಯಿಲ್ಲ ಎಂದಿದೆ.

ಶೈಕ್ಷಣಿಕ ಪ್ರಗತಿ, ಆರ್ಥಿಕ ಬೆಳವಣಿಗೆ, ಓದುವ ಹವ್ಯಾಸ ಹಾಗೂ ಸುಲಭವಾಗಿ ಲಭ್ಯತೆ, ಸ್ಪರ್ಧಾತ್ಮಕ ದರ, ವಿಶೇಷ ಪುರವಣಿಗಳು ಹಾಗೂ ಮುದ್ರಿತ ಪತ್ರಿಕೆಗಳ ಮಹತ್ವಗಳು ಭಾರತೀಯ ಪತ್ರಿಕಾರಂಗದ ವೃದ್ಧಿಗೆ ಪೂರಕವಾಗಿವೆ. ಪಾಶ್ಚಿಮಾತ್ಯ ದೇಶಗಳಂತೆ ಪುಕ್ಕಟೆ ಪ್ರಸಾರದ ಪತ್ರಿಕೆಗಳು ನಮ್ಮಲ್ಲಿಲ್ಲ. ಹಣ ತೆತ್ತು ಪತ್ರಿಕೆ ಕೊಳ್ಳುವ ಪತ್ರಿಕೆಗಳ ಸಂಖ್ಯೆ ಭಾರತದಲ್ಲಿ ಅತಿಹೆಚ್ಚು, ಉತ್ತರ ಭಾರತದಲ್ಲಿ ಪತ್ರಿಕೆಗಳ ಬೆಳವಣಿಗೆ ಬಹುವೇಗವಾಗಿದೆ. ಹಿಂದಿ ಭಾಷೆಯ ಎರಡು ದೈನಿಕಗಳು ಈಗಾಗಲೇ 40 ಲಕ್ಷ ದಾಟಿವೆ. ಎಬಿಸಿ ಅಂಕಿಅಂಶಗಳ ಪ್ರಕಾರ 2006–2010ರ ನಡುವಿನ ಅತ್ಯಧಿಕ ಬೆಳವಣಿಗೆ ದರದಲ್ಲಿ ಕನ್ನಡ ಪತ್ರಿಕೆಗಳು ನಾಲ್ಕನೇ ಸ್ಥಾನ ದಕ್ಕಿಸಿಕೊಂಡು, ತಮಿಳು, ಮಲಯಾಳಂ ಹಾಗೂ ಆಂಗ್ಲ ಭಾಷಾ ಪತ್ರಿಕೆಗಳನ್ನು ಹಿಂದೆ ಹಾಕಿದವು. ಅತಿಹೆಚ್ಚಿನ ಬೆಳವಣಿಗೆ ಹಿಂದಿ ಹಾಗೂ ತೆಲುಗು ಭಾಷೆಗಳಲ್ಲಿ ದಾಖಲಾಯಿತು. ಕನ್ನಡದ 5,190 ನೋಂದಾಯಿತ ಪ್ರಕಟಣೆಗಳ ಪೈಕಿ ಕೇವಲ 891 ಮಾತ್ರ ತಮ್ಮ ಪ್ರಸಾರ ಸಂಖ್ಯೆ ವಿವರ ನೀಡಿವೆ. ಇವುಗಳಲ್ಲಿ 420 ದೈನಿಕಗಳು ಹಾಗೂ ಉಳಿದವು ನಿಯತಕಾಲಿಕೆಗಳು. ಆರ್.ಎನ್.ಐ. ಕಚೇರಿಗೆ ವಿವರವನ್ನು ತಪ್ಪದೆ ನೀಡುವ ಪ್ರಕಟಣೆಗಳ ಸಂಖ್ಯೆ ಹೆಚ್ಚಬೇಕು.

ಬೃಹತ್ ಸಮೂಹ ತಂತ್ರಜ್ಞಾನ ಕಂಪನಿಗಳಾದ ಗೂಗಲ್, ಅಮೆಜಾನ್, ಫೇಸ್‌ಬುಕ್, ಮೈಕ್ರೊಸಾಫ್ಟ್, ಆಪಲ್ ಕಂಪನಿಗಳು ಪತ್ರಿಕೆಗಳಿಗೆ ಬೃಹತ್ ಸವಾಲು ಹಾಕಿವೆ. ಪತ್ರಿಕೆಗಳ ಪ್ರಮುಖ ಆದಾಯದ ಮೂಲವಾದ ವರ್ಗೀಕೃತ ಜಾಹಿರಾತು

ಈ ಸಂಸ್ಥೆಗಳ ಪಾಲಾಗುತ್ತಿವೆ. ಇವುಗಳ ವಿಸ್ತಾರತೆ ಆಗಾಧ. ವಿಶ್ವದ 700 ಕೋಟಿ ಜನರಲ್ಲಿ ಸುಮಾರು 238 ಕೋಟಿ ಫೇಸ್‌ಬುಕ್ ಬಳಸುತ್ತಾರೆ. ಹಾಗೆಯೇ ಯುಟ್ಯೂಬ್ ಬಳಕೆದಾರರು ಹೆಚ್ಚಾಗಿದ್ದಾರೆ. ಪತ್ರಿಕೆಗಳಿಗೆ ಬರುತ್ತಿದ್ದ 190 ಕೋಟಿ ರೂಪಾಯಿಗಳ ಜಾಹಿರಾತುಗಳು ಈ ಸಂಸ್ಥೆಗಳತ್ತ ಹರಿದಿದೆ. 40 ಕೋಟಿ ಅಂತರ್ಜಾಲ ಬಳಕೆದಾರರನ್ನು ಹೊಂದಿರುವ ಭಾರತ 30 ಕೋಟಿ ಫೇಸ್‌ಬುಕ್ ಹಾಗೂ 27 ಕೋಟಿ ಯುಟ್ಯೂಬ್ ಬಳಕೆದಾರರನ್ನು ಹೊಂದಿದೆ. ಮೊಬೈಲ್‌ಗಳ ಸಂಖ್ಯೆ 100 ಕೋಟಿ ಗಡಿ ದಾಟಿದೆ.

ಈ ಅಭೂತಪೂರ್ವ ಸಂವಹನ ಕ್ರಾಂತಿ ಪತ್ರಿಕಾರಂಗವನ್ನು ತಲ್ಲಣಗೊಳಿಸಿದೆ. ಓದುಗರಿಂದ ಬರುವ ಚಂದಾಹಣ ತೀರಾ ಕಡಿಮೆ. ಜಾಹಿರಾತು ಪ್ರಮುಖ ಆದಾಯದ ಮೂಲ. ನಮ್ಮ ದೇಶದಲ್ಲಿ ಪತ್ರಿಕಾರಂಗಕ್ಕೆ 21,700 ಕೋಟಿ ಜಾಹಿರಾತಿನ ಮೂಲಕ ಹಾಗೂ 8,800 ಕೋಟಿ ಚಂದಾಹಣದ ಮೂಲಕ ಸಂದಾಯವಾಗುತ್ತಿದೆ. ಅಂದರೆ ಪತ್ರಿಕೆಗಳನ್ನು ಪ್ರಧಾನವಾಗಿ ಪೋಷಿಸುವವರು ಜಾಹಿರಾತುದಾರರು, ಓದುಗರಲ್ಲ. ಇಲ್ಲಿಯೇ ಅಡಗಿರುವುದು ಪತ್ರಿಕಾರಂಗದ ಬಹು ದೊಡ್ಡ ಸವಾಲಿನ ಮೂಲ. ಜಾಹಿರಾತಿನ ಹಣ ಈಗ ಇತರೆ ಮಾಧ್ಯಮಗಳತ್ತ ಹರಿಯುತ್ತಿದೆ. ಪತ್ರಿಕೆಗಳು ಕಡಿಮೆ ಬೆಲೆಯ ಸಂಸ್ಕೃತಿಗೆ ಒಗ್ಗಿಹೋಗಿವೆ. ಸುದ್ದಿಪ್ರಸಾರ ಮಾಧ್ಯಮಗಳು ಅಧಿಕವಾಗುತ್ತಿವೆ. ಮೊಬೈಲ್ ಫೋನ್ ಅತ್ಯಂತ ಪ್ರಮುಖ ಸಂವಹನ ಸಾಧನವಾಗಿ ಹೊರಹೊಮ್ಮಿದೆ. ಎಲ್ಲ ಸಂವಹನ ಮಾಧ್ಯಮಗಳು ಈ ಅಂಗೈ ಹಿಡಿತದ ಸಾಧನದಲ್ಲಿ ಸಮ್ಮಿಲಿತವಾಗಿವೆ. ಹೀಗಾಗಿ 24 ಗಂಟೆಗೊಮ್ಮೆ ಮುದ್ರಿಸಿ ಬೆಳಗಿನಜಾವ ಪೂರೈಸಲ್ಪಡುವ ಪತ್ರಿಕೆ ಎಷ್ಟು ಆಕರ್ಷಕವಾಗಿರಲು ಸಾಧ್ಯ ಎಂಬುದನ್ನು ಮುಂಬರುವ ಜನಾಂಗವೇ ನಿರ್ಧರಿಸಲಿದೆ. ತಂತ್ರಜ್ಞಾನ ಬೆಳವಣಿಗೆ ಯಾವ ಸ್ವರೂಪಗಳನ್ನೇ ಪಡೆಯಲಿ, ಓದುಗರು ಪತ್ರಿಕೆಗಳನ್ನು ಪೋಷಿಸಬೇಕಾಗಿದೆ. ಮುದ್ರಿತ ಪತ್ರಿಕೆಗಳನ್ನು ಆಧರಿಸಿ ನಡೆಸುವ ಮುಕ್ತ ಚಿಂತನ ಮಂಥನ ಸದಾ ನಂಬಲರ್ಹ.

(ವಿಶ್ವವಾಣಿ, ಜುಲೈ 1, 2019)

19

ಪರ್ಯಾಯ ಪತ್ರಿಕೋದ್ಯಮದ ಹೊಸ ಸಾಧ್ಯತೆಗಳು

ತಂತ್ರಜ್ಞಾನ ಬದಲಾಗುತ್ತಿದ್ದಂತೆ ಮಾಧ್ಯಮ ಸಂಸ್ಥೆಗಳ ಸ್ವರೂಪವೂ ಬದಲಾಗುತ್ತಿದೆ. ಅದು ಸಹಜ ಪ್ರಕ್ರಿಯೆ ಕೂಡ. ಇದು ಎಲ್ಲ ಬಗೆಯ ಉದ್ದಿಮೆಗಳಿಗೆ ಅನ್ವಯಿಸುತ್ತದೆ. ನೂರಕ್ಕೂ ಅಧಿಕ ವರ್ಷಗಳ ಕಾಲ ಪತ್ರಿಕೆಗಳು ಸಮಾಜದಲ್ಲಿ ಬಹುನಿರ್ಣಾಯಕ ಪಾತ್ರವಹಿಸಿದ್ದವು. 1990ರ ನಂತರದ ಕಂಪ್ಯೂಟರ್ ತಂತ್ರಜ್ಞಾನ ಆಧಾರಿತ ಸಂಪರ್ಕ ಕ್ರಾಂತಿ ಬಹುಗಂಭೀರ ಬದಲಾವಣೆಗೆ ಕಾರಣವಾಯಿತು. ಸಮುದಾಯ ಆಧಾರಿತ ಅವಲಂಬನೆಯ ಬದಲು, ವ್ಯಕ್ತಿ ಆಧಾರಿತ ಸೇವೆಗಳ ಲಭ್ಯತೆ ನಮ್ಮ ಆಲೋಚನಾ ಕ್ರಮವನ್ನೇ ಬದಲಿಸಿತು. ಕಂಪ್ಯೂಟರ್ ಆಧಾರಿತ ಅಂತರ್ಜಾಲ ಸೇವೆಗಳು ಸಮಾಚಾರದ ಮಹಾಪೂರವನ್ನೇ ನಮ್ಮ ಮುಂದೆ ಇರಿಸಿದವು. ಸುದ್ದಿ, ವಿಶ್ಲೇಷಣೆ ಹಾಗೂ ಅಭಿಪ್ರಾಯಗಳು ಕ್ಷಣಮಾತ್ರದಲ್ಲಿ ಕಂಪ್ಯೂಟರ್, ನಂತರ ಮೊಬೈಲ್‌ಗಳಲ್ಲಿ ಹರಿದಾಡಲಾರಂಭಿಸಿದವು.

ತದನಂತರ ಓದುಗರ ಮತ್ತು ಜಾಹಿರಾತಿನ ಬೆಂಬಲ ಪತ್ರಿಕೆಗಳಿಗೆ ಕ್ಷೀಣಿಸತೊಡಗಿತು. ಭಾರತವೂ ಸೇರಿದಂತೆ ಅನೇಕ ದೇಶಗಳಲ್ಲಿ ಪತ್ರಿಕೆಗಳು ಇಂದು ಸಂಕಷ್ಟದಲ್ಲಿವೆ. ಮುಂದುವರಿದ ಅಮೆರಿಕಾ ಹಾಗೂ ಯುರೋಪಿನಲ್ಲಂತೂ ಪತ್ರಿಕೆಗಳ

ಸ್ಥಿತಿ ಬಹು ಗಂಭೀರವಾಗಿದೆ. ಕಳೆದ ಮೂರು ದಶಕಗಳಲ್ಲಿ ಆದ ಪರಿವರ್ತನೆಗಳು ಪತ್ರಿಕೆಗಳ ಅಸ್ತಿತ್ವವನ್ನೇ ಅಲುಗಾಡಿಸುತ್ತಿವೆ. ಜಾಹಿರಾತಿನ ಆದಾಯ ಕುಸಿದಿದೆ. ಏತನ್ಮಧ್ಯೆ, ಫೇಸ್‌ಬುಕ್ ಮತ್ತು ಗೂಗಲ್ ಕಳೆದ ವರ್ಷವೊಂದರಲ್ಲೇ ತಮ್ಮ ಡಿಜಿಟಲ್ ಜಾಹಿರಾತು ವ್ಯವಹಾರಗಳಿಂದ ಶತಕೋಟಿ ಗಳಿಸಿವೆ. ಎರಡು ಕಂಪನಿಗಳ ಎಲ್ಲಾ ಡಿಜಿಟಲ್ ಜಾಹಿರಾತು ಆದಾಯದ ಸುಮಾರು ಶೇ. 60ರಷ್ಟು ಪಾಲನ್ನು ಹೊಂದಿವೆ ಎಂದರೆ ಈ ದೈತ್ಯ ಟೆಕ್ ಕಂಪನಿಗಳ ಪ್ರಭಾವ ಊಹಿಸಬಹುದಾಗಿದೆ.

ಅನೇಕ ಕಡೆ ಸ್ಥಳೀಯ ಸುದ್ದಿಯನ್ನು ಪ್ರಕಟಿಸುವ ಪತ್ರಿಕೆಗಳೇ ಇಲ್ಲ. ಜನರ ಸಮಸ್ಯೆಗಳನ್ನು ಸ್ಥಳೀಯವಾಗಿ ಚರ್ಚಿಸುವ ವೇದಿಕೆಗಳೇ ಇಲ್ಲ. 'ಸುದ್ದಿ ಕ್ಷಾಮ' ಉಂಟಾಗಿದೆ. ಇದು ಪ್ರಜಾಸತ್ತೆಗೆ ಮಾರಕ ಎಂದು ಮಾಧ್ಯಮ ತಜ್ಞರು ಆತಂಕಗೊಂಡಿದ್ದಾರೆ. ಇಂತಹ ಗಂಭೀರ ತೊಡಕುಗಳ ನಡುವೆ, ಪರ್ಯಾಯ / ಸ್ವತಂತ್ರ /ಲಾಭರಹಿತ /ಸಮುದಾಯ ಆಧಾರಿತ /ಪತ್ರಿಕೋದ್ಯಮ ಪ್ರಭೇದಗಳು ಹೊರಹೊಮ್ಮುತ್ತಿರುವುದು ಸಂತಸಕರ. ಈ ಬಗೆಯ ಪತ್ರಿಕೋದ್ಯಮಕ್ಕೆ ವಿಶ್ವದಾದ್ಯಂತ ನೀರೆರೆಯುವ ಪ್ರಯತ್ನಗಳು ನಡೆಯುತ್ತಿವೆ.

ಇದು ಸಾಧ್ಯವಾಗುತ್ತಿರುವುದು ಓದುಗರ ಬೆಂಬಲ ಮತ್ತು ದೇಣಿಗೆ ಸಂಸ್ಥೆಗಳ ನೆರವು ಹಾಗೂ ಸಹಕಾರಗಳಿಂದ. ಬೃಹತ್ ಪತ್ರಿಕೆಗಳು, ದೃಶ್ಯ ಮಾಧ್ಯಮವಾದ ಟಿವಿ ವಾಹಿನಿಗಳಿಗೆ ಅಧಿಕ ಜಾಹಿರಾತು ಮತ್ತು ಪ್ರಾಯೋಜಕರು ಮುಂಬರುತ್ತಾರೆ. ಆದರೆ ಪತ್ರಿಕೆಗಳಿಗೆ, ಅದರಲ್ಲೂ ಸಣ್ಣ ಮತ್ತು ಸಮುದಾಯ ಪತ್ರಿಕೆಗಳಿಗೆ ಜಾಹಿರಾತು ಬರುವ ಪ್ರಮಾಣ ಬಹಳವಾಗಿ ಕ್ಷೀಣಿಸಿದೆ. ಗಂಭೀರ ಚರ್ಚೆಗಳಿಗೆ ಇಲ್ಲವೇ ತನಿಖಾ ವರದಿಗಳಿಗೆ ಪ್ರಾಯೋಜಕತ್ವ ಬಲು ಅಪರೂಪ.

ಜಾಹಿರಾತಿನ ಬೆಂಬಲ ಇಳಿಮುಖವಾಗುತ್ತಿದ್ದಂತೆ ಪತ್ರಿಕೆಗಳ ಮೇಲಿನ ಒತ್ತಡ ಅಧಿಕವಾಗಿ ಪತ್ರಕರ್ತರ ವೃತ್ತಿಪರ ಸ್ವಾಯತ್ತತೆಯ ಮೇಲೆ ಸಹ ಗುರುತರ ಪರಿಣಾಮಗಳು ಬೀರುತ್ತಿವೆ. ಮೊದಲಿಗೆ ಸುದ್ದಿ ಆಯ್ಕೆಯಲ್ಲಿ ಪತ್ರಕರ್ತರು ಬಹುತೇಕ ಪೂರ್ಣಪ್ರಮಾಣದ ಸ್ವಾತಂತ್ರ್ಯವನ್ನು ಹೊಂದಿದ್ದರು. ಅದು ಕ್ರಮೇಣ ಕುಂಠಿತವಾಗಿ ಈಗ ಆಡಳಿತ ಮತ್ತು ಜಾಹಿರಾತು ವಿಭಾಗದವರ ಪ್ರಭಾವ ಹೆಚ್ಚಿದೆ. ಒಂದು ಅಧ್ಯಯನದ ಪ್ರಕಾರ ಅಮೆರಿಕಾದ ಪತ್ರಿಕಾ ಕಚೇರಿಗಳಲ್ಲಿ 1971 ಮತ್ತು 1982ರ ಸಮಯದಲ್ಲಿ ಶೇ. 60ರಷ್ಟು ಪತ್ರಕರ್ತರು ಸುದ್ದಿ-ಲೇಖನಗಳನ್ನು ಆಯ್ಕೆ ಮಾಡುವಲ್ಲಿ ಬಹುತೇಕ ಸಂಪೂರ್ಣ ಸ್ವಾತಂತ್ರ್ಯ ಹೊಂದಿದ್ದರು. ಆದರೆ 2013ರ ವೇಳೆಗೆ ಈ ಪ್ರಮಾಣ ಶೇ. 33.6ಕ್ಕೆ ಕುಸಿದಿದೆ. ಬಹುತೇಕ ಎಲ್ಲ ದೇಶಗಳಲ್ಲಿ ಪತ್ರಕರ್ತರ ವೃತ್ತಿಪರ ಸ್ವಾಯತ್ತತೆ ತೀವ್ರವಾಗಿ ಕುಸಿದಿದೆ. ವಾಣಿಜ್ಯ ಹಾಗೂ ಬಂಡವಾಳಶಾಹಿಗಳ ಮೇಲಾಟ ವೈಭವೀಕರಿಸುತ್ತಿದೆ. ಮುದ್ರಣ ಕಾಗದದ ತೀವ್ರ ಬೆಲೆ ಏರಿಕೆ, ಜಾಹಿರಾತಿನ ಕುಸಿತ ಹಾಗೂ ಅತಿಕಡಿಮೆ ಬೆಲೆಗೆ ಪತ್ರಿಕೆಗಳನ್ನು ಮಾರಬೇಕಾದ ಒತ್ತಡಗಳು ಪತ್ರಿಕಾ ಪ್ರಕಟಣೆಯನ್ನು ಸಂಕಷ್ಟಕ್ಕೆ ದೂಡಿವೆ.

ಸಮುದಾಯ ಸೇವೆಯನ್ನೇ ಮುಖ್ಯ ಆಶಯವನ್ನಾಗಿರಿಸಿಕೊಂಡ, ಲಾಭರಹಿತ ಪ್ರಕಟಣೆಗಳು ಇಂದು ವಿಶ್ವದ ಹಲವು ದೇಶಗಳಲ್ಲಿ ಹೊರಬರುತ್ತಿವೆ. ಇವು ಸಾರ್ವಜನಿಕರ ಅಗತ್ಯಗಳನ್ನು ತ್ವರಿತವಾಗಿ ಮನಗಂಡಿವೆ ಮತ್ತು ಬೇರೆಲ್ಲಿಯೂ ಕಂಡುಕೊಳ್ಳಲಾಗದ ಮಾಹಿತಿ ಒದಗಿಸಲು ಪ್ರಾಮಾಣಿಕವಾಗಿ ಪ್ರಯತ್ನಿಸುತ್ತಿವೆ. ಪರ್ಯಾಯ ಪತ್ರಿಕೋದ್ಯಮವು 21ನೇ ಶತಮಾನದ ಅವಧಿಯಲ್ಲಿ ಬಹುವೇಗವಾಗಿ ಬೆಳೆಯುತ್ತಿರುವುದು ಸ್ಥಳೀಯ ಸಮುದಾಯಗಳಲ್ಲಿ ಹೊಸ ಆಶಾಭಾವನೆಯನ್ನು ಸೃಷ್ಟಿಸಿದೆ.

ಬಹುಪಾಲು ಪಾಶ್ಚಿಮಾತ್ಯ ದೇಶಗಳ ನಗರಗಳು ಮತ್ತು ಗ್ರಾಮೀಣ ಸಮುದಾಯಗಳಲ್ಲಿ ಪ್ರಕಟವಾಗುತ್ತಿದ್ದ ಪತ್ರಿಕೆಗಳು ಆರ್ಥಿಕ ಒತ್ತಡಗಳಿಂದ ಕಣ್ಮರೆಯಾದವು. ತಮ್ಮ ಸುತ್ತಲೂ ಏನು ನಡೆಯುತ್ತಿದೆ ಎಂಬುದರ ಬಗ್ಗೆ ವಿಶ್ವಾಸಾರ್ಹ ಸುದ್ದಿಗಳ ಮೂಲಗಳೇ ಇಲ್ಲವಾದವು! ಹಲವಾರು ತಲೆಮಾರುಗಳಿಂದ ಪತ್ರಿಕೆಗಳನ್ನು ಓದಿ ಬೆಳೆದವರಿಗೆ ತಾವು ಏನೋ ಕಳೆದುಕೊಂಡೆವು ಎಂದು ಭಾಸವಾಯಿತು. ಟಿವಿ ಇಲ್ಲವೇ ಡಿಜಿಟಲ್ ಮಾಧ್ಯಮಗಳು ಪತ್ರಿಕೆಗಳಷ್ಟು ಸಮರ್ಥವಾಗಿ ಸುದ್ದಿ ಇಲ್ಲವೇ ಅಭಿಪ್ರಾಯಗಳನ್ನು ಪ್ರತಿಬಿಂಬಿಸಲಾರವು ಎಂಬುದನ್ನು ಸಮುದಾಯಗಳು ಮನಗಂಡವು. ಹಲವರು ಪತ್ರಿಕೆಗಳಿಗೆ ನೇರವಾಗಿ ಹಣದ ನೆರವು ನೀಡಿದರು. ಇದನ್ನು ಮನಗಂಡ ಹಲವು ದಾನಿಗಳು ಕೈಜೋಡಿಸಲು ಆರಂಭಿಸಿದರು. ನಂತರ ಲಾಭರಹಿತ ಸುದ್ದಿ ಚಳುವಳಿ ಒಂದು ರೀತಿಯ ಆಂದೋಲನವಾಗಿ ಮಾರ್ಪಟ್ಟಿತು.

ಆಸಕ್ತಿಯ ಸಂಗತಿ ಎಂದರೆ "ಅಂತಾರಾಷ್ಟ್ರೀಯ ತನಿಖಾ ವರದಿಗಾರರ ಒಕ್ಕೂಟ" ಕೂಡ ಒಂದು ಲಾಭರಹಿತ ಸಂಸ್ಥೆ ಎಂಬುದು ಗಮನಾರ್ಹ. ಈ ಒಕ್ಕೂಟ, 'ಪನಾಮ' ಮತ್ತು 'ಪಂಡೋರಾ' ಹೆಸರಿನ ಅತ್ಯುತ್ತಮ ತನಿಖಾ ವರದಿಗಳನ್ನು ಪ್ರಕಟಿಸಿ, ಜಗತ್ತಿನ ಗಮನ ಸೆಳೆದಿವೆ. ರಾಷ್ಟ್ರೀಯ ನಾಯಕರು ಸೇರಿದಂತೆ ವಿಶ್ವದ ಶ್ರೀಮಂತರು ಮತ್ತು ಶಕ್ತಿಶಾಲಿಗಳಿಂದ ಶೋಷಣೆಗೊಳಗಾದ ಅಂತಾರಾಷ್ಟ್ರೀಯ ಹಣಕಾಸು ವ್ಯವಸ್ಥೆಯನ್ನು ಬಹುದೇಶಗಳ ಪರಿಣಿತ ತನಿಖಾ ವರದಿಗಾರರ ಒಕ್ಕೂಟ ಬಹಿರಂಗಪಡಿಸಿತು. ಅಮೆರಿಕಾದ ಹೆಸರಾಂತ ಸುದ್ದಿಸಂಸ್ಥೆ ಅಸೋಸಿಯೇಟೆಡ್ ಪ್ರೆಸ್(ಎಪಿ) ಕೂಡ ಲಾಭರಹಿತ ಸಹಕಾರಿ ಸಂಸ್ಥೆ. ವಿಕಿಪೀಡಿಯಾ ಜನತೆಯ ಹಣಕಾಸು ನೆರವಿನಿಂದ ಬೆಳೆದ ಜ್ಞಾನಗಂಗೋತ್ರಿ. ನಮ್ಮ ದೇಶದ ದೂರದರ್ಶನ ಮತ್ತು ಆಕಾಶವಾಣಿ ಕೇವಲ ಸರಕಾರದ ನೆರವು ಮತ್ತು ಜಾಹಿರಾತು ಅವಲಂಬಿಸಿದರೆ, ಅಮೆರಿಕಾದ ನ್ಯಾಷನಲ್ ಪಬ್ಲಿಕ್ ರೇಡಿಯೋ ಕೇಳುಗರ ದೇಣಿಗೆಗಳು, ಜಾಹಿರಾತು ಮತ್ತು ಸರ್ಕಾರಿ ಧನಸಹಾಯ ಪಡೆಯುವ ಲಾಭರಹಿತ ಬಾನುಲಿ ಸೇವೆ. ಆದರೆ ನಮ್ಮಲ್ಲಿ ದೇಣಿಗೆ ಪಡೆಯುವ ಪರಿಪಾಠವಿಲ್ಲ. ಸರ್ಕಾರಿ ಮತ್ತು ಜಾಹಿರಾತಿನ ನೆರವುಗಳಿಂದ ಮಾತ್ರ ಇವು ಕಾರ್ಯನಿರ್ವಹಿಸುತ್ತವೆ.

ಪ್ರೊಪಬ್ಲಿಕಾ

ಹಲವು ಆಸಕ್ತಿಯುತ ಸುದ್ದಿಗಳನ್ನು ಪ್ರಕಟಿಸಿದ ಪ್ರೊಪಬ್ಲಿಕಾ ಕೂಡ ದೇಣಿಗೆಗಳಿಂದ ಬೆಂಬಲಿತ ಲಾಭರಹಿತ ಸಂಸ್ಥೆ ಎಂಬುದು ಗಮನಾರ್ಹ. ಸಹಜವಾಗಿ, ಸಾರ್ವಜನಿಕ ಸೇವಾ ಮಾದರಿಯು ಅತ್ಯಂತ ಭರವಸೆದಾಯಕವಾಗಿದೆ. 1977ರಲ್ಲಿ ಸ್ಥಾಪನೆಯಾದ 'ತನಿಖಾ ವರದಿಯ ಕೇಂದ್ರ', ತನಿಖಾ ವರದಿಗಾಗಿ ಸ್ಥಾಪಿಸಲಾದ ಅಮೆರಿಕಾದ ಮೊದಲ ಲಾಭರಹಿತ ಮಾಧ್ಯಮ ಸಂಸ್ಥೆಯಾಗಿದೆ. 2007ರಲ್ಲಿ ಸ್ಥಾಪಿಸಲಾದ ಪ್ರೊಪಬ್ಲಿಕಾ, ತನಿಖಾ ಪತ್ರಿಕೋದ್ಯಮಕ್ಕಾಗಿ ಸ್ಥಾಪಿತವಾದ ಲಾಭರಹಿತ ಸುದ್ದಿಸಂಸ್ಥೆಗಳ ಪೈಕಿ ಮುಂಚೂಣಿಯಲ್ಲಿದೆ. ಇದು ಇತರೆ ಮಾಧ್ಯಮ ಸಂಸ್ಥೆಗಳ ಸಹಕಾರದೊಂದಿಗೆ ತನಿಖಾ ವರದಿಗಳನ್ನೂ ಪ್ರಕಟಿಸುತ್ತದೆ. 100ಕ್ಕೂ ಮಿಗಿಲಾದ ವರದಿಗಾರರು ಮತ್ತು ಸಂಪಾದಕರನ್ನು ನೇಮಿಸಿಕೊಂಡು ಸಕ್ರಿಯವಾಗಿದೆ. ಈ ಸಂಸ್ಥೆಯ ಅನೇಕರಿಗೆ ಪುಲಿಟ್ಜರ್ ಪ್ರಶಸ್ತಿ ಸೇರಿ ಅನೇಕ ಬಹುಮಾನಗಳು ಸಂದಿವೆ.

ಸಾರ್ವಜನಿಕ ಸೇವೆ ಮತ್ತು ತನಿಖಾ ಪತ್ರಿಕೋದ್ಯಮದ ಮೌಲ್ಯ ಮತ್ತು ಪ್ರಯೋಜನವನ್ನು ಉತ್ತೇಜಿಸುವ ದೃಷ್ಟಿಯಿಂದ ಹಾಗೂ ಪತ್ರಿಕೋದ್ಯಮವನ್ನು ಲೋಕೋಪಕಾರಿ ಸಾಧನವಾಗಿ ಉನ್ನತೀಕರಿಸಿ, ಅಂತಹ ಮಾಧ್ಯಮ ಸಂಸ್ಥೆಗಳಿಗೆ ಸುಸ್ಥಿರ ಆದಾಯವನ್ನು ಸೃಷ್ಟಿಸುವಲ್ಲಿ ಹಲವು ಸಂಸ್ಥೆಗಳು ಸಕ್ರಿಯವಾಗಿವೆ. ಈ ಹೊಸ ಮಾದರಿ ಸೇವಾನಿರತ ಸಂಸ್ಥೆಗಳು ಹೊಸ ಆರ್ಥಿಕ ಮಾದರಿಗಳಿಗೆ ಹೊಂದಿಕೊಳ್ಳಲು ಮತ್ತು ಅಭಿವೃದ್ಧಿ ಹೊಂದಲು ಅನೇಕ ಪೂರಕ ಕ್ರಮಗಳನ್ನು ಇವು ಪ್ರಾಯೋಜಿಸುತ್ತವೆ. ಉದಾಹರಣೆಗೆ ಈ ಬಗೆಯ ಮಾಧ್ಯಮ ಸಂಸ್ಥೆಗಳು ತಮ್ಮ ಓದುಗರಿಂದ ಸಂಗ್ರಹಿಸುವ ನೆರವಿಗೆ ಪೂರಕವಾಗಿ, ದಾನಿಗಳು ಮತ್ತು ಸಾಂಸ್ಥಿಕ ನಿಧಿಗಳಿಂದ (ಫೌಂಡೇಷನ್ಸ್) ನೆರವು ಕೊಡಿಸುವ ಪ್ರಯತ್ನಗಳಲ್ಲಿ ಸಹಕರಿಸುತ್ತವೆ. ದೇಶದ ನಿಧಿ ಸಂಗ್ರಹಣೆಯ ರೂಪುರೇಷೆಗಳು ಹಾಗೂ ನೀತಿನಿಯಮಗಳನ್ನು ಇವು ಅನುಸರಿಸುತ್ತವೆ. 'ನ್ಯೂಸ್ ಮ್ಯಾಚ್' ಅಂತಹ ಒಂದು ಸಹಯೋಗದ ನಿಧಿ ಸಂಗ್ರಹಣೆ ಚಳವಳಿ. ಒಂದು ಪತ್ರಿಕೆ ಸ್ಥಳೀಯ ಓದುಗರಿಂದ ಸಂಗ್ರಹಿಸುವ ಹಣದ ಮೊತ್ತದಷ್ಟೇ ಹಣವನ್ನು (ಸಮಾನಾಂತರ ಮೊತ್ತ) ದಾನಿಗಳಿಂದ ಸಂಗ್ರಹಿಸಿ ಕೊಡುತ್ತದೆ. ನ್ಯೂಸ್ ಮ್ಯಾಚ್ ಅನ್ನು, ಅಮೆರಿಕಾದ ಪ್ರಮುಖ ಸಾಂಸ್ಥಿಕ ದಾನ ಸಂಸ್ಥೆಗಳಾದ ಡೆಮಾಕ್ರಸಿ ಫಂಡ್, ನೈಟ್ ಫೌಂಡೇಶನ್, ಫೇಸ್‌ಬುಕ್ ಜರ್ನಲಿಸಂ ಪ್ರಾಜೆಕ್ಟ್ ಉದಾರವಾಗಿ ಬೆಂಬಲಿಸುತ್ತವೆ.

ಈ ಸಮುದಾಯದ ಸೇವಾ ಪ್ರಕಟಣೆಗಳು ಪಶ್ಚಿಮ ಅಮೆರಿಕಾದ ಭಾಗದಲ್ಲಿ ಹಲವಾರು ತಿಂಗಳುಗಳ ಕಾಲ ಮಾಹಿತಿ ಸಂಗ್ರಹಿಸಿ ಕಲುಷಿತ ನೀರು, ಬರಗಾಲ, ಅಂತರ್ಜಲದ ಅತಿಬಳಕೆ ಮತ್ತು ಭೂ ಮಾಲೀಕತ್ವ ಸೇರಿದಂತೆ ಹಲವಾರು

ಜ್ವಲಂತ ಸಮಸ್ಯೆಗಳ ಕುರಿತ ವರದಿಗಳನ್ನು ಪ್ರಕಟಿಸಿ ಸರಕಾರದ ಗಮನ ಸೆಳೆದವು. ಕೋವಿಡ್-19ರ ಸಾಂಕ್ರಾಮಿಕ ರೋಗದ ಸಮಯದಲ್ಲಿ ಇವುಗಳ ಸಾರ್ವಜನಿಕ ಸೇವೆ ಜನಮನ ಸೆಳೆದವು. ಲಾಭರಹಿತ ಸುದ್ದಿಸಂಸ್ಥೆಗಳ ಗುಂಪಿನಲ್ಲಿ 350ಕ್ಕೂ ಹೆಚ್ಚು ಸ್ವತಂತ್ರ ಪ್ರಕಟಣೆಗಳನ್ನು ಓದುಗರು ಮತ್ತು ದಾನಿಗಳು ಬಲಪಡಿಸಿವೆ. ಲಾಭರಹಿತ, ನಿಷ್ಪಕ್ಷಪಾತ ಮತ್ತು ಸಾರ್ವಜನಿಕ ಸೇವೆಗೆ ಇವುಗಳು ಮೀಸಲಾಗಿವೆ. ದಿ ಮಿಯಾಮಿ ಫೌಂಡೇಶನ್ ಸಹ ಶಿಕ್ಷಣ, ಆರೋಗ್ಯ ರಕ್ಷಣೆ ಹಾಗೂ ಪರಿಸರದಂತಹ ವಿಷಯಗಳ ಮೇಲೆ ಕೇಂದ್ರೀಕರಿಸಿದ ಸ್ವತಂತ್ರ ಪತ್ರಿಕೋದ್ಯಮಕ್ಕೆ ಧನಸಹಾಯ ಮಾಡುತ್ತಿದ್ದಾರೆ. ಜನರಿಗೆ ಮಾಹಿತಿ ನೀಡಿದರೆ ಅವರ ಕೆಲಸವು ಹೆಚ್ಚು ಪರಿಣಾಮ ಬೀರುತ್ತದೆ ಎಂದು ಈ ಸಂಸ್ಥೆ ನಂಬಿಕೆ ಇರಿಸಿದೆ.

ಬಡತನ, ಹಸಿವು ಮತ್ತು ಶಿಕ್ಷಣ ಕೊರತೆಗಳ ಬಗ್ಗೆ ಬರೆಯಲು ಮೀಸಲಾದ 2,500ಕ್ಕೂ ಹೆಚ್ಚು ವರದಿಗಾರರನ್ನು ಪತ್ರಿಕೆಗಳೂ ಸೇರಿದಂತೆ, ಬಾನುಲಿ ಮತ್ತು ಡಿಜಿಟಲ್ ಮಾಧ್ಯಮ ಸಂಸ್ಥೆಗಳು ನೇಮಿಸಿಕೊಳ್ಳುವ ಮೂಲಕ ಬರಹಗಳ ವೈವಿಧ್ಯತೆಯನ್ನು ಹೆಚ್ಚಿಸಿಕೊಂಡಿವೆ ಹಾಗೂ ಪ್ರಸಾರವನ್ನು ಸಹ ಉತ್ತಮಪಡಿಸಿಕೊಂಡಿವೆ. ಸ್ಥಳೀಯ ಪೊಲೀಸ್ ಮತ್ತು ಸಾರ್ವಜನಿಕ ಸುರಕ್ಷತಾ ನೀತಿಗಳಲ್ಲಿ ಉದ್ದೇಶಿತ ಬದಲಾವಣೆಗಳು ಮತ್ತು ಸುಧಾರಣೆಗಳನ್ನು ಪರಿಶೀಲಿಸಿ, ಈ ಧನಸಹಾಯ ಪಡೆದ ಪತ್ರಕರ್ತರು ವಿಶೇಷ ವರದಿಗಳನ್ನು ಪ್ರಕಟಿಸುವರು. ಈ ವರದಿಗಳನ್ನು ಮುಕ್ತವಾಗಿ ಇತರೆ ಪ್ರಕಟಣೆಗಳು ಬಳಸಬಹುದಾಗಿದೆ.

ಗೂಗಲ್, ಫೇಸ್‌ಬುಕ್, ಬಿಬಿಸಿ ಹಾಗೂ ಇತರೆ ಸಂಸ್ಥೆಗಳ ನೆರವು

ಸ್ಥಳೀಯ ಸುದ್ದಿ ಮತ್ತು ತನಿಖಾ ಪತ್ರಿಕೋದ್ಯಮವನ್ನು ಬೆಂಬಲಿಸಲು ಗೂಗಲ್ ಸಂಸ್ಥೆ ಸಹ ಧನಸಹಾಯ ನೀಡುತ್ತಿದೆ. ಅಮೆರಿಕಾ ಮತ್ತು ಕೆನಡಾ ದೇಶಗಳ ಮಾಧ್ಯಮ ಸಂಸ್ಥೆಗಳಲ್ಲಿ ಕೆಲಸ ಮಾಡುವ ತನಿಖಾ ಪತ್ರಕರ್ತರಿಗೆ ನಿಗದಿತ ಅವಧಿಗೆ ವೇತನವನ್ನು ನೀಡುತ್ತದೆ. ಪತ್ರಕರ್ತರ ನೇಮಕ, ತರಬೇತಿ ಹಾಗೂ ಅವರು ಪ್ರಕಟಿಸುವ ವರದಿಗಳನ್ನು ಬಹುಎಚ್ಚರಿಕೆಯಿಂದ ಪರಿಶೀಲನೆ ನಡೆಸಲಾಗುವುದು. ಯಾವ ಸಮುದಾಯಗಳಲ್ಲಿ ಮಾಧ್ಯಮಗಳ ಕೊರತೆ ಇದೆಯೋ, ಅಂತಹ ಕಡಿಮೆ ಪ್ರತಿನಿಧಿಸುವ ಸಮುದಾಯಗಳು ನೆರವು ಪಡೆಯುತ್ತವೆ. ಸ್ಥಳೀಯ ಪತ್ರಿಕೋದ್ಯಮವು ಪ್ರಜಾಪ್ರಭುತ್ವಕ್ಕೆ ಆಧಾರ ಮತ್ತು ಆರೋಗ್ಯಕ್ಕೆ ನಿರ್ಣಾಯಕವಾಗಿವೆ. ಮಾಹಿತಿಯನ್ನು ಬಹಿರಂಗಪಡಿಸಲು ತಂತ್ರಜ್ಞಾನ ಮತ್ತು ಸಂಪನ್ಮೂಲಗಳ ಕೊರತೆಯನ್ನು ನೀಗಿಸುವಲ್ಲಿ ಇಂತಹ ಪ್ರಯತ್ನಗಳು ಬಹಳ ಮುಖ್ಯವಾಗುತ್ತಿವೆ.

ಆಯಾ ಸಮುದಾಯಗಳಿಗೆ ಅಗತ್ಯವೆನಿಸಿರುವ ಮಾಹಿತಿಯನ್ನು ದೊರಕಿಸಿಕೊಡುವಲ್ಲಿ ಹಲವಾರು ಬೃಹತ್ ಮಾಧ್ಯಮ ಸಂಸ್ಥೆಗಳು ವಿಶ್ವದಾದ್ಯಂತ ತಮ್ಮ ನೆರವು ನೀಡಲು ಆರಂಭಿಸಿರುವುದು ಅಭಿನಂದನೀಯ. ಇವುಗಳ ಜತೆ

ಹಲವು ವಿಶ್ವವಿದ್ಯಾಲಯಗಳು ನೇರವಾಗಿ ಪತ್ರಕರ್ತರಿಗೆ ತಂತ್ರಜ್ಞಾನ ಮತ್ತು ಕೌಶಲ ಅಭಿವೃದ್ಧಿಗೆ ಕೈಜೋಡಿಸಿವೆ.

ಕಳೆದ ಮೂರು ವರ್ಷಗಳಲ್ಲಿ, ಫೇಸ್‌ಬುಕ್ ಸಂಸ್ಥೆ ಇಂಗ್ಲೆಂಡಿನಲ್ಲಿ ಸುಮಾರು 139 ಉದಯೋನ್ಮುಖ ವರದಿಗಾರರನ್ನು ಆಯ್ಕೆ ಮಾಡಿ ತರಬೇತಿ ನೀಡಿ, ಅಗತ್ಯವಿರುವ ಸಮುದಾಯ ಪತ್ರಿಕೆಗಳಿಗೆ ಕಳುಹಿಸಿದೆ. ಇವರು ತಮಗೆ ವಹಿಸಿರುವ ನಿರ್ದಿಷ್ಟ ಕ್ಷೇತ್ರಗಳಲ್ಲಿ ಕೆಲಸ ಮಾಡಿ ವರದಿಗಳನ್ನು ಪ್ರಕಟಿಸಬೇಕಾಗಿದೆ. ಇಂಗ್ಲೆಂಡಿನಲ್ಲಿ ನಿರ್ಧಿಷ್ಟ ತರಬೇತಿ ಇಲ್ಲದೆ ಪತ್ರಕರ್ತನಾಗುವಂತಿಲ್ಲ. ಪತ್ರಕರ್ತರ ತರಬೇತಿಯ ರಾಷ್ಟ್ರೀಯ ಮಂಡಳಿಯ (ನ್ಯಾಶನಲ್ ಕೌನ್ಸಿಲ್ ಫಾರ್ ದಿ ಟ್ರೈನಿಂಗ್ ಆಫ್ ಜರ್ನಲಿಸ್ಟ್ಸ್ (NCTJ) ಸಹಭಾಗಿತ್ವದಲ್ಲಿ ತರಬೇತಿ ನೀಡಲಾಗುತ್ತದೆ. ತನ್ನ 'ಸಮುದಾಯ ಸುದ್ದಿ ಯೋಜನೆ' ಮೂಲಕ ಫೇಸ್‌ಬುಕ್ ಸಂಸ್ಥೆ ಹಲವಾರು ದೇಶಗಳಲ್ಲಿ ಇಂತಹ ಕೆಲಸವನ್ನು ನಿಭಾಯಿಸುತ್ತಿದೆ. ವಿವಿಧ ಸಮುದಾಯಗಳಿಗೆ ಸೇರಿದವರನ್ನು ಉದ್ದೇಶಪೂರ್ವಕವಾಗಿ ಆಯ್ಕೆ ಮಾಡಿ ತರಬೇತಿ ನೀಡಲಾಗುತ್ತದೆ. ಇದರಿಂದ ಸಮಾಜದ ಎಲ್ಲ ವರ್ಗಗಳ ಆಶೋತ್ತರಗಳನ್ನು ಸಮರ್ಥವಾಗಿ ಪ್ರತಿಬಿಂಬಿಸಲು ಸಾಧ್ಯ ಎನ್ನುವ ನಂಬಿಕೆ ಹೊಂದಲಾಗಿದೆ. ಪಾಶ್ಚಿಮಾತ್ಯ ದೇಶಗಳಲ್ಲಿ ಅನೇಕ ದೇಶಗಳಿಂದ ಬಂದು ನೆಲೆಸಿದವರ ಸಂಖ್ಯೆ ಏರಿಕೆಯಾಗುತ್ತಿರುವ ಹಿನ್ನೆಲೆಯಲ್ಲಿ ಈ ಕ್ರಮ ಅಗತ್ಯವಾಗಿದೆ.

ಫೇಸ್‌ಬುಕ್ ಸಂಸ್ಥೆ 2019ರಿಂದ ಸ್ಥಳೀಯ ಸುದ್ದಿಗಳನ್ನು ಬೆಂಬಲಿಸಲು ಜಾಗತಿಕವಾಗಿ 230 ಮಿಲಿಯನ್ ಅಮೆರಿಕನ್ ಡಾಲರ್‌ಗಳನ್ನು ಹೂಡಿಕೆ ಮಾಡಿದೆ. ಈ ಯೋಜನೆಯ ಪ್ರಮುಖ ಉದ್ದೇಶ ಪ್ರಪಂಚದಾದ್ಯಂತ ಸ್ಥಳೀಯ ಸುದ್ದಿಸಂಸ್ಥೆಗಳೊಂದಿಗೆ ಸಹಕರಿಸಿ ಸ್ಥಳೀಯರಿಗೆ ಅಗತ್ಯವಾದ ಹಾಗೂ ಅವರ ಬೆಳವಣಿಗೆಗೆ ಪೂರಕವಾದ ಮಾಹಿತಿಯನ್ನು ನೀಡುವುದೇ ಆಗಿದೆ.

ಎಲ್ಲ ಜನಾಂಗ, ವರ್ಗದವರಿಗೆ ಪ್ರಾತಿನಿಧ್ಯ

ಸಮಾಜದ ಎಲ್ಲ ವರ್ಗದವರಿಗೆ ಪ್ರಾತಿನಿಧ್ಯ ಕಲ್ಪಿಸುವ ಉದ್ದೇಶದಿಂದ ಪತ್ರಿಕೋದ್ಯಮ ವೈವಿಧ್ಯ ಪ್ರಾತಿನಿಧ್ಯತೆ ಯೋಜನೆ (Journalism Diversity Scheme) ಮೂಲಕ ವೈವಿಧ್ಯಮಯ ಹಿನ್ನೆಲೆಯ ಪತ್ರಕರ್ತರನ್ನು ಬೆಂಬಲಿಸಲು ಈ ಯೋಜನೆ ನೆರವಾಗುತ್ತದೆ. ಪತ್ರಿಕೋದ್ಯಮ ಕೋರ್ಸ್ ಶುಲ್ಕ ಮತ್ತು ಜೀವನ ವೆಚ್ಚಗಳ ಸರಿದೂಗಿಸಲು, 53 ಆಕಾಂಕ್ಷಿಗಳಿಗೆ ನೆರವು ನೀಡಲಾಗುತ್ತಿದೆ. ಇಂಗ್ಲೆಂಡಿನ ಪತ್ರಿಕೆಗಳಲ್ಲಿ ಶೇ. 92ರಷ್ಟು ಬಿಳಿಯರ ಪ್ರಾತಿನಿಧ್ಯವಿದೆ. ಇತರೆ ಜನಾಂಗದವರಿಗೆ ಈ ಉದ್ಯಮ ಪ್ರವೇಶಿಸಲು ಈ ನೆರವುಗಳು ಸಹಾಯ ಮಾಡುತ್ತಿವೆ. ಈ ಯೋಜನೆಗೆ ಧನಸಹಾಯವು ಪ್ರಮುಖ ಉದ್ಯಮ ಸಂಸ್ಥೆಗಳು ಮತ್ತು ಸುದ್ದಿಸಂಸ್ಥೆಗಳಿಂದ ಬರುತ್ತಿದೆ. ಈ ಮಹತ್ವಾಕಾಂಕ್ಷಿ ಯೋಜನೆಗೆ ಫೇಸ್‌ಬುಕ್ (ಮೆಟಾ) ಸಹ ಎಂಟು

ಮಿಲಿಯನ್ ದತ್ತಿ ದೇಣಿಗೆ ನೀಡಿದೆ. ಇದರಿಂದ ಮುಂದಿನ ಎರಡು ವರ್ಷಗಳಲ್ಲಿ ಇಂಗ್ಲೆಂಡ್, ಸ್ಕಾಟ್ಲೆಂಡ್ ಮತ್ತು ವೇಲ್ಸ್‌ನಾದ್ಯಂತ ವಿವಿಧ ಸಮುದಾಯಗಳ ಕುರಿತು ವರದಿ ಮಾಡಲು 100 ಸಮುದಾಯ ವರದಿಗಾರರನ್ನು ತರಬೇತಿಗೊಳಿಸಿ ವಿವಿಧ ಮಾಧ್ಯಮ ಸಂಸ್ಥೆಗಳಿಗೆ ಕಳುಹಿಸಲಿದೆ. ಪತ್ರಕರ್ತರಿಗೆ ನಿಗದಿತ ಅರ್ಹತೆ ಗಳಿಸಲು ಮತ್ತು ಕಲಿಕೆಯ ಸಂಪನ್ಮೂಲಗಳನ್ನು ಒದಗಿಸುವ ಮೂಲಕ ಸುದ್ದಿ ಉದ್ಯಮವನ್ನು ಬೆಂಬಲಿಸುವ ಉತ್ತಮ ಪ್ರಯತ್ನ ಇದಾಗಿದೆ. ಬಿ.ಬಿ.ಸಿ. ಸಹ ಇಂತಹುದೇ ಉದ್ದೇಶಗಳಿಗೆ ಹಣಕಾಸು ನೆರವು ನೀಡಿದೆ.

ಸರಕಾರದಿಂದ ತೆರಿಗೆ ವಿನಾಯಿತಿ ಪಡೆಯಲು ಅನೇಕ ಮಾಧ್ಯಮ ಘಟಕಗಳು ಲಾಭೋದ್ದೇಶವಿಲ್ಲದ ಸುದ್ದಿಮಾಧ್ಯಮಗಳೆಂದು ಘೋಷಿಸಿಕೊಂಡಿವೆ. ಇವು ಹೆಚ್ಚು ಪ್ರಾತಿನಿಧಿಕ, ಹಾಗೂ ಸ್ಥಳೀಯ ಸಮುದಾಯಗಳೊಂದಿಗೆ ಹೆಚ್ಚು ನಿಕಟವಾಗಿ ಸಂಬಂಧ ಹೊಂದಿವೆ. ಇಂತಹ ಲಾಭೋದ್ದೇಶವಿಲ್ಲದ ಮಾಧ್ಯಮ ಸಂಸ್ಥೆಗಳು ಅಮೆರಿಕನ್ ಪತ್ರಿಕೋದ್ಯಮಕ್ಕೆ ಅರ್ಥಪೂರ್ಣವಾದ ಕೊಡುಗೆ ನೀಡುತ್ತಿವೆ. ರಿಪೋರ್ಟ್ ಫಾರ್ ಅಮೆರಿಕಾ ಸಂಸ್ಥೆ ಈಗ ಸುಮಾರು 70 ಮಾಧ್ಯಮ ಸಂಸ್ಥೆಗಳಿಗೆ 150 ವರದಿಗಾರರನ್ನು ನೇಮಕ ಮಾಡಿಕೊಳ್ಳಲು ಸಹಾಯ ಮಾಡಲಿದೆ. ಸ್ಥಳೀಯ ಪತ್ರಿಕೋದ್ಯಮದ ಕುಸಿತವನ್ನು ಹಿಮ್ಮೆಟ್ಟಿಸಲು ಈ ಪ್ರಯತ್ನಗಳು ಸಹಕಾರಿಯಾಗಲಿದೆ. ದೇಶದ ಎಲ್ಲ ರಾಜ್ಯಗಳ 270 ಮಾಧ್ಯಮ ಸಂಸ್ಥೆಗಳಿಗೆ ವಿಸ್ತರಿಸಲು ಹಾಗೂ 325 ತರಬೇತಿ ಪಡೆದ ಪತ್ರಕರ್ತರನ್ನು ಒದಗಿಸಲು ಯೋಜನೆ ಹಾಕಿಕೊಂಡಿದೆ.

ಇಂತಹ ಅರ್ಥಪೂರ್ಣ ಪ್ರಯತ್ನಗಳಲ್ಲಿ ಹಲವಾರು ಲೋಕೋಪಕಾರಿ ನಾಯಕರು, ಓದುಗರು ಮತ್ತು ದಾನಿಗಳು ಸಕ್ರಿಯವಾಗಿರುವುದರಿಂದ ಮರೆಯಾಗುತ್ತಿರುವ ಸ್ಥಳೀಯ ಪತ್ರಿಕೆಗಳಿಗೆ, ಪತ್ರಕರ್ತರಿಗೆ ಮತ್ತು ಓದುಗರಿಗೆ ಹೊಸ ಆಶಾಭಾವನೆ ಮೂಡಿದೆ.

ದೈತ್ಯ ಟೆಕ್ ಕಂಪನಿಗಳ ನೆರವು:

ಸ್ಥಳೀಯ ಮತ್ತು ಸಮುದಾಯ ಪತ್ರಿಕೆಗಳಿಗೆ ನೆರವಾಗಲು ಜಗತ್ತಿನ ದೈತ್ಯ ಟೆಕ್ ಕಂಪನಿಗಳಾದ ಗೂಗಲ್, ಫೇಸ್‌ಬುಕ್ ಹಾಗೂ ಬಿ.ಬಿ.ಸಿ., ಅನೇಕ ಉಪಕ್ರಮಗಳನ್ನು ಆರಂಭಿಸಿವೆ. ಹಣಕಾಸಿನ ನೆರವಿನ ಜತೆಗೆ ಪತ್ರಕರ್ತರ ವೃತ್ತಿಕೌಶಲ್ಯಗಳನ್ನು ಉನ್ನತೀಕರಿಸಲು ಸಿದ್ಧಪಾಠಗಳು ಮತ್ತು ವಿಡಿಯೋಗಳನ್ನೂ ಸಿದ್ಧಪಡಿಸಿವೆ. ಇವುಗಳನ್ನು ಯುವ ಪತ್ರಕರ್ತರು ಮತ್ತು ಮಾಧ್ಯಮ ವಿದ್ಯಾರ್ಥಿಗಳು ಉಚಿತವಾಗಿ ವೀಕ್ಷಿಸಬಹುದು ಇಲ್ಲವೇ ಡೌನ್ಲೋಡ್ ಮಾಡಿಕೊಳ್ಳಬಹುದು.

1. **ಪತ್ರಿಕೋದ್ಯಮದ ಮೂಲಭೂತ ಅಂಶಗಳು:** 13 ಪಾಠಗಳು, ಅವಧಿ: 106 ನಿಮಿಷ, ಡಿಜಿಟಲ್ ಯುಗದಲ್ಲಿ ವರದಿ ಮಾಡಲು ಪ್ರತಿಯೊಬ್ಬ ಪತ್ರಕರ್ತನಿಗೆ

ಅಗತ್ಯವಿರುವ ಕೌಶಲ್ಯಗಳನ್ನು ಈ ಕೋರ್ಸ್ ಕಲಿಸುತ್ತದೆ. ನೀವು ತಕ್ಷಣವೇ ಬಳಸಬಹುದಾದ ವ್ಯಾಪಕವಾದ ಪ್ರಾಯೋಗಿಕ ಪರಿಕರಗಳನ್ನು ನೀವು ಕಲಿಯಬಹುದು.

2. **ಗೂಗಲ್ ಪಾಡ್‌ಕಾಸ್ಟ್ ಮ್ಯಾನೇಜರ್:** 2 ಪಾಠಗಳು, ಅವಧಿ 15 ನಿಮಿಷಗಳು, ಕೇಳುಗರನ್ನು ಚೆನ್ನಾಗಿ ಅರ್ಥಮಾಡಿಕೊಳ್ಳಲು ಮತ್ತು ಗೂಗಲ್ ಪಾಡ್‌ಕಾಸ್ಟ್ ಮ್ಯಾನೇಜರ್ ಅನ್ನು ಹೇಗೆ ಬಳಸುವುದು ಎಂದು ತಿಳಿಸುತ್ತದೆ.
3. **ಗೂಗಲ್ ನ್ಯೂಸ್ ಇನಿಶಿಯೇಟಿವ್ ಲೈವ್:** ಒಂದು ಪಾಠ, ಅವಧಿ 45 ನಿಮಿಷಗಳು
4. **ಗೂಗಲ್ ನ್ಯೂಸ್ ಲ್ಯಾಬ್:** ಸಂವಾದಾತ್ಮಕ ಆನ್‌ಲೈನ್ ಸರಣಿ

ಫೇಸ್‌ಬುಕ್/ಮೆಟಾ

ಪತ್ರಿಕೋದ್ಯಮ ವಿದ್ಯಾರ್ಥಿಗಳು ಅಮೆರಿಕಾದ ಸ್ಥಳೀಯ ಸುದ್ದಿಮನೆಗಳಲ್ಲಿ ಇನ್‌ಸ್ಟಾಗ್ರಾಮ್ ಸಂಪಾದಕರಾಗಿ ಕೆಲಸ ಮಾಡಲು ಲೋಕಲ್ ನ್ಯೂಸ್ ಫೆಲೋಶಿಪ್ ಅಡಿಯಲ್ಲಿ ಹತ್ತು ವಾರಗಳ ಬೇಸಿಗೆ ಫೆಲೋಶಿಪ್ ಕಾರ್ಯಕ್ರಮ.

- ಬಿಬಿಸಿ ಸಹ ಹಲವಾರು ಉಪಯುಕ್ತ ಪಾಠ ಮತ್ತು ವಿಡಿಯೋಗಳನ್ನು ಉಚಿತವಾಗಿ ನೀಡುತ್ತಿದೆ.
- ಮುದ್ರಣ ಮಾಧ್ಯಮದ ಮೇಲಿನ ಅವಲಂಬನೆ ಇಳಿಕೆ
- ಸುದ್ದಿಯ ಮೂಲವಾಗಿ ಕೆಳಗಿನ ಯಾವ ಮಾಧ್ಯಮಗಳನ್ನು ನೀವು ಕಳೆದ ವಾರ ಬಳಸಿದಿರಿ? ಎಂಬ ಪ್ರಶ್ನೆಗೆ

2020ರ ಏಪ್ರಿಲ್ ತಿಂಗಳಿನಲ್ಲಿ ನಡೆಸಿದ ಸಮೀಕ್ಷೆಯಲ್ಲಿ ಮಾಹಿತಿದಾರರಿಂದ ದೊರೆತ ಉತ್ತರ						
ದೇಶಗಳು	ಸಾಮಾಜಿಕ ಮಾಧ್ಯಮ ಸೇರಿ ಆನ್ ಲೈನ್	ಟಿ.ವಿ	ಸಾಮಾಜಿಕ ಮಾಧ್ಯಮ	ಬಾನುಲಿ	ಮುದ್ರಣ (ದೈನಿಕ ಗಳು)	ಮ್ಯಾಗಜಿನ್ ಗಳು
ಇಂಗ್ಲೆಂಡ್	(2191)*	79%	71%	47%	35%	18%
ಅಮೆರಿಕ	(1221)	73%	60%	47%	21%	16%
ಜರ್ಮನಿ	(2003)	69%	72%	39%	41%	26%
ಸ್ಪೇನ್	(1018)	83%	71%	63%	24%	28%
ದ.ಕೊರಿಯಾ	(1009)	85%	65%	51%	14%	19%
ಅರ್ಜೆಂಟೀನಾ	(1003)	90%	77%	78%	24%	30%

* ಪ್ರತಿ ದೇಶದಲ್ಲಿ ಸಂಪರ್ಕಿಸಲಾದ ಮಾಹಿತಿದಾರರ ಸಂಖ್ಯೆ

ಮೇಲಿನ ಕೋಷ್ಟಕದ ಮಾಹಿತಿಯ ಅನುಸಾರ ಬಹುತೇಕ ದೇಶಗಳಲ್ಲಿ ಸಾಮಾಜಿಕ ಮಾಧ್ಯಮ ಮತ್ತು ಟಿವಿ ಪ್ರಮುಖ ಮಾಹಿತಿ ಮೂಲಗಳಾಗಿ ಹೊರಹೊಮ್ಮುತ್ತಿವೆ. ಮುದ್ರಣ ಮಾಧ್ಯಮದ ಮೇಲಿನ ಅವಲಂಬನೆ ಕ್ಷೀಣಿಸುತ್ತಿದೆ. ಇದು ಕ್ರಮೇಣವಾಗಿ ಭಾರತದಲ್ಲಿಯೂ ಸಂಭವಿಸುವ ಸಾಧ್ಯತೆಗಳಿವೆ.

(**ಮೂಲ:** ರಾಯಿಟರ್ ಸಂಸ್ಥೆಯ 2020ರ ಡಿಜಿಟಲ್ ನ್ಯೂಸ್ ರಿಪೋರ್ಟ್)

(ಸಮಾಜಮುಖಿ, ಜನವರಿ 2022)

20

ಸಾಮಾಜಿಕ ಮಾಧ್ಯಮಗಳ ಜತೆ ಪತ್ರಿಕೋದ್ಯಮ ಸಂಯೋಗ

ಜುಲೈ 1ರಂದು ಕರ್ನಾಟಕದಲ್ಲಿ ಪತ್ರಿಕಾ ದಿನವನ್ನು ಆಚರಿಸಲಾಗುತ್ತದೆ. 1843ರ ಈ ದಿನದಂದು ಕನ್ನಡದ ಮೊದಲ ಪತ್ರಿಕೆ 'ಮಂಗಳೂರ ಸಮಾಚಾರ' ಹೊರಬಂತು. ಸುಳ್ಳುಸುದ್ದಿಗಳ ಹರಡುವಿಕೆಗೆ ತಡೆವೊಡ್ಡಿ ಓದುಗರಿಗೆ ನಿಜಸುದ್ದಿಯನ್ನು ಪರಿಚಯಿಸುವ ಕಿಟಕಿ ಇದ್ದಂತೆ ಎಂದು ಪತ್ರಿಕೆಯ ಸಂಪಾದಕ ಹರ್ಮನ್ ಮೊಗ್ಲಿಂಗ್ ಸಮರ್ಥಿಸಿಕೊಂಡ. ಈ 178 ವರ್ಷಗಳಲ್ಲಿ ಸಮಾಚಾರ ಪತ್ರಿಕೆಗಳು, ಕನ್ನಡವೂ ಸೇರಿ, ಹಲವು ಮಜಲುಗಳಿಗೆ ಸಾಕ್ಷಿಯಾಗಿವೆ. ಕಪ್ಪು ಬಿಳುಪಿನಿಂದ ಈಗ ವರ್ಣಮಯವಾಗಿವೆ. ಸುದ್ದಿ ಸಂಗ್ರಹ ಬಹು ವಿಸ್ತಾರಗೊಂಡಿದೆ. ಜಗತ್ತಿನ ಯಾವುದೇ ಮೂಲೆಯಲ್ಲಿನ ನಿಷ್ಠುರ ಇಲ್ಲವೇ ಖಡಕ್ ಅಭಿಪ್ರಾಯಗಳು ತಕ್ಷಣವೇ ಪ್ರಕಟಗೊಳ್ಳುತ್ತಿವೆ.

ಚಿತ್ರಗಳು ಕ್ಷಣಮಾತ್ರದಲ್ಲಿ ಮನೆಮಾತಾಗುತ್ತಿವೆ. ಈ ಬಗೆಯ ಸಂವಹನ ಕ್ರಾಂತಿ ಸಾಧ್ಯವಾದದ್ದು ಆಧುನಿಕ ತಂತ್ರಜ್ಞಾನಗಳ ಸಂಯೋಗದಿಂದ. ಇದನ್ನು ಸಾಧ್ಯವಾಗಿರಿಸಿರುವುದು ಸಾಮಾಜಿಕ ಮಾಧ್ಯಮಗಳ ತ್ವರಿತ ಬೆಳವಣಿಗೆ. 'ಕೆಲವರಿಂದ ಅನೇಕ' ವಿರುದ್ಧವಾಗಿ ಈಗ 'ಅನೇಕರಿಂದ ಅನೇಕರಿಗೆ' ಎನ್ನುವ

ಸಂದೇಶಗಳು ಹರಿದಾಡುವ ಸಂವಹನ ಕ್ರಾಂತಿಯಿಂದ ಪತ್ರಿಕೆಗಳು ಅನೇಕ ಬದಲಾವಣೆಗಳಿಗೆ ಒಳಗಾಗಿವೆ. ಅದು ಅನಿವಾರ್ಯವೂ ಆಯಿತು. ಉಪಗ್ರಹ ಆಧಾರಿತ ಟಿವಿ ವಾಹಿನಿಗಳು ಜಗತ್ತಿನ ಆಗುಹೋಗುಗಳನ್ನು ಮನೆಯಂಗಳಕ್ಕೆ ತಂದವು. 24/7 ಸುದ್ದಿವಾಹಿನಿಗಳು ದಿನವಿಡೀ ಜೀರ್ಣಿಸಿ ಕೊಳ್ಳಲಾಗದಷ್ಟು ಸುದ್ದಿಗಳನ್ನು ವೀಕ್ಷಕರಿಗೆ ತುರುಕಲಾರಂಭಿಸಿದವು. ಇವೆಲ್ಲವುಗಳ ಜತೆ ಕಂಪ್ಯೂಟರ್ ಆಧಾರಿತ ಜಾಲತಾಣಗಳು ಸುದ್ದಿ ಪ್ರಸರಣೆಗೆ ಹಾಗೂ ವಿಶ್ಲೇಷಣೆಗೆ ಮತ್ತಷ್ಟು ವೇಗ ನೀಡಿದವು.

ಸುದ್ದಿ/ಲೇಖನಗಳನ್ನು ಪ್ರಕಟಿಸಿ ಓದುಗರಿಗೆ ಪತ್ರಿಕೆ ತಲುಪಿಸಿದರಾಯ್ತು ಎನ್ನುವ ಮಾನಸಿಕ ಚೌಕಟ್ಟಿನಿಂದ ಹೊರಬರುವುದು ಸುದ್ದಿಪತ್ರಿಕೆಗಳಿಗೆ ಅನಿವಾರ್ಯವಾಯಿತು. ಹೊಸ ತಂತ್ರಜ್ಞಾನಗಳನ್ನು ಅಳವಡಿಸಿಕೊಂಡು ಪತ್ರಿಕೆಯನ್ನು ಸುಂದರವಾಗಿ ಹೊರತಂದ ನಂತರ, ಪತ್ರಿಕೆಯನ್ನು ಓದುಗರಿಗೆ ನೀಡುವ ವಿಧಾನವು ಸಹ ಬದಲಾವಣೆಗೆ ಒಳಪಟ್ಟಿತು. ಅಮೆರಿಕಾದ 'ಚಿಕಾಗೊ ಟ್ರಿಬ್ಯೂನ್' ಪತ್ರಿಕೆ ಮೊದಲ ಬಾರಿಗೆ 1992ರಲ್ಲಿ ತನ್ನ ಎಲ್ಲ ಪುಟಗಳನ್ನು ಕಂಪ್ಯೂಟರ್ ಪರದೆಯ ಮೇಲೆ ಲಭ್ಯವಾಗುವ ವಿದ್ಯುನ್ಮಾನ ಪತ್ರಿಕೆಗೆ (ಇ-ಪೇಪರ್) ನಾಂದಿ ಹಾಡಿತು. ಇಲ್ಲಿಂದ ಆರಂಭವಾದ ಬದಲಾವಣೆ ಪರ್ವ ನಿರಂತರವಾಗಿ ಪತ್ರಿಕೆಗಳ ಸ್ವರೂಪಗಳನ್ನೇ ಬದಲಿಸುತ್ತಿದೆ. ಮುದ್ರಿತ ಪತ್ರಿಕೆ ಓದುಗರಿಗೆ ಬೆಳಿಗ್ಗೆ ಮುಟ್ಟುವ ಮುನ್ನವೇ, ಇ-ಪೇಪರ್, ಜಗತ್ತಿನ ಯಾವುದೇ ಮೂಲೆಯಲ್ಲಿರುವ, ಓದುಗರಿಗೆ ಕಂಪ್ಯೂಟರ್ ಪರದೆಯ ಮುಂದೆ ಸಿದ್ಧವಿರುತ್ತದೆ. ಅದನ್ನು ತೆರೆದು ಓದಬೇಕಷ್ಟೆ.

ಇ-ಪತ್ರಿಕೆಯ ನಂತರ ಪತ್ರಿಕಾ ಪ್ರಕಾಶಕರು ಪತ್ರಿಕೆಯ ಜಾಲತಾಣಗಳನ್ನು ತೆರೆಯುವುದು ಅನಿವಾರ್ಯವೆನಿಸಿತು. ಸಂಕ್ಷಿಪ್ತರೂಪದ ಸುದ್ದಿ, ಚಿತ್ರಗಳು ನಂತರ ವಿಡಿಯೋಗಳನ್ನು ಸಹ ಅಳವಡಿಸುವುದು ರೂಢಿಗೆ ಬಂತು. ಪತ್ರಿಕೆಗಳಲ್ಲಿ ಪ್ರಕಟವಾಗುವ ಲೇಖನಗಳು, ಅಂಕಣಗಳು, ಹೆಚ್ಚುವರಿ ಸುದ್ದಿ ವಿವರಗಳು, ಓದುಗರ ಪತ್ರಗಳು, ಹಳೆಯ ಸಂಚಿಕೆಗಳು, ಚಿತ್ರಗಳು, ಪ್ರಕಟಣೆಗೆ ಯೋಗ್ಯವಾದ, ಆದರೆ ಪ್ರಕಟಿಸಲಾಗದ ಕವಿತೆ, ಕಥೆಗಳನ್ನು ಜಾಲತಾಣಗಳಲ್ಲಿ ಪ್ರಕಟಿಸುವ ಪರಿಪಾಠ ಆರಂಭವಾಯಿತು. ಈ ಘಟಕವನ್ನು ನಿರ್ವಹಿಸುವ ಪ್ರತ್ಯೇಕ ಕಂಪ್ಯೂಟರ್ ತಂತ್ರಜ್ಞಾನ ಪರಿಣಿತಿಯುಳ್ಳ ಪತ್ರಕರ್ತರ ನೇಮಕ ಅಗತ್ಯವಾಯಿತು.

ಮುದ್ರಿತ ಪತ್ರಿಕೆಯ ವಿಸ್ತಾರ ಸೀಮಿತವಾಗಿತ್ತು. ಇ-ಪತ್ರಿಕೆಯ ಅವತಾರದ ನಂತರ ಜಗತ್ತೇ ಮಾರುಕಟ್ಟೆಯಾಯ್ತು. ಯಾವ ದೇಶಗಳಲ್ಲಿ ಎಷ್ಟು ಆನ್‌ಲೈನ್ ಓದುಗರು ನಮ್ಮ ಪತ್ರಿಕೆಯ ಜಾಲತಾಣಗಳಿಗೆ ಭೇಟಿ ನೀಡುತ್ತಾರೆ, ಯಾವ ಬಗೆಯ ಸುದ್ದಿಗಳನ್ನು ಓದಲು ಬಯಸುತ್ತಾರೆ ಎಂಬುದನ್ನು ಗುರುತಿಸಲು ಈಗ ಸಾಧ್ಯವಾಗುತ್ತಿದೆ. ಆದರೆ ಈಗಲೂ ಮುದ್ರಿತ ಪತ್ರಿಕೆಯನ್ನು ಎಷ್ಟು ಓದುಗರು, ಎಷ್ಟು ಹೊತ್ತು ಮತ್ತು ಯಾವ ಬಗೆಯ ಸುದ್ದಿಗಳನ್ನು ಓದುತ್ತಾರೆ ಎಂದು ನಿಖರವಾಗಿ ಹೇಳಲು ಕಠಿಣ.

ಅಂತರ್ಜಾಲ ಸಂಪರ್ಕ ವಿಸ್ತಾರಗೊಳ್ಳುತ್ತಿದ್ದಂತೆ ಅಧಿಕ ಸಂಖ್ಯೆಯ ಓದುಗರು ಮುದ್ರಿತ ಪತ್ರಿಕೆಯ ಬದಲು ಇ-ಪತ್ರಿಕೆಯನ್ನು ಕಂಪ್ಯೂಟರ್ ಪರದೆಯಲ್ಲಿ ಓದಲಾರಂಭಿಸಿದರು. ಬಹುಮಾಧ್ಯಮ ಪರಿಸರದಲ್ಲಿ ದಿನವಿಡೀ ಬ್ರೇಕಿಂಗ್ ಸುದ್ದಿಗಳನ್ನು ನೋಡಿಯೋ, ಕೇಳಿಯೋ ಓದುಗನ ಮನಸ್ಸು ಪತ್ರಿಕೆಗಳಲ್ಲಿ ಬಯಸುವುದು ಕೆಲ ವಿವರಗಳು ಮತ್ತು ಸುದ್ದಿಯ ಸತ್ಯಾಸತ್ಯತೆ. ಪ್ರಧಾನ ಸುದ್ದಿ ಮಾಧ್ಯಮವಾಗಿ ಪತ್ರಿಕೆಗಳ ಮಹತ್ವ ಅಷ್ಟು ಗೌಣವಾಗುತ್ತಿರುವುದಕ್ಕೆ ಕಾರಣ ಕಂಪ್ಯೂಟರ್ ಮತ್ತು ಮೊಬೈಲುಗಳ ವ್ಯಾಪಕ ಬಳಕೆ. ಅನೇಕ ಮಹತ್ತರ ಘಟನೆಗಳು ನೇರವಾಗಿಯೇ ಬಿತ್ತರಗೊಳ್ಳುತ್ತಿವೆ. ಇಲ್ಲವೇ ಕ್ಷಣಮಾತ್ರದಲ್ಲಿ ಚಿತ್ರ ಇಲ್ಲವೇ ವಿಡಿಯೋ ಮುಖಾಂತರ ಲಭ್ಯವಾಗುತ್ತಿವೆ. ಈ ಭರಪೂರ ಮಾಹಿತಿ ಮತ್ತು ಬಳಕೆದಾರನ ಆಯ್ಕೆ ಎಲ್ಲರನ್ನು ಚಕಿತಗೊಳಿಸಿದೆ. ಮೊಬೈಲ್ ಇಲ್ಲವೇ ಕಂಪ್ಯೂಟರ್ ಮೂಲಕ ನೀವು ಊಹಿಸಬಹುದಾದ ಎಲ್ಲ ಮಾಧ್ಯಮಗಳಿಗೆ ಸಂಪರ್ಕ ಪಡೆಯಬಹುದಾಗಿದೆ. ಹೀಗಾಗಿ ಪತ್ರಿಕೆಗಳು ಬಹುಮಾಧ್ಯಮ ಸಂಸ್ಕೃತಿಗೆ ಸಂಯೋಗವಾಗುವುದು ಅನಿವಾರ್ಯವಾಯಿತು.

ತಮ್ಮದೇ ಆದ ಸುದ್ದಿಜಾಲತಾಣಗಳನ್ನು ನಿರ್ವಹಿಸಬೇಕಾಗಿ ಬಂತು. ನಂತರ ಇವುಗಳಿಗೆ ಬಹುಮಾಧ್ಯಮ ಸ್ಪರ್ಶ ನೀಡಲಾಯಿತು. ಫೇಸ್‌ಬುಕ್, ಟ್ವಿಟರ್, ಇನ್‌ಸ್ಟಾಗ್ರಾಮ್, ಯುಟ್ಯೂಬ್ ಮೂಲಕ ಸಂಪರ್ಕ ಕಲ್ಪಿಸಲಾಯಿತು. ಫೇಸ್‌ಬುಕ್, ಯುಟ್ಯೂಬ್ ಬಳಸಿ ಪತ್ರಿಕೆಗಳು ಸುದ್ದಿ ಮಂಡನೆ, ಚರ್ಚೆ ಹಾಗೂ ಸಂಗೀತ ಆರಂಭಿಸಿವೆ. ಬಹು ಇತ್ತೀಚಿನ 'ಕ್ಲಬ್ ಹೌಸ್' ಆಪ್ ಬಳಸಿ ಚರ್ಚೆ, ಹರಟೆಗಳು ಸಹ ಶುರುವಾಗಿವೆ. ಇವೆಲ್ಲ ಓದುಗರಿಗೆ ನೀಡುವ ಪುಕ್ಕಟೆ ಸೇವೆಗಳು. ಈ ಕಾರ್ಯಕ್ರಮಗಳನ್ನು ಕೇಳುಗರು ಇಲ್ಲವೇ, ವೀಕ್ಷಕರಿಂದ ಚಂದಾ ಹಣ ಪಡೆಯಬೇಕೇ ಎಂಬುದು ನಮ್ಮ ದೇಶದಲ್ಲಿ ಇನ್ನೂ ಚರ್ಚಿತ ವಿಷಯ. ಜಾಹಿರಾತುದಾರರು ಇವುಗಳಿಗೆ ಪ್ರೋತ್ಸಾಹಿಸುವುದು ತಡವಾದ ಮಾತು.

ಆನ್‌ಲೈನ್ ಮಾಧ್ಯಮ ವ್ಯವಹಾರದಲ್ಲಿ ಬಹುಯಶಸ್ಸು ಕಂಡ ಪತ್ರಿಕೆ 'ನ್ಯೂಯಾರ್ಕ್ ಟೈಮ್ಸ್', 170 ವರ್ಷಗಳ ಇತಿಹಾಸ ಹೊಂದಿರುವ ಈ ಪತ್ರಿಕೆ ತನ್ನ ಭಂಡಾರದಲ್ಲಿರುವ ವಸ್ತುವಿಷಯಗಳನ್ನು ಬಹುವ್ಯವಸ್ಥಿತವಾಗಿ ಮಾರುಕಟ್ಟೆಗೆ ಸಿದ್ಧಪಡಿಸಿ ಮಾರುತ್ತಿದೆ. ಅಡುಗೆ ವಿಧಾನಗಳು, ಪದಬಂಧ, ಸುದ್ದಿ, ಲೇಖನಗಳು, ಇ-ಪತ್ರಿಕೆ, ಹೀಗೆ ವಿವಿಧ ಪ್ರಕಟಿತ ಉತ್ಪನ್ನಗಳನ್ನು ಚಂದಾದಾರರಿಗೆ ನೀಡುತ್ತಿದೆ. ಪ್ರತಿದಿನ 8.4 ಲಕ್ಷ ಮುದ್ರಿತ ಪತ್ರಿಕೆಗಳು ಮಾರಾಟವಾದರೆ, ಸುಮಾರು 50 ಲಕ್ಷ ಓದುಗರು ಡಿಜಿಟಲ್ ಸುದ್ದಿಗೆ ಚಂದಾದಾರರು. ಉಳಿದವರು ಇತರ ಉತ್ಪನ್ನಗಳ ಚಂದಾದಾರರು. ಮೊದಲ ಬಾರಿಗೆ ಮುದ್ರಿತ ಪತ್ರಿಕೆಯ ಆದಾಯವನ್ನು ಡಿಜಿಟಲ್ ಸುದ್ದಿ ಆದಾಯ ಮೀರಿಸಿದೆ. ನಮ್ಮ ದೇಶದಲ್ಲೂ ನ್ಯೂಯಾರ್ಕ್ ಟೈಮ್ಸ್ ದಿನಪತ್ರಿಕೆ ತಿಂಗಳಿಗೆ 60 ರೂ. ದರದಲ್ಲಿ ಆನ್‌ಲೈನ್ ಮೂಲಕ ಲಭ್ಯವಿದೆ.

ಇದು ಆರಂಭಿಕ ಕೊಡುಗೆ. 'ದಿ ಹಿಂದೂ' ದೈನಿಕ ಸಹ ವರ್ಷಕ್ಕೆ 949 ರೂ.ಗೆ ಲಭ್ಯ. ಅನೇಕ ಕನ್ನಡ ದೈನಿಕಗಳು ಕೂಡಾ ತಮ್ಮ ಆನ್‌ಲೈನ್ ಆವೃತ್ತಿಗಳಿಗೆ ಚಂದಾಹಣ ನಿಗದಿಗೊಳಿಸಿವೆ.

ವಿಶ್ವದ ಇನ್ನೊಂದು ಪ್ರಸಿದ್ಧ ದೈನಿಕ 'ದಿ ಗಾರ್ಡಿಯನ್' ಮುದ್ರಿತ ಪತ್ರಿಕೆಯ ಪ್ರಸಾರ ಒಂದು ಲಕ್ಷಕ್ಕೆ ಕುಸಿದಿದೆ. ಆದರೆ ಹತ್ತು ಲಕ್ಷ ಡಿಜಿಟಲ್ ಚಂದಾದಾರರು ವಿಶ್ವದಾದ್ಯಂತ ಓದುತ್ತಾರೆ. ಅಮೆರಿಕಾ ಮತ್ತು ಆಸ್ಟ್ರೇಲಿಯಾ ದೇಶಗಳ ಓದುಗರಿಗಾಗಿ ಪ್ರತ್ಯೇಕವಾಗಿ ಆವೃತ್ತಿಗಳನ್ನು ಪತ್ರಿಕೆ ತರುತ್ತಿದೆ.

ಕಳೆದೆರಡು ವರ್ಷಗಳಲ್ಲಿ ಜಗತ್ತಿನಾದ್ಯಂತ ಪತ್ರಿಕೆಗಳು ಸೊರಗಿವೆ. ನಮ್ಮ ದೇಶದಲ್ಲಂತೂ ಪರಿಸ್ಥಿತಿ ಇನ್ನಷ್ಟು ಗಂಭೀರವಾಗಿದೆ. ಏಕೆಂದರೆ ಪತ್ರಿಕೆಗಳು ಜಾಹಿರಾತುಗಳ ಆದಾಯದ ಮೇಲೆ ನಿಂತಿವೆ. ನೆರೆಯ ಪಾಕಿಸ್ತಾನದಲ್ಲಿ ಒಂದು ದಿನಪತ್ರಿಕೆಯನ್ನು 20 ರೂ. ಕೊಟ್ಟು ಖರೀದಿಸಬೇಕು. ನಮ್ಮಲ್ಲಿ ಅದು 4ರಿಂದ 6 ರೂಪಾಯಿಗಳು ಮಾತ್ರ. ಆರ್ಥಿಕ ಹಿಂಜರಿತ ಮತ್ತು ದುಬಾರಿ ಮುದ್ರಣ ಕಾಗದ ಉದ್ದಿಮೆಗೆ ಬರೆ ಎಳೆದಿವೆ. ಪತ್ರಿಕೆಯ ಖರ್ಚುವೆಚ್ಚಗಳನ್ನು ಕಡಿಮೆಗೊಳಿಸುವ ಭರದಲ್ಲಿ ನೂರಾರು ಪತ್ರಕರ್ತರ ನೌಕರಿಗೆ ಕತ್ತರಿ ಬಿದ್ದಿದೆ.

ಜಾಹಿರಾತುಗಳ ಆದಾಯ ಕುಸಿತ ಕಂಡರೆ ಇನ್ನೊಂದೆಡೆ ಪತ್ರಿಕೆಗಳ ಪ್ರಸಾರ ಸಹ ನಿರೀಕ್ಷಿತ ಪ್ರಮಾಣದಲ್ಲಿ ಏರುತ್ತಿಲ್ಲ. ಹಲವು ಕ್ಷೇತ್ರಗಳಿಗೆ ಸೀಮಿತವಾದ ಜಾಲತಾಣಗಳು–ಉದಾಹರಣೆಗೆ ವೈವಾಹಿಕ, ಮನೆ/ನಿವೇಶನ/ವಾಹನಗಳ ಮಾರಾಟ/ಖರೀದಿ, ಹೀಗೆ ಬಹುಪಾಲು ಜಾಹಿರಾತುಗಳು ಜಾಲತಾಣಗಳತ್ತ ಮುಖ ಮಾಡಿವೆ. ಇವು ಪತ್ರಿಕೆಗಳ ಆದಾಯವನ್ನು ಕಸಿದಿವೆ.

ಉತ್ತಮ ಹಾಗೂ ಜನಹಿತ ಪತ್ರಿಕೆಗಳ ಉಳಿವಿಗೆ ಸಾರ್ವಜನಿಕರ ದೇಣಿಗೆ ಮತ್ತು ಸರಕಾರದ ನೆರವು ಮುಂದಿನ ದಿನಗಳಲ್ಲಿ ಅನಿವಾರ್ಯವಾಗಲಿದೆ. ಈಗಾಗಲೇ ಅಮೆರಿಕಾ ಹಾಗೂ ಯುರೋಪಿನಲ್ಲಿ ಸ್ಥಳೀಯ ಪತ್ರಿಕೆಗಳ ಉಳಿವಿಗೆ ಸಂಘ ಸಂಸ್ಥೆಗಳು, ದಾನಿಗಳು ಅಪಾರ ಪ್ರಮಾಣದಲ್ಲಿ ದೇಣಿಗೆ ನೀಡುತ್ತಿದ್ದಾರೆ. ಸಣ್ಣ ಪತ್ರಿಕೆಗಳಿಗೆ ಪತ್ರಕರ್ತರನ್ನು ನೇಮಿಸಿ ಸ್ಥಳೀಯ ಸಮಸ್ಯೆಗಳನ್ನು ಕುರಿತು ವರದಿ ಮಾಡಲು ಹೇಳಿ ಅವರಿಗೆ ವೇತನವನ್ನು ಸಹ ಸರಕಾರ/ಸಂಘಸಂಸ್ಥೆಗಳು ನೀಡುತ್ತಿವೆ.

ಸುದ್ದಿ ಮಾಧ್ಯಮ ಯಾವುದೇ ಇರಲಿ, ಅದು ಪತ್ರಿಕೆಯನ್ನು ಮೀರಿಸಲಾರದು. ಮುದ್ರಿತ ಸುದ್ದಿಯನ್ನು ಅನೇಕ ಸಲ ವಿವರವಾಗಿ ಓದಬಹುದು. ಡಿಜಿಟಲ್ ಇಲ್ಲವೇ ಟಿವಿ ಮಾಧ್ಯಮಗಳಲ್ಲಿ ಅದು ಸಾಧ್ಯವಿಲ್ಲ. ಆದ್ದರಿಂದಲೇ ಎಲ್ಲ ಪ್ರಮುಖ ಪಟ್ಟಣಗಳಲ್ಲಿ ಕನಿಷ್ಠ ಒಂದಾದರೂ ಪತ್ರಿಕೆ ಇರಬೇಕೆಂದು ಮುಂದುವರಿದ ದೇಶಗಳಲ್ಲಿ ಜನತೆ ಬಯಸುತ್ತಾರೆ. ಏಕೆಂದರೆ ಪತ್ರಿಕೆಗಳು ಹೆಚ್ಚು ವಿಶ್ವಾಸಾರ್ಹತೆ ಹೊಂದಿರುತ್ತವೆ. ನಮ್ಮ ದೇಶದ ಸುದ್ದಿ ಬಳಕೆದಾರರಲ್ಲಿ ನಡೆದ ಇತ್ತೀಚಿನ ಸಮೀಕ್ಷೆಯೊಂದರಲ್ಲಿ ಮುದ್ರಣ

ಮಾಧ್ಯಮವು ಅತ್ಯಂತ ಹೆಚ್ಚಿನ ವಿಶ್ವಾಸಾರ್ಹತೆ ಹೊಂದಿರುವ ಮಾಧ್ಯಮ ಎಂದು ಸಾಬೀತಾಗಿದೆ. ಶೇ. 62ರಷ್ಟು ಅಂಕಗಳೊಂದಿಗೆ ಪತ್ರಿಕೆಗಳು ಅತಿಹೆಚ್ಚಿನ ವಿಶ್ವಾಸಾರ್ಹ ಮಾಧ್ಯಮವೆಂದು ಮೊದಲ ಆದ್ಯತೆ ನೀಡಿದ್ದಾರೆ. ಎರಡನೇ ಸ್ಥಾನದಲ್ಲಿ ಬಾನುಲಿ (56%), ಮೂರನೇ ಸ್ಥಾನದಲ್ಲಿ ಟಿವಿ (53%) ಹಾಗೂ ಕಡೆಯ ಸ್ಥಾನವನ್ನು ಸಾಮಾಜಿಕ ಮಾಧ್ಯಮಗಳು (27%) ಪಡೆದಿವೆ.

ಪರಿಸ್ಥಿತಿ ಹೀಗಿರುವಾಗ ಜನಹಿತ ಬಯಸುವ ಪತ್ರಿಕೆಗಳಿಗೆ ಓದುಗರಿಂದ ಮತ್ತು ಸರಕಾರದಿಂದ ಪ್ರೋತ್ಸಾಹ ಮತ್ತು ನೆರವು ಅತಿ ಅಗತ್ಯ. ಪ್ರಜಾಸತ್ತೆಯ ರಕ್ಷಣೆಗೆ ಮತ್ತು ಪೋಷಣೆಗೆ ಇದು ಅನಿವಾರ್ಯವೂ ಹೌದು.

(ವಿಶ್ವವಾಣಿ, ಜುಲೈ 1,2021)

21

ಭಾರತೀಯ ಪತ್ರಿಕೋದ್ಯಮದ ವಿಶ್ಲೇಷಣೆ ಹಾಗೂ ಕನ್ನಡ ಪತ್ರಿಕೆಗಳ ಸ್ಥಾನಮಾನ

ಭಾರತೀಯ ಪ್ರಜಾಸತ್ತೆ ಜಗತ್ತಿನ ಒಂದು ಬೃಹತ್ ವ್ಯವಸ್ಥೆ. ಈ ದೇಶದ ಪತ್ರಿಕೋದ್ಯಮ ಸಹ ವೈವಿಧ್ಯಮಯ ಹಾಗೂ ವೈಶಿಷ್ಟ್ಯ ಪೂರ್ಣ. ಲಕ್ಷಕ್ಕೂ ಮಿಗಿಲಾದ ಪ್ರಕಟಣೆಗಳು ಇಲ್ಲಿವೆ. ದೇಶದ ಮೊದಲ ಪತ್ರಿಕೆ ಕಲ್ಕತ್ತ ನಗರದಲ್ಲಿ 1780ರಲ್ಲಿ ಪ್ರಕಟಣೆ ಆರಂಭಿಸಿತು. 238 ವರ್ಷಗಳ ಸುದೀರ್ಘ ಇತಿಹಾಸ ಹೊಂದಿರುವ ಈ ಸುದ್ದಿ ಉದ್ಯಮ ದೇಶದ ಆಗುಹೋಗುಗಳನ್ನು ದಾಖಲಿಸಿರುವ ಮಹತ್ವಪೂರ್ಣ ವ್ಯವಸ್ಥೆ. ಧರ್ಮ ಪ್ರಚಾರಕ್ಕಾಗಿ ಕ್ರೈಸ್ತ ಧರ್ಮ ಪ್ರಸಾರಕರು ಮುದ್ರಣ ತಂತ್ರಜ್ಞಾನವನ್ನು ದೇಶದಲ್ಲಿ ಪರಿಚಯಿಸಿದರು. 1557ರಲ್ಲಿ ಆರಂಭವಾದ ಆಧುನಿಕ ಮುದ್ರಣ ಕೆಲವೇ ವರ್ಷಗಳಲ್ಲಿ ದೇಶವ್ಯಾಪಿ ಪರಿಚಯಿಸಲ್ಪಟ್ಟಿತು.

ಮುದ್ರಿತ ಪ್ರಕಟಣೆಗಳು ಜನರಲ್ಲಿ ಓದುವ ಕುತೂಹಲವನ್ನು ಹೆಚ್ಚಿಸಿದವು. ಸಾಕ್ಷರತೆ ಇಂಬು ಪಡೆಯಿತು. ಕೆಲವೇ ವರ್ಗದವರಿಗೆ ಮೀಸಲಾಗಿದ್ದ ಸಾರ್ವಜನಿಕ ವ್ಯವಹಾರಗಳು ಸಾರ್ವತ್ರಿಕತೆಯನ್ನು ಪಡೆಯಲಾರಂಭಿಸಿದವು. ಧರ್ಮಪ್ರಚಾರ ಭರಾಟೆಯಲ್ಲಿ ಕ್ರೈಸ್ತ ವಿದ್ವಾಂಸರು ಭಾರತೀಯ ಚಿಂತನೆಗಳನ್ನು ಟೀಕಿಸಲಾರಂಭಿಸಿದರು. ಇದಕ್ಕೆ ಪ್ರತ್ಯುತ್ತರಿಸಲು ಭಾರತೀಯ ವಿದ್ವಾಂಸರು

ಪತ್ರಿಕೆಗಳನ್ನು ಹೊರತಂದು ಅವರ ಟೀಕೆಗಳಿಗೆ ಉತ್ತರಿಸಿದರು. ಭಾರತೀಯ ಪತ್ರಿಕೋದ್ಯಮದ ಮೊದಲ ಶತಮಾನ ಬಹುಪಾಲು ವೈಚಾರಿಕ ಚರ್ಚೆಗಳಿಗೆ ಹೆಚ್ಚಿನದಾಗಿ ಮೀಸಲಾಗಿತ್ತು. ಆರೆಂಟು ತಿಂಗಳ ನಂತರ ದೇಶವನ್ನು ತಲುಪುತ್ತಿದ್ದ ಯುರೋಪಿಯನ್ ಪತ್ರಿಕೆಗಳ ಸಾರಾಂಶಗಳನ್ನು ಪ್ರಕಟಿಸಿ ಹೊರಜಗತ್ತಿನ ಬೆಳವಣಿಗೆಗಳನ್ನು ಮೊದಲ ಬಾರಿಗೆ ದೇಶಿಯರಿಗೆ ಭಾಷಾ ಪತ್ರಿಕೆಗಳು ಪರಿಚಯಿಸಿದವು. 1857ರ ಸಿಪಾಯಿ ದಂಗೆ ಮತ್ತು 1885ರಲ್ಲಿ ಸ್ಥಾಪಿತವಾದ ಕಾಂಗ್ರೆಸ್ ಪಕ್ಷ ದೇಶದ ಚರಿತ್ರೆಯಲ್ಲಿ ಬಹುನಿರ್ಣಾಯಕವಾಗಿದ್ದವು.

ಎರಡು ಮಹಾಯುದ್ಧಗಳು ಮತ್ತು ಸ್ವಾತಂತ್ರ್ಯ ಹೋರಾಟದಲ್ಲಿ ಗಾಂಧೀಜಿಯವರ ಭಾಗವಹಿಸುವಿಕೆ ರಾಜಕೀಯ ತಲ್ಲಣಗಳಿಗೆ ಸಾಕ್ಷಿಯಾದವು. ಸಂವಹನ ತಂತ್ರಜ್ಞಾನಗಳ ಲಭ್ಯತೆ ಮತ್ತು ಬಳಕೆ ಹೆಚ್ಚು ವ್ಯಾಪಿಸತೊಡಗಿದವು. ಬ್ರಿಟಿಷರ ವಿರುದ್ಧ ಭಾರತೀಯ ಪತ್ರಿಕೆಗಳ ಹೋರಾಟ ಅವಿಸ್ಮರಣೀಯವಾಗಿತ್ತು. 1947ರ ನಂತರದ ಪತ್ರಿಕೋದ್ಯಮ ಉದ್ದಿಮೆಯಾಗಿ ಮಾರ್ಪಡಲಾರಂಭಿಸಿತು. ಬ್ರಿಟಿಷರು ಬಿಟ್ಟು ಹೋದ ಅನೇಕ ಪತ್ರಿಕೆಗಳು ದೇಶಿಯ ಉದ್ದಿಮೆದಾರರ ಪಾಲಾದವು. ಪತ್ರಿಕಾ ಸಾಮ್ರಾಜ್ಯಗಳು ವಿಸ್ತಾರಗೊಂಡವು. ಆಂಗ್ಲ ಹಾಗೂ ಪ್ರಾಂತೀಯ ಭಾಷೆಗಳಲ್ಲಿ ಹೊಸ ಪತ್ರಿಕೆಗಳು ಪ್ರಕಟಣೆ ಆರಂಭಿಸಿದವು. ಅಸ್ತಿತ್ವದಲ್ಲಿದ್ದ ಪ್ರಮುಖ ಪತ್ರಿಕೆಗಳು ತಮ್ಮ ಕಾರ್ಯಾಚರಣೆಗಳನ್ನು ವಿಸ್ತರಿಸಲಾರಂಭಿಸಿದವು. ಪ್ರಮುಖವಾಗಿ ಟೈಮ್ಸ್ ಆಫ್ ಇಂಡಿಯಾ, ಇಂಡಿಯನ್ ಎಕ್ಸ್‌ಪ್ರೆಸ್, ಹಿಂದೂಸ್ಥಾನ ಟೈಮ್ಸ್ ಹಾಗೂ ದಿ ಹಿಂದೂ ಪತ್ರಿಕಾ ಪ್ರಕಾಶನ ಸಮೂಹದ ಪ್ರಕಟಣೆಗಳು ಎಲ್ಲೆಡೆ ವಿಸ್ತಾರಗೊಂಡವು. ಪ್ರಾಂತೀಯ ಭಾಷೆಗಳಲ್ಲಿ ಸಹ ದೈನಿಕ ಹಾಗೂ ನಿಯತಕಾಲಿಕೆಗಳನ್ನು ಹೊರತಂದು ತಮ್ಮ ಮಾರುಕಟ್ಟೆಯನ್ನು ವಿಸ್ತರಿಸಿಕೊಂಡವು. ಪ್ರಜಾಸತ್ತಾತ್ಮಕ ಸಂಸ್ಥೆಗಳ ಆರಂಭ, ಸಾಕ್ಷರತೆಯ ಹೆಚ್ಚಳ, ಕೈಗಾರಿಕಾ ಬೆಳವಣಿಗೆಯ ಏರಿಕೆ ಪತ್ರಿಕೆಗಳ ಬೆಳವಣಿಗೆಗೆ ಪೂರಕ ವಾತಾವರಣ ಸೃಷ್ಟಿಸಿದವು. 1952ರಲ್ಲಿ ನೇಮಕಗೊಂಡಿದ್ದ ಭಾರತೀಯ ಪತ್ರಿಕಾ ಆಯೋಗ, ಪತ್ರಿಕೋದ್ಯಮ ಹಾಗೂ ಪತ್ರಕರ್ತರ ಸುಧಾರಣೆಗೆ ಹಲವಾರು ಕ್ರಮಗಳನ್ನು ಸೂಚಿಸಿತ್ತು. ಅವುಗಳ ಅನುಷ್ಠಾನ ಪತ್ರಿಕೋದ್ಯಮ ವೃದ್ಧಿಗೆ ಅಡಿಪಾಯ ಹಾಕಿತು. 1975ರ ತುರ್ತು ಪರಿಸ್ಥಿತಿಯ ಸಂದರ್ಭದಲ್ಲಿ ಭಾರತೀಯ ಪತ್ರಿಕೋದ್ಯಮದ ಇತಿಹಾಸದಲ್ಲಿ ಬಹು ಮಹತ್ತರ ಘಟ್ಟ.

1975ರ ಜೂನ್ 26ರಂದು ತುರ್ತುಪರಿಸ್ಥಿತಿಯನ್ನು ಜಾರಿಗೊಳಿಸಿ ವಾಕ್ ಮತ್ತು ಅಭಿವ್ಯಕ್ತಿ ಸ್ವಾತಂತ್ರ್ಯವನ್ನು ವಜಾಗೊಳಿಸಲಾಯಿತು. ಪತ್ರಿಕೆಗಳ ಮೇಲೆ ಪೂರ್ವಭಾವಿ ಪರಿಶೀಲನೆ (ಸೆನ್ಸಾರ್‌ಶಿಪ್) ಹೇರಲಾಯಿತು. ದೇಶಾದ್ಯಂತ 258 ಪತ್ರಕರ್ತರನ್ನು ಬಂಧಿಸಲಾಯಿತು. ಭಾರತೀಯ ಪತ್ರಿಕಾ ಮಂಡಳಿಯನ್ನು ವಜಾಗೊಳಿಸಲಾಯಿತು. ತುರ್ತುಪರಿಸ್ಥಿತಿಯನ್ನು ಪ್ರಕಟಿಸಿದ ದಿನ ದೆಹಲಿಯಲ್ಲಿ ಪತ್ರಿಕೆಗಳಿಗೆ ವಿದ್ಯುತ್ ಸರಬರಾಜನ್ನು ನಿಲ್ಲಿಸಲಾಗಿತ್ತು. ಆಂತರಿಕ

ಭದ್ರತಾ ಕಾನೂನಿನ್ವಯ ಪ್ರಮುಖ ಪತ್ರಕರ್ತರಾದ ಕುಲದೀಪ್ ನಯ್ಯರ್, ಎಸ್. ಮಳಗಾಂವಕರ್, ಅಜಿತ್ ಭಟ್ಟಾಚಾರ್ಯ ಮುಂತಾದ ಹಲವರನ್ನು ಬಂಧಿಸಲಾಯಿತು. ನಾಲ್ಕು ಸುದ್ದಿಸಂಸ್ಥೆಗಳನ್ನು ವಿಲೀನಗೊಳಿಸಿ 'ಸಮಾಚಾರ' ಎಂಬ ಸಂಸ್ಥೆಯನ್ನು ಸ್ಥಾಪಿಸಲಾಯಿತು. ಇದರಿಂದ ಸುದ್ದಿ ಪ್ರಸಾರದ ಮೇಲೆ ಸರಕಾರ ಸಂಪೂರ್ಣ ಹಿಡಿತ ಸಾಧಿಸಿತು. ದೇಶದ ಪ್ರಮುಖ ಪತ್ರಿಕೆಗಳ ಪೈಕಿ, ಕೇವಲ 'ಇಂಡಿಯನ್ ಎಕ್ಸಪ್ರೆಸ್' ಮತ್ತು 'ದಿ ಸ್ಟೇಟ್ಸ್‌ಮನ್' ಪತ್ರಿಕೆಗಳು ಮಾತ್ರ ಪ್ರತಿರೋಧ ಪ್ರದರ್ಶಿಸಿದವು. ರಾಮನಾಥ ಗೋಯೆಂಕಾ ಮಾಲೀಕತ್ವದ ಇಂಡಿಯನ್ ಎಕ್ಸಪ್ರೆಸ್ ಸಮೂಹದ ಮೇಲೆ ಅನೇಕ ಆಪಾದನೆಗಳನ್ನು ಹೊರಿಸಿ ಪತ್ರಿಕೆಗಳನ್ನು ನಡೆಸಲು ಹೊಸ ಆಡಳಿತ ಮಂಡಳಿಯನ್ನು ರಚಿಸಲಾಯಿತು. ಇಂದಿರಾ ಆಡಳಿತ ವಿರೋಧಿಸಿದ್ದ ಪ್ರಮುಖ ಪತ್ರಿಕೆಗಳಿಗೆ ಸರ್ಕಾರಿ ಜಾಹಿರಾತುಗಳನ್ನು ಕಡಿತಗೊಳಿಸಲಾಯಿತು. ತುರ್ತುಪರಿಸ್ಥಿತಿ ಅವಧಿಯ 19 ತಿಂಗಳು ಭಾರತೀಯ ಪತ್ರಿಕೆಗಳು ಹಲವಾರು ಸಂಕಷ್ಟಗಳನ್ನು ಎದುರಿಸಿದವು. 'ಬಗ್ಗಿ ನಡೆ ಎಂದರೆ ತೆವಳಿದವು', ಎಂದು ಪತ್ರಿಕೆಗಳನ್ನು ಕುರಿತು ಮಾಜಿ ಉಪ ಪ್ರಧಾನಿ ಲಾಲ್‌ಕೃಷ್ಣ ಅಡ್ವಾಣಿ ಅವರು ವ್ಯಂಗ್ಯವಾಡಿದರು. ಬ್ರಿಟಿಷರಿಂದ ಬಿಡುಗಡೆಗೊಂಡ 28 ವರ್ಷಗಳ ನಂತರ ರಾಜಕೀಯ ಕಾರಣವೊಡ್ಡಿ ತುರ್ತುಪರಿಸ್ಥಿತಿ ಹೇರಿ ವಾಕ್ ಮತ್ತು ಅಭಿವ್ಯಕ್ತಿ ಹಕ್ಕಿನ ಮೇಲೆ ನಿಯಂತ್ರಣ ವಿಧಿಸಲಾಯಿತು.

ತುರ್ತುಪರಿಸ್ಥಿತಿಯ ನಂತರ ಬದಲಾವಣೆಗಳು ಭಾರತೀಯ ಪತ್ರಿಕೋದ್ಯಮದ ದಿಕ್ಕನ್ನೇ ಬದಲಿಸಿದವು. ಅಧಿಕ ಸಂಖ್ಯೆಯ ನಿಯತಕಾಲಿಕೆಗಳು ಹೊರಬಂದು ಮುಕ್ತ ಚರ್ಚೆಗಳಿಗೆ ಹೊಸ ವೇದಿಕೆಗಳನ್ನು ಸೃಷ್ಟಿಸಿದವು. ಪತ್ರಿಕಾ ಪ್ರಕಟಣೆಯಲ್ಲಿ ಕಂಪ್ಯೂಟರ್‌ಗಳ ಬಳಕೆ, ರಂಗುರಂಗಿನ ವರ್ಣ ಮುದ್ರಣ, ನವನವೀನ ವಿನ್ಯಾಸಗಳು ಓದುಗರಿಗೆ ಆಕರ್ಷಣೆ ಹೆಚ್ಚಿಸಿದವು. ಪತ್ರಿಕೆಗಳ ಪ್ರಸಾರ ಏರುಗತಿ ಕಂಡವು. ಭಾಷಾ ಪತ್ರಿಕೆಗಳು ಇಮ್ಮಡಿಸಿದವು. ಆಂಗ್ಲ ಭಾಷೆಯ 'ಇಂಡಿಯಾ ಟುಡೆ', 'ಸಂಡೇ ಅಬ್ಸರವರ್', 'ದಿ ವೀಕ್', 'ಔಟ್‌ಲುಕ್' ಮುಂತಾದ ಸಾಪ್ತಾಹಿಕಗಳು ರಾಜಕೀಯ ವಿಶ್ಲೇಷಣೆಯ ಜತೆಗೆ ಈವರೆಗೆ ನಿರ್ಲಕ್ಷಿಸಲಾಗಿದ್ದ ಹಲವಾರು ಕ್ಷೇತ್ರಗಳನ್ನು ಕುರಿತು ವಿವರಣಾತ್ಮಕ ಸಚಿತ್ರ ಬರಹಗಳನ್ನು ಮುಂದಿಟ್ಟವು. ಎನ್. ರಾಮ್, ಎಂ.ಜೆ. ಅಕ್ಬರ್, ವಿನೋದ್ ಮೆಹ್ತಾ, ಅರುಣ ಪುರಿ ಮುಂತಾದ ನವಪೀಳಿಗೆಯ ಸಂಪಾದಕರು ವಿಶ್ವದರ್ಜೆಯ ಪತ್ರಿಕೋದ್ಯಮವನ್ನು ಪರಿಚಯಿಸಿದರು. ಮುದ್ರಣ ವಿನ್ಯಾಸ ಹಾಗೂ ಅರ್ಥಪೂರ್ಣ ಚಿತ್ರಗಳ ಬಳಕೆ ನವ ಓದುಗರನ್ನು ಚುಂಬಕದಂತೆ ಸೆಳೆದವು.

1974ರಲ್ಲಿ ಆರಂಭವಾದ 'ಈನಾಡು' ತೆಲುಗು ದೈನಿಕ ಆಧುನಿಕ ತಂತ್ರಜ್ಞಾನ ಹಾಗೂ ಮಾರುಕಟ್ಟೆ ತಂತ್ರಗಳನ್ನು ಅಳವಡಿಸಿಕೊಂಡು ಅತಿವೇಗವಾಗಿ ಪ್ರಮುಖ ಪತ್ರಿಕೆಯಾಗಿ ಬೆಳೆಯಿತು. ಅದರ ಪ್ರಭಾವ 'ತೆಲುಗು ಹೆಮ್ಮೆ'ಗೆ ನೀರೆರೆದು ಪೋಷಿಸಿ ಎನ್.ಟಿ. ರಾಮರಾವ್ ಅವರನ್ನು ತೆಲಗು ದೇಶಂ ಪಕ್ಷದ ಮೂಲಕ ಆಂಧ್ರದ

ಮುಖ್ಯಮಂತ್ರಿ ಸ್ಥಾನದಲ್ಲಿ ಕೂರಿಸಿತು. ಒಂದು ರಾಜ್ಯವೊಂದರ ರಾಜಕೀಯ ಸ್ಥಿತ್ಯಂತರಕ್ಕೆ ಪತ್ರಿಕೆಯೊಂದು ಹೇಗೆ ಕಾರಣವಾಗಬಲ್ಲದು ಎಂಬುದಕ್ಕೆ 'ಈನಾಡು' ದೈನಿಕದ ಸಾಧನೆ ಸಾಕ್ಷಿ. ಒಂದು ಅಪರೂಪದ ಉದಾಹರಣೆ. ಇಂತಹ ಉದಾಹರಣೆಗಳು ಭಾರತದಲ್ಲಿ ಬಹುವಿರಳ. ಆದರೆ ಪಿ. ಲಂಕೇಶ್ ಹಾಗೂ ವಿಜಯ ಸಂಕೇಶ್ವರರ ರಾಜಕೀಯ ಪ್ರವೇಶ ಯತ್ನಗಳು ಇನ್ನಿಲ್ಲದ ಸೋಲುಗಳಿಗೆ ಸಾಕ್ಷಿಯಾದವು.

ಸುದ್ದಿ ಹಾಗೂ ಚಿತ್ರಗಳ ತ್ವರಿತ ಸಂಗ್ರಹ ಸಂಸ್ಕರಣ ಹಾಗೂ ರವಾನೆಗಳಿಗೆ ಆಧುನಿಕ ತಂತ್ರಜ್ಞಾನಗಳ ನೆರವು ಅತ್ಯಗತ್ಯ. 1980 ಹಾಗೂ 90ರ ದಶಕಗಳಲ್ಲಿ ಮುದ್ರಣ ಮಾಧ್ಯಮದ ಗುಣಾತ್ಮಕ ಪರಿವರ್ತನೆ ವ್ಯಾಪಕವಾಯಿತು. ಗ್ಯಾಟ್, ಡಬ್ಲುಟಿಒ ಹಾಗೂ ರಷ್ಯಾದಲ್ಲಿ ಕಮ್ಯುನಿಸ್ಟ್ ಆಡಳಿತದ ಅಂತ್ಯ ಅಂತಾರಾಷ್ಟ್ರೀಯ ಬೆಳವಣಿಗೆಗಳ ಮೇಲೆ ವ್ಯಾಪಕ ಪರಿಣಾಮ ಬೀರಿದವು. ತಂತ್ರಜ್ಞಾನ ಮತ್ತು ಆಮದು ನೀತಿಗಳು ಸರಳೀಕರಣಗೊಂಡವು. 1984ರಲ್ಲಿ ಪ್ರಧಾನಿಯಾದ ರಾಜೀವ್ ಗಾಂಧಿ ನಂತರ ಗದ್ದುಗೆ ಏರಿದ ಪಿ.ವಿ. ನರಸಿಂಹರಾವ್ ಅವರು ಜಾರಿಗೊಳಿಸಿದ ಉದಾರೀಕರಣದ ಆರ್ಥಿಕ ನೀತಿಗಳಿಂದ ಮುದ್ರಣ ಉದ್ದಿಮೆ ಹೊಸ ಚೈತನ್ಯ ಪಡೆದವು. ಕೈಮೊಳೆ ಜೋಡಿಸುವ ವ್ಯವಸ್ಥೆ ಮಾಯವಾಗಿ, ಕಂಪ್ಯೂಟರ್‌ಗಳು ಸುದ್ದಿಮನೆಯನ್ನು ಅಲಂಕರಿಸಿದವು. ಕಂಪ್ಯೂಟರ್‌ನಲ್ಲಿಯೇ ಸುದ್ದಿಯನ್ನು ಸಿದ್ದಗೊಳಿಸಿ, ಸಂಪಾದಿಸಿ, ತಲೆಬರಹ ನೀಡಿ ಛಾಯಾಪ್ರತಿಯ ಮೂಲಕ ಮುದ್ರಿಸುವ ಆಫ್‌ಸೆಟ್ ಮುದ್ರಣ ಸಾಮಾನ್ಯವಾಯಿತು. ಕರಡು ತಿದ್ದುವವರು ಪತ್ರಿಕಾಲಯಗಳಲ್ಲಿ ನಿರುಪಯುಕ್ತರಾದರು. ಲೈನೋಟೈಪ್ ಮತ್ತು ಮಾನೋಟೈಪ್ ಯಂತ್ರಗಳು ಮೂಲೆಗುಂಪಾದವು. ಕೈಮೊಳೆ ಜೋಡಿಸುವ ಕಂಪೋಸಿಟರ್‌ಗಳು ಹೊಸ ಕೌಶಲ್ಯ ಕಲಿಯಬೇಕಾಯಿತು. ಈ ಆಧುನಿಕ ಸ್ಪರ್ಶತೆ ಪಡೆದ ಪತ್ರಿಕೋದ್ಯಮ ಇನ್ನೊಂದು ಪ್ರಭಾವಿ ಮಾಧ್ಯಮದ ಪ್ರತಿಸ್ಪರ್ಧೆಯನ್ನು ಎದುರಿಸಬೇಕಾಯಿತು. ಅದುವೇ ಸಂವಹನ ಉಪಗ್ರಹ ಆಧಾರಿತ ಟಿವಿ ಪ್ರಸಾರ ವ್ಯವಸ್ಥೆ. ಕೊಲ್ಲಿ ಯುದ್ಧದ ನೇರಪ್ರಸಾರ ವೀಕ್ಷಕರನ್ನು ದಂಗುಬಡಿಸಿತು. ಸಂವಹನ ಉಪಗ್ರಹಗಳ ಮೂಲಕ ಟಿವಿ ಪ್ರಸಾರ ಮುಕ್ತವಾಯಿತು. ದೂರದರ್ಶನದ ಏಕಸ್ವಾಮ್ಯ ಪಾರಮ್ಯ ಕಳಚಿತು.

ವೈವಿಧ್ಯಮಯ ಮನರಂಜನಾ ಕಾರ್ಯಕ್ರಮಗಳೊಡನೆ ಖಾಸಗಿ ವಾಹಿನಿಗಳು ವೀಕ್ಷಕರ ಮನಸೆಳೆದವು. ಮನರಂಜನಾ ವಾಹಿನಿಗಳ ಜತೆ ಸುದ್ದಿ, ಕ್ರೀಡೆ, ಸಿನೆಮಾ, ಫ್ಯಾಷನ್, ಸಂಗೀತ, ಧಾರ್ಮಿಕ ವಿಷಯಗಳಿಗೆ ಪ್ರತ್ಯೇಕ ವಾಹಿನಿಗಳು ಆರಂಭವಾದವು. ಕೇಬಲ್ ಮೂಲಕ ಮನರಂಜನೆಯ ಮಹಾಪೂರ ಭಾರತೀಯ ಮನೆಗಳಿಗೆ ದಕ್ಕಿತು. ಟಿವಿ ಸೆಟ್‌ಗಳ ಸಂಖ್ಯೆ ಏರಿಕೆ ಊಹಿಸಲು ಅಸಾಧ್ಯವಾಯಿತು. ಪಂಚಾಯತ್ ರಾಜ್ಯ ಆಡಳಿತ ಜಾರಿಯಿಂದ ಗ್ರಾಮೀಣರಲ್ಲಿ ಹೊಸ ರಾಜಕೀಯ ಸಂವೇದನೆ ಉಂಟಾಯಿತು. ಸಮ್ಮಿಶ್ರ ಸರಕಾರಗಳ ಆಳ್ವಿಕೆ ಮತದಾರರಲ್ಲಿ ಹೊಸ

ಸಂಚಲನ ಉಂಟು ಮಾಡಿದವು. ವರಮಾನದ ಹೆಚ್ಚಳ ಹಾಗೂ ರಸ್ತೆ ಸಾರಿಗೆ ಮತ್ತು ಸಂಪರ್ಕ ಕ್ಷೇತ್ರಗಳಲ್ಲಾದ ವ್ಯಾಪಕ ಬದಲಾವಣೆಗಳು ಪತ್ರಿಕೆಗಳ ಓದಿಗೆ ಪೂರಕವಾದವು. ರಾಜಕೀಯ ವಿದ್ಯಮಾನಗಳ ಬಗ್ಗೆ ಟಿವಿ ಮತ್ತಷ್ಟು ಕುತೂಹಲವನ್ನು ಹೆಚ್ಚಿಸಿತು. ಸುದ್ದಿಯ ವಿವರಗಳಿಗಾಗಿ ವೀಕ್ಷಕರು ಪತ್ರಿಕೆಗಳತ್ತ ಮುಗಿಬಿದ್ದರು. ಟಿವಿ ಸುದ್ದಿವಾಹಿನಿಗಳು ಪರೋಕ್ಷವಾಗಿ ಪತ್ರಿಕೆಗಳ ಪ್ರಸಾರ ಹೆಚ್ಚಳಕ್ಕೆ ಕಾರಣವಾದವು.

21ನೇ ಶತಮಾನ ಕಾಲಿಡುತ್ತಿದ್ದಂತೆ ಮಾಧ್ಯಮ ಕ್ಷೇತ್ರದಲ್ಲಿ ಅಭೂತಪೂರ್ವ ಬದಲಾವಣೆಗಳು ಆದವು. ವಿಶ್ವವ್ಯಾಪಿ ಕಂಪ್ಯೂಟರ್ ಜಾಲ ಸಾಕಾರಗೊಂಡಿತು. ಸಂಖ್ಯಾಧಾರಿತ ಡಿಜಿಟಲ್ ತಂತ್ರಜ್ಞಾನ ನೆಲೆಯೂರಿ ವೈವಿಧ್ಯಮಯ ತಂತ್ರಜ್ಞಾನಗಳು ಒಂದೇ ವೇದಿಕೆಯಲ್ಲಿ ಲಭ್ಯವಾದವು. ಅಂದರೆ ಎಲ್ಲ ದೃಶ್ಯ, ಶ್ರವ್ಯ ಬರಹ ಅಂಶಗಳು ಮಿಳಿತಗೊಂಡವು. ಬಹುಮಾಧ್ಯಮ ಕಂಪ್ಯೂಟರ್ ನಂತರ ಸ್ಮಾರ್ಟ್‌ಫೋನ್‌ಗಳು ಅಂಗೈಯಲ್ಲಿ ವಿಶ್ವವನ್ನೇ ಅನಾವರಣಗೊಳಿಸಿದವು. ದೂರ ಎನ್ನುವುದು ಮಾಯವಾಯಿತು. ರಾಷ್ಟ್ರೀಯ ಸರಹದ್ದುಗಳು ಕಾಣೆಯಾದವು. ವಿಶ್ವವೇ ಒಂದು ಗ್ರಾಮ ಎನ್ನುವ ಪರಿಕಲ್ಪನೆ ವಾಸ್ತವವಾಯಿತು. ಪ್ರಕಟಿತ ಪತ್ರಿಕೆ ಪುಟಗಳ ಛಾಯಾಪ್ರತಿ, ಕಂಪ್ಯೂಟರ್ ಮೂಲಕ ವಿಶ್ವದೆಲ್ಲಡೆ ಲಭ್ಯವಾದವು. ಪ್ರತಿ ಪತ್ರಿಕೆ ತನ್ನದೇ ಆದ ವೆಬ್‌ಸೈಟುಗಳನ್ನು ಹೊಂದಿ, ದಿನವಿಡಿ ಸುದ್ದಿ ಪ್ರಸಾರ ಮಾಡಲಾರಂಭಿಸಿದವು. ಪತ್ರಿಕೆಯ ಹಿಂದಿನ ಸಂಚಿಕೆಗಳನ್ನು ಓದುವ ಅವಕಾಶ ದೊರೆಯಿತು. ಪತ್ರಿಕೆಗಳಲ್ಲಿ ಪ್ರಕಟವಾಗುವ ಲೇಖನಗಳು, ನುಡಿಚಿತ್ರಗಳು, ಸಂಪಾದಕೀಯ, ಅಂಕಣ ಹಾಗೂ ಇತರೆ ವಿಷಯಗಳನ್ನು ವಿಂಗಡಿಸಿ ಓದುಗರಿಗೆ ಆಯ್ಕೆಯನ್ನು ಸುಗಮಗೊಳಿಸಿದವು. ಅಂತರ್ಜಾಲದ ಮೂಲಕ ಜಗತ್ತಿನ ಯಾವುದೇ ಪತ್ರಿಕೆಗಳನ್ನು ಓದುವ ಅವಕಾಶ ಲಭ್ಯವಾಯಿತು. ಮುದ್ರಿತ ಪತ್ರಿಕೆಗಳು ವಿದ್ಯುನ್ಮಾನ ಪ್ರಸಾರಕ್ಕೆ ಪರಿವರ್ತಿಸಿಕೊಂಡವು.

ಈ ಹೊಸ ಶತಮಾನದ ಬಹುದೊಡ್ಡ ಸೃಷ್ಟಿ, ಸಾಮಾಜಿಕ ಮಾಧ್ಯಮಗಳು. ಪರಂಪರಾಗತ ಸಮೂಹ ಸಂವಹನ ಮಾಧ್ಯಮಗಳಿಗೆ ಸೆಟೆದು ನಿಂತ ಈ ಪ್ರಭಾವಿ ಮಾಧ್ಯಮಗಳು ಮನುಕುಲಕ್ಕೆ ದೊರೆತ ವಿಶೇಷ ಬಳುವಳಿ. ಇವು ಪ್ರತಿ ವ್ಯಕ್ತಿಗೆ ತನ್ನ ಅಭಿಪ್ರಾಯ ಮಂಡಿಸುವ ಶಕ್ತಿಯನ್ನು ನೀಡಿದವು. ಪ್ರತಿಯೊಬ್ಬನೂ ತನ್ನ ನೋವು ನಲಿವುಗಳನ್ನು ದಾಖಲಿಸುವ ಪ್ರಬಲ ಸಂವಹನ ಅಸ್ತ್ರಗಳನ್ನು ಸಾಮಾಜಿಕ ಮಾಧ್ಯಮಗಳ ಮೂಲಕ ದಕ್ಕಿಸಿಕೊಂಡು ಪತ್ರಕರ್ತನಾದ. ಖಾಸಗಿಯವರ ಒಡೆತನ ದೂರಸಂಪರ್ಕ ಕ್ಷೇತ್ರದಲ್ಲಿ ಮಹತ್ತರ ಬದಲಾವಣೆಗೆ ಕಾರಣವಾಯಿತು. ಅಗ್ಗದ ದರದಲ್ಲಿ ಮೊಬೈಲ್ ಹಾಗೂ ಅಂತರ್ಜಾಲದ ಸೌಲಭ್ಯಗಳು ದೊರೆತವು. ಫೋನ್‌ಗಳೇ ಕ್ಯಾಮರಾಗಳಾದವು, ಅಂಚೆ-ತಂತಿ ಕಚೇರಿಗಳಾಗಿ ಪರಿವರ್ತಿತವಾದವು. ಫೇಸ್‌ಬುಕ್, ವಾಟ್ಸ್‌ಅಪ್, ಟ್ವಿಟರ್, ಇನ್‌ಸ್ಟಾಗ್ರಾಮ್, ಯುಟ್ಯೂಬ್, ನೆಟ್‌ವರ್ಕ್‌ಗಳು ವೈವಿಧ್ಯಮಯ ಸೇವೆಗಳನ್ನು

ಜನತೆಯ ಮಡಲಿಗಿರಿಸಿದವು. ಅಂಗೈಯಲ್ಲಿ ಪ್ರಪಂಚ ಅಕ್ಷರಶಃ ಸತ್ಯವಾಯಿತು. ಟಿವಿ, ಬಾನುಲಿ, ಪತ್ರಿಕೆಗಳು, ಸಿನೆಮಾ, ಸಂಗೀತ ದಿನವಿಡಿ ಜಾಲತಾಣಗಳಲ್ಲಿ ಹರಿದಾಡಲಾರಂಭಿಸಿದವು. ಮಾಹಿತಿಯ ಮಹಾಪೂರವೇ ಎಲ್ಲೆಡೆಯಿಂದ ಚಿಮ್ಮಿದವು.

ಡಿಜಿಟಲ್ ತಂತ್ರಜ್ಞಾನ ಎಲ್ಲ ಸಂವಹನ ಮಾಧ್ಯಮಗಳ ಸಮ್ಮಿಲನವಾಗಿ ಮಾರ್ಪಾಡಾಗಿ ಪರದೆಯ (ಟಿವಿ, ಮೊಬೈಲ್, ಕಂಪ್ಯೂಟರ್) ಮೇಲೆ ಎಲ್ಲವೂ ಲಭ್ಯವಾಗುವಂತೆ ಮಾರ್ಪಡಿಸಿತು. ಇದರಿಂದಾಗಿ ಮುದ್ರಿತವಾಗಿ ಮನೆಗಳಿಗೆ ದಿನನಿತ್ಯ ಹಂಚಲ್ಪಡುತ್ತಿದ್ದ ಪತ್ರಿಕೆಗಳು, ಸುದ್ದಿ ಸೇವೆಯಲ್ಲಿ ತಮ್ಮ ಅಗ್ರಶ್ರೇಣಿಯನ್ನು ಕಳೆದುಕೊಂಡವು. ಪ್ರತಿಕ್ಷಣ ಘಟನೆಗಳು ಸುದ್ದಿಯಾಗಿ ಮಾರ್ಪಾಡಾಗಿ ಜಗತ್ತನ್ನೇ ಆವರಿಸಿದವು. ಸುದ್ದಿ ಹರಿದಾಟ ಅವ್ಯಾಹತವಾಗಿ ವಿಕೇಂದ್ರಿಕರಣವಾಯಿತು. ಪ್ರಮುಖ ವರ್ತಮಾನಗಳ ಮೂಲವಾಗಿದ್ದ ಪತ್ರಿಕೆಗಳ ಪ್ರಾಮುಖ್ಯತೆ ಕುಸಿಯಿತು. ಪ್ರಸಾರ ಸಂಖ್ಯೆ ಹಿನ್ನಡೆಗೊಂಡಿತು. ಜಾಹಿರಾತು ಹಣ ಆನ್‌ಲೈನ್ ಮಾಧ್ಯಮಗಳತ್ತ ಹರಿಯಲಾರಂಭಿಸಿತು. ಆನ್‌ಲೈನ್‌ನಲ್ಲಿ ಪ್ರತಿಕ್ಷಣವೂ ಸುದ್ದಿಯ ಲಭ್ಯತೆಯಿಂದಾಗಿ ತಂತ್ರಜ್ಞಾನಸ್ನೇಹಿ ಯುವಜನತೆ ಸಾಮಾಜಿಕ ಮಾಧ್ಯಮಗಳತ್ತ ಮುಖ ಮಾಡಿದರು. ಮುದ್ರಣವೇ ಇಲ್ಲದ ಆನ್‌ಲೈನ್ ಪತ್ರಿಕೆಗಳು ವೆಬ್ ಜಾಲತಾಣಗಳು ಸುದ್ದಿ ಲೇಖನ ಅಂಕಣಗಳನ್ನು ಪ್ರಕಟಿಸಿ ಓದುಗರನ್ನು ಆಕರ್ಷಿಸಿದವು.

ಈ ನವತಂತ್ರಜ್ಞಾನದ ಪ್ರಭಾವ ಯುರೋಪ್ ಮತ್ತು ಅಮೆರಿಕಾಗಳಲ್ಲಿನ ಪತ್ರಿಕೆಗಳ ಮೇಲೆ ವ್ಯಾಪಕ ಪ್ರಭಾವ ಬೀರಿದವು. ಪತ್ರಿಕಾ ಓದುಗರ ಸಂಖ್ಯೆ ಕುಸಿಯಿತು. ಜಾಹಿರಾತು ಆದಾಯ ಕ್ಷೀಣಿಸಿತು. ಅನೇಕ ಪತ್ರಿಕೆಗಳು ಮುಚ್ಚಿದವು. ಪತ್ರಕರ್ತನ ಪರಿಸ್ಥಿತಿ ಮೂರಾಬಟ್ಟೆಯಾಯಿತು. ಮಾಲೀಕತ್ವಗಳು ಬದಲಾವಣೆಗೊಂಡವು. ಓದುಗರ ಸಹಾಯಕ್ಕೆ ಪತ್ರಿಕೆಗಳು ನೆರವು ಕೋರಿದವು. ಸ್ವತಂತ್ರ ಪತ್ರಿಕೋದ್ಯಮ ಪ್ರಜಾಸತ್ತೆಯ ಬೆನ್ನೆಲುಬು. ಮುಕ್ತ ಹಾಗೂ ನಿರ್ಭೀತ ಚರ್ಚೆಗಳು, ವರದಿಗಳು, ವಿವರಣೆಗಳು, ಪ್ರಜಾಪ್ರಭುತ್ವದ ರಕ್ಷಣಾ ಕವಚಗಳು. ಈಗ ಅವುಗಳು ನಜ್ಜುಗುಜ್ಜಾಗಿವೆ. ತಮ್ಮ ಅಸ್ತಿತ್ವ ಉಳಿಸಿಕೊಳ್ಳುವ ಹೋರಾಟದಲ್ಲಿ ವಾಣಿಜ್ಯಶಕ್ತಿಗಳ ತೆಕ್ಕೆಯಲ್ಲಿ ಸಿಕ್ಕಿವೆ. ಬಹುತೇಕ ಪತ್ರಿಕೆಗಳು ಪುಟಗಳನ್ನು ಕಡಿಮೆಗೊಳಿಸಿವೆ. ವಾರಕ್ಕೆ ಎರಡು ಇಲ್ಲವೇ ನಾಲ್ಕು ದಿನ ಪತ್ರಿಕೆಗಳನ್ನು ಪ್ರಕಟಿಸುತ್ತಿವೆ. ಅನೇಕ ನಗರಗಳಲ್ಲಿಂದು ದಿನಪತ್ರಿಕೆಗಳೇ ಇಲ್ಲವಾಗಿವೆ. ಆನ್‌ಲೈನ್ ಪ್ರಕಟಣೆಗಳು, ಟ್ವಿಟರ್ ಹಾಗೂ ಬ್ಲಾಗ್‌ಗಳ ಅವಲಂಬನೆ ಹೆಚ್ಚಿದೆ. ನ್ಯೂಯಾರ್ಕ್ ನಗರದಲ್ಲಿ ಎರಡೇ ದಿನಪತ್ರಿಕೆಗಳು ಈಗ ಪ್ರಕಟವಾಗುತ್ತಿವೆ. ಆದರೆ ನವದೆಹಲಿಯಿಂದ 16 ಆಂಗ್ಲ ದೈನಿಕಗಳು ಹೊರಬರುತ್ತಿವೆ. ಆನ್‌ಲೈನ್ ಮಾಧ್ಯಮಗಳ ಆಗಮನ ಸೃಜನಾತ್ಮಕ ಬರಹಗಾರರೆಲ್ಲರನ್ನು ಪತ್ರಕರ್ತ–ಪ್ರಕಾಶಕರನ್ನಾಗಿ ಮಾರ್ಪಡಿಸಿವೆ. 2000 ಇಸ್ವಿಯಲ್ಲಿ ಅಮೆರಿಕಾದ ಪತ್ರಕರ್ತರ ಸಂಖ್ಯೆ 4,24,000 ಇತ್ತು.

2010ರ ಹೊತ್ತಿಗೆ ಅದು 1,83,000ಕ್ಕೆ ಕುಸಿದಿದೆ ಎಂದರೆ ಪತ್ರಿಕೆಗಳ ಸ್ಥಿತಿ ಎಷ್ಟು ಗಂಭೀರವಾಗಿದೆ ಎಂಬುದು ಖೇದವಾಗುತ್ತದೆ.

ಭಾರತ ಸೇರಿದಂತೆ ಏಷಿಯಾ ಖಂಡದಲ್ಲಿ ಪತ್ರಿಕಾ ಬೆಳವಣಿಗೆ ಆಶಾದಾಯಕವಾಗಿದೆ ಎಂದು ಪತ್ರಿಕೆಗಳ ಜಾಗತಿಕ ಸಂಘ ಪ್ರತಿಪಾದಿಸಿದೆ. ಪತ್ರಿಕೆಗಳ ಸಂಖ್ಯೆ ಹೆಚ್ಚಳ ನಮ್ಮ ದೇಶದಲ್ಲಿ ಆಶಾದಾಯಕವಾಗಿದೆ. ಭಾರತೀಯ ಪತ್ರಿಕಾ ನೋಂದಣಾಧಿಕಾರಿಗಳ 2016-17ನೇ ಸಾಲಿನ ವರದಿಯಂತೆ ಪತ್ರಿಕೆಗಳ ಬೆಳವಣಿಗೆಯ ವೃದ್ಧಿ ಶೇಕಡಾ 3.58ರಷ್ಟು ಇತ್ತು. ಮಾರ್ಚ್ 2016ರಲ್ಲಿ 1,10,851 ನೋಂದಾಯಿತ ಪ್ರಕಟಣೆಗಳಿದ್ದವು. ಇವುಗಳ ಸಂಖ್ಯೆ ಮಾರ್ಚ್ 2017ರ ಹೊತ್ತಿಗೆ 1,14,820ಕ್ಕೆ ಏರಿದವು. ಇಂಗ್ಲಿಷ್ ಸೇರಿದಂತೆ ದೇಶದ 22 ಪ್ರಮುಖ ಭಾಷೆಗಳು ಹಾಗೂ 164 ವಿದೇಶಿ ಭಾಷೆಗಳು, ಲಿಪಿಗಳಿಲ್ಲದ ಹಾಗೂ ಸಣ್ಣಪುಟ್ಟ ಭಾಷೆಗಳಲ್ಲಿ ಪತ್ರಿಕೆಗಳು ಪ್ರಕಟವಾಗುತ್ತಿವೆ. ಒಟ್ಟು 187 ವೈವಿಧ್ಯಮಯ ಭಾಷೆಗಳಲ್ಲಿ ಹೊರತರುವ ಭಾರತೀಯ ಪ್ರಕಟಣಾ ಉದ್ಯಮ ಜಗತ್ತಿನಲ್ಲಿ ವಿಶಿಷ್ಟ ಸ್ಥಾನ ಗಳಿಸಿದೆ.

ಪತ್ರಿಕೆಗಳ ಪ್ರಸಾರ ದಾಖಲೆಯನ್ನು ಎರಡು ಪ್ರಮುಖ ಮೂಲಗಳಿಂದ ಸಂಗ್ರಹಿಸಲಾಗುತ್ತಿದೆ. 1 ಭಾರತೀಯ ಪತ್ರಿಕಾ ನೋಂದಣಿ ಕಚೇರಿಗೆ ವಾರ್ಷಿಕವಾಗಿ ಸಲ್ಲಿಸುವ ಪ್ರಸಾರ ಸಂಖ್ಯೆಯ ವಿವರಗಳು. ಎರಡನೆಯದು ಪ್ರಸಾರ ತಪಾಸಣೆ ಕೇಂದ್ರ (Audit Bureau of Circulation) ಈ ಸಂಸ್ಥೆಯಿಂದ ಪ್ರಸಾರ ಸರ್ಟಿಫಿಕೇಟ್ ಪಡೆಯಲು ಹಲವು ನಿಯಮಗಳನ್ನು ಪಾಲಿಸಬೇಕಾಗುತ್ತದೆ. ಸೇವಾಶುಲ್ಕ ಸಹ ಇದೆ. ಈ ಸಂಸ್ಥೆ ನೀಡುವ ಪ್ರಸಾರ ಪ್ರಮಾಣ ಪತ್ರಿಕೆಗೆ ಅಧಿಕೃತ. ಎಲ್ಲ ಜಾಹಿರಾತುದಾರರು ಈ ಸಂಖ್ಯೆಯನ್ನೇ ಅನುಮೋದಿಸುತ್ತಾರೆ. ದೇಶದ ಹಲವು ಪ್ರಮುಖ ಪ್ರಕಟಣೆಗಳು ಈ ಸಂಸ್ಥೆಯ ಸದಸ್ಯತ್ವ ಹೊಂದಿವೆ. ಅವುಗಳ ಸಂಖ್ಯೆ ಕೇವಲ 719. ಪತ್ರಿಕೆಗಳ ಸಂಖ್ಯೆ ಹೆಚ್ಚಾದರೂ ಪ್ರಸಾರದ ಸಂಖ್ಯೆ ಇಳಿಮುಖವಾಗುತ್ತಿರುವುದು ಗಂಭೀರ ವಿಷಯವಾಗಿದೆ. ಪತ್ರಿಕಾ ನೋಂದಣಿ ಕಚೇರಿಯ 2017-18ರ ವರದಿ ಪ್ರಕಾರ 2015-16ರಲ್ಲಿ 61,02,58,581 ಪ್ರತಿಗಳಿದ್ದರೆ, 2016-17ರ ಸಾಲಿಗೆ ಈ ಸಂಖ್ಯೆ 48,80,89,490 ಪ್ರತಿಗಳಿಗೆ ಇಳಿಮುಖವಾಗಿರುವುದನ್ನು ಪತ್ರಿಕಾ ಉದ್ದಿಮೆ ಗಂಭೀರವಾಗಿ ಪರಿಗಣಿಸಬೇಕಿದೆ. ಪತ್ರಿಕೆಗಳನ್ನು ಕೊಂಡು ಓದುವ ಹವ್ಯಾಸ ಕ್ಷೀಣಿಸುತ್ತಿದೆಯೇ? ಪ್ರತಿನಿಮಿಷವು ಹೊಸ ಸುದ್ದಿಗಳನ್ನು ನೀಡುವ ಆನ್‌ಲೈನ್ ಮಾಧ್ಯಮಗಳಿಂದ ಓದುಗರು ತೃಪ್ತರಾಗಿದ್ದಾರೆಯೇ? ಇಲ್ಲವೇ ಉಚಿತವಾಗಿ ಲಭ್ಯವಿರುವ ಇ-ಪತ್ರಿಕೆಗಳನ್ನು ಕಂಪ್ಯೂಟರ್ ಪರದೆಗಳ ಮೇಲೆ ಓದಿ ತೃಪ್ತಿಪಡುತ್ತಿದ್ದಾರೆಯೇ? 24/7 ನಿರಂತರ ಮಾಹಿತಿ ಒದಗಿಸುವ ಟಿವಿ ಸುದ್ದಿವಾಹಿನಿಗಳತ್ತ ಓದುಗರು ಪ್ರಭಾವಿತರಾಗಿದ್ದಾರೆಯೇ. ಇಂತಹ ಹಲವು ಪ್ರಶ್ನೆಗಳಿಗೆ ಸಂಶೋಧಕರು ಉತ್ತರಿಸಬೇಕಿದೆ.

ದೇಶದ ಬಹುಪಾಲು ಪ್ರಕಟಣೆಗಳು ನಿಯಕಾಲಿಕೆಗಳು. 2017ರ ದಾಖಲೆಗಳ ಪ್ರಕಾರ ದಿನಪತ್ರಿಕೆಗಳ ಸಂಖ್ಯೆ 16,993 ಹಾಗೂ ನಿಯತಕಾಲಿಕೆಗಳು 97,287. ವಿಷಾದಕರ ಸಂಗತಿಯೆಂದರೆ ಪ್ರಕಟವಾಗುವ ಪತ್ರಿಕೆಗಳ ಪೈಕಿ ಶೇಕಡ 37ರಷ್ಟು ಪ್ರಕಟಣೆಗಳು ಮಾತ್ರ ತಮ್ಮ ಪ್ರಸಾರದ ವಿವರಗಳನ್ನು ತಿಳಿಸುತ್ತವೆ. ಕಟ್ಟುನಿಟ್ಟಿನ ಕ್ರಮ ಜರುಗಿಸುವ ವ್ಯವಸ್ಥೆ ಇಲ್ಲದಿರುವುದು ಇದಕ್ಕೆ ಕಾರಣವಾಗಿದೆ. 2016–17ನೇ ಸಾಲಿನಲ್ಲಿ 9,061 ದೈನಿಕಗಳು ಮಾತ್ರ ತಮ್ಮ ಪ್ರಸಾರ ಸಂಖ್ಯೆಯ ವಿವರಗಳನ್ನು ನೀಡಿದವು. ಅವುಗಳ ಪ್ರಸಾರ 27,53,61,253 ಪ್ರತಿಗಳಿದ್ದವು ಹಿಂದಿನ ವರ್ಷಕ್ಕೆ ಹೋಲಿಸಿದರೆ ಇವುಗಳ ಪ್ರಸಾರ ಶೇಕಡ 26ರಷ್ಟು ಕುಗ್ಗಿತ್ತು. ನಿಯತಕಾಲಿಕೆಗಳ ಗತಿಯೂ ಇದೇ ಆಗಿದೆ.

ಸ್ವಾತಂತ್ರ್ಯ ಬಂದ 72 ವರ್ಷಗಳಲ್ಲಿ ಭಾರತೀಯ ಪತ್ರಿಕೋದ್ಯಮ ಹಲವು ನಿರ್ಣಾಯಕ ಹಂತಗಳನ್ನು ದಾಟಿ ಸಶಕ್ತವಾಗಿ ಬೆಳೆದಿದೆ. ಟಿವಿ ಸುದ್ದಿವಾಹಿನಿಗಳು ಹಾಗೂ ಸಾಮಾಜಿಕ ಮಾಧ್ಯಮಗಳ ಅಸಾಧಾರಣ ವೃದ್ಧಿಯ ನಡುವೆಯೂ ತನ್ನ ಪ್ರಭಾವವನ್ನು ಉಳಿಸಿಕೊಂಡಿದೆ. ಸುದ್ದಿ ಹಾಗೂ ಸುದ್ದಿಯ ವಿಶ್ಲೇಷಣೆಗೆ ಪತ್ರಿಕೆಗಳ ಅವಲಂಬನೆ ಅನಿವಾರ್ಯ, ಆಗುಹೋಗುಗಳ ಸವಿಸ್ತಾರ ವಿವರಣೆ ನೀಡುವಲ್ಲಿ ಪತ್ರಿಕೆಗಳಿಗೆ ಸರಿಸಾಟಿ ಮಾಧ್ಯಮ ಇನ್ನೊಂದಿಲ್ಲ. ಆನ್‌ಲೈನ್ ಮಾಧ್ಯಮಗಳು ವಿವರಣಾತ್ಮಕ ಲೇಖನಗಳನ್ನು ಪ್ರಕಟಿಸುತ್ತಿವೆ. ಆದರೆ ತೆರೆಯ ಮೇಲೆ ಹೆಚ್ಚು ಕಾಲ ಓದಲು ಆಗದ ಮಾತು.

ಮುದ್ರಣ ಮಾಧ್ಯಮಕ್ಕೆ ಇದು ಸಂಕ್ರಮಣ ಕಾಲ. ಅಂತರ್ಜಾಲದ ವ್ಯಾಪಕ ವಿಸ್ತರಣೆಯ ಪ್ರಭಾವಗಳು ನಿಲುಕುವಂತಹುದಲ್ಲ. ದೇಶದಲ್ಲೀಗ 100 ಕೋಟಿಗೂ ಅಧಿಕ ಮೊಬೈಲ್ ಫೋನುಗಳಿವೆ. ಇವುಗಳಲ್ಲಿ ಶೇಕಡಾ 50ಕ್ಕಿಂತ ಹೆಚ್ಚು ಸ್ಮಾರ್ಟ್‌ಫೋನ್‌ಗಳು. ಇವುಗಳು ನಿರಾತಂಕವಾಗಿ ಅಂತರ್ಜಾಲದ ಸೇವೆಗಳನ್ನು ನೀಡುತ್ತಿವೆ. ಫೇಸ್‌ಬುಕ್, ಟ್ವಿಟರ್, ವಾಟ್ಸ್‌ಅಪ್, ಯುಟ್ಯೂಬ್, ಟಿವಿ ವಾಹಿನಿಗಳ ನೇರಪ್ರಸಾರ, ಬೇಕೆಂದಾಗ ಬಯಸಿದ ಕಾರ್ಯಕ್ರಮಗಳನ್ನು ನೀಡುವ ಸೌಲಭ್ಯಗಳು ದಿನವಿಡಿ ಲಭ್ಯವಿರುವಾಗ 24 ಗಂಟೆಗಳಿಗೊಮ್ಮೆ ಬರುವ ಪತ್ರಿಕೆ ಯಾವ ಬಗೆಯ ಸವಾಲನ್ನು ಆಧುನಿಕ ಮಾಧ್ಯಮಗಳಿಗೆ ಎಸೆಯಬಲ್ಲದು ಎಂಬುದು ಯಕ್ಷಪ್ರಶ್ನೆ. ಆದರೂ ತಲೆಮಾರುಗಳಿಂದ ಅಭ್ಯಾಸವಾಗಿರುವ ಪತ್ರಿಕಾ ಓದು ತಕ್ಷಣವೇ ಮಾಯವಾಗದು. ಈಗಿನ ತಲೆಮಾರಂತೂ ಖಂಡಿತವಾಗಿ ಪತ್ರಿಕೆಗಳನ್ನು ಓದುವ ಹವ್ಯಾಸ ತ್ಯಜಿಸಲಾರರು. ಇತ್ತೀಚಿನ ದಾಖಲೆಗಳ ಪ್ರಕಾರ 50 ಕೋಟಿ ಜನಸಂಖ್ಯೆ ಅಂತರ್ಜಾಲ ಸೇವೆ ಹೊಂದಿದ್ದಾರೆ ಎನ್ನಲಾಗಿದೆ. ಬಹುಪಾಲು ಇವರು ಮೊಬೈಲ್ ಮೂಲಕವೇ ಅಂತರ್ಜಾಲ ವೀಕ್ಷಣೆ ಮಾಡುತ್ತಾರೆ.

ಪತ್ರಿಕೋದ್ಯಮ ಮುಕ್ತ ಕ್ಷೇತ್ರ. ರಾಜಕೀಯದಂತೆ ಯಾವ ಅರ್ಹತೆಗಳನ್ನು ಈ ಕ್ಷೇತ್ರಕ್ಕೆ ಗೊತ್ತುಪಡಿಸಿಲ್ಲ. ಯಾರು ಬೇಕಾದರೂ ಪತ್ರಕರ್ತರಾಗಬಹುದು. ಹಾಗೆಯೇ

ಹಣವಂತರು ಪ್ರಕಾಶಕರಾಗಬಹುದು. ಸಾರ್ವಜನಿಕ ಜೀವನದಲ್ಲಿ ತಮ್ಮ ಪ್ರತಿಷ್ಠೆ ಹೆಚ್ಚಳಕ್ಕೆ ಈ ಉದ್ದಿಮೆಯತ್ತ ಆಕರ್ಷಿತರಾಗುತ್ತಾರೆ. ಈ ಮಾಧ್ಯಮವನ್ನು ವೈಯಕ್ತಿಕ ಹಿತಾಸಕ್ತಿಗಳಿಗೂ ಬಳಸಿಕೊಳ್ಳುತ್ತಾರೆ ಹಲವೆಡೆ ರಾಜಕೀಯ ಶಕ್ತಿಗಳ ಕಪಿಮುಷ್ಠಿಯಲ್ಲಿ ಪತ್ರಿಕೋದ್ಯಮ ನಲುಗುತ್ತದೆ. ಉದಾಹರಣೆಗೆ ತಮಿಳುನಾಡಿನ ಎಲ್ಲ ರಾಜಕೀಯ ಪಕ್ಷಗಳು ಪತ್ರಿಕೆಗಳನ್ನು ಹೊಂದಿವೆ. ಪತ್ರಿಕೆಗಳ ಮೂಲಕ ರಾಜಕೀಯ ಪ್ರವೇಶಿಸಿ ಮಂತ್ರಿಗಳಾದ ಉದಾಹರಣೆಗಳಿವೆ. ಆಂಧ್ರಪ್ರದೇಶದ ತೆಲುಗು ದೇಶಂ ಪಕ್ಷದ ಯಶಸ್ಸಿಗೆ 'ಈ ನಾಡು' ಪತ್ರಿಕೆಯ ಬೆಂಬಲ ಪ್ರಮುಖ ಕಾರಣವಾಯಿತು. ಜಗನ್ ಮೋಹನ್ ರೆಡ್ಡಿ ಅವರು ಸ್ಥಾಪಿಸಿದ 'ಸಾಕ್ಷಿ' ತೆಲುಗು ದೈನಿಕ ಅತ್ಯಂತ ಯಶಸ್ಸು ಕಂಡ ದೈನಿಕ. ಓಡಿಶಾದಲ್ಲಿ ಅನೇಕ ಪತ್ರಕರ್ತರು, ಸಂಪಾದಕರು, ಚಿಟ್ ಫಂಡ್ ಕಂಪನಿಗಳ ಬೆಂಬಲಕ್ಕೆ ನಿಂತು ಗ್ರಾಹಕರಿಗೆ ವಂಚಿಸಿ ಜೈಲುಪಾಲಾಗಿದ್ದಾರೆ.

ಬಹುತೇಕ ಪ್ರಕಟಣೆಗಳು ಪತ್ರಿಕಾ ಧರ್ಮಪಾಲನೆ ಮಾಡಿ ದೇಶದ ಅಭಿವೃದ್ಧಿಯಲ್ಲಿ ಪ್ರಮುಖಪಾತ್ರ ವಹಿಸಿವೆ. ಆಳುವವರನ್ನು ಎಚ್ಚರಿಸುವ, ತಪ್ಪನ್ನು ಗುರುತಿಸಿ ಎಚ್ಚರಿಸುವ, ಅಪರಾಧಗಳನ್ನು ಖಂಡಿಸುವ, ದೇಶದ ಮುನ್ನೋಟಕ್ಕೆ ಮಾರ್ಗದರ್ಶನ ನೀಡುವ ಸಾಮರ್ಥ್ಯ ಹಾಗೂ ವಿದ್ವತ್ತನ್ನು ಹೊಂದಿರುವ ಪರಿಣಿತರನ್ನು ಭಾರತೀಯ ಪತ್ರಿಕೋದ್ಯಮ ಹೊಂದಿದೆ. ಪ್ರಜಾಸತ್ತೆಯ ನಾಲ್ಕನೇ ಸ್ತಂಭ ಎನ್ನುವ ಹಿರಿಮೆಗೆ ತಕ್ಕುದಾದ ಪಾತ್ರ ನಿರ್ವಹಿಸುತ್ತಿದೆ. ಜಾಗೃತ ಪತ್ರಿಕೋದ್ಯಮ ಪ್ರಜಾಸತ್ತೆಯ ರಕ್ಷಾಕವಚ. ಪ್ರಜಾಸತ್ತಾತ್ಮಕ ಸಂಸ್ಕೃತಿಯ ಪೋಷಣೆಯಲ್ಲಿ ಭಾರತೀಯ ಪತ್ರಿಕೆಗಳ ಪಾತ್ರ ಹಿರಿದು. ಅತ್ಯಂತ ಕಡಿಮೆ ವೆಚ್ಚದಲ್ಲಿ ವೈವಿಧ್ಯಮಯ ಸುದ್ದಿ ಹಾಗೂ ವಿಶ್ಲೇಷಣೆಗಳೊಂದಿಗೆ ಮನೆಬಾಗಿಲಗೆ ತಲಪುವ ಪತ್ರಿಕೆ, ಸುದ್ದಿ ಸಮಾಚಾರ, ಮಾಹಿತಿ ವಿವರಣೆಗಳು, ಅಭಿಪ್ರಾಯಗಳು ಹಾಗೂ ಮನರಂಜನೆಯನ್ನು ಓದುಗರಿಗೆ ತಲುಪಿಸುವ ಪ್ರಭಾವಿ ಮಾಧ್ಯಮ. ಜಗತ್ತಿನ ಹೆಚ್ಚು ಪ್ರಸಾರವಿರುವ ಹತ್ತು ದೈನಿಕಗಳ ಪೈಕಿ ಭಾರತದ ಐದು ಪತ್ರಿಕೆಗಳಿರುವುದು ಹೆಮ್ಮೆಯ ವಿಷಯ. ತನ್ನ ಉನ್ನತ ಗುಣಮಟ್ಟದ ಪತ್ರಿಕಾ ಪ್ರಕಟಣೆಗೆ 'ದಿ ಹಿಂದೂ' ಆಂಗ್ಲ ದೈನಿಕ ಜಗತ್ತಿನಲ್ಲೇ ಹೆಸರುವಾಸಿಯಾಗಿದೆ. ಮುದ್ರಣ ಗುಣಮಟ್ಟದಲ್ಲಿ ಸಹ ಭಾರತದ ಪತ್ರಿಕೆಗಳು ಜಗತ್ತನ್ನೇ ಆಕರ್ಷಿಸಿವೆ. ಭಾರತೀಯ ಪತ್ರಿಕೆಗಳು ಪ್ರತಿವರ್ಷ ಸುಮಾರು 20 ಸಾವಿರ ಕೋಟಿ ಹಣವನ್ನು ಜಾಹಿರಾತುಗಳ ಮೂಲಕ ಸಂಗ್ರಹಿಸುತ್ತವೆ. ಜಾಹಿರಾತುಗಳಿಂದ ಬರುವ ಈ ಆದಾಯವೇ ಪತ್ರಿಕೆಗಳ ಅಸ್ತಿತ್ವಕ್ಕೆ ಆಧಾರ ಸ್ತಂಭ.

ಕನ್ನಡ ಪತ್ರಿಕೆಗಳು

ಕನ್ನಡ ಪತ್ರಿಕೋದ್ಯಮ 175 ವರ್ಷಗಳನ್ನು ಪೂರೈಸಿ 176ನೇ ವರ್ಷಕ್ಕೆ ಕಾಲಿರಿಸಿದೆ. ಮೊದಲ ಪತ್ರಿಕೆ 'ಮಂಗಳೂರ ಸಮಾಚಾರ' 1843 ಜುಲೈ 1 ರಂದು ಮಂಗಳೂರಿನಲ್ಲಿ ಉದಯಿಸಿತು. ಕಲ್ಲಚ್ಚು ಮುದ್ರಣದಲ್ಲಿ ಹೊರಬಂದ

ಈ ಪ್ರಕಟಣೆ ಕನ್ನಡಿಗರಿಗೆ ಕಿಟಕಿಯ ಬಾಗಿಲನ್ನು ತೆರೆದು ಹೊರಜಗತ್ತನ್ನು ಪರಿಚಯಿಸಿತು. ಜರ್ಮನಿಯ ಬಾಸೆಲ್ ಮಿಷನ್‌ಗೆ ಸೇರಿದ ಹರ್ಮನ್ ಮೊಗ್ಲಿಂಗ್, ಧರ್ಮಪ್ರಸಾರಕನಾಗಿ ಬಂದರೂ ಆತನ ಒಲವು ಸಾಹಿತ್ಯ ಮತ್ತು ಸಂಸ್ಕೃತಿಗಳತ್ತ ವಾಲಿತು. ಪತ್ರಿಕಾ ಸಂಪಾದನೆ ಮತ್ತು ಪ್ರಕಟಣೆಗಳ ಬಗ್ಗೆ ಉತ್ತಮ ಜ್ಞಾನ ಹೊಂದಿದ್ದ ಮೊಗ್ಲಿಂಗ್, ಬಹು ಸುಸಜ್ಜಿತವಾಗಿ ಪತ್ರಿಕೆ ಹೊರತಂದು ಓದುಗರ ಮೆಚ್ಚುಗೆ ಗಳಿಸಿದ. 1857ರ ಸಿಪಾಯಿ ದಂಗೆ ಮತ್ತು 1885ರಲ್ಲಿ ಆರಂಭವಾದ ಭಾರತೀಯ ಕಾಂಗ್ರೆಸ್ ಜನಜಾಗೃತಿಗೆ ಪರೋಕ್ಷವಾಗಿ ನೆರವಾದವು. ಪುಸ್ತಕ ಹಾಗೂ ಪತ್ರಿಕೆಗಳ ಲಭ್ಯತೆ ಜನರಲ್ಲಿ ಅಕ್ಷರ ಕಲಿಯಲು ಪ್ರೇರೇಪಿಸಿದವು. ಆರಂಭದ ಬಹುಪಾಲು ಪತ್ರಿಕೆಗಳು ಧಾರ್ಮಿಕ ಹಾಗೂ ನೈತಿಕ ವಿಷಯ ವಸ್ತುಗಳನ್ನು ಪ್ರಧಾನವಾಗಿ ಪ್ರಕಟಿಸುತ್ತಿದ್ದವು. ಕನ್ನಡ ಪ್ರಕಟಣೆಗಳು ಪ್ರಧಾನವಾಗಿ ಮಂಗಳೂರು, ಬೆಂಗಳೂರು, ಮೈಸೂರು, ಧಾರವಾಡ ಮತ್ತು ಬೆಳಗಾವಿಯಿಂದ ಹೊರಬಂದವು. 19ನೇ ಶತಮಾನದ ಬಹು ಪ್ರಮುಖ ಕನ್ನಡ ಪ್ರಕಟಣೆಗಳೆಂದರೆ ಬೆಳಗಾವಿಯ 'ಸುಬುದ್ಧಿ ಪ್ರಕಾಶ' (1849). ಬೆಂಗಳೂರಿನಿಂದ ಆರಂಭವಾದ 'ಮೈಸೂರು ವೃತ್ತಾಂತ ಬೋಧಿನಿ' (1856) ಮಂಗಳೂರಿನ 'ಕನ್ನಡ ವಾರ್ತಿಕ' (1857) ಧಾರವಾಡದಿಂದ ಹೊರಬಂದ 'ಜ್ಞಾನ ಬೋಧಕ' (1861) ಮಂಗಳೂರಿನ 'ವಿಚಿತ್ರ ವರ್ತಮಾನ ಸಂಗ್ರಹ' (1862), ಬೆಂಗಳೂರಿನ 'ಕರ್ನಾಟಕ ಪ್ರಕಾಶಿಕ' (1865) ಬೆಳಗಾವಿಯ 'ಶಾಲಾ ಪತ್ರಿಕೆ' (1865) ಹಾಗೂ ಸರಕಾರದ ಅಧಿಕೃತ ಪ್ರಕಟಣೆಯಾದ' ಮೈಸೂರು ಗೆಜೆಟ್' (1866) ಪ್ರಮುಖ ಪ್ರಕಟಣೆಗಳು.

19ನೇ ಶತಮಾನದ ಅಂತ್ಯಕ್ಕೆ ಕನ್ನಡ ಭಾಷಿಕರಿದ್ದ ಹಲವಾರು ಪ್ರಮುಖ ಸ್ಥಳಗಳಲ್ಲಿ ಮುದ್ರಣ ಯಂತ್ರಗಳು ಲಭ್ಯವಾಗಿದ್ದವು. ಕಲ್ಲಚ್ಚು ಮುದ್ರಣದಿಂದ ಅಚ್ಚುಮೊಳೆ ಜೋಡಿಸುವ ತಂತ್ರಜ್ಞಾನ ಪರಿಚಯಿಸಲ್ಪಟ್ಟಿತು. ಬಹುತೇಕ ಪ್ರಕಾಶಕರೇ ಸಂಪಾದಕರಾಗಿದ್ದರು. ವೃತ್ತಿಯಿಂದ ಭಾಷಾ ಪಂಡಿತರು ಮತ್ತು ಕ್ರೈಸ್ತ ಧರ್ಮ ಪ್ರಚಾರಕರಿದ್ದರು. 1843–1947ರ 104 ವರ್ಷಗಳ ಅವಧಿಯ ಕನ್ನಡ ಪತ್ರಿಕೆಗಳನ್ನು ಸೂಕ್ಷ್ಮವಾಗಿ ಅವಲೋಕಿಸಿದಾಗ ಹೊರಬಂದ ಪ್ರಮುಖ ಅಂಶವೆಂದರೆ ಮೊದಲ 50 ವರ್ಷಗಳ ಪ್ರಕಟಣೆಗಳು ಬಹುವಿರಳ ಹಾಗೂ ಅಲ್ಪಾಯುಷಿಗಳು. ಪ್ರಮುಖವಾಗಿ ಜ್ಞಾನ, ನಂತರ ಸಮಕಾಲೀನ ಬೆಳವಣಿಗೆಗಳನ್ನು ಜನಸಾಮಾನ್ಯರಿಗೆ ತಿಳಿಸುವುದೇ ಮುಖ್ಯ ಧ್ಯೇಯಗಳಾಗಿದ್ದವು ಎಂಬುದು ಕಂಡುಬರುತ್ತದೆ.

1884ರಲ್ಲಿ ಪತ್ರಿಕೋದ್ಯಮ ಪ್ರವೇಶಿಸಿದ ಎಂ. ವೆಂಕಟಕೃಷ್ಣಯ್ಯ ಹಲವಾರು ಕನ್ನಡ–ಇಂಗ್ಲಿಷ್ ಪತ್ರಿಕೆಗಳನ್ನು ಮೈಸೂರಿನಲ್ಲಿ ಆರಂಭಿಸಿ ಪತ್ರಿಕೆಗಳ ಸಾಮರ್ಥ್ಯವನ್ನು ರುಜುವಾತು ಪಡಿಸಿದರು. ಅಧಿಕಾರಿಗಳೊಡನೆ ಸೆಣಸಾಡಿದರು. ಹಲವಾರು ತಾಪತ್ರಯಗಳನ್ನು ಅನುಭವಿಸಿದರು. ಪತ್ರಿಕಾ ಸ್ವಾತಂತ್ರ್ಯವನ್ನು ಎತ್ತಿಹಿಡಿದ ಪತ್ರಕರ್ತರು. ಧಾರವಾಡ ಶಾಲಾ ಮಾಸ್ತರರಾದ ವೆಂಕಟರಂಗ ಕಟ್ಟಿಯವರು ತಮ್ಮ

ಪತ್ರಿಕಾ ಕೃಷಿ ಮೂಲಕ ಜ್ಞಾನ ಪ್ರಸರಣ ಮಾಡಿದರು. ಆಲೂರು ವೆಂಕಟರಾಯರು ತಮ್ಮ ಪತ್ರಿಕೆಗಳ ಮೂಲಕ ಕನ್ನಡಿಗರಲ್ಲಿ ಜಾಗೃತಿ ಮೂಡಿಸಿದರು. ತಿಲಕರ ಪ್ರಭಾವಕ್ಕೆ ಒಳಗಾದ ಹಲವಾರು ಮಹನೀಯರು ಪತ್ರಿಕೋದ್ಯಮಕ್ಕೆ ಧುಮುಕಿದರು.

'ಕರ್ನಾಟಕ ವೈಭವ' ಪತ್ರಿಕೆ ಮೂಲಕ ಪತ್ರಿಕಾ ವೃತ್ತಿ ಆರಂಭಿಸಿದ ಮೊಹರೆ ಹಣಮಂತರಾಯರು, ಮುಂದಿನ ದಿನಗಳಲ್ಲಿ ಉತ್ತರ ಕರ್ನಾಟಕದ ಪ್ರಭಾವಿ ಪತ್ರಿಕೆ 'ಸಂಯುಕ್ತ ಕರ್ನಾಟಕ' ಪತ್ರಿಕೆಯ ಉನ್ನತಿಗೆ ಶ್ರಮಿಸಿದ ಮಹಾನ್ ಪತ್ರಕರ್ತರು. ಡಿ.ವಿ. ಗುಂಡಪ್ಪ, ತಿ.ತಾ. ಶರ್ಮ, ಫ.ಗು. ಹಳಕಟ್ಟಿ, ಪಿ.ಆರ್.ರಾಮಯ್ಯ, ಬಿ.ಎನ್. ಗುಪ್ತ, ಮುದವೀಡು ಕೃಷ್ಣರಾಯರು, ಕನ್ನಡ ಪತ್ರಿಕೋದ್ಯಮ ಬೆಳವಣಿಗೆಗೆ ಬುನಾದಿ ಹಾಕಿದರು. ಎರಡು ವಿಶ್ವ ಮಹಾಯುದ್ಧಗಳು ಹಾಗೂ ಸ್ವಾತಂತ್ರ್ಯ ಹೋರಾಟ ಪತ್ರಿಕೆಗಳ ಬೆಳವಣಿಗೆಗೆ ಪ್ರಮುಖ ಕಾರಣಗಳಾದವು. ಅಂಚೆ ಹಾಗೂ ತಂತಿ ಕಚೇರಿಗಳ ವಿಸ್ತರಣೆ, ಸುದ್ದಿಸಂಸ್ಥೆಗಳ ಸೇವಾರಂಭ, ಸಾರಿಗೆ ಸಂಪರ್ಕಗಳ ವಿಸ್ತರಣೆಗಳಿಂದಾಗಿ ಓದುಗರನ್ನು ಪತ್ರಿಕೆಗಳು ಆಕರ್ಷಿಸಿದವು. ಹಾಗೂ ಸುಲಭವಾಗಿ ಲಭ್ಯವಾಗತೊಡಗಿದವು. ದೇಶಕ್ಕೆ ಸ್ವಾತಂತ್ರ್ಯ ಮತ್ತು ಏಕೀಕೃತ ಕರ್ನಾಟಕ ಸಾಕಾರಗಳಿಗೆ ಪತ್ರಿಕೆಗಳ ಪಾತ್ರ ಬಹುನಿರ್ಣಾಯಕವಾಗಿದ್ದವು. ಏಕೀಕೃತ ರಾಜ್ಯ ಕನ್ನಡ ಭಾಷಿಕರನ್ನು ಒಗ್ಗೂಡಿಸಿತು. ಭಾಷೆಯ ಬೆಳವಣಿಗೆಗೆ ಇಂಬು ನೀಡಿತು.

ದೇಶಕ್ಕೆ ಸ್ವಾತಂತ್ರ್ಯ ಲಭಿಸಿದ ನಂತರ ಸೇವಾವೃತ್ತಿಯಾಗಿದ್ದ ಪತ್ರಿಕೋದ್ಯಮ ಬೇರೆ ಸ್ವರೂಪವನ್ನೇ ಪಡೆಯಿತು. ಅದು ಉದ್ದಿಮೆಯಾಗತೊಡಗಿತು. 'ಪ್ರಜಾವಾಣಿ' (1948) ಆರಂಭ ಕನ್ನಡ ಪತ್ರಿಕಾ ಕ್ಷೇತ್ರದ ಮೈಲಿಗಲ್ಲು. ಆಧುನಿಕ ತಂತ್ರಜ್ಞಾನ, ನುರಿತ ಪತ್ರಿಕಾ ಸಿಬ್ಬಂದಿ, ದಕ್ಷ ಮೇಲ್ವಿಚಾರಣೆ, ಉತ್ತಮ ಪತ್ರಿಕಾ ವಿತರಣೆ ವ್ಯವಸ್ಥೆಗಳು ಈ ಪ್ರಕಟಣೆಯ ಯಶಸ್ಸಿನ ಗುಟ್ಟು. 'ಛೂ ಬಾಣ' ಅಂಕಣ ಖ್ಯಾತಿಯ ಟಿ.ಎಸ್. ರಾಮಚಂದ್ರರಾಯರು ಈ ಪತ್ರಿಕೆಯ ಶಿಲ್ಪಿ. ಪಿ.ಆರ್. ರಾಮಯ್ಯ ಅವರ 'ತಾಯಿನಾಡು' ಹಾಗೂ ಬಿ.ಎನ್. ಗುಪ್ತ ಅವರ 'ಜನವಾಣಿ' ದೈನಿಕಗಳು ಪ್ರತಿಸ್ಪರ್ಧಿಗಳ ವಿರುದ್ಧ ಕಮರಿದವು. 'ಸಂಯುಕ್ತ ಕರ್ನಾಟಕ' ದೈನಿಕ ಬೆಂಗಳೂರಿನಿಂದ ಹೊಸ ಆವೃತ್ತಿಯನ್ನು 1959ರಲ್ಲಿ ಹೊರತಂದು, ಏಕೀಕೃತ ಕರ್ನಾಟಕ ಕಲ್ಪನೆಗೆ ಸಾಕಾರ ನೀಡಿತು. ಇಂಡಿಯನ್ ಎಕ್ಸ್‌ಪ್ರೆಸ್ ಗುಂಪಿನ 'ಕನ್ನಡಪ್ರಭ' (1967), ಮಣಿಪಾಲ ಸಮೂಹದ 'ಉದಯವಾಣಿ' (1970) ಹೊರಬಂದ ಪ್ರಮುಖ ದೈನಿಕಗಳು.

20ನೇ ಶತಮಾನದ ಕೊನೆಯ ವರ್ಷದಲ್ಲಿ ಆರಂಭವಾದ ವಿಜಯ ಸಂಕೇಶ್ವರ ಅವರ 'ವಿಜಯ ಕರ್ನಾಟಕ' (1999) ಕನ್ನಡ ಪತ್ರಿಕೋದ್ಯಮದಲ್ಲಿ ಹೊಸ ಅಧ್ಯಾಯ ಬರೆಯಿತು. ಕೆಲವೇ ವರ್ಷಗಳಲ್ಲಿ ಮೊದಲ ಸ್ಥಾನ ಅಲಂಕರಿಸಿತು. ರಾಜ್ಯದ ಹಲವಾರು ಕಡೆಗಳಿಂದ ಏಕಕಾಲದಲ್ಲಿ ಮುದ್ರಣಗೊಂಡು, ರಾಜ್ಯದ ಮೂಲೆ ಮೂಲೆಗೆ ತಲುಪಿದ ಮೊದಲ ದೈನಿಕ. ಸಂಕೇಶ್ವರ ಅವರು 'ಉಷಾಕಿರಣ', 'ನೂತನ', 'ಭಾವನಾ', ಹಾಗೂ ಇಂಗ್ಲಿಷ್‌ನಲ್ಲಿ 'ವಿಜಯ ಟೈಮ್ಸ್' ಪ್ರಕಟಣೆಗಳನ್ನು

ಹೊರತಂದರು. ಈ ಪ್ರಕಟಣೆಗಳನ್ನು ಮಾರಿದ ನಂತರ 'ವಿಜಯವಾಣಿ' (2012) ಎಂಬ ನೂತನ ದೈನಿಕವನ್ನು ಪ್ರಕಟಿಸಿ, ಅದನ್ನು ಸಹ ಮೊದಲ ಸ್ಥಾನಕ್ಕೆ ಏರಿಸಿದ ಕೀರ್ತಿ ವಿಜಯ ಸಂಕೇಶ್ವರ ಅವರದ್ದು. ಮಂಗಳೂರು ಮೂಲದ 'ವಾರ್ತಾ ಭಾರತಿ' (2003) ಹಾಗೂ 'ಹೊಸ ದಿಗಂತ' (1979), ವಿಶ್ವೇಶ್ವರ ಭಟ್ ಅವರ ನಾಯಕತ್ವದಲ್ಲಿ ಮರುಹುಟ್ಟು ಪಡೆದ 'ವಿಶ್ವವಾಣಿ' (1956) ಕನ್ನಡದ ಪ್ರಮುಖ ದೈನಿಕಗಳು.

'ಪ್ರಜಾಮತ', 'ಸುಧಾ', 'ತರಂಗ' ಸಾಪ್ತಾಹಿಕಗಳು ಬಹುಜನಪ್ರಿಯತೆಯನ್ನು ಹೊಂದಿದ್ದವು. 1990ರ ನಂತರದ ಟಿವಿ ಜನಪ್ರಿಯತೆ, ಈ ಸಾಪ್ತಾಹಿಕಗಳ ಬೆಳವಣಿಗೆಗೆ ಅಡ್ಡಗಾಲು ಹಾಕಿತು. 'ಪ್ರಜಾಮತ' ಈಗ ನಿಂತಿದೆ. 1980ರಲ್ಲಿ ಆರಂಭವಾದ 'ಲಂಕೇಶ್ ಪತ್ರಿಕೆ' ರಾಜಕೀಯ ವಿಶ್ಲೇಷಣೆಯ ದಿಕ್ಕನ್ನೇ ಬದಲಿಸಿತು. ರವಿ ಬೆಳಗೆರೆ ಸಾರಥ್ಯದ 'ಹಾಯ್ ಬೆಂಗಳೂರು' (1995), ಶ್ರೀಧರ ಅವರ 'ಅಗ್ನಿ' ಜನಪ್ರಿಯ ಟ್ಯಾಬ್ಲಾಯ್ಡ್ ಸಾಪ್ತಾಹಿಕಗಳು.

ಪತ್ರಿಕಾ ಪ್ರಸಾರದ ಮಾಹಿತಿಗೆ ಎರಡು ಪ್ರಮುಖ ಮೂಲಗಳಿವೆ. ಅವುಗಳೆಂದರೆ ಪತ್ರಿಕೆಗಳು ನೀಡುವ ಮಾಹಿತಿಯನ್ನು ಪತ್ರಿಕಾ ನೋಂದಣಾಧಿಕಾರಿಯವರು ತಮ್ಮ ವಾರ್ಷಿಕ ವರದಿಯಲ್ಲಿ ನಮೂದಿಸುವ ವ್ಯವಸ್ಥೆ. ಇನ್ನೊಂದು ಪ್ರಸಾರ ತಪಾಸಣಾ ಕೇಂದ್ರ. ಇಲ್ಲಿನ ಮಾಹಿತಿ ಪೂರ್ಣವಾಗಿ ತಪಾಸಣೆಗೆ ಒಳಪಡುತ್ತದೆ. ಇದನ್ನು ಎಲ್ಲ ಜಾಹಿರಾತು ಸಂಸ್ಥೆಗಳು ಮಾನ್ಯ ಮಾಡುತ್ತವೆ.

ಕೇಂದ್ರ ಸರಕಾರದ ವ್ಯಾಪ್ತಿಗೆ ಒಳಪಡುವ ಭಾರತೀಯ ಪತ್ರಿಕಾ ನೋಂದಣಿ ಕಚೇರಿಯ ವಾರ್ಷಿಕ ವರದಿಯ ಪ್ರಕಾರ 2017 ಮಾರ್ಚ್‌ಗೆ, ಕನ್ನಡ ಭಾಷೆಯಲ್ಲಿ ನೋಂದಾಯಿತ ಪ್ರಕಟಣೆಗಳು 5,064. ಅವುಗಳಲ್ಲಿ 852 ದೈನಿಕಗಳು, 961 ಸಾಪ್ತಾಹಿಕಗಳು, 951 ಪಾಕ್ಷಿಕ, 2,131 ಮಾಸಿಕ ಹಾಗೂ ಉಳಿದವು 169 ಪ್ರಕಟಣೆಗಳು ಇತರೆ ಅವಧಿಗಳಿಗೆ ಸೇರಿವೆ. 5,064 ಪ್ರಕಟಣೆಗಳ ಪೈಕಿ ಕೇವಲ 891 ಪ್ರಕಟಣೆಗಳು ತಮ್ಮ ಪ್ರಸಾರದ ವಿವರಗಳನ್ನು ಸರ್ಕಾರಕ್ಕೆ ಸಲ್ಲಿಸಿವೆ. ಇವುಗಳಲ್ಲಿ 426 ದೈನಿಕಗಳು ಹಾಗೂ 465 ಇತರೆ ಪ್ರಕಟಣೆಗಳಿವೆ. ಮಾಹಿತಿ ನೀಡಿರುವ ಕನ್ನಡ ಪ್ರಕಟಣೆಗಳ ಪ್ರಸಾರ 84,84,566 ಪ್ರತಿಗಳು. ಇವುಗಳಲ್ಲಿ ದಿನಪತ್ರಿಕೆಗಳ ಪ್ರಸಾರ 66,08,795 ಹಾಗೂ ಉಳಿದವುಗಳ ಪ್ರಸಾರ ಸಂಖ್ಯೆ 18,75,771 ಪ್ರತಿಗಳು. ಆದರೆ ಪ್ರಸಾರ ತಪಾಸಣಾ ಕೇಂದ್ರದಲ್ಲಿ ಸದಸ್ಯತ್ವ ಹೊಂದಿರುವ ಪ್ರಮುಖ ಪ್ರಕಟಣೆಗಳ ಪ್ರಸಾರ ಸಂಖ್ಯೆ 2018ರ ಸಾಲಿನಲ್ಲಿ 27,06,334 ಪ್ರತಿಗಳು. ಇದರಲ್ಲಿ 'ವಿಜಯವಾಣಿ' ದೈನಿಕ ಎಂಟು ಲಕ್ಷ ಪ್ರಸಾರ ಹೊಂದಿರುವ ಅತಿದೊಡ್ಡ ಪತ್ರಿಕೆ.

ವಿದೇಶಗಳಿಗೆ ಹೋಲಿಸಿದರೆ ಭಾರತದಲ್ಲಿ ಪತ್ರಿಕೆಗಳು ಅಗ್ಗವಾಗಿ ಲಭ್ಯ. ಮನೆಬಾಗಿಲಿಗೆ ಸರಬರಾಜಾಗುತ್ತವೆ. ಸ್ಪರ್ಧೆಗಿಳಿದ ಪತ್ರಿಕೆಗಳು ದರ ಸಮರ

ನಡೆಸುತ್ತಿವೆ. ಪ್ರಸಾರ ವೃದ್ಧಿಸಿ ಹೆಚ್ಚಿನ ಜಾಹಿರಾತುಗಳನ್ನು ಪಡೆಯಲು ಯತ್ನಿಸುತ್ತಿವೆ. ಕನ್ನಡ ಪತ್ರಿಕೆಗಳ ಬೆಳವಣಿಗೆ ಆಶಾದಾಯಕ ಎಂದು ಬಿಂಬಿಸಲಾಗಿದೆ. ಆಡಿಟ್ ಬ್ಯೂರೋ ಆಫ್ ಸರ್ಕ್ಯುಲೇಶನ್ ಸಂಸ್ಥೆಯ ಪ್ರಕಾರ 2006–16 ಅವಧಿಯಲ್ಲಿ ಕನ್ನಡ ಪತ್ರಿಕೆಗಳ ಪ್ರಸಾರ ಶೇಕಡ 6.40ರಷ್ಟು ವೇಗದಲ್ಲಿ ಬೆಳೆದಿದೆ. ಈ ಬೆಳವಣಿಗೆಯ ವೇಗ ಹಿಂದಿ ಹಾಗೂ ತೆಲುಗು ಭಾಷೆಗಳ ನಂತರ ಅತಿಹೆಚ್ಚು ಎಂದು ವ್ಯಾಖ್ಯಾನಿಸಲಾಗಿದೆ.

ಎಬಿಸಿ ಸಂಸ್ಥೆ ಪ್ರಕಟಿಸುವ ಭಾರತೀಯ ಪ್ರಕಟಣೆಗಳ ಪ್ರಸಾರದಲ್ಲಿ, ಕನ್ನಡ ಪತ್ರಿಕೆಗಳ ಪಾಲು ಶೇಕಡ 4.5ರಷ್ಟಿದೆ. ಅತ್ಯುನ್ನತ ಮುದ್ರಣ ತಂತ್ರಜ್ಞಾನ ಅಳವಡಿಸಿಕೊಂಡು ಕನ್ನಡ ಪ್ರಕಟಣೆಗಳು ಇತರ ಭಾಷಾ ಪ್ರಕಟಣೆಗಳೊಂದಿಗೆ ಸ್ಪರ್ಧಿಸುತ್ತಿವೆ. 21ನೇ ಶತಮಾನದ ಅವಧಿಯಲ್ಲಿ ಕನ್ನಡ ಪತ್ರಿಕೆಗಳ ವಿಶೇಷವಾಗಿ ದೈನಿಕಗಳ ಪ್ರಸಾರ ತೀವ್ರ ಹೆಚ್ಚಳ ಕಂಡಿವೆ. ಸವಾಲಿನ ವಿಷಯವೆಂದರೆ ಸಾಮಾಜಿಕ ಮಾಧ್ಯಮಗಳೆದುರು ಇವುಗಳ ಸ್ಪರ್ಧೆ ಹೇಗಿರುತ್ತದೆ ಎಂಬುದು. ಪತ್ರಿಕಾ ಓದುಗರನ್ನು ಹಿಡಿದಿಟ್ಟುಕೊಳ್ಳುವ ಸಾಹಸ ಬಲು ನಿರ್ಣಾಯಕ.

(ಸಮಕಾಲೀನ ಭಾರತೀಯ ಸಮಾಜ: ವಿವಿಧ ನೆಲೆಗಳು ಸಂಪುಟ–1
ಪ್ರಸಾರಾಂಗ, ಕರ್ನಾಟಕ ವಿಶ್ವವಿದ್ಯಾಲಯ, ಧಾರವಾಡ 2019)

22

ವೃತ್ತಿ 'ಉದ್ಯಮ' ಪತ್ರಕರ್ತ: ಒಂದು ಅವಲೋಕನ

ಪತ್ರಿಕೋದ್ಯಮದ ಹಿನ್ನೆಲೆ ಬಹು ಇತ್ತೀಚಿನದು. ಮುದ್ರಣ ಕಲೆ 574 ವರ್ಷಗಳ ಇತಿಹಾಸ ಹೊಂದಿದೆ. ಮೊದಲ ಆಂಗ್ಲ ಭಾಷೆಯ ದೈನಿಕ ಹೊರಬಂದದ್ದು 1702ರಲ್ಲಿ. ದಿನಪತ್ರಿಕೆಗಳು ಪ್ರಕಟವಾಗುವ ಮುನ್ನ ನಿಯಕಾಲಿಕೆಗಳ ಪಾರಮ್ಯವಿತ್ತು. ಈ ಉದ್ದಿಮೆಗೆ ಒಂದು ನಿರ್ದಿಷ್ಟ ಸ್ವರೂಪ ದೊರೆತಿದ್ದು, 18ನೇ ಶತಮಾನದ ಮೊದಲರ್ಧದಲ್ಲಿ. ಸಂವಹನ, ಸಾರಿಗೆ ಹಾಗೂ ಮುದ್ರಣ ತಂತ್ರಜ್ಞಾನಗಳ ಜತೆಜತೆಗೆ ಪತ್ರಿಕೋದ್ಯಮ ವಿಕಾಸಗೊಂಡಿತು. ಸುದ್ದಿಸಂಗ್ರಹ ತಂತ್ರಜ್ಞಾನಗಳ ಅಭಿವೃದ್ಧಿಗೆ ಪೂರಕವಾಗಿ ಮುದ್ರಣ ತಂತ್ರಜ್ಞಾನದ ಆವಿಷ್ಕಾರಗಳು ಪತ್ರಿಕೆಗಳನ್ನು ಹೆಚ್ಚು ವೇಗವಾಗಿ ಓದುಗರನ್ನು ತಲುಪಲು ನೆರವಾದವು. ದೈನಿಕಗಳ ಪ್ರಭಾವದ ಹಿನ್ನೆಲೆಯ ಮೂರು ಶತಮಾನಗಳು ಪತ್ರಿಕೋದ್ಯಮ ಬೆಳವಣಿಗೆಯ ಪ್ರಮುಖ ಕಾಲಘಟ್ಟ. 1890ರ ಪೆನ್ನಿ ಪತ್ರಿಕೆಗಳು ಬಹು ಅಗ್ಗದ ದರದಲ್ಲಿ ಓದುಗರ ಕೈಸೇರಿದರೆ, 1890ರ ಪೀತ ಪತ್ರಿಕೋದ್ಯಮ ಈ ಉದ್ದಿಮೆಯ ಕರಾಳಮುಖವನ್ನು ಪ್ರದರ್ಶಿಸಿತು.

ವೃತ್ತಿ

ಸಮಗ್ರ ಪತ್ರಿಕೋದ್ಯಮ ಬೆಳವಣಿಗೆಯ ಪರಿಪೂರ್ಣತೆಗೆ 20ನೇ ಶತಮಾನ ಸಾಕ್ಷಿಯಾಯಿತು. ಪತ್ರಕರ್ತರಿಗೆ ಕನಿಷ್ಠ ವಿದ್ಯಾರ್ಹತೆ, ತರಬೇತಿ ಹಾಗೂ ವೃತ್ತಿಪರ ಸಂಘಟನೆಗಳ ಪ್ರಭಾವ ಈ ಅವಧಿಯಲ್ಲಿ ಗಾಢವಾಗಿ ಪ್ರಭಾವ ಬೀರಿತು. ಆರಂಭದ ದಿನಗಳಲ್ಲಿ ಮುದ್ರಕರು, ಪುಸ್ತಕ ಮಾರಾಟಗಾರರು, ಸಾಹಿತಿಗಳು, ಲೇಖಕರೇ ಪ್ರಧಾನವಾಗಿ ಪತ್ರಿಕಾ ಪ್ರಕಟಣೆಯಲ್ಲಿ ತೊಡಗಿದ್ದರು. ಕ್ರಮೇಣ ಇದು ಬದಲಾಗಿ ವೃತ್ತಿಪರರ ಕ್ಷೇತ್ರವಾಯಿತು. ಪತ್ರಿಕಾ ಪ್ರಕಟಣೆಗೆ ಅಗತ್ಯವಿರುವ ಸುದ್ದಿಸಂಗ್ರಹ, ಪರಿಷ್ಕರಣೆ ಹಾಗೂ ವಿಶ್ಲೇಷಣೆಗಳಲ್ಲಿ ತೊಡಗಿರುವವರನ್ನು 'ಪತ್ರಕರ್ತ'ರೆಂದು ಪರಿಗಣಿಸಲಾಯಿತು. ಯಾವುದೇ ಕೆಲಸ ಇಲ್ಲವೆ ಉದ್ಯೋಗವನ್ನು 'ವೃತ್ತಿ' ಎಂದು ಪರಿಗಣಿಸಲು ನಿರ್ದಿಷ್ಟ ಮಾನದಂಡಗಳಿರಬೇಕು. ನ್ಯಾಯಾಧೀಶರು ಹಾಗೂ ವೈದ್ಯರು ವೃತ್ತಿಪರರು. ಈ ಮಾನ್ಯತೆಗೆ ಮೊದಲಿಗೆ ಅರ್ಹರಾದರು. ಇವೆರಡೂ ಬಹು ಜವಾಬ್ದಾರಿಯುತ ವೃತ್ತಿಗಳು.

ಶೈಕ್ಷಣಿಕ ಉನ್ನತೀಕರಣ ಹಾಗೂ ತರಬೇತಿಯ ಗುಣಮಟ್ಟಗಳ ಹೆಚ್ಚಳದಿಂದ ಅನೇಕ ಉದ್ಯೋಗಗಳು ವೃತ್ತಿ ಎಂಬ ಗೌರವಕ್ಕೆ ಪಾತ್ರವಾದವು. ಹಾಗಾದರೆ ಯಾವ ಅರ್ಹತೆಗಳು ವೃತ್ತಿ ಎಂಬ ಗೌರವ ಪಡೆಯಲು ನೆರವಾಗುತ್ತವೆ? ವೃತ್ತಿಪರ ಎನಿಸಿಕೊಳ್ಳಲು ಬಹುಪ್ರಮುಖವಾದ ಅರ್ಹತೆಗಳೆಂದರೆ, ಆ ಕ್ಷೇತ್ರಕ್ಕೆ ಸಂಬಂಧಿಸಿದ ಪರಿಣಿತ ಜ್ಞಾನ, ಸಾಮರ್ಥ್ಯ, ಪ್ರಾಮಾಣಿಕತೆ ಮತ್ತು ಸಮಗ್ರತೆ, ಗೌರವ, ಹೊಣೆಗಾರಿಕೆ. ಸ್ವಯಂನಿಯಂತ್ರಣ ಮತ್ತು ಪ್ರತಿರೂಪ. ಯಾವುದೇ ಕೆಲಸ ಇಲ್ಲವೇ ಉದ್ಯೋಗ, ವೃತ್ತಿ ಎನಿಸಿಕೊಳ್ಳಲು ಸೈದ್ಧಾಂತಿಕ ಆಧಾರಿತ ಕೌಶಲ್ಯ ಅತ್ಯವಶ್ಯ. ಕೇವಲ ಕೌಶಲ್ಯವೇ ಮುಖ್ಯವಾಗದು. ತಾನು ನಿರ್ವಹಿಸುತ್ತಿರುವ ಕೆಲಸದ ಸೈದ್ಧಾಂತಿಕ ಹಿನ್ನೆಲೆ ಅತ್ಯವಶ್ಯ. ಆಗಮಾತ್ರ ತನ್ನ ಕೆಲಸ ನಿರ್ವಹಣೆಯ ಮಹತ್ವದ ಅರಿವು ತಿಳಿಯುತ್ತದೆ. ಈ ಅರಿವು ಮೂಡಲು ಶಾಸ್ತ್ರೀಯ ಅಧ್ಯಯನ ಹಾಗೂ ಪರಿಣಿತ ತರಬೇತಿ ಮುಖ್ಯವೆನಿಸುತ್ತವೆ. ಇದರಿಂದ ಆ ವೃತ್ತಿಯಲ್ಲಿ ಸಮರ್ಪಕವಾಗಿ ಕೆಲಸ ನಿರ್ವಹಿಸುವ ಸಾಮರ್ಥ್ಯ ಲಭಿಸುತ್ತದೆ.

ಉನ್ನತ ಅಧ್ಯಯನ ಹಾಗೂ ತರಬೇತಿಗಳು ಒಬ್ಬ ವ್ಯಕ್ತಿಯ ಸಾಮರ್ಥ್ಯವನ್ನು ವೃದ್ಧಿಸುತ್ತವೆ. ಉತ್ತಮ ಜ್ಞಾನದ ಫಲಗಳೇ ಪ್ರಾಮಾಣಿಕತೆ ಹಾಗೂ ಸಮಗ್ರ ಮನೋಭಾವಗಳಿಗೆ ಮೆಟ್ಟಿಲುಗಳು. ಈ ಮೌಲ್ಯಗಳನ್ನು ಪಾಲಿಸಲು ವೃತ್ತಿಧರ್ಮ, ನೀತಿಸಂಹಿತೆಗಳ ಮಾರ್ಗಸೂಚಿಗಳ ಪಾಲನೆ ಅಗತ್ಯವಾಗುತ್ತದೆ. ಪ್ರತಿ ವೃತ್ತಿಗೆ ತನ್ನದೇ ಆದ ಗೌರವವಿರುತ್ತದೆ. ಈ ಗೌರವಕ್ಕೆ ಪಾತ್ರರಾಗಲು ಉನ್ನತಮಟ್ಟದಲ್ಲಿ ಕಾರ್ಯನಿರ್ವಹಿಸಬೇಕಾಗುತ್ತದೆ. ಗೌರವ ಸಲ್ಲಬೇಕಾದರೆ ನಮ್ಮ ಕಾರ್ಯಗಳು ಆ ಮಟ್ಟದಲ್ಲಿ ಇರಬೇಕಾಗುತ್ತದೆ. ಹೊಣೆಗಾರಿಕೆ ಎಂಬುದು ಬಹುಚರ್ಚಿತ ವಿಷಯ.

ಸಮಾಜಕ್ಕೆ, ಪತ್ರಿಕಾ ಸಂಸ್ಥೆಗೆ ಹಾಗೂ ವೈಯಕ್ತಿಕವಾಗಿ ಪತ್ರಕರ್ತ ಹೊಣೆಗಾರಿಕೆಯನ್ನು ನಿಭಾಯಿಸಬೇಕಾಗಿದೆ. ಇದೊಂದು ಎಚ್ಚರಿಸುವ ಗಂಟೆ. ಸಾರ್ವಜನಿಕ ಹಿತವೇ ಇಲ್ಲಿ ಬಹು ಪ್ರಮುಖ ಅಂಶ. ಹೊಣೆಗಾರಿಕೆ ಹಾಗೂ ಸ್ವಯಂನಿಯಂತ್ರಣ ಪರಸ್ಪರ ಪೂರಕ ಅಂಶಗಳು. ವೃತ್ತಿಗೆ ಸಂಬಂಧಿಸಿದ ನೀತಿಸಂಹಿತೆಗಳು ವೈಯಕ್ತಿಕವಾಗಿ ಇಲ್ಲವೇ ಸಾಂಸ್ಥಿಕವಾಗಿ ಜಾರಿಗೊಳಿಸಲ್ಪಡುತ್ತವೆ. ಸ್ವಯಂನಿಯಂತ್ರಣವೇ ಶ್ರೇಷ್ಠ. ಇದು ವೃತ್ತಿಯ ಗೌರವವನ್ನು ಹೆಚ್ಚಿಸುತ್ತದೆ. ಸಮಾಜದ ಅವಿಭಾಜ್ಯ ಅಂಗವಾದ ಎಲ್ಲ ವೃತ್ತಿಗಳನ್ನು ಹಾಗೂ ವೃತ್ತಿಪರರನ್ನು ಸಮಾಜ ವಿಮರ್ಶೆಗೆ ಒಳಪಡಿಸುತ್ತದೆ. ಅವರ ಮನಸ್ಸುಗಳಲ್ಲಿ ಪ್ರತಿರೂಪಗಳು ಮೂಡುತ್ತವೆ. ಅವುಗಳು ಎಷ್ಟರಮಟ್ಟಿಗೆ ಋಣಾತ್ಮಕ ಇಲ್ಲವೆ ಧನಾತ್ಮಕ ಎಂಬುದು ಬಹುಮುಖ್ಯ.

ಪ್ರತಿ ವೃತ್ತಿಗೂ ತನ್ನದೇ ಆದ ಸ್ಥಾನಮಾನ, ಅಧಿಕಾರ, ಆದಾಯ, ಹಾಗೂ ಸಂಘಟಿತ ಸೇವಾ ಮನೋಭಾವಗಳು ಪ್ರಮುಖವಾಗುತ್ತವೆ. ನಿಗದಿತ ಅರ್ಹತೆಗಳನ್ನು ಪೂರೈಸಿದ ಸಾಮರ್ಥ್ಯದ ಪರೀಕ್ಷೆ ಸಹ ವೃತ್ತಿಪರತೆಗೆ ಪೂರಕ. ನೀತಿಸಂಹಿತೆಯ ಕಟ್ಟುಪಾಡುಗಳಿಗೆ ಎಲ್ಲ ಸದಸ್ಯರನ್ನು ಒಳಗೊಳಿಸುವುದು ವೃತ್ತಿಪರ ಸಂಘಟನೆ. ಇಂತಹ ಸಂಘಟನೆ ವೃತ್ತಿಗೌರವ ಹೆಚ್ಚಿಸಲು ಹಾಗೂ ವೃತ್ತಿಗೌರವ ಉಲ್ಲಂಘಿಸಿದವರಿಗೆ ಸೂಕ್ತ ಎಚ್ಚರಿಕೆ ಇಲ್ಲವೆ ಶಿಕ್ಷೆ ನೀಡುವ ಅಧಿಕಾರ ಹೊಂದಿರುತ್ತದೆ. ಎಲ್ಲ ಉದ್ಯೋಗಗಳು ಅಥವಾ ಕೆಲಸಗಳು ವೃತ್ತಿ ಎನಿಸಿಕೊಳ್ಳಲಾರವು. ಪೂರ್ವಾಪರ ಸಿದ್ಧತೆ, ಅನುಭವ ಮತ್ತು ಜ್ಞಾನಗಳಿಲ್ಲದೆ ಅನೇಕ ಕೆಲಸಗಳನ್ನು ನಿರ್ವಹಿಸಬಹುದಾಗಿದೆ. ಆದರೆ ಒಂದು ಕೆಲಸದ ಸಮಗ್ರ ನಿರ್ವಹಣೆಗೆ ಪೂರ್ವಾಪರಗಳ ಅವಲೋಕನ ಅವಶ್ಯ. ಆ ಶಕ್ತಿ ನೀಡುವುದು ಜ್ಞಾನ ಮತ್ತು ಕೌಶಲ್ಯಗಳು. ಚಿಂತನಾಶಕ್ತಿ ಒಂದು ವೃತ್ತಿಗೆ ಗೌರವ ತರುತ್ತದೆ. ಸಂಘಟನಾಶಕ್ತಿಗಳು ವೃತ್ತಿಯ ಉನ್ನತಿಗೆ ಪೂರಕವಾಗುತ್ತವೆ. ನಿರ್ದಿಷ್ಟ ವೃತ್ತಿಯಲ್ಲಿ ಲಭ್ಯವಿರುವ ಆದಾಯ, ಗೌರವ, ಉನ್ನತೀಕರಣ, ಪದನ್ನೋತಿ ಸೌಲಭ್ಯಗಳು, ರಕ್ಷಣೆ ಹಾಗೂ ನೆಮ್ಮದಿಯಿಂದ ಆ ವೃತ್ತಿಗೆ ಹೆಚ್ಚು ಜನರನ್ನು ಆಕರ್ಷಿಸಲು ಸಾಧ್ಯವಾಗುತ್ತದೆ.

ಉದ್ಯಮ

ಪತ್ರಿಕಾ ಪ್ರಕಟಣೆ ಸಾಂಘಿಕ ಪ್ರಯತ್ನ. ಯಂತ್ರಗಳ ನೆರವಿನಿಂದ ಹೊರತರಲು ಪತ್ರಿಕೆಗಳಿಗೆ ಬೇಕಾಗುವ ಸುದ್ದಿಸಂಗ್ರಹ, ಸಂಪಾದನೆ, ಲೇಖನಗಳ ಬರವಣಿಗೆ, ಪ್ರಕಟಣೆ ಪ್ರಕ್ರಿಯೆ, ಸಿದ್ಧತೆಗಳು, ಮುದ್ರಣ, ಸಾರಿಗೆ ನೆರವಿನಿಂದ ಸಾಗಣೆ ಹಾಗೂ ಹಂಚಿಕೆಯ ಹಲವಾರು ಹಂತಗಳಿವೆ. ಜಾಹಿರಾತು ಸಂಗ್ರಹ ಇನ್ನೊಂದು ಪ್ರಮುಖ ಅಂಗ. ಕೈಗಳಿಂದ ಅಕ್ಷರ ಜೋಡಣೆ ನಂತರ ಮೊನೋಟೈಪ್, ಲೈನೋಟೈಪ್ ಹಾಗೂ ಈಗಿನ ಕಂಪ್ಯೂಟರ್‌ಗಳಲ್ಲಿ ಅಕ್ಷರ ಜೋಡಿಸುವಿಕೆಯ

ತಂತ್ರ ಹಲವಾರು ಘಟ್ಟಗಳನ್ನು ದಾಟಿದೆ. ಹಾಗೆಯೇ ಮುದ್ರಣದಲ್ಲಿ ಕಲ್ಲಚ್ಚಿನಿಂದ ಆರಂಭವಾಗಿ ಲಕ್ಷಾಂತರ ಪತ್ರಿಕೆಗಳನ್ನು ವರ್ಣದಲ್ಲಿ ಪ್ರಕಟಿಸುವ ಅತ್ಯಾಧುನಿಕ ಮುದ್ರಣ ತಂತ್ರಜ್ಞಾನ ಲಭ್ಯವಿದೆ. ಮುದ್ರಣವಾಗುತ್ತಿದ್ದಂತೆಯೇ ಹೊಸ ಸುದ್ದಿಗಳನ್ನು ಸೇರಿಸಬಹುದಾಗಿದೆ. ಕಂಪ್ಯೂಟರ್ ನಿಯಂತ್ರಣ ಮುದ್ರಣ ಚಾಲ್ತಿಯಲ್ಲಿದೆ. ಮುದ್ರಿತ ಪತ್ರಿಕೆಗಳನ್ನು ಬಂಡಲ್ ಮಾಡಿ ವ್ಯಾನ್‌ಗಳಿಗೆ ಹಾಕಲು ಯಂತ್ರಗಳಿವೆ. ತಂತ್ರಜ್ಞಾನ ಹಾಗೂ ಸಾರಿಗೆ ವ್ಯವಸ್ಥೆಗಳ ಅಭಿವೃದ್ಧಿ ವಿಶಾಲವಾದ ಭೌಗೋಳಿಕ ಪ್ರದೇಶಗಳನ್ನು ವೇಗವಾಗಿ ತಲಪಲು ನೆರವಾದವು. ಟೆಲಿಪ್ರಿಂಟರ್‌ಗಳನ್ನು ಬಳಸಿ ಸುದ್ದಿ ಹಾಗೂ ಸಂಪಾದಕೀಯಗಳನ್ನು ಹಂಚಿಕೊಳ್ಳುತ್ತಿದ್ದ ವ್ಯವಸ್ಥೆ ಕ್ರಮೇಣವಾಗಿ ಪುಟವನ್ನು ಒಂದು ಸ್ಥಳದಿಂದ ಇನ್ನೊಂದಡೆಗೆ ಕಳುಹಿಸಲು ಸಾಧ್ಯವಾಯಿತು. ಚೆನ್ನೈನಲ್ಲಿ ಸಿದ್ಧಪಡಿಸಿದ ಪುಟಗಳನ್ನು ಕೋಆಕ್ಸಿಯಲ್ ಕೇಬಲ್‌ಗಳ ಮೂಲಕ ಇತರೆ ಕೇಂದ್ರಗಳಿಗೆ ಕಳುಹಿಸಿ, 'ದಿ ಹಿಂದೂ' ಪತ್ರಿಕೆ ನಮ್ಮ ದೇಶದಲ್ಲಿ ದಾಖಲೆ ಸೃಷ್ಟಿಸಿತು. ನಂತರ ಸಂವಹನ ಉಪಗ್ರಹಗಳ ಜಾಲದ ಮೂಲಕ ಪುಟಗಳನ್ನು ಚೆನ್ನೈನಿಂದ ನವದೆಹಲಿಗೆ ರವಾನಿಸಿ ಸ್ಥಳಿಯವಾಗಿ ಮುದ್ರಿಸಿ ಓದುಗರನ್ನು ಮುಟ್ಟಿತು. 'ಯು.ಎಸ್.ಎ. ಟುಡೇ' ಎಂಬ ದೈನಿಕ ಇಡೀ ಅಮೆರಿಕಾ ದೇಶವನ್ನು ಬೆಳಗಿನ ಸಮಯದಲ್ಲಿ ತಲಪುತ್ತದೆ. 'ಟೈಮ್ಸ್ ಆಫ್ ಇಂಡಿಯಾ', 'ದೈನಿಕ ಭಾಸ್ಕರ್', 'ದೈನಿಕ ಜಾಗರಣ' ಪತ್ರಿಕೆಗಳು 30ಕ್ಕೂ ಹೆಚ್ಚು ಕೇಂದ್ರಗಳಿಂದ ಮುದ್ರಿತವಾಗಿ ದೇಶದ ಬಹುಭಾಗಗಳನ್ನು ತಲಪುತ್ತವೆ. ಕನ್ನಡದಲ್ಲಿಯೂ ಇಂಥ ವ್ಯವಸ್ಥೆಯನ್ನು 'ಪ್ರಜಾವಾಣಿ' ಮತ್ತು 'ಕನ್ನಡಪ್ರಭ' ಆರಂಭಿಸಿದವು. ನಂತರ ಈಗ ರಾಜ್ಯಮಟ್ಟದ ಎಲ್ಲಾ ಪತ್ರಿಕೆಗಳು ಈ ತಂತ್ರಜ್ಞಾನ ಬಳಸಿಕೊಂಡು ಬೆಳಿಗ್ಗೆಯೇ ರಾಜ್ಯದ ಎಲ್ಲೆಡೆಗಳಲ್ಲಿ ಪತ್ರಿಕೆ ಓದುಗರ ಕೈಸೇರುವಂತೆ ಮಾಡಿವೆ.

ಈ ವ್ಯವಸ್ಥೆಗೆ ಅಗಾಧವಾದ ಬಂಡವಾಳ, ಮಾನವ ಸಂಪನ್ಮೂಲ, ಪ್ರಸರಣ ಹಾಗೂ ಜಾಹಿರಾತು ವಿಭಾಗಗಳ ನಿರ್ವಹಣೆ ಅಗತ್ಯ. ಇವುಗಳಿಗೆ ಮಿಗಿಲಾಗಿ ಚಿಂತನಾಶೀಲ, ಪ್ರತಿಭಾವಂತ ಹಾಗೂ ಬದ್ಧತೆಯುಳ್ಳ ಪತ್ರಕರ್ತರು ಅವಶ್ಯ. ಮಾನವ ಸಂಪನ್ಮೂಲ, ಆಧುನಿಕ ಯಂತ್ರೋಪಕರಣಗಳು ಹಾಗೂ ಅವುಗಳನ್ನು ಸಮರ್ಥವಾಗಿ ನಿರ್ವಹಿಸಬಲ್ಲ ತಂತ್ರಜ್ಞರು, ವ್ಯವಹಾರ ನಿಪುಣ ಜಾಹಿರಾತು ಹಾಗೂ ಪ್ರಸರಣ ಸಿಬ್ಬಂದಿ ಮತ್ತು ಹಣಕಾಸು ವ್ಯವಹಾರಗಳ ಪರಿಣಿತರ ಅವಶ್ಯಕತೆ ಪತ್ರಿಕೆಗಳಿಗೆ ಇದೆ. ನವಮಾಧ್ಯಮ ಸವಾಲುಗಳನ್ನು ನಿರ್ವಹಿಸುವ ಹಾಗೂ ನೆಟ್‌ವರ್ಕಿಂಗ್ ಎಂಜನಿಯರ್‌ಗಳು ಇಂದು ಪತ್ರಿಕಾ ಸಂಸ್ಥೆಗಳ ಅವಿಭಾಜ್ಯ ಅಂಗವಾಗಿದ್ದಾರೆ.

ಪತ್ರಿಕಾ ಸಂಸ್ಥೆಗಳು ಬೃಹತ್ ಉದ್ದಿಮೆಯಾಗಿವೆ. ದೇಶದ ಪ್ರತಿಷ್ಠಿತ ಮಾಧ್ಯಮ ಸಂಸ್ಥೆ ಬೆನೆಟ್ ಕೊಲ್‌ಮನ್ ಆಂಡ್ ಕಂಪನಿ 'ಟೈಮ್ಸ್ ಆಫ್ ಇಂಡಿಯಾ' ಸಮೂಹದ ಅನೇಕ ಪತ್ರಿಕೆಗಳನ್ನು ಪ್ರಕಟಿಸುತ್ತದೆ. ಕನ್ನಡದ 'ವಿಜಯ ಕರ್ನಾಟಕ'

ಇದೇ ಗುಂಪಿನ ಪ್ರಕಟಣೆ. ಈ ಸಮೂಹದ ಪತ್ರಿಕೆಗಳು ಇಂಗ್ಲಿಷ್, ಹಿಂದಿ, ಮರಾಠಿ, ಗುಜರಾತಿ, ಕನ್ನಡ ಹಾಗೂ ಬಂಗಾಲಿ ಭಾಷೆಗಳಲ್ಲಿ ಪ್ರಕಟವಾಗುತ್ತಿವೆ. ಹತ್ತು ಸಾವಿರ ಕೋಟಿ ರೂ.ಗಳ ವಾರ್ಷಿಕ ವ್ಯವಹಾರ ನಡೆಸುವ ಈ ಸಂಸ್ಥೆಯಲ್ಲಿ ಹನ್ನೊಂದು ಸಾವಿರ ನೌಕರ ವರ್ಗದವರಿದ್ದಾರೆ. ಪತ್ರಿಕೆ, ಬಾನುಲಿ, ಟಿವಿ, ಸಿನೆಮಾ, ಮನೋರಂಜನೆ ಮತ್ತು ವೆಬ್ ಪೋರ್ಟಲ್‌ಗಳನ್ನು ನಡೆಸುತ್ತಿದೆ. ಬೆನೆಟ್ ವಿಶ್ವವಿದ್ಯಾಲಯ ಸಹ ಇದೇ ಗುಂಪಿಗೆ ಸೇರಿದೆ. ಬ್ರಾಡ್‌ಶೀಟ್ ಆಂಗ್ಲ ಪತ್ರಿಕೆಗಳ ವರ್ಗದಲ್ಲಿ 'ಟೈಮ್ಸ್ ಆಫ್ ಇಂಡಿಯಾ'ದ ಪ್ರಸಾರ ಸಂಖ್ಯೆ ವಿಶ್ವದಲ್ಲಿಯೇ ಮೊದಲ ಸ್ಥಾನದಲ್ಲಿದೆ.

ಹಿಂದಿ ಭಾಷೆಯ 'ದೈನಿಕ ಭಾಸ್ಕರ' ಸಮೂಹ ಮರಾಠಿ, ಗುಜರಾತಿ ಹಾಗೂ ಹಿಂದಿ ಪತ್ರಿಕೆಗಳನ್ನು ಪ್ರಕಟಿಸುತ್ತಿದೆ. 12 ರಾಜ್ಯಗಳಲ್ಲಿ 56 ಸಂಚಿಕೆಗಳನ್ನು ಪ್ರಕಟಿಸುವ ಈ ಸಮೂಹದ ಪತ್ರಿಕೆಗಳ ಪ್ರಸಾರ 58 ಲಕ್ಷ ಪ್ರತಿಗಳು. ಮೂರು ಸಾವಿರ ಪತ್ರಕರ್ತರು ಕೆಲಸ ನಿರ್ವಹಿಸುವ ಈ ಸಮೂಹ, ವಾರ್ಷಿಕವಾಗಿ 2,352 ಕೋಟಿ ರೂಪಾಯಿ ವ್ಯವಹಾರ ನಡೆಸುತ್ತಿದೆ. ದೇಶದ ಇತರೆ ಪ್ರಮುಖ ಪತ್ರಿಕಾ ಪ್ರಕಟಣಾ ಸಂಸ್ಥೆಗಳೆಂದರೆ 'ಹಿಂದುಸ್ಥಾನ್ ಟೈಮ್ಸ್', 'ದಿ ಹಿಂದೂ', 'ಮಲಯಾಳ ಮನೋರಮ', 'ಆನಂದ ಬಜಾರ್' ಹಾಗೂ 'ದೈನಿಕ ಜಾಗರಣ'.

ಪತ್ರಿಕೆಗಳು ಇಂದು ಬೃಹತ್ ಉದ್ದಿಮೆಗಳಾಗಿ ಪರಿವರ್ತಿತವಾಗಿವೆ. ಜಾಹಿರಾತು ಆದಾಯದಿಂದ ಬರುವ ವರಮಾನವೇ ಇವುಗಳ ಜೀವಾಳ. ಪತ್ರಿಕೆಗಳ ಮಾರಾಟದಿಂದ ಶೇ. 30ರಷ್ಟು ಆದಾಯವಿದ್ದರೆ, ಜಾಹಿರಾತಿನಿಂದ ಶೇ. 70ರಷ್ಟು. ಹೆಚ್ಚು ಓದುಗರ ಕದತಟ್ಟುವ ಧಾವಂತದಲ್ಲಿ ಅಗ್ಗದ ಬೆಲೆಗೆ ಪತ್ರಿಕೆಗಳನ್ನು ಮುದ್ರಿಸಿ, ಮನೆಮನೆಗೆ ಸರಬರಾಜು ಮಾಡುವ ಈ ಉದ್ದಿಮೆಯ ಇನ್ನೊಂದು ಕರಾಳಮುಖ. ವಾರ್ಷಿಕವಾಗಿ ಪತ್ರಿಕಾ ಜಾಹಿರಾತಿಗಾಗಿ ಅಂದಾಜು 20 ಸಾವಿರ ಕೋಟಿ ರೂಪಾಯಿ ವ್ಯಯಿಸಲಾಗುತ್ತಿದೆ. ಪತ್ರಿಕೆಗಳಿಗೆ ಇದೇ ಆದಾಯದ ಪ್ರಮುಖ ಮೂಲ. ಈ ವರಮಾನ ಮಾದರಿ, ಪತ್ರಿಕಾ ಉದ್ದಿಮೆಯ ಅನೇಕ ಸಮಸ್ಯೆಗಳಿಗೆ ಮೂಲವಾಗಿದೆ. ಪತ್ರಿಕೆಯ ಬೆಲೆ ಹೆಚ್ಚಿಸಿದರೆ ಓದುಗರ ಸಂಖ್ಯೆ ಕ್ಷೀಣಿಸುವ ಭೀತಿ, ಇದೇ ಮಾದರಿ ಅನುಸರಿಸಿದರೆ ಆದಾಯ ಮೂಲದ ಕೊರತೆ. ಈ ಅಡಕತ್ತರಿಯಲ್ಲಿ ಪತ್ರಿಕೋದ್ಯಮ ಸಿಲುಕಿ ಸಂಕಷ್ಟದಲ್ಲಿದೆ. ಡಿಜಿಟಲ್ ಮೂಲಗಳಿಂದ ಆದಾಯ ನಿರೀಕ್ಷೆ ಸದ್ಯಕ್ಕಂತೂ ಆಶಾದಾಯಕವಾಗಿಲ್ಲ.

ಪತ್ರಕರ್ತ

ಪತ್ರಿಕೆಗಳಿಗೆ ಪತ್ರಕರ್ತರೇ ಜೀವಾಳ. ಆತನ ಚಿಂತನಾ ಲಹರಿ, ಕಾರ್ಯಕ್ಷಮತೆ, ದೂರಾಲೋಚನೆ, ವಿಶ್ಲೇಷಣಾ ಚತುರತೆ, ಅಗೆದು-ಬಗೆದು ಸುದ್ದಿ ಹೊರಹೆಕ್ಕುವ ಚಾಣಾಕ್ಷತನಗಳು ಪತ್ರಿಕೆಗಳಿಗೆ ಜೀವ ತುಂಬುತ್ತವೆ. ಈತ ಚಿಂತಕ, ಜ್ಞಾನಿ,

ತರ್ಕನಿಪುಣ, ಶ್ರಮಿಕ ಹಾಗೂ ಸದಾ ಸಾರ್ವಜನಿಕರ ಹಿತಚಿಂತಕ. ದಾರ್ಶನಿಕರು, ಧಾರ್ಮಿಕ ಮುಖಂಡರು, ಸಮಾಜ ಸೇವಕರು ಹಾಗೂ ರಾಜಕೀಯ ಮುತ್ಸದ್ದಿಗಳನ್ನು ಹೊರತುಪಡಿಸಿ ಸಾರ್ವಜನಿಕ ಸೇವೆಗೆ ಮುಡಿಪಾದವರೆಂದರೆ ಪತ್ರಕರ್ತರು. ಹೀಗೆಂದೇ ಪತ್ರಿಕೆಗಳಿಗೆ ಪ್ರಜಾಸತ್ತೆಯ ನಾಲ್ಕನೇ ಅಂಗವೆಂಬ ಮಹತ್ತರ ಸ್ಥಾನವಿದೆ.

ಪತ್ರಕರ್ತನಿಲ್ಲದೆ ಪತ್ರಿಕೆಗಳಿಲ್ಲ. ಆದರೆ, ಪತ್ರಿಕೆಗಳಿಲ್ಲದಿದ್ದರೆ ಪತ್ರಕರ್ತನ ಮಹತ್ವವೂ ಗೌಣವಾಗುತ್ತದೆ. ಈ ತರ್ಕದಲ್ಲಿಯೇ ಪತ್ರಕರ್ತ ಇಂದು ತೊಳಲಾಡುತ್ತಿದ್ದಾನೆ. ಎಷ್ಟು ಮಂದಿ ಅಂಕಣಕಾರರಾಗಲು ಸಾಧ್ಯ? ಎಷ್ಟು ಜನ ಬ್ಲಾಗಿಗಳಾಗಿ ಆದಾಯ-ವೆಚ್ಚಗಳನ್ನು ಸರಿದೂಗಿಸಲು ಸಮರ್ಥರು? ಆನ್‌ಲೈನ್ ಪತ್ರಿಕೆಗಳನ್ನು ನಡೆಸಲು ಬಂಡವಾಳ ಬೇಕಲ್ಲವೇ? ವಿಶೇಷವಾಗಿ ಸುದ್ದಿಸಂಗ್ರಹ ಹಾಗೂ ವಿಶ್ಲೇಷಣೆಗಳನ್ನು ಪತ್ರಕರ್ತರು ತಾನೇ ಮಾಡಬೇಕು. ಮಾಧ್ಯಮಗಳು ಯಾವುದೇ ಇರಲಿ, ಮಾನವ ಸಂಪನ್ಮೂಲ ಅತ್ಯವಶ್ಯಕ. ಕೃತಕ ಬುದ್ಧಿಮತ್ತೆ ಇಲ್ಲವೇ ರೊಬೋಟ್‌ಗಳು ಚಿಂತಿಸಿ ವಿಶ್ಲೇಷಿಸಲಾರವು.

ಕಳೆದೆರಡು ದಶಕಗಳ ತಾಂತ್ರಿಕ ಬೆಳವಣಿಗೆಗಳು ಪಾರಂಪರಿಕ ಪತ್ರಿಕೋದ್ಯಮವನ್ನು ಅಲುಗಾಡಿಸುತ್ತಿವೆ. ಟಿವಿ ಸುದ್ದಿವಾಹಿನಿಗಳು ಹಾಗೂ ಅಂತರ್ಜಾಲದ ವಿಸ್ತರಣೆ ಸುದ್ದಿಪತ್ರಿಕೆಗಳ ಏಕಸ್ವಾಮಿತ್ವವನ್ನು ಕೊನೆಗೊಳಿಸಿದವು. ಪತ್ರಿಕೆಗಳ ಛಾಯಾಪತ್ರಿಗಳು ಎಲ್ಲೆಡೆ ಲಭ್ಯವಾದವು. ಸುದ್ದಿ ಪೋರ್ಟಲ್‌ಗಳ ಸಂಖ್ಯೆ ವ್ಯಾಪಕವಾಗಿ ಬೆಳೆದವು. ಮುಂದುವರೆದ ದೇಶಗಳಲ್ಲಿ ವರ್ಗೀಕೃತ ಜಾಹಿರಾತಿನ ಆದಾಯ ಡಿಜಿಟಲ್ ಮಾಧ್ಯಮಗಳತ್ತ ಹರಿದವು. ಆದಾಯ ಕುಗ್ಗುತ್ತಿದ್ದಂತೆ ಪತ್ರಕರ್ತರ ಸಂಖ್ಯೆ ಕ್ಷೀಣವಾಗತೊಡಗಿತು. ಸ್ಪರ್ಧೆಗೆ ಬದಲು ಅನೇಕ ಸ್ಥಳಗಳಲ್ಲಿ ಅವು ವಿಲೀನಗೊಂಡವು. ಪತ್ರಕರ್ತರ ಸಂಖ್ಯೆ ಕಡಿಮೆಯಾಗುತ್ತಿದ್ದಂತೆ ಸ್ಥಳೀಯ ಸುದ್ದಿಗಳನ್ನು ನಿರ್ಲಕ್ಷಿಸಲಾಗುತ್ತಿದೆ. ನ್ಯಾಯಾಲಯಗಳಲ್ಲಿ ಅಪಾರ ಸಂಖ್ಯೆಯ ಮೊಕದ್ದಮೆಗಳ ವಿಚಾರಣೆಗಳನ್ನು ವರದಿ ಮಾಡಲು ಇಂದು ವರದಿಗಾರರೇ ಇಲ್ಲ. ಸ್ಥಳೀಯ ಸಂಸ್ಥೆಗಳ ವರದಿಗಳಿಗೂ ಇದೇ ಗತಿ.

ಸಾರ್ವಜನಿಕ ಚರ್ಚೆ ಪ್ರಜಾಸತ್ತೆಯ ಆಧಾರಸ್ತಂಭ. ಆ ಚರ್ಚೆಗೆ ಚಾಲನೆ ನೀಡುವವರು ಸಕ್ರಿಯ ಪತ್ರಕರ್ತ. ಅವರ ಸಂಖ್ಯೆ ಕುಗ್ಗಿದರೆ ಅದು ಪ್ರಜಾಸತ್ತೆಗೆ ಮಾರಕ. ಉದಾಹರಣೆಗೆ ಅಮೆರಿಕಾದಲ್ಲಿ 2000 ಹಾಗೂ 2016ರ ಅವಧಿಯಲ್ಲಿ ಪತ್ರಕರ್ತರ ನೇಮಕಾತಿ ಗಣನೀಯವಾಗಿ ಕುಸಿದಿದೆ. ಪತ್ರಕರ್ತರ ಸಂಖ್ಯೆ 4,24,000ದಿಂದ 1,83,300ಕ್ಕೆ ಇಳಿದಿದೆ ಎಂದು ಅಮೆರಿಕಾದ ಕಾರ್ಮಿಕ ಖಾತೆ ಅಂಕಿ-ಸಂಖ್ಯೆಗಳು ತಿಳಿಸಿವೆ. ಬಹುತೇಕ ಮುಂದುವರಿದ ಉತ್ತರ ಅಮೆರಿಕಾ ಮತ್ತು ಯುರೋಪ್‌ನಲ್ಲಿ ಪತ್ರಿಕೆಗಳ ಪರಿಸ್ಥಿತಿ ಸಂದಿಗ್ಧದಲ್ಲಿದೆ. ಡಿಜಿಟಲ್ ಚಂದಾದಾರರ ಸಂಖ್ಯೆ ನಿರೀಕ್ಷಿತ ಪ್ರಮಾಣದಲ್ಲಿ ಏರಿಕೆ ಕಂಡಿಲ್ಲ. ಅಮೆರಿಕಾದ

'ನ್ಯೂಯಾರ್ಕ್ ಟೈಮ್ಸ್' ಪತ್ರಿಕೆ ಮಾತ್ರ ಈ ಕ್ಷೇತ್ರದಲ್ಲಿ ಯಶ ಕಂಡಿದೆ. ವಿಶ್ವದ ಎಲ್ಲ 193 ದೇಶಗಳಲ್ಲಿ ಈ ಪತ್ರಿಕೆಯ ಡಿಜಿಟಲ್ ಆವೃತ್ತಿಯ ಚಂದಾದಾರರಿದ್ದಾರೆ. ಆದರೆ ಇಂತಹ ಯಶಸ್ಸು ಎಲ್ಲ ಪತ್ರಿಕೆಗಳಿಗೆ ಅಲಭ್ಯ. 30 ಲಕ್ಷ ಆನ್‌ಲೈನ್ ಆವೃತ್ತಿಯ ಚಂದಾದಾರರಿದ್ದರೆ, ಹತ್ತು ಲಕ್ಷ ಓದುಗರು ನೇರವಾಗಿ ಮುದ್ರಿಸಿದ ಪತ್ರಿಕೆಗಳನ್ನು ಖರೀದಿಸುತ್ತಾರೆ. ವಿಶೇಷವೆಂದರೆ, ಸುದ್ದಿಗಿಂತ ಹೆಚ್ಚು ಪದಬಂಧ ಹಾಗೂ ಅಡುಗೆ ಮಾಹಿತಿಗೆ ಮಾತ್ರ ಚಂದಾದಾರರಾಗಿದ್ದಾರೆ.

ಬದಲಾಗುತ್ತಿರುವ ಪತ್ರಿಕೋದ್ಯಮ ಸ್ವಾಭಾವಿಕವಾಗಿಯೇ ಪತ್ರಕರ್ತರ ಮೇಲೆ ಪ್ರಭಾವ ಬೀರುತ್ತಿದೆ. ಆದರೆ ಭಾರತೀಯ ಪತ್ರಿಕೋದ್ಯಮ ಸುಸ್ಥಿತಿಯಲ್ಲಿದೆ ಎನ್ನಬಹುದು. ಕಡಿಮೆ ಬೆಲೆಯಲ್ಲಿ ಪತ್ರಿಕೆಗಳ ಲಭ್ಯತೆ, ಮನೆಬಾಗಿಲಿಗೆ ಪತ್ರಿಕೆಗಳ ಸರಬರಾಜು ಹಾಗೂ ಪತ್ರಿಕೆಗಳನ್ನು ನಿಯಮಿತವಾಗಿ ಓದುವ ಅಭ್ಯಾಸ, ಪತ್ರಿಕೋದ್ಯಮ ಸಂರಕ್ಷಣೆಗೆ ನೆರವಾಗಿವೆ. 'ಫಿಕ್ಕಿ' ವರದಿಯ ಪ್ರಕಾರ ಶೇಕಡ ಏಳರ ಪ್ರಮಾಣದಲ್ಲಿ ಭಾರತೀಯ ಪತ್ರಿಕಾ ಉದ್ದಿಮೆ ಬೆಳೆಯುತ್ತಿದೆ. ಪತ್ರಕರ್ತರ ದೃಷ್ಟಿಯಲ್ಲಿ ವಿಶ್ಲೇಷಿಸಿದಾಗ ಹಲವಾರು ಹಿನ್ನಡೆಗಳನ್ನು ಗಮನಿಸಬಹುದು. ಸೇವಾ ಭದ್ರತೆ ಇನ್ನಿಲ್ಲವಾಗಿದೆ. ಗುತ್ತಿಗೆ ಆಧಾರಿತ ನೇಮಕ ವ್ಯವಸ್ಥೆ ಪತ್ರಕರ್ತನ ಮೇಲೆ ತೂಗುಗತ್ತಿಯಾಗಿದೆ. ಪತ್ರಕರ್ತರ ಸಂಘಟನೆಗಳ ಒತ್ತಡ ಕ್ಷಯಿಸುತ್ತಿದೆ. ಕಡಿಮೆ ವೇತನದಲ್ಲಿ ದುಡಿಸಿಕೊಳ್ಳುವ ವ್ಯವಸ್ಥೆ ವಿಶೇಷವಾಗಿ ಭಾಷಾ ಪತ್ರಿಕೆಗಳಲ್ಲಿ ಅವ್ಯಾಹತವಾಗಿ ಮುಂದುವರೆದಿದೆ. ಪದೋನ್ನತಿ, ವೇತನ ಹೆಚ್ಚಳ ಕುರಿತ ಮಾರ್ಗಸೂಚಿಗಳು ನಿಯಮಗಳಿಲ್ಲದಂತಾಗಿದೆ. ಕೆಲವೇ ಪತ್ರಕರ್ತರು ಈಗ ಪತ್ರಕರ್ತರ ವೇತನ ಮಂಡಳಿಯ ಶಿಫಾರಸುಗಳಿಗೆ ಒಳಪಟ್ಟಿದ್ದಾರೆ.

ಹೆಚ್ಚು ಆದಾಯ ಗಳಿಸುವ ಧಾವಂತದಲ್ಲಿ ಪ್ರಚಾರ ಅಂಶಗಳು ಸುದ್ದಿಯಾಗುತ್ತಿವೆ. ಸುದ್ದಿ ಪ್ರಕಟಣೆಯಲ್ಲಿ ಜಾಹಿರಾತು ವಿಭಾಗದ ಒತ್ತಡಗಳು ಹೆಚ್ಚಳವಾಗಿ, ಪತ್ರಕರ್ತ ಮೌನಕ್ಕೆ ಶರಣಾಗಬೇಕಾಗಿದೆ. ಏಕೆಂದರೆ ಸಂಸ್ಥೆಯ ಅಸ್ತಿತ್ವವೇ ಪ್ರಮುಖವಾಗುತ್ತದೆ. 'ಟೈಮ್ಸ್ ಆಫ್ ಇಂಡಿಯಾ' ಪತ್ರಿಕೆಯ ವಿನೀತ್ ಜೈನ್ ಘಂಟಾಘೋಷವಾಗಿ ಹೇಳಿದರು–'ನಾವಿರುವುದು ಜಾಹಿರಾತು ಉದ್ದಿಮೆಯಲ್ಲಿ' ಎಂದು. ಪತ್ರಿಕೆಯಲ್ಲಿ ಒಂದು ಜಾಹಿರಾತು ಪ್ರಕಟವಾಗುತ್ತಿದ್ದರೆ, ಅದಕ್ಕೆ ಸಂಬಂಧಿಸಿದ ಸುದ್ದಿಯೊಂದನ್ನು ಪ್ರಕಟಿಸುವ ಅನಿವಾರ್ಯತೆ ಉಂಟಾಗಿದೆ. ಸಿನಿಮಾ, ಕ್ರೀಡೆ, ಮನೋರಂಜನೆ, ಖ್ಯಾತನಾಮರ ವೈಭವೀಕರಣ ಅನಿವಾರ್ಯವಾಗಿದೆ. ಪ್ರಾಮಾಣಿಕ ಪತ್ರಕರ್ತ ಇವೆಲ್ಲವುಗಳನ್ನು ಮೂಕಪ್ರೇಕ್ಷಕನಾಗಿ ಅನುಭವಿಸುತ್ತಿದ್ದಾನೆ. ಮಾರ್ಕಂಡೇಯ ಕಾಟ್ಜು ಅವರು ಈ ವ್ಯವಸ್ಥೆಯನ್ನು 'ಪತ್ರಿಕಾ ಸೂಳೆಗಾರಿಕೆ' ಎಂದೇ ವರ್ಣಿಸಿದ್ದಾರೆ.

ವೃತ್ತಿ, ಉದ್ಯಮ ಮತ್ತು ಪತ್ರಕರ್ತ ಈ ಮೂರು ಆಯಾಮಗಳು ಪರಸ್ಪರ ಪೂರಕವಾಗಿಲ್ಲದಿರುವದು ಅಪಾಯಕಾರಿ. ವೃತ್ತಿಮೌಲ್ಯಗಳ ಆಚರಣೆಗೆ ಉದ್ಯಮ

ಪ್ರೇರೇಪಿಸಬೇಕು. ಆಗ ಪತ್ರಕರ್ತ ತನ್ನ ಪಾತ್ರವನ್ನು ಸಮರ್ಥನೀಯವಾಗಿ ನಿರ್ವಹಿಸಬಲ್ಲ. ಆದರೆ ಬದಲಾಗುತ್ತಿರುವ ತಾಂತ್ರಿಕ ಸುಧಾರಣೆಗಳು, ಪತ್ರಿಕೆಗಳ ಮಹತ್ವವನ್ನು ಕುಂದಿಸುತ್ತಿವೆ. ಅಂತರ್ಜಾಲದ ವ್ಯಾಪಕ ವಿಸ್ತರಣೆ ಮಾಹಿತಿ ಮೂಲಗಳನ್ನು ಅಂಗೈನಲ್ಲಿ ಇರಿಸಿವೆ. ಮೊಬೈಲ್ ಫೋನ್‌ಗಳ ಲಭ್ಯತೆ, ಮಾಹಿತಿ ಹಾಗೂ ದೃಶ್ಯಗಳನ್ನು ಕ್ಷಣಮಾತ್ರದಲ್ಲಿ ತಲುಪಿಸುತ್ತವೆ. ಸುದ್ದಿ ಸಂಗ್ರಹಿಸಿ, ಪರಿಷ್ಕರಿಸಿ ಪ್ರಕಟಿಸುವ ಪತ್ರಿಕೆಗಳ ಜವಾಬ್ದಾರಿಯುತ ಕೆಲಸ ಈಗ ಎಲ್ಲರಿಗೆ ದಕ್ಕಿದೆ. ಸುದ್ದಿಯ ಸತ್ಯಾಸತ್ಯತೆಗಳನ್ನು ಒರೆಗಚ್ಚದೆ ಮುಕ್ತವಾಗಿ ಹರಿಬಿಡಲಾಗುತ್ತಿದೆ. ಮಾಹಿತಿ ಮಹಾಪೂರಕ್ಕೆ ಎಣೆ ಇಲ್ಲದಂತಾಗಿದೆ. ತಾರ್ಕಿಕ ಚಿಂತನಾಶಕ್ತಿ ಇಲ್ಲದ ಸಾಮಾನ್ಯ ಜನತೆ ನವಮಾಧ್ಯಮಗಳ ಆಕರ್ಷಣೆಗಳಿಗೆ ಜೋತು ಬಿದ್ದಿದ್ದಾರೆ.

ಸುದ್ದಿ ಸಂಗ್ರಹಿಸಿ ಹಾಗೂ ಪರಿಷ್ಕರಿಸಿ ಮಾಧ್ಯಮಗಳ ಮೂಲಕ ಪ್ರಕಟಗೊಳಿಸುತ್ತಿದ್ದ ಸಂಸ್ಥೆಗಳಿಗಿಂತ ಆಗಾಧವಾಗಿ ತಮ್ಮ ಸಂವಹನ ಜಾಲಗಳನ್ನು ವಿಸ್ತರಿಸಿಕೊಂಡಿರುವ ಗೂಗಲ್, ಅಮೆಜಾನ್, ಫೇಸ್‌ಬುಕ್, ಆಪಲ್, ಟ್ವಿಟರ್ ಮುಂತಾದ ದೈತ್ಯ ಸಂಸ್ಥೆಗಳು ತಮ್ಮ ಪ್ರಭಾವಗಳನ್ನು ವಿಸ್ತರಿಸಿಕೊಂಡಿವೆ. ವೃತ್ತಿಪರ ಪತ್ರಿಕೋದ್ಯಮ ಹಲವು ಸವಾಲುಗಳ ನಡುವೆ ಸಿಲುಕಿ ಹೊಸ ಮಾದರಿಗಳ ಅನ್ವೇಷಣೆಯಲ್ಲಿ ನಿರತವಾಗಿವೆ. ನವಮಾಧ್ಯಮಗಳು ಎಲ್ಲರಿಗೂ ಅಗಾಧ ಪ್ರಮಾಣದ ಮಾಹಿತಿ ನೀಡುತ್ತಿವೆ. ಈ ಹಿನ್ನೆಲೆಯಲ್ಲಿ ವೃತ್ತಿಪರ ಪತ್ರಿಕೋದ್ಯಮ ವ್ಯವಸ್ಥೆ ಬಲಹೀನಗೊಳ್ಳುತ್ತಿರುವುದು ಆತಂಕಕಾರಿ. ಇದು ಪ್ರಜಾಸತ್ತೆಯ ವ್ಯವಸ್ಥೆಗೆ ಅಪಾಯಕಾರಿ. ವ್ಯವಸ್ಥಿತವಾಗಿ ಬೆಳೆದು ಬಂದಿರುವ ಪತ್ರಿಕೋದ್ಯಮ ರಾಜಕೀಯ ಹಾಗೂ ವಾಣಿಜ್ಯಶಕ್ತಿಗಳ ಒತ್ತಡಗಳಿಗೆ ಸಿಲುಕುತ್ತಿದೆ. ಭಾರತೀಯ ಪತ್ರಿಕೋದ್ಯಮ ಹಾಗೂ ಪತ್ರಕರ್ತರಿಗೆ ಇದು ಎಚ್ಚರಿಕೆಯ ಗಂಟೆ.

(ಭೂಮಾತು, ಏಪ್ರಿಲ್ 15–30, 2019)

23

ಪತ್ರಿಕೋದ್ಯಮದೆದುರು ಬಹುಮಾಧ್ಯಮಗಳ ಸ್ಪರ್ಧೆ

1843 ಜುಲೈ 1ರಂದು ಜರ್ಮನಿಯ ಫೆಡರಿಕ್ ಮೊಗ್ಲಿಂಗ್ ಕಲ್ಲಚ್ಚಿನ ಒಂದು ದುಡ್ಡಿನ ನಾಲ್ಕು ಪುಟದ ಕನ್ನಡ ಪಾಕ್ಷಿಕ ಪತ್ರಿಕೆಯೊಂದನ್ನು ಮಂಗಳೂರಿನಿಂದ ಹೊರತಂದರು. ‘ಮನೆಯ ಕಿಟಕಿ ಮೂಲಕ ಬೆಳಕು ಬರುವಂತೆ, ಪತ್ರಿಕೆಯೊಂದರ ಮೂಲಕ ಹೊರಜಗತ್ತಿನ ವಿದ್ಯಮಾನಗಳನ್ನು ಜನತೆಗೆ ಪರಿಚಯಿಸುವುದು’, ಈ ಪತ್ರಿಕೆಯ ಮುಖ್ಯ ಉದ್ದೇಶವಾಗಿತ್ತು. ಈ ಆದ್ಯ ಪ್ರಕಟಣೆ ‘ಮಂಗಳೂರ ಸಮಾಚಾರ’, ‘ಗಾಳಿಸುದ್ದಿಯ ಗುಂಗಿನಿಂದ ಜನರನ್ನು ಮುಕ್ತಗೊಳಿಸುವ ಪ್ರಯತ್ನ’, ಎಂದು ಸಂಪಾದಕರು ಉದ್ಧರಿಸಿದರು. ಕನ್ನಡಿಗರಿಗೆ ಇದು ಹೊರಗಿನ ಪ್ರಪಂಚ ತೋರಿಸುವ ಕಿಟಕಿ ಎಂಬುದು ಅವನ ಅಭಿಲಾಷೆಯಾಗಿತ್ತು. ಇಂದು ಆ ಕಿಟಕಿ ಎಷ್ಟು ವಿಶಾಲವಾಗಿದೆ ಎಂದರೆ ಜಗತ್ತೇ ನಮ್ಮ ಕೈನಲ್ಲಿ ಪ್ರತಿಬಿಂಬಿಸುತ್ತಿದೆ.

ಅಂತರ್ಜಾಲ ಮಾಧ್ಯಮ ಎಷ್ಟು ವೇಗವಾಗಿ ನಮ್ಮನ್ನು ಆವರಿಸಿದೆ ಎಂದರೆ, ಮೊಬೈಲ್ ಇಲ್ಲದ ಜೀವನವನ್ನು ತರ್ಕಿಸಲು ಸಾಧ್ಯವಿಲ್ಲ. ಸಮೂಹ ಮಾಧ್ಯಮಗಳ ಹರವಿಗೆ ಇತ್ತೀಚಿನ ದಿನಗಳಲ್ಲಿ ಬಹುದೊಡ್ಡ ಕಾರಣೀಭೂತ ಅಂಶ ಅಂತರ್ಜಾಲ. ಇದರ ಬಳಕೆ ಹೇಗೆ ವ್ಯಾಪಕವಾಗಿ ಆವರಿಸಿದೆಯೆಂದರೆ, ಜಗತ್ತಿನ 750 ಕೋಟಿ

ಜನಸಂಖ್ಯೆಯ ಪೈಕಿ 500 ಕೋಟಿ ಜನ ಅಂತರ್ಜಾಲ ಸಂಪರ್ಕ ಹೊಂದಿರುವರು. ನಮ್ಮ ದೇಶದ 130 ಕೋಟಿಯಲ್ಲಿ 64 ಕೋಟಿ ಜನತೆ ಇಂದು ಜಾಲತಾಣಗಳನ್ನು ಸಂಪರ್ಕಿಸುತ್ತಿದ್ದಾರೆ. ಕೊರೋನ ಅವಧಿಯಲ್ಲಂತೂ ಅತಿಹೆಚ್ಚು ಜನ ಆನ್‌ಲೈನ್ ತರಗತಿ ಸಂಪರ್ಕ ಪಡೆಯಲು ಅಂತರ್ಜಾಲದ ಮೊರೆ ಹೋಗಲೇಬೇಕಾಯ್ತು. ಇನ್ನೊಂದು ವಿಶೇಷವೆಂದರೆ ನಗರ ಪ್ರದೇಶಗಳಲ್ಲಿ 29.4 ಕೋಟಿ ಅಂತರ್ಜಾಲ ಬಳಸಿದರೆ, ಗ್ರಾಮೀಣ ಪ್ರದೇಶಗಳಲ್ಲಿ ಇವರ ಸಂಖ್ಯೆ 36.2 ಕೋಟಿ ಮೀರಿದೆ. 2019ರಿಂದ ಈಚೆಗೆ ಸಕ್ರಿಯ ಅಂತರ್ಜಾಲ ಮಹಿಳಾ ಬಳಕೆದಾರರ ಸಂಖ್ಯೆ ಶೇ. 61ರಷ್ಟು ಏರಿಕೆಯಾಗಿರುವುದು ವಿಶೇಷ.

ಸಾಮಾಜಿಕ ಮಾಧ್ಯಮಗಳ ಸಕ್ರಿಯ ಬಳಕೆದಾರರ ಸಂಖ್ಯೆ ಜಗತ್ತಿನ 460 ಕೋಟಿ ಜನರನ್ನು ತಲುಪಿರುವುದು ಇನ್ನೊಂದು ವಿಶೇಷ. ಈ ಅಂತರ್ಜಾಲದ ವಿಸ್ತಾರದಿಂದಾಗಿ ಕ್ಷಣಕ್ಷಣದ ಬದಲಾವಣೆಗಳು ಅಂತರ್ಜಾಲ ಬಳಕೆದಾರರನ್ನು ಮುಟ್ಟುತ್ತಿವೆ. ಟಿವಿ ಮಾಧ್ಯಮಕ್ಕಿಂತಲೂ ಮೊಬೈಲ್ ಬಳಕೆ ಬಲು ಸುಲಭ. ಆನ್‌ಲೈನ್ ಹಾಗೂ ಸುದ್ದಿಪತ್ರಿಕೆಗಳ ಜಾಲಗಳು ಶರವೇಗದಲ್ಲಿ ಸುದ್ದಿ ಮುಟ್ಟಿಸುತ್ತಿವೆ. ಹಾಗಿದ್ದರೆ 24 ಘಂಟೆಗೊಮ್ಮೆ ಬರುವ ಪತ್ರಿಕೆಗೆ ಏಕೆ ಕಾಯಬೇಕು ಎಂಬುದು ಮುಂದಿರುವ ಪ್ರಶ್ನೆ. ಸುದ್ದಿಗಳ ವಿವರಗಳು ಹಾಗೂ ವಿಶ್ಲೇಷಣೆಗಳಿಗೆ ಪತ್ರಿಕೆಗಳು ಅನಿವಾರ್ಯ ಹೌದು. ಆದರೆ ಇವೆಲ್ಲವನ್ನೂ ಆನ್‌ಲೈನ್ ಜಾಲತಾಣಗಳು ಸಹ ನೀಡುತ್ತವೆ. ಆದರೆ ಪರದೆಯ ಮೇಲೆ ಓದಲು ತುಸು ಪ್ರಯಾಸ. ಮಾಹಿತಿ ಸಂಗ್ರಹವೂ ಕಷ್ಟ. ಹೀಗಾಗಿ ಮುದ್ರಿತ ಪತ್ರಿಕೆಗೆ ಮಹತ್ವ ಇದ್ದೇ ಇದೆ.

ಹಲವು ಜಾಲತಾಣಗಳಲ್ಲಿ ಸುದ್ದಿಯ ಮೇಲೆ ಕ್ಲಿಕ್ಕಿಸಿದರೆ ಅದನ್ನು ಕೇಳುವ ನೂತನ ತಂತ್ರಜ್ಞಾನ ಸಹ ಲಭ್ಯವಿದೆ. ಪಾಡ್‌ಕಾಸ್ಟಿಂಗ್ ಮೂಲಕ ಎಲ್ಲ ಸುದ್ದಿಗಳು ಹಾಗೂ ವಿಶ್ಲೇಷಣೆಗಳನ್ನು ಬಹು ಸುಲಭವಾಗಿ ಆಲಿಸಬಹುದಾಗಿದೆ. ಆಂಗ್ಲ ಭಾಷೆಯಲ್ಲಂತೂ ಶ್ರವಣೇಂದ್ರಿಯ ಪತ್ರಿಕೋದ್ಯಮ (Audio Journalism) ಜನಪ್ರಿಯವಾಗುತ್ತಿದೆ. ಪತ್ರಿಕೆಯಲ್ಲಿ ಮುದ್ರಿತವಾಗುವ ಯಾವುದೇ ಸುದ್ದಿ, ಲೇಖನಗಳನ್ನು ಆಲಿಸುವ ಅನುಕೂಲತೆಗಳನ್ನು ಕಲ್ಪಿಸಲಾಗಿದೆ. ಗೂಗಲ್ ಭಾಷಾಂತರ ಮಾಡಿದ ಕನ್ನಡವನ್ನು ಸೊಗಸಾಗಿ ಆಲಿಸುವ ಸುಗಮತೆ ಈಗಾಗಲೇ ಕನ್ನಡಿಗರಿಗೆ ಪ್ರಾಪ್ತವಿದೆ. ಈ ತಂತ್ರಾಂಶ ದೇಶಿಯ ಭಾಷೆಗಳಲ್ಲಿ ವೇಗವಾಗಿ ಬೆಳೆದರೆ, ಪತ್ರಿಕೆಗಳಲ್ಲಿ ಪ್ರಕಟವಾಗುವ ಎಲ್ಲ ವಸ್ತುವಿಷಯಗಳನ್ನು ಸರಾಗವಾಗಿ ಮೊಬೈಲ್ ಇಲ್ಲವೇ ಕಂಪ್ಯೂಟರ್‌ನಲ್ಲಿ ಆಲಿಸಬಹುದಾಗಿದೆ. ಕೃತಕ ಬುದ್ಧಿಮತ್ತೆಯ ಅಂಗವಾದ ಅಂತರ್ಗತ ಭಾಷಾ ಪ್ರಕ್ರಿಯೆ (Natural Language Processing) ಮುದ್ರಿತ ಪಠ್ಯವನ್ನು ಧ್ವನಿಯಾಗಿ ಪರಿವರ್ತಿಸುವ ತಂತ್ರಜ್ಞಾನವನ್ನು ಅಳವಡಿಸಿಕೊಂಡಿರುವುದು ವಿಶೇಷ. ಕನ್ನಡದಲ್ಲೂ ಕೂಡ ನಮ್ಮ ಮಾತುಗಳನ್ನು

ಪತ್ಯವಾಗಿ ಪರಿವರ್ತಿಸುವ ತಂತ್ರಾಂಶ ಪ್ರಾಥಮಿಕ ಹಂತದಲ್ಲಿ ಬಳಕೆಯಲ್ಲಿದೆ. ಅದು ಉತ್ತಮಗೊಳ್ಳಬೇಕಾಗಿದೆ.

ಈ ಅಭೂತಪೂರ್ವ ತಂತ್ರಜ್ಞಾನಗಳ ಅಭಿವರ್ಧನೆಯ ಹಿನ್ನೆಲೆಯಲ್ಲಿ ಪರಂಪರಾಗತ ಮಾಧ್ಯಮಗಳು ಪಲ್ಲಟಗೊಳ್ಳುವುದು ಸ್ವಾಭಾವಿಕವೇ ಸರಿ. ಡಿಜಿಟಲ್ ತಂತ್ರಜ್ಞಾನ ಎಲ್ಲ ಮಾಧ್ಯಮಗಳನ್ನು ಒಗ್ಗೂಡಿಸಿದೆ. ಎಲ್ಲ ಮಾಧ್ಯಮಗಳು ಇಂದು ಮೊಬೈಲ್ ಮೂಲಕ ಬಹುಸರಾಗವಾಗಿ ಜನರನ್ನು ತಲುಪುತ್ತಿವೆ. ಬೇಕಾಗಿರುವುದು ಅಂತರ್ಜಾಲ ಲಭ್ಯತೆ ಅಷ್ಟೇ. 5–ಜಿ ತಂತ್ರಜ್ಞಾನ ಬಂದರಂತೂ ಡಿಜಿಟಲ್ ತಂತ್ರಜ್ಞಾನದ ಮಾಂತ್ರಿಕತೆ ಹಲವು ಪಟ್ಟು ವೃದ್ಧಿಸಲಿದೆ. ಇತ್ತೀಚೆಗೆ ಪ್ರಕಟವಾದ ರಾಯಿಟರ್ ಸಂಸ್ಥೆಯ 2021ರ ಜಾಗತಿಕ ಸಮೀಕ್ಷೆಯಲ್ಲಿ ಸುದ್ದಿಗಾಗಿ ಯುವಜನತೆ ಹೇಗೆ ಡಿಜಿಟಲ್ ಮಾಧ್ಯಮದ ಮೇಲೆ ಅವಲಂಬಿತವಾಗುತ್ತಿದ್ದಾರೆ ಎಂಬುದನ್ನು ಸ್ಪಷ್ಟಪಡಿಸಿದೆ. ಸುದ್ದಿ ತಿಳಿಯಲು ಯುವಜನತೆ ಸಾಮಾಜಿಕ ಜಾಲತಾಣಗಳ ಮೊರೆ ಹೋಗುತ್ತಿದ್ದಾರೆ. ವಾಟ್ಸ್‌ಅಪ್ ಮತ್ತು ಟೆಲಿಗ್ರಾಂ ಆಪ್‌ಗಳನ್ನು ಸಂಪರ್ಕಿಸುವ ಹವ್ಯಾಸ ವೇಗವಾಗಿ ಬೆಳೆಯುತ್ತಿದೆ. ಇದಕ್ಕೆ ಹೊಸ ಸೇರ್ಪಡೆ ಟಿಕ್‌ಟಾಕ್ ಆಗಿದೆ. ಈಗಾಗಲೇ 100 ಕೋಟಿ ಜನ ಈ ಆಪ್ ಅನ್ನು ಡೌನ್‌ಲೋಡ್ ಮಾಡಿದ್ದಾರೆ.

ಪತ್ರಿಕೆಗಳ ಪ್ರಸಾರ ಬಹುವೇಗವಾಗಿ ಬೆಳೆಯುತ್ತಿಲ್ಲ. ಕೊರೋನ ಸಂಕಷ್ಟದ ಅವಧಿಯಲ್ಲಿ ಬಿದ್ದ ಹೊಡೆತದಿಂದ ಪತ್ರಿಕೆಗಳು ಇನ್ನೂ ಚೇತರಿಸಿಕೊಳ್ಳಬೇಕಾಗಿದೆ. ಈ ಅವಧಿಯಲ್ಲಿ ಪತ್ರಿಕೆಗಳನ್ನು ಹಂಚುವುದೇ ಕಷ್ಟದಾಯಕವಾಗಿತ್ತು. ಅನೇಕರು ಪತ್ರಿಕೆಗಳನ್ನು ಕೊಳ್ಳಲು ನಿರಾಕರಿಸಿದರು. ಇವರೆಲ್ಲರೂ ಮತ್ತೆ ಪತ್ರಿಕೆಗಳನ್ನು ಕೊಂಡು ಓದುವಂತಾಗಬೇಕು. ಅಲ್ಲದೆ ಅಂತರ್ಜಾಲದ ಮೊರೆ ಹೋಗಿರುವವರನ್ನು ಪತ್ರಿಕೆಗಳತ್ತ ಆಕರ್ಷಿಸುವುದು ಬಹುದೊಡ್ಡ ಸವಾಲಾಗಿದೆ. ವಿಶೇಷವಾಗಿ ಯುವಕರನ್ನು ಪತ್ರಿಕೆಗಳತ್ತ ಸೆಳೆಯುವುದು ಸಾಧ್ಯವಾಗಬೇಕು. ಯುವ ಓದುಗರ ಬೇಕು ಬೇಡಗಳ ಬಗ್ಗೆ ಪತ್ರಿಕೆಗಳು ಗಂಭೀರ ಅಧ್ಯಯನ ನಡೆಸಿ ಪತ್ರಿಕೆಗಳನ್ನು ಮರುರೂಪಿಸಬೇಕಾಗಿದೆ. ನಿರ್ದಿಷ್ಟ ದೃಷ್ಟಿಕೋನಗಳು ಮತ್ತು ರೂಢಿಗಳು ಸತತ ಫಲ ನೀಡಲಾರವು.

ಪತ್ರಿಕೆಗಳಿಗೆ ಶೇ. 70ರಷ್ಟು ಆದಾಯ ಜಾಹಿರಾತಿನಿಂದಲೇ ಬರುತ್ತದೆ. ಆದರೆ ಅದು ಕೊರೋನ ಸಾಂಕ್ರಾಮಿಕ ಅವಧಿಯಲ್ಲಿ ತೀವ್ರವಾಗಿ ಕುಸಿಯಿತು. ಪತ್ರಿಕೆಗಳ ಪ್ರಸಾರ ಮತ್ತು ಜಾಹಿರಾತಿನ ಪ್ರಮಾಣ ನಿಧಾನವಾಗಿ ಕೋವಿಡ್‌ಪೂರ್ವ ಅವಧಿಗೆ ಏರುತ್ತಿರುವುದು ಸಮಾಧಾನಕರ. ಆದರೆ ವ್ಯಾಪಕ ಅಂತರ್ಜಾಲ ವಿಸ್ತರಣೆ ಮತ್ತು ಹೆಚ್ಚುತ್ತಿರುವ ಸ್ಮಾರ್ಟ್‌ಫೋನ್ ಬಳಕೆದಾರರ ಸಂಖ್ಯೆಯ ಬಗ್ಗೆ ಪ್ರಕಾಶಕರು ಗಂಭೀರವಾಗಿ ಚಿಂತಿಸಬೇಕಾದ ಕಾಲವಿದು. ಸ್ಮಾರ್ಟ್‌ಫೋನ್ ಮೂಲಕ ಅಧಿಕ ಜನತೆ ಪತ್ರಿಕೆಗಳನ್ನು ಓದಲು, ಟಿವಿ ವೀಕ್ಷಿಸಲು ಮತ್ತು ಬಾನುಲಿ ಆಲಿಸಲು ಈಗ ಶಕ್ಯವಾಗಿದೆ.

ಡಿಜಿಟಲ್ ಸುದ್ದಿ ಪೋರ್ಟಲ್‌ಗಳ ಸಂಖ್ಯೆ ಏರುತ್ತಿವೆ. ಕೆಲವೇ ನಿಮಿಷಗಳಲ್ಲಿ ಇವು ಸುದ್ದಿ, ಚಿತ್ರಗಳು, ವಿಡಿಯೋ ಅಲ್ಲದೆ ವಿಶ್ಲೇಷಣೆಗಳನ್ನು ಒದಗಿಸುತ್ತವೆ. ಇವುಗಳಿಗೆ ಸ್ಥಳದ ಇತಿಮಿತಿಗಳಿಲ್ಲ. ಎಷ್ಟು ಬೇಕಾದರೂ ಬರೆಯಬಹುದು. ಮುದ್ರಿಸಲು ಕಾಗದ ಬೇಕಿಲ್ಲ, ಅವುಗಳನ್ನು ವಿವಿಧ ಸ್ಥಳಗಳಿಗೆ ಸಾಗಿಸಿ ಹಂಚಬೇಕಿಲ್ಲ. ಇವು ಪತ್ರಿಕೆಗಳಿಗೆ ಬಹುದೊಡ್ಡ ಸವಾಲಾಗಿವೆ.

ಓದುಗರ ಚಂದಾಹಣಕ್ಕಿಂತ ಪತ್ರಿಕೆಗಳಲ್ಲಿ ಪ್ರಕಟವಾಗುವ ಜಾಹಿರಾತಿನಿಂದ ಬರುವ ಆದಾಯವೇ ಪತ್ರಿಕೆಗಳ ಉಳಿವಿಗೆ ಶ್ರೀರಕ್ಷೆ. ಪತ್ರಿಕೆ ಬೆಲೆ ಏರಿಸಿದರೆ ಓದುಗರನ್ನು ಕಳೆದುಕೊಳ್ಳುವ ಭೀತಿ. ಪ್ರಸಾರವಿಲ್ಲದೆ ಜಾಹಿರಾತು ಬರದು. ಇಂತಹ ಇಕ್ಕಟ್ಟಿನ ಉದ್ದಿಮೆಯಾಗಿದೆ ಈ ಪತ್ರಿಕೋದ್ಯಮ.

ಗೂಗಲ್ ಮತ್ತು ಫೇಸ್‌ಬುಕ್ ಜಾಲತಾಣಗಳ ಜಾಹಿರಾತು ಆದಾಯ ದೇಶದ ಪತ್ರಿಕೆಗಳನ್ನು ಬೆಚ್ಚಿ ಬೀಳಿಸಿದೆ. 2020–21ರ ಅವಧಿಯಲ್ಲಿ ಈ ಎರಡೂ ಸಂಸ್ಥೆಗಳ ಆದಾಯ 29 ಸಾವಿರ ಕೋಟಿ ಮೀರಿದೆ. ದೇಶದ ಒಂಬತ್ತು ಪ್ರಮುಖ ಮಾಧ್ಯಮ ಕಂಪನಿಗಳ ಒಟ್ಟು ಜಾಹಿರಾತು ಆದಾಯ ಗಳಿಕೆ ಕೇವಲ 21 ಸಾವಿರ ಕೋಟಿ! ಇಲ್ಲಿ ಎರಡು ಅಂಶಗಳನ್ನು ಗಮನಿಸಬೇಕಾಗಿದೆ. ಒಂದು, ಈ ಎರಡೂ ಬೃಹತ್ ಜಾಲತಾಣಗಳ ವಿಸ್ತಾರ ಮತ್ತು ದೃಶ್ಯ–ಶ್ರವ್ಯ ಅಂಶಗಳ ಸಮ್ಮಿಲನ ಹಾಗೂ ಅದರ ಆಕರ್ಷಣೆ. ದೇಶದ ಎಲ್ಲ ಬಗೆಯ ಮಾಧ್ಯಮಗಳನ್ನು ಈ ಎರಡೂ ಬೃಹತ್ ಜಾಲತಾಣಗಳು ಮೀರಿಸಿ ನಿಂತಿವೆ.

ಉಕ್ರೇನ್ ಬಿಕ್ಕಟ್ಟಿನಿಂದಾಗಿ ಮುದ್ರಣ ಮಾಧ್ಯಮ ಬಹುದೊಡ್ಡ ಆಘಾತ ಎದುರಿಸುತ್ತಿದೆ. ಪತ್ರಿಕೆಗಳನ್ನು ಮುದ್ರಿಸಲು ಬಳಸುವ ಕಾಗದದ ಬೆಲೆ ಅಂತಾರಾಷ್ಟ್ರೀಯ ಮಾರುಕಟ್ಟೆಯಲ್ಲಿ ತೀವ್ರವಾಗಿ ಏರಿಕೆ ಕಂಡು ಪ್ರಕಾಶಕರನ್ನು ಹತಾಶೆಗೊಳಿಸಿದೆ. ಪತ್ರಿಕೆಗಳಿಗೆ ಒಳ್ಳೆಯ ದಿನಗಳು ಇನ್ನೇನು ಬಂದೇ ಬಿಟ್ಟವು ಎನ್ನುವುದರಲ್ಲಿ ನ್ಯೂಸ್‌ಪ್ರಿಂಟ್ ಬೆಲೆ ಏರಿಕೆ ಧೃತಿಗೆಡಿಸಿದೆ. ಈ ಎಲ್ಲ ಸಂಕಷ್ಟಗಳ ನಡುವೆ ಓದುಗರ ಸತತ ಪ್ರೋತ್ಸಾಹವೇ ಪತ್ರಿಕೆಗಳನ್ನು ರಕ್ಷಿಸಬೇಕಾಗಿದೆ!

(ವಿಶ್ವವಾಣಿ, 30, ಜೂನ್, 2022)

24

ನಿಯತಕಾಲಿಕೆಗಳ ಬೆಳವಣಿಗೆಗೆ ಸಾಂಘಿಕ ಪ್ರಯತ್ನ

ಡಿಜಿಟಲ್ ಯುಗದಲ್ಲಿ ಪತ್ರಿಕೋದ್ಯಮ ಸೇರಿ ಎಲ್ಲ ಕ್ಷೇತ್ರಗಳಲ್ಲಿ ವ್ಯಾಪಕ ಬದಲಾವಣೆಗಳು ಸಂಭವಿಸುತ್ತಿವೆ. ಹೊಸ ತಂತ್ರಜ್ಞಾನದ ಪ್ರಭಾವಗಳನ್ನು ಅರಿತು ಅದಕ್ಕೆ ತಕ್ಕಂತೆ ಪ್ರತಿತಂತ್ರ ರೂಪಿಸುವುದು ಇಂದಿನ ದೊಡ್ಡ ಸವಾಲು. ನಿಯತಕಾಲಿಕೆಗಳು/ಮ್ಯಾಗಜಿನ್‌ಗಳು ವೈವಿಧ್ಯಮಯ ಹೂರಣವನ್ನು ಓದುಗರಿಗೆ ನಿಯಮಿತವಾಗಿ ಬಡಿಸಿ ಅವರ ಮನ್ನಣೆಗೆ ಬಹುಕಾಲ ಪಾತ್ರವಾಗಿದ್ದವು. 1990 ರ ಕೊಲ್ಲಿ ಯುದ್ಧದ ನಂತರ ಉಪಗ್ರಹ ಟಿವಿ ಆಧಾರಿತ ವಾಹಿನಿಗಳ ಜನಪ್ರಿಯತೆ, ನಿಯತಕಾಲಿಕೆಗಳ ಓದುಗರಿಗೆ ಬಲೆ ಬೀಸಿದವು. ದಿನವಿಡೀ ಬಗೆಬಗೆಯ ಕಾರ್ಯಕ್ರಮಗಳು, ಕೂತು ಆರಾಮವಾಗಿ ಆಸ್ವಾದಿಸುತ್ತಿದ್ದ ಓದಿಗೆ ಅಡ್ಡಿಯಾದವು. 21ನೇ ಶತಮಾನದ ಅಂತರ್ಜಾಲ ಕ್ರಾಂತಿ, ಪತ್ರಿಕೋದ್ಯಮಕ್ಕೆ, ವಿಶೇಷವಾಗಿ ನಿಯತಕಾಲಿಕೆಗಳಿಗೆ ಹೊಸ ಸವಾಲನ್ನೇ ಸೃಷ್ಟಿಸಿತು. ಅಂಗೈಯಲ್ಲಿ ವಿಶ್ವದ ವೈವಿಧ್ಯಮಯ ಸಂಗತಿಗಳು ಬಲು ಸುಲಭವಾಗಿ ಹರಿದಾಡಲಾರಂಭಿಸಿದವು.

ಅಕ್ಷರ ಬಲ್ಲವರೆಲ್ಲರೂ ಲೇಖಕರಾದರು. ಮೊಬೈಲ್ ಹಿಡಿದವರೆಲ್ಲರೂ ಪ್ರಕಾಶಕರಾದರು. ಅರಳು ಹುರಿದಂತೆ ಯಾವುದಾದರೊಂದು ವಿಷಯ ಕುರಿತು

ನಿರರ್ಗಳವಾಗಿ ಮಾತನಾಡುವ ಜಾಣ್ಮೆ ಇದ್ದರೂ ಸಾಕು, ನೀವು ವಿಶ್ವವ್ಯಾಪಿ ಕೀರ್ತಿ ಗಳಿಸಬಹುದು. ಆಶ್ಚರ್ಯವೆಂದರೆ ಇವರಿಗೆ ಯಾವುದೇ ಗಡಿ ಇಲ್ಲ, ವಿಶ್ವವೇ ಮಾರುಕಟ್ಟೆ. ಬೇರೆ ಭಾಷೆ ಗೊತ್ತಿರದಿದ್ದರೇನು, ಯಂತ್ರಾನುವಾದದ ಅನುಕೂಲ ಇದೆಯಲ್ಲ, ನಿಮ್ಮ ಸಂದೇಶ ಇಡೀ ಜಗತ್ತಿಗೆ ಪ್ರಸರಿಸಬಲ್ಲದು. ಇದೊಂದು ಮಾಂತ್ರಿಕ ಯುಗವೇ ಸರಿ!

ಉಪಯುಕ್ತ ಮಾಹಿತಿ, ವಿಶ್ಲೇಷಣೆ ಮತ್ತು ಮನರಂಜನೆ ನೀಡುವುದೇ ನಿಯತಕಾಲಿಕೆ/ಮ್ಯಾಗಜಿನ್‌ಗಳ ಪ್ರಮುಖ ಉದ್ದೇಶ. ಆಧುನಿಕ ಮುದ್ರಣ ಕಲೆಯ ಆರಂಭದಲ್ಲಿ ಮೊದಲಿಗೆ ಹೊರಬಂದ ಪ್ರಕಟಣೆಗಳೇ ಈ ನಿಯತಕಾಲಿಕೆಗಳು. ನಿಯಮಿತ ಅವಧಿಗೊಮ್ಮೆ ಹೊರಬರುವ ಇವುಗಳಿಗೆ periodicals ಎಂದರು, ಅವುಗಳ ಶ್ರೀಮಂತಿಕೆಯ ಓದುಸಾಮಗ್ರಿಗಳ ಹಿನ್ನೆಲೆಯಲ್ಲಿ ಅರೇಬಿಕ್ ಪದ magazine ಬಳಕೆಗೆ ಬಂತು. ಮ್ಯಾಗಜಿನ್ ಎಂದರೆ ಓದುಸಾಮಗ್ರಿಗಳ ಭಂಡಾರ ಎಂದರ್ಥ. ವಿಶ್ವದಲ್ಲಿ ಪ್ರಕಟವಾದ ಮೊದಲ ನಿಯತಕಾಲಿಕೆ ಜರ್ಮನ್ ಭಾಷೆಯಲ್ಲಿ 1663ರಲ್ಲಿ ಆರಂಭವಾಯಿತು. ('Erbauliche Monaths Unteretungene') ಇದು ಸಾಹಿತ್ಯ ಮತ್ತು ತತ್ವಶಾಸ್ತ್ರ ಕುರಿತ ಪ್ರಕಟಣೆಯಾಗಿತ್ತು. ಮೊದಲ ಬಾರಿಗೆ ಮ್ಯಾಗಜಿನ್ ಎಂಬ ಪದ ಬಳಸಿ ಪ್ರಕಟವಾದ Gentleman's Magazine ಆಂಗ್ಲ ಭಾಷೆಯಲ್ಲಿ 1731ರಲ್ಲಿ ಪ್ರಕಟವಾಯಿತು. ದಿನಪತ್ರಿಕೆಗಳು ಮುನ್ನೆಲೆಗೆ ಬರುವ ತನಕ ನಿಯತಕಾಲಿಕೆಗಳು ತಮ್ಮ ಪಾರಮ್ಯ ಮೆರೆದವು. ಮೊದಲ ಆಂಗ್ಲ ದೈನಿಕ 'ದಿ ಡೈಲಿ ಕೊರಂಟ್', 1702ರಲ್ಲಿ ಇಂಗ್ಲೆಂಡ್‌ನಲ್ಲಿ ಆರಂಭವಾಗಿ ಮುದ್ರಿತ ಪತ್ರಿಕೆಗಳಲ್ಲಿ ಪ್ರತಿದಿನ ಸುದ್ದಿಗಳನ್ನು ಜನತೆ ಓದಲಾರಂಭಿಸಿದರು.

ದೈನಿಕ ಮತ್ತು ನಿಯತಕಾಲಿಕೆಗಳ ಸಂಯೋಗ ಓದುಗರಿಗೆ ಅತ್ಯುತ್ತಮ ಸುದ್ದಿ ಹಾಗೂ ವಿಶ್ಲೇಷಣೆ ನೀಡತೊಡಗಿದವು. ಕಥೆ, ಮನರಂಜನೆ ಮತ್ತು ಜೀವನ ನಿರ್ವಹಿಸಲು ಬೇಕಾದ ಉಪಯುಕ್ತ ಮಾಹಿತಿಗಾಗಿ ಮಹಿಳೆಯರು ಹೆಚ್ಚಾಗಿ ಸಾಪ್ತಾಹಿಕ ಇಲ್ಲವೇ ಮಾಸಿಕ ಪ್ರಕಟಣೆಗಳ ಮೋಹಕ್ಕೆ ಒಳಗಾದರು. ಆದರೆ ಸಂವಹನ ತಂತ್ರಜ್ಞಾನ ಬೆಳೆದಂತೆ, ಬಾನುಲಿ ಮತ್ತು ಟಿವಿ ಮಾಧ್ಯಮಗಳ ಜನಪ್ರಿಯತೆ ವೇಗ ಪಡೆದವು. ವಿಶೇಷವಾಗಿ ವರ್ಣರಂಜಿತ ಟಿವಿ ಪ್ರಸಾರ ಮತ್ತು ಏಕಕಾಲಕ್ಕೆ ಅಧಿಕ ಸಂಖ್ಯೆಯ ವಾಹಿನಿಗಳ ಲಭ್ಯತೆ ಓದುಗರನ್ನು ವೀಕ್ಷಕರನ್ನಾಗಿ ಪರಿವರ್ತಿಸಲಾರಂಭಿಸಿದವು. ಮೊಬೈಲ್ ಮೂಲಕ ಅಂತರ್ಜಾಲದ ಲಭ್ಯತೆ ಓದುವಿಕೆಯ ಹವ್ಯಾಸವನ್ನೇ ಅಲುಗಾಡಿಸಿತು. ಜನಪ್ರಿಯ ಮುದ್ರಣ ಪ್ರಕಟಣೆಗಳಾದ ದಿನಪತ್ರಿಕೆಗಳು ಮತ್ತು ನಿಯತಕಾಲಿಕೆಗಳು ತಮ್ಮ ಉಳಿವಿನ ಬಗ್ಗೆ ಸಂಶಯಪಡುವ ಪರಿಸ್ಥಿತಿ ಎದುರಾಯಿತು. ಯುರೋಪ್ ಮತ್ತು ಅಮೆರಿಕಾ ದೇಶಗಳಲ್ಲಿನ ಪತ್ರಿಕೆಗಳ ಸಂಖ್ಯೆ, ಪತ್ರಕರ್ತರ ಸಂಖ್ಯೆ ಹಾಗೂ ಪ್ರಸಾರ ಸಂಖ್ಯೆ ತೀವ್ರ ಹಿನ್ನಡೆ ಅನುಭವಿಸಿದವು. ಜಾಗತಿಕ ಮಟ್ಟದಲ್ಲಿ ಹೆಸರು ಮಾಡಿದ್ದ 'ಲೈಫ್', 'ಲುಕ್' ಮತ್ತು

'ನ್ಯೂಸ್ ವೀಕ್' ನಿಯತಕಾಲಿಕೆಗಳು ನೆಲ ಕಚ್ಚಿದವು. ಹಲವು ಪ್ರಕಟಣೆಗಳು ಡಿಜಿಟಲ್ ರೂಪಾಂತರಗೊಂಡರೆ ಮತ್ತೆ ಹಲವು ಖಾಯಂ ಆಗಿ ಮುಚ್ಚಿದವು.

ಕೆಲವೇ ಪ್ರಕಟಣೆಗಳು ಮುದ್ರಿತ ಹಾಗೂ ಡಿಜಿಟಲ್ ರೂಪಾಂತರಗಳಲ್ಲಿ ಬದುಕುಳಿದಿವೆ. ದಿನಪತ್ರಿಕೆಗಳಿಗಿಂತ ಅಧಿಕ ತೊಂದರೆಯಲ್ಲಿ ಸಿಲುಕಿರುವ ಪ್ರಕಟಣೆಗಳೆಂದರೆ ನಿಯತಕಾಲಿಕೆಗಳು. ಇದಕ್ಕೆ ನಮ್ಮ ದೇಶದ ನಿಯತಕಾಲಿಕೆಗಳು ಹೊರತಾಗಿಲ್ಲ. ಉದಾಹರಣೆಗೆ 21–22ರ ಭಾರತೀಯ ಪತ್ರಿಕಾ ನೋಂದಣಿ ಅಧಿಕಾರಿಗಳ ವರದಿಯ ಪ್ರಕಾರ ಕನ್ನಡದಲ್ಲಿನ ಒಟ್ಟು ಪ್ರಕಟಣೆಗಳ ಸಂಖ್ಯೆ 6083. ಇವುಗಳಲ್ಲಿ 1183 ದೈನಿಕಗಳು ಮತ್ತು 4900 ನಿಯತಕಾಲಿಕೆಗಳು ಅವುಗಳಲ್ಲಿ ಕೇವಲ 1300 ಪ್ರಕಟಣೆಗಳು ಮಾತ್ರ ತಮ್ಮ ಪ್ರಸಾರದ ವಿವರ ನೀಡಿವೆ. ಇವುಗಳಲ್ಲಿ 652 ದೈನಿಕಗಳು ಮತ್ತು 648 ನಿಯತಕಾಲಿಕೆಗಳು ಸೇರಿವೆ. ಇವುಗಳ ಒಟ್ಟು ಪ್ರಸಾರ 75 ಲಕ್ಷ ಪ್ರತಿಗಳು. ದೈನಿಕಗಳ ಪ್ರಸಾರ 59 ಲಕ್ಷವಾದರೆ ನಿಯತಕಾಲಿಕೆಗಳ ಪ್ರಸಾರ ಕೇವಲ 16 ಲಕ್ಷ. ಈ ಪ್ರಸಾರ ಇಳಿಕೆಗೆ ಪ್ರಮುಖ ಕಾರಣ ಅಧಿಕ ಟಿವಿ ಮತ್ತು ಅಂತರ್ಜಾಲ ವೀಕ್ಷಣೆ. ಗರಿಷ್ಠ ಸಂಖ್ಯೆಯಲ್ಲಿರುವ ನಿಯತಕಾಲಿಕೆಗಳು ಕೇವಲ ಹೆಸರಿಗೆ ಮಾತ್ರ ಎನ್ನುವಂತಾಗಿದೆ. ಈ ಡಿಜಿಟಲ್ ಯುಗದಲ್ಲೂ ಹೊಸಪತ್ರಿಕೆಗಳ ಪ್ರಾರಂಭ ನಿಂತಿಲ್ಲ. 21–22ನೇ ಸಾಲಿನಲ್ಲಿ ಕನ್ನಡದಲ್ಲಿ 146 ಹೊಸ ಪ್ರಕಟಣೆಗಳು ಆರಂಭವಾದವು ಇವುಗಳಲ್ಲಿ 66 ದೈನಿಕಗಳು, ಉಳಿದವು (80) ನಿಯತಕಾಲಿಕೆಗಳು.

ಈ ಹಿನ್ನೆಲೆಯಲ್ಲಿ ನಿಯತಕಾಲಿಕೆಗಳ ಪುನರುಜ್ಜೀವನಕ್ಕಾಗಿ ದೇಶದಲ್ಲಿ ಸಾಂಘಿಕ ಪ್ರಯತ್ನ ನಡೆಯುತ್ತಿರುವುದು ಶ್ಲಾಘನೀಯ. 2006ರಲ್ಲಿ ಆರಂಭವಾದ 'ಭಾರತೀಯ ನಿಯತಕಾಲಿಕೆಗಳ ಕಾಂಗ್ರೆಸ್ '(Indian Magazine Congress) ಇಂತಹ ಪ್ರಕಟಣೆಗಳ ಸಂಪಾದಕರು, ಪ್ರಕಾಶಕರು, ಮಾಧ್ಯಮ ಸಂಸ್ಥೆಗಳ ಡಿಜಿಟಲ್ ಮುಖ್ಯಸ್ಥರು, ನೀತಿ ನಿರೂಪಕರು, ಮಾಧ್ಯಮ ಮಾಲೀಕರು, ಮಾರಾಟಗಾರರು, ಮಾಧ್ಯಮ ಯೋಜಕರು, ಸಂಶೋಧಕರು ಮತ್ತು ಉದ್ಯಮ ವಿಶ್ಲೇಷಕರು ಸೇರಿದಂತೆ ಇಡೀ ನಿಯತಕಾಲಿಕೆ ಪ್ರಕಾಶನ ಭ್ರಾತೃತ್ವವನ್ನು ಒಟ್ಟುಗೂಡಿಸುವಲ್ಲಿ ಪ್ರಾಮಾಣಿಕ ಪ್ರಯತ್ನ ನಡೆಸಿದೆ.

ನಿಯತಕಾಲಿಕೆ ಒಂದು ವಿಶಿಷ್ಟ ಮಾಧ್ಯಮ. ಅದು ಯಾವಾಗಲೂ ಸಮಸ್ಯೆಗಳ ಒಳನೋಟಗಳನ್ನು ಸೆಳೆದು ಓದುಗ ಸಮುದಾಯಗಳನ್ನು ಸಕ್ರಿಯಗೊಳಿಸುತ್ತದೆ. ಆಳವಾಗಿ ಸಮಸ್ಯೆಗಳನ್ನು ಮುನ್ನೆಲೆಗೆ ತಂದು ವಿವೇಚನಾಶೀಲ ಸಮುದಾಯಗಳನ್ನು ಬೆಳೆಸುತ್ತವೆ. ಈ ಕಾಯಕದಲ್ಲಿ ದೈನಿಕಗಳಿಗಿಂತ ನಿಯತಕಾಲಿಕೆಗಳು ಮುಂದಿವೆ ಎನ್ನಬಹುದು. ಒಂದು ಸಮಸ್ಯೆಯ ಎಲ್ಲ ಒಳಹರವುಗಳನ್ನು ಸಮಗ್ರವಾಗಿ ಮಂಡಿಸುವಲ್ಲಿ ನಿಯತಕಾಲಿಕೆಗೆ ಸರಿಸಾಟಿಯಿಲ್ಲ.

ಕಳೆದ ಮಾರ್ಚ್ ತಿಂಗಳು ನವದೆಹಲಿಯಲ್ಲಿ ನಡೆದ ಕಾಂಗ್ರೆಸ್ಸಿನ ಸಮ್ಮೇಳನದಲ್ಲಿ ದೇಶವಿದೇಶಗಳ ನಿಯತಕಾಲಿಕ ಪ್ರಕಾಶಕರು, ಸಂಪಾದಕರು ಮತ್ತು ಲೇಖಕರ ಸಮೂಹ, ಬದಲಾಗುತ್ತಿರುವ ನಿಯತಕಾಲಿಕೆಗಳ ಸವಾಲುಗಳ ಕೂಲಂಕಷ ಚರ್ಚೆ ನಡೆಸಿತು. ಡಿಜಿಟಲ್ ಚಂದಾದಾರಿಕೆ ವಿದೇಶಗಳಲ್ಲಿ ಬಹು ಜನಪ್ರಿಯವಾಗಿದೆ. ಅದು ನಮ್ಮ ದೇಶದಲ್ಲಿ ಈಗಷ್ಟೇ ಬೇರೂರುತ್ತಿದೆ. ಮುದ್ರಣ ಪ್ರತಿಗಳ ಸರಬರಾಜು ಮತ್ತು ಹಂಚಿಕೆ ವ್ಯವಸ್ಥಿತವಾಗಿ ಸ್ಥಿರಗೊಂಡಿರುವುದರಿಂದ, ಮುದ್ರಿತ ಪ್ರತಿಗಳು ಇನ್ನು ತಮ್ಮ ಜನಪ್ರಿಯತೆ ಉಳಿಸಿಕೊಂಡಿವೆ.

ಇಂದಿನ ಡಿಜಿಟಲ್ ಯುಗದಲ್ಲಿ ಮಾಹಿತಿಯ ಮಾಹಾಪೂರ ಒಂದು ರೀತಿಯ ಗೊಂದಲವನ್ನೇ ಸೃಷ್ಟಿಸುತ್ತಿದೆ ಎನ್ನಬಹುದು. ಸಾಮಾಜಿಕ ಮಾಧ್ಯಮಗಳು ಪ್ರಸ್ತುತಪಡಿಸುವ ಮಾಹಿತಿಗಳ ಪ್ರವಾಹದ ಗೊಂದಲದಿಂದ ಹೊರಬರಲು ಓದುಗರು ಮಾನಸಿಕ ಒತ್ತಡಗಳನ್ನು ಅನುಭವಿಸುತ್ತಾರೆ. ಸಮಾನಮನಸ್ಕ ಓದುಗರನ್ನು ಬೆಸೆಯುವ ಕೆಲಸವನ್ನು ನಿಯತಕಾಲಿಕೆಗಳು ಯಶಸ್ವಿಯಾಗಿ ನಿರ್ವಹಿಸಿ, ಪೋಷಿಸಲು ಅನನ್ಯ ಮಾಧ್ಯಮಗಳಾಗಿವೆ.

ಕೋವಿಡ್ ಪ್ರಭಾವ

ಆದರೆ ಕಾಲಕಾಲಕ್ಕೆ ಮಾಧ್ಯಮಗಳು ಹಲವಾರು ಸವಾಲುಗಳನ್ನು ಎದುರಿಸಬೇಕಾಗುತ್ತದೆ. ಕೋವಿಡ್ ಸಂದರ್ಭದಲ್ಲಿ ವಿಶೇಷವಾಗಿ ನಿಯತಕಾಲಿಕೆಗಳನ್ನು ಮಾರುವ ಅಂಗಡಿಗಳು/ಸ್ಟಾಲ್‌ಗಳು ಮತ್ತು ಪುಸ್ತಕ ಮಳಿಗೆಗಳು ಅಪಾರ ಸಂಖ್ಯೆಯಲ್ಲಿ ಮುಚ್ಚಿದನು. ಇದರಿಂದ ನಿಯತಕಾಲಿಕೆಗಳ ನೇರ ಹಂಚಿಕೆ ಮತ್ತು ಮಾರಾಟ ಕುಸಿತ ಕಂಡಿತು. ಇದರಿಂದ ಪ್ರಕಾಶಕರು ಹಿನ್ನಡೆ ಅನುಭವಿಸಿದರು. ವಹಿವಾಟಿನ ಹಿನ್ನಡೆಯಿಂದಾಗಿ ನಿಯತಕಾಲಿಕೆಗಳಿಗೆ ಜಾಹಿರಾತು ಸಹ ಕಡಿಮೆಯಾದವು. ಅಂತರ್ಜಾಲ ಆಧಾರಿತ ಮಾಧ್ಯಮಗಳತ್ತ ಜಾಹಿರಾತುದಾರರು ಮುಖಮಾಡಿದರು. ಉತ್ಪನ್ನಗಳ ಬಳಕೆದಾರರನ್ನು ಗುರುತಿಸುವುದು ಅಂತರ್ಜಾಲ ಮಾಧ್ಯಮಗಳಲ್ಲಿ ಬಲು ಸುಲಭ. ಹೀಗೆ ಕೋವಿಡ್ ದುರಂತದ ಸಮಯದಲ್ಲಿ ನಿಯತಕಾಲಿಕೆಗಳೂ ಸೇರಿ ಮುದ್ರಣ ಮಾಧ್ಯಮ ಜಗತ್ತಿನೆಲ್ಲೆಡೆ ಹಿನ್ನಡೆ ಅನುಭವಿಸಿತು.

ಜಾಹಿರಾತುದಾರರನ್ನು ಅವಲಂಬಿಸದೆ ನೇರ ಮಾರಾಟದ ಹಣ ಇಲ್ಲವೇ ಚಂದಾಹಣದಿಂದ ನಿಯತಕಾಲಿಕೆಗಳನ್ನು ಪ್ರಕಟಿಸಿ, ಈ ಉದ್ದಿಮೆಯಲ್ಲಿ ಉಳಿಯುವ ಅನಿವಾರ್ಯತೆ ಉದ್ಭವಿಸಿತು. ನಿಯತಕಾಲಿಕೆಗಳ ಮಾರಾಟ ಬೆಲೆ ತೀವ್ರ ಏರಿಕೆ ಕಂಡಿತು. ನೀವು ಸೂಕ್ಷ್ಮವಾಗಿ ಗಮನಿಸಿ, ಇಂದಿನ ಬಹುತೇಕ ನಿಯತಕಾಲಿಕೆಗಳಲ್ಲಿ ಜಾಹಿರಾತು ಪುಟಗಳ ಸಂಖ್ಯೆ ಬಹು ಕಡಿಮೆ. ಹೀಗಾಗಿ ಓದುಗರು ಹೆಚ್ಚು ಹಣ ತೆರಬೇಕಾದ ಪರಿಸ್ಥಿತಿ ನಿರ್ಮಾಣವಾಗಿದೆ.

ಆದರೆ ನಿಯಮಿತ ಓದುಗರು ಮತ್ತು ನಿಯತಕಾಲಿಕೆಗಳ ನಡುವಿನ ಮಧುರ ಬಾಂಧವ್ಯ ಅನನ್ಯ. ಒಂದು ಬಗೆಯ ಪ್ರೇಮ ಕಥೆ ಎನ್ನಬಹುದು. ಸಾಪ್ತಾಹಿಕವಾಗಲಿ ಇಲ್ಲವೇ ಮಾಸಿಕವಾಗಲಿ ನಿಯಮಿತವಾಗಿ ತನ್ನ ನೆಚ್ಚಿನ ಮ್ಯಾಗಜಿನ್ ಓದಬೇಕೆನ್ನುವ ಕುತೂಹಲ ನಿರಂತರ. ಹಾಗಾದರೆ ಬದಲಾದ ಈ ಮುದ್ರಣ ಮಾಧ್ಯಮ ಪ್ರಪಂಚದಲ್ಲಿ ನಿಯತಕಾಲಿಕೆಗಳಿಗೆ ಭವಿಷ್ಯವಿಲ್ಲವೇ? ಖಂಡಿತ ಇದೆ. ಏಕೆಂದರೆ ಎಲ್ಲ ಸಂಶೋಧನೆಗಳು ಬೊಟ್ಟುಮಾಡಿ ತೋರಿಸುತ್ತಿವೆ, ಮುದ್ರಣದಷ್ಟು ಪ್ರಭಾವಿ ಮಾಧ್ಯಮ ಯಾವುದಿಲ್ಲ. ಓದುಗರ ಮನತಟ್ಟಿ, ಮನಸ್ಸನ್ನು ಆಳವಾಗಿ ನಾಟುವ ಮಾಧ್ಯಮ ಮುದ್ರಣ. ಈಗ ಬದಲಾಗಬೇಕಿರುವುದು ನಿಯತಕಾಲಿಕೆಗಳ ವ್ಯಾವಹಾರಿಕ ದೃಷ್ಟಿಕೋನವಷ್ಟೇ.

ಅತ್ಯಾಧುನಿಕ ಮುದ್ರಣ ತಂತ್ರಜ್ಞಾನ ಸಹಾಯದಿಂದ ನಿಯತಕಾಲಿಕೆಗಳನ್ನು ಈಗ ಸುಂದರವಾಗಿ ಮುದ್ರಿಸಲು ಸಾಧ್ಯ. ಕೃತಕ ಬುದ್ಧಿಮತ್ತೆ ಆಧಾರಿತ ತಂತ್ರಾಂಶಗಳ ನೆರವಿನಿಂದ ಓದು ಸಾಮಗ್ರಿ ಹೇರಳವಾಗಿ ಲಭ್ಯ. ವಿನ್ಯಾಸ, ಪೂರಕ ರೇಖಾಚಿತ್ರಗಳು ಕ್ಷಣದಲ್ಲೇ ದೊರೆಯುತ್ತಿವೆ. ನೀವು ಕೇಳಿದ ವಿನ್ಯಾಸಗಳಲ್ಲಿ ಚಿತ್ರಗಳು ಸೃಷ್ಟಿಯಾಗಿ ಹೊರಬರುತ್ತವೆ. ಇದರಿಂದ ಬಹುಕಾಲ ಪ್ರತಿಗಳನ್ನು ಕಾಪಿಡಲು ಸಾಧ್ಯವಾಗಿದೆ. ಹಾಗೆಯೇ ಬಹುಕಾಲದವರೆಗೆ ಅವುಗಳ ಓದುಸಾಮಗ್ರಿ ಸಹ ಅಷ್ಟೇ ಮೌಲ್ಯಯುತ ವಾಗಿರಬೇಕಾಗುತ್ತದೆ. ಇದು ನಿಯತಕಾಲಿಕೆ ಪ್ರಕಾಶಕರಿಗೆ ಸವಾಲಾಗಿದೆ. ಬಹುಕಾಲ ನಿಯತಕಾಲಿಕೆಗಳೆಂದರೆ ಓರ್ವ ಪ್ರಸಿದ್ಧ ಲೇಖಕ ಬಹುತೇಕ ಎಲ್ಲ ಪುಟಗಳನ್ನು ತುಂಬಿಸುವ ಕಾಯಕದಲ್ಲಿ ಯಶಸ್ಸು ಕಾಣುತ್ತಿದ್ದ. ಪಾಟೀಲ ಪುಟ್ಟಪ್ಪ, ಪಿ. ಲಂಕೇಶ್ ಮತ್ತು ರವಿ ಬೆಳಗೆರೆ ಅವರುಗಳನ್ನು ಈ ಗುಂಪಿನಲ್ಲಿ ಉದಾಹರಿಸಬಹುದು. ಆದರೆ ಈಗ ಅದು ಸಾಧ್ಯವಿಲ್ಲ. ವಿವಿಧ ದೃಷ್ಟಿಕೋನಗಳೊಂದಿಗೆ, ದೀರ್ಘ ಅನುಭವ ಮತ್ತು ಸಂಶೋಧನೆ ಆಧಾರಿತ ಬರಹಗಳಿಗೆ ಹೆಚ್ಚಿನ ಮನ್ನಣೆ. ಅಂತಹ ಲೇಖಕರ ಮತ್ತು ಚಿಂತಕರ ಬಳಗ ನಿಯತಕಾಲಿಕೆಯ ಯಶಸ್ಸಿಗೆ ಬುನಾದಿ. ಉತ್ಕೃಷ್ಟ ಮತ್ತು ಸಮಕಾಲೀನ ಮಾಹಿತಿ ಮತ್ತು ಒಳನೋಟಗಳನ್ನು ನೀಡಬಲ್ಲ ಲೇಖಕ ಬಳಗ ನಿರ್ಮಾಣ ಸಾಹಸದ ಕೆಲಸ.

ಆನ್‌ಲೈನ್ ಮಾಧ್ಯಮಗಳ ಮೂಲಕ ಮಾಹಿತಿ ಇಲ್ಲವೇ ಅಭಿಪ್ರಾಯಗಳನ್ನು ತಕ್ಷಣವೇ ಪ್ರಕಟಿಸಬಹುದಾಗಿದೆ. ಉಚಿತವಾಗಿ ಹೇರಳವಾದ ಮಾಹಿತಿ ಈಗ ಲಭ್ಯವಿರುವುದರಿಂದ ಗುಣಮಟ್ಟದ ವಿಶ್ಲೇಷಣೆಗಳ ಕಡೆಗೆ ಓದುಗರನ್ನು ಆಕರ್ಷಿಸುವುದು ಮತ್ತಷ್ಟು ಕಠಿಣದ ಕೆಲಸ. ಟ್ವಿಟರ್, ಸುದ್ದಿ ಜಾಲಗಳು, ಬ್ಲಾಗ್‌ಗಳ ಮೂಲಕ ಸುದ್ದಿ ಮತ್ತು ವಿವರಣೆಗಳು ಕ್ಷಣಮಾತ್ರದಲ್ಲಿ ದೊರೆಯುತ್ತಿವೆ. ವಿದ್ಯುನ್ಮಾನ ತಂತ್ರಜ್ಞಾನದ ನೆರವಿನಿಂದ ಹಿನ್ನೆಲೆ ಮಾಹಿತಿ ಶೇಖರಣೆ ಹಾಗೂ ಲಭ್ಯತೆ ಬಲು ಸುಲಭ. ಹೀಗಾಗಿ ನಿಯತಕಾಲಿಕೆಗಳು ಅಧಿಕ ಒತ್ತಡಕ್ಕೆ ಸಿಲುಕುತ್ತವೆ. ಒಂದು ವಾರ ಇಲ್ಲವೇ ಒಂದು ತಿಂಗಳು ಮುದ್ರಣ ಪ್ರತಿಗಾಗಿ

ಕಾಯುವ ತವಕದಲ್ಲಿ ಓದುಗರನ್ನು ಹಿಡಿದಿಟ್ಟುಕೊಳ್ಳುವುದು ಎಂತಹ ಸಾಹಸದ ಕೆಲಸ ಎಂಬುದನ್ನು ಸಂಪಾದಕರೇ ಬಲ್ಲರು.

ನಿಯತಕಾಲಿಕೆಗಳನ್ನು ಮುದ್ರಿತ ರೂಪದಲ್ಲೇ ಪ್ರಕಟಿಸಿ ಮಾರಬೇಕೇ? ಇಲ್ಲವೇ ಡಿಜಿಟಲ್ ರೂಪದಲ್ಲಿ ಸಹ ಓದುಗರಿಗೆ ನೀಡಬೇಕೇ? ಎನ್ನುವುದು ಸಹ ಪ್ರಕಾಶಕರ ಮುಂದಿರುವ ಸವಾಲು. ಬಹುತೇಕ ದೈನಿಕಗಳು ಮತ್ತು ನಿಯತಕಾಲಿಕೆಗಳು ಎರಡೂ ರೂಪದಲ್ಲಿ ಓದುಗರಿಗೆ ದೊರೆಯುತ್ತಿವೆ. ಬೇರೆ ರಾಜ್ಯಗಳಲ್ಲಿ ಇಲ್ಲವೇ ದೇಶಗಳಲ್ಲಿ ನೆಲೆಸಿರುವ ಓದುಗರಿಗೆ ಇದರಿಂದ ತಕ್ಷಣವೇ ಪ್ರತಿಗಳು ದೊರೆಯುತ್ತವೆ. ಡಿಜಿಟಲ್ ರೂಪದಲ್ಲಿ ಅವುಗಳನ್ನು ಸಂಗ್ರಹಿಸಿ ಇಡಲೂ ಸಾಧ್ಯ. ಇಲ್ಲವೇ ಆಯ್ದ ಲೇಖನ/ಚಿತ್ರಗಳನ್ನು ಮಾತ್ರ ಸಂಗ್ರಹಿಸಿ ಇಡಬಹುದು. ಬಹುತೇಕ ದೈನಿಕಗಳು/ನಿಯತಕಾಲಿಕೆಗಳು ತಮ್ಮ ಪ್ರತಿಗಳನ್ನು ವಿಶ್ವದ ಯಾವುದೇ ಭಾಗದಲ್ಲಿ ಓದುವ ಅನುಕೂಲವನ್ನು ಓದುಗರಿಗೆ ಕಲ್ಪಿಸಿವೆ. ಆದರೆ ಹಣ ತೆತ್ತು ಓದುವ ಹವ್ಯಾಸ ಬೆಳೆಸುವುದು ಸಹ ಸುಲಭದ ಮಾತಲ್ಲ.ಅದಕ್ಕೂ ವ್ಯಾಪಕ ಆನ್‌ಲೈನ್ ಪ್ರಚಾರ ಬೇಕು, ಚಂದಾಹಣ ವಸೂಲಾತಿಗೆ ಪದೇಪದೆ ಒತ್ತಾಯಿಸಬೇಕು.

ಮ್ಯಾಗಜಿನ್ ಪೋಸ್ಟ್

ಈ ನಿಟ್ಟಿನಲ್ಲಿ ಭಾರತೀಯ ಮ್ಯಾಗಜಿನ್ ಕಾಂಗ್ರೆಸ್ ತನ್ನ ಸಂಘಟಿತ ಪ್ರಯತ್ನಗಳ ಮೂಲಕ, ದೇಶದ ಅಂಚೆ ಇಲಾಖೆಯ ಸಹಯೋಗದಲ್ಲಿ ನಿಯತಕಾಲಿಕೆಗಳ ಹಂಚಿಕೆಗೆ ಉಪಯುಕ್ತ ಕ್ರಮಗಳನ್ನು ಜಾರಿಗೊಳಿಸಿದೆ. ಇದರಿಂದ ನಿಯಮಿತವಾಗಿ ಅಂಚೆಗೆ ಹಾಕಿದ ಎಲ್ಲ ಪ್ರತಿಗಳು ಚಂದಾದಾರರನ್ನು ತಲುಪಿವೆಯೇ ಎಂದು ಪರಿಶೀಲಿಸಬಹುದಾಗಿದೆ. ಪ್ರತಿಗಳು ಹಂಚಿಕೆಯ ಯಾವ ಹಂತದಲ್ಲಿವೆ ಎಂಬುದನ್ನು ಸಹ ಪ್ರಕಾಶಕರು ಪರೀಕ್ಷಿಸಬಹುದು (Tracking). 'ಮ್ಯಾಗಜಿನ್ ಪೋಸ್ಟ್' ಎಂಬ ಈ ವಿಶೇಷ ಅಭಿಯಾನದಿಂದ ಚಂದಾದಾರರು ಮತ್ತು ಪ್ರಕಾಶಕರಿಬ್ಬರಿಗೂ ಅನುಕೂಲಗಳಾಗಿವೆ. ಎಸ್‌ಎಂಎಸ್ ಕಳುಹಿಸುವ ಅನುಕೂಲತೆ ಸಹ ಈ ಯೋಜನೆಯಲ್ಲಿ ಒಳಗೊಂಡಿದೆ.

ದಾಸ್ತಾನ್ ಹಬ್

ನಿಯತಕಾಲಿಕೆ ಪ್ರಕಾಶಕರ ಮತ್ತೊಂದು ಮಹತ್ವದ ಹೆಜ್ಜೆ ಎಂದರೆ 'ದಾಸ್ತಾನ್ ಹಬ್' ಆರಂಭ. ನಿಯತಕಾಲಿಕೆಗಳ ಮೂಲಕ ಹೇಗೆ ಪ್ರಭಾವಿ ಓದುಗರನ್ನು ತಲುಪಬಹುದೆಂದು ಜಾಹಿರಾತುದಾರರಿಗೆ ಮನವರಿಕೆ ಮಾಡಲು ಇದು ಮೊದಲ ಮಹತ್ತರ ಉಪಕ್ರಮ. ದೇಶದ ಹತ್ತು ಭಾಷೆಗಳಲ್ಲಿ ಪ್ರಕಟವಾಗುವ 125ಕ್ಕೂ ಹೆಚ್ಚು ಜನಪ್ರಿಯ ಮತ್ತು ಪ್ರಮುಖ ನಿಯತಕಾಲಿಕೆಗಳ ಶೀರ್ಷಿಕೆಗಳು, ಅವುಗಳ ವೆಬ್‌ಸೈಟ್‌ಗಳು ಮತ್ತು ಡಿಜಿಟಲ್ ಮಾಧ್ಯಮಗಳ ಮೂಲಕ ಹೇಗೆ

ಜನರನ್ನು ತಲುಪಲು ಇವುಗಳನ್ನು ಬಳಕೆ ಮಾಡಿಕೊಳ್ಳಬಹುದು ಎಂಬುದನ್ನು ಈ ಮಾರ್ಕೆಟಿಂಗ್ ಪ್ರಯತ್ನ ಮಹತ್ವದ ಹೆಜ್ಜೆಯಾಗಿದೆ. ನಿಯತಕಾಲಿಕೆಗಳ ಅಂತರ್ಗತ ಶಕ್ತಿಯನ್ನು ಹೊರಪಡಿಸುವ ಈ ಪ್ರಯತ್ನ ಮ್ಯಾಗಜಿನ್‌ಗಳ ವಿತರಣೆ, ಚಂದಾದಾರಿಕೆ ಮತ್ತು ಮಾರ್ಕೆಟಿಂಗ್ ಕ್ಷೇತ್ರಗಳಲ್ಲಿ ಮಹತ್ತರ ಪಾತ್ರ ವಹಿಸಲಿದೆ ಎಂದು ನಂಬಲಾಗಿದೆ.

ಇಂತಹ ಹಲವಾರು ಸಂಘಟಿತ ಪ್ರಯತ್ನಗಳ ಮೂಲಕ ನಿಯತಕಾಲಿಕೆಗಳ ಜನಪ್ರಿಯತೆ ಮತ್ತು ಉಳಿಯುವಿಕೆಯನ್ನು ಬಲಗೊಳಿಸುವ ಯತ್ನಗಳು ಸ್ವಾಗತಾರ್ಹ.

- ಮ್ಯಾಗಜಿನ್‌ಗಳ ದುಬಾರಿ ಬೆಲೆ ಅನಿವಾರ್ಯ. ಜಾಹಿರಾತಿನ ಬೆಂಬಲವಿಲ್ಲದೆ ಓದುಗರು ನೀಡುವ ಚಂದಾಹಣದ ನೆರವಿನಿಂದ ಇವುಗಳ ಪ್ರಕಟಣೆ ಸಾಧ್ಯವಾಗಿದೆ. ದಿ ಹಿಂದೂ ಪತ್ರಿಕೆ ಪ್ರಕಟಿಸುವ 'ಫ್ರಂಟ್ ಲೈನ್' ಬೆಲೆ 125 ರೂ. ಅದೇ ಸಂಸ್ಥೆ ಪ್ರಕಟಿಸುವ ಕ್ರೀಡಾ ಮ್ಯಾಗಜಿನ್ 'ಸ್ಪೋರ್ಟ್ಸ್ ಸ್ಟಾರ್'ನ ಬೆಲೆ 75 ರೂ.
- 'ಇಂಡಿಯಾ ಟುಡೆ' ಆಂಗ್ಲ ಸಾಪ್ತಾಹಿಕದ ಬೆಲೆ 100 ರೂ.
- ಆಂಗ್ಲ ಭಾಷೆಯಲ್ಲಿ ಪ್ರಕಟವಾಗುವ ಮಾಸಿಕ 'ಕಾರವಾನ್' ಮ್ಯಾಗಜಿನ್ ಬೆಲೆ 200 ರೂ. ಮುದ್ರಿತ ಮತ್ತು ಡಿಜಿಟಲ್ ಪ್ರತಿಗಳೆರಡನ್ನು ಚಂದಾದಾರರು ಪಡೆಯಬಹುದು
- ಆಂಗ್ಲ ಮಾಸಿಕ 'ಫೆಮಿನಾ' ಪತ್ರಿಕೆಯ ಬೆಲೆ 60 ರೂ.
- ಕನ್ನಡ ಮಾಸಿಕ 'ಗೃಹಶೋಭಾ' 40 ರೂ.

ಸಮಾಜಮುಖಿ, ಸೆಪ್ಟೆಂಬರ್ 2023

25

ತನಿಖಾ ಪತ್ರಿಕೋದ್ಯಮವನ್ನು ಏಕೆ ಬೆಂಬಲಿಸಬೇಕು?

'ನಿರಂತರ ಎಚ್ಚರ ಪ್ರಜಾಸತ್ತೆಯ ಬಹು ದೊಡ್ಡ ಮೌಲ್ಯ' ಎಂಬ ಥಾಮಸ್ ಜೆಫರ್ಸನ್ ಅವರ ಹೇಳಿಕೆ ಸಾರ್ವಕಾಲಿಕ ಸತ್ಯ. ದೇಶ ಮುನ್ನಡೆಸುವ ಗುರುತರ ಜವಾಬ್ದಾರಿಯನ್ನು ಚುನಾವಣೆಯ ಮೂಲಕ ಪ್ರಜಾಪ್ರತಿನಿಧಿಗಳಿಗೆ ವರ್ಗಾಯಿಸುವುದು ಪ್ರಜಾಪ್ರಭುತ್ವದ ಬಹು ನಿರ್ಣಾಯಕ ಘಟ್ಟ. ಪ್ರಜಾತಂತ್ರದ ಮೌಲ್ಯಗಳ ರಕ್ಷಣೆಗೆ ನ್ಯಾಯಾಂಗ, ವಿರೋಧ ಪಕ್ಷ ಹಾಗೂ ಇತರೆ ಸಾಂವಿಧಾನಿಕ ಸಂಸ್ಥೆಗಳ ಜತೆ ಅತಿಹೆಚ್ಚಿನ ಮಹತ್ವ ಪತ್ರಿಕೋದ್ಯಮಕ್ಕೆ ಇದೆ. ಹೀಗಾಗಿಯೇ ಪತ್ರಿಕೋದ್ಯಮಕ್ಕೆ ಪ್ರಜಾಸತ್ತೆಯ ನಾಲ್ಕನೇ ಆಧಾರಸ್ತಂಭ ಎಂದು ಇಂಗ್ಲೆಂಡಿನ ಸಂಸತ್ ಭವನದಲ್ಲಿ ಕುಳಿತು ಚರ್ಚೆಗಳನ್ನು ವರದಿ ಮಾಡುತ್ತಿದ್ದ ಪತ್ರಕರ್ತರನ್ನು ಉದ್ದೇಶಿಸಿ ಎಡ್ಮಂಡ್ ಬರ್ಕ್ 1787ರಲ್ಲಿ ಉದ್ಘರಿಸಿದರು. ಪ್ರಜಾಸತ್ತಾತ್ಮಕ ಮೌಲ್ಯಗಳು ಮತ್ತು ಪತ್ರಿಕೋದ್ಯಮ ಜತೆಜತೆಗೆ ಬೆಳೆದ ಮಹತ್ತರ ಸಂಸ್ಥೆಗಳು. ಜನತೆ ನೀಡಿರುವ ಅಧಿಕಾರದ ದುರುಪಯೋಗವನ್ನು ನಿಯಂತ್ರಿಸುವುದು ಪತ್ರಿಕೆಗಳ ಆದ್ಯ ಕರ್ತವ್ಯ.

ಆಧುನಿಕ ಮುದ್ರಣ ಕಲೆ 1450ರ ಅವಧಿಯಲ್ಲಿ ಪರಿಪೂರ್ಣತೆ ಪಡೆಯಿತು. ನಂತರ ಪುಸ್ತಕ ಹಾಗೂ ಕರಪತ್ರಗಳು ಜನತೆಯಲ್ಲಿ ಜ್ಞಾನದ ಬೀಜವನ್ನು ಬಿತ್ತಿ

ಬೆಳೆಸಿದವು. ಜಗತ್ತಿನ ಮೊದಲ ಮುದ್ರಿತ ಪತ್ರಿಕೆ ಜರ್ಮನಿಯಲ್ಲಿ 1575ರಲ್ಲಿ ಪ್ರಕಟವಾಯಿತು. ಮುಂದಿನ ದಿನಗಳಲ್ಲಿ ಪತ್ರಿಕೆಗಳು ಜಗತ್ತಿನಾದ್ಯಂತ ಪಸರಿಸಿದವು. ಸರ್ವಾಧಿಕಾರದ ವಿರುದ್ಧ ಸೆಣಸಿ ನಿಂತವು. ಜನತೆಯ ಹಕ್ಕುಗಳ ಕುರಿತು ಆಂದೋಲನ ನಡೆಸಿ ಪ್ರಜಾಸತ್ತೆಗೆ ಭದ್ರ ಬುನಾದಿ ಹಾಕಿದವು. ಜನಸೇವೆಯೇ ಆದ್ಯಕರ್ತವ್ಯವೆಂದು ಭಾವಿಸಿದ್ದ ಪತ್ರಿಕೆಗಳು ಕಾಲಾಂತರದಲ್ಲಿ ತಮ್ಮ ಸ್ವರೂಪಗಳನ್ನು ಬದಲಿಸಿ ವ್ಯಾಪಾರೀಕರಣಗೊಂಡವು. ಪತ್ರಿಕೆಗಳ ಮಹತ್ವ ಅರಿತ ಬೃಹತ್ ಖಾಸಗಿ ಉದ್ದಿಮೆಗಳು 1980ರ ನಂತರ ಮಾಧ್ಯಮ ಕ್ಷೇತ್ರ ಪ್ರವೇಶಿಸಿ ಅವುಗಳನ್ನು ತಮ್ಮ ಉದ್ದಿಮೆಗಳ ಭಾಗವಾಗಿ ಪರಿವರ್ತಿಸಿದವು. ಜನಸೇವೆಗಿಂತ ಲಾಭಂಶ ಗಳಿಕೆ ಮುನ್ನೆಲೆಗೆ ಬಂದಿತು.

ಅಧಿಕಾರ ದುರುಪಯೋಗಗಳ ವಿರುದ್ಧದ ಹೋರಾಟ ಕ್ಷೀಣವಾಗತೊಡಗಿತು. ಸುದ್ದಿ ಪ್ರಕಟಣೆ, ಅಭಿಪ್ರಾಯಗಳ ವಿನಿಮಯ, ಕ್ಷುಲ್ಲಕ ಸಂಗತಿಗಳು ಮತ್ತು ಸುದ್ದಿ ವಿಶ್ಲೇಷಣೆಯಷ್ಟೇ ಹೆಚ್ಚಿನ ಮಹತ್ವ ಪಡೆಯಿತು. ಸುದ್ದಿಯ ಹಿಂದೆ ಅಡಗಿರುವ ಸತ್ಯಾಂಶಗಳನ್ನು ಅಗೆದುಬಗೆದು ಓದುಗರಿಗೆ ತಿಳಿಸುವ ಕಾಯಕ ಗೌಣವಾಗತೊಡಗಿತು. ಹಿಂಸೆ, ವಿವಾದಗಳು, ಸಿನಿಮಾ, ಕ್ರೀಡೆ ಹಾಗೂ ಸೆಲೆಬ್ರಿಟಿಗಳ ಕುರಿತ ವೈಭವೀಕರಣ ಪ್ರಾಮುಖ್ಯತೆ ಪಡೆಯಲಾರಂಭಿಸಿತು. ಜಾಹಿರಾತಿನ ನೇರ ಆದಾಯದ ಜತೆಗೆ ಸುದ್ದಿಯಲ್ಲಿ ವ್ಯಾಪಾರಿ ಸಂದೇಶಗಳನ್ನು ಹುದುಗಿಸುವ ಅನೀತಿ ಪರಿಪಾಠಗಳು ವ್ಯಾಪಕವಾದವು. ಪರಿಣಾಮ, ಅಧಿಕಾರ ದುರುಪಯೋಗಗಳ ಬಗ್ಗೆ ಧ್ವನಿ ಎತ್ತುವ ಪ್ರವೃತ್ತಿ ಪತ್ರಿಕೆಗಳಲ್ಲಿ ಇಳಿಮುಖಗೊಂಡಿತು.

ಈ ಹಿನ್ನೆಲೆಯಲ್ಲಿ ತನಿಖಾ ಪತ್ರಿಕೋದ್ಯಮದ ಮಹತ್ವವನ್ನು ಪದೇಪದೆ ನೆನಪಿಸಬೇಕಾಗುತ್ತದೆ. ಸಮಾಜದ ಎಲ್ಲ ಬಗೆಯ ಚಟುವಟಿಕೆಗಳನ್ನು ಪ್ರತಿಫಲಿಸುವ ಪತ್ರಿಕೆಗಳು, ಆಳುವ ವರ್ಗದ ದೌರ್ಬಲ್ಯಗಳನ್ನು ಎತ್ತಿ ಹಿಡಿಯುವ ಮತ್ತು ಪ್ರಾತಿನಿಧಿಕ ಸಂಸ್ಥೆಗಳ ಸ್ವಾಯತ್ತತೆಯನ್ನು ಸಂರಕ್ಷಿಸುವ ಕಾಯಕವನ್ನು ಸಮರ್ಥವಾಗಿ ನಿರ್ವಹಿಸಬೇಕಾಗುತ್ತದೆ. ಕಾವಲು ನಾಯಿ ಎನಿಸಿಕೊಂಡಿರುವ ಪತ್ರಿಕಾ ಮಾಧ್ಯಮ ಸದಾ ಎಚ್ಚರದಿಂದಿರಬೇಕು. ಈ ಕಾವಲು ನಾಯಿ ಕರ್ತವ್ಯಗಳನ್ನು ನಿರ್ವಹಿಸಲು ಪತ್ರಿಕೆ ದಿಟ್ಟ ನಿಲುವುಗಳು ಮತ್ತು ಜನಹಿತ ರಕ್ಷಿಸುವ ಬದ್ಧತೆಗಳನ್ನು ಹೊಂದಿರಬೇಕು. ಅಲ್ಲದೆ ಈ ಬಗೆಯ ಕೆಲಸಗಳನ್ನು ನಿರ್ವಹಿಸಲು ಪತ್ರಕರ್ತರಿಗೆ ಬೆಂಬಲ ಒದಗಿಸಬೇಕು. ಪತ್ರಿಕಾ ಮಾಲೀಕ ಮತ್ತು ಪತ್ರಕರ್ತರ ಹಿತಾಸಕ್ತಿಗಳು ವಿರುದ್ಧ ದಿಕ್ಕಿನಲ್ಲಿರುತ್ತವೆ. ಮಾಲೀಕನಿಗೆ ಪತ್ರಿಕೆ ಹೊರತರುವ ಮತ್ತು ಲಾಭ ಗಳಿಸುವುದು ಪ್ರಮುಖವಾದರೆ ಪತ್ರಕರ್ತ ಹಲವಾರು ಆದರ್ಶಗಳ ಗುಂಗಿನಲ್ಲಿರುತ್ತಾನೆ.

ಈ ಇಬ್ಬರ ಆದರ್ಶಗಳು ಸಮಾನವಾಗಿದ್ದರೆ ಒಂದು ಪತ್ರಿಕೆ ಸಮಾಜದ ಹಿತಾಸಕ್ತಿಗಳನ್ನು ರಕ್ಷಿಸಲು ಸಾಧ್ಯ. ದಿನನಿತ್ಯದ ಸಾಮಾನ್ಯ ಘಟನೆಗಳನ್ನು ವರದಿ ಮಾಡುವುದು ಪತ್ರಕರ್ತನ ದೈನಂದಿನ ಕೆಲಸ.

ಆದರೆ ಅಧಿಕಾರ ದುರುಪಯೋಗ, ಭ್ರಷ್ಟಾಚಾರ ಇಲ್ಲವೆ ಸ್ವಜನಪಕ್ಷಪಾತ ಮುಂತಾದ ಆಪಾದನೆಗಳು ಮುನ್ನಲೆಗೆ ಬಂದರೆ ಅವುಗಳಲ್ಲಿ ಸತ್ಯಾಂಶಗಳ ಸುಳಿವಿದ್ದರೆ ಅವುಗಳನ್ನು ಓದುಗರ ಗಮನಕ್ಕೆ ತರುವುದು ಪತ್ರಿಕೆಯ ಮುಖ್ಯ ಕರ್ತವ್ಯವಾಗಿರುತ್ತದೆ. ಆಸಕ್ತರ ಹೇಳಿಕೆಗಳನ್ನು, ಅದು ವಿರೋಧ ಪಕ್ಷ ಇಲ್ಲವೆ ಇತರೆ ಹಿತಾಸಕ್ತಿಯ ಗುಂಪುಗಳ ಪಕ್ಷಪಾತವನ್ನು ಮೀರಿದ ಸಮಗ್ರ ತನಿಖೆಯೇ 'ತನಿಖಾ ಪತ್ರಿಕೋದ್ಯಮ'. ಆಳವಾದ ಓದು, ಕಾನೂನುಗಳ ಇತಿಮಿತಿಗಳ ಅರಿವು, ಪ್ರಕ್ರಿಯೆಗಳು, ದಾಖಲಾತಿಗಳ ಜತೆಗೆ ಉದ್ದೇಶಿತ ವಿಷಯದ ಸಮಗ್ರ ಅರಿವು ತನಿಖೆ ನಡೆಸುವ ಪತ್ರಕರ್ತ ಇಲ್ಲವೆ ಪತ್ರಕರ್ತರ ತಂಡಕ್ಕೆ ಇರಬೇಕಾಗುತ್ತದೆ. ಆದರೆ ಇವು ಯಾವುವೂ ಸುಲಭದ ಕೆಲಸಗಳಲ್ಲ. ಎಲ್ಲ ಹಂತಗಳಲ್ಲೂ ಅಡೆತಡೆಗಳು, ಹಲವಾರು ವಲಯಗಳಿಂದ ಒತ್ತಡಗಳು ಮತ್ತು ಸಂಬಂಧಿಸಿದವರಿಂದ ಅಸಹಕಾರ ಸರ್ವೇಸಾಮಾನ್ಯ.

'ವಾಷಿಂಗ್ಟನ್ ಪೋಸ್ಟ್' ಪತ್ರಿಕೆಯ ವಾಟರ್‌ಗೇಟ್ ತನಿಖಾ ವರದಿಗಳಿಂದ ಹಿಡಿದು ಇತ್ತೀಚಿನ ಉಬರ್ ಕಾರು ಸಂಸ್ಥೆಯ ವಿರುದ್ಧದ ಆರೋಪಗಳ ಕುರಿತ ತನಿಖಾ ವರದಿಗಳ ನಡುವೆ ತನಿಖಾ ಪತ್ರಿಕೋದ್ಯಮ ಹಲವು ಮಜಲುಗಳಿಗೆ ಸಾಕ್ಷಿಯಾಗಿದೆ. ವಾಟರ್‌ಗೇಟ್ ಹಗರಣವು 1972ರ ಅಮೆರಿಕಾದ ಅಧ್ಯಕ್ಷೀಯ ಚುನಾವಣೆ ಸಮಯದಲ್ಲಿ ವಿಶ್ವದಲ್ಲೇ ಬಹುದೊಡ್ಡ ಹಗರಣವಾಗಿ ಎಲ್ಲರ ಗಮನ ಸೆಳೆದಿತ್ತು. ರಿಪಬ್ಲಿಕನ್ ಪಕ್ಷದ ಅಭ್ಯರ್ಥಿಯಾಗಿದ್ದ ರಿಚರ್ಡ್ ನಿಕ್ಸನ್ ತಮ್ಮ ವಿರೋಧಿ ಡೆಮೋಕ್ರಾಟ್ ಪಕ್ಷದ ಅಭ್ಯರ್ಥಿ ಜಾರ್ಜ್ ಮೆಕ್‌ಗವರ್ನ್ ವಿರುದ್ಧ ಅಧ್ಯಕ್ಷ ಗಾದಿಗೆ ಎರಡನೇ ಬಾರಿ ಚುನಾವಣೆಗೆ ಸ್ಪರ್ಧಿಸಿದ್ದರು. ವಿರೋಧಿ ಪಾಳಯದ ಚುನಾವಣಾ ತಂತ್ರಗಳನ್ನು ಅರಿಯಲು ಡೆಮಾಕ್ರಟಿಕ್ ಪಕ್ಷದ ಕಚೇರಿಗೆ ಅನಧಿಕೃತವಾಗಿ ಒಳನುಗ್ಗಿ ರಹಸ್ಯವಾಗಿ ದೂರವಾಣಿ ಕರೆಗಳನ್ನು ಕದ್ದಾಲಿಸಿ ಹಾಗೂ ಹಲವು ಪ್ರಮುಖ ದಾಖಲೆಗಳನ್ನು ಕದ್ದಿದ್ದಾರೆ ಎಂಬ ಆರೋಪ ನಿಕ್ಸನ್ ಅವರು ಮೇಲೆ ಬಂತು. ಈ ಕಾಯಕದಲ್ಲಿ ತೊಡಗಿದ್ದವರು ನಿಕ್ಸನ್ ಅವರು ನೇಮಿಸಿಕೊಂಡಿದ್ದ ಗುಪ್ತಚರರು ಎಂಬುದು ತನಿಖೆಗಳ ಮೂಲಕ ಬಯಲಾಯ್ತು.

ಹಗರಣದ ಎಲ್ಲಾ ಪುರಾವೆಗಳನ್ನು ಮುಚ್ಚಿಡಲು ಗುಪ್ತಚರರಿಗೆ ನಿಕ್ಸನ್ ಅವರು ನೆರವಾಗಿದ್ದರು ಎಂಬುದು ವಿಚಾರಣೆಗಳ ಮೂಲಕ ತಿಳಿಯಿತು. ಈ ಎಲ್ಲ ತನಿಖೆಗಳನ್ನು ಚಾಚೂತಪ್ಪದೆ ವಾಷಿಂಗ್ಟನ್ ಪೋಸ್ಟ್ ಪತ್ರಿಕೆ ಬಹಿರಂಗಪಡಿಸುವಲ್ಲಿ ದೊಡ್ಡ ಪಾತ್ರ ವಹಿಸಿತ್ತು. ವಿಶೇಷವಾಗಿ ಬಾಬ್ ವುಡ್‌ವರ್ಡ್ ಮತ್ತು ಕಾರ್ಲ್ ಬರ್ನ್‌ಸ್ಟೈನ್ ಎಂಬ ಇಬ್ಬರು ವರದಿಗಾರರು ನಿಕ್ಸನ್ ಅವರು ವಿಶ್ವಾಸಾರ್ಹವಲ್ಲ ಎಂದು ಸಾಬೀತುಪಡಿಸಿದರು. ತಮ್ಮ 20ರ ಹರೆಯದಲ್ಲಿದ್ದ ಈ ಇಬ್ಬರು ಯುವಕರ ದೃಢನಿಶ್ಚಯ ಮತ್ತು ಸತತ ಪ್ರಯತ್ನಗಳು ನಿಕ್ಸನ್ ಅವರ ರಾಜೀನಾಮೆಯಲ್ಲಿ ಅಂತ್ಯಗೊಂಡಿತು.

ಸಾಕ್ಷಾಧಾರದ ಆರೋಪಗಳು ಹೆಚ್ಚುತ್ತಿದ್ದಂತೆ 1974ರ ಆಗಸ್ಟ್‌ನಲ್ಲಿ ನಿಕ್ಸನ್ ರಾಜೀನಾಮೆ ನೀಡಿದರು. ನಂತರ ಸರ್ಕಾರ ಅವರಿಗೆ ಕ್ಷಮಾಪಣೆ ನೀಡಿತು. ವಾಷಿಂಗ್ಟನ್ ನಗರದಲ್ಲಿರುವ ವಾಟರ್‌ಗೇಟ್ ಎಂಬ ಹೆಸರಿನ ಭವನದಲ್ಲಿ ಈ ಅಕ್ರಮಗಳು ನಡೆದಿದ್ದವು. ಡೆಮೋಕ್ರಾಟ್ ಪಕ್ಷದ ರಾಷ್ಟ್ರೀಯ ಸಮಿತಿ ಕಚೇರಿ ಇಲ್ಲಿಯೇ ಕೆಲಸ ನಿರ್ವಹಿಸುತ್ತಿತ್ತು. ಹೀಗಾಗಿ ಈ ಹಗರಣ ವಾಟರ್‌ಗೇಟ್ ಹಗರಣ ಎಂದು ಪ್ರಸಿದ್ಧಿ ಆಯಿತು. ಎರಡು ವರ್ಷಗಳ ಕಾಲ ನಿರಂತರವಾಗಿ ಈ ಹಗರಣವನ್ನು ಬಯಲಿಗೆಳೆದು, ನಿಕ್ಸನ್ ರಾಜಿನಾಮೆಗೆ ಕಾರಣವಾದ ವಾಷಿಂಗ್ಟನ್ ಪೋಸ್ಟ್ ಪತ್ರಿಕೆ ಜಗದ್ವಿಖ್ಯಾತವಾಯಿತು. ಪತ್ರಿಕೆಯ ಮಾಲೀಕರಾಗಿದ್ದ ಕ್ಯಾಥರಿನ್ ಗ್ರಹಾಂ ಎಂಬಾಕೆಯ ದಿಟ್ಟತನವನ್ನು ಸಹ ಎಲ್ಲರು ಪ್ರಶಂಸಿದರು. ವಾಷಿಂಗ್ಟನ್ ಪೋಸ್ಟ್ ಪತ್ರಿಕೆಯ ಈ ಮಹತ್ತರ ಸಾಧನೆಗೆ 50 ವರ್ಷಗಳು (1972–2022) ಸಂದಿವೆ. "ಕತ್ತಲೆಯಲ್ಲಿ ಪ್ರಜಾಪ್ರಭುತ್ವ ಸಾಯುತ್ತದೆ", ಎಂಬ ಘೋಷವಾಕ್ಯ, ಈ ಪತ್ರಿಕೆಯ ಧ್ಯೇಯವನ್ನು ಈಗಲೂ ಪ್ರತಿಬಿಂಬಿಸುತ್ತದೆ.

ಆದರೆ ಬದಲಾದ ಆರ್ಥಿಕ ವ್ಯವಸ್ಥೆಯಲ್ಲಿ ಪತ್ರಿಕೆಗಳು ಸೇರಿದಂತೆ ಇತರೆ ಮಾಧ್ಯಮಗಳು ತಮ್ಮ ಬಲಿಷ್ಠ ನಿಲವುಗಳನ್ನು ಬದಲಿಸಿಕೊಳ್ಳಬೇಕಾದ ಅನಿವಾರ್ಯತೆ ಉಂಟಾಯಿತು. ವೇಗವಾದ ಅಂತರ್ಜಾಲದ ವಿಸ್ತರಣೆ ಪತ್ರಿಕೆಗಳ ಪ್ರಸಾರ ಮತ್ತು ಜಾಹಿರಾತಿನ ಆದಾಯದ ಮೇಲೆ ಪ್ರತಿಕೂಲ ಪರಿಣಾಮಗಳನ್ನು ಬೀರಿದವು. ಬೃಹತ್ ಕೈಗಾರಿಕೋದ್ಯಮಿಗಳು ಬಹುತೇಕ ಮಾಧ್ಯಮ ಸಂಸ್ಥೆಗಳನ್ನು ತಮ್ಮ ನಿಯಂತ್ರಣಕ್ಕೆ ಪಡೆಯಲಾರಂಭಿಸಿದರು. ಪತ್ರಿಕೆಗಳು ನಿತ್ರಾಣಗೊಂಡವು. ಸರ್ಕಾರ ಹಾಗೂ ಬೃಹತ್ ಉದ್ದಿಮೆಗಳ ವಿರುದ್ಧ ಹೋರಾಡುವ ಪ್ರವೃತ್ತಿ ಕ್ಷೀಣಿಸಿತು.

ಆದರೆ ಪ್ರಜಾಸತ್ತೆಯ ಮೌಲ್ಯಗಳಲ್ಲಿ ನಂಬಿಕೆ ಇರಿಸಿದ ಪತ್ರಕರ್ತರು ಮತ್ತು ಸಕ್ರಿಯ ಹೋರಾಟಗಾರರು ಇನ್ನೊಂದು ಪರ್ಯಾಯ ಮಾರ್ಗ ಕಂಡುಕೊಂಡರು. ಅದುವೇ ಸಾರ್ವಜನಿಕರ ನೆರವಿನಿಂದ ಅಧಿಕಾರ ದುರುಪಯೋಗದ ಪ್ರವೃತ್ತಿಗಳನ್ನು ಹಿಮ್ಮೆಟ್ಟಿಸುವ ಹೋರಾಟ. ಅಮೆರಿಕನ್ ಪತ್ರಕರ್ತ ಚಾರ್ಲ್ಸ್ ಲೂಯಿಸ್ ಅವರ ಪ್ರಯತ್ನಗಳ ಮೂಲಕ 'ಅಂತಾರಾಷ್ಟ್ರೀಯ ತನಿಖಾ ವರದಿಗಾರರ ಒಕ್ಕೂಟ' 1997ರಲ್ಲಿ ಅಸ್ತಿತ್ವಕ್ಕೆ ಬಂತು. ಸುಮಾರು 280 ತನಿಖಾ ಪತ್ರಕರ್ತರು ಮತ್ತು 100ಕ್ಕೂ ಹೆಚ್ಚಿನ ಮಾಧ್ಯಮ ಸಂಸ್ಥೆಗಳ ಒಕ್ಕೂಟವಾಗಿರುವ ಇದು ಸ್ವತಂತ್ರ ಜಾಗತಿಕ ಜಾಲವಾಗಿದೆ. ಅಮೆರಿಕಾದ ವಾಷಿಂಗ್ಟನ್ ನಗರದಲ್ಲಿ ನೆಲೆಗೊಂಡಿರುವ ಈ ಸಂಸ್ಥೆ ವಿಶ್ವವ್ಯಾಪಿ ಅಪರಾಧ ಮತ್ತು ಭ್ರಷ್ಟಾಚಾರಗಳನ್ನು ತನಿಖೆ ನಡೆಸುವ ಗುರಿ ಇರುವ ಈ ಸಂಸ್ಥೆ ಲಾಭರಹಿತ ಸ್ಥಾನಮಾನ ಪಡೆದಿದೆ.

ಬಹುರಾಷ್ಟ್ರೀಯ ತಂಬಾಕು ಕಂಪನಿಗಳಿಂದ ಕಳ್ಳಸಾಗಣೆ ಮತ್ತು ತೆರಿಗೆ ವಂಚನೆಯನ್ನು ಈ ಒಕ್ಕೂಟ ಬಯಲಿಗೆಳೆದಿದೆ ಮತ್ತು ಇರಾಕ್ ಮತ್ತು ಅಫ್ಘಾನಿಸ್ತಾನ ಯುದ್ಧ ಒಪ್ಪಂದಗಳ ವಿವರಗಳನ್ನು ಪ್ರಕಟಿಸುವ ಮೂಲಕ ಜಗತ್ತಿನ ಗಮನ ಸೆಳೆದಿದೆ.

ಪನಾಮ ಪೇಪರ್ಸ್

ಪನಾಮ ದೇಶದಲ್ಲಿ ದೇಶ–ವಿದೇಶಗಳ ಸರ್ಕಾರಿ ಅಧಿಕಾರಿಗಳು, ಅವರ ನಿಕಟ ಸಂಬಂಧಿಗಳು ಮತ್ತು 40ಕ್ಕೂ ಹೆಚ್ಚು ಇತರ ದೇಶಗಳ ವಿವಿಧ ಸರ್ಕಾರದ ಮುಖ್ಯಸ್ಥರ ನಿಕಟ ಸಹವರ್ತಿಗಳು ಅಪಾರ ಪ್ರಮಾಣದಲ್ಲಿ ತಮ್ಮ ಸಂಪತ್ತನ್ನು ಈ ದೇಶದಲ್ಲಿ ಸಂಗ್ರಹಿಸಿಟ್ಟಿದ್ದರು. ಅಲ್ಲಿನ ಕಾನೂನು ಸಂಸ್ಥೆ, ಮೊಸಾಕ್ ಫೊನ್ಸೆಕಾದ ನೆರವಿನಿಂದ ದಾಖಲೆಗಳನ್ನು ಪಡೆದ ಈ ಒಕ್ಕೂಟ, 40ಕ್ಕೂ ಹೆಚ್ಚಿನ ದೇಶಗಳ, ಹೂಡಿಕೆದಾರರ ಮತ್ತು ಅವರ ಸಂಬಂಧಿಕರ ಮಾಹಿತಿಗಳನ್ನು ಸವಿವರವಾಗಿ ಪರಿಶೀಲಿಸಿತು. ಇದರಲ್ಲಿ ಸರ್ಕಾರದ ಮುಖ್ಯಸ್ಥರ ನಿಕಟ ಸಹವರ್ತಿಗಳು ಸಹ ಸೇರಿರುವುದು ಹೊರಬಂತು. ಪನಾಮ ಪೇಪರ್ಸ್ ತನಿಖೆ 2016ರಲ್ಲಿ ಬಹಿರಂಗಗೊಳ್ಳುತ್ತಿದ್ದಂತೆ ಹಲವು ರಾಜಕೀಯ ಮುಖಂಡರ ತಲೆದಂಡ ಬಿದ್ದಿತು. ಈ ವರದಿಯ ಆಧಾರದ ಮೇಲೆ ಪಾಕಿಸ್ತಾನ ಸುಪ್ರೀಂ ಕೋರ್ಟ್ ಜಂಟಿ ತನಿಖಾ ತಂಡ ರಚಿಸಿ ಅಂದಿನ ಪ್ರಧಾನಿ ನವಾಜ್ ಷರೀಫ್ ವಿರುದ್ಧದ ಆರೋಪಗಳನ್ನು ತನಿಖೆ ಮಾಡಿಸಿತು. ಪ್ರಧಾನಿಯವರು ತಮ್ಮ ಜೀವಿತಾವಧಿಯಲ್ಲಿ ಯಾವುದೇ ಸಾರ್ವಜನಿಕ ಹುದ್ದೆಯನ್ನು ಹೊಂದಲು ಅನರ್ಹರು ಎಂದು ತೀರ್ಪು ನೀಡಿತು. ಷರೀಫ್ ರಾಜೀನಾಮೆ ನೀಡಿದರು. ಇದೇ ರೀತಿ ಪನಾಮ ಪೇಪರ್ಸ್ ಬಯಲಿಗೆಳೆದ ಆಪಾದನೆಗಳಲ್ಲಿ ಸಿಲುಕಿಕೊಂಡ ಐಸ್‌ಲೆಂಡ್ ದೇಶದ ಪ್ರಧಾನಿ ವಿಡ್ ಗುನ್‌ಲಾಗ್ಸನ್ ಸಹ ರಾಜೀನಾಮೆ ನೀಡಬೇಕಾಯಿತು.

ದಾಖಲೆಗಳ ವಿಶ್ಲೇಷಣೆ ಸರಾಗದ ಕೆಲಸವಲ್ಲ. ಆ ಕ್ಷೇತ್ರದ ಜ್ಞಾನ, ಅಕ್ರಮಗಳನ್ನು ಗುರುತು ಹಚ್ಚುವ ಚಾಕಚಕ್ಯತೆ ತಿಳಿದಿರಬೇಕು. ಜಾಗತಿಕ ಮಟ್ಟದ ಈ ಪರಿಶೀಲನಾ ತಂಡದಲ್ಲಿ ಆರು ಖಂಡಗಳ ತರಬೇತಿ ನೀಡಲಾಗಿದ್ದ 300ಕ್ಕೂ ಹೆಚ್ಚು ವರದಿಗಾರರ ಸಹಯೋಗವನ್ನು ಬಳಸಿಕೊಳ್ಳಲಾಯಿತು. 76 ದೇಶಗಳಲ್ಲಿ 107 ಮಾಧ್ಯಮ ಸಂಸ್ಥೆಗಳು ದಾಖಲೆಗಳನ್ನು ವಿಶ್ಲೇಷಿಸುವಲ್ಲಿ ನೆರವಾಗಿದ್ದವು. ಏಕೆಂದರೆ ಪ್ರತಿ ದೇಶದಲ್ಲಿ ಬೇರೆಬೇರೆ ಕಾನೂನುಗಳಿರುತ್ತವೆ. ಇವುಗಳ ಹಿನ್ನೆಲೆಯಲ್ಲಿ ಆಪಾದನೆಗಳನ್ನು ಒರೆಗೆ ಹಚ್ಚಿ ಶೋಧನೆ ಮಾಡಬೇಕಾಗುತ್ತದೆ. ಈ ಸರಣಿ ವರದಿಗಳಿಗೆ ಜಾಗತಿಕ ಮಟ್ಟದಲ್ಲಿ 20ಕ್ಕೂ ಹೆಚ್ಚು ಪ್ರಶಸ್ತಿಗಳು ಒಲಿದವು.

ಪ್ಯಾರಡೈಸ್ ಪೇಪರ್ಸ್

ಐಸಿಐಜೆ ಸಂಸ್ಥೆಯ ಇನ್ನೊಂದು ಮಹತ್ತರ ತನಿಖಾ ವರದಿ 2017ರಲ್ಲಿ ಬಹಿರಂಗಗೊಂಡ ಪ್ಯಾರಡೈಸ್ ಪೇಪರ್ಸ್. ಇದು ಬರ್ಮುಡಾ ಮೂಲದ ಕಡಲಾಚೆಯ ಅಕ್ರಮ ಹಣಕಾಸು ವ್ಯವಹಾರಗಳಿಗೆ ಸೇರಿದ್ದು. ಜರ್ಮನಿಯ ಪತ್ರಿಕೆಯೊಂದು 2017ರಲ್ಲಿ ಆಪಲ್ ಬೈ ಎಂಬ ಕಾನೂನು ಸಂಸ್ಥೆಯಿಂದ ಬಯಲಾದ

ಅಪಾರ ಪ್ರಮಾಣದ ತೆರಿಗೆ ವಂಚನೆಯ ದಾಖಲೆಗಳನ್ನು ವಶಪಡಿಸಿಕೊಂಡು, ಮುಂದಿನ ತನಿಖೆಗಾಗಿ ಐಸಿಐಜೆ ಸಂಸ್ಥೆಗೆ ನೀಡಿತು. ಈ ದಾಖಲಾತಿಗಳನ್ನು 95 ಜಾಗತಿಕ ಮಾಧ್ಯಮ ಸಂಸ್ಥೆಗಳೊಡನೆ ಹಂಚಿಕೊಂಡು ಪರಿಶೀಲಿಸಲಾಯಿತು. ಆಪಲ್ ಬೈ ದಾಖಲಿಸಿದ್ದ ಅನೇಕ ತೆರಿಗೆರಹಿತ ಸ್ಥಳಗಳು ಕೇಮನ್ ದ್ವೀಪಗಳಲ್ಲಿವೆ ಎಂದು ಅವರು ಬಹಿರಂಗಪಡಿಸಿದರು. ಇದು ಬ್ರಿಟಿಷ್ ಪ್ರದೇಶವಾಗಿದ್ದು ಅದು ಯಾವುದೇ ಕಾರ್ಪೊರೇಟ್ ಅಥವಾ ವೈಯಕ್ತಿಕ ಆದಾಯ ತೆರಿಗೆಯನ್ನು ವಿಧಿಸುವುದಿಲ್ಲ. ಈ ತನಿಖೆ ಪ್ರಪಂಚದ ಕೆಲವು ಶಕ್ತಿಶಾಲಿ ವ್ಯಕ್ತಿಗಳು ಮತ್ತು ಕಂಪನಿಗಳು ಹೇಗೆ ತಮ್ಮ ಹಣವನ್ನು ಅಕ್ರಮವಾಗಿ ಇರಿಸಿವೆ ಎಂದು ಬಹಿರಂಗಪಡಿಸಿತು.

ಉಬರ್ ಫೈಲ್ಸ್

ಅಮೆರಿಕ ಮೂಲದ ಹೆಸರಾಂತ ಕಾರು ಬಾಡಿಗೆ ಕಂಪನಿ 'ಉಬರ್' ಜಾಗತಿಕ ಮಾರುಕಟ್ಟೆ ವಿಸ್ತರಣೆಯಲ್ಲಿ ಎದುರಿಸಿದ ಸವಾಲುಗಳನ್ನು ಹೇಗೆ ನಿರ್ವಹಿಸಿದರು ಎಂಬುದನ್ನು ಈ ತನಿಖೆ ಬಹಿರಂಗಪಡಿಸಿದೆ. ಪ್ರಭಾವಿ ರಾಜಕಾರಣಿಗಳು, ನೀತಿ ನಿರೂಪಕರು ಮತ್ತು ರಾಜಕೀಯ ನೇತಾರರ ಒಲವು ಗಳಿಸಲು ಹೇಗೆ ತಮ್ಮ ಪ್ರಭಾವ ಬೀರಿದರು ಮತ್ತು ಹಣವನ್ನು ವ್ಯಯಿಸಿದರು ಎಂಬುದನ್ನು ಬಹಿರಂಗ ಪಡಿಸಲಾಗಿದೆ.

ಉಬರ್ ಫೈಲ್‌ಗಳನ್ನು ಪಡೆದುಕೊಂಡ 'ದಿ ಗಾರ್ಡಿಯನ್' ಪತ್ರಿಕೆ ಐಸಿಐಜೆ ಮತ್ತು ಇತರ 42 ಮಾಧ್ಯಮ ಪಾಲುದಾರರೊಂದಿಗೆ ಹಂಚಿಕೊಂಡು ದಾಖಲೆಗಳನ್ನು ಪರಿಶೋಧಿಸಿದೆ. ಇದು ಕಂಪನಿಯ 2013–2017ರ ಅವಧಿಯ ಎಲ್ಲ ತರಹದ ದಾಖಲೆಗಳನ್ನು ಒಳಗೊಂಡಿದೆ. ಸ್ಥಳೀಯ ಕಾನೂನುಗಳು ಮತ್ತು ನಿಬಂಧನೆಗಳನ್ನು ಧಿಕ್ಕರಿಸಿ ವಿವಿಧ ನಗರಗಳಿಗೆ ತನ್ನ ವ್ಯವಹಾರವನ್ನು ವಿಸ್ತರಿಸುವಾಗ, ತೆರಿಗೆಗಳನ್ನು ತಪ್ಪಿಸುವ ಮತ್ತು ಸ್ಥಳೀಯ ಟ್ಯಾಕ್ಸಿ ಉದ್ಯಮವನ್ನು ನಿಯಂತ್ರಿಸುವಲ್ಲಿ ಉಬರ್ ಯಾವ ತಂತ್ರಗಳನ್ನು ಬಳಸಿತು ಎಂಬುದನ್ನು ಹೊರಹಾಕಲಾಗಿದೆ.

ಉಬರ್ ಸಂಸ್ಥೆ ಸ್ಥಾಪಕ ಟ್ರಾವಿಸ್ ಕಲಾನಿಕ್ ಜಗತ್ತಿನ ಹಲವು ದೇಶಗಳಲ್ಲಿ ಸಾಂಪ್ರದಾಯಿಕ ಟ್ಯಾಕ್ಸಿ ಚಾಲಕರಿಂದ ಪ್ರತಿರೋಧವನ್ನು ಎದುರಿಸಿದರು. ರೊಚ್ಚಿಗೆದ್ದ ಚಾಲಕರು ಉಬರ್‌ಗೆ ಸಂಯೋಜಿತರಾಗಿದ್ದ ಟ್ಯಾಕ್ಸಿಗಳನ್ನು ಸುಟ್ಟು ಪ್ರತಿಭಟಿಸಿದರು. ಈ ಎಲ್ಲ ವಿರೋಧಗಳ ನಡುವೆ ಅಮೆರಿಕಾ ಮೂಲದ ಉಬರ್ ಕಂಪೆನಿ ತನ್ನ ವಿಸ್ತರಣೆಯನ್ನು ಮುಂದುವರೆಸಿ ಈಗ ಲಾಭ ಪಡೆಯುವತ್ತ ದಾಪುಗಾಲಿರಿಸಿದೆ.

ಪ್ರೊ ಪಬ್ಲಿಕಾ

ತನಿಖಾ ಪತ್ರಿಕೋದ್ಯಮದಲ್ಲಿ ಹೆಸರು ಮಾಡಿದ ಮತ್ತೊಂದು ಪ್ರಮುಖ ಲಾಭೋದ್ದೇಶವಿಲ್ಲದ ಸ್ವತಂತ್ರ ಸುದ್ದಿಮನೆ 'ಪ್ರೊ ಪಬ್ಲಿಕಾ'. ಅಧಿಕಾರದ ದುರುಪಯೋಗ ಮತ್ತು ಸಾರ್ವಜನಿಕ ನಂಬಿಕೆಯ ದ್ರೋಹಗಳ ಮೇಲೆ ಬೆಳಕು

ಚೆಲ್ಲುವ ಈ ಸಂಸ್ಥೆ 100ಕ್ಕೂ ಹೆಚ್ಚು ಪತ್ರಕರ್ತರ ತಂಡವನ್ನು ಹೊಂದಿದೆ. ಸರ್ಕಾರಿ ಯಂತ್ರದ ದುರುಪಯೋಗ, ರಾಜಕೀಯ, ವ್ಯಾಪಾರ, ಅಪರಾಧ ನ್ಯಾಯ, ಪರಿಸರ, ಶಿಕ್ಷಣ, ಆರೋಗ್ಯ ರಕ್ಷಣೆ, ವಲಸೆ ಮತ್ತು ತಂತ್ರಜ್ಞಾನ ಸೇರಿದಂತೆ ಹಲವಾರು ವಿಷಯಗಳನ್ನು ಕುರಿತು ಮಹತ್ತರ ತನಿಖೆಗಳನ್ನು ನಡೆಸಿ ಪ್ರಜಾಸತ್ತೆಯ ಮೌಲ್ಯಗಳ ರಕ್ಷಣೆಗೆ ಕಾರ್ಯನಿರ್ವಹಿಸುತ್ತಿದೆ.

ತನಿಖಾ ಪತ್ರಿಕೋದ್ಯಮಕ್ಕೆ ಹೆಚ್ಚಿನ ಸಮಯ ಮತ್ತು ಸಂಪನ್ಮೂಲಗಳು ಬೇಕಾಗುತ್ತವೆ ಮತ್ತು ಈ ರೀತಿಯ ಆಳ ಮತ್ತು ಸಮಗ್ರ ವರದಿಗಳನ್ನು ಸಿದ್ಧಪಡಿಸಲು ಸಾರ್ವಜನಿಕ ದೇಣಿಗೆಗಳ ನೆರವನ್ನು ಪಡೆಯಲಾಗುತ್ತದೆ. ವಿಶ್ವ ದರ್ಜೆಯ ಪ್ರಶಸ್ತಿ ವಿಜೇತ ಪತ್ರಿಕೋದ್ಯಮ ಈ ಸಂಸ್ಥೆಯ ಹೆಗ್ಗುರುತು. ಅಮೆರಿಕಾದ ಹಣಕಾಸು ವ್ಯವಹಾರಗಳ ಕೇಂದ್ರವಾಗಿರುವ ವಾಲ್ ಸ್ಟ್ರೀಟ್‌ನಲ್ಲಿ ನಡೆಯುವ ಅವ್ಯವಹಾರಗಳ ಬಗ್ಗೆ ಈ ಸಂಸ್ಥೆ ಪ್ರಕಟಿಸಿದ ತನಿಖಾ ವರದಿ ಪ್ರತಿಷ್ಠಿತ ಪುಲಿಟ್ಜರ್ ಪ್ರಶಸ್ತಿ ಲಭಿಸಿತು. ಆದಾಯ ತೆರಿಗೆ ಕಾನೂನಿನಲ್ಲಿರುವ ದೋಷಗಳ ನೆರವಿನಿಂದ ಅಮೆರಿಕಾದ ಶ್ರೀಮಂತರು ಹೇಗೆ ಆದಾಯ ತೆರಿಗೆ ನೀಡದೆ ಲಾಭ ಪಡೆದಿದ್ದಾರೆ ಎಂಬುದನ್ನು ಈ ಸಂಸ್ಥೆ ಬಹಿರಂಗ ಪಡಿಸಿದೆ.

ಅಮೆರಿಕಾ ಸೇರಿದಂತೆ ಅನೇಕ ದೇಶಗಳಲ್ಲಿ ತನಿಖಾ ಪತ್ರಿಕೋದ್ಯಮ ಬೆಂಬಲಿಸಲು ಸಾರ್ವಜನಿಕರು ಮತ್ತು ದೇಣಿಗೆ ಸಂಸ್ಥೆಗಳು ಮುಂದೆ ಬಂದು, ತಮ್ಮ ಸಮುದಾಯಗಳು ಎದುರಿಸುತ್ತಿರುವ ಸಮಸ್ಯೆಗಳ ಬಗ್ಗೆ ತನಿಖೆ ನಡೆಸಿ ಸರ್ಕಾರದ ಗಮನ ಸೆಳೆಯಲು ಪ್ರಯತ್ನಿಸುತ್ತಿವೆ. ಉದಾಹರಣೆಗೆ 'ಸಿಯಾಟಲ್ ಟೈಮ್ಸ್' ಪತ್ರಿಕೆ ಓದುಗರ ದೇಣಿಗೆಯನ್ನು ಸ್ವೀಕರಿಸುವ ತನಿಖಾ ಪತ್ರಿಕೋದ್ಯಮ ನಿಧಿಯನ್ನು ಹೊಂದಿದೆ. ಸ್ಥಳೀಯ ಲಾಭೋದ್ದೇಶವಿಲ್ಲದ ಸಂಸ್ಥೆಯಾದ ಸಿಯಾಟಲ್ ಫೌಂಡೇಶನ್ ಮೂಲಕ ನಿಧಿಯನ್ನು ನಿರ್ವಹಿಸಲಾಗುತ್ತದೆ.

ಅಮೆರಿಕಾದ ಇನ್ನೊಂದು ಪತ್ರಿಕೆ 'ದಿ (ಚಾರ್ಲ್ಸ್‌ಟನ್, ಎಸ್‌ಸಿ) ಪೋಸ್ಟ್ ಮತ್ತು ಕೊರಿಯರ್', ತನ್ನ ಪತ್ರಿಕೋದ್ಯಮ ನಿಧಿಗಾಗಿ 2021ರಲ್ಲಿ ತನಿಖಾ ಪತ್ರಿಕೋದ್ಯಮವನ್ನು ಬೆಂಬಲಿಸಲು ಸಮುದಾಯದ ದೇಣಿಗೆಯಲ್ಲಿ ಒಂದು ಲಕ್ಷ ಡಾಲರ್ ಸಂಗ್ರಹಿಸಲು ಅಭಿಯಾನವನ್ನು ಪ್ರಾರಂಭಿಸಿದರು. ಆದರೆ ಹೆಚ್ಚಿನ ಉತ್ಸಾಹದಿಂದ ಓದುಗರು ಮತ್ತು ದಾನಿಗಳ ನೆರವಿನಿಂದ ಐದು ಲಕ್ಷ ಡಾಲರ್ ಸಂಗ್ರಹವಾಯಿತು. ಗಂಭೀರ ಮತ್ತು ಸಂಕೀರ್ಣ ತನಿಖಾ ಕಾರ್ಯವು ದುಬಾರಿಯಾಗಿದೆ. ಆದುದರಿಂದ ನಮಗೆ ಮತ್ತೊಂದು ಹಣಕಾಸಿನ ಮೂಲ ಅಗತ್ಯವಿದೆ ಎಂದು ಪತ್ರಿಕೆ ತನ್ನ ಓದುಗರಿಗೆ ಮನವಿ ಮಾಡಿತು. ಚಾರ್ಲ್ಸ್‌ಟನ್ ಪ್ರದೇಶದಲ್ಲಿ ಅಧಿಕಾರದ ದುರುಪಯೋಗವನ್ನು ಬಹಿರಂಗಪಡಿಸುವ ಗುರಿಯನ್ನು ಹೊಂದಿದೆ. ಪೋಸ್ಟ್ ಮತ್ತು ಕೊರಿಯರ್ ಪತ್ರಿಕೆ ತನ್ನ ತನಿಖಾ ತಂಡದ ನಿರ್ವಹಣೆಗೆ 1600 ಜನರಿಂದ ಐದು ಲಕ್ಷ ಡಾಲರ್‌ಗಳನ್ನು ಸಂಗ್ರಹಿಸಿದೆ.

ಅಧಿಕಾರ ದುರುಪಯೋಗ ತಡೆಯಲು ಮತ್ತು ಪ್ರಜಾಸತ್ತೆಯ ಮೌಲ್ಯಗಳ ರಕ್ಷಣೆಗೆ ಪತ್ರಿಕೆಗಳ ಮೂಲಕ ಜನತೆ ನೆರವು ನೀಡುತ್ತಿರುವುದು ಅಭಿನಂದನೀಯ. ರಾಜಕಾರಣಿಗಳ ಮೇಲಿನ ಅಪನಂಬಿಕೆ ಜನರನ್ನು ಎಲ್ಲೆಡೆ ಆಕ್ರೋಶಕ್ಕೀಡು ಮಾಡಿದೆ. ಪತ್ರಿಕೆಗಳು ಸೇರಿದಂತೆ ಬಹುತೇಕ ಮಾಧ್ಯಮಗಳು ಇಂದು ಸ್ವತಂತ್ರವಾಗಿ ತನಿಖೆಗಳನ್ನು ನಡೆಸಲು ಅಶಕ್ತವಾಗಿರುವುದು ದುರಂತವೇ ಸರಿ.

ಮೊದಲ ದೇಸಿ ಪ್ರಯತ್ನ

ನಿತಿನ್ ಸೇಠಿ ಮತ್ತು ಕುಮಾರ ಸಂಭವ ಅವರು 2020ರಲ್ಲಿ ಸ್ಥಾಪಿಸಿರುವ 'ದಿ ರಿಪೋರ್ಟರ್ಸ್ ಕಲೆಕ್ಟಿವ್' (ಟಿಆರ್‌ಸಿ) ತನಿಖಾ ಪತ್ರಿಕೋದ್ಯಮವನ್ನು ಮುನ್ನಡೆಸಲು ನಮ್ಮ ದೇಶದಲ್ಲಿ ಸ್ಥಾಪಿತವಾಗಿರುವ ಮೊದಲ ಪ್ರಯತ್ನ. ಈ ತಂಡದಲ್ಲಿ ಏಳು ಪೂರ್ಣಕಾಲಿಕ ಪತ್ರಕರ್ತರು ಮತ್ತು ನೆರವಿಗೆ ಇತರ ಆರು ಜನರನ್ನು ಒಳಗೊಂಡಿದೆ. ವಕೀಲರು, ತಂತ್ರಜ್ಞರು, ಮಾಹಿತಿ ವಿಶ್ಲೇಷಕರು, ಆರ್‌ಟಿಐ ತಜ್ಞರು, ಬಹುಮಾಧ್ಯಮ ತಜ್ಞರು, ಆಂಕರ್‌ಗಳು ಮತ್ತು ಲೇಖಕರ ಬಳಗ ಇವರ ತನಿಖೆಗೆ ಸಹಕರಿಸುತ್ತಾರೆ.

ಈ ಸಂಸ್ಥೆ ಹೊರತರುವ ತನಿಖಾ ವರದಿಗಳು ದೇಶದ 11 ಭಾಷೆಗಳಲ್ಲಿ ಪ್ರಕಟವಾಗುವ 27 ಪತ್ರಿಕೆಗಳ ಸಹಯೋಗದಲ್ಲಿ ಪ್ರಕಟವಾಗುತ್ತಿವೆ. ಸಾರ್ವಜನಿಕರ ದೇಣಿಗೆಯನ್ನು ಈ ಸಂಸ್ಥೆ ಸ್ವೀಕರಿಸುತ್ತದೆ. ಸಾಂಕ್ರಾಮಿಕ ಕರೋನ ಬೇನೆಯಿಂದ ಗುಜರಾತಿನಲ್ಲಿ ನಿಖರವಾಗಿ ಸತ್ತವರೆಷ್ಟು ಮತ್ತು ಫೇಸ್‌ಬುಕ್, ಬಿಜೆಪಿಗೆ ಹೇಗೆ ನೆರವಾಯಿತು ಎಂಬುದನ್ನು ಈ ಸಂಸ್ಥೆ ತನ್ನ ತನಿಖಾ ವರದಿಗಳ ಮೂಲಕ ಹೊರಗೆಡಹಿದೆ. ಪ್ರಜಾಸತ್ತೆಯ ರಕ್ಷಣೆಗೆ ಈ ತರಹದ ಪ್ರಯತ್ನಗಳು ದೇಶದಲ್ಲಿ ಬಹು ಅವಶ್ಯವಾಗಿವೆ. ಎಲ್ಲ ಬಗೆಯ ಒತ್ತಡಗಳನ್ನು ಮೆಟ್ಟಿನಿಂತು ಪ್ರಾಮಾಣಿಕವಾಗಿ ಸತ್ಯವನ್ನು ಹೊರಹಾಕಬಲ್ಲ ಪ್ರಯತ್ನಗಳು ಪ್ರಜಾಸತ್ತೆಯ ರಕ್ಷಣೆಗೆ ಅನಿವಾರ್ಯವಾಗಿವೆ.

(ಸಮಾಜಮುಖಿ ಆಗಸ್ಟ್ 2022)

26

ಮಾಧ್ಯಮರಂಗ ಮತ್ತು ಮಹಿಳೆಯರ ಪ್ರಾತಿನಿಧ್ಯ

"ಡಿಜಲೀಕರಣ: ಲಿಂಗಸಮಾನತೆಗಾಗಿ ಹೊಸತನ ಮತ್ತು ತಂತ್ರಜ್ಞಾನ", ಇದು 2023ರ ವರ್ಷದ ಅಂತರಾಷ್ಟ್ರೀಯ ಮಹಿಳಾ ದಿನಾಚರಣೆಯ ಘೋಷವಾಕ್ಯ (ಮಾರ್ಚ್–8). ಮಹಿಳಾ ಸಬಲೀಕರಣ ಮತ್ತು ಲಿಂಗಸಮಾನತೆ ಎಲ್ಲೆಡೆ ಚರ್ಚಿತ ವಿಷಯ. ಮಹಿಳೆಯರ ಶಿಕ್ಷಣ ಕೌಶಲ್ಯ ವೃದ್ಧಿಗೆ ವಿಶ್ವದೆಲ್ಲೆಡೆ ಅಪಾರ ಪ್ರಮಾಣದಲ್ಲಿ ಒತ್ತು ನೀಡಲಾಗುತ್ತಿದೆ. ಆದರೆ ಕೆಲ ಕ್ಷೇತ್ರಗಳಲ್ಲಿ ಮಹಿಳಾ ಪ್ರಾತಿನಿಧ್ಯ ಸಮರ್ಪಕವಾಗಿಲ್ಲ ಎಂಬ ಕೂಗು ಸದಾ ಕೇಳಿಬರುತ್ತಿದೆ. ಅದೆಂದರೆ ಮಾಧ್ಯಮ ಕ್ಷೇತ್ರ. ಬಹತೇಕ ಮಾಧ್ಯಮಗಳಲ್ಲಿನ ಕೆಲಸದ ರೀತಿಯೇ ಇದಕ್ಕೆ ಕಾರಣವೇ?

ಡಿಜಲೀಕರಣ ಆಧಾರಿತ ಸಾಮಾಜಿಕ ಮಾಧ್ಯಮಗಳ ಈ ದಿನಗಳಲ್ಲಿ ಕ್ಷಣಕ್ಷಣವೂ ಸುದ್ದಿ ಹಿಂಬಾಲಿಸುವಿಕೆ ಬಹು ದೊಡ್ಡ ಸವಾಲಾಗಿದೆ. ಏಕೆಂದರೆ ಹೊತ್ತು ಗೊತ್ತಿಲ್ಲದೇ ಅನೇಕ ಸಲ ಈ ಕ್ಷೇತ್ರದಲ್ಲಿ ದಣಿವರಿಯದೆ ದುಡಿಯಬೇಕಾಗುತ್ತದೆ. ಗಡುವು ನಿರ್ಬಂಧದ ಈ ವೃತ್ತಿಯಲ್ಲಿ ಮಹಿಳೆಯರು ಬಹುಕಾಲ ಕೆಲಸ ನಿರ್ವಹಿಸಲು ಹಿಂದೇಟು ಹಾಕುವುದು ಮತ್ತು ವೈವಾಹಿಕ ಜೀವನಕ್ಕೆ ಕಾಲಿಟ್ಟ

ನಂತರ, ವೃತ್ತಿ ಬಿಡುವುದು, ವರ್ಗಾವಣೆಗೆ ವಿರೋಧ, ಮಹಿಳೆ ಎನ್ನುವ ಕಾರಣಕ್ಕೆ ಸಹೋದ್ಯೋಗಿಗಳು ಮತ್ತು ಮೇಲಿನವರ ಲೈಂಗಿಕ ಕಿರುಕುಳ, ರಾತ್ರಿ ಪಾಳಿಗೆ ಒಪ್ಪದೇ ಇರುವುದು, ಸಂಸಾರ ನಿರ್ವಹಣೆ, ಮಕ್ಕಳ ಪಾಲನೆ-ಪೋಷಣೆ ಹೊಣೆಗಳು-ಈ ಬಗೆಯ ಹಲವಾರು ಕಾರಣಗಳಿಂದ ಮಾಧ್ಯಮ ಕ್ಷೇತ್ರಗಳಲ್ಲಿ ಮಹಿಳೆಯರ ಸಂಖ್ಯೆ ನಿರೀಕ್ಷಿತ ಮಟ್ಟದಲ್ಲಿ ಏರುತ್ತಿಲ್ಲ. ಗೃಹಕೃತ್ಯದ ಕೆಲಸಗಳನ್ನು ನಿಭಾಯಿಸಿ ಮಾಧ್ಯಮಗಳಲ್ಲಿ ದುಡಿಯಲು ಗಟ್ಟಿಮನಸ್ಸು ಬಹು ಮುಖ್ಯ.

ಯಾವುದೇ ದೇಶ ಮಾಧ್ಯಮ ಕ್ಷೇತ್ರದಲ್ಲಿ ಲಿಂಗಸಮಾನತೆ ಗುರಿಮುಟ್ಟಲು ಸಾಧ್ಯವಾಗಿಲ್ಲ ಎಂದು ಜಾಗತಿಕ ಮಾಧ್ಯಮ ವೀಕ್ಷಣಾ ಯೋಜನೆಯ (Global Media Monitoring Project) ಮುಖ್ಯಸ್ಥರು ತಿಳಿಸಿ, ಇದೇ ವೇಗದಲ್ಲಿ ಕ್ರಮಿಸಿದರೆ, ಈ ಕ್ಷೇತ್ರಗಳಲ್ಲಿ ಲಿಂಗಸಮಾನತೆ ತರಲು ಇನ್ನೂ 67 ವರ್ಷಗಳು ಬೇಕಾಗಬಹುದು ಎಂದು ಅಂದಾಜಿಸಿದ್ದಾರೆ. 1994ರಿಂದಲೂ ಈ ಸಂಸ್ಥೆ, ಮಾಧ್ಯಮ ಕ್ಷೇತ್ರದ ಲಿಂಗಸಮಾನತೆ ಬೆಳವಣಿಗೆಗಳನ್ನು ಭಾರತವೂ ಸೇರಿದಂತೆ ಜಗತ್ತಿನ 116 ದೇಶಗಳಲ್ಲಿ ಅಧ್ಯಯನ ನಡೆಸುತ್ತಿದೆ. ಮಹಿಳೆ ಮತ್ತು ಮಾಧ್ಯಮಗಳ ಕುರಿತ ಚರ್ಚೆ ಹಲವಾರು ಅಂಶಗಳನ್ನು ಒಳಗೊಂಡಿದೆ. ಸುದ್ದಿ ಮಾಧ್ಯಮಗಳಲ್ಲಿ ಕೆಲಸ ಮಾಡುವ ಮಹಿಳೆಯರ ಸಂಖ್ಯೆ, ಸಂದರ್ಶನ, ಸುದ್ದಿ ಹಾಗೂ ಚರ್ಚೆಗಳಲ್ಲಿ ಮಹಿಳೆಯರ ಅಭಿಪ್ರಾಯಗಳಿಗೆ ಸಿಗುವ ಮನ್ನಣೆ ಕೂಡ ಮುಖ್ಯವಾಗುತ್ತದೆ. ಪುರುಷ ಪ್ರಧಾನ ಸಮಾಜಗಳಲ್ಲಿ, ಯಾವುದೇ ವಿಷಯಕ್ಕೆ ಸಂಬಂಧಿಸಿದ ಚರ್ಚೆಗಳಲ್ಲಿ ಪುರುಷರ ಧ್ವನಿ ಪ್ರಧಾನವಾಗಿ ಎದ್ದು ಕಾಣುತ್ತವೆ. ಮಹಿಳೆಯರಲ್ಲಿ ಯಾವುದೇ ಅಭಿಪ್ರಾಯಗಳು ಇಲ್ಲವೆಂದಲ್ಲ, ಆದರೆ ಪುರುಷರ ಪೂರ್ವನಿರ್ಧರಿತ ದೃಷ್ಟಿಕೋನ ಬದಲಾಗುತ್ತಿಲ್ಲ ಅಷ್ಟೇ.

ಉದಾಹರಣೆಗೆ, ಮುಂಬರುವ ರಾಜ್ಯ ಚುನಾವಣೆಗಳನ್ನು ಕುರಿತ ಕ್ಷೇತ್ರ ಸಂಚಾರ ಟಿವಿ ವರದಿಗಳನ್ನು ಪರಿಶೀಲಿಸಿ. ಬಹುತೇಕ ಎಲ್ಲ ವಾಹಿನಿಗಳ ವರದಿಗಾರರು ದಾರಿಯಲ್ಲಿ ಸಿಗುವ ಪುರುಷರ ಸಂದರ್ಶನಗಳನ್ನು ಮಾಡುತ್ತಾರೆಯೇ ವಿನಃ, ಮನೆಗಳಲ್ಲಿ ಇರುವ ಮಹಿಳೆಯರನ್ನು ಮಾತನಾಡಿಸುವ ಗೋಜಿಗೆ ಹೋಗುವುದಿಲ್ಲ. ಪ್ರತಿಶತ 50 ಮಹಿಳಾ ಮತದಾರರೇ ಇರುವಾಗ ಅವರ ಧ್ವನಿಗಳಿಗೆ ಬೆಲೆಯೇ ಇಲ್ಲವೇ? ಇನ್ನು ಬಹುತೇಕ ಟಿವಿ ಚರ್ಚೆಗಳಲ್ಲಿ ಮಹಿಳೆಯರ ಭಾಗವಹಿಸುವಿಕೆ ಇಲ್ಲವೇ ಇಲ್ಲ ಎನ್ನುವಷ್ಟರ ಮಟ್ಟಿಗೆ ನಗಣ್ಯ. ಸಮಾಜದ ಅರ್ಧಭಾಗವಾಗಿರುವ ಮಹಿಳೆಯರ ಅನಿಸಿಕೆಗಳಿಗೆ ಧ್ವನಿ ಏಕೆ ಸಿಗುವುದಿಲ್ಲ ಎಂದರೆ, ನಮ್ಮಲ್ಲಿರುವ ಸಂವೇದನೆಯ ಕೊರತೆ. ಇದನ್ನು ನೆನಪಿಸುವ ಉನ್ನತ ಮಟ್ಟದ ಸಿಬ್ಬಂದಿ ಪುರುಷರೇ ಆಗಿರುವುದು ಇನ್ನೊಂದು ಪ್ರಮುಖ ಕಾರಣ.

ಸುದ್ದಿ ಕೊಠಡಿಗಳಲ್ಲಿ ಲಿಂಗಸಮತೋಲನ

ಈ ಹಿನ್ನೆಲೆಯಲ್ಲಿ ವಿಶ್ವದಾದ್ಯಂತ ಪ್ರಮುಖ ಬದಲಾವಣೆಗಳಿಗೆ ಮುನ್ನುಡಿ ಬರೆಯಲಾಗುತ್ತಿದೆ. ಸಮಸಂಖ್ಯೆಯಲ್ಲಿ ಮಹಿಳಾ ಉದ್ಯೋಗಿಗಳು ಸುದ್ದಿ ಕೊಠಡಿಗಳಲ್ಲಿ ಇರುವುದರ ಜತೆಗೆ, ಅವರು ತರುವ ಅಭಿಪ್ರಾಯಗಳು ಕೂಡ ಸಮತೋಲಿತವಾಗಿರಬೇಕು. ಅಂದರೆ ಯಾವುದೇ ವಿಷಯ ಕುರಿತು ಸಾರ್ವಜನಿಕ ಅಭಿಪ್ರಾಯಗಳನ್ನು ಕಲೆ ಹಾಕುವಾಗ, ಶೇ. 50ರಷ್ಟು ಮಹಿಳೆಯರ ಪ್ರತಿಕ್ರಿಯೆಗಳೂ ಇರಬೇಕೆಂದು ಕಡ್ಡಾಯಗೊಳಿಸಲಾಗುತ್ತಿದೆ. ಸುದ್ದಿ ಕೊಠಡಿಗಳಲ್ಲಿ ಲಿಂಗಸಮಾನತೆ ತರಲು ವಿಶ್ವದ ಹಲವೆಡೆ ಪ್ರಾಮಾಣಿಕ ಪ್ರಯತ್ನಗಳು ನಡೆಯುತ್ತಿವೆ. ಈ ನಿಟ್ಟಿನಲ್ಲಿ ಬಿಬಿಸಿ ಲಿಂಗ ಸಮಾನತೆಯನ್ನು ಉತ್ತೇಜಿಸಲು 2016ರಿಂದಲೇ ಯೋಜನೆಯೊಂದನ್ನು ಆರಂಭಿಸಿದೆ. ಈ ಮಾದರಿಯನ್ನು ವಿಶ್ವದ ಹಲವು ಸುದ್ದಿ ಕೊಠಡಿಗಳಲ್ಲಿ ಜಾರಿಗೊಳಿಸಲಾಗುತ್ತಿದೆ. 30 ದೇಶಗಳ 150 ಸಂಸ್ಥೆಗಳು ಈ ಯೋಜನೆಯಲ್ಲಿ ಪಾಲ್ಗೊಂಡಿವೆ. 2016ರಲ್ಲಿ ಬಿಬಿಸಿ ಆರಂಭಿಸಿದ ಈ ಯೋಜನೆಯ ಫಲಿತಾಂಶಗಳನ್ನು 2022ರಲ್ಲಿ ಅವಲೋಕಿಸಿದಾಗ, ತಮ್ಮ ಓದು ಸಾಮಗ್ರಿಯಲ್ಲಿ (content) ಶೇ. 50ರಷ್ಟು ಮಹಿಳಾಪರ ಅಂಶಗಳನ್ನು ಸೇರಿಸುವಲ್ಲಿ ಯಶಸ್ವಿಯಾಗಿವೆ ಎಂಬುದು ಸಾಬೀತಾಯಿತು. ಇದಕ್ಕಾಗಿ ಪ್ರತಿ ಓದು ಸಾಮಗ್ರಿಯ ವಿವರಗಳನ್ನು ಲೆಕ್ಕ ಹಾಕಿ ದಾಖಲೆ ಇರಿಸಿದ್ದಾರೆ. ಈ ಅಭಿಯಾನದಲ್ಲಿ ಭಾಗವಹಿಸಿದ ಸದಸ್ಯ ಪ್ರಕಟಣೆಗಳಲ್ಲಿ ಸಹ ಶೇ. 73ರಷ್ಟು ಸುಧಾರಣೆ ಕಂಡುಬಂತು.

ಈ ಯೋಜನೆಯಡಿ ಸುದ್ದಿಯಲ್ಲಿರುವ ರಾಜಕಾರಣಿಗಳನ್ನು ಲೆಕ್ಕಿಸುವುದಿಲ್ಲ, ಆದರೆ ಆ ಸುದ್ದಿಯ ಕುರಿತು ನಾವು ಸಂದರ್ಶನ ಮಾಡುವ ಮಹಿಳೆಯರ ಸಂಖ್ಯೆಯನ್ನು ನಾವು ಎಣಿಸುತ್ತೇವೆ. ಇದು ಬದಲಾವಣೆಯನ್ನು ಪರಿಣಾಮ ಬೀರಲು ನೆರವಾಗುತ್ತದೆ ಎಂದು ಬಿಬಿಸಿ ಭಾವಿಸುತ್ತದೆ. ಲಿಂಗ ಸಮಾನತೆಯನ್ನು ಖಚಿತಪಡಿಸಿಕೊಳ್ಳಲು ಇನ್ನೊಂದು ಮಾರ್ಗವೆಂದರೆ, ಸುದ್ದಿ ಸಂಗ್ರಹ ಮತ್ತು ಬರೆಯುವವರ ವಿಷಯದಲ್ಲಿ ಸಮಾನತೆ ಖಚಿತಪಡಿಸಿಕೊಳ್ಳುವುದು. ಸುದ್ದಿ ಕೊಠಡಿಗಳು ಸಮಾಜವನ್ನು ಪ್ರತಿಬಿಂಬಿಸದಿದ್ದರೆ, ಅಲ್ಲಿನ ಓದು ವಿಷಯಗಳ ಹರವು ಕೂಡ ಪ್ರಾತಿನಿಧಿಕವಾಗಿರುವುದಿಲ್ಲ ಎಂಬ ಅಂಶವನ್ನು ಒಪ್ಪಲೇಬೇಕು. ಮುಂದುವರಿದ ದೇಶಗಳಲ್ಲಿ ಸರಾಸರಿಯಾಗಿ, ಮಹಿಳೆಯರು ಶೇ. 42 ಸುದ್ದಿ ಕೊಠಡಿಗಳ ಉದ್ಯೋಗಿಗಳನ್ನು ಪ್ರತಿನಿಧಿಸುತ್ತಾರೆ ಮತ್ತು ಶೇ. 37 ವರದಿಗಳನ್ನು ರಚಿಸುತ್ತಾರೆ. ತನ್ನ ಉದ್ಯೋಗಿಗಳ ಪೈಕಿ ಶೇ. 50ರಷ್ಟು ಸ್ಥಾನಗಳಲ್ಲಿ ಮಹಿಳೆಯರ ನೇಮಕಕ್ಕೆ ಬಿಬಿಸಿ ನಿರ್ಧರಿಸಿದ್ದು, ಅದರಲ್ಲಿ ಕಪ್ಪು, ಏಶಿಯಾ ಮೂಲದವರು, ಅಲ್ಪಸಂಖ್ಯಾತ ಜನಾಂಗೀಯಗಳು, ಅಂಗವಿಕಲರು ಮತ್ತು ಕೆಲ ತಳಮಟ್ಟದ

ಸಾಮಾಜಿಕ ಮತ್ತು ಆರ್ಥಿಕ ಹಿನ್ನೆಲೆಯ ಉದ್ಯೋಗಾಕಾಂಕ್ಷಿಗಳಿಗೆ ಮೀಸಲಿಡಲು ನಿರ್ಧರಿಸಿರುವುದು ಸ್ವಾಗತಾರ್ಹ. ಇಂಗ್ಲೆಂಡಿನ ಜನಸಂಖ್ಯೆಗೆ ಅನುಗುಣವಾಗಿ ಈ ಬಗೆಯ ಮೀಸಲಾತಿ ಪ್ರಮಾಣವನ್ನು ನಿರ್ಧರಿಸಲಾಗಿದೆ.

ಮಹಿಳಾ ಉದ್ಯೋಗಿಗಳಿಗೆ ಸಮರ್ಥ ನಾಯಕತ್ವದ ಮಾರ್ಗದರ್ಶನ ಮತ್ತು ಬೆಂಬಲಗಳು ಅವಶ್ಯ. ರಾಯಿಟರ್ಸ್ ಸಂಸ್ಥೆಯು ಐದು ಖಂಡಗಳಾದ್ಯಂತ 12 ಸುದ್ದಿ ಮಾರುಕಟ್ಟೆಗಳಲ್ಲಿ 240 ಪ್ರಮುಖ ಆನ್‌ಲೈನ್ ಮತ್ತು ಆಫ್‌ಲೈನ್ ಸುದ್ದಿ ಕೊಠಡಿಗಳಲ್ಲಿ ಮೇಲ್ಮಟ್ಟದ ಸಂಪಾದಕರ ಲಿಂಗ ವಿಭಜನೆಯನ್ನು ವಿಶ್ಲೇಷಿಸಿದಾಗ ಕಂಡುಬಂದ ಅಂಶವೆಂದರೆ, ಸರಾಸರಿ 40 ಪ್ರತಿಶತ ಪತ್ರಕರ್ತರು ಮಹಿಳೆಯರಾಗಿದ್ದರೂ, 179 ಮೇಲ್ಮಟ್ಟದ ಸಂಪಾದಕರಲ್ಲಿ ಕೇವಲ 21 ಪ್ರತಿಶತ ಮಾತ್ರ ಮಹಿಳೆಯರು ಇರುವುದು ತಿಳಿದುಬಂತು. ಆದರೆ ಅಮೆರಿಕಾ ಮತ್ತು ಇಂಗ್ಲೆಂಡಿನ ಮಾಧ್ಯಮಗಳಲ್ಲಿ ಮಹಿಳಾ ನಾಯಕರಿಗೆ ಉತ್ತಮ ಅವಕಾಶಗಳು ಲಭಿಸಿವೆ. ಕಳೆದ ವರ್ಷದಲ್ಲಿ ಅಲ್ಲಿ ನೇಮಕಗೊಂಡ ಅರ್ಧ ಅಥವಾ ಹೆಚ್ಚಿನ ಹೊಸ ಹಿರಿಯ ಸಂಪಾದಕರು ಮಹಿಳೆಯರಾಗಿರುವುದು ಉತ್ತಮ ಬೆಳವಣಿಗೆ.

ವಿಶ್ವದ ಮೂರು ಪ್ರಮುಖ ಹಣಕಾಸು ಪ್ರಕಟಣೆಗಳಾದ 'ದಿ ಎಕನಾಮಿಸ್ಟ್', 'ಫೈನಾನ್ಷಿಯಲ್ ಟೈಮ್ಸ್' ಮತ್ತು 'ವಾಲ್ ಸ್ಟ್ರೀಟ್ ಜರ್ನಲ್' ಪತ್ರಿಕೆಗಳ ಸಂಪಾದಕ ಹುದ್ದೆಗಳಿಗೆ ಇತ್ತೀಚಿಗೆ ಮಹಿಳೆಯರ ನೇಮಕ ಅತ್ಯಂತ ಶ್ಲಾಘನೀಯ ಬೆಳವಣಿಗೆ. ಇದಲ್ಲದೆ, 'ರಾಯಿಟರ್ಸ್'ನ ಮುಖ್ಯ ಸಂಪಾದಕ ಹುದ್ದೆ, 'ವಾಷಿಂಗ್ಟನ್ ಪೋಸ್ಟ್'ನ ಕಾರ್ಯನಿರ್ವಾಹಕ ಸಂಪಾದಕರು, 'ಬಿಬಿಸಿ ನ್ಯೂಸ್' ಮತ್ತು 'ಕರೆಂಟ್ ಅಫೇರ್ಸ್'ನ ಸಿಇಒ, 'ಅಸೋಸಿಯೇಟೆಡ್ ಪ್ರೆಸ್'ನ ಕಾರ್ಯನಿರ್ವಾಹಕ ಸಂಪಾದಕರು, 'ಡೈಲಿ ಸನ್', 'ಡೈಲಿ ಮಿರರ್' ಸಂಪಾದಕರು ಮಹಿಳೆಯರೇ ಆಗಿರುವುದು ಮಹಿಳಾ ಪತ್ರಕರ್ತರಲ್ಲಿ ಹೆಚ್ಚಿನ ಆತ್ಮವಿಶ್ವಾಸ ತುಂಬಿದೆ.

ಲೈಂಗಿಕ ಕಿರುಕುಳ

ಮಹಿಳಾ ಪತ್ರಕರ್ತರ ಮೇಲಿನ ಲೈಂಗಿಕ ಕಿರುಕುಳ ಕುರಿತ ಸಮೀಕ್ಷೆ ನಡೆಸಿದ ಪತ್ರಿಕೆಗಳ ಜಾಗತಿಕ ಸಂಘಟನೆ (World Association of Newspapers-WAN-IFRA) ಸರಾಸರಿ ಶೇ. 40ರಷ್ಟು ಮಹಿಳಾ ಪತ್ರಕರ್ತರು ಕೆಲಸದ ಸ್ಥಳದಲ್ಲಿ ಮೌಖಿಕ ಮತ್ತು/ಅಥವಾ ದೈಹಿಕ ಲೈಂಗಿಕ ಕಿರುಕುಳವನ್ನು ಅನುಭವಿಸಿದ್ದಾರೆ ಎಂದು ವರದಿ ಮಾಡಿದೆ. ಇಂತಹ ಐದು ಘಟನೆಗಳ ಪೈಕಿ ಕೇವಲ ಒಂದು ಘಟನೆ ಮಾತ್ರ ವರದಿಯಾಗುತ್ತವಂತೆ. 2020–21ರಲ್ಲಿ ನಡೆಸಿದ ಈ ಅಧ್ಯಯನದಲ್ಲಿ ಜಗತ್ತಿನ 20 ದೇಶಗಳ 2,000ಕ್ಕೂ ಹೆಚ್ಚು ಮಹಿಳಾ ಪತ್ರಕರ್ತರನ್ನು ಸಮೀಕ್ಷೆ ಮಾಡಿದೆ ಮತ್ತು 85 ಹಿರಿಯ ಅಧಿಕಾರಿಗಳೊಂದಿಗೆ ಸಂದರ್ಶನಗಳನ್ನು ನಡೆಸಿದೆ.

ಸಮೀಕ್ಷೆ ನಡೆಸಿದ ಎಲ್ಲಾ ಪತ್ರಕರ್ತರಲ್ಲಿ ಶೇ. 30ರಷ್ಟು ಮಹಿಳೆಯರು ಮೌಖಿಕ ಮತ್ತು/ಅಥವಾ ದೈಹಿಕ ಕಿರುಕುಳ ಅನುಭವಿಸಿದ್ದಾರೆ ಎಂಬುದು ಸಾಬೀತಾಗಿದೆ. ಶೇ. 80ರಷ್ಟು ಲೈಂಗಿಕ ಕಿರುಕುಳ ಪ್ರಕರಣಗಳು ವರದಿಯಾಗಿಲ್ಲ. ಇದು ಹೆಚ್ಚಾಗಿ ಭಯದಿಂದ ಉಂಟಾಗುತ್ತದೆ–ನಕಾರಾತ್ಮಕ ಪ್ರಭಾವದ ಭಯ, ತಮ್ಮ ಕೆಲಸವನ್ನು ಕಳೆದುಕೊಳ್ಳುವ ಅಂಜಿಕೆ, ನಂಬುವುದಿಲ್ಲ ಎಂಬ ಅನುಮಾನ ಮತ್ತು ಪ್ರತೀಕಾರದ ಭಯ. ಇಂತಹ ಸಮಸ್ಯೆಗಳು ಉದ್ಭವ ಆದಾಗ, ಅದಕ್ಕೆ ಪರಿಹಾರ ಕಂಡುಕೊಳ್ಳುವ ಕಾರ್ಯವಿಧಾನಗಳನ್ನು ಅನೇಕ ಸಂಸ್ಥೆಗಳು ಹೊಂದಿರುವುದೇ ಇಲ್ಲ. ಇದರಿಂದಾಗಿ ಹಲವರು ಮೌನಕ್ಕೆ ಶರಣಾಗುತ್ತಾರೆ. ದುರ್ಬಲವಾದ ನಿರ್ವಹಣಾ ಪ್ರತಿಕ್ರಿಯೆಯಿಂದಾಗಿ ವರದಿಯಾದ ಪ್ರಕರಣಗಳಲ್ಲಿ, ಕೇವಲ ಅರ್ಧದಷ್ಟರಲ್ಲಿ ಮಾತ್ರ ಸಂಸ್ಥೆಗಳು ಕ್ರಮ ತೆಗೆದುಕೊಳ್ಳುತ್ತವೆ ಮತ್ತು ಸಾಮಾನ್ಯವಾಗಿ ಇವು ಅಪರಾಧಿಗಳಿಗೆ ಎಚ್ಚರಿಕೆ ನೀಡುವುದಕ್ಕೆ ಮಾತ್ರ ಸೀಮಿತವಾಗಿರುವುದು ವ್ಯವಸ್ಥೆಯ ಇನ್ನೊಂದು ದೊಡ್ಡ ದುರಂತ. ಲೈಂಗಿಕ ಕಿರುಕುಳದ ಪ್ರವೃತ್ತಿಗಳ ಮಾಹಿತಿಗಳನ್ನು ಮಹಿಳಾ ಪತ್ರಕರ್ತೆಯರ ಗಮನಕ್ಕೆ ತರುವುದರ ಜತೆಗೆ ಮಾಧ್ಯಮ ಸಂಸ್ಥೆಗಳಿಗೆ ಲೈಂಗಿಕ ಕಿರುಕುಳದ ನಿಜವಾದ ಸಮಸ್ಯೆಗಳ ಬಗ್ಗೆ ವಿವರವಾಗಿ ತಿಳಿಸುವುದು, ಲೈಂಗಿಕ ಕಿರುಕುಳ ತಡೆಯಲು ಅಗತ್ಯ ತರಬೇತಿ ಮತ್ತು ಎಲ್ಲರಲ್ಲಿ ಹೆಚ್ಚಿನ ಸಂವೇದನಾಶೀಲತೆಯನ್ನು ಬೆಳೆಸಲು ಈ ಸಂಸ್ಥೆ ಪ್ರಯತ್ನಿಸುತ್ತಿದೆ.

ನಮ್ಮ ದೇಶ ಹೇಗೆ?

ಭಾರತದಂತಹ ಶ್ರೇಣೀಕೃತ ಸಂಕೀರ್ಣ ಸಮಾಜದಲ್ಲಿ, ಮಾಧ್ಯಮ ರಂಗದಲ್ಲಿ ಲಿಂಗ ಆಧಾರಿತ ಪ್ರಾತಿನಿಧ್ಯ ಲಭ್ಯತೆ ಸುಲಭದ ಮಾತಲ್ಲ. ಏಕೆಂದರೆ ಖಾಸಗಿ ವಲಯದಲ್ಲಿರುವ ಸಮೂಹ ಮಾಧ್ಯಮ ಸಂಸ್ಥೆಗಳಲ್ಲಿ, ಈ ಬಗೆಯ ಪ್ರಾತಿನಿಧ್ಯ ಪೂರ್ಣವಾಗಿ ಕಲ್ಪಿಸುವುದು ಆಗದ ಮಾತು. ಅದು ಸ್ವಪ್ರೇರಣೆಯಿಂದ ಆಗಬೇಕಷ್ಟೆ. ಇಲ್ಲಿ ಪ್ರತಿಭೆ ಹಾಗೂ ವೈಯುಕ್ತಿಕ ಹಿತಾಸಕ್ತಿಗಳೇ ಪ್ರಧಾನವಾಗಿರುತ್ತವೆ. ಆಕ್ಸ್‌ಫಾಮ್ (Oxfam) ಸಂಸ್ಥೆ ನಡೆಸಿದ ಸಮೀಕ್ಷೆಯ ಪ್ರಕಾರ ಮಾಧ್ಯಮದ ಕೆಲ ಕ್ಷೇತ್ರಗಳಲ್ಲಿ ಪರಿಸ್ಥಿತಿ ಸುಧಾರಿಸಿದ್ದರೂ, ಒಟ್ಟಾರೆ ಪರಿಸ್ಥಿತಿಯಲ್ಲಿ ಗಮನಾರ್ಹ ಸುಧಾರಣೆಗಳು ಉತ್ತಮಗೊಂಡಿಲ್ಲ. ದೇಶದ ಆಂಗ್ಲ ಮತ್ತು ಹಿಂದಿ ಭಾಷೆಯ ಆಯ್ದ ಮಾಧ್ಯಮ ಸಂಸ್ಥೆಗಳಲ್ಲಿ ನಡೆಸಿದ ಸಮೀಕ್ಷೆಯಲ್ಲಿ ಹೊರಬಂದ ಅಂಶಗಳ ಪ್ರಕಾರ ಲಿಂಗಸಮಾನತೆ ಮತ್ತು ಸಮಾಜದ ಎಲ್ಲ ವರ್ಗದವರಿಗೆ ಪ್ರಾತಿನಿಧ್ಯ ಬಲು ದೂರದ ಮಾತು.

ರಕ್ಷಣೆ, ಕ್ರೀಡೆ ಮತ್ತು ವ್ಯಾಪಾರದ ಕುರಿತು ಪ್ಯಾನಲ್ ಚರ್ಚೆಗಳಲ್ಲಿ ಮಹಿಳೆಯರ ಭಾಗವಹಿಸುವಿಕೆ ತೀರಾ ಕಡಿಮೆ. ಕಾನೂನು, ನಾಗರಿಕ ಸಮಾಜಗಳು ಮತ್ತು

ಎನ್‌ಜಿಒಗಳಂತಹ ವಿಶೇಷ ಕ್ಷೇತ್ರಗಳ ಮಹಿಳಾ ತಜ್ಞರು ಮಾತ್ರ ರಾಜಕೀಯ ಮತ್ತು ಕಾನೂನಿನಂತಹ ವಿಷಯಗಳನ್ನು ಚರ್ಚಿಸುತ್ತಿರುವುದು ಕಂಡುಬಂದಿದೆ. ಲಿಂಗ ಸಂಬಂಧಿತ ಸಮಸ್ಯೆಗಳು ಬಹು ಅಪರೂಪವಾಗಿ ಪತ್ರಿಕೆಯ ಪ್ರಮುಖ ಪುಟಗಳಲ್ಲಿ ಸ್ಥಾನ ಪಡೆಯದೇ, ಕೇವಲ ಅಭಿಪ್ರಾಯ ಪುಟಗಳಿಗೆ ಮಾತ್ರ ಮೀಸಲಾಗಿವೆ ಎನ್ನುವುದು ಇನ್ನೊಂದು ದೂರು. ಹಿಂದಿ ಮತ್ತು ಇಂಗ್ಲಿಷ್ ಪತ್ರಿಕೆಗಳೆರಡೂ ಸೇರಿ ಸರಿಸುಮಾರು ಶೇ. 87ರಷ್ಟು ಪುರುಷ ಸಂಪಾದಕರು ಮತ್ತು ಮಾಲೀಕರನ್ನು ಹೊಂದಿದ್ದು ಕೇವಲ ಶೇ. 5ರಷ್ಟು ಮಹಿಳೆಯರು ಮಾತ್ರ ಪ್ರಾತಿನಿಧ್ಯ ಹೊಂದಿದ್ದಾರೆ ಎಂದು ಸಮೀಕ್ಷೆ ತಿಳಿಸಿದೆ.

ಡಿಜಿಟಲ್ ಮಾಧ್ಯಮ ವೇದಿಕೆಗಳಲ್ಲಿ ಮಹಿಳೆಯರು ಉತ್ತಮವಾಗಿ ಪ್ರತಿನಿಧಿಸಲ್ಪಟ್ಟಿರುವುದು ಆಶಾದಾಯಕ ಬೆಳವಣಿಗೆ. ಪುರುಷರ ಸಂಖ್ಯೆ ಶೇ. 61.5 ಇದ್ದರೆ ಮಹಿಳೆಯರ ಸಂಖ್ಯೆ ಶೇ. 37.5 ಎನ್ನುತ್ತದೆ ಈ ಸಮೀಕ್ಷೆ. ಎಲ್ಲಾ ಡಿಜಿಟಲ್ ಮೀಡಿಯಾ ಪೋರ್ಟಲ್‌ಗಳಿಗೆ ಹೋಲಿಸಿದರೆ, 'ಮೂಕನಾಯಕ್' ಅತ್ಯಧಿಕ ಮಹಿಳಾ ಪ್ರಾತಿನಿಧ್ಯವನ್ನು ಹೊಂದಿದೆ. ನಿಯತಕಾಲಿಕೆಗಳಲ್ಲಿ ಮಹಿಳೆಯರ ಪ್ರಾತಿನಿಧ್ಯ ಶೇ. 30ರಷ್ಟು ಇದೆ ಎನ್ನುವುದು ಸಂತಸಕರ.

ಖಬರ್ ಲಹರಿಯ: ಆಶಾಕಿರಣ

ದಲಿತರು ಮತ್ತು ಕೆಳಜಾತಿಯ ಮಹಿಳೆಯರು ನಡೆಸುತ್ತಿರುವ ಸಮರ್ಥ ಮತ್ತು ಮಾದರಿ ಸುದ್ದಿ ಪ್ರಕಟಣೆ ಖಬರ್ ಲಹರಿಯ (ಸುದ್ದಿಯ ಅಲೆಗಳು). ಉತ್ತರಪ್ರದೇಶ ಮತ್ತು ಮಧ್ಯಪ್ರದೇಶಗಳ ನಡುವಿನ ಬುಂದೇಲಖಂಡ ಗುಡ್ಡಗಾಡು ಪ್ರದೇಶದ ಚಿತ್ರಕೂಟ ಜಿಲ್ಲೆಯಲ್ಲಿ ತನ್ನ ಕಚೇರಿ ಹೊಂದಿದೆ. ಸಾಪ್ತಾಹಿಕವಾಗಿ ಆರಂಭವಾದ ಈ ಪತ್ರಿಕೆ ಗುಡ್ಡಗಾಡು ಪ್ರದೇಶಗಳಲ್ಲಿ ವಿತರಣೆ ಸಮಸ್ಯೆ ಹೊಂದಿತ್ತು. ಅದರ ಉತ್ತುಂಗದಲ್ಲಿ ಆರು ಜಿಲ್ಲೆಗಳ ಸ್ಥಳೀಯ ಉಪಭಾಷೆಗಳಲ್ಲಿ 80,000 ಜನರನ್ನು ತಲುಪುವ ಆರು ಭಾಷಾ ಆವೃತ್ತಿಗಳನ್ನು ಪತ್ರಿಕೆ ಹೊಂದಿತ್ತು ಈಗ ಕೇವಲ ಆನ್‌ಲೈನ್ ಪ್ರಕಟಣೆಯಾಗಿ ಹೊರಬರುತ್ತಿದೆ. ದೆಹಲಿ ಮೂಲದ ಸ್ವಯಂಸೇವಾ ಸಂಸ್ಥೆ 'ನಿರಂತರ್'ನ ಕ್ಷೇತ್ರ ಕಾರ್ಯಕ್ರಮವಾಗಿ ಈ ಪತ್ರಿಕೆ 2002ರಲ್ಲಿ ಆರಂಭವಾಯ್ತು ಮತ್ತು ಅನೇಕ ಸಂಸ್ಥೆಗಳು ಧನಸಹಾಯ ನೀಡುತ್ತಿವೆ. ಈ ಪ್ರಕಟಣೆಯನ್ನು ಕುರಿತ ಕಿರುಚಿತ್ರ 'ರೈಟಿಂಗ್ ವಿಥ್ ಫೈರ್' ಜಗತ್ತಿನೆಲ್ಲೆಡೆ ಗಮನ ಸೆಳೆದಿದೆ.

ದಲಿತರ ಮೇಲಿನ ದೌರ್ಜನ್ಯ, ದಬ್ಬಾಳಿಕೆಗಳನ್ನು ಹೊರತಂದು ಜಾಗೃತಿ ಮೂಡಿಸಲು ಆರಂಭವಾದ ಈ ಪ್ರಕಟಣೆ ಗ್ರಾಮೀಣ ಪ್ರದೇಶದ ಸಮಸ್ಯೆಗಳ ಮೇಲೆ ಹೆಚ್ಚಿನ ಗಮನ ಹರಿಸುತ್ತದೆ. ಮುಖ್ಯ ವರದಿಗಾರ್ತಿ ಮೀರಾ ದೇವಿ ನೇತೃತ್ವದಲ್ಲಿ ವರದಿಗಾರರು ಕೆಲಸ ಮಾಡುತ್ತಾರೆ. ವರದಿಗಾರರಲ್ಲಿ ಹೆಚ್ಚಿನವರು

ದಲಿತರು. ವರದಿ ಮಾಡುವಾಗ ಅವರು ಸ್ಮಾರ್ಟ್‌ಫೋನ್‌ಗಳನ್ನು ಬಳಸಲು ತರಬೇತಿ ನೀಡಲಾಗುತ್ತದೆ. ಮೂರು ತಿಂಗಳ ಕಠಿಣ ಪತ್ರಿಕೋದ್ಯಮ ತರಬೇತಿಯನ್ನು ಹೊಸಬರಿಗೆ ನೀಡಲಾಗುತ್ತದೆ. ಪ್ರತಿದಿನ ತಾರತಮ್ಯವನ್ನು ಎದುರಿಸಿ ಅವಮಾನವನ್ನು ಸಹಿಸಿ ಈ ದಲಿತ ಗ್ರಾಮೀಣ ಪತ್ರಕರ್ತೆಯರು ತಮ್ಮ ಕೆಲಸ ನಿರ್ವಹಿಸುತ್ತಾರೆ. ಸರ್ಕಾರಿ ಅಧಿಕಾರಿಗಳನ್ನು ಸಂದರ್ಶಿಸಲು ಹೋದಾಗ ಅವರು ಪ್ರಶ್ನೆಗಳಿಗೆ ಉತ್ತರಿಸುವುದಿಲ್ಲ ಅಥವಾ ಕೇಳಿದ್ದಕ್ಕೆ ಉತ್ತರಿಸುವುದಿಲ್ಲ. ಸಂಪೂರ್ಣವಾಗಿ ತಂತ್ರಜ್ಞಾನದ ಮೇಲೆ ಅವಲಂಬಿತರಾಗಿರುವ ಈ ಪತ್ರಿಕೆಗೆ ಹಲವು ಸಲ ಬೆದರಿಕೆಯ ಟ್ರೋಲ್‌ಗಳು ಸಾಮಾನ್ಯ. ಟೀಕಿಸುವ ಸುದ್ದಿಗಳನ್ನು ಪೋಸ್ಟ್ ಮಾಡಿದರೆ, ಟ್ರೋಲ್‌ಗಳು ಹೆಚ್ಚಾಗಲು ಪ್ರಾರಂಭಿಸುತ್ತವೆ ಎನ್ನುತ್ತಾರೆ ಇಲ್ಲಿನ ಪತ್ರಕರ್ತರು.

ಮಹಿಳೆಯರ ಪ್ರಾತಿನಿಧ್ಯ ವಿಷಯದಲ್ಲಿ ಹಲವು ಭಾರತೀಯ ಮಾಧ್ಯಮಗಳ ಸಾಧನೆ ಅನುಕರಣೀಯ ಮತ್ತು ಪ್ರಶಂಸನೀಯ. ಉದಾಹರಣೆಗೆ ರೇಡಿಯೋ ಸಿಟಿ ಮತ್ತು ಮಿಡ್ ಡೆ ಸಂಸ್ಥೆ. ರೇಡಿಯೋ ಸಿಟಿಯಲ್ಲಿ, ಹೆಚ್ಚಿನ ಸಂಖ್ಯೆಯ ನಾಯಕತ್ವದ ಸ್ಥಾನಗಳನ್ನು ಮಹಿಳೆಯರು ಹೊಂದಿದ್ದಾರೆ. ಇದು ಮಧ್ಯಮ ಮಟ್ಟದ ಮತ್ತು ಪ್ರವೇಶ ಮಟ್ಟದ ಮಹಿಳಾ ಉದ್ಯೋಗಿಗಳನ್ನು ದೊಡ್ಡ ಕನಸು ಕಾಣಲು ಪ್ರೇರೇಪಿಸುತ್ತದೆ. ವೈವಿಧ್ಯತೆಯ ಅನೇಕ ಸದ್ಗುಣಗಳನ್ನು ಈ ಸಂಸ್ಥೆ ಹೊಂದಿದೆ ಎಂದು ಸಾಬೀತುಪಡಿಸಿದೆ. 'ರೇಡಿಯೋ ಸಿಟಿ'ಯು 2019ರಲ್ಲಿ ಮಹಿಳೆಯರಿಗಾಗಿ ಭಾರತದ ಅತ್ಯುತ್ತಮ ಕೆಲಸದ ಸ್ಥಳಗಳಲ್ಲಿ ಒಂದಾಗಿದೆ ಎಂಬ ಪ್ರಶಂಸೆಗೆ ಭಾಜನವಾಗಿದೆ.

ಹಾಗೆಯೇ ನೆಟ್‌ಫ್ಲಿಕ್ಸ್ ಓಟಿಟಿ ಸಂಸ್ಥೆ. ಇವರ ಮಾತಿನಲ್ಲೇ ಹೇಳುವುದಾದರೆ, 2020ರಿಂದಲೂ ನಾವು ಭಾರತದಲ್ಲಿ 2400ಕ್ಕೂ ಹೆಚ್ಚು ಮಹಿಳಾ ರಚನೆಕಾರರು, ಪ್ರತಿಭೆ ಮತ್ತು ಸಿಬ್ಬಂದಿಯೊಂದಿಗೆ ಪರದೆಯ ಮೇಲೆ ಮತ್ತು ಹೊರಗೆ ಸಹಯೋಗ ಹೊಂದಿದ್ದೇವೆ. 2021ರಲ್ಲಿ ನಮ್ಮ ಮೂಲ ಚಲನಚಿತ್ರಗಳು ಮತ್ತು ಸರಣಿಗಳಲ್ಲಿ ಅರ್ಧದಷ್ಟು ಮಹಿಳೆಯರನ್ನು ಕೇಂದ್ರ ಪಾತ್ರವನ್ನಾಗಿ ಮಾಡಲಾಗಿತ್ತು. 'ನೆಟ್‌ಫ್ಲಿಕ್ಸ್‌ನಲ್ಲಿ ಸುಮಾರು 50 ಮಹಿಳಾ ನಿರ್ಮಾಪಕರು, ನಿರ್ದೇಶಕರು ಅಥವಾ ಬರಹಗಾರರೊಂದಿಗೆ ಕೆಲಸ ಮಾಡುತ್ತಿದೆ'. ಈ ಬಗೆಯ ಸಂವೇದನಾಶೀಲತೆ ಮಾಧ್ಯಮ ಉದ್ಯೋಗಪತಿಗಳು ಅಳವಡಿಸಿಕೊಂಡರೆ, ಸಮಾಜದ ಆರೋಗ್ಯ ಖಂಡಿತ ಸುಧಾರಿಸುವಲ್ಲಿ ಸಂದೇಹವಿಲ್ಲ. ಇದರ ಜತೆಗೆ ಎಲ್ಲ ವರ್ಗದವರ ಒಳಗೊಳ್ಳುವಿಕೆ ಸಹ ಅಷ್ಟೇ ಮುಖ್ಯ.

ತುಳಿತಕ್ಕೆ, ದೌರ್ಜನ್ಯಕ್ಕೆ ಸಿಲುಕಿದವರ ನೆರವಿಗೆ ಆಧುನಿಕ ಮಾಧ್ಯಮಗಳು ನೆರವಾಗುವುದರಲ್ಲಿ ಯಾವುದೇ ಸಂದೇಹವಿಲ್ಲ. ಆದರೆ ಅವುಗಳ ಸಮರ್ಪಕ

ಬಳಕೆ ಮತ್ತು ನಿರ್ಭೀತ ಮತ್ತು ನಿಷ್ಪಕ್ಷಪಾತದಿಂದ ಸೇವೆ ಸಲ್ಲಿಸುವ ಮನಸ್ಸುಗಳು ಬೇಕು. ಪ್ರತಿ ಜಿಲ್ಲೆಗೊಂದು ಖಬರ್ ಲಹರಿಯ ಇದ್ದರೆ, ಎಷ್ಟು ದೌರ್ಜನ್ಯಗಳನ್ನು ತಡೆಗಟ್ಟಬಹುದು, ಅಲ್ಲವೇ? ಪ.ಜಾತಿ ಮತ್ತು ಪ.ಪಂಗಡ ಮಾಲೀಕತ್ವ/ಸಂಪಾದಕತ್ವ ಪತ್ರಿಕೆಗಳಿಗೆ ಕರ್ನಾಟಕ ರಾಜ್ಯ ಸರ್ಕಾರ ಹಲವು ಸವಲತ್ತುಗಳನ್ನು ನೀಡಿದೆ. ಆದರೆ ಬಹುತೇಕರಿಗೆ ಹೋರಾಟ ಮನೋಭಾವವಿಲ್ಲ. ವಾರ್ತಾ ಇಲಾಖೆ ಮೂಲಕ ಇದೇ ವರ್ಗದ ವಿದ್ಯಾರ್ಥಿಗಳಿಗೆ ಮಾಧ್ಯಮ ಸಂಸ್ಥೆಗಳಲ್ಲಿ ಉಚಿತ ತರಬೇತಿ ನೀಡುವ ವ್ಯವಸ್ಥೆ ಸಹ ಮಾಡಲಾಗಿದೆ. ಇಂತಹ ಅವಕಾಶಪಡೆದ ತರುಣಿಯರು ಆಧುನಿಕ ತಂತ್ರಜ್ಞಾನಗಳನ್ನು ಅರ್ಥಪೂರ್ಣವಾಗಿ ಬಳಸಿ ಮಹಿಳೆಯರ ಸುಧಾರಣೆಗೆ ಕಿರುಕಾಣಿಕೆ ನೀಡಬಹುದು.

(ಸಮಾಜಮುಖಿ, ಜೂನ್ 2023)

27

ಸುದ್ದಿಸೇವೆ: ಹೊಸ ಸಾಧ್ಯತೆಗಳು ಮತ್ತು ಮಾದರಿಗಳು

ಸುದ್ದಿ ನಾಸಿಕ ಎಂಬ ಪದ ಪತ್ರಿಕೋದ್ಯಮ ಬಲ್ಲವರಿಗೆ ಪರಿಚಿತ ಪದ. ಅದರ ಅರ್ಥ ಈಗಾಗಲೇ ಸಂಭವಿಸಿರುವ, ಸಂಭವಿಸಬಹುದಾದ ಬೆಳವಣಿಗೆಗಳನ್ನು ಅರಿಯುವ ಚತುರತೆ. ತಿಳಿದ ಮೇಲೆ ಇನ್ನೊಬ್ಬರಿಗೆ ತಿಳಿಸುವ ಕಲೆ ಕೂಡ ಬಹು ಮುಖ್ಯ. ಅದು ಮಾತಿರಬಹುದು ಇಲ್ಲವೇ ಬರವಣಿಗೆ ಮೂಲಕವಿರಬಹುದು. ಸರಳವಾಗಿ ಮತ್ತು ಆಕರ್ಷಕವಾಗಿ ಬರೆಯಬಲ್ಲವನು ಪತ್ರಕರ್ತನಾಗುತ್ತಾನೆ. ಅದು ಪಕ್ಕದ ಮನೆಯಿರಬಹುದು, ಒಂದು ಗ್ರಾಮವಿರಬಹುದು, ಇಲ್ಲವೇ ಪಟ್ಟಣವಿರಬಹುದು ಅಥವಾ ಯಾವುದೇ ಕ್ಷೇತ್ರ ಇರಬಹುದು. ರಾಜಕಾರಣ, ಸಿನಿಮಾ ಕ್ರೀಡೆ ಹೀಗೆ. ಹಲವು ಘಟನೆಗಳು ಎಲ್ಲರ ಗಮನಕ್ಕೆ ಬರುತ್ತವೆ, ಕೆಲವು ಬರುವುದಿಲ್ಲ ಮತ್ತೆ ಕೆಲವನ್ನು ಉದ್ದೇಶಪೂರ್ವಕವಾಗಿ ಮುಚ್ಚಿಡಲಾಗುತ್ತದೆ. ಸುಮಾರು 300 ವರ್ಷಗಳಿಂದ ಮುದ್ರಿತ ಪತ್ರಿಕೆಗಳು ಮತ್ತು ನಿಯತಕಾಲಿಕೆಗಳು ಸಮಾಜದ ಎಲ್ಲ ರಂಗಗಳ ಬೆಳವಣಿಗೆಗಳನ್ನು ಓದುಗರಿಗೆ ವರದಿ ಮಾಡುತ್ತಿವೆ.

ಸಮಾಜ ವಿಕಸನಗೊಳ್ಳುತ್ತಿದ್ದಂತೆ ಪತ್ರಿಕೆಗಳ ಪಾತ್ರವೂ ಹೆಚ್ಚಳವಾಯಿತು. ಪ್ರತಿನಿತ್ಯ ಜನರ ಬಾಗಿಲು ಮುಟ್ಟುವ ಸುದ್ದಿಪತ್ರಿಕೆ ಕ್ರಮೇಣ ವಾಣಿಜ್ಯ ಉತ್ಪಾದನೆಗಳ ಪ್ರಚಾರಕ್ಕೆ

ಮಾಧ್ಯಮಗಳಾದವು. ನಂತರದ ದಿನಗಳಲ್ಲಿ ಸಿನಿಮಾ, ಬಾನುಲಿ, ಟಿ.ವಿ ಮತ್ತು ಈಗ ಡಿಜಿಟಲ್ ಮಾಧ್ಯಮಗಳು ಹೊರಬಂದು, ಅವು ಕೂಡ ಇದೇ ಬಗೆಯ ಸೇವೆಗಳನ್ನು ನೀಡುತ್ತಿವೆ. ಸುದ್ದಿ, ವಿಶ್ಲೇಷಣೆ, ಗಣ್ಯರ/ತಜ್ಞರ ಅಭಿಪ್ರಾಯಗಳು, ವಿಶೇಷವಾಗಿ ಮುಕ್ತ ಮತ್ತು ಪ್ರಜಾಸತ್ತಾತ್ಮಕ ವ್ಯವಸ್ಥೆಗಳಲ್ಲಿ ಕಾವಲು ನಾಯಿಯ ಕೆಲಸ ಮಾಡುವಿಕೆ. ಸುದ್ದಿ ಸೇವೆಗಳಲ್ಲಿ ಬರುವ ಆದಾಯಕ್ಕಿಂತ ಜಾಹಿರಾತುಗಳಲ್ಲಿ ಬರುವ ಆದಾಯವೇ ಅಧಿಕವಾಗಿ ಪತ್ರಿಕೆ ಪ್ರಕಾಶಕರು ಸುಲಭ ದಾರಿಗೆ ಇಳಿದರು. ಯಾರ ಹಿತಾಸಕ್ತಿಗಳು ಮುನ್ನಲೆಯಲ್ಲಿರಬೇಕು? ಓದುಗರದೋ ಇಲ್ಲವೇ ಜಾಹಿರಾತುದಾರದ್ದೋ? ಇಲ್ಲ, ಪತ್ರಿಕೆಗಳಿರುವುದೇ ಸಮಾಜದ ಸೇವೆಗೆ, ಪ್ರಜಾಸತ್ತೆಯ ರಕ್ಷಣೆಗೆ, ಆದರೆ ಓದುಗ ಮಹಾಶಯ ಪತ್ರಿಕಾ ವೆಚ್ಚದ ಎಷ್ಟು ಭಾಗವನ್ನು ಭರಿಸುತ್ತಾನೆ ಎಂಬುದು ಮುಂದಿನ ಪ್ರಶ್ನೆ.

ದೇಶದ ಪ್ರಮುಖ ಪತ್ರಿಕೆ ಪ್ರಕಾಶನ ಸಂಸ್ಥೆಯಾದ ಟೈಮ್ಸ್ ಆಫ್ ಇಂಡಿಯಾ ಬಳಗ, ಇಂಗ್ಲಿಷ್ ಸೇರಿದಂತೆ ಆರು ಭಾಷೆಗಳಲ್ಲಿ ಪತ್ರಿಕೆಗಳನ್ನು ಪ್ರಕಟಿಸುತ್ತದೆ. 2022ರ ವಾರ್ಷಿಕ ವರದಿಯ ಪ್ರಕಾರ ಆ ಸಂಸ್ಥೆಯ ಪ್ರಕಟಣೆಗಳ ಜಾಹಿರಾತು ಆದಾಯ 4352.36 ಕೋಟಿ, ಆದರೆ ಆರು ಭಾಷೆಗಳ ಓದುಗರಿಂದ ಚಂದಾ ರೂಪದಲ್ಲಿ ಬಂದ ಹಣ ಕೇವಲ 401.58 ಕೋಟಿ ಮಾತ್ರ. ಅಂದರೆ ಶೇ. 10ಕ್ಕಿಂತಲೂ ಕಡಿಮೆ. ನೀವು ಬೆಂಗಳೂರಿನವರಾಗಿದ್ದರೆ, ನಿಮಗೆ ನೆನಪಿದೆ, ಟೈಮ್ಸ್ ಆಫ್ ಇಂಡಿಯಾ ಪತ್ರಿಕೆಯ ಮಾರಾಟದ ಬೆಲೆ ಐದು ರೂ. ಶುಕ್ರ, ಶನಿ ಮತ್ತು ಭಾನುವಾರ ನಿಮಗೆ 40ಕ್ಕಿಂತಲ್ಲೂ ಹೆಚ್ಚಿನ ಪುಟಗಳಿರುತ್ತವೆ. ಹಬ್ಬದ ಸಮಯದಲ್ಲಿ ಇದು 70–80 ಪುಟಗಳನ್ನೂ ಮೀರುತ್ತದೆ. ಸಾರಿಗೆ ಮತ್ತು ಏಜೆನ್ಸಿ ಕಮಿಷನ್ ಕಳೆದು ಪ್ರಕಾಶಕರ ಕಿಸೆಗೆ ಸೇರುವುದು ಕೇವಲ ಮೂರು ರೂ. ಮಾತ್ರ. ಈಗ ಹೇಳಿ ಪತ್ರಿಕೆಗೆ ಯಾರು ಮುಖ್ಯವಾಗುತ್ತಾರೆ? ಕೆಲವು ಭಾಷಾ ಪತ್ರಿಕೆಗಳು ತಮ್ಮ ದರವನ್ನು 6–7 ರೂಗಳಿಗೆ ಏರಿಸಿವೆ. ಬಹುತೇಕ ಪತ್ರಿಕೆಗಳ ಆದಾಯ ಶೇ. 70ರಷ್ಟು ಜಾಹಿರಾತಿನಿಂದ ಮತ್ತು ಶೇ. 30ರಷ್ಟು ಮಾತ್ರ ಓದುಗರು ನೀಡುವ ಚಂದಾ ಹಣದಿಂದ.

ಬೆಂಗಳೂರು ಟೈಮ್ಸ್ ಪುರವಣಿಯಲ್ಲಿ ಬರುವ ಬಹುತೇಕ ಲೇಖನಗಳು/ ಚಿತ್ರಗಳು ಜಾಹಿರಾತಿನ ಇನ್ನೊಂದು ರೂಪ. ಅವರೇ ಮುಕ್ತವಾಗಿ ಹೇಳುತ್ತಾರೆ. Promotional features ಎಂದು. ವಿಭಿನ್ನ ಹೆಸರುಗಳಲ್ಲಿ ಬಹುತೇಕ ಎಲ್ಲ ಪತ್ರಿಕೆಗಳು ಇದೇ ಮಾದರಿ ನಕಲು ಮಾಡಿದ್ದಾರೆ. ಇದರಲ್ಲಿ ಓದುಗನ ಹಿತಾಸಕ್ತಿಗಳಿಗಿಂತ ಜಾಹಿರಾತು ಹಣ ಭರಿಸುವವನ ಆಶಯಗಳೇ ಮುಖ್ಯವಾಗುತ್ತವೆ.

ಅದಕ್ಕೆಂದೇ ಟೈಮ್ಸ್ ಆಫ್ ಇಂಡಿಯಾ ಪ್ರಕಾಶಕರಲ್ಲೊಬ್ಬರಾದ ವಿನೀತ್ ಜೈನ್ ಕೆಲ ವರ್ಷಗಳ ಹಿಂದೆ ಘಂಟಾಘೋಷವಾಗಿ ಹೇಳಿದರು; ನಾವಿರುವುದು ಜಾಹಿರಾತು ವ್ಯವಹಾರದಲ್ಲಿ, ಏಕೆಂದರೆ ನಮಗೆ ಅತ್ಯಧಿಕ ಆದಾಯ ತರುವುದು

ಈ ವಿಭಾಗ. ಅಂದರೆ ಹೆಚ್ಚು ಪ್ರಸಾರ, ಅಧಿಕ ಜಾಹಿರಾತು. ಇಲ್ಲ, ಇದನ್ನು ತದ್ವಿರುದ್ಧ ಮಾಡಿ ನೋಡಿ ಅತ್ಯುತ್ತಮ ಸುದ್ದಿ ಮತ್ತು ವಿಶ್ಲೇಷಣೆ, ಅಧಿಕ ಪ್ರಸಾರ, ಅದು ಸಾಧ್ಯವಿಲ್ಲ. ಏಕೆಂದರೆ ಅಗೆದು ಬಗೆದು ಹೊರತಂದ ಅತ್ಯುತ್ತಮ ಸುದ್ದಿ, ಇಲ್ಲವೇ ಅಧಿಕಾರ ದುರುಪಯೋಗ, ಸ್ವಜನಪಕ್ಷಪಾತ, ದುರಾಡಳಿತಗಳ ಮೇಲೆ ಬೆಳಕು ಚೆಲ್ಲಿ, ಭ್ರಷ್ಟ ಚಟುವಟಿಕೆಗಳನ್ನು ನಿಯಂತ್ರಿಸಿ, ಓದುಗರ ಮನಗೆದ್ದು, ಅವರ ಬೆಂಬಲವನ್ನು ಪಡೆದು ಸುದ್ದಿ ಪ್ರಸಾರ ಮಾಡುವ ಮಾಧ್ಯಮಗಳು ಇಂದು ಎಲ್ಲಿವೆ, ಯೋಚಿಸಿ. ಅಗೆದು ಬಗೆದು ಹೊರತರುವ ಸುದ್ದಿಗೆ ಅತ್ಯಧಿಕ ಶ್ರಮ ಬೇಕು, ಪತ್ರಕರ್ತರಿಗೆ ಸಾರಿಗೆ ಸಂಬಳ ನೀಡಬೇಕು, ದಾಖಲೆಗಳನ್ನು ಪರಿಶೀಲಿಸಬೇಕು, ಕಾನೂನು ಗಂಡಾಂತರಗಳನ್ನು ಮೆಟ್ಟಿ ನಿಲ್ಲಬೇಕು, ನ್ಯಾಯಾಂಗ ಪರಿಶೀಲನೆಗಳಿಂದ ಮುಕ್ತವಾಗಿ ಹೊರಬರಬೇಕು, ಹಲವಾರು ಒತ್ತಡಗಳನ್ನು ಮೆಟ್ಟಿನಿಲ್ಲುವ ಸಾಮರ್ಥ್ಯ ಹೊಂದಿದ್ದರೆ ಮಾತ್ರ ಇದು ಸಾಧ್ಯ.

ಇವೆಲ್ಲದರ ಬದಲು ಸುಲಭ ಸರಳ ವಿಧಾನಗಳನ್ನೇ ಬಹುತೇಕ ಭಾರತೀಯ ಮಾಧ್ಯಮ ಸಂಸ್ಥೆಗಳು ಅನುಸರಿಸುತ್ತಿವೆ. ಏಕೆಂದರೆ ಉತ್ಪಾದನೆ, ಸಾರಿಗೆ, ಸಂಬಳ ವೆಚ್ಚಗಳನ್ನೆಲ್ಲ ಸೇರಿಸಿ 14–16 ಪುಟಗಳ ದಿನಪತ್ರಿಕೆ ಮಾರಿದರೆ ಒಂದು ಪ್ರತಿಗೆ 15–20 ರೂ.ಗಳನ್ನು ಪ್ರತಿನಿತ್ಯ ಓದುಗ ನೀಡಬೇಕಾಗುತ್ತದೆ. ತಿಂಗಳಿಗೆ 450–600 ರೂ. ನೀಡಿ ಓದುವವರ ಸಂಖ್ಯೆ ತೀರಾ ಕಡಿಮೆ. ಬಲು ಸುಲಭವಾಗಿ ಸುದ್ದಿ ಮುಖ್ಯಾಂಶಗಳು ಇಂದು ಮೊಬೈಲ್‌ಗಳಲ್ಲಿ ಹರಿದಾಡುವಾಗ, ಅಷ್ಟು ಹಣ ತೆತ್ತು ಪತ್ರಿಕೆ ಏಕೆ ಓದಬೇಕು ಎನ್ನುವ ಪ್ರಶ್ನೆ ಸಹಜ. ನೆರೆಯ ಪಾಕಿಸ್ತಾನಿ ಪತ್ರಿಕೆಗಳ ಬೆಲೆ ಕೇಳಿದರೆ ನಿಮ್ಮ ಹುಬ್ಬೇರುತ್ತವೆ. ಸರಾಸರಿ 20 ಪುಟಗಳನ್ನು ಪ್ರಕಟಿಸುವ 'ಡಾನ್' ಆಂಗ್ಲ ದೈನಿಕದ ಬಿಡಿ ಪ್ರತಿ ಬೆಲೆ 30 ರೂ.ಗಳು. ಮಾಸಿಕ ರೂ. 850. 'ಡೈಲಿ ಜಂಗ್' ಎನ್ನುವ ಉರ್ದು ಪತ್ರಿಕೆಯ ಬೆಲೆ, ಬಿಡಿ ಪ್ರತಿಗೆ 40 ರೂ., ವಾರ್ಷಿಕ ಚಂದಾ 11,500 ರೂ. ಎಲ್ಲಿಯ 5–6 ರೂ ಎಲ್ಲಿಯ 30–40 ರೂ.?

ಪತ್ರಿಕಾ ಪ್ರಕಾಶಕರಿಗೆ ಇರುವ ಪ್ರಮುಖ ಆದಾಯದ ಮೂಲಗಳೆಂದರೆ, ಚಂದಾದಾರ ನೀಡುವ ಹಣ, ಜಾಹಿರಾತಿನಿಂದ ಬರುವ ಆದಾಯ. ಜಾಹಿರಾತು ಕೂಡ ಅಷ್ಟು ಸುಲಭವಾಗಿ ನಿಮಗೆ ದಕ್ಕುವುದಿಲ್ಲ. ಅಲ್ಲೂ ಅಧಿಕ ಸ್ಪರ್ಧೆ. ಇನ್ನು ಉಳಿದಿರುವ ಮಾರ್ಗ ಸಾರ್ವಜನಿಕರಿಂದ ಮತ್ತು ದತ್ತಿ/ದಾನ/ಧರ್ಮ ಸಂಸ್ಥೆಗಳಿಂದ ನೆರವು ಕೇಳುವುದು. ಇಂತಹ ಒಂದು ತಂತ್ರವನ್ನು ಬಹು ಯಶಸ್ವಿಯಾಗಿ ಅಳವಡಿಸಿಕೊಂಡ ಪತ್ರಿಕೆ ಲಂಡನ್ ಮೂಲದ 'ದಿ ಗಾರ್ಡಿಯನ್'. ಕನಿಷ್ಠ ಐದು ಪೌಂಡ್‌ಗಳಿಂದ ನೆರವು ಸ್ವೀಕರಿಸುತ್ತದೆ. ಪಾಶ್ಚಿಮಾತ್ಯ ದೇಶಗಳಲ್ಲಿ ದಾನ–ದತ್ತಿ ಸಂಸ್ಥೆಗಳು ಉದಾರವಾಗಿ, ವಿಶೇಷವಾಗಿ ಸಮುದಾಯ ಪತ್ರಿಕೆಗಳಿಗೆ ನೆರವು ನೀಡುತ್ತವೆ. ಕೆಲವು ನಿಬಂಧನೆಗಳಿಗೆ ಒಳಪಡಿಸಿದಂತೆ ನಮ್ಮ ದೇಶದಲ್ಲಿ ಕೇಂದ್ರ ಹಾಗೂ ರಾಜ್ಯ ಸರ್ಕಾರಗಳು ಜಾಹಿರಾತು ನೀಡಿ ಪತ್ರಿಕೆಗಳನ್ನು

ಪ್ರೋತ್ಸಾಹಿಸುತ್ತವೆ. ಇನ್ನೂ ಒಂದು ಹೆಜ್ಜೆ ಮುಂದೆ ಹೋಗಿ ಹಲವು ಸುದ್ದಿ ಸೇವಾ ಸಂಸ್ಥೆಗಳು ನಿರ್ದಿಷ್ಟ ಕ್ಷೇತ್ರದಲ್ಲಿನ ಸಮಸ್ಯೆಗಳನ್ನು ಕುರಿತು ತನಿಖೆಯನ್ನು ನಡೆಸಿ ವರದಿಗಳನ್ನು ಪ್ರಕಟಿಸಲು ಓದುಗರಿಂದ ಹಣ ಸ್ವೀಕರಿಸಿ ಅಂತಹ ಸಾಹಸಗಳಿಗೆ ಮುಂದಾಗುತ್ತಿವೆ. ದೇಶದ ಅಂತಹ ಒಂದು ಕೆಚ್ಚೆದೆಯ ಸಾಹಸಿ ಸಂಸ್ಥೆ 'ನ್ಯೂಸ್ ಲಾಂಡ್ರಿ'. ಇದೊಂದು ವೆಬ್ ಜಾಲತಾಣ.

ಉದಾಹರಣೆಗೆ ಉತ್ತರಾಖಂಡ ರಾಜ್ಯದ ಬಹುಭಾಗಗಳಲ್ಲಿ ಕೈಗಾರಿಕೆ, ಆಣೆಕಟ್ಟು, ಖಾಸಗಿ ಕಟ್ಟಡಗಳ ಹೆಚ್ಚಳದಿಂದ ಜೋಶಿಮಠ ಎಂಬ ಪ್ರದೇಶ ತನ್ನ ಅಸ್ತಿತ್ವವನ್ನೇ ಕಳೆದುಕೊಳ್ಳಲಿದೆ ಎಂಬ ಭಯದ ಗುಂಗು ಹರಡಿದೆ. ಇದೇಕೆ ಈ ರಾಜ್ಯದಲ್ಲಿ ಹೀಗಾಗುತ್ತಿದೆ ಎಂದು ತನಿಖೆ ನಡೆಸಲು ವೆಬ್ ಪೋರ್ಟಲ್ ಸಿದ್ಧವಾಗಿ ತನ್ನ ಓದುಗರ ನೆರವು ಕೇಳಿದೆ. 'ಈ ತನಿಖೆಗೆ ಸುಮಾರು 5,50,000 ರೂ. ಖರ್ಚು ತಗಲಬಹುದು ಎಂದು ಅಂದಾಜಿಸಿ, ಈಗಾಗಲೇ ನಾವು 1,72,000 ರೂ. ಸಂಗ್ರಹಿಸಿದ್ದೇವೆ', ಎಂದು ತನ್ನ ಜಾಲತಾಣದಲ್ಲಿ ಪ್ರಕಟಿಸಿ, ಉದಾರವಾಗಿ ಕೊಡುಗೆ ನೀಡಿ ಎಂದು ಮನವಿ ಮಾಡುತ್ತಿದೆ. ಅರ್ಥಪೂರ್ಣ ಸುದ್ದಿ ಸಂಗ್ರಹಕ್ಕೆ ನುರಿತ ಮಾನವ ಸಂಪನ್ಮೂಲ ಬೇಕು, ಸಮಯ ಬೇಕು, ಹತ್ತಾರು ಮಾಹಿತಿ ಮೂಲಗಳನ್ನು ಶೋಧಿಸಬೇಕು, ಹಲವಾರು ತಜ್ಞರನ್ನು ಭೇಟಿ ಮಾಡಬೇಕು, ಇಷ್ಟೆಲ್ಲಾ ಮಾಡಿ ಪ್ರಕಟಿಸಿದಾಗ, ವರದಿಯನ್ನು ನ್ಯಾಯಾಲಯದಲ್ಲಿ ಯಾರಾದರೂ ಪ್ರಶ್ನಿಸಬಹುದು. ಅದಕ್ಕೆ ನುರಿತ ವಕೀಲರ ನೆರವು ಬೇಕು ಅವರ ನೆರವಿಗೆ ಹಣ ತೆರಬೇಕು. ಇಷ್ಟು ತಲೆನೋವು ಯಾಕೆ ಬೇಕೆಂದು ಬಹುತೇಕ ಪತ್ರಿಕೆಗಳು ಸುದ್ದಿ ಸಂಸ್ಥೆಗಳಿಂದ ಬರುವ ಇಲ್ಲವೇ ಪರಿಸರ ಸಮಿತಿಗಳು ನೀಡುವ ಅಥವ ವಿರೋಧ ಪಕ್ಷಗಳ ಹೇಳಿಕೆಗಳನ್ನು ಪ್ರಕಟಿಸಿ ಕೈತೊಳೆದುಕೊಳ್ಳುತ್ತಾರೆ. ನಾಳೆ ಇನ್ನೊಂದು ಸಮಸ್ಯೆ, ಇಂತಹುದೇ ಪ್ರಲಾಪಗಳು. ಈ ಬಗೆಯ ಸಮಸ್ಯೆ ನಮ್ಮ ಸುತ್ತಮುತ್ತಲೂ ಸಂಭವಿಸುವ ಸಾಧ್ಯತೆಗಳಿವೆ ಇದೆ ಎಂದು ನಾವು ಯೋಚಿಸುವುದೇ ಇಲ್ಲ. ರಾಜಕಾರಣಿಗಳ ಅರ್ಥವಿಲ್ಲದ, ಅರೆಬೆಂದ ಹೇಳಿಕೆಗಳು, ಪ್ರತಿಹೇಳಿಕೆಗಳು, ಬೈಗುಳಗಳ ಸುರಿಮಳೆ ಇವುಗಳೆಲ್ಲವನ್ನು ಜೋಡಿಸಿದ ವರ್ಣಮಯ ವ್ಯರ್ಥ ಪುಟಗಳನ್ನು ಓದುವ ಹಪಾಪಿತನಕ್ಕೆ ಒಗ್ಗಿಹೋಗಿರುವ ಇಂದಿನ ಓದುಗರಿಗೆ, ಸುದ್ದಿ ಹಿಂದಿನ ಸುದ್ದಿಯ ಬಗ್ಗೆ ಅರಿಯುವ ಕುತೂಹಲವೇ ಇಲ್ಲ. ಇದಕ್ಕೆಲ್ಲ ಶ್ರಮ ಬೇಕು, ಪರಿಣತಿ ಇರಬೇಕು. ಅವರಿವರ ಹೇಳಿಕೆಗಳನ್ನು ಜೋಡಿಸಿ ಸುದ್ದಿ ಬರೆಯುವುದು ಬಹು ಸುಲಭ. ಖರ್ಚಿಲ್ಲ ಶ್ರಮವಿಲ್ಲ, ಟ್ವಿಟರ್ ಹೇಳಿಕೆಗಳು, ಪತ್ರಿಕಾ ಕಚೇರಿಗೆ ಬಂದು ಬೀಳುವ ಪತ್ರಿಕಾ ಪ್ರಕಟಣೆಗಳು ಮತ್ತು ಸಾಮಾಜಿಕ ಮಾಧ್ಯಮಗಳ ಮೂಲಕ ಹರಿಬಿಡುವ ರೋಮಾಂಚನ ಸುದ್ದಿಗಳ ಸಂಗ್ರಹ ಮತ್ತು ಮರುಬಳಕೆ. ಮುಗಿಯಿತು ಪತ್ರಕರ್ತನ ಕೆಲಸ.

ಇದಕ್ಕೆ ವ್ಯತಿರಿಕ್ತವಾಗಿ ಆರಂಭವಾಗಿರುವ 'ನ್ಯೂಸ್ ಲಾಂಡ್ರಿ' ನಮ್ಮ ಮಾಧ್ಯಮ ಪ್ರಪಂಚದ ಕಾವಲು ನಾಯಿಯಂತೆ ಕೆಲಸ ಮಾಡುತ್ತಿದೆ. ಮಾಧ್ಯಮ ವಿಮರ್ಶೆ,

ವರದಿಗಾರಿಕೆ ಮತ್ತು ವಿಡಂಬನಾತ್ಮಕ ವ್ಯಾಖ್ಯಾನಗಳನ್ನು ಅರ್ಥಪೂರ್ಣವಾಗಿ ಲೇಖನಗಳು, ವಿಡಿಯೋ, ಪಾಡ್‌ಕಾಸ್ಟ್, ಚರ್ಚೆ, ಸಂವಾದ ಹೀಗೆ ಅನೇಕ ವೈವಿಧ್ಯಮಯ ರೂಪಗಳಲ್ಲಿ ಸವಿವರ ಮಾಹಿತಿ ಹಾಗೂ ಹಿನ್ನೆಲೆಗಳ ಸಹಿತ ಚಂದಾದಾರರಿಗೆ ಒದಗಿಸುತ್ತದೆ. ಪತ್ರಿಕೋದ್ಯಮದಲ್ಲಿ ಉತ್ತಮ ಹಿನ್ನೆಲೆ ಹೊಂದಿದ್ದ ಅಭಿನಂದನ್ ಸೆಖ್ರಿ, ಮಧು ಟ್ರೆಹಾನ್ ಮತ್ತು ಪ್ರಶಾಂತ್ ಸರೀನ್ ಅವರು 2012ರಲ್ಲಿ ಸ್ಥಾಪಿಸಿದ ಈ ಸಂಸ್ಥೆ ದೇಶದ ಮೊದಲ ಚಂದಾದಾರಿಕೆ ಆಧಾರಿತ ಜಾಲತಾಣ. ಈ ಸಂಸ್ಥೆಯ ಸಹ-ಸಂಸ್ಥಾಪಕರು 69 ಪ್ರತಿಶತ ಮಾಲೀಕತ್ವವನ್ನು ಹೊಂದಿದ್ದಾರೆ. ಈಗ ಇದೇ ಮಾದರಿಯನ್ನು ಹಲವಾರು ಜಾಲತಾಣ ವೇದಿಕೆಗಳು ಅನುಸರಿಸಿವೆ. ಅವುಗಳೆಂದರೆ, 'ದಿ ವೈರ್', 'ದಿ ಕ್ವಿಂಟ್', 'ದಿ ಪ್ರಿಂಟ್', 'ಸ್ಕ್ರೋಲ್' ಮುಂತಾದವುಗಳು. ಇದಕ್ಕೆ ವ್ಯತಿರಿಕ್ತವಾಗಿ, ನ್ಯೂಸ್ ಲಾಂಡ್ರಿ, ದೇಣಿಗೆ ಅಥವಾ ಜಾಹಿರಾತುಗಳ ಬದಲಿಗೆ ಸಾರ್ವಜನಿಕ ಚಂದಾದಾರಿಕೆಗಳನ್ನು ಮಾತ್ರ ಅವಲಂಬಿಸಿ ಹೊಸ ಮಾದರಿಗೆ ಅಡಿಪಾಯ ಹಾಕಿದೆ. ಸುದ್ದಿಗಾಗಿ ಸಾರ್ವಜನಿಕರು ಹಣ ನೀಡದೆ, ದೃಢವಾದ ಮತ್ತು ಭಯವಿಲ್ಲದ ಸುದ್ದಿ ಮಾಧ್ಯಮವು ಕೆಲಸ ಮಾಡಲು ಉಳಿಯುವುದಿಲ್ಲ ಎಂಬ ಅರಿವು ಮೂಡಿಸುವಲ್ಲಿ ಈ ಸಂಸ್ಥೆ ತಕ್ಕಮಟ್ಟಿನ ಯಶಸ್ಸು ಪಡೆದಿದೆ. ಇಂದಿನ ತಂತ್ರಜ್ಞಾನ ಆಧಾರಿತ ಯುಗದಲ್ಲಿ ಈ ಬಗೆಯ ಸಾಹಸದಲ್ಲಿ ನಂಬಿಕೆಯಿಟ್ಟಿರುವವರಿಂದ ಡಿಜಿಟಲ್ ಮಾಧ್ಯಮಗಳ ಮೂಲಕ ಮನವಿ ಮಾಡಿ ನಿಧಿ ಸಂಗ್ರಹಿಸುವುದರ (crowd sourcing) ಮೂಲಕ ಲಭ್ಯವಾಗುತ್ತಿದೆ.

ಈ ಜಾಲತಾಣಕ್ಕೆ ಬೆಂಬಲ ನೀಡುವವರು ಆರು ವರ್ಗಗಳಲ್ಲಿ ಒಂದು ಸಾವಿರ ರೂ.ಗಳಿಂದ ಐವತ್ತು ಸಾವಿರದವರೆಗೆ ಭಿನ್ನ ಹೆಸರುಗಳಲ್ಲಿ ಯೋಜನೆಗಳಲ್ಲಿ ಚಂದಾದಾರರಾಗಬಹುದು. ಪ್ರತಿ ವರ್ಗದವರಿಗೆ ಆಕರ್ಷಕ ಸೇವೆಗಳು ಮತ್ತು ನೆನಪಿನ ಕಾಣಿಕೆಗಳಿವೆ. ವಿದ್ಯಾರ್ಥಿಗಳು ಕಡಿಮೆ ದರದಲ್ಲಿ ಜಾಲತಾಣದ ಚಂದಾ ಪಡೆಯಬಹುದು. ಹಲವಾರು ಗುರುತರ ತನಿಖಾ ವರದಿಗಳನ್ನು ಈ ಜಾಲತಾಣ ಪ್ರಕಟಿಸಿ ಮೆಚ್ಚುಗೆ ಗಳಿಸಿದೆ. 2015ರಲ್ಲಿ, ದೇಶದ ಸಾರ್ವಜನಿಕ ವಲಯದ ಉದ್ಯಮಗಳನ್ನು ರಾಜಕಾರಣಿಗಳು ಹೇಗೆ ದುರುಪಯೋಗಪಡಿಸಿಕೊಳ್ಳುತ್ತಾರೆ ಕುರಿತ ತನಿಖಾ ವರದಿ 'ರಾಮನಾಥ್ ಗೋಯೆಂಕಾ ಎಕ್ಸಲೆನ್ಸ್ ಇನ್ ಜರ್ನಲಿಸಂ' ಪ್ರಶಸ್ತಿಯನ್ನು ಗೆದ್ದುಕೊಂಡಿತು. ಇಂತಹ ತನಿಖೆಗಳನ್ನು ಮಾಡಲು ಬಹುತೇಕ ಪತ್ರಿಕೆಗಳು ಹಿಂದೇಟು ಹಾಕುತ್ತವೆ. ಏಕೆಂದರೆ ಅವರಿಗೆ ಬರಬಹುದಾದ ಜಾಹಿರಾತುಗಳು ನಿಲ್ಲಬಹುದು ಎಂಬ ಭಯ.

ಮಾಧ್ಯಮಗಳ ಬಗ್ಗೆ ಗಂಭೀರ ಬರವಣಿಗೆಗಳನ್ನು ಈ ಜಾಲತಾಣ ಪ್ರಕಟಿಸುತ್ತದೆ. ಜೀ ಸಂಸ್ಥೆ, ತನ್ನ ವೈವಿಧ್ಯಮಯ ಮಾಧ್ಯಮಗಳಲ್ಲಿ ಹೂಡಿಕೆ ಕೈಕೊಟ್ಟಿತು ಏಕೆ ಎಂಬುದನ್ನು ಈ ಜಾಲತಾಣ ಸವಿವರವಾಗಿ ಪ್ರಕಟಿಸಿದೆ. ಅಧಿಕ ಪ್ರಸಾರವುಳ್ಳ ಹಿಂದಿ ದೈನಿಕಗಳಾದ 'ದೈನಿಕ್ ಜಾಗರಣ' ಮತ್ತು 'ಅಮರ್ ಉಜಾಲ'

ಮಾಲೀಕತ್ವದ ಹಿನ್ನೆಲೆಯ ಒಳಜಗಳಗಳ ಕುರಿತ ಸವಿವರ ಲೇಖನಗಳನ್ನು ಈ ಜಾಲತಾಣದಲ್ಲಿ ಓದಬಹುದು. ಭಾರತೀಯ ಮಾಧ್ಯಮಗಳಲ್ಲಿ ಮೇಲ್ವರ್ಗದವರ ಪ್ರಭಾವವನ್ನು ಕುರಿತು ಸವಿವರ ವರದಿಯನ್ನು ಈ ಜಾಲತಾಣ ಪ್ರಕಟಿಸಿದೆ. ನಿಮ್ಮ ಮಾಧ್ಯಮಗಳ ಮಾಲೀಕರು ಯಾರು ಎಂಬ ಲೇಖನವನ್ನು ಪ್ರಕಟಿಸಲು 3.1 ಲಕ್ಷ ರೂ ಖರ್ಚು ಮಾಡಿ ಲೇಖನವನ್ನು ಪ್ರಕಟಿಸಿದೆ. ಹೀಗೆ ಸಾಮಯಿಕ ಸಮಸ್ಯೆಗಳನ್ನು ಕುರಿತ ಲೇಖನಗಳನ್ನು ಪ್ರಕಟಿಸುವ ಮೂಲಕ ನ್ಯೂಸ್ ಲಾಂಡ್ರಿ ವಿಶಿಷ್ಟ ಸೇವೆಯನ್ನು ಸಲ್ಲಿಸುತ್ತಿದೆ. ದಿಟ್ಟ ವರದಿಗಳನ್ನು ಪ್ರಕಟಿಸಿ ಅನೇಕ ಸಲ ಕೋರ್ಟ್ ಮೆಟ್ಟಿಲನ್ನು ಈ ಸಂಸ್ಥೆ ಹತ್ತಬೇಕಾಯಿತು. ಇದಕ್ಕೆಂದೇ ಸುಮಾರು 28 ಲಕ್ಷ ರೂಗಳನ್ನು ಖರ್ಚು ಮಾಡಲಾಗಿದೆ. ಸುಮಾರು 70 ಲಕ್ಷ ರೂ.ಗಳನ್ನು ಈ ಉದ್ದೇಶಕ್ಕೆ ಸಂಗ್ರಹಿಸುವ ಗುರಿ ಹೊಂದಲಾಗಿದೆ.

ಇಲ್ಲಿ ಓದುಗ ಮಹಾಶಯ ಅರ್ಥ ಮಾಡಿಕೊಳ್ಳಬೇಕಿರುವುದು ಇಷ್ಟೇ: ಸುದ್ದಿ ಸಂಗ್ರಹಕ್ಕೆ ನುರಿತ ಮಾನವ ಸಂಪನ್ಮೂಲ ಅಗತ್ಯ. ಹಣ ತೆರದೆ ಇದು ಬರದು. ಸುದ್ದಿ ಮನೆಯ ಮೇಜಿನ ಮೇಲೆ ಬಂದು ಅಪ್ಪಳಿಸುವುದು ಸ್ವಹಿತಾಸಕ್ತಿಗಳ ಸುದ್ದಿಗಳು.

(ಸಮಾಜಮುಖಿ, ಫೆಬ್ರುವರಿ 2023)

28

ಪುಳಕ-ಪಲ್ಲಟಗಳ ನಡುವೆ ಪತ್ರಿಕೋದ್ಯಮ

ಜೇಮ್ಸ್ ಅಗಸ್ಟಸ್ ಹಿಕ್ಕಿ ಎಂಬ ಐರಿಷ್ ಬ್ರಿಟಿಷ್ ವ್ಯಕ್ತಿ ಹೊರತಂದ 'ಬೆಂಗಾಲ್ ಗೆಜೆಟ್ ಅಥವಾ ಕಲ್ಕತ್ತಾ ಜನರಲ್ ಅಡ್ವಟೈಜರ್' 1780ರ ಜನವರಿ 29ರಂದು ಪ್ರಕಟಗೊಂಡು, ಕಲ್ಕತ್ತದ ಇಂಗ್ಲಿಷ್ ಬಲ್ಲ ಜನರಿಗೆ ಹೊಸ ಸಂವಹನ ವ್ಯವಸ್ಥೆಯನ್ನು ಪರಿಚಯಿಸಿತು. ಅದುವರೆಗೆ ಭಾರತದಲ್ಲಿ ಸುದ್ದಿಗಳನ್ನು ಜನರಿಗೆ ತಲುಪಿಸಲು ಇದ್ದ ಮಾಧ್ಯಮವೆಂದರೆ, ಪ್ರಮುಖ ಬೀದಿಗಳಲ್ಲಿ ನಿಂತು ಘೋಷಣೆ ಕೂಗುವುದು ಅಥವಾ ಸಾರಿ ಹೇಳುವುದು. ಇದನ್ನು ಕಂಡು ಅಸಹ್ಯಪಟ್ಟಿದ್ದ ಹಿಕ್ಕಿ ಹೊಸ ಪತ್ರಿಕೆ ಆರಂಭಕ್ಕೆ ಮುಂದಾಗಿದ್ದ. ಈಸ್ಟ್ ಇಂಡಿಯಾ ಕಂಪನಿ ದುರಾಡಳಿತದ ಪರಿಚಯವಿದ್ದ ಹಿಕ್ಕಿ ಅಲ್ಲಿನ ಲಂಚಗುಳಿತನ ಹಾಗೂ ನ್ಯಾಯಾಧೀಶರ ಜತೆ ಅಧಿಕಾರಿಗಳ ಅನೈತಿಕ ಹೊಂದಾಣಿಕೆ ಕುರಿತು ತನ್ನ ಪತ್ರಿಕೆಯಲ್ಲಿ ಬರೆಯಲಾರಂಭಿಸಿದ. ಯಾವುದೇ ಅಡತಡೆಗಳಿಲ್ಲದೆ ವಿಲಾಸಿ ಜೀವನ ನಡೆಸುತ್ತಿದ್ದ ಕಂಪನಿ ಅಧಿಕಾರಿಗಳಿಗೆ ಇದು ಬಿಸಿ ತುಪ್ಪವಾಯಿತು. ಅನೇಕ ಆರೋಪಗಳನ್ನು ಹೊರಿಸಿ, ಆತನನ್ನು ಜೈಲಿಗೆ ಅಟ್ಟಿದರು. ಮುದ್ರಣಾಲಯವನ್ನು ಮುಟ್ಟುಗೋಲು ಹಾಕಿಕೊಂಡರು. ಎರಡೇ ವರ್ಷಗಳಲ್ಲಿ ಈ ಪತ್ರಿಕೆ ಇತಿಹಾಸ ಪುಟಗಳನ್ನು ಸೇರಿತು. 19ನೆಯ ಶತಮಾನ ಆರಂಭವಾಗುತ್ತಿದ್ದಂತೆ ಆಂಗ್ಲ ಮತ್ತು ಪ್ರಮುಖ ಭಾರತೀಯ

ಭಾಷೆಗಳಲ್ಲಿ ಪುಸ್ತಕಗಳ ಪ್ರಕಟಣೆಯ ಜತೆ ಸಮಕಾಲೀನ ಸಮಸ್ಯೆಗಳನ್ನು ಚರ್ಚಿಸಲು ನಿಯತಕಾಲಿಕೆಗಳು ಹೊರಬಂದವು. ಕ್ರಮೇಣ ಇವುಗಳ ವಿಷಯ ವ್ಯಾಪ್ತಿ ಸಾಮಾಜಿಕ, ರಾಜಕೀಯ ಹಾಗೂ ಅಂತಾರಾಷ್ಟ್ರೀಯ ವಿಷಯಗಳತ್ತ ವ್ಯಾಪಿಸಿದವು. 1857ರ ಸಿಪಾಯಿ ದಂಗೆ ಮತ್ತು 1885ರ ರಾಷ್ಟ್ರೀಯ ಕಾಂಗ್ರೆಸ್ಸಿನ ಸ್ಥಾಪನೆ ರಾಜಕೀಯ ಜಾಗೃತಿಯ ದಿಕ್ಸೂಚಿಯಾಗಿದ್ದವು. ಬಾಲಗಂಗಾಧರ ತಿಲಕರ 'ಕೇಸರಿ' ಪತ್ರಿಕೆ (1881) ರಾಷ್ಟ್ರೀಯತೆಯ ಕಿಡಿ ಹಚ್ಚಿತು 20ನೇ ಶತಮಾನದ ಆರಂಭದ ದಶಕಗಳು, ಪತ್ರಿಕೆಗಳ ಬೆಳವಣಿಗೆಗೆ ಪ್ರಮುಖವಾದವುಗಳು. ಎರಡು ವಿಶ್ವ ಮಹಾಯುದ್ಧಗಳು, ಪತ್ರಿಕೆಗಳನ್ನು ಮತ್ತಷ್ಟು ಜನಪ್ರಿಯಗೊಳಿಸಿದವು. ಸ್ವಾತಂತ್ರ್ಯ ಹೋರಾಟದಲ್ಲಿ ಗಾಂಧೀಜಿಯವರ ಪ್ರವೇಶ ಸಂಚಲನ ಮೂಡಿಸಿತು. ಗಾಂಧೀಜಿಯವರು ತಮ್ಮ ಅಭಿಪ್ರಾಯಗಳನ್ನು ಜನರಿಗೆ ತಲುಪಿಸಲು ತಮ್ಮ ಸಂಪಾದಕತ್ವದ ಪತ್ರಿಕೆಗಳನ್ನು ವ್ಯಾಪಕವಾಗಿ ಮತ್ತು ಯಶಸ್ವಿಯಾಗಿ ಉಪಯೋಗಿಸಿದರು. ಕ್ರಮೇಣ ಸುದ್ದಿ ಸಂಗ್ರಹಕ್ಕೆ ಟೆಲಿಗ್ರಾಫ್, ಟೆಲಿಪ್ರಿಂಟರ್ ಹಾಗೂ ರಾಷ್ಟ್ರೀಯ ಅಂಚೆ ಜಾಲ ನೆರವಿಗೆ ಬಂದವು.

1947ರ ನಂತರ

ದೇಶಕ್ಕೆ ಸ್ವಾತಂತ್ರ್ಯ ದೊರಕಿದ ನಂತರ, ಪತ್ರಿಕೋದ್ಯಮದ ಚಿತ್ರಣ ತ್ವರಿತವಾಗಿ ಬದಲಾಗತೊಡಗಿತು. ಬ್ರಿಟಿಷರ ವಿರುದ್ಧದ ಹೋರಾಟದಲ್ಲಿ ನಿರ್ಣಾಯಕ ಪಾತ್ರ ವಹಿಸಿದ್ದ ಪತ್ರಿಕೆಗಳು ಕ್ರಮೇಣ ಉದ್ದಿಮೆಯ ಸ್ವರೂಪ ಪಡೆಯಲಾರಂಭಿಸಿದವು. ಆಂಗ್ಲರ ಒಡೆತನದಲ್ಲಿದ್ದ ಪತ್ರಿಕೆಗಳು ದೇಶೀಯ ಬಂಡವಾಳಸ್ಥರ ವಶವಾದವು. ಕೇಂದ್ರ ಸರಕಾರ ಪತ್ರಿಕಾ ಆಯೋಗ ನೇಮಿಸಿ, ಅದರ ಹಲವಾರು ಶಿಫಾರಸುಗಳನ್ನು ಜಾರಿಗೊಳಿಸಿತು. ಪತ್ರಿಕಾ ನೋಂದಣಿ ಕಚೇರಿ ಹಾಗೂ ಪತ್ರಿಕಾ ಮಂಡಳಿ ಸ್ಥಾಪನೆ ಮತ್ತು ಕಾರ್ಯನಿರತ ಪತ್ರಕರ್ತರ ವೇತನ ಪರಿಷ್ಕರಣೆಗೆ ಕಾನೂನಿನ ಚೌಕಟ್ಟು ನೀಡಿತು. ಪತ್ರಿಕೆ ಸೇರಿದಂತೆ ಎಲ್ಲಾ ಸಮೂಹ ಮಾಧ್ಯಮಗಳು ದೇಶಕಟ್ಟುವ ಕೆಲಸದಲ್ಲಿ ಕೈ ಜೋಡಿಸಿದವು. ಮುಂಬಯಿಯ 'ಟೈಮ್ಸ್ ಆಫ್ ಇಂಡಿಯಾ', ದೆಹಲಿಯ 'ಹಿಂದುಸ್ಥಾನ್ ಟೈಮ್ಸ್', ಕಲ್ಕತ್ತದ 'ದಿ ಸ್ಟೇಟ್ಸ್‌ಮನ್' ಹಾಗೂ ಮದರಾಸಿನ 'ದಿ ಹಿಂದೂ' ಹಾಗೂ 'ದಿ ಇಂಡಿಯನ್ ಎಕ್ಸ್‌ಪ್ರೆಸ್' ಪ್ರಮುಖ ಪತ್ರಿಕಾ ಗುಂಪುಗಳಾಗಿ ಹೊರಹೊಮ್ಮಿದವು. ಆಂಗ್ಲ ಭಾಷೆಗಳಲ್ಲಿ ತಮ್ಮ ಅಧಿಪತ್ಯವನ್ನು ವಿಸ್ತರಿಸಿದವು. ಗ್ರೂಪ್ ಹಾಗೂ ಚೈನ್ ಪ್ರಕಟಣೆಗಳ ಲಕ್ಷಣಗಳು ಹೊರಹೊಮ್ಮಿದವು.

ತುರ್ತುಪರಿಸ್ಥಿತಿಯ (1975–77) ನಂತರದ ಅವಧಿ ದೇಶದ ಪತ್ರಿಕೋದ್ಯಮದಲ್ಲಿ ಹೊಸ ಮಜಲುಗಳನ್ನೇ ಸೃಷ್ಟಿಸಿತು. 30ರ ಹರೆಯದ ಸ್ವತಂತ್ರ ದೇಶದ ಹೊಸ ಓದುಗರು ನಾವೀನ್ಯತೆಯನ್ನು ನಿರೀಕ್ಷಿಸಿದ್ದರು. ಅಕ್ಷರಸ್ಥರ ಸಂಖ್ಯೆ ಗಣನೀಯವಾಗಿ ಏರಿತ್ತು. ಮುದ್ರಣ ಕ್ಷೇತ್ರದಲ್ಲಿ ಕಂಪ್ಯೂಟರ್ ಸಹಾಯದ ಅಕ್ಷರ ಜೋಡಣೆ, ಪುಟ ವಿನ್ಯಾಸದ ತಂತ್ರಾಂಶಗಳು, ಆಫ್‌ಸೆಟ್ ವರ್ಣ ಮುದ್ರಣ, ತ್ವರಿತ

ಸಂವಹನ ವ್ಯವಸ್ಥೆಗಳು ಪತ್ರಿಕೆಗಳನ್ನು ಆಕರ್ಷಕವಾಗಿಸಿದವು. 1975ರಲ್ಲಿ ಹೊರಬಂದ 'ಇಂಡಿಯಾ ಟುಡೆ' ನಂತರ ಪ್ರಕಟವಾದ 'ಸಂಡೆ', 'ದಿ ವೀಕ್', 'ಸಂಡೆ ಆಬ್ಸರ್ವರ್' ಪತ್ರಿಕೆಗಳು ತಮ್ಮ ವಿನ್ಯಾಸ ಮತ್ತು ಹೊಸ ರೀತಿಯ ಹೂರಣದಿಂದ ಓದುಗರನ್ನು ಸೆಳೆದವು. ಎಂ.ಜೆ. ಅಕ್ಬರ್, ವಿನೋದ್ ಮೆಹ್ತಾ, ಅವೀಕ್ ಸರ್ಕಾರ್ ಮುಂತಾದವರು ಮ್ಯಾಗಜೀನುಗಳನ್ನು ಜನಪ್ರಿಯಗೊಳಿಸುವ ಮುಂಚೂಣಿ ಪ್ರತಿಭಾವಂತರಾಗಿದ್ದರು. 1980ರ ಹೊತ್ತಿಗೆ ದೇಶದ ಬಹುತೇಕ ಭಾಷೆಗಳಲ್ಲಿ ಆಧುನಿಕ ತಂತ್ರಜ್ಞಾನ ಪತ್ರಿಕೋದ್ಯಮವನ್ನು ಪ್ರವೇಶಿಸಿತ್ತು. ನಿಯತಕಾಲಿಕೆಗಳ ಜತೆಗೆ ದೈನಿಕಗಳು ಸಹ ಸ್ಫುಟವಾದ, ವರ್ಣರಂಜಿತ ಚಿತ್ರಗಳ ಜತೆ ಮುದ್ರಣಗೊಳ್ಳತೊಡಗಿದವು.

1990ರ ಕೊಲ್ಲಿ ಯುದ್ಧದ ಸಂದರ್ಭದಲ್ಲಿ ಟಿ.ವಿ.ಯ ನೇರಪ್ರಸಾರವು ಸಮೂಹ ಮಾಧ್ಯಮಗಳ ಚಿತ್ರಣವನ್ನೇ ಬದಲಿಸಿದವು. ಕ್ರಮೇಣ ಖಾಸಗಿ ಸುದ್ದಿವಾಹಿನಿಗಳ ಭರಾಟೆ ಹೆಚ್ಚಿತು. ಜಾಗತೀಕರಣದಿಂದಾಗಿ, ತಂತ್ರಜ್ಞಾನ ಬಹು ಸುಲಭವಾಗಿ ಸಂವಹಿಸಲಾರಂಭಿಸಿತು. ಮುದ್ರಣ ಉಪಕರಣಗಳು ಹಾಗೂ ಆಧುನಿಕ ತಂತ್ರಾಂಶಗಳು ಪತ್ರಿಕೆಗಳ ಸ್ವರೂಪವನ್ನು ಮತ್ತಷ್ಟು ಬದಲಿಸಿದವು. 24 ಗಂಟೆಯೂ ಪ್ರಸಾರವಾಗುವ ಟಿವಿ ವಾಹಿನಿಗಳು ಸುದ್ದಿ ಮತ್ತು ಮನರಂಜನೆಯ ಕುತೂಹಲಗಳನ್ನು ಇನ್ನಷ್ಟು ಹೆಚ್ಚಿಸಿದವು. ಅಕ್ಷರಸ್ಥರ ಪ್ರಮಾಣ ಏರಿಕೆ ಕಂಡಿದ್ದರಿಂದ ಪತ್ರಿಕೆಗಳ ಸಂಖ್ಯೆ ಹಾಗೂ ಪ್ರಸಾರ ಏರುಮುಖ ಕಂಡವು. ದೂರಸಂಪರ್ಕ ತಂತ್ರಜ್ಞಾನದ ಲಭ್ಯತೆ, ದೇಶದ ಎಲ್ಲಾ ಭಾಗಗಳಲ್ಲಿ ಪತ್ರಿಕೆಗಳನ್ನು ಮುದ್ರಿಸಿ ಪತ್ರಿಕೆಗಳನ್ನು ಜನತೆಗೆ ವೇಗವಾಗಿ ಮುಟ್ಟಿಸುವಲ್ಲಿ ನೆರವಾಯಿತು. ಸುದ್ದಿ ಘಟಿಸುವ ಸ್ಥಳದಿಂದಲೇ ಚಿತ್ರ ಹಾಗೂ ವರದಿಗಳನ್ನು ಕಳುಹಿಸಲು ತಂತ್ರಜ್ಞಾನದ ಉಪಯೋಗ ಸಾರ್ವತ್ರಿಕವಾಯಿತು. ಕೈಬರಹ ವರದಿ ಅಪರೂಪವಾಯಿತು.

ಭಾಷಾ ಮಡಿವಂತಿಕೆಗೆ ಪೆಟ್ಟು

ಮ್ಯಾಗಜೀನುಗಳಿಂದ ದೈನಿಕಗಳು ಅನೇಕ ಪಾಠ ಕಲಿತವು. ದೈನಂದಿನ ಸುದ್ದಿಯ ಜತೆಗೆ ಕೃಷಿ, ಸಿನಿಮಾ, ಕ್ರೀಡೆ, ಆರ್ಥಿಕ ವಿಚಾರಗಳು, ಫ್ಯಾಷನ್, ಜೀವನಶೈಲಿ, ಅಡುಗೆ, ಉದ್ಯೋಗ ಮಾರ್ಗದರ್ಶನ, ತಂತ್ರಜ್ಞಾನ ಬೆಳವಣಿಗೆಗಳನ್ನು ಕುರಿತ ಪುರವಣಿಗಳನ್ನು ಹೊರತಂದವು. ಆಂಗ್ಲ ಭಾಷೆಯತ್ತ ಒಲವಿರುವ ಯುವ ಓದುಗರನ್ನು ಸೆಳೆಯಲು, ಪ್ರಾದೇಶಿಕ ಭಾಷೆಗಳಲ್ಲೂ ಆಂಗ್ಲ ಪದಗಳ ಬಳಕೆ, ಬಗೆಬಗೆಯ ಭಾಷಾ ಪ್ರಯೋಗಗಳು ಆರಂಭವಾದವು ಅಂತರ್ಜಾಲ, ಸಾಮಾಜಿಕ ಮಾಧ್ಯಮಗಳು ಆಧುನಿಕ ತಂತ್ರಾಂಶಗಳ ಜತೆಗೆ ಉಪಯುಕ್ತ ಸುದ್ದಿಗಳು, ಇಂಗ್ಲಿಷ್ ಭಾಷೆ ಕಲಿಸುವಿಕೆ ಕುರಿತ ವಿಶೇಷ ಪುರವಣಿಗಳು ಎಲ್ಲ ಭಾಷೆಗಳಲ್ಲಿ ಇಂದು ರಂಜಿಸುತ್ತಿವೆ. ಯುವ ಓದುಗರನ್ನು ಸೆಳೆಯಲು ಪತ್ರಿಕೆಗಳಿಗೆ ಇದು ಅನಿವಾರ್ಯ ಎನಿಸಿದೆ.

ಅಂತರ್ಜಾಲ ಬಳಕೆಯ ಜನಪ್ರಿಯತೆ ಹಾಗೂ ಸಾಮಾಜಿಕ ಮಾಧ್ಯಮಗಳ ಭರಾಟೆ ನಡುವೆಯೂ, ಭಾರತದ ಪತ್ರಿಕೆಗಳ ಸಂಖ್ಯೆ ಹಾಗೂ ಪ್ರಸಾರದಲ್ಲಿ ಮುನ್ನುಗ್ಗುತ್ತಿವೆ. 1947ರಲ್ಲಿ ಪತ್ರಿಕೆಗಳ ಸಂಖ್ಯೆ ಕೇವಲ 3330 ಇತ್ತು. 2016–17ರಲ್ಲಿ ಪತ್ರಿಕೆಗಳ ಸಂಖ್ಯೆ 1,14,820ಕ್ಕೆ ಏರಿವೆ! ಪ್ರಸಾರ ಸಂಖ್ಯೆ 49 ಕೋಟಿ ಪ್ರತಿಗಳನ್ನು ದಾಟಿವೆ. ನೋಂದಾಯಿತ ಪ್ರಕಟಣೆಗಳ ಪೈಕಿ 16,993 ದೈನಿಕಗಳು. ಉಳಿದವು ನಿಯತಕಾಲಿಕೆಗಳು. ವೈವಿಧ್ಯತೆಯೇ ಭಾರತೀಯ ಪತ್ರಿಕೋದ್ಯಮದ ಬಹುದೊಡ್ಡ ಗುಣಲಕ್ಷಣ. ಲಿಪಿ ಇರುವ ಹಾಗೂ ಆಡುಮಾತಿನ 187 ಪ್ರಮುಖ ಭಾಷೆಗಳಲ್ಲಿ ಪತ್ರಿಕೆಗಳು ಹೊರಬರುತ್ತಿವೆ. ನಶಿಸಿ ಹೋಗುತ್ತಿರುವ ಹಲವಾರು ಭಾಷೆಗಳಿಗೆ ಮುದ್ರಣ ಪುನರುಜ್ಜೀವನ ನೀಡಿದೆ. ಸಂಸ್ಕೃತ, ಸಿಂಧಿ, ಸಂತಾಲಿ, ಕೊಂಕಣಿ, ಡೋಗ್ರಿ, ಮೈಥಿಲಿ ಭಾಷೆಗಳಲ್ಲಿ ಪತ್ರಿಕೆಗಳು ಪ್ರಕಟವಾಗಿ, ಈ ಭಾಷೆಗಳನ್ನು ಮುಂದಿನ ಜನಾಂಗಕ್ಕೆ ಉಳಿಸಿಕೊಳ್ಳುವ ಪ್ರಯತ್ನಗಳು ನಡೆದಿವೆ. ವಿಶ್ವದ ಶೇ. 64ರಷ್ಟು ಪತ್ರಿಕೆಗಳ ಪ್ರಸಾರ ಭಾರತ ಹಾಗೂ ಚೀನಾ ದೇಶಗಳಲ್ಲಿ ಕೇಂದ್ರಿಕೃತವಾಗಿದೆ. ಬಲಿಷ್ಠ ಆರ್ಥಿಕ ಶಕ್ತಿಯಾಗಿ ಹೊರಹೊಮ್ಮುತ್ತಿರುವ ಭಾರತ, ವಾರ್ಷಿಕವಾಗಿ 55,000 ಕೋಟಿ ರೂಗಳನ್ನು ಜಾಹಿರಾತಿಗಾಗಿ ವ್ಯಯಿಸುತ್ತಿದೆ. ಈ ಮೊತ್ತದ ಶೇ. 40 ಭಾಗ ಪತ್ರಿಕೆಗಳಿಗೆ ಬರುತ್ತಿರುವ ಪ್ರಮುಖ ಆದಾಯ ಮೂಲವಾಗಿದೆ. ಮಾಧ್ಯಮಗಳ ಉಳಿವು ಹಾಗೂ ಬೆಳವಣಿಗೆಗೆ ಜಾಹಿರಾತಿನ ಹಣವೇ ಆಧಾರ. ಅತಿಕಡಿಮೆ ಬೆಲೆಯಲ್ಲಿ ಪ್ರತಿನಿತ್ಯ ಮನೆಬಾಗಿಲಿಗೆ ತಲುಪುವ ಏಕೈಕ ಉತ್ಪನ್ನ ಪತ್ರಿಕೆ. ತನ್ನ ಉತ್ಪನ್ನ ವೆಚ್ಚದ ಕೇವಲ ಮೂರನೇ ಒಂದು ಭಾಗದ ವೆಚ್ಚದಲ್ಲಿ ದಿನಪತ್ರಿಕೆಯನ್ನು ಓದುಗರಿಗೆ ನೀಡಿ, ಉಳಿದ ವೆಚ್ಚವನ್ನು ಜಾಹಿರಾತಿನ ಮೂಲಕ ಸಂಗ್ರಹಿಸುತ್ತದೆ.

ವಾಣಿಜ್ಯ ಸಂಸ್ಥೆಗಳ ಹಿಡಿತದಲ್ಲಿ ಪತ್ರಿಕೆಗಳು

ವಾಣಿಜ್ಯ ಮಾರುಕಟ್ಟೆಯ ಪ್ರಭಾವಗಳು ಪತ್ರಿಕೋದ್ಯಮವನ್ನು ಆವರಿಸುತ್ತಿವೆ. ಕಾರ್ಪೋರೇಟ್ ಆಡಳಿತ ಸಂಸ್ಕೃತಿ ಪತ್ರಕರ್ತರ ಚಿಂತನೆಗಳಿಗೆ ಕಡಿವಾಣ ಹಾಕುತ್ತಿವೆ. ವಿವಿಧ ಮೂಲಗಳಿಂದ ಹಣ ಸಂಗ್ರಹಿಸಿ ಪತ್ರಿಕಾ ಸಾಮ್ರಾಜ್ಯ ವಿಸ್ತರಿಸುತ್ತಿರುವ ಕಂಪನಿಗಳು ಅನಿವಾರ್ಯವಾಗಿ ಲಾಭ ಗಳಿಕೆಯತ್ತ ದೃಷ್ಟಿ ಹಾಕಬೇಕಾಗಿದೆ. ವಿದೇಶಿ ನೇರ ಬಂಡವಾಳ ಪಡೆದಿರುವ ಸಂಸ್ಥೆಗಳಿಗೂ ಇದೇ ಮುಜುಗರದ ಸ್ಥಿತಿ. ಇವೆಲ್ಲದರ ಪರಿಣಾಮ ಮಾರುಕಟ್ಟೆ ಒತ್ತಡಗಳಿಗೆ ಮಣಿದು ಸುದ್ದಿ ಹಾಗೂ ವಿಶ್ಲೇಷಣೆಗಳಲ್ಲಿ ರಾಜಿ ಮಾಡಿಕೊಳ್ಳುವ ಅನಿವಾರ್ಯತೆ. ಸುದ್ದಿ ಮತ್ತು ಜಾಹಿರಾತಿನ ಅಂತರ ಕಿರಿದಾಗಿ, ಓದುಗ ಗೊಂದಲದಲ್ಲಿದ್ದಾನೆ. ಕಾಸಿಗಾಗಿ ಸುದ್ದಿಯ ವ್ಯಾಧಿ ಪತ್ರಿಕೆಗಳ ವಿಶ್ವಾಸಾರ್ಹತೆಯ ಮೇಲೆ ಕಾರ್ಮೋಡ ಹೊದಿಸಿದೆ. ಅಗೆದು–ಬಗೆದು ಪತ್ರಕರ್ತ ಹೊರತರುತ್ತಿದ್ದ ಸುದ್ದಿಯ ಪ್ರಮಾಣ ಪಾತಾಳಕ್ಕೆ ಜಾರಿದೆ. ಪತ್ರಕರ್ತರನ್ನು ಕೆಲವರು 'ಪ್ರೆಸ್ಟಿಟ್ಯೂಟ್' ಎಂದು ಕರೆದಿರುವುದು ದುರದೃಷ್ಟಕರ ಬೆಳವಣಿಗೆ.

ಸುಲಭವಾಗಿ ಲಭ್ಯವಾಗುವ ಸರ್ಕಾರಿ ಪ್ರಕಟಣೆಗಳು, ಖಾಸಗಿ ಸಂಸ್ಥೆಗಳ ಪತ್ರಿಕಾ ಪ್ರಕಟಣೆಗಳು ಹಾಗೂ ಬಹು ಉಪಯುಕ್ತವೆನಿಸುವ ಕಂಪನಿ ಉತ್ಪನ್ನಗಳ ಸುದ್ದಿಚಿತ್ರಗಳು, ಆರೋಗ್ಯ, ಜೀವನಶೈಲಿ, ಫ್ಯಾಷನ್, ಗ್ಲಾಮರ್ ಮುಖವಾಡಗಳಲ್ಲಿ ರಾರಾಜಿಸುತ್ತಿವೆ. ಇಷ್ಟೆಲ್ಲಾ ಅಡೆತಡೆಗಳ ನಡುವೆ ಪತ್ರಿಕೆಗಳು ದೇಶ ಹಾಗೂ ಸಮಾಜದ ಒಳಿತನ್ನು ಬಯಸಿ ತಮ್ಮ ಹೋರಾಟ ಮುಂದುವರಿಸಿವೆ. ಪ್ರಜಾಸತ್ತೆಯ ನಾಲ್ಕನೇ ಅಂಗವೆನಿಸಿರುವ ಪತ್ರಿಕೆಗಳು ಈಗಿನ ರೂಪದಲ್ಲಿಯೇ ಮುಂದುವರೆಯುತ್ತವೆಯೇ ಎಂಬುದನ್ನು ಉತ್ತರಿಸುವುದು ಕಷ್ಟ. ಈ ತಲೆಮಾರಿನಲ್ಲಿ ಈಗಿನ ಪತ್ರಿಕೆಗಳ ಸ್ವರೂಪಕ್ಕೆ ಧಕ್ಕೆಯಿಲ್ಲ ಎನ್ನುತ್ತಾರೆ ಮಾಧ್ಯಮ ತಜ್ಞರು.

ಸಮೀರ್–ವಿನೀತ್ ಜೋಡಿ ಮಾಡಿದ ಮೋಡಿ

ಸಮೀರ್ ಜೈನ್ ಮತ್ತು ವಿನೀತ್ ಜೈನ್ ಸಹೋದರ ಜೋಡಿ ಭಾರತೀಯ ಪತ್ರಿಕಾರಂಗವನ್ನೇ ಅಲ್ಲದೆ, ಮಾಧ್ಯಮ ರಂಗದ ದಿಕ್ಕನ್ನೇ ಬದಲಿಸಿದ ಚತುರರು. 64ರ ಹರೆಯದ ಸಮೀರ್ ತಮ್ಮ ತಂದೆ ಅಶೋಕ್ ಕುಮಾರ ಜೈನ್ ಅವರ ಉತ್ತರಾಧಿಕಾರಿಯಾಗಿ, 'ಟೈಮ್ಸ್ ಆಫ್ ಇಂಡಿಯಾ' ಪತ್ರಿಕೆಯನ್ನು 1975ರಲ್ಲಿ ಪ್ರವೇಶಿಸಿ, ಹೊಸ ಆಲೋಚನೆ, ಚಿಂತನೆ ಮತ್ತು ಮಾರುಕಟ್ಟೆ ತಂತ್ರಗಳನ್ನು ಅನುಸರಿಸಿ, ಆ ಪತ್ರಿಕಾ ಸಮೂಹವನ್ನು ಒಂದು ಬೃಹತ್ ಕಾರ್ಪೊರೇಟ್ ಸಂಸ್ಥೆಯಾಗಿ ಬೆಳೆಸಿದರು. ಪತ್ರಿಕೆಯನ್ನು ಹಳೇ ತಲೆಮಾರಿನ ಪತ್ರಕರ್ತರ ಹಿಡಿತದಿಂದ ಮುಕ್ತಗೊಳಿಸಿ, ಪತ್ರಿಕೆಗಳು ವಾಣಿಜ್ಯ ಸಂಸ್ಥೆಯಂತೆ ಲಾಭ ಗಳಿಸುವುದು ತಪ್ಪಲ್ಲ ಎಂದು ವಾದಿಸಿದರು. ಉದಯೋನ್ಮುಖ ಕಂಪನಿಗಳೊಡನೆ ಖಾಸಗಿ ಒಡಂಬಡಿಕೆಗಳನ್ನು ಮಾಡಿಕೊಂಡು, ಆದಾಯವನ್ನು ಹೆಚ್ಚಳಗೊಳಿಸಿದರು. 42 ಲಕ್ಷ ಪ್ರಸಾರ ಹೊಂದಿರುವ 'ಟೈಮ್ಸ್ ಆಫ್ ಇಂಡಿಯಾ' ದೇಶದ 60 ಕೇಂದ್ರಗಳಿಂದ ಪ್ರಕಟವಾಗುತ್ತಿರುವ, ಜಗತ್ತಿನ ಅತಿಹೆಚ್ಚು ಪ್ರಸಾರ ಇರುವ ಬ್ರಾಡ್‌ಶೀಟ್ ಆಂಗ್ಲ ದೈನಿಕ ಎಂಬ ಹೆಗ್ಗಳಿಕೆಗೆ ಪಾತ್ರವಾಗಿದೆ.

ಆಧುನಿಕ ಪೀಳಿಗೆಯ ನಾಡಿಮಿಡಿತಗಳನ್ನು ಅರ್ಥೈಸಿಕೊಂಡು, ಪತ್ರಿಕಾ ಹೂರಣ ಸಿದ್ಧಪಡಿಸಿ ದಿನನಿತ್ಯ ಉಣಬಡಿಸಲಾರಂಭಿಸಿದ ಸಮೀರ್ ಜೈನ್, ಕ್ಷಿಪ್ರವಾಗಿ ಪತ್ರಿಕಾ ಸಾಮ್ರಾಜ್ಯ ವಿಸ್ತರಿಸಿಕೊಂಡರು. ಬಹುಕಾಲ ಕೇವಲ ಮುಂಬೈ ನಗರಕ್ಕೆ ಸೀಮಿತವಾಗಿದ್ದ 'ಟೈಮ್ಸ್ ಆಫ್ ಇಂಡಿಯಾ', ಇಂದು ಭಾರತದಾದ್ಯಂತ ಲಭ್ಯವಿದೆ. ಇಂಗ್ಲಿಷ್, ಹಿಂದಿ, ಮರಾಠಿ, ಬಂಗಾಳಿ, ಗುಜರಾತಿ ಹಾಗೂ ಕನ್ನಡ ಭಾಷೆಗಳಲ್ಲಿ ಟೈಮ್ಸ್ ಬಳಗದ ಪತ್ರಿಕೆಗಳು ಯಶಸ್ವಿಯಾಗಿವೆ. ಅಂತರ್ಜಾಲ, ಪುಸ್ತಕೋದ್ಯಮ, ಬಾನುಲಿ, ಟಿವಿ ವಾಹಿನಿಗಳು, ಧ್ವನಿಸಾಂದ್ರಿಕೆಗಳು, ಈವೆಂಟ್ ಮ್ಯಾನೇಜ್‌ಮೆಂಟ್, ಶಿಕ್ಷಣ–ಹೀಗೆ ಹಲವು ಮಾಧ್ಯಮ ಕ್ಷೇತ್ರಗಳಲ್ಲಿ ತೊಡಗಿಕೊಂಡಿರುವ ಟೈಮ್ಸ್ ಗ್ರೂಪ್ ಜಗತ್ತಿನ ಮಾಧ್ಯಮ ದೈತ್ಯರಲ್ಲಿ ಇಂದು ಪ್ರಮುಖ ಸ್ಥಾನ ಪಡೆದಿದೆ. ವಾರ್ಷಿಕ 10,000 ಕೋಟಿ ರೂ.ಗಳಿಗೂ ಹೆಚ್ಚಿನ ವ್ಯವಹಾರ ನಡೆಸುವ ಈ ಕಂಪನಿಯು, ಕಾರ್ಪೊರೇಟ್

ಪತ್ರಿಕೋದ್ಯಮಕ್ಕೆ ಒಂದು ಉತ್ತಮ ಮಾದರಿ. ಸಮೀರ್ ಜೈನ್‌ಗಿಂತ ಹನ್ನೆರೆಡು ವರ್ಷ ಕಿರಿಯರಾದ, ವಿನೀತ್ ಜೈನ್ ಸ್ವಿಟ್ಜರ್ಲೆಂಡ್‌ನಲ್ಲಿ ವಿದ್ಯಾಭ್ಯಾಸ ಪಡೆದವರು. ಟಿವಿ, ನವಮಾಧ್ಯಮ ಹಾಗೂ ಶಿಕ್ಷಣ ಕೇತ್ರದಲ್ಲಿ ತಮ್ಮ ಛಾಪು ಮೂಡಿಸಿದ್ದಾರೆ.

'ದೈನಿಕ ಭಾಸ್ಕರ್' ಕಲಿಸಿದ ಪಾಠ

ದೇಶದಲ್ಲಿ ಪ್ರಸಾರವಾಗುವ ಪತ್ರಿಕೆಗಳ ಪೈಕಿ ಸುಮಾರು ಅರ್ಧದಷ್ಟು ಪತ್ರಿಕೆಗಳು ಹಿಂದಿ ಭಾಷೆಯಲ್ಲಿವೆ. ಓದುಗರ ಅಭಿರುಚಿಗಳನ್ನು ಅರಿತು, ಅವರ ನಿರೀಕ್ಷೆಗೆ ತಕ್ಕಂತೆ ಪತ್ರಿಕೆಯನ್ನು ರೂಪಿಸಿದ ಕೀರ್ತಿ ಭೋಪಾಲ್ ಮೂಲದ ದೈನಿಕ ಭಾಸ್ಕರ್ ಪತ್ರಿಕಾ ಸಮೂಹಕ್ಕೆ ಸಲ್ಲಬೇಕು. ಅವರು ಪತ್ರಿಕೆಗಳ ಪ್ರಸಾರ ಸಂಖ್ಯೆ ಹೆಚ್ಚಿಸಲು ಅನುಸರಿಸಿದ ತಂತ್ರವೆಂದರೆ ಓದುಗರ ಸಮೀಕ್ಷೆ, ರಾಜಸ್ಥಾನದ ಜೈಪುರ ನಗರದಲ್ಲಿ ಮೂರು ದಶಕಗಳಿಂದ ಅಗ್ರಗಣ್ಯ ಪತ್ರಿಕೆ 'ರಾಜಸ್ಥಾನ ಪತ್ರಿಕೆ' ಆಗಿತ್ತು. 1996ರಲ್ಲಿ 'ದೈನಿಕ ಭಾಸ್ಕರ್' ತನ್ನ ಆವೃತ್ತಿಯನ್ನು ಅಲ್ಲಿ ಆರಂಭಿಸುವ ಮೊದಲು ನಡೆಸಿದ್ದು, ಓದುಗರ ಸಮೀಕ್ಷೆ. ಜೈಪುರದ ಎರಡು ಲಕ್ಷ ಮನೆಗಳಿಗೆ ಭೇಟಿ ನೀಡಿದ 700 ಸಮೀಕ್ಷಕರು ಓದುಗರ ಬೇಕು-ಬೇಡಗಳ ಸಮಗ್ರ ಅಧ್ಯಯನ ನಡೆಸಿದರು. 'ರೂ.1.50ಕ್ಕೆ ಪತ್ರಿಕೆ ಒದಗಿಸುವ ಭರವಸೆ ಇಲ್ಲದಿದ್ದರೆ ಮುಂಗಡ ಚಂದಾ ವಾಪಸ್' ಎಂಬ ವಾಗ್ದಾನದ ಸಹಾಯದಿಂದ, ಮೊದಲ ದಿನವೇ 1.72 ಲಕ್ಷ ಪ್ರಸಾರ ಸಂಖ್ಯೆಯನ್ನು ಮುಟ್ಟಿ, 'ದೈನಿಕ ಭಾಸ್ಕರ್' ದಾಖಲೆ ನಿರ್ಮಿಸಿತು. ಇದೇ ರೀತಿ ಕ್ರಿ.ಶ. 2000ದಲ್ಲಿ ಚಂಡೀಗಢದಲ್ಲಿ 2.20 ಲಕ್ಷ ಮನೆಗಳ ಸಮೀಕ್ಷೆಯನ್ನು ನಡೆಸಿ, ಮೊದಲ ದಿನ 69,000 ಪ್ರಸಾರ ಸಂಖ್ಯೆಯನ್ನು ತಲುಪಿತು. ಗುಜರಾತ್‌ನ ಅಹಮದಾಬಾದ್‌ದಲ್ಲಿ 12 ಲಕ್ಷ ಮನೆಗಳಿಗೆ ಭೇಟಿ ನೀಡಿದ ಸಮೀಕ್ಷಕರು, ಓದುಗರ ನಾಡಿಮಿಡಿತವನ್ನು ಕಂಡುಹಿಡಿದು, ಮೊದಲ ಸಂಚಿಕೆಗೆ 4.52 ಲಕ್ಷ ಪ್ರತಿಗಳ ಬೇಡಿಕೆಯನ್ನು ಗಳಿಸಿದರು. ಇದಕ್ಕಾಗಿ, ನಾಲ್ಕು ವಿಭಾಗೀಯ ಮುಖ್ಯಸ್ಥರು, 16 ವಲಯ ಮುಖ್ಯಸ್ಥರು, 64 ಮೇಲ್ವಿಚಾರಕರ ಉಸ್ತುವಾರಿಯಲ್ಲಿ 1050 ಸಮೀಕ್ಷಕರು ಅಹಮದಾಬಾದ್ ಬೀದಿಗಳಲ್ಲಿ ಸುತ್ತಿದ್ದರು. ಕಳೆದ ವರ್ಷ ನಿಧನರಾದ ರಮೇಶ್ ಚಂದ್ರ ಅಗರವಾಲ್ ('ದೈನಿಕ ಭಾಸ್ಕರ್'ನ ಮುಖ್ಯಸ್ಥ) ಅವರ ಘೋಷವಾಕ್ಯ-'ಸಾಂಪ್ರದಾಯಿಕ ವಿವೇಚನೆಯನ್ನು ಸವಾಲಿಗೊಡ್ಡು, ಜಯ ನಿಶ್ಚಿತ'. ಅದರಲ್ಲಿ ಅವರು ಯಶಸ್ಸು ಕಂಡರು. 46 ಆವೃತ್ತಿಗಳೊಂದಿಗೆ, 47 ಲಕ್ಷ ಪ್ರಸಾರ ಹೊಂದಿರುವ 'ದೈನಿಕ ಭಾಸ್ಕರ್' ಹಿಂದಿ ದೈನಿಕ, ಉತ್ತರ ಭಾರತದ ಎಲ್ಲಾ ಪ್ರಮುಖ ನಗರಗಳಿಂದ ಪ್ರಕಟವಾಗುತ್ತಿದೆ.

(ವಿಶ್ವವಾಣಿ, ಫೆಬ್ರವರಿ 25,2018)

29

ಪಲ್ಲಟಗೊಳ್ಳುತ್ತಿರುವ ಪತ್ರಿಕೋದ್ಯಮ: ಉಳಿವಿಗೆ ಹೊಸ ಮಾರ್ಗಗಳು

ಉದ್ದಿಮೆ ಸ್ವರೂಪಗಳು ಕಾಲಕಾಲಕ್ಕೆ ಬದಲಾಗುತ್ತವೆ. ತಂತ್ರಜ್ಞಾನ ಪ್ರಭಾವಗಳೇ ಇದಕ್ಕೆ ಪ್ರಮುಖ ಕಾರಣ. ಪತ್ರಿಕೋದ್ಯಮವೂ ಇದಕ್ಕೆ ಹೊರತಾಗಿಲ್ಲ. ಮುಂದುವರಿದ ಅಮೆರಿಕಾ ಮತ್ತು ಯುರೋಪಿನಲ್ಲಿ ಕಳೆದೆರಡು ದಶಕಗಳಲ್ಲಿ ಪತ್ರಿಕೋದ್ಯಮ ಪಲ್ಲಟಗೊಳ್ಳುತ್ತಿದೆ. 2004ರಿಂದೀಚೆಗೆ ಅಮೆರಿಕಾದಲ್ಲಿ 2100ಕ್ಕೂ ಮಿಕ್ಕಿ ಪತ್ರಿಕೆಗಳು ಮುಚ್ಚಿವೆ. ವಿಶೇಷವಾಗಿ ಸ್ಥಳೀಯ ಸಮಸ್ಯೆಗಳ ಮೇಲೆ ಬೆಳಕು ಚೆಲ್ಲುವ ಪ್ರಯತ್ನಗಳೇ ಇಲ್ಲವಾಗಿ, 'ಸುದ್ದಿ ಮರುಭೂಮಿ', 'ಸುದ್ದಿ ಬಡತನ' ಸೃಷ್ಟಿಯಾಗಿದೆ. 2008 ಮತ್ತು 2018ರ ನಡುವೆ ಅಮೆರಿಕಾದಲ್ಲಿ ವೃತ್ತಪತ್ರಿಕೆಗಳ ಆದಾಯವು ಗಮನಾರ್ಹವಾಗಿ ಕುಸಿದಿದೆ. ಜಾಹಿರಾತು ಆದಾಯ ಈ ಅವಧಿಯಲ್ಲಿ ಶೇ. 62ರಷ್ಟು ಇಳಿಕೆಯಾದರೆ, ಅಲ್ಲಿನ ಪತ್ರಿಕೆಗಳ ಸುದ್ದಿಮನೆಯಲ್ಲಿ ಕೆಲಸ ನಿರ್ವಹಿಸುವವರ ಸಂಖ್ಯೆ 71 ಸಾವಿರದಿಂದ 38 ಸಾವಿರಕ್ಕೆ ಇಳಿದಿದೆ.

ಹಲವಾರು ಜಾಲತಾಣಗಳು ಉಚಿತವಾಗಿ ಜಾಹಿರಾತುಗಳನ್ನು ಪ್ರಕಟಿಸುತ್ತಿವೆ. ಹೀಗಾಗಿ ಪತ್ರಿಕೆಗಳಿಗೆ ಈ ಆದಾಯ ಮೂಲ ಬತ್ತಿ ಹೋಗಿದೆ. ಇದರ ಜತೆಗೆ ಫೇಸ್‌ಬುಕ್ ಹಾಗೂ ಗೂಗಲ್ ಸಂಸ್ಥೆಗಳು ಅಪಾರ ಪ್ರಮಾಣದಲ್ಲಿ ಸ್ಥಳೀಯ ಜಾಹಿರಾತುಗಳನ್ನು ಪ್ರಕಟಿಸಿ ಪತ್ರಿಕೆಗಳ ಆದಾಯಕ್ಕೆ ಅಡ್ಡಿಯಾಗಿವೆ.

ಅಂತರ್ಜಾಲ ವಿಸ್ತರಣೆಯಾಗುತ್ತಿದ್ದಂತೆ ಪತ್ರಿಕೆಗಳ ಓದುಗರ ಸಂಖ್ಯೆ ಇಳಿಮುಖ ಕಾಣುತ್ತಿದೆ. ಇದು ಪ್ರಸಾರ ಮತ್ತು ಆದಾಯಗಳೆರಡಕ್ಕೂ ಕತ್ತರಿ ಹಾಕಿದೆ. ಅನಿವಾರ್ಯವಾಗಿ ಪತ್ರಿಕೆಗಳು ಅನ್ಯ ಆದಾಯ ಮೂಲಗಳು ಹಾಗೂ ಸಾರ್ವಜನಿಕರ ನೆರವಿನತ್ತ ಮುಖ ಮಾಡತೊಡಗಿವೆ. ಪ್ರಧಾನವಾಗಿ ಪತ್ರಿಕೆಗಳ ಆದಾಯ ಮೂಲಗಳು ಜಾಹಿರಾತು ಮತ್ತು ಓದುಗರ ಚಂದಾ ಹಣ. ಇತ್ತೀಚಿನ ದಿನಗಳಲ್ಲಿ ಇವೆಂಟ್ ಮ್ಯಾನೇಜ್‌ಮೆಂಟ್ ಹೊಸ ಆದಾಯದ ಮೂಲವಾಗಿದೆ. ಉಚಿತವಾಗಿ ನೀಡುತ್ತಿದ್ದ ಆನ್‌ಲೈನ್ ಪತ್ರಿಕೆಗೆ ಶುಲ್ಕ ವಿಧಿಸುವ ಪರಿಪಾಠ ಶುರುವಾಗಿದೆ. ಈ ಎಲ್ಲ ಆದಾಯ ಮೂಲಗಳು ಪತ್ರಿಕೆ ನಡೆಸಲು ಸಾಲದಾಗುತ್ತಿದೆ. ಪತ್ರಿಕೆಗಳ ಆದಾಯದ ಮಾದರಿ ಬಹುವಾಗಿ ಜಾಹಿರಾತು ಕೇಂದ್ರೀಕೃತ. ಪ್ರತಿಶತ 60ರಿಂದ 70 ಭಾಗ ಇದೊಂದೇ ಮೂಲದಿಂದ ದೊರೆಯುತ್ತಿದೆ.

ಡಿಜಿಟಲ್ ಪ್ರಪಂಚದ ವ್ಯಾಪಕ ವಿಸ್ತರಣೆಯ ಹಿನ್ನೆಲೆಯಲ್ಲಿ ಪತ್ರಿಕೆಗಳು ಅನಿವಾರ್ಯವಾಗಿ ಬೇರೆ ಆದಾಯ ಮೂಲಗಳನ್ನು ಹುಡುಕುತ್ತಿವೆ. ಉಚಿತ ಜಾಲತಾಣಗಳು ಪತ್ರಿಕೆಗಳ ಸಮಸ್ಯೆಗಳನ್ನು ಮತ್ತಷ್ಟು ಬಿಗುಗೊಳಿಸಿವೆ. ಅಮೆರಿಕಾ ಹಾಗೂ ಯುರೋಪಿನಲ್ಲಿ ಹೊಸದಾಗಿ ಚಾಲ್ತಿಗೆ ಬರುತ್ತಿರುವ ಆದಾಯ ಮಾದರಿಗಳು ಹೀಗಿವೆ; ಸಾರ್ವಜನಿಕರಿಂದ ನೇರವಾಗಿ ಸಹಾಯಧನ ಸ್ವೀಕರಿಸುವುದು, ದಾನ, ದತ್ತಿ ಸಂಸ್ಥೆಗಳಿಂದ ನೆರವು ಪಡೆಯುವುದು, ಪತ್ರಕರ್ತರ ಸೇವೆಯನ್ನು ಉಚಿತವಾಗಿ ಪಡೆಯುವುದು, ಪತ್ರಿಕಾ ಪ್ರಕಟಣಾ ಸಂಸ್ಥೆಯನ್ನು ಲಾಭರಹಿತ ಉದ್ದಿಮೆಯಾಗಿ ಪರಿವರ್ತಿಸಿ ಸರ್ಕಾರದಿಂದ ತೆರಿಗೆ ವಿನಾಯಿತಿ ಪಡೆಯುವುದು ಮತ್ತು ಇತರೆ ಪತ್ರಿಕೆಗಳ ಜತೆ ಸುದ್ದಿವಿನಿಮಯ ಮಾಡಿಕೊಂಡು ವೆಚ್ಚ ತಗ್ಗಿಸುವುದು. ಇಂತಹ ಹಲವಾರು ಪ್ರಯತ್ನಗಳು ಈಗ ಜಾರಿಗೊಳ್ಳುತ್ತಿವೆ. ಇವೆಲ್ಲರ ಉದ್ದೇಶ, ಪತ್ರಿಕೆಗಳು ದೇಶಕ್ಕೆ ಮತ್ತು ಸ್ಥಳೀಯ ಸಮುದಾಯಕ್ಕೆ ಅನಿವಾರ್ಯ ಎಂಬ ಬಲವಾದ ನಂಬುಗೆ.

ಉತ್ತಮವಾಗಿ ಪತ್ರಿಕೆ ನಡೆಸುವುದೆಂದರೆ ಅದರ ಅರ್ಥಪೂರ್ಣ ಪ್ರಕಟಣೆ. ಸಮಾಜದ ಅಂಕುಡೊಂಕುಗಳನ್ನು ಓದುಗರ ಮುಂದೆ ಸಮರ್ಥವಾಗಿ ಮಂಡಿಸುವುದು ಹಾಗೂ ಎಲ್ಲ ಕ್ಷೇತ್ರಗಳ ಬದಲಾವಣೆಗಳನ್ನು ಸಮಗ್ರವಾಗಿ ಜನತೆ ಮತ್ತು ಸರಕಾರದ ಗಮನ ಸೆಳೆಯುವುದು. ಈ ಸಮಸ್ಯೆಗಳನ್ನು ಅರ್ಥ ಮಾಡಿಕೊಂಡು ಬರೆಯಲು ಪತ್ರಕರ್ತರು ಬೇಕು. ಅವರಿಗೆ ವೇತನ ನೀಡಬೇಕು. ಖರ್ಚಿಲ್ಲದೆ ಯಾವುದೇ ಕೆಲಸಗಳನ್ನು ನಿಭಾಯಿಸುವುದು ಸರಳವಲ್ಲ. ಮಾಹಿತಿಪೂರ್ಣ ಸುದ್ದಿ-ಲೇಖನಗಳು ಪುಕ್ಕಟೆಯಾಗಿ ದೊರೆಯಲಾರವು. ಸುಳ್ಳು ಸುದ್ದಿ ಸರಮಾಲೆಗಳು ಜಾಲತಾಣಗಳ ಮೂಲಕ ಯಥೇಚ್ಛವಾಗಿ ಲಭ್ಯವಿವೆ. ಆದರೆ ಅವು ನಿರರ್ಥಕ.

ಈ ಸಮಸ್ಯೆ ಮನಗಂಡ ಪತ್ರಿಕೆಗಳು ಕಂಡುಕೊಂಡ ಮೊದಲ ಮಾರ್ಗ ನೇರವಾಗಿ ಸಾರ್ವಜನಿಕರು/ಓದುಗರಿಂದ ನೆರವಿಗಾಗಿ ಮನವಿ ಮಾಡುವುದು. ಹೆಸರಾಂತ ಪತ್ರಿಕೆ 'ದಿ ಗಾರ್ಡಿಯನ್' ಎಷ್ಟೇ ಹಣ ನೀಡಿದರೂ ಸ್ವೀಕರಿಸುತ್ತದೆ. ಪತ್ರಿಕೆಗೆ ನೆರವು ನೀಡಲು ತನ್ನ ಜಾಲತಾಣದಲ್ಲಿ ಮತ್ತು ಪತ್ರಿಕೆಯಲ್ಲಿ ನೇರವಾಗಿ ಮನವಿ ಮಾಡುತ್ತಿದೆ. 2020ಲ್ಲಿ ವಂತಿಗೆಗಳ ಮೂಲಕ 90 ಲಕ್ಷ ಅಮೆರಿಕನ್ ಡಾಲರ್ ಸಂಗ್ರಹಿಸುವಲ್ಲಿ 'ದಿ ಗಾರ್ಡಿಯನ್' ಪತ್ರಿಕೆ ಯಶಸ್ವಿಯಾಗಿದೆ.

ಅಮೆರಿಕ ಹಾಗೂ ಯುರೋಪಿನಲ್ಲಿ ದಾನ-ದತ್ತಿ ಸಂಸ್ಥೆಗಳು ಅಧಿಕ ಸಂಖ್ಯೆಯಲ್ಲಿವೆ. ಅಪಾರ ಪ್ರಮಾಣದಲ್ಲಿ ಅವು ಲೋಕೋಪಕಾರಿ ಯೋಜನೆಗಳಿಗೆ ಹಣಕಾಸಿನ ನೆರವು ನೀಡುತ್ತಿವೆ. ಅಂತಹ ಸಂಸ್ಥೆಗಳು ಈಗ ಪತ್ರಿಕೆಗಳ ಸಹಾಯಕ್ಕೆ ಧಾವಿಸುತ್ತಿವೆ. ಸ್ಥಳೀಯ ಸಮಸ್ಯೆಗಳ ಬಗ್ಗೆ ಯಾವ ಮಾಧ್ಯಮಗಳು ಚಕಾರವೆತ್ತುತ್ತಿಲ್ಲ. ಸರಕಾರ ತರುವ ಹಲವಾರು ಶಾಸನಗಳ ಬಗ್ಗೆ ಸಮರ್ಪಕ ಚರ್ಚೆಗಳೇ ನಡೆಯುತ್ತಿಲ್ಲ. ಪ್ರಜಾಸತ್ತೆಯ ಬೇರುಗಳನ್ನು ಗಟ್ಟಿಗೊಳಿಸುವುದು ಸಮುದಾಯ ಮಟ್ಟದಲ್ಲಿ ಅವಶ್ಯ ಎಂದು ಮನಗಂಡ ಅನೇಕ ದತ್ತಿ ನಿಧಿಗಳು ಹಾಗೂ ಬೃಹತ್ ಉದ್ದಿಮೆಗಳು ಪತ್ರಿಕೆಗಳಿಗೆ ನೆರವು ನೀಡಲಾರಂಭಿಸಿವೆ. ಇಂತಹ ನೆರವುಗಳನ್ನು ಕ್ರೋಢೀಕರಿಸಿ ಪತ್ರಿಕೆಗಳಿಗೆ ನೆರವಾಗುವ ಸಂಸ್ಥೆಗಳು ಸಹ ಹುಟ್ಟಿಕೊಂಡಿವೆ.

ಗ್ರೌಂಡ್ ಟ್ರುತ್ ಎಂಬ ಸಂಘಟನೆ 'ರಿಪೋರ್ಟ್ ಫಾರ್ ಅಮೆರಿಕಾ' ಆಂದೋಲನ ಆರಂಭಿಸಿ ವಿವಿಧ ಮೂಲಗಳಿಂದ ಸಂಗ್ರಹಿಸಿದ ಹಣದಿಂದ ಅಗತ್ಯ ಇರುವ ಪತ್ರಿಕೆ/ಬಾನುಲಿ/ಬಹುಮಾಧ್ಯಮ ಜಾಲತಾಣಗಳ ಸುದ್ದಿಮನೆಗಳಿಗೆ ವರದಿಗಾರರನ್ನು ಎರಡು ವರ್ಷದ ಅವಧಿಗೆ ನೇಮಕ ಮಾಡುತ್ತದೆ. ಅರ್ಧವೇತನವನ್ನು ಸಂಸ್ಥೆ ಭರಿಸಿದರೆ ಕಾಲು ಭಾಗ ಪತ್ರಿಕೆ ನೀಡಬೇಕು ಹಾಗೂ ಉಳಿದ ಹಣವನ್ನು ಸ್ಥಳೀಯವಾಗಿ ಪತ್ರಿಕೆಗಳು ಆಯಾ ಸ್ಥಳೀಯ ಸಮುದಾಯಗಳಿಂದ ಸಂಗ್ರಹಿಸಬೇಕು. ಈ ಸಂಘಟನೆ 2017ರಿಂದ ಸಕ್ರಿಯವಾಗಿದ್ದು, 2021ರಲ್ಲಿ ಅಮೆರಿಕಾದ ಹಲವು ರಾಜ್ಯಗಳಲ್ಲಿ ಮತ್ತು ಕೆಲ ಹೊರದೇಶಗಳಲ್ಲಿ 200 ಮಾಧ್ಯಮ ಸುದ್ದಿಮನೆಗಳಿಗೆ 300 ಪತ್ರಕರ್ತರನ್ನು ಎರಡು ವರ್ಷಗಳ ಅವಧಿಗೆ ಒದಗಿಸಿದೆ. ಸ್ಥಳೀಯ ಸಮುದಾಯದ ವ್ಯಾಪ್ತಿಯನ್ನು ಅವರಿಗೆ ಸೂಚಿಸಲಾಗಿದ್ದು ಅವರು ವರದಿ ಮಾಡಬೇಕಾದ ಬಹುಸಂದಿಗ್ಧ ಸಮಸ್ಯೆಗಳನ್ನು ತಿಳಿಸಲಾಗಿದೆ. ಇದರಿಂದ ಸ್ಥಳೀಯ ಪತ್ರಿಕೆಗಳಿಗೆ ಕೊಂಚಮಟ್ಟಿನ ನೆರವಾಗಲಿದೆ.

ಈ ಯೋಜನೆಯಡಿ ನೇಮಕಗೊಂಡವರಿಗೆ ಪೂರ್ಣ ಪ್ರಮಾಣದ ತರಬೇತಿ ನೀಡಿ ಕಳುಹಿಸಲಾಗುತ್ತಿದೆ. 'ರಿಪೋರ್ಟ್ ಫಾರ್ ಅಮೆರಿಕಾ' ಸಂಸ್ಥೆಯೊಡನೆ ಕೈಜೋಡಿಸಿರುವ ಸಮುದಾಯ ಪತ್ರಿಕೆಗಳು 2020ರಲ್ಲಿ 46 ಲಕ್ಷ ಅಮೆರಿಕನ್ ಡಾಲರ್ ಸಂಗ್ರಹಿಸಲು ಶಕ್ಯವಾಗಿವೆ. ಸ್ಥಳೀಯ ಮಟ್ಟದಲ್ಲಿ ಸಹ ಪತ್ರಿಕೆಗಳಿಗೆ ನೆರವಾಗಲು ಸಮುದಾಯ ಸಿದ್ಧವಿದೆ ಎಂದರ್ಥ. ಇಂಗ್ಲೆಂಡ್‌ನಲ್ಲಿ ಬಿ.ಬಿ.ಸಿ.

ಮತ್ತು ಕೆನಡಾ ಸರಕಾರ ಇಂತಹ ಯೋಜನೆಯಡಿ ಅನೇಕ ಸಮುದಾಯ ಪತ್ರಿಕೆಗಳು, ಪತ್ರಕರ್ತರನ್ನು ಪಡೆದು ತಮ್ಮ ಸುದ್ದಿ ಹಾಗೂ ಲೇಖನ ಪ್ರಕಟಣೆಗಳ ಗುಣಮಟ್ಟವನ್ನು ವೃದ್ಧಿಸಿಕೊಳ್ಳುತ್ತಿವೆ. ಸ್ಥಳೀಯ ಪತ್ರಿಕೋದ್ಯಮ ರಕ್ಷಣೆಗೆ ಐದು ವರ್ಷಗಳ 'ನ್ಯೂಸ್ ಮೀಡಿಯಾ ಕೆನಡಾ' ಯೋಜನೆಯೊಂದನ್ನು ಕೆನಡಾ ಸರ್ಕಾರ ಜಾರಿಗೊಳಿಸಿದೆ. ನಾಗರಿಕ ಪತ್ರಿಕೋದ್ಯಮವನ್ನು ಬೆಂಬಲಿಸುವ ಈ ಯೋಜನೆ ಅಡಿಯಲ್ಲಿ ದೇಶದ 162 ಸುದ್ದಿಮನೆಗಳಲ್ಲಿ 199 ಪತ್ರಕರ್ತರಿಗೆ ಧನಸಹಾಯವನ್ನು ಅನುಮೋದಿಸಿದೆ. ಸಂಕಷ್ಟದಲ್ಲಿರುವ ಸಮುದಾಯಗಳ ಮೇಲೆ ಬೆಳಕು ಚೆಲ್ಲುವ ಲೇಖನಗಳ ಪ್ರಕಟಣೆಗೆ ಒತ್ತು ನೀಡಲಾಗಿದೆ. ಈ ಪತ್ರಕರ್ತರ ತಂಡ ಬರೆಯುವ ಲೇಖನಗಳನ್ನು ದೇಶದ ಎಲ್ಲ ಪತ್ರಿಕೆಗಳು ಉಚಿತವಾಗಿ ಪ್ರಕಟಿಸಬಹುದಾಗಿದೆ.

ಈ ಯೋಜನೆಯಡಿ ವಸ್ತುನಿಷ್ಠವಾಗಿ ಕೆಲಸ ಮಾಡಬೇಕಾದದ್ದು ಪತ್ರಕರ್ತರ ಹೊಣೆ. ಉದಾಹರಣೆಗೆ, ಅಮೆರಿಕಾದ ರೋಚೆಸ್ಟರ್ ನಗರದಲ್ಲಿನ 'ಡೆಮೋಕ್ರಾಟ್ ಮತ್ತು ಕ್ರಾನಿಕಲ್' ಪತ್ರಿಕೆಗೆ ಇಬ್ಬರು ವರದಿಗಾರರು ನೇಮಕವಾಗಿದ್ದು, ಸಂಕಷ್ಟದಲ್ಲಿರುವ ಜಿಲ್ಲೆಯ ಸಾರ್ವಜನಿಕ ಶಿಕ್ಷಣ ಕುರಿತು ಒಬ್ಬ ಮತ್ತು ಇನ್ನೊಬ್ಬರು ಸ್ಥಳೀಯ ಪೋರ್ಟೋರಿಕನ್ ಸಮುದಾಯದ ಸಮಸ್ಯೆಗಳ ಮೇಲೆ ಅಧ್ಯಯನ ನಡೆಸಿ ವರದಿಗಳನ್ನು ಪ್ರಕಟಿಸಲಿವೆ. ಪತ್ರಿಕೆಗಳ ಪ್ರಗತಿ ಮತ್ತು ಅವುಗಳ ಉಪಯುಕ್ತತೆ ಸಮಾಜದ ಒಳಿತಿಗೆ ನೆರವಾಗಬೇಕು. ಇಂತಹ ಜನೋಪಕಾರಿ ಕೆಲಸಗಳು ಪತ್ರಿಕೋದ್ಯಮದ ಗುಣಮಟ್ಟ ಮತ್ತು ಅದರ ವಿಸ್ತಾರವನ್ನು ಹೆಚ್ಚಿಸುತ್ತದೆ. ಅಲ್ಲದೆ ಹೊಸ ಚಂದಾದಾರರ ಸಂಖ್ಯೆಯನ್ನು ಹೆಚ್ಚಿಸಲು ಮತ್ತು ಹಳಬರನ್ನು ಉಳಿಸಿಕೊಳ್ಳಲು ನೆರವಾಗುತ್ತದೆ. ತಮ್ಮ ಹರಿತ ಲೇಖನಿಯೊಂದಿಗೆ ಪರಿಣಾಮಕಾರಿ ಅಭಿವೃದ್ಧಿ ಕಾರ್ಯಾಚರಣೆಯಲ್ಲಿ ತಮ್ಮ ಪ್ರಭಾವವನ್ನು ಸ್ಥಳೀಯ ಪತ್ರಿಕೆಗಳು ಪ್ರದರ್ಶಿಸಿದರೆ, ಸಾರ್ವಜನಿಕರ ದೇಣಿಗೆಗಳು ನಿರಂತರ ಆದಾಯದ ಮೂಲವಾಗಬಹುದು ಎಂದು ಮಾಧ್ಯಮ ತಜ್ಞರು ವಿಶ್ಲೇಷಿಸುತ್ತಿದ್ದಾರೆ. ಅಮೆರಿಕಾದಲ್ಲಿ ಒಂದು ಕೋಟಿಗೂ ಮಿಕ್ಕಿ ಕೋಟ್ಯಾಧಿಪತಿಗಳಿದ್ದಾರೆ. ಇವರು ಅಲ್ಪಪ್ರಮಾಣದಲ್ಲಿಯಾದರೂ ಪತ್ರಿಕೆಗಳಿಗೆ ನೆರವು ನೀಡಬಲ್ಲರು ಎಂಬ ನಂಬಿಕೆ ತಜ್ಞರದು.

ದತ್ತಿ ನಿಧಿಗಳು ಹಾಗೂ ವೈಯಕ್ತಿಕ ದೇಣಿಗೆಗಳ ಮೂಲಕ ಪತ್ರಕರ್ತರ ಸೇವೆಯನ್ನು ಪಡೆಯುವುದು ಒಂದು ಮಾರ್ಗವಾದರೆ, ಪತ್ರಿಕಾ ಪ್ರಕಟಣಾ ಸಂಸ್ಥೆಯನ್ನು ಲಾಭರಹಿತ ಉದ್ದಿಮೆಯಾಗಿ ಇಲ್ಲವೇ ಸಹಕಾರಿ ಸಂಸ್ಥೆಯಾಗಿ ಪರಿವರ್ತಿಸಿ ಸರ್ಕಾರದಿಂದ ತೆರಿಗೆ ವಿನಾಯಿತಿ ಪಡೆಯುವುದರಿಂದ ಸಹ ಪತ್ರಿಕೆಯ ಉತ್ಪಾದನಾ ವೆಚ್ಚವನ್ನು ತಗ್ಗಿಸುವ ಸಾಧ್ಯತೆಗಳಿವೆ. ಈ ಲಾಭವನ್ನು ಅನೇಕ ಸಮುದಾಯ ಪತ್ರಿಕೆಗಳು ಪಡೆಯುತ್ತಿವೆ. ಕೆಲಸ ಕಳೆದುಕೊಂಡ ಅನೇಕ ಪತ್ರಕರ್ತರು ಒಟ್ಟುಗೂಡಿ ಇಂತಹ ಲಾಭರಹಿತ ಪತ್ರಿಕೆಗಳು ಇಲ್ಲವೆ ಬಹುಮಾಧ್ಯಮ

ಸುದ್ದಿ ಜಾಲತಾಣಗಳನ್ನು ಆರಂಭಿಸಿ ಸಮುದಾಯದ ಸಮಸ್ಯೆಗಳ ಮೇಲೆ ಬೆಳಕು ಚೆಲ್ಲುವ ಪ್ರಾಮಾಣಿಕ ಪ್ರಯತ್ನ ನಡೆಸಿವೆ.

ಬೃಹತ್ ತಾಂತ್ರಿಕ ಕಂಪನಿಗಳಾದ ಗೂಗಲ್ ಹಾಗೂ ಮೈಕ್ರೋಸಾಫ್ಟ್ ಸಮುದಾಯ ಪತ್ರಿಕೆಗಳು/ಬಾನುಲಿ/ಜಾಲತಾಣಗಳ ಕರ್ತವ್ಯನಿರ್ವಹಣೆಯನ್ನು ಕೂಲಂಕಷವಾಗಿ ಪರಿಶೀಲಿಸಿ ಅವುಗಳ ನೆರವಿಗೆ ಧಾವಿಸುತ್ತಿವೆ. ಪತ್ರಕರ್ತರಿಗೆ ತರಬೇತಿ ಹಾಗೂ ನೂತನ ತಂತ್ರಾಂಶ ಅಳವಡಿಸಿ ಪತ್ರಿಕೆಗಳ ಆಕರ್ಷಣೆಯನ್ನು ಹೆಚ್ಚಿಸಲು ಇವು ಪ್ರಯತ್ನಿಸುತ್ತಿವೆ.

ಅನೇಕ ಸ್ಥಳೀಯ ಪತ್ರಿಕೆಗಳು ಹಲವು ಸುದ್ದಿಗಳನ್ನು ವಿನಿಮಯ ಮಾಡಿಕೊಳ್ಳಲಾರಂಭಿಸಿವೆ. ತಾನು ಸಂಗ್ರಹಿಸುವ ಅಪರಾಧ ಸುದ್ದಿಯನ್ನು ಇನ್ನೊಂದು ಪತ್ರಿಕೆಗೆ ನೀಡುವುದು ಮತ್ತು ಆ ಪತ್ರಿಕೆ ಸಂಗ್ರಹಿಸುವ ಕ್ರೀಡಾ ಸುದ್ದಿಯನ್ನು ಅದರೊಂದಿಗೆ ವಿನಿಮಯ ಮಾಡಿಕೊಳ್ಳುವುದು. ಇದರಿಂದ ಸ್ಥಳೀಯ ಮಟ್ಟದಲ್ಲಿ ಸುದ್ದಿ ಸಂಗ್ರಹ ವೆಚ್ಚವನ್ನು ಕಡಿತಗೊಳಿಸಬಹುದಾಗಿದೆ.

ಈ ಎಲ್ಲ ಪ್ರಯತ್ನಗಳಲ್ಲಿ ಹಲವಾರು ಒತ್ತಡಗಳು ಇಲ್ಲವೆ ಸಮಸ್ಯೆಗಳು ಉದ್ಭವಿಸುತ್ತವೆ. ಅವುಗಳನ್ನು ಪತ್ರಿಕೆಗಳು ತಮ್ಮ ಸ್ಪಷ್ಟ ನಿಲುವುಗಳಿಂದ ಹಾಗೂ ಜಾಣ್ಮೆಯಿಂದ ನಿಭಾಯಿಸಬೇಕಾಗುತ್ತದೆ. ಆದರೆ ವೈವಿಧ್ಯಮಯ ನೆರವು ಮೂಲಗಳನ್ನು ಹೊಂದುವ ಮೂಲಕ ಪತ್ರಿಕೆಗಳು ಒತ್ತಡಗಳನ್ನು ನಿಭಾಯಿಸುವ ತಂತ್ರಗಾರಿಕೆಯನ್ನು ರೂಢಿಸಿಕೊಳ್ಳಬೇಕಾಗುತ್ತದೆ. ಜಾಹಿರಾತುದಾರರು ಸಹ ಇದೇ ಬಗೆಯ ತಂತ್ರಗಳನ್ನು ಅನುಸರಿಸಿ ಪತ್ರಿಕೆಗಳನ್ನು ಮಣಿಸುವ ಪ್ರಯತ್ನಗಳನ್ನು ನಡೆಸುತ್ತಲೇ ಇರುತ್ತಾರೆ. ಆದರೆ ಸುದ್ದಿ ಪಾವಿತ್ರ್ಯತೆಯನ್ನು ರಕ್ಷಿಸುವ ಚಾಣಾಕ್ಷತನ ಪತ್ರಿಕೆಗಳಿಗಿರಬೇಕು. ಬಹುತೇಕ ಮುಂದುವರಿದ ದೇಶಗಳಲ್ಲಿ ಸ್ಥಳೀಯ ಪತ್ರಿಕೆಗಳನ್ನು ಉಳಿಸಿ ಪೋಷಿಸುವ ಪ್ರಯತ್ನಗಳು ಯಶಸ್ಸಿನ ಹಾದಿ ಕಂಡಿವೆ. ನಿರ್ಭೀತ ಸುದ್ದಿ ಮಾಧ್ಯಮಗಳಿಂದ ಮಾತ್ರ ಪ್ರಜಾಸತ್ತೆಯ ರಕ್ಷಣೆ ಸಾಧ್ಯವೆಂಬ ಅಚಲ ನಂಬಿಕೆ ಈ ಪ್ರಯತ್ನಗಳಿಗೆ ನೀರೆರೆಯುತ್ತಿವೆ.

(ಸಮಾಜಮುಖಿ, ಆಗಸ್ಟ್ 2021)

www.ingramcontent.com/pod-product-compliance
Lightning Source LLC
LaVergne TN
LVHW090335051026
849518LV00005B/1962